ದಿ
ಲೆಟ್
ದೆಮ್
ಸಿದ್ಧಾಂತ

ದಿ ಲೆಟ್ ದೆಮ್ ಸಿದ್ಧಾಂತ

ಮೆಲ್ ರಾಬಿನ್ಸ್
ಮತ್ತು ಸಾಯರ್ ರಾಬಿನ್ಸ್

ಕನ್ನಡಕ್ಕೆ : ಡಾ। ಶಿವಾನಂದ ಬೇಕಲ್

MANJUL
ಮಂಜುಳ ಪಬ್ಲಿಷಿಂಗ್ ಹೌಸ್

First published in India by

MANJUL

Manjul Publishing House

Corporate and Editorial Office

• 2nd Floor, Usha Preet Complex, 42 Malviya Nagar, Bhopal 462 003 – India

Sales and Marketing Office

• C-16, Sector 3, Noida, Uttar Pradesh 201301 – India

Website: www.manjulindia.com

Distribution Centres

Ahmedabad, Bengaluru, Kochi, Kolkata, Chennai,
Hyderabad, Mumbai, New Delhi, Pune

Kannada translation of *The Let Them Theory* by Mel Robbins

English edition first published by Hay House Publishers

Kannada translation published by Manjul Publishing House, by arrangement with
143 STUDIOS PUBLISHING c/o Hodgman Literary,
USA in association with Europa Content.

This Kannada edition first published in 2026

ISBN 978-93-7317-145-6

Translated by Dr. Shivanand Bekal

Cover design: Peter Garceau
Interior design and illustrations: Julie Davison

Printed and bound in India by Repro India Limited

ನನ್ನ ಮಗಳು ಸಾವೆಯರ್‌ಗೆ,
ಈ ಪುಸ್ತಕದ ಸಹ–ಲೇಖಕಿ ಅವಳು.

ನಾನು ನನ್ನ ಅನುಭವಗಳನ್ನು ನಿಮ್ಮೊಂದಿಗೆ ಪ್ರೀತಿಯಿಂದ
ಹಂಚಿಕೊಂಡಿದ್ದೇನೆ, ಕೆಲವೊಂದೆಡೆ ನನ್ನನ್ನು ಕೊಂದುಹಾಕುವಂತೆ
ನಿಮಗನಿಸಿರಬಹುದು.

ಅವರೆಲ್ಲ ಹೇಳಿದಂತೆ, *ಲೆಟ್ ದೆಮ್*.

ಅನುಕ್ರಮಣಿಕೆ

ಅನ್ಯ ವ್ಯಕ್ತಿಗಳ ಭಾವನೆಗಳ ಜೊತೆಗೆ ವ್ಯವಹರಿಸುವುದು

ದೀರ್ಘಕಾಲೀನ ತುಲನೆಯನ್ನು ಜಯಿಸುವುದು

ನಿಮ್ಮ ಸಂಬಂಧಗಳು ಮತ್ತು ಲೆಟ್ ದೆಮ್ ಸಿದ್ಧಾಂತ

ವಯಸ್ಕರೊಂದಿಗಿನ ಸ್ನೇಹವನ್ನು ಕರಗತ ಮಾಡಿಕೊಳ್ಳುವುದು

ಅನ್ಯರನ್ನು ಬದಲಾಗುವುದಕ್ಕೆ ಪ್ರೇರಣೆ ನೀಡುವ ಬಗೆ

ಹೋರಾಡುವ ಮಂದಿಗೆ ಸಹಾಯ ನೀಡುವುದು

ನಿಮ್ಮ ಅರ್ಹತೆಗೆ ತಕ್ಕ ಪ್ರೀತಿಯನ್ನು ಆಯ್ಕೆ ಮಾಡುವುದು

ಅನುಬಂಧ

ಪ್ರಸ್ತಾವನೆ

ನನ್ನ ಕಥೆ

ಆಗ ನನಗೆ 41ವರ್ಷ ವಯಸ್ಸು. ನಾನು 800,000 ಡಾಲರ್‌ನ ಸಾಲಗಾರಳಾಗಿದ್ದೆ. ನಿರುದ್ಯೋಗಿ, ಮತ್ತು ನನ್ನ ಗಂಡನ ಹದಗೆಟ್ಟಿರುವ ರೆಸ್ಟೋರೆಂಟ್ ದಂಧೆಯನ್ನು ನೋಡಿಕೊಳ್ಳುತ್ತಿದ್ದೆ. ಸಾಲದಿಂದ ಎಂದಿಗೂ ಮುಕ್ತಿಯಿಲ್ಲವೆಂದು ಭಾವಿಸಿದ್ದ ನಾವು ನಮ್ಮ ಬದುಕೇ ವಿಫಲವೆಂದು ಬಗೆದಿದ್ದೆವು.

ನಾವು ನಮ್ಮ ದಿನನಿರ್ವಹಣೆಯ ಧವಸ ಧಾನ್ಯಗಳಿಗೆ ಪಾಡುಪಡುತ್ತಿದ್ದರೆ, ನಮ್ಮ ನೆರೆಯವರೆಲ್ಲ ಯಶಸ್ವೀ ಜೀವನ ನಡೆಸುತ್ತಿದ್ದುದನ್ನು ಕಂಡು ನನಗೆ ಅಸೂಯೆಯಾಗುತ್ತಿತ್ತು. ನಾನು ಅದಾಗಲೇ ನ್ಯೂಯಾರ್ಕ್ ನಗರದಲ್ಲಿ ಲೀಗಲ್ ಏಡ್ ಸೊಸೈಟಿಗಾಗಿ ಪಬ್ಲಿಕ್ ಡಿಫೆಂಡರ್ ಆಗಿ ಕೆಲಸ ಮಾಡಿದ್ದೆ, ಬೋಸ್ಟನ್‌ನ ದೊಡ್ಡ ಸಂಸ್ಥೆಯೊಂದರಲ್ಲಿ ವಕೀಲೆಯಾಗಿದ್ದೆ, ಕೆಲವು ಪ್ರಾರಂಭಿಕ ಹುದ್ದೆಗಳನ್ನು ಹುಟ್ಟುಹಾಕಿದ್ದೆ, ಒಂದು ಜಾಹೀರಾತು ಸಂಸ್ಥೆಯಲ್ಲಿ ಬಿಸಿನೆಸ್ ಡೆವೆಲಪ್‌ಮೆಂಟ್‌ಳಾಗಿದ್ದೆ, ಓರ್ವ ಲೈಫ್ ಕೋಚ್ ಆಗಿದ್ದೆ, ಕಾಲ್-ಇನ್-ರೇಡಿಯೋ ಷೋವನ್ನು ನಡೆಸುತ್ತಿದ್ದೆ, ಮತ್ತು ಸಣ್ಣದೊಂದು ಪೈಂಟ್-ಯುವರ್-ಓನ್-ಪಾಟರಿ ಸ್ಟುಡಿಯೋವನ್ನು ತೆರೆದಿದ್ದೆ. ಇಷ್ಟೆಲ್ಲ ಇದ್ದರೂ, ನಾನು ಪೂರ್ತಿಯಾಗಿ ಕುಸಿದುಹೋಗಿದ್ದೆ ಯಾಕೆಂದರೆ ನಮ್ಮ ಸಾಲದ ಹೊಂಡವನ್ನು ತುಂಬಿಸುವುದು ಅಸಾಧ್ಯವೇ ಆಗಿತ್ತು.

ಆತಂಕ ಮತ್ತು ಸಂದೇಹಗಳು ಅಲ್ಲಗಳೆಯಲೇ ಆಗಲಿಲ್ಲ. ಅಲಾರಂನ ಬಟನ್ ಒತ್ತಿ ಏಳುವುದನ್ನು ನಿಲ್ಲಿಸಿದೆ. ಕುಡಿತವನ್ನು ನಿಲ್ಲಿಸಿದೆ. ಎಲ್ಲಕ್ಕೂ ನನ್ನ ಗಂಡನೇ ಜವಾಬ್ದಾರನೆಂದು ದೂರುವುದನ್ನು ನಿಲ್ಲಿಸಿದೆ. ಕಾಲಹರಣ ಮಾಡುವುದಕ್ಕಿಂತ ಕೆಲಸವೊಂದನ್ನು ಹುಡುಕಿದರಾಯಿತು ಎನ್ನುವುದನ್ನು ನಿಲ್ಲಿಸಿದೆ.

ನೀವು ಇಂತಹ ಪರಿಸ್ಥಿತಿಯಲ್ಲಿ ಇದ್ದಿದ್ದರೆ, ನಿಮಗೆ ಅರ್ಥವಾಗುತ್ತಿತ್ತು, ಎಂತೆಂತಹ ಮಹತ್ತರ ವಿಷಯಗಳನ್ನು ಎದುರಿಸಬೇಕಾಗುತ್ತದೆ ಅಂತ: ಹಾಸಿಗೆಯಿಂದ ಏಳುವುದು, ನಿಮ್ಮ ಬಿಲ್‌ಗಳ ಕಡತವನ್ನು ತೆರೆಯುವುದು, ನಿಮ್ಮ ಕುಟುಂಬದ ಜೊತೆಗೆ ಪೂರ್ತಿಯಾಗಿ ತೆರೆದುಕೊಳ್ಳುವುದು, ಒಂದು ಉತ್ತಮ ಅಡುಗೆಯನ್ನು ತಯಾರಿಸುವುದು, ಒಂದು ಹುದ್ದೆಗಾಗಿ ಅರ್ಜಿ ಗುಜರಾಯಿಸುವುದು, ಒಂದು ವಾಕ್‌ಗೆ ಹೋಗುವುದು, ಚಂದಾಹಣವನ್ನು ರದ್ದುಗೊಳಿಸುವುದು

ಅಥವಾ ನಿಮ್ಮ ಒದ್ದಾಟವನ್ನು ಪ್ರಾಮಾಣಿಕವಾಗಿ ಒಪ್ಪಿಕೊಳ್ಳುವುದು... ಎಲ್ಲವೂ ದುಸ್ತರ, ಅಸಾಧ್ಯ. ಪ್ರತಿದಿನ ಬೆಳಿಗ್ಗೆ ಎದ್ದೊಡನೆ ನನ್ನ ಆತಂಕ ನನ್ನ ನರನಾಡಿಗಳಲ್ಲಿ ಪ್ರವಹಿಸಲು ತೊಡಗುತ್ತದೆ, ಮತ್ತು ನಾನಂದುಕೊಳ್ಳುತ್ತೇನೆ, ಇದೇ ಏನು ನಾನು ನನ್ನ ಜೀವನ ಪೂರ್ತಿ ಅನುಭವಿಸಬೇಕಾದುದು? ಹೀಗೆ ಸಿಕ್ಕಿಕೊಂಡಿರುವ ತಮಾಷೆಯ ವಿಚಾರವನ್ನು ನೀವು ತಿಳಿಯಲು ಬಯಸುತ್ತೀರಾ? ನಾನೇನು ಮಾಡಬೇಕಿತ್ತೋ ನನಗೆ ಚೆನ್ನಾಗಿ ಗೊತ್ತಿತ್ತು: ಎದ್ದೇಳುವುದು, ಭಯಪಡಿಸುವ ಬಿಲ್‌ಗಳನ್ನು ತೆರೆಯುವುದು, ಮಕ್ಕಳನ್ನು ಶಾಲೆಗೆ ಸಿದ್ಧಗೊಳಿಸುವುದು, ಒಂದು ಸಣ್ಣ ವಾಕ್ ಹೋಗುವುದು, ನನ್ನ ಸ್ನೇಹಿತರ ಬೆಂಬಲಕ್ಕಾಗಿ ಸಂಪರ್ಕಿಸುವುದು, ಒಂದು ಖರ್ಚುವೆಚ್ಚದ ಬಜೆಟ್‌ನ್ನು ತಯಾರಿಸುವುದು, ಒಂದು ಉದ್ಯೋಗವನ್ನು ಹುಡುಕುವುದು. ಹೀಗಿದ್ದರೂ, ನಾನೇನನ್ನೂ ಮಾಡುತ್ತಿರಲಿಲ್ಲ.

ನನ್ನ ಬದುಕನ್ನು ಹೇಗೆ ಬದಲಾಯಿಸಿದೆ

ನನ್ನೆಲ್ಲವೂ ಬದಲಾದ ಮುಂಜಾನೆಯನ್ನು ನಾನೆಂದಿಗೂ ಮರೆಯಲಾರೆ. ಅಲಾರಂ ನಿಲ್ಲಿಸಿದ್ದಾಯ್ತು, ನನ್ನ ಸಮಸ್ಯೆಗಳನ್ನೇ ನೆನೆಯುತ್ತ ಹಾಸಿಗೆಯಲ್ಲಿ ಬಿದ್ದುಕೊಂಡಿದ್ದೆ. ನಮ್ಮಲ್ಲಿನ ಅನೇಕರ ಹಾಗೆ, ನನ್ನ ಯೋಚನೆಗಳಲ್ಲೇ ನಾನು ಬಿದ್ದುಕೊಂಡಿದ್ದೆ, ಮತ್ತೆ ಕನಿಷ್ಠ ನಾನು ಮಾಡಬಹುದಾದ ಕೆಲಸವೆಂದರೆ ಹಾಸಿಗೆಯಿಂದ ಮೇಲೆದ್ದು ಇನ್ನೊಂದು ದಿನವನ್ನು ಕಳೆಯುವುದಾಗಿತ್ತು. ಆದರೆ ಆಗಲೇ ಅದೊಂದು ಕೌತುಕ ಸಂಭವಿಸಿತು. ಕಟ್ಟಕಡೆಗೆ ನನ್ನ ಬದುಕನ್ನು ಬದಲಿಸಿದ ಯೋಚನೆಯೊಂದು ನನ್ನ ತಲೆಯನ್ನು ಹೊಕ್ಕಿತು. ಅದು ತೀರಾ ಸರಳ, ಅಷ್ಟೇ ಕ್ಷುಲ್ಲಕವೂ ಆಗಿತ್ತು. ನಾಸಾದವರು ರಾಕೆಟ್‌ನ್ನು ಉಡಾಯಿಸುವ ವೇಳೆ ಕ್ಷಣಗಣನೆಯನ್ನು ಮಾಡುತ್ತಾರಲ್ಲ ಅದರ ನೆನಪಾಯಿತು ನನಗೆ: 5–4–3–2–1. ನಾನು ಯೋಚಿಸಿದೆ, ಹೀಗೆಯೇ ನಾನು ಹಾಸಿಗೆಯಿಂದ ಏಳುವಾಗ ಹಿಂದಕ್ಕೆ ಎಣಿಸಿ ಯಾಕಾಗಿ ಏಳಬಾರದು?

ಇದು ತೀರಾ ಅಸಮಂಜಸವೆನಿಸಿತು. ಆದರೆ ನಾನು ಹತಾಶಳಾಗಿದ್ದೆ; ಹಾಗಾಗಿ ಇದೊಂದು ಪ್ರಯತ್ನಿಸಿದೆ. ನಾನು ಹಿಂದಕ್ಕೆ ಎಣಿಸುತ್ತ : 5–4–3–2–1 ಹಾಸಿಗೆಯಿಂದ ಎದ್ದೆ. ಹಾಗೆಯೇ, ಯಾವುದೇ ಪೂರ್ವಗ್ರಹವಿಲ್ಲದೆ. ನಾನೆಷ್ಟು ಸುಸ್ತಾಗಿದ್ದೇನೆ ಅಥವಾ ನನ್ನ ಸಮಸ್ಯೆಗಳನ್ನು ಹೇಗೆ ಎದುರಿಸುವುದು ಇತ್ಯಾದಿಗಳು ಮನಸ್ಸಿಗೇ ಬರಲಿಲ್ಲ. ನನ್ನ ಮಿದುಳು ಅಂತಹ ವಿಷಯಗಳನ್ನು ಎತ್ತಿಕೊಳ್ಳುವ ಮೊದಲೇ ನಾನು ಎದ್ದಿದ್ದೆ. ಅದೊಂದು ರಾಕೆಟ್‌ನ್ನು ಉಡಾಯಿಸಿದ ಹಾಗೆ: ನೀವೊಮ್ಮೆ ಕ್ಷಣಗಣನೆ 5–4–3–2–1 ಪ್ರಾರಂಭಿಸಿದ ಮೇಲೆ ಹಿಂದಿರುಗಿ ನೋಡುವ ಹಾಗಿಲ್ಲವಲ್ಲ.

ಇಂತಹ ಒಂದು ದುಸ್ತರ ಸನ್ನಿವೇಶದ ನನ್ನ ಬದುಕಿನಲ್ಲಿ ಯೋಚನೆಗಳು ಪರಕೀಯವೆನಿಸತೊಡಗಿದವು. ಅದೊಂದು ಎಂತಹ ರಹಸ್ಯವನ್ನು ಭೇದಿಸಿದಂತಾಯಿತು ನನಗೆ, ಸ್ವಲ್ಪ ತಾಳಿ, ಅದು ವಿಚಿತ್ರವೆನಿಸಿದರೂ, ನನಗೇನು ಬೇಕೋ ಅದನ್ನು ಮಾಡಲು ಸಾಧ್ಯವೆನ್ನುವ

ಹಾಗಾಯಿತು. ಹೌದು ಮೆಲ್, ನಿನಗೆ ಸಾಧ್ಯ. ಮತ್ತದು ಕೆಲಸ ಮಾಡಿತು ಕೂಡಾ. ಆ ಐದು ಸೆಕೆಂಡ್‌ಗಳಲ್ಲಿ, ನನ್ನ ಅತಿಯಾದ ಯೋಚನಾ ಲಹರಿಗಳು ಸ್ಥಗಿತಗೊಂಡಿದ್ದವು. ಅದೊಂದು ಚಿಕ್ಕ ಗೆಲುವಿನಂತೆ ತೋರಿತು, ಒಂದು ರಹಸ್ಯವನ್ನು ಭೇದಿಸಿದಂತೆಯೂ ಆಗಿತ್ತು. ಆ ಐದು ಸೆಕೆಂಡ್‌ಗಳಲ್ಲಿ ನಾನು ನನ್ನ ಭಯವನ್ನು ಮುಂದೂಡಲು ಸಾಧ್ಯವೆಂದಾದರೆ, ಯಾವುದನ್ನೂ ನಾನು ಮುಂದೂಡಲು ಸಾಧ್ಯವೆನಿಸಿತು.

ಆದ್ದರಿಂದ, ನಾನು ನನ್ನ ಬದುಕಿನಲ್ಲಿ ಈ ಕ್ಷಣಗಣನೆಯನ್ನು ಎಲ್ಲೆಂದರೂ ಬಳಸಲು ಉದ್ಯುಕ್ತಳಾದೆ.

5–4–3–2–1 ಅಲಾರಂ ಹೊಡೆದುಕೊಂಡಾಗ ಗಕ್ಕನೆ ಏಳುವುದು.

5–4–3–2–1 ಫೋನ್ ಎತ್ತಿಕೊಂಡು ಅಂತರ್ಜಾಲದಲ್ಲಿ ಉದ್ಯೋಗಗಳನ್ನು ಹುಡುಕುವುದು.

5–4–3–2–1 ತಿಂಗಳಾನುಗಟ್ಟಲೆ ಮೇಜಿನ ಮೇಲೆ ಪೇರಿಸುತ್ತ ಬಂದ ಬಿಲ್‌ಗಳನ್ನು ತೆರೆಯುವುದು.

ನಾನು ಇದನ್ನು "ಐದು ಸೆಕೆಂಡ್ ನಿಯಮ"ವೆಂದು ಕರೆಯಲು ಪ್ರಾರಂಭಿಸಿದೆ. ಒಂದು 5–ಸೆಕೆಂಡ್‌ಗೆ ಒಂದರ ಮೇಲೆ ಒಂದು ಹೆಜ್ಜೆಯನ್ನು ಮುಂದಿಡುವುದು ನಂತರ ಕ್ರಮೇಣ ನನ್ನ ಬದುಕಿನಲ್ಲಿ ಒಂದು ಹೆಜ್ಜೆ ಹಿಂದಕ್ಕೆ ಇರಿಸುವುದು. ನಾನು ನಿಮಗೆ ಸುಳ್ಳು ಹೇಳಲಾರೆ. ಅದು ಸುಲಭವೇನೂ ಆಗಿರಲಿಲ್ಲ. ಮುಂದಿನ ಕೆಲವು ವರ್ಷಗಳು ನನ್ನ ಬದುಕಿನ ಅತ್ಯಂತ ಕಷ್ಟದಾಯಕ ಸಮಯವಾಗಿತ್ತು.

ನಿಮ್ಮ ಸಾಲದಿಂದ ಹೊರಬರುವುದಾಗಲೀ, ನಿಮ್ಮ ವಿವಾಹದಲ್ಲಿನ ನ್ಯೂನತೆಗಳನ್ನು ಸರಿಪಡಿಸುವುದಾಗಲೀ ಸುಲಭದ ಮಾತಾಗಿರಲಿಲ್ಲ. ಆತಂಕ ಅಥವಾ ಸಂದೇಹಗಳಿಂದ ಹೊರಬರುವುದೂ ಸಾಧ್ಯವಾಗುತ್ತಿರಲಿಲ್ಲ. ನಿಮ್ಮ ಮೌಲ್ಯವನ್ನು ಅಂಗೀಕರಿಸುವ ಸಮಯದಲ್ಲಿ ಯಾವುದೇ ಹುದ್ದೆಗೆ ನಿಮ್ಮ ಪರಿಚಯ ಪತ್ರವನ್ನು ತಯಾರಿಸುವುದೂ ಸುಲಭವಾಗಿರಲಿಲ್ಲ. ನಿಮ್ಮನ್ನು ಒಂದು ಹದಕ್ಕೆ ತರುವುದು ಕಠಿಣವೇ ಸರಿ. ನಿಮಗೆ ಉತ್ತಮ ಅಭ್ಯಾಸಗಳನ್ನು ಕಾರ್ಯರೂಪಕ್ಕೆ ತರುವುದೂ ಅಷ್ಟೇ ಕಷ್ಟ.

ದಿನವಿಡೀ ಕೆಲಸ ಮಾಡುವುದು, ಮನೆಗೆ ಮರಳುವುದು, ಮೂವರು ಮಕ್ಕಳನ್ನು ನೋಡಿಕೊಳ್ಳುವುದು, ಕೆಲವು ನಿಮಿಷಗಳನ್ನು ಪತಿಯ ಜೊತೆಗೆ ಕಳೆಯುವುದು, ಪ್ರತಿದಿನ ತಡರಾತ್ರಿಯವರೆಗೆ ಎಚ್ಚರವಾಗಿರುವುದು, ಹೇಗೆ ದುಡ್ಡನ್ನು ಸಂಪಾದಿಸುವುದು ಎನ್ನುವುದಕ್ಕೆ ದಾರಿ ಹುಡುಕುವುದು, ಇವು ಯಾವುದೂ ಸುಖಕರ ಅನುಭವ ಕೊಡುತ್ತಿರಲಿಲ್ಲ.

ಆದರೆ ಅದನ್ನೇ ನಾನು ಮಾಡಿದೆ.

ಕಾರ್ಯನಿರ್ವಹಣೆಯೇ ಸರಿಯಾದ ಮಾರ್ಗವೆಂದು 5ಸೆಕೆಂಡ್ ನಿಯಮ ನನಗೆ ತಿಳಿಸಿತು. ನಿಮ್ಮ ಸಮಸ್ಯೆಗಳ ಬಗ್ಗೆ ಯೋಚಿಸುತ್ತ ಕುಳಿತರೆ ಏನೂ ಆಗುವುದಿಲ್ಲ. ಸುತ್ತಲೂ ನೋಡುತ್ತ

ಮಾಡಲು ಕಾಯುತ್ತಿದ್ದರೆ, ನೀವು ಎಂದಿಗೂ ಅದನ್ನು ಮಾಡಲಾರಿರಿ. ನಿಮ್ಮನ್ನು ಯಾರೂ ರಕ್ಷಿಸಲು ಬರುವುದಿಲ್ಲವೆಂದು ಅದು ನನಗೆ ಕಲಿಸಿತು. ನೀವು ನಿಮ್ಮನ್ನೇ ರಕ್ಷಿಸಿಕೊಳ್ಳಬೇಕು. ನೀವು ತುಸು ಬಲವನ್ನು ಪ್ರಯೋಗಿಸಿ ಮುಂದಕ್ಕೆ ಸಾಗಲು ಪ್ರಯತ್ನಿಸಬೇಕು. ಎಲ್ಲಾ ಪ್ರತಿದಿನ, ನಿಮಗೆ ಹಾಗೆ ಅನ್ನಿಸದೆ ಇರುವ ದಿನವೆಲ್ಲ. 5–4–3–2–1, ನ್ನು ಉಪಯೋಗಿಸಿ ನನ್ನಲ್ಲಿನ ಪಲಾಯನವಾದ, ಆತಂಕ, ಅತಿರೇಕ ಮತ್ತು ಭಯಗಳನ್ನು ಹೊಡೆದೋಡಿಸಿದೆ. ಮತ್ತು ಹೆಜ್ಜೆಯ ನಂತರ ಹೆಜ್ಜೆಯಿಟ್ಟು, ದಿನದಿಂದ ದಿನಕ್ಕೆ, ವಾರದಿಂದ ವಾರಕ್ಕೆ, ನಿಧಾನವಾಗಿ ನನ್ನ ಬದುಕು ಸರಿಯಾದ ಹಳಿಗೆ ಬಂದು ನಿಲ್ಲಲು ಶುರುವಾಯಿತು. ನನ್ನ ಗಂಡನ ತಲೆತಿನ್ನುತ್ತಿದ್ದ ವ್ಯವಹಾರವನ್ನು ಆತ ಅಲ್ಲಿನ ಸಮಸ್ಯೆಗಳಿಗೆ ಪರಿಹಾರ ಕಂಡುಕೊಳ್ಳುತ್ತ ವೃತ್ತಿ ಸುಗಮವಾಗುವಂತೆ ಮಾಡಿದರು. ಅದು ಅವರಲ್ಲೂ ಕೆಲಸ ಮಾಡಿತು. ಇವೆಲ್ಲ ನಡೆದದ್ದು ನಾನು ಮೂರು ವರ್ಷಗಳವರೆಗೆ 5ಸೆಕೆಂಡ್ ನಿಯಮವನ್ನು ಯಾರಿಗೂ ಹೇಳದೆ ಇದ್ದುದಕ್ಕೆ ಮೊದಲು. ನಾನಿದನ್ನು ಯಾರಲ್ಲೂ ಹಂಚಿಕೊಳ್ಳುವುದಕ್ಕೆ ಹಿಂಜರಿಯುತ್ತಿದ್ದೆ ಏಕೆಂದರೆ, ಒಂದನೆಯದಾಗಿ, ಇದು ಹೇಗೆ ನಡೆಯುತ್ತದೆ ಎಂಬುದು ಸ್ಪಷ್ಟವಿರಲಿಲ್ಲ. ಎರಡನೆಯದಾಗಿ, ಅನ್ಯರಿಗೆ ಉಪದೇಶ ನೀಡುವ ಪರಿಸ್ಥಿತಿಯಲ್ಲಿ ನಾನಿದ್ದೇನೆ ಎಂಬ ನಂಬಿಕೆ ನನ್ನಲ್ಲಿರಲಿಲ್ಲ.

ಇವೆಲ್ಲ ಒಂದು ಅದೃಷ್ಟದ ದಿನ ಬದಲಾದುವು. ನನ್ನೊಬ್ಬಳು ಹಳೆಯ ರೂಮ್‌ಮೇಟ್ 'ನೀನು ಉಪದೇಶಿಸಲು ಅರ್ಹ ವ್ಯಕ್ತಿ' ಎಂದು ನನ್ನನ್ನು ಹುರಿದುಂಬಿಸಿದಳು. ಅದು ಹುದ್ದೆಗಳ ಹುಡುಕಾಟದ ಒಂದು ಚಿಕ್ಕ ಸಮಾರಂಭವಾಗಿತ್ತು. ನಾನು ಲೆಕ್ಕವಿಲ್ಲದಷ್ಟು ಸಲ ನನ್ನ ಉದ್ಯೋಗವನ್ನು ಬದಲಿಸಿದ್ದರಿಂದ ಆಕೆಗೆ ಹಾಗೆ ಅನ್ನಿಸಿರಬೇಕು. ಆ ಸಮಾರಂಭದಲ್ಲಿ ನಾನು ಮತ್ತು ನನ್ನ ಗಂಡ ಸ್ಯಾನ್‌ಫ್ರಾನ್ಸಿಸ್ಕೋನ ಹೊಟೇಲ್ ಒಂದಕ್ಕೆ ವಿಮಾನ ಮೂಲಕ ತೆರಳಿ ತಂಗಬೇಕೆಂದು ನಿರ್ಣಯಿಸಲಾಯಿತು. ಆರ್ಥಿಕವಾಗಿ ಅಷ್ಟೊಂದು ಒದ್ದಾಡುತ್ತಿದ್ದ ಹಂತದಲ್ಲಿ ಹೀಗೊಂದು ಉಚಿತವಾದ ಅವಕಾಶ ಸಿಕ್ಕಿದ್ದು ಬಹಳ ಅಪ್ಯಾಯವೆನಿಸಿತು. ನಾನು ಸರಿ ಎಂದೆ. ಅಲ್ಲಿ ನಾನು ಮೊತ್ತಮೊದಲ ಬಾರಿಗೆ ವೇದಿಕೆಯಲ್ಲಿ ನಿಂತು ಭಾಷಣ ಮಾಡಿದೆ. ಒಂದೇ ಒಂದು ಸಾರ್ವಜನಿಕ ಭಾಷಣವನ್ನು ನಾನು ಮಾಡಿದ್ದೆಂದರೆ ಹೈಸ್ಕೂಲ್‌ನಲ್ಲಿ ಮಾತ್ರ. ನನ್ನಲ್ಲಿ ಒತ್ತಡ ಪೇರಿಸಲು ಪ್ರಾರಂಭವಾದುದು ವಿಮಾನವನ್ನು ಏರಿದ ತಕ್ಷಣ. *ನಾನು ಎಂತಹ ಇಕ್ಕಟ್ಟಿನ ಪ್ರಸಂಗದಲ್ಲಿ ಸಿಕ್ಕಿಹಾಕಿಕೊಂಡೆ?* ಎಂದು ನನಗೆ ಅನ್ನಿಸಿತು.

ನಾನು ವೇದಿಕೆಯನ್ನೇರಿ ನನ್ನೆದುರು 700 ಮಂದಿಯ ಸಭಿಕರನ್ನು ಕಂಡಾಗ, ನನ್ನ ಮಿದುಳು ಶುದ್ಧ ಖಾಲಿಯಾಗಿತ್ತು, ನನ್ನ ಎದೆ ಮತ್ತು ಕತ್ತು ಕೆಂಪಾಗಿ ಬಿಸಿಯಾಗಲು ಶುರುವಾಗಿತ್ತು.

21 ನಿಮಿಷಗಳ ನನ್ನ ಭಾಷಣದಲ್ಲಿ ಆತಂಕದ ವಿರುದ್ಧ ನನ್ನ ಹೋರಾಟವನ್ನು ಹೇಳುತ್ತ ಹೋಗಿದ್ದೆ. ಸುಮಾರು ಹತ್ತೊಂಭತ್ತು ನಿಮಿಷಗಳು ಸಂದಾಗ, ಹುದ್ದೆಗಳ ಬದಲಾವಣೆಯ ಕುರಿತಂತೆ ನನ್ನ ಭಾಷಣವನ್ನು ಹೇಗೆ ಮುಕ್ತಾಯ ಮಾಡಬೇಕೆಂದು ನನಗೆ ತಿಳಿಯದಾಯಿತು. ಆಗ ನನ್ನ 5 ಸೆಕೆಂಡ್‌ಗಳ ನಿಯಮವನ್ನು ಹೊರಹಾಕಿದೆ, ಮತ್ತು ಅದನ್ನು ಹೇಗೆ ಬಳಸಬೇಕೆಂದು ಹೇಳಿದೆ, ಯಾಕೆಂದರೆ ನನಗೆ ಬೇರಿನ್ನೇನೂ ಹೇಳುವುದಕ್ಕೆ ಉಳಿದಿರಲಿಲ್ಲ. ಈ ಹಂತದಲ್ಲಿ

ನಾನು ಖಾಲಿಯಾದಂತೆ ಅನ್ನಿಸಿ, ಅದು ಹೇಗೆ ನನ್ನ ಸಭಿಕರಿಗೆ ನನ್ನ ಇ-ಮೇಲ್ ವಿಳಾಸವನ್ನು ಒದರಿದೆ ಎಂಬುದೂ ನನಗೆ ಗಮನಕ್ಕೆ ಬಂದಿರಲಿಲ್ಲ. ನಾನು ವೇದಿಕೆಯಿಂದ ಕೆಳಗಿಳಿದ ತಕ್ಷಣ, ನನ್ನ ಬದುಕಿನಲ್ಲೇ ಇದೊಂದು ಅತ್ಯಂತ ಹೀನ ಅನುಭವವಾಗಿರುತ್ತದೆ ಎಂದು ನನಗನ್ನಿತು. ದೇವರೇ ಕೊನೆಗೂ ಮುಗಿಯಿತಲ್ಲ ಎಂದುಕೊಂಡೆ. ಆ ಸಮಾರಂಭ ಮೊತ್ತಮೊದಲ ಟಿಡಿಎಕ್ಸ್ (TEDx)ಸಮಾವೇಶವಾತ್ತು. ಅವರು ಅದನ್ನು ಚಿತ್ರೀಕರಿಸಿದ್ದರು ಮತ್ತು ಒಂದು ವರ್ಷದ ಬಳಿಕ ಆ ವೀಡಿಯೋವನ್ನು ಆನ್‌ಲೈನ್‌ನಲ್ಲಿ ಬಿತ್ತರಿಸಿದರು. ಆ ಭಾಷಣ ವೈರಲ್ ಆದದ್ದು ಮಾತ್ರವಲ್ಲ, ಟಿಡಿಎಕ್ಸ್ ಭಾಷಣಗಳಲ್ಲೇ ಅತೀ ಹೆಚ್ಚು ವೀಕ್ಷಿಸಲ್ಪಟ್ಟ ಕಾರ್ಯಕ್ರಮ ಅದಾಗಿತ್ತು. 5ಸೆಕೆಂಡ್ ನಿಯಮ ಮತ್ತು ಅದರ 5–4–3–2–1, ಕ್ಷಣಗಣನೆ ಜಗತ್ತಿನಾದ್ಯಂತ ಮೌಖಿಕವಾಗಿ ಒಬ್ಬರಿಂದ ಒಬ್ಬರಿಗೆ ಹರಡಿತು. ಅದು ಹರಡಿದಂತೆ, ಜನರು ನನಗೆ ಮೇಲಿಂದ ಮೇಲೆ ನನ್ನ ಇ-ಮೇಲ್‌ಗೆ ಸಂಪರ್ಕಿಸಲು ತೊಡಗಿದರು. ನಿಯಮವನ್ನು ತಾವು ಸ್ವತಃ ಅಳವಡಿಸಿ ಹೇಗೆ ತಮ್ಮ ಬದುಕು ಬದಲಾಯಿತು ಎಂಬ ಕಥೆಯನ್ನು ವಿನಿಮಯ ಮಾಡಿಕೊಂಡರು. ಜನರ ಕಥೆಗಳು ಎಷ್ಟೊಂದು ಆಸಕ್ತಿದಾಯಕವಾಗಿತ್ತೆಂದರೆ ನಾನು ರಾತ್ರಿ ಮಕ್ಕಳನ್ನು ಮಲಗಿಸಿ ಒಂದೊಂದೇ ಇ-ಮೇಲ್‌ನ್ನು ನೋಡುತ್ತ ಅದಕ್ಕೆ ಉತ್ತರವನ್ನು ಬರೆಯುತ್ತಿದ್ದೆ.

ನಾನು ನನ್ನ ಸಮಸ್ಯೆಗಳಲ್ಲಿ ಮುಳುಗಿಹೋಗಿದ್ದಾಗ, ನಾನೊಬ್ಬಳೇ ಅಂತಹ ಸಮಸ್ಯೆಗಳನ್ನು ಎದುರಿಸುವವಳು ಎಂದುಕೊಂಡಿದ್ದೆ. ಅದು ನಿಜವಾಗಿರಲಿಲ್ಲ. ನಾವೆಲ್ಲ ಪ್ರೇರಣೆಯಲ್ಲಿ ಒದ್ದಾಡುವವರೇ. ಅದೊಂದು ವಿಶ್ವವ್ಯಾಪಿ ಸಮಸ್ಯೆಯಾಗಿದೆ ಮತ್ತು 5 ಸೆಕೆಂಡ್ ನಿಯಮ ನನಗಷ್ಟೇ ಅಲ್ಲ ಪ್ರಪಂಚದ ಎಲ್ಲಾ ಜನರಿಗೂ ಅನ್ವಯಿಸುತ್ತದೆ ಎಂದು ನಾನು ಕಂಡುಕೊಂಡೆ.

ಕಥೆಗಳು ಅದ್ಭುತವಾಗಿದ್ದವು: ಜನರು 5–4–3–2–1,ನ್ನು ತಮ್ಮ ಹುದ್ದೆಯ ಬದಲಾವಣೆಗೆ, ತಮ್ಮಲ್ಲಿರುವ ಭಯ, ನಿಧಾನಿಸುವಿಕೆ ಮತ್ತು ಪಲಾಯನವಾದವನ್ನು ಯಥೇಷ್ಟವಾಗಿ ಉಪಯೋಗಿಸುತ್ತಿದ್ದರು; 100 ಕೆ.ಜಿ. ತೂಕವನ್ನು ಕಳೆಯಲು; ವಿನೀತರಾಗಲು; ವ್ಯಾಪಾರ ವಹಿವಾಟಿನಲ್ಲಿ; ತಮ್ಮ ಆರೋಗ್ಯವನ್ನು ಸುಧಾರಿಸಲು, ವಿವಾಹದ ಸಮಸ್ಯೆಯನ್ನು ಬಗೆಹರಿಸಲು. ಮೆಡಿಕಲ್ ಮತ್ತು ಕ್ಲಿನಿಕಲ್ ಉಪಯೋಗಗಳು ನನ್ನನ್ನು ಹಾರಿಸಿಬಿಟ್ಟವು. ಡಾಕ್ಟರ್‌ಗಳು, ಮನಃಶಾಸ್ತ್ರಜ್ಞರು ತಮ್ಮಲ್ಲಿ ಬರುವ ಪಿಟಿಎಸ್‌ಡಿ, ಒಸಿಡಿ, ಮತ್ತು ಖಿನ್ನತೆಗಳಿಗೆ ಅದನ್ನು ಉಪಯೋಗಿಸತೊಡಗಿದ್ದರು. ನಾನು ಈ ಪ್ರಸ್ತಾವನೆಯನ್ನು ಬರೆಯುತ್ತಿರುವ ಹೊತ್ತಿಗೆ ಸುಮಾರು ಸಾವಿರ ಮಂದಿ 5 ಸೆಕೆಂಡ್ ರೂಲ್‌ನ್ನು ಬಳಸಿ ಆತ್ಮಹತ್ಯೆಯ ತಮ್ಮ ಯತ್ನವನ್ನು ನಿಲ್ಲಿಸಿ ಸಹಾಯಕ್ಕೆ ಮೊರೆಯಿಟ್ಟಿದ್ದಾರೆ.

ಆನ್‌ಲೈನ್‌ನಲ್ಲಿ ಟಿಡಿಎಕ್ಸ್ ಭಾಷಣ ಜನಪ್ರಿಯವಾಗಲು ತೊಡಗಿದ ಮೇಲೆ, ಕೆಲವು ಸಣ್ಣಪುಟ್ಟ ಸಮಾರಂಭಗಳಲ್ಲಿ ನನಗೆ ಭಾಷಣ ನೀಡಲು ಕರೆಬರಲು ಶುರುವಾದವು. ನನಗೆ ನೆನಪಿದೆ. ಆಸ್ತಿ ವ್ಯವಹಾರದ ಗುಂಪೊಂದು ಬಾರ್ ಒಂದರಲ್ಲಿ ನನ್ನನ್ನು ಕರೆದು ಭಾಷಣ ನೀಡಲು ವಿನಂತಿಸಿದರು. ಕೈಯ್ಯಲ್ಲಿ ಬಿಯರ್‌ತುಂಬಿದ ಗ್ಲಾಸನ್ನು ಹಿಡಿದು, ಆ ಗುಂಪಿಗೆ ಸಲಹೆ

ನೀಡುವುದು ಮುಜುಗರದ ಸಂಗತಿಯಾಗಿತ್ತು, ಅದೂ ಮಗ್ಗುಲಿನ ರೂಮ್‌ನಿಂದ ಸಂಗೀತ ಮತ್ತು ಜನರ ಗದ್ದಲದ ನಡುವೆ. ಹೇಗಾದರೂ ನಾನು ಬದುಕಿ ಉಳಿದೆ.

ನಾನು ಚರ್ಚ್ ಬೇಸ್‌ಮೆಂಟ್‌ಗಳಲ್ಲಿ, ಹೈಸ್ಕೂಲ್ ಕ್ಲಾಸ್‌ರೂಮ್‌ಗಳಲ್ಲಿ, ಮತ್ತೊಂದು ಸ್ನೇಹಿತೆ ಬ್ರೌನ್–ಬ್ಯಾಗ್ ಲಂಚ್ ಎಟ್ ವರ್ಕ್, ಹೀಗೆ ನನ್ನ ಭಾಷಣದ ಪಯಣ ಶುರುವಾಯಿತು. ಜನಜಂಗುಳಿಯ ಸಮೂಹದಲ್ಲಿ ಮೈಕ್ರೋಫೋನ್ ಹಿಡಿದು ಮಾತಾಡುತ್ತಿದ್ದರೂ ನನಗೆ ಹಣ ಸಂದಾಯವಾಗುತ್ತಿರಲಿಲ್ಲ. ನಾನು ನಿಯಮದ ಬಗ್ಗೆ ಎಷ್ಟೊಂದು ಮಾತಾಡಿದೆನೋ, ಎಷ್ಟೊಂದು ಜನರು ಅದರ ಲಾಭವನ್ನು ಪಡೆದರೋ, ಅದೇಕೆ ಅಂತಹ ಸರಳ ನಮೂನೆ ಅಷ್ಟೊಂದು ಬದಲಾವಣೆಯ ಫಲಿತಾಂಶಕ್ಕೆ ಕಾರಣವಾಗುತ್ತಿದೆ ಎಂದು ನಾನು ಕುತೂಹಲದಿಂದ ಗಮನಿಸತೊಡಗಿದೆ.

ಆದ್ದರಿಂದ, ನಾನು ನನ್ನ ಲಾಯರ್ ಹ್ಯಾಟ್‌ನ್ನು ತೊಟ್ಟುಕೊಂಡು, ಅಭ್ಯಾಸ, ಮನುಷ್ಯನ ಸ್ವಭಾವ ಮತ್ತು ಪ್ರೇರಣೆಯ ವಿಜ್ಞಾನದ ಕುರಿತು ಅನ್ವೇಷಿಸಲು ತೊಡಗಿದೆ. ನಾನೊಂದು ಕೇಸ್‌ನ್ನು ಪತ್ತೆ ಮಾಡಿದೆ: 5–4–3–2–1, ಕ್ಷಣಗಣನೆ ಯಾಕಾಗಿ ಕೆಲಸ ಮಾಡುತ್ತಿದೆ? ಅದನ್ನು ಉಪಯೋಗಿಸುತ್ತಿದ್ದ ಸಾಮಾನ್ಯ ಜನರ ಅನುಭವಗಳನ್ನು ನಾನು ಸಾಕ್ಷಿಯ ಸಮೇತ ಸಂಗ್ರಹಿಸಲು ತೊಡಗಿದೆ. ಥೆರಾಪಿಸ್ಟ್‌ಗಳ, ಅಡಿಕ್ಷನ್ ವಿಶೇಷಜ್ಞರು, ಮತ್ತು ಮೆಡಿಕಲ್ ಡಾಕ್ಟರ್‌ಗಳ ದಾಖಲೆಗಳನ್ನು ಪರಿಶೀಲಿಸಿದೆ–ಅವರು ತಮ್ಮ ರೋಗಿಗಳಿಗೆ ಇದನ್ನೇ ಶಿಫಾರಸ್ಸು ಮಾಡುತ್ತಿದ್ದರು. ಎಲ್ಲಾ ಸಾಕ್ಷಿಗಳು ಸರಳ ವಿವರಣೆಯನ್ನು ನೀಡಿದವು:

ಸಣ್ಣ, ಸ್ಥಿರತೆಯ ಕಾರ್ಯನಿರ್ವಹಣೆ ಎಲ್ಲವನ್ನೂ ಬದಲಾಯಿಸುತ್ತದೆ

ಈ ನಡುವೆ ನನ್ನ ಸ್ನೇಹಿತೆಯರಿಗೆ ಮತ್ತು ನನ್ನ ಸಂಬಂಧಿಗಳಿಗೆ ನಾನೇನು ಮಾಡುತ್ತಿದ್ದೇನೆ ಎಂಬುದರ ಪರಿಜ್ಞಾನವಿರಲಿಲ್ಲ. ಯಾಕೆಂದರೆ ಇದನ್ನು ಅವರಿಗೆ ಹೇಳುವುದಕ್ಕೆ ನನಗೆ ಹೆದರಿಕೆಯಾಗುತ್ತಿತ್ತು. ಮೆಲ್? ಉಪದೇಶ ನೀಡುತ್ತಿದ್ದಾಳೆಯೇ? ಅವಳು ತನ್ನ ಬದುಕನ್ನೇ ಹಾಳುಮಾಡಿಕೊಂಡಳು.

ಈ ಹಂತದಲ್ಲಿ ನನ್ನ ಗಂಡ ತನ್ನ ರೆಸ್ಟೋರೆಂಟ್ ದಂಧೆಯನ್ನು ನಿಲ್ಲಿಸಿ, ಖಿನ್ನತೆಯನ್ನು ಅನುಭವಿಸುತ್ತಿದ್ದ. ನಾವು ಇದಿನ್ನೂ ಸಾಲದಲ್ಲೇ ಮುಳುಗಿದ್ದೆವು, ಆದ್ದರಿಂದ ನಾನೊಂದು ಫುಲ್‌ಟೈಮ್ ಹುದ್ದೆಯನ್ನು ಮಾಡುತ್ತ ಕುಟುಂಬದ ಐವರ ಜೀವನ ನಿರ್ವಹಣೆಯನ್ನು ಮಾಡುತ್ತಿದ್ದೆ. ಅದೇ ವೇಳೆ ರಾತ್ರಿಯ ಸಮಯ ಮತ್ತು ವಾರಾಂತ್ಯದಲ್ಲಿ ಚಿಕ್ಕ ಚಿಕ್ಕ ಸಮಾರಂಭಗಳಲ್ಲಿ ಭಾಷಣ ನೀಡುತ್ತಿದ್ದೆ ಮತ್ತು ವಸ್ತುನಿಷ್ಠವಾಗಿ ಪ್ರೇರಣೆಯ ವಿಜ್ಞಾನದ ಕುರಿತು ಒಂದು ಸಂಶೋಧನಾ ಲೇಖನವನ್ನು ಬರೆಯುತ್ತಿದ್ದೆ.

5ಸೆಕೆಂಡ್ ರೂಲ್‌ನ್ನು ನಾನು ಪೂರ್ಣ ಪ್ರಮಾಣದಲ್ಲಿ ಕಲಿಸಬೇಕೆಂದಿದ್ದೆ ಮತ್ತು ಅದನ್ನೇ ನನ್ನ ಉದ್ಯೋಗವನ್ನಾಗಿಸಬೇಕೆಂದಿದ್ದೆ, ಆದರೆ ಹೇಗೆಂದು ತಿಳಿಯಲಿಲ್ಲ. ಯಾವುದೇ ವಿಷಯದಲ್ಲಿ ನಾನು ಪರಿಣಿತಳು ಎನ್ನುವುದಕ್ಕೆ ನನ್ನಲ್ಲಿ ಅದೇನು ಆಧಾರವಿತ್ತು? ನನಗೆ ಆ ಕುರಿತಂತೆ ನನಗೇನಾದರೂ ಪರವಾನಗಿ ಬೇಕೆಂದು ನಾನು ಕಾದು ಕುಳಿತೆ.

ಬಹುಶಃ ನೀವದನ್ನು ಹಾಗೆ ಮಾಡಿರುವುದು ಸರಿಯೆನಿಸಬಹುದು. ಸರಿಯಾದ ಸಮಯಕ್ಕಾಗಿ ಕಾದು ಕುಳಿತಿರುವುದು. ಯಾರಾದರೂ ಬಂದು, ಇದು ಶುರು ಮಾಡುವುದಕ್ಕೆ ಸಕಾಲವೆನ್ನುವವರೆಗೆ ಕಾದು ಕೂರುವುದು. ಹಾಗೆ ಕಾದು ಕೂರುವುದು ಭಯಕ್ಕೆ ನಾಂದಿ. ಕಾದು ಕೂರುವುದೆಂದರೆ ಯಾರೂ ಬರಲಾರರು ಎಂಬ ಸಮಸ್ಯೆ. ಮೊತ್ತಮೊದಲು ಬೇಕಾಗಿತ್ತು ನನ್ನದೇ ಪರವಾನಗಿ. ನನ್ನ ಬದುಕಿನಲ್ಲಿ ಕೈಗೊಂಡ ಮುಖ್ಯವಾದ ನಿರ್ಧಾರಗಳಲ್ಲಿ ನಾನು ನನ್ನ ಪ್ರೇರಣಾತ್ಮಕ ಭಾಷಣಗಳಿಗೆ ಚಾರ್ಜ್ ಮಾಡಬೇಕೆಂಬುದು. ಪುಸ್ತಕದ ಮುಂದಿನ ಪುಟಗಳಲ್ಲಿ ಈ ಸಂಬಂಧವಾದ ನನ್ನ ನಿರ್ಧಾರಕ್ಕೆ ಸಿಕ್ಕ ಪ್ರತಿಫಲದ ಬಗ್ಗೆ ವಿಷದವಾಗಿ ಚರ್ಚಿಸಿದ್ದೇನೆ.

ಒಮ್ಮೆ ನನ್ನ ಭಾಷಣಗಳಿಗೆ ಪಾವತಿ ಶುರುವಾದಾಗ, ಅದರಿಂದ ಸಿಕ್ಕ ಒಂದೊಂದೇ ಡಾಲರ್‌ನ್ನು ಸಾಲ ಮರುಪಾವತಿಗೆ ಹಾಕತೊಡಗಿದೆ. ಮೊದಲ ವರ್ಷ ನನಗೆ 17 ಪಾವತಿಯ ಭಾಷಣಗಳು ಲಭಿಸಿದವು. ಮುಂದಿನ ವರ್ಷ ಅದು 47 ಪಾವತಿಗಳಾದಾಗ ನಾನು ನನ್ನ ಕೆಲಸವನ್ನು ಬಿಟ್ಟುಬಿಟ್ಟೆ. ಏನಾಗುತ್ತಿದೆ ಎಂಬುದೇ ನನಗೆ ತಿಳಿಯುತ್ತಿರಲಿಲ್ಲ. ಮೂರನೇ ವರ್ಷದಲ್ಲಿ 99 ಭಾಷಣಗಳಲ್ಲದೆ ಜೆಪಿ ಮಾರ್ಗನ್ಸ್‌ನಲ್ಲಿ 24 ಸಿಟಿ-ಟೂರ್‌ಗಳು ದಕ್ಕಿದವು. ಜಗತ್ತಿನಲ್ಲೇ ಅತೀ ಹೆಚ್ಚು ಬುಕಿಂಗ್ ಪಡೆದ ಮಹಿಳಾ ಭಾಷಣಗಾರ್ತಿ ನಾನಾದೆ. ನನ್ನ ಆಪ್ತವಾದ ಕಂಪೆನಿಗಳು ನನ್ನನ್ನು ಬಾಡಿಗೆಗೆ ಪಡೆದರು.

ಇವೆಲ್ಲ ಹೇಗಾಯಿತು? ಆ ದಿನ ನಾನು ಹಾಸಿಗೆಯಿಂದ ಬಲವಂತವಾಗಿ ಎದ್ದಾಗಿನಿಂದ ಪ್ರಾರಂಭವಾಯಿತೇ? ಯಾವುದೇ ಕೆಲಸವನ್ನು ಒತ್ತಾಯಪೂರ್ವಕ ಮಾಡುವುದನ್ನು ಕಲಿಯುವುದರಿಂದ ಅದರ ಬಗೆಗಿನ ಭಯ, ಅಥವಾ ಸಂದೇಹ ಅಥವಾ ಉದಾಸೀನತೆ ಇಲ್ಲವೇ ಕುಂಟು ನೆಪಗಳು ಮಾಯವಾಗಿ ನಿಮ್ಮ ಕೌಶಲ್ಯ ಪ್ರಕಟವಾಗುತ್ತವೆ. ಒಮ್ಮೆ ನಿಮಗಿದು ಕರಗತವಾದರೆ, ನೀವು ಯಾವುದೇ ವಿಷಯವನ್ನು ಸಣ್ಣದಾಗಿ, ಸ್ಥಿರತೆಯಿಂದ ಮುಂದಕ್ಕೆ ಸಾಗಿಸಬಹುದು.

ವರ್ಷದ 150 ದಿನಗಳಷ್ಟು ಸಮಯ ನಾನು ರಸ್ತೆಯಲ್ಲೇ ತಿರುಗಾಡುತ್ತ 5 ಸೆಕೆಂಡ್ ರೂಲ್‌ನ್ನು ಮತ್ತು ಪ್ರೇರಣೆಯ ವಿಜ್ಞಾನವನ್ನು ಬೋಧಿಸುತ್ತಿದ್ದೆ. ನನ್ನ ಗಂಡ ಮನೆಯ ಉಸ್ತುವಾರಿ ವಹಿಸಿ ಮೂವರು ಮಕ್ಕಳ ಆರೈಕೆಯನ್ನು ಮಾಡುತ್ತಿದ್ದರು. ನಿಯಮದ ಕುರಿತಾದ ವಸ್ತುಸ್ಥಿತಿ ಮತ್ತು ವೇದಿಕೆಯ ಮೇಲಿನ ನನ್ನ ಸಾಮರ್ಥ್ಯ ಬಹಳಷ್ಟು ಬೆಳವಣಿಗೆ ಕಂಡಿತು. ಒಂದು ಸಮಾರಂಭದಲ್ಲಂತೂ 27,000 ಜನರನ್ನುದ್ದೇಶಿಸಿ ನಾನು ಮಾತನಾಡಿದ್ದೆ. ಜಗತ್ತಿನ ಅತ್ಯುನ್ನತ ಶ್ರೇಣಿಯ ಸಿಇಒಗಳು, ವೃತ್ತಿನಿರತ ಕ್ರೀಡಾಪಟುಗಳು, ಮೆಡಿಕಲ್ ಡಾಕ್ಟರ್‌ಗಳು, ನ್ಯೂರೋ

(ನರರೋಗ) ವಿಜ್ಞಾನಿಗಳು, ಮತ್ತು ಬೆಸ್ಟ್ ಸೆಲ್ಲಿಂಗ್ ಲೇಖಕರೆಲ್ಲ ನನ್ನನ್ನು ಇತರ ಸಂಸ್ಥೆಗಳಿಗೆ ಶಿಫಾರಸ್ಸು ಮಾಡಲು ತೊಡಗಿದರು. ನನಗೆ ವೈಯಕ್ತಿಕವಾಗಿ ಜನರ ಇ–ಮೇಲ್‌ಗಳನ್ನು ನೋಡಲು ಸಮಯ ಸಾಲದಾಗಿ, ಒಂದು ನ್ಯೂಸ್‌ಲೆಟರ್‌ನ್ನು ಪ್ರಾರಂಭಿಸುವಂತಾಯಿತು. ಅದೇ ಸಮಯದಲ್ಲಿ ನಾನು ಟಿಡಿಎಕ್ಸ್‌ನವರಿಗೆ ಬರೆಯುತ್ತ, ಅವರು ಪ್ರಸಾರ ಮಾಡುತ್ತಿದ್ದ ನನ್ನ ಆನ್‌ಲೈನ್ ಕಾರ್ಯಕ್ರಮದಲ್ಲಿನ ಇ–ಮೇಲ್‌ನ್ನು ತೆಗೆಯಲು ಸಾಧ್ಯವೇ ಎಂದು ಕೇಳಿದೆ.

ನಿಮಗೆ ಪಿಎಚ್‌ಡಿ ಪದವಿ ಇದೆಯೇ ಎಂದು ಜನರು ನನ್ನನ್ನು ಕೇಳಿದಾಗ ಅಥವಾ ನೀವೊಬ್ಬ ಥೆರಾಪಿಸ್ಟ್‌ರೇ ಎಂದು ಜನರು ನನ್ನನ್ನು ಕೇಳಿದಾಗ, "ಇಲ್ಲ, ನಾನು ಎಲ್ಲವನ್ನೂ ಕಠಿಣ ಪರಿಶ್ರಮದಿಂದ ಕಲಿತೆ–ನನ್ನದೇ ಬದುಕನ್ನು ಅಳವಡಿಸಿಕೊಂಡು ಕಲಿತೆ ಮತ್ತು ಅದನ್ನು ನನ್ನ ಬದುಕಿಗೆ ಅನ್ವಯಿಸುತ್ತ ಹೋದೆ," ಎನ್ನುತ್ತಿದ್ದೆ. ಬಹಳ ವರ್ಷಗಳ ಅನುಭವ, ಸಾಕ್ಷಿಗಳು, ಸಂಶೋಧನೆಗಳಿಂದ, ನನ್ನ ಎಲ್ಲವನ್ನೂ ಒಟ್ಟುಗೂಡಿಸಿ ಒಂದು ಪುಸ್ತಕದ ರೂಪದಲ್ಲಿ ಹೊರತರಲು ಸಾಧ್ಯವಾಯಿತು. ನಾನು 2017ರಲ್ಲಿ 5 ಸೆಕೆಂಡ್ ರೂಲ್ ಪುಸ್ತಕವನ್ನು ಸ್ವತಃ ಪ್ರಕಟಿಸಿದೆ.

5 ಸೆಕೆಂಡ್ ರೂಲ್ ಪುಸ್ತಕ ಸ್ವಂತ–ಪ್ರಕಾಶನದ ಇತಿಹಾಸದಲ್ಲೇ ಅತ್ಯಂತ ಯಶಸ್ವೀ ಪುಸ್ತಕವಾಗಿ ಹೊರಹೊಮ್ಮಿತು. ಹಾಗೆಯೇ ಅಮೆಝೋನ್‌ನಲ್ಲಿ ಅತ್ಯಂತ ಹೆಚ್ಚು ಓದಿದ ಪುಸ್ತಕಗಳಲ್ಲಿ ಆರನೇ ಸ್ಥಾನವನ್ನು ಪಡೆಯಿತು. ಇದನ್ನು ಮಿಲಿಯನ್ ಲೆಕ್ಕದಲ್ಲಿ ಜನರು ಓದಿದ್ದಾರೆ ಮತ್ತು 41 ಭಾಷೆಗಳಿಗೆ ಅನುವಾದಗೊಂಡಿದೆ.

ದೇಶದ ವಿವಿಧ ಭಾಗಗಳಲ್ಲಿ ತಿರುಗಾಡುತ್ತ ವೇದಿಕೆಗಳಲ್ಲಿ ಭಾಷಣ ಬಿಗಿಯುತ್ತ ವರ್ಷವಿಡೀ ನಾನು ಅಲೆದಾಡಿದೆ. ಆ ಸಮಯದಲ್ಲಿ ನಾನು ಮೂರು ಮುಖ್ಯವಾದ ಸಂಗತಿಗಳನ್ನು ಕಲಿತುಕೊಂಡೆ: ಮೊದಲನೆಯದ್ದು, ನಮ್ಮಲ್ಲಿ ಪ್ರತಿಯೊಬ್ಬರೂ ಮುಂದಕ್ಕೆ ಸಾಗಲು ನಮ್ಮ ಸರ್ವಪ್ರಯತ್ನವನ್ನು ಮಾಡುತ್ತಲೇ ಇರುತ್ತೇವೆ, ಬಿಲ್‌ಗಳನ್ನು ಪಾವತಿಸುತ್ತೇವೆ, ಪರಿವಾರವನ್ನು ಸಾಕಿಸಲಹುತ್ತೇವೆ, ಪ್ರೇಮಪಾಶದಲ್ಲಿ ಬೀಳುತ್ತೇವೆ, ಹೆಚ್ಚೆಚ್ಚು ಮಜವಾಗಿರುತ್ತೇವೆ ಮತ್ತು ನಮ್ಮ ಬದುಕಿನ ಅತ್ಯಂತ ಮಹತ್ವದ ವಿಷಯಗಳಲ್ಲಿ ನಿರತರಾಗಿರುತ್ತೇವೆ. ಇನ್ನಷ್ಟು ಖುಷಿಯಿಂದಿರಲು ಯತ್ನಿಸುತ್ತೇವೆ. ನಮ್ಮದೇ ಸಂಪನ್ಮೂಲಗಳನ್ನು ನಮಗಾಗಿ ಮಾತ್ರವೇ ಉಪಯೋಗಿಸದೆ ಇತರರಿಗೂ ಉಪಯೋಗಿಸುತ್ತೇವೆ.

ಎರಡನೆಯದಾಗಿ, ಮತ್ತೆ ಮತ್ತೆ ನನಗೆ ಒಂದು ವಿಷಯವನ್ನು ಅರುಹಲಾಯಿತು– ನನಗೆ ಸಂಕೀರ್ಣ ಕಲ್ಪನೆಗಳನ್ನು ಸರಳವಾಗಿ ಮತ್ತು ವೈಜ್ಞಾನಿಕ ಸಂಶೋಧನೆಗಳ ಮೂಲಕ ಕಲಿಸಲು ಬರುತ್ತದೆ ಎಂದೂ, ಅವನ್ನು ಯಾರು ಬೇಕಾದರೂ ತಮ್ಮ ಬದುಕನ್ನು ಅಭಿವೃದ್ಧಿಪಡಿಸಲು ಉಪಯೋಗಿಸಬಹುದೆಂದೂ ಹೇಳತೊಡಗಿದರು.

ಮತ್ತು ಮೂರನೆಯದಾಗಿ, ನಿಮ್ಮಂತಹ ಜನರಿಂದ ನಾನು ಕಲಿತ ವಿಷಯಗಳನ್ನು ಇತರರೊಂದಿಗೆ ಹಂಚಿಕೊಳ್ಳಲು ನನಗೆ ತುಂಬಾ ಖುಷಿ ತರುತ್ತದೆ.

ಹಾಗಾಗಿ ಅನ್ಯರ ಬದುಕನ್ನು ಉನ್ನತೀಕರಿಸಲು ನನ್ನಿಂದಾದ ಸಹಾಯವನ್ನು ಒದಗಿಸಲು

ಸಂಕಲ್ಪ ಮಾಡಿದ್ದೇನೆ. ಅದರಲ್ಲಿನ "ಸರಳ" ಅಂಶವೇ ಆ ಕೀಲಿಕೈ, ಅದನ್ನು ನೀವು ನೆನಪಿಟ್ಟುಕೊಂಡರಷ್ಟೇ ಸಾಕು. ಉದಾಹರಣೆಗೆ, ನೀವು ನಿಮ್ಮ ಪ್ರತಿಬಿಂಬವನ್ನು ಕನ್ನಡಿಯಲ್ಲಿ ಕಾಣುವುದೇ ನಿಮ್ಮ ಅಂತಃಸತ್ವವನ್ನು ಮತ್ತು ಆತ್ಮವಿಶ್ವಾಸವನ್ನು ಬಲಪಡಿಸಲಿರುವ ಸೂತ್ರವೆಂದು ನಿಮಗೆ ಗೊತ್ತೇ? ನಾನು ಕೂಡಾ ಅದನ್ನು ನನ್ನಲ್ಲಿ ಅಳವಡಿಸಿಕೊಂಡೆ, ಹಾಗೆಯೇ ಅದೊಂದು ನನ್ನ ನೂತನ ಪುಸ್ತಕದ ವಿಷಯವಾಗಿ ಮಾರ್ಪಟ್ಟಿತು, ಫಲಸ್ವರೂಪವಾಗಿ ಹೊರಬಂತು, ನ್ಯೂಯಾರ್ಕ್ ಟೈಮ್ಸ್‌ನ ಬೆಸ್ಟ್ ಸೆಲ್ಲಿಂಗ್ ಪುಸ್ತಕ: ದಿ ಹೈ 5 ಹ್ಯಾಬಿಟ್.

ಅತೀ ಹೆಚ್ಚು ಜನರು 5ಸೆಕೆಂಡ್ ರೂಲ್‌ನ ನಿಯಮದ ಲಾಭ ಪಡೆದಿದ್ದರೆ, ಹೈ 5 ಹ್ಯಾಬಿಟ್ಸ್, ಸಂಸ್ಥೆಗಳಲ್ಲಿ, ಮೀಡಿಯಾ ಕಂಪೆನಿಗಳಲ್ಲಿ, ಕಾರ್ಪೊರೇಟ್ ಬ್ರ್ಯಾಂಡ್‌ಗಳಲ್ಲಿ ಉಪಯೋಗಕ್ಕೆ ಬರುತ್ತ, ಅವರೆಲ್ಲ ನನಗೆ ತಮ್ಮ ತಂಡಗಳಿಗೆ ಮತ್ತು ಸಭಿಕರಿಗೆ ಅಂತಹ ಕಾರ್ಯಕ್ರಮಗಳನ್ನು ರೂಪಿಸಲು ಆಗ್ರಹಿಸಿದರು. ಹಾಗಾಗಿ ನಾನು ಬೋಸ್ಟನ್‌ನ ಕೇಂದ್ರದಲ್ಲಿ ನಿರ್ಮಾಣ ಸಂಸ್ಥೆಯ ಅಂಗವಾಗಿ 143 ಸ್ಟುಡಿಯೋಗಳನ್ನು ಸ್ಥಾಪಿಸಿದೆ. ಅದರಲ್ಲಿ ಪ್ರಶಸ್ತಿ ಪಡೆದ ವಸ್ತುವಿಷಯಗಳು, ಸಮಾರಂಭಗಳು, ಆಡಿಯೋ ಸೀರೀಸ್‌ಗಳು, ಆನ್‌ಲೈನ್ ಕೋರ್ಸ್‌ಗಳು, ಜರ್ನಲ್‌ಗಳು, ಪುಸ್ತಕಗಳು, ದಾಖಲಿಸಲ್ಪಟ್ಟವು. ಹಾಗೆಯೇ ಸ್ಟಾರ್‌ಬಕ್ಸ್, ಆಡಿಬಲ್, ಅಲ್ಟಾ ಬ್ಯೂಟಿ, ಜೆಪಿ ಮಾರ್ಗನ್ ಚೇಸ್, ಲಿಂಕ್‌ಡ್ ಇನ್ ಹಾಗೂ ಹೆಡ್ ಸ್ಪೇಸ್‌ಗಳು ಒಳಗೊಂಡವು.

2022ರಲ್ಲಿ, ನಾವು *ದಿ ಮೆಲ್ ರಾಬಿನ್ಸ್ ಪೋಡ್‌ಕಾಸ್ಟ್*ನ್ನು ಆರಂಭಿಸಿದೆವು. ಅದು 194 ದೇಶಗಳಲ್ಲಿ ಲಭ್ಯವಿದ್ದು, ಸಮಸ್ತ ವಿಶ್ವದಲ್ಲೇ ಶ್ರೇಷ್ಠ ಮಟ್ಟದ ಪೋಡ್‌ಕಾಸ್ಟ್ ಎಂದು ಪ್ರಖ್ಯಾತವಾಯಿತು. ನಾವು ಉಚಿತವಾಗಿ ಆನ್‌ಲೈನ್ ಕೋರ್ಸ್‌ಗಳನ್ನು ಪ್ರಾರಂಭಿಸಿ ಅದರ ಉಪಯೋಗವನ್ನು ಮಿಲಿಯನ್‌ಗಟ್ಟಲೆ ವಿದ್ಯಾರ್ಥಿಗಳು ಪಡೆದಿದ್ದಾರೆ. ನನ್ನ ಮೀಡಿಯಾ ಪ್ರೊಡಕ್ಷನ್ ಕಂಪೆನಿ, ಪೋಡ್‌ಕಾಸ್ಟ್, ನ್ಯೂಸ್ ಲೆಟರ್ ಮತ್ತು ನಮ್ಮ ಕೋರ್ಸ್‌ಗಳ ಕುರಿತಂತೆ ಹೆಚ್ಚಿನ ಮಾಹಿತಿಯನ್ನು ಈ ವೆಬ್‌ಸೈಟ್‌ನಿಂದ ಪಡೆಯಬಹುದು: www.melrobbins.com.

ನಾನೇನು ಈವರೆಗೆ ಸಾಧಿಸಿದ್ದೇನೋ ಅದಕ್ಕೆಲ್ಲ ಯಾವುದೇ ಪೂರ್ವ ಅನುಭವವೋ ಅಥವಾ ಯಾವುದೇ ಅರ್ಹತೆಗಳಿರಲಿಲ್ಲ.

ಟಿಡಿಎಕ್ಸ್‌ನ ಆ ವೇದಿಕೆಯಲ್ಲಿ ಆತಂಕದ ಹೊಡೆತ ತಗುಲಿದಾಗ ನನಗೆ 41 ವರ್ಷ. ನನ್ನ ಮೊತ್ತಮೊದಲ ಪಾವತಿಯ ಚೆಕ್ ಸಿಕ್ಕಿದ್ದು 46ನೇ ವಯಸ್ಸಿನಲ್ಲಿ. ನನ್ನ ಮೊತ್ತಮೊದಲ ಪುಸ್ತಕವನ್ನು ಪ್ರಕಟಿಸಿದಾಗ ನನಗೆ 49ವರ್ಷ. ನನ್ನ ಕಾರ್ಯಕ್ರಮ ನಿರ್ಮಾಣ ಸಂಸ್ಥೆಯನ್ನು 50ರಲ್ಲಿ ಪ್ರಾರಂಭಿಸಿದೆ. ಹಾಗೆಯೇ ನನ್ನ 54ನೇ ವರ್ಷದಲ್ಲಿ ಜಗತ್ತಿನಲ್ಲಿಯೇ ಅತ್ಯಂತ ವೇಗವಾಗಿ ಬೆಳೆದ ಪೋಡ್‌ಕಾಸ್ಟ್‌ನ್ನು ಪ್ರಾರಂಭಿಸಿದೆ.

ನನ್ನ ಬದುಕು ಒಮ್ಮೆಲೇ ಬದಲಾಗಲಿಲ್ಲ. ಅದು ಸಾವಿರಾರು ಬೆಳಿಗ್ಗೆಯಲ್ಲಿ ನಾನು ಎದ್ದೇಳುವ ಸಮಯದಲ್ಲಿ ಹಾಸಿಗೆಯಿಂದ ಏಳಲು ಮನಸ್ಸಿಲ್ಲದಾಗ ಆಗಲಿಲ್ಲ. ಆದರೆ ನಾನು 5–4–3–2–1 ಕ್ಷಣಗಣನೆ ನನಗೆ ಬದಲಾಗುವಂತೆ ಮಾಡಿತು.

ನನ್ನ ಬದುಕನ್ನು ಬದಲಿಸುವಂತಹುದು ಆಕರ್ಷಕವಾಗಿರಲಿಲ್ಲ; ಅದು ಗುಟುರು ಹಾಕುವಂತಿತ್ತು.

ಯಾವುದೋ ರಹಸ್ಯದ ಮೂಲಕ ನಾನು ಯಶಸ್ಸನ್ನಾಗಲೀ, ಆರ್ಥಿಕ ಸ್ವಾತಂತ್ರ್ಯವನ್ನಾಗಲೀ ಪಡೆಯಲಿಲ್ಲ. ಅದು ಹೇಗೆ ಸಾಧ್ಯವಾಯಿತೆಂದರೆ ನಾನು ಅದನ್ನು ಬಯಸುತ್ತಿದ್ದೆ, ಬಹುತೇಕ ಮಂದಿ ಅದನ್ನು ಮಾಡುವುದಿಲ್ಲ. ನಾನು ಪ್ರತಿದಿನ ಬೆಳಿಗ್ಗೆ ಏಳುತ್ತ, ನನಗೆ ಏನೇ ಅನ್ನಿಸಿದರೂ ನನ್ನ ಗುರಿಗಳಿಗೆ ಮೆತ್ತಿದ ಮರೆಯನ್ನು ನಿಧಾನವಾಗಿ ಹೊರತೆಗೆಯುತ್ತಿದ್ದೆ, ಅದೂ ದಶಕಗಳ ಕಾಲ, ಅದೊಂದು ನೋವಿನ ನಿಧಾನದ ಪ್ರಕ್ರಿಯೆಯಾಗಿತ್ತು.

ಕೆಲವು ಸಮಯ ನಾನು ಹಿಂದಿನ ದಿನಕ್ಕಿಂತ ತುಸು ಒಳ್ಳೆಯ ಅನುಭವ ಪಡೆಯುತ್ತಿದ್ದೆ. ಅಷ್ಟೇ ನೀವು ಮಾಡಬೇಕಾಗಿರುವುದು. ನಾನೇನೋ ವಿಶೇಷವಲ್ಲ, ಭಿನ್ನವೂ ಅಲ್ಲ, ಅಥವಾ ಅದೃಷ್ಟವಂತೆಯೋ ಪ್ರತಿಭಾವಂತೆಯೂ ಅಲ್ಲ. ನನಗೆ ಸಿಕ್ಕ ಸವಲತ್ತುಗಳನ್ನು ಸದುಪಯೋಗಪಡಿಸಿಕೊಂಡೆ. ಇಂದು ನನಗೆ ಲಭಿಸಿದಂತಹ ಆ ಪರಿಕರ ಸವಲತ್ತುಗಳನ್ನು ಹಂಚಿಕೊಳ್ಳುವುದೇ ನನ್ನ ಧ್ಯೇಯವಾಗಿದೆ.

ನಿಮ್ಮಲ್ಲಿ ಅದೇನು ಸಾಮರ್ಥ್ಯವಿದೆಯೋ ಅದು ನಿಮಗೆ ಗೊತ್ತಿಲ್ಲ. ನನ್ನ ಅನುಭವವೂ ಹಾಗೇ ಇದ್ದಿತು. ನನ್ನ ಕಾರ್ಯಕ್ಷಮತೆಯಿಂದ ನಾನು ಅಸಾಮಾನ್ಯ ವಿಷಯಗಳನ್ನು ಪಡೆದೆ, ನಿಮಗೂ ಅದು ಸಾಧ್ಯವಿದೆ.

ನೀವು ನಿಮ್ಮ ಬದುಕನ್ನು ಎಂದಿಗೂ ಬದಲಿಸಲು ಬಯಸುವುದಿಲ್ಲ. ಒಂದು ದಿನ ನಿಮ್ಮ ನೆಪಗಳಿಂದ ನೀವೇ ಸುಸ್ತಾಗಿ ಹೋಗಿರುತ್ತೀರಿ. ನೀವು ಜಿಮ್‌ಗೆ ಹೋಗಲು ಬಯಸುವುದಿಲ್ಲ. ಒಂದು ದಿನ ಹಾಗೆಯೇ ಹೊರಟುಬಿಡಿ. ನೀವು ಎಂದಿಗೂ ಹೊಸ ಉದ್ಯೋಗಕ್ಕೆ ಬದಲಿಸಿಕೊಳ್ಳಲು ಬಯಸುವುದಿಲ್ಲ. ಒಂದು ದಿನ ನೀವೇ ಪ್ರಯತ್ನಪಟ್ಟು ಬದಲಿಸಿಕೊಳ್ಳುವಿರಿ.

5–4–3–2–1 ನಿಮ್ಮ ಆಂತರಿಕ ಅಡೆತಡೆಯನ್ನು ನೀಗಿಸಿ ಮುಂದಕ್ಕೆ ಸಾಗಲು ಸಹಾಯ ಮಾಡಬಹುದು ಮತ್ತು ಹಾಗೆ ಮಾಡಲು ನಿಮಗೆ ಪ್ರೇರಣೆ ಸಿಗದೇ ಇರುವ ಸಮಯದಲ್ಲಿ ನೀವು ಕಾರ್ಯಪ್ರವೃತ್ತರಾಗಿ.

ದೀರ್ಘಕಾಲದ ವರೆಗೆ ನೀವು ಇದನ್ನು ಉಪಯೋಗಿಸುತ್ತ ಹೋದಹಾಗೆ ನಿಮ್ಮ ಗಳಿಕೆ ಏನು ಎಂಬುದು ನಿಮಗೆ ವೇದ್ಯವಾದೀತು, ನಿಮಗೆ ಅಚ್ಚರಿ ತಂದೀತು.

5ಸೆಕೆಂಡ್ ರೂಲ್ ಹೇಗೆ ಸಹಾಯ ಮಾಡುತ್ತದೆ ಎಂದರೆ, ನಿಮ್ಮಲ್ಲೇ ಹುದುಗಿಕೊಂಡಿರುವ ನಿಮ್ಮ ಆಂತರಿಕ ಯುದ್ಧವನ್ನು ನೀವು ಗೆಲ್ಲುತ್ತೀರಿ. ಆದರೆ ಅದು ಏನನ್ನು ಮಾಡಲು ಸಾಧ್ಯವಿಲ್ಲ: ನೀವು ಪ್ರತಿದಿನ ಎದುರಿಸುವ ಬಾಹ್ಯ ಯುದ್ಧಗಳನ್ನು ನೀಗಿಸಲು ಅಸಮರ್ಥ. ನೀವು 5–4–3–2–1ನ್ನು ಎಷ್ಟು ಸಲ ಬೇಕಿದ್ದರೂ ಎಣಿಸಿ, ಅದು ಟ್ರಾಫಿಕ್ ಜಾಮ್‌ನ್ನು ನಿಲ್ಲಿಸದು, ಅಪರಿಚಿತರನ್ನು ತಡೆಯದು, ಅಥವಾ ಮೈಕ್ರೋಮ್ಯಾನೇಜಿಂಗ್ ಮಾಡುವ ಓರ್ವ ಬಾಸ್‌ನ್ನು ತಡೆಯದು, ಅಥವಾ ನಿಮ್ಮ ಪರಿವಾರದ ಕೊನೆಮೊದಲಿಲ್ಲದ ತೀರ್ಮಾನಗಳನ್ನು, ಅಪರಾಧೀ ದೂಷಣೆಗಳನ್ನು,

ಋಣಾತ್ಮಕ ಟೀಕೆಗಳನ್ನು ಮತ್ತು ಆಗ್ರಹಗಳನ್ನು ನಿಲ್ಲಿಸದು. ಆದರೆ ನಾನು ಒಂದು ವಿಷಯವನ್ನು ನಿಶ್ಚಿತವಾಗಿ ಹೇಳಬಲ್ಲೆ, ನೀವು ಹೆಚ್ಚೆಚ್ಚು 5–4–3–2–1ನ್ನು ಹೇಳುತ್ತ ಹೋದಂತೆ, ನೀವು ಎಷ್ಟೊಂದು ಬದಲಾಗುತ್ತೀರೋ, ಅದಕ್ಕೂ ಮಿಗಿಲಾಗಿ ಅನ್ಯ ಜನರನ್ನು ಬದಲಾಗಲು ಆಶಿಸುತ್ತೀರಿ. ಅದೇ ಈ ಪುಸ್ತಕವನ್ನು ಬರೆಯಲು ಕಾರಣವಾಗಿದೆ.

ಅನ್ವೇಷಣೆಯಿಂದ, ಬೋಧನೆಯಿಂದ, ಸೃಷ್ಟಿಸುವುದರಿಂದ ಮತ್ತು ಹಂಚಿಕೊಳ್ಳುವುದರಿಂದ ನೀವು ಮತ್ತು ನಾನು ಸರಳ ರೀತಿಯಲ್ಲಿ ಹೇಗೆ ಪ್ರಗತಿಯನ್ನು ಹೊಂದಬಹುದು ಎಂಬ ನೆಲೆಯಲ್ಲಿ ಕಳೆದ ದಶಕದಲ್ಲಿ ಸಾಕಷ್ಟು ಪ್ರಯತ್ನವನ್ನು ಮಾಡಿದ್ದೇನೆ. ಆದರೆ ಇಷ್ಟೆಲ್ಲ ಸಾಧಿಸಿದರೂ, ಒಂದೇ ಒಂದು ದಿಶೆಯಲ್ಲಿ, ಅಂದರೆ ನಮ್ಮ ನಮ್ಮ ಸಂಬಂಧಗಳನ್ನು ಆರೋಗ್ಯಕರವಾಗಿ ಮತ್ತು ಖುಷಿಯಾಗಿ ಇರಿಸಿಕೊಂಡಿದ್ದೇವೆಯೇ ಎನ್ನುವ ಬಗ್ಗೆ ಹೆಚ್ಚು ಸಾಧಿಸಲಿಲ್ಲ. ಇಲ್ಲೇ *ಲೆಟ್ ದೆಮ್* ಸಿದ್ಧಾಂತ ಕಾರ್ಯಗತವಾಗುವುದು. ನಿಮ್ಮ ಬದುಕಿನಲ್ಲಿ ಹೇಗೆ ಜನರ ಜೊತೆಗೆ ಸಶಕ್ತವಾದ ಸಂಬಂಧಗಳನ್ನು ಬೆಸಯಬಹುದೆನ್ನುವ ಕುರಿತು ಚರ್ಚಿಸುವುದಕ್ಕೆ ಸಕಾಲವೆನಿಸುತ್ತದೆ.

ಎರಡು ವರ್ಷಗಳ ಹಿಂದೆ, ನಾನು ಈ *ಲೆಟ್ ದೆಮ್* ಎಂಬ ಎರಡು ಶಬ್ದಗಳಲ್ಲೇ ಎಡವಿಬಿದ್ದು, ಅದರಲ್ಲೇ ನನ್ನ ಬದುಕಿನ ಬಗೆಗೆ ತಿಣುಕಾಡುತ್ತಿದ್ದೇನೆ.

5 ಸೆಕೆಂಡ್ ರೂಲ್ ನನ್ನ ಜೊತೆಗಿನ ನನ್ನ ಸಂಬಂಧವನ್ನು ಬದಲಿಸಿತು.

ದಿ *ಲೆಟ್ ದೆಮ್* ಥಿಯರಿ ಅನ್ಯರ ಜೊತೆಗಿನ ನನ್ನ ಸಂಬಂಧವನ್ನು ಬದಲಿಸಿತು.

ಅದು ಹೇಗೆಂದು ನಾನು ವಿವರಿಸಬಲ್ಲೆ.

5 ಸೆಕೆಂಡ್ ರೂಲ್ ಸ್ವಯಂ–ಅಭಿವೃದ್ಧಿಯ ಕುರಿತಾಗಿದೆ. ದುಸ್ತರ ಸಮಯಗಳಲ್ಲಿ ಈ ನಿಯಮ ನಿಮ್ಮನ್ನು ಹಾಸಿಗೆಯಿಂದ ಎದ್ದೇಳಲು ಸಹಾಯ ಮಾಡಬಹುದು, ಜಿಮ್‌ಗೆ ರೆಡಿಯಾಗುವುದು, ಕುಳಿತು ಬರವಣಿಗೆ ಮಾಡುವುದು, ನಿಮ್ಮ ಬಿಲ್‌ಗಳ ಪರ್ವತವನ್ನು ತೆರೆಯುವುದು, ಅಪಾಯವನ್ನು ಎದುರಿಸುವುದು, ಕ್ಲಾಸ್‌ಗೆ ಅರ್ಜಿ ಹಾಕುವುದು, ನಿಮ್ಮ ಬ್ಯಾಂಕ್ ಸ್ಟೇಟ್‌ಮೆಂಟ್‌ನ್ನು ಅವಲೋಕಿಸುವುದು, ಕಳೆದೆರಡು ವಾರಗಳ ಬಟ್ಟೆಗಳನ್ನು ಲಾಂಡ್ರಿಗೆ ಹಾಕುವುದು ಅಥವಾ ನೀವು ಬಯಸುವ ಎಐ ಕೋಡ್‌ನ್ನು ತೆಗೆದುಕೊಳ್ಳುವುದು, ಇತ್ಯಾದಿ.

ಪ್ರತಿಸಲ ನೀವು 5–4–3–2–1 ಕ್ಷಣಗಣನೆಯನ್ನು ಮಾಡುವಾಗ, ನಿಮ್ಮ ಅಂಜಿಕೆ, ವಿಳಂಬನೀತಿ, ಅತಿಯಾಗಿ ಚಿಂತಿಸುವುದು ಮತ್ತು ಸಂಶಯಗಳು ದೂರಕ್ಕೆ ಸರಿಯುತ್ತವೆ. ನಿಮಗೆ ಹೇಗೆನಿಸಿದರೂ, ನೀವು ಹೇಗೆ ವಿಷಯಗಳನ್ನು ಎದುರಿಸಬೇಕೆಂಬುದು ನಿಮಗೆ ತಿಳಿಯುತ್ತದೆ. ಆದ್ದರಿಂದಲೇ ಅದು ಕೆಲಸ ಮಾಡುತ್ತದೆ.

ವರ್ಷಾನುಗಟ್ಟಲೆ ನಾನು ಅಚ್ಚರಿಪಟ್ಟಿದ್ದಿದೆ, *ಯಾಕಾಗಿ ನಾನು ಮುಂದಕ್ಕೊಯ್ಯಬೇಕು? ನಾನು ವಿಫಲಳಾಗುವ ಭಯವೇಕೆ? ಅಪಾಯವನ್ನು ಎದುರಿಸುವಾಗ ನಾನೇಕೆ ನರ್ವಸ್ ಆಗುತ್ತೇನೆ? ನನಗೆ ಬೇಕೆನಿಸಿದ್ದನ್ನು ಪಡೆಯುವ ವೇಳೆ ನನಗೇಕೆ ದುರಿತಗಳು ಎದುರಾಗುತ್ತವೆ? ನಿಜವಾಗಿಯೂ ನನ್ನ ಸರಿಯಾದ ಮಾರ್ಗ ಯಾವುದು?*

ನೀವು ಎಂದಾದರೂ ಈ ಪ್ರಶ್ನೆಗಳನ್ನು ನಿಮ್ಮಷ್ಟಕ್ಕೆ ಕೇಳುವುದನ್ನು ನಿಲ್ಲಿಸಿದ್ದಿದೆಯೇ? ನಿಮಗೆ ಅಂಜಿಕೆ ಯಾಕೆ? ನೀವು ವಿಳಂಬ ನೀತಿಯನ್ನು ಯಾಕಾಗಿ ಅನುಸರಿಸುತ್ತೀರಿ? ಅಥವಾ ಸುಸ್ತಾಗುವ ಅನುಭವವಾಗುತ್ತಿದೆಯೇ. ಅಥವಾ ಪ್ರತಿಯೊಂದು ನಿರ್ಧಾರದ ಬಗ್ಗೆ ಅತಿಯಾಗಿ ಚಿಂತಿಸುವಿರಾ? ಅಂತಹ ಸಂಶಯಗಳಲ್ಲಿ ಅಡಗಿರುವ ವಿಷಯಗಳೇನು? ನೀವು ಮಾಡಬೇಕಾದುದನ್ನು ಮಾಡಲು ತಡೆಯುವಂಥದ್ದು ಏನೇನು? ಅಥವಾ ನೀವು ಬಯಸುವ ವಿಧಾನದಲ್ಲಿ ಜೀವಿಸುವುದನ್ನು ಅದೇನು ತಡೆಯುತ್ತದೆ? ನಿಮಗೆ ಭಯವೇತಕ್ಕೆ? ಇವುಗಳಿಗೆ ಉತ್ತರಗಳು ನನಗೆ ಲಭ್ಯವಾದಾಗ ನಾನು ನಿಜಕ್ಕೂ ವಿಭ್ರಮೆಗೊಂಡೆ: ಅವೆಲ್ಲ ಅನ್ಯರ ಸಲುವಾಗಿ ನಡೆಯುತ್ತಿದ್ದಿತು. ಅಥವಾ ಅನ್ಯರು ನನ್ನ ಮೇಲೆ ಪ್ರಭಾವ ಬೀರುತ್ತಿದ್ದಾರೆ ಎನ್ನುವುದನ್ನು ಅವಲಂಬಿತವಾಗಿತ್ತು. ನಾನು ಅನ್ಯ ಜನರ ಬಗೆಗೆ ಚಿಂತಿಸುತ್ತ, ಅವರೊಂದಿಗೆ ಹೇಗೆ ವ್ಯವಹರಿಸುವುದು ಮುಂತಾಗಿಯೇ ನನ್ನ ಬಹಳಷ್ಟು ಸಮಯವನ್ನೂ ಶಕ್ತಿಯನ್ನೂ ವ್ಯಯಿಸುತ್ತಿದ್ದೆ. ಅವರೇನು ಮಾಡುತ್ತಾರೆ, ಅವರೇನು ಹೇಳುತ್ತಾರೆ, ಅವರೇನು ಯೋಚಿಸುತ್ತಾರೆ, ಅವರೇನು ಭಾವಿಸುತ್ತಾರೆ ಮತ್ತು ಅವರೇನು ನನ್ನಿಂದ ಬಯಸುತ್ತಾರೆ ಇತ್ಯಾದಿ. ನಿಜವೆಂದರೆ ನೀವು ಎಷ್ಟೇ ನಿಯಂತ್ರಿಸುತ್ತಿರಿ ಅನ್ಯರನ್ನು ನೀವೆಂದಿಗೂ ನಿಯಂತ್ರಿಸಲು ಸಾಧ್ಯವಾಗದು. ಆದರೆ ನೀವು ನಿಮ್ಮಿಷ್ಟದಂತೆ ಜೀವಿಸಬಹುದಲ್ಲ.

ನೀವು ನಿಜವಾದ ವಿಷಯಗಳನ್ನು ಹೇಳುತ್ತಿದ್ದರೆ ಜನರು ನಿಮ್ಮನ್ನು ಇಷ್ಟಪಡುತ್ತಾರೆ. ನೀವು ಹೆಚ್ಚೆಚ್ಚು ಕೆಲಸಗಳನ್ನು ನಿರ್ವಹಿಸುತ್ತ ಹೋದರೆ ನಿಮ್ಮ ಬಾಸ್ ನಿಮ್ಮನ್ನು ಗೌರವಿಸುತ್ತಾರೆ. ನಿಮ್ಮ ತಾಯಿಗೆ ಬೇಕಾದುದನ್ನು ತಂದಿತ್ತರೆ, ನಿಮ್ಮ ಸ್ನೇಹಿತರನ್ನು ಖುಷಿಪಡಿಸಿದರೆ ನೀವು ನೆಮ್ಮದಿಯಿಂದಿರುತ್ತೀರಿ. ಆದರೆ ನೀವು ಇವನ್ನೆಲ್ಲ ಮಾಡುತ್ತಿಲ್ಲ.

ಈ ಪುಸ್ತಕದ ಎರಡು ಶಬ್ದಗಳು– *ಲೆಟ್ ದೆಮ್*– ನಿಮ್ಮನ್ನು ಸ್ವತಂತ್ರವಾಗಿಸುತ್ತದೆ. ಸ್ವತಂತ್ರ ಯಾವುದರಿಂದ, ಅಭಿಪ್ರಾಯಗಳಿಂದ, ನಾಟಕಗಳಿಂದ, ಇತರರ ತೀರ್ಮಾನಗಳಿಂದ. ಅಷ್ಟೇ ಅಲ್ಲ ನಿಮ್ಮನ್ನು ಪ್ರತಿಯೊಂದನ್ನು ವ್ಯವಹರಿಸುವುದರಿಂದ ಮತ್ತು ನಿಮ್ಮ ಸುತ್ತ ಮುತ್ತಲಿನವರಿಂದ ಮುಕ್ತವಾಗಿಸುತ್ತದೆ.

ಇನ್ನೂ ಒಳ್ಳೆಯದಾಗಿ ಜೀವಿಸುವುದಕ್ಕೆ ಬೇರೆ ದಾರಿಗಳಿವೆ.

ಲೆಟ್ ದೆಮ್ ಥಿಯರಿ ಪರೀಕ್ಷಿಸಲ್ಪಟ್ಟ ವಿಧಾನಾಗಿದ್ದು, ಅದರಿಂದ ನಿಮ್ಮ ಸಮಯ ಮತ್ತು ಶಕ್ತಿಯನ್ನು ಸಂರಕ್ಷಿಸಲಾಗುತ್ತದೆ ಮತ್ತು ನೀವು ನಿಮ್ಮ ವಿಷಯಗಳ ಬಗೆಗೆ ಸಂಪೂರ್ಣ ಗಮನವನ್ನು ಕೇಂದ್ರೀಕರಿಸಲು ಸಾಧ್ಯವಾಗುತ್ತದೆ. ಮನ್ನಣೆಗಾಗಿ, ಇತರ ಜನರ ಸಂತೋಷಕ್ಕಾಗಿ ವ್ಯವಹರಿಸುತ್ತ, ನೀವು ನಿಮ್ಮ ಸಮಯವನ್ನು ವ್ಯಯಿಸುತ್ತೀರಿ ಮತ್ತು ಅನ್ಯರ ಅಭಿಪ್ರಾಯಗಳು ನಿಮ್ಮನ್ನು ಹಿಂದಕ್ಕೆ ಹಿಡಿದಿರುತ್ತವೆ. ನಿಮ್ಮ ಶಕ್ತಿಯನ್ನು ಹೊರಗಡೆ ವ್ಯಯಿಸುವುದನ್ನು ನಿಲ್ಲಿಸಲು ಕಲಿಯಿರಿ ಮತ್ತು ನಿಮ್ಮ ಕನಸುಗಳನ್ನು, ನಿಮ್ಮ ಗುರಿಗಳನ್ನು, ನಿಮ್ಮ ಖುಷಿಯನ್ನು, ನಿಮ್ಮ ಬದುಕಿನಲ್ಲಿ ನಿರ್ವಹಿಸಲು ಕಲಿಯಿರಿ. ಆದರೆ ಅತ್ಯಂತ ಉತ್ತಮ ಅಂಶವೇನು? *ಲೆಟ್ ದೆಮ್* ಥಿಯರಿ ಕೇವಲ ನಿಮ್ಮ ಬದುಕನ್ನು ಉತ್ತಮ ಸ್ತರಕ್ಕೆ ಒಯ್ಯುವುದು ಮಾತ್ರವಲ್ಲ– ನಿಮ್ಮ ಸುತ್ತಲಿನ ಜನರ ಬದುಕನ್ನೂ ಪರಿವರ್ತಿಸುವಂತೆ ಮಾಡುತ್ತದೆ.

ಈ ಪುಸ್ತಕ ನಿಮಗೆ ಹೇಗೆ ಲಾಭದಾಯಕವಾಗಬಹುದು

ಈ ಪುಸ್ತಕದಲ್ಲಿನ ಲೆಟ್ ದೆಮ್ ಥಿಯರಿ, ಹಾಗೆಂದರೆ ಏನು, ಅದು ಹೇಗೆ ಕೆಲಸ ಮಾಡುತ್ತದೆ, ಮತ್ತು ನಿಮಗೆ ನಿಯಂತ್ರಿಸಲು ಸಾಧ್ಯವಾಗದಿದ್ದರೂ ನೀವು ನಿಯಂತ್ರಿಸಲು ಯತ್ನಿಸುವ ನಿಮ್ಮ ಬದುಕಿನ ಎಂಟು ಪ್ರಮುಖ ಕ್ಷೇತ್ರಗಳಲ್ಲಿ ಹೇಗೆ ಬಳಸಬಹುದೆಂದು ತಿಳಿಸಿಕೊಡುತ್ತದೆ. ಲೆಟ್ ದೆಮ್ ಥಿಯರಿಯನ್ನು ಹೇಗೆ ಬಳಸಬಹುದು ಎಂಬುದನ್ನು ಸಂಶೋಧನೆಗಳ ಮೂಲಕ, ಸಾಕ್ಷಿಗಳ ಸಹಾಯದಿಂದ ಮತ್ತು ಕಥೆಗಳಿಂದ ದಾಖಲಿಸಲಾಗಿದೆ– ಮತ್ತು ಈ ಮಾದರಿಯ ಬಳಕೆಯನ್ನು ಪ್ರಾಚೀನ ತತ್ವಶಾಸ್ತ್ರಗಳಿಂದ, ಥೆರಾಪಿಸ್ಟಿಕ್ ವಿಧಾನಗಳಿಂದ ಮತ್ತು ಜಗತ್ತಿನ ಪ್ರಮುಖ ಧಾರ್ಮಿಕ, ಸ್ಟೋಯಿಸಿಸಮ್ ಮತ್ತು ಆಧ್ಯಾತ್ಮಿಕ ಅಭ್ಯಾಸಗಳಿಂದ ಆಧರಿಸಲ್ಪಟ್ಟಿದೆ.

ನೀವು ಕಲಿಯಲಿರುವ ಎಲ್ಲವೂ ವೈಜ್ಞಾನಿಕವಾಗಿ ಸಂಶೋಧಿಸಲ್ಪಟ್ಟಿದ್ದು, ಇದೊಂದು ಪಠ್ಯ ಪುಸ್ತಕವಾಗಲೀ ಅಕಾಡೆಮಿಕ್ ಪೇಪರ್ ಕೂಡಾ ಅಲ್ಲ. ಈ ಪುಸ್ತಕ ನಿಮಗೆ ಲೆಟ್ ದೆಮ್ ಥಿಯರಿಯನ್ನು ಅನುಸರಿಸಲಿರುವ ಒಂದು ಮಾರ್ಗದರ್ಶಿಯಾಗಿದ್ದು, ನಿಮ್ಮ ಬದುಕಿನ ಅತ್ಯಂತ ಪ್ರಮುಖವಾದ ವಿಷಯಗಳಲ್ಲಿ ಉಪಯೋಗಿಸಬಹುದು. ಹಾಗಾಗಿಯೇ ಇದನ್ನು ಸುಲಭವಾಗಿ ಅರ್ಥಮಾಡಿಕೊಳ್ಳಲು ಸಾಧ್ಯವಾಗುವಂತೆ ಬರೆಯಲಾಗಿದ್ದು, ಓದುವಾಗ ಖುಷಿಯಾಗುವಂತೆ ಮತ್ತು ಸಂಬಂಧಿಸಿದ ಕಥೆಗಳನ್ನು ಸೇರಿಸಲಾಗಿದೆ. ಅಷ್ಟೇ ಅಲ್ಲದೆ ಪ್ರತಿಯೊಂದು ಅಧ್ಯಾಯದ ಕೊನೆಯಲ್ಲಿ ಸಾರಾಂಶವನ್ನು ಸೇರಿಸಲಾಗಿದೆ. ಅದರಿಂದ ನಿಮಗೆ ಪ್ರತಿ ವಿಷಯಗಳು ನಿಮ್ಮ ಬೆರಳತುದಿಯಲ್ಲಿ ಸಿಕ್ಕಂತೆ ಆಗುತ್ತದೆ. ಜೊತೆಗೆ ನೀವದನ್ನು ನಿಮ್ಮ ದೈನಂದಿನ ಬದುಕಿನಲ್ಲಿ ತಕ್ಷಣ ಅಳವಡಿಸಲು ಅನುಕೂಲವಾಗುತ್ತದೆ.

ನೀವೀ ಪುಸ್ತಕವನ್ನು ಓದಿ ಮುಗಿಸುವವರೆಗೆ ಕಾಯಲಾರೆ. ನೀವು ನಿಮ್ಮ ಸಂತೋಷವನ್ನು ಅನ್ಯ ವ್ಯಕ್ತಿಗಳ ಸ್ವಭಾವ, ಅಭಿಪ್ರಾಯಗಳು, ಮತ್ತು ಭಾವನೆಗಳೊಂದಿಗೆ ಬೆಸೆದುಕೊಂಡಿದ್ದೀರಿ ಎಂಬುದು ನಿಮಗೆ ಮನವರಿಕೆಯಾಗುತ್ತದೆ. ಫಲಿತಾಂಶ? ನೀವು ನಿಮ್ಮ ಸಂತೋಷವಾಗಿರುವ, ಆರೋಗ್ಯವಾಗಿರುವ ಮತ್ತು ನಿಮಗೆ ಬೇಕಿರುವುದನ್ನು ಪಡೆಯುವ ನಿಟ್ಟಿನಲ್ಲಿ ಇನ್ನೊಬ್ಬರ ಜೊತೆಗೆ ತಗಲುಹಾಕಿಕೊಂಡಿರುತ್ತೀರಿ.

ಅದರೊಂದಿಗೇ ಈ ಪುಸ್ತಕ ಮುಗಿಯುತ್ತದೆ.

ನೀವು ಈ ಪುಸ್ತವನ್ನು ಓದುವ ವೇಳೆ ಅದನ್ನು ಹೀರಿಕೊಳ್ಳುವ ಪ್ರವೃತ್ತಿಯಲ್ಲಿ ನನ್ನ ಜೊತೆಗೇ ಇರುತ್ತೀರಿ ಮತ್ತು ನಿಮ್ಮ ಬದುಕಿನಲ್ಲಿ ಅಳವಡಿಸಿಕೊಂಡಿರುತ್ತೀರಿ ಎಂದರೆ, ನಾನು ಖಂಡಿತವಾಗಿಯೂ ಹೇಳುತ್ತೇನೆ: ನಿಮ್ಮ ಬದುಕು ತುಸು ಸುಲಭವಾಗಿ ಸಾಗುತ್ತದೆ ನಿಮ್ಮ ಸಂಬಂಧಗಳು ತುಸುವಾದರೂ ಸುಧಾರಿಸುತ್ತದೆ.

ಅದರಿಂದಾಗಿಯೇ ನೀವು ಮುಕ್ತವಾಗುವ ಮತ್ತು ಸಶಕ್ತಗೊಳ್ಳುವ ಅನುಭವವನ್ನು ಪಡೆಯುತ್ತೀರಿ. ಮತ್ತು ಅವೆಲ್ಲವೂ ಈ ಎರಡು ಸರಳ ಶಬ್ದಗಳಿಂದ ಪ್ರಾರಂಭವಾಗುತ್ತವೆ: *ಲೆಟ್ ದೆಮ್.*

ಲೆಟ್ ದೆಮ್ ಸಿದ್ಧಾಂತ

ಲೆಟ್ ದೆಮ್ + ಲೆಟ್ ಮಿ

ಅಧ್ಯಾಯ 1

ನಿಮ್ಮ ನಿಯಂತ್ರಣದಲ್ಲಿಲ್ಲದ ವಿಷಯಗಳಲ್ಲಿ ಬದುಕನ್ನು ವ್ಯರ್ಥ ಮಾಡುವುದನ್ನು ನಿಲ್ಲಿಸಿ

ನಿಮ್ಮ ಬದುಕನ್ನು ಬದಲಾಯಿಸಲು ನೀವು ಹೆಣಗಾಡುತ್ತಿದ್ದರೆ, ನಿಮ್ಮ ಗುರಿಗಳನ್ನು ಸಾಧಿಸಲು ಬಯಸುತ್ತಿದ್ದರೆ, ಅಥವಾ ಖುಷಿಯನ್ನು ಅನುಭವಿಸಲು, ನೀವಿದನ್ನು ಆಲಿಸಿ: ಅದು ನಿಮ್ಮ ಸಮಸ್ಯೆಯಲ್ಲ. ಸಮಸ್ಯೆ ಎಂದರೆ ನಿಮ್ಮ ಅರಿವಿಗೆ ಬಾರದ ಹಾಗೆ ನಿಮ್ಮ ಶಕ್ತಿಯನ್ನು ಅನ್ಯರಿಗೆ ನೀಡುತ್ತಿದ್ದೀರಿ.

ನೀವೆಲ್ಲರೂ ಹಾಗೆಯೇ ಮಾಡುತ್ತೀರಿ. ನಿಮ್ಮ ಅರಿವಿಗೆ ಬಾರದಂತೆಯೇ. ನೀವು ನಿಜವಾದ ಸಂಗತಿಯನ್ನು ಹೇಳಿದರೆ ಎಲ್ಲರೂ ತೃಪ್ತರಾಗುತ್ತಾರೆ ಎಂಬ ತಪ್ಪನ್ನು ಎಸಗುತ್ತಲೇ ಇರುತ್ತೀರಿ. ನೀವು ಅನ್ಯೋನ್ಯತೆಯನ್ನು ತೋರಿದರೆ ನಿಮ್ಮ ಸಂಗಾತಿ ಪ್ರಾಯಶಃ ನಿರಾಶರಾಗುವುದಿಲ್ಲ. ನಿಮ್ಮ ಸಹೋದ್ಯೋಗಿಗಳೊಂದಿಗೆ ನೀವು ಸ್ನೇಹವನ್ನು ಹಂಚಿಕೊಂಡರೆ ಅವರು ಇನ್ನೂ ಹೆಚ್ಚು ನಿಮ್ಮನ್ನು ಇಷ್ಟಪಡುತ್ತಾರೆ. ನೀವು ಶಾಂತರಾಗಿದ್ದರೆ, ಬಹುಶಃ ನಿಮ್ಮ ಪರಿವಾರದವರು ನಿಮ್ಮನ್ನು ಪರೀಕ್ಷೆಗೊಡ್ಡುವುದನ್ನು ನಿಲ್ಲಿಸಬಹುದು.

ನಾನು ಹೀಗೆಯೇ ಜೀವಿಸಿದ್ದರಿಂದ ನನಗಿದು ಗೊತ್ತಿದೆ. ನಾನು ಇತರರನ್ನು ಓಲೈಸುವುದರಲ್ಲೇ ಅನೇಕ ವರ್ಷಗಳನ್ನು ಕಳೆದಿದ್ದೆ. ಯಾಕೆಂದರೆ ನಾನು ನಿಜವಾದ ವಿಷಯಗಳನ್ನು ಹೇಳಿದರೆ, ಮತ್ತು ಎಲ್ಲರನ್ನೂ ಖುಷಿಯಾಗಿರಿಸಿದರೆ ನಾನು ನನ್ನಷ್ಟಕ್ಕೇ ಸುಖವನ್ನು ಅನುಭವಿಸುತ್ತೇನೆ ಎಂದುಕೊಂಡಿದ್ದೆ.

ಆದರೆ ಬದಲಾಗಿ ಏನಾಯಿತು? ನೀವು ಎಷ್ಟೇ ಕಷ್ಟದಿಂದ ದುಡಿಯಿರಿ, ಎಷ್ಟೇ ಬಾಗಿಕೊಳ್ಳಿ, ಎಷ್ಟೇ ಮುದುಡಿ ಸಣ್ಣದಾಗಿ, ಆದರೂ ಎಲ್ಲರೂ ನಿಮ್ಮ ಬಗ್ಗೆ ನಿರಾಶೆಯ ಮಾತುಗಳನ್ನೇ ಆಡುತ್ತಾರೆ. ಆದರೂ, ನಿಮ್ಮನ್ನು ಟೀಕಿಸುತ್ತಾರೆ. ಆದರೂ, ನೀವು ಕಷ್ಟಪಟ್ಟು ದುಡಿದಿದ್ದು ಸಾಲದು ಎನ್ನುತ್ತಾರೆ.

ಅದು ಹಾಗಿರಬೇಕಿಲ್ಲ. ಈ ಪುಸ್ತಕ ಇಲ್ಲಿರುವುದು ನಿಮ್ಮ ಶಕ್ತಿಯನ್ನು ಮರಳಿ ಪಡೆಯುವುದಕ್ಕಾಗಿ. ನಿಮ್ಮ ನಿಯಂತ್ರಣದಲ್ಲಿ ಇಲ್ಲದ ವಿಷಯಗಳ ಬಗೆಗೆ ನೀವು ವ್ಯರ್ಥವಾಗಿ ವ್ಯಯಿಸುವ ನಿಮ್ಮ ಸಮಯ, ನಿಮ್ಮ ಶಕ್ತಿ ಮತ್ತು ನಿಮ್ಮ ಸಂತೋಷವನ್ನು ಕಾಪಾಡುವುದಕ್ಕಾಗಿ–ಅನ್ಯರ ಅಭಿಪ್ರಾಯ, ಮನಃಸ್ಥಿತಿ, ಅಥವಾ ಕಾರ್ಯಗಳು ನಿಮ್ಮ ನಿಯಂತ್ರಣದಲ್ಲಿರುವುದಿಲ್ಲ–ಮತ್ತು ಅದರ ಬದಲಾಗಿ ನೀವು ನಿಮ್ಮನ್ನು ನಿಯಂತ್ರಿಸಲು ಸಾಧ್ಯವಿದೆ. ಇಲ್ಲೊಂದು ವಿಶಿಷ್ಟ ವಿಷಯವಿದೆ: ನೀವು ಇತರರನ್ನು ನಿಯಂತ್ರಿಸುವುದನ್ನು ನಿಲ್ಲಿಸಿದಾಗ, ನಿಮ್ಮಲ್ಲಿ ನೀವೆಣಿಸಿದ್ದಕ್ಕಿಂತಲೂ ಬಹಳಷ್ಟು ಶಕ್ತಿಯಿದೆ ಎಂಬ ಮನವರಿಕೆ ನಿಮಗಾಗುತ್ತದೆ–ನೀವು ನಿಜಕ್ಕೂ ಅದನ್ನು ಸುಮ್ಮನೆ ಹೊರಗೆ ಬಿಟ್ಟುಕೊಡುತ್ತಿದ್ದಿರಿ.

ನಾನು ಸರಳವಾದ ವಿಷಯವನ್ನು ಪ್ರಸ್ತಾಪಿಸುತ್ತೇನೆ, ಅದೇ ನಾನು ಅನ್ವೇಷಿಸಿದ ಬದುಕನ್ನು ಬದಲಿಸುವ ಸಿದ್ಧಾಂತ: ಲೆಟ್ ದೆಮ್ ಥಿಯರಿ.

ಲೆಟ್ ದೆಮ್ ಸಿದ್ಧಾಂತ ಎಂದರೇನು?

ಲೆಟ್ ದೆಮ್ ಥಿಯರಿ ಸ್ವಾತಂತ್ರ್ಯದ ಕುರಿತಾಗಿದೆ. ಎರಡು ಸರಳವಾದ ಶಬ್ದಗಳು–*ಲೆಟ್ ದೆಮ್*–ಎಂಬುದು ನಿಮ್ಮನ್ನು ಅನ್ಯ ಜನರನ್ನು ನಿರ್ವಹಿಸುವ ಹೊಣೆಯಿಂದ ಮುಕ್ತಗೊಳಿಸುತ್ತದೆ. ಬೇರೆಯವರು ಏನು ಯೋಚಿಸುತ್ತಾರೆ, ಹೇಳುತ್ತಾರೆ ಅಥವಾ ಮಾಡುತ್ತಾರೆ ಎನ್ನುವ ವಿಚಾರದಲ್ಲಿ ಚಿಂತಿಸುವುದನ್ನು ಬಿಟ್ಟಾಗ, ನೀವು ನಿಮ್ಮ ವಿಷಯಗಳ ಮೇಲೆಯೇ, ನಿಮ್ಮ ಶಕ್ತಿಯನ್ನು ನಿಮ್ಮ ಬದುಕಿನ ಮೇಲೆಯೇ ಕೇಂದ್ರೀಕರಿಸಲು ಸಾಧ್ಯವಾಗುತ್ತದೆ. ನೀವು ಪ್ರತಿಕ್ರಿಯಿಸುವುದರ ಬದಲು ಜೀವಿಸಲು ತೊಡಗುತ್ತೀರಿ.

ಅನ್ಯರನ್ನು ಸಮಾಧಾನಪಡಿಸುವ ಅಥವಾ ಸಂತೋಷಗೊಳಿಸುವ ಹುಚ್ಚುಚ್ಚಾದ ಕಾರ್ಯಗಳ ಬದಲು ನೀವು ಕಲಿಯುತ್ತೀರಿ: *ಲೆಟ್ ದೆಮ್.*

ಆದ್ದರಿಂದ, ಈ ಪುಸ್ತಕ ಏನನ್ನು ಹೇಳುತ್ತದೆ? ನೀವು ಕೆಲಸದಲ್ಲಿ ತೊಡಗಿದ್ದೀರಿ ಎಂದುಕೊಳ್ಳಿ. ನಿಮ್ಮ ಸಹೋದ್ಯೋಗಿ ಒಳ್ಳೆಯ ಮೂಡ್‌ನಲ್ಲಿ ಇಲ್ಲ. ಆತನ ಋಣಾತ್ಮಕ ಭಾವ ನಿಮ್ಮ ಮೇಲೆ ಪರಿಣಾಮ ಬೀರುವ ಬದಲು ನೀವು ಅವರನ್ನು ಅವರಷ್ಟಕ್ಕೇ ಬಿಟ್ಟುಬಿಡಿ, *ಲೆಟ್ ದೆಮ್.* ಆತ ಸಿಡಿಮಿಡಿಗೊಂಡ ಸ್ಥಿತಿಯಲ್ಲೇ ಇರಲಿ. ಅದು ನಿಮ್ಮ ಸಮಸ್ಯೆ ಅಲ್ಲವಲ್ಲ. ನಿಮಗೆ ಅನ್ನಿಸಿದ ಹಾಗೆ ನಿಮ್ಮ ಕೆಲಸದ ಮೇಲೆ ಏಕಾಗ್ರತೆ ಸಾಧಿಸಿ.

ಅಥವಾ ನಿಮ್ಮ ಡ್ಯಾಡಿ ನಿಮ್ಮದೊಂದು ಆಯ್ಕೆಯ ಬಗ್ಗೆ ಟೀಕೆಯನ್ನು ಮಾಡಿರುತ್ತಾರೆ ಎಂದಿಟ್ಟುಕೊಳ್ಳಿ. ಅದೊಂದು ಇಟ್ಟಿಗೆಯ ತರಹ ನಿಮ್ಮನ್ನು ಘಾಸಿಗೊಳಿಸುತ್ತದೆ. ನಿಮ್ಮ ದಿನವನ್ನು ಹಾಗೆ ಹಾಳುಮಾಡಿಕೊಳ್ಳುವುದರ ಬದಲು, ಸುಮ್ಮನೆ ಅವರಷ್ಟಕ್ಕೇ ಬಿಟ್ಟುಬಿಡಿ, *ಲೆಟ್ ಹಿಮ್.* ಅವರ ಅಭಿಪ್ರಾಯ ಅವರದ್ದು. ಆ ಅಭಿಪ್ರಾಯ ನೀವು ಏನಾಗಿದ್ದೀರಿ ಅಥವಾ ನೀವೇನು ಸಾಧಿಸಿದ್ದೀರಿ ಅಥವಾ ನೀವು ಕೈಗೊಂಡ ನಿರ್ಧಾರದಿಂದ ನಿಮಗೆ ಸಿಗುವ ಆನಂದದ ಮೇಲೆ ಪರಿಣಾಮ ಬೀರುವುದಿಲ್ಲ.

ನಿಜವೆಂದರೆ ಅನ್ಯ ಜನರಿಗೆ ನಿಮ್ಮ ಮೇಲೆ ಯಾವುದೇ ಶಕ್ತಿಯನ್ನು ಪ್ರಯೋಗಿಸಲು ಅವಕಾಶವಿರುವುದಿಲ್ಲ, ನೀವು ಅದನ್ನು ಅವರಿಗೆ ನೀಡದೇ ಇದ್ದರೆ.

ಅದು ಯಾಕೆ ಕೆಲಸ ಮಾಡುತ್ತದೆ ನೋಡಿ: ನಿಮ್ಮ ನಿಯಂತ್ರಣದಲ್ಲಿ ಇಲ್ಲದಿರುವ ವಿಷಯಗಳನ್ನು ನೀವು ನಿಯಂತ್ರಿಸಲು ಯತ್ನಿಸುವುದನ್ನು ನಿಲ್ಲಿಸಿದರೆ, ನೀವು ನಿಮ್ಮ ಶಕ್ತಿಯನ್ನು ಪೋಲು ಮಾಡುವುದನ್ನು ನಿಲ್ಲಿಸಬಹುದು. ನೀವು ನಿಮ್ಮ ಸಮಯ, ನಿಮ್ಮ ಶಾಂತಿ ಮತ್ತು ನಿಮ್ಮ ಏಕಾಗ್ರತೆಯನ್ನು ಉಳಿಸಿಕೊಳ್ಳಬಹುದು. ನಿಮ್ಮ ಕಾರ್ಯಗಳು ನಿಮ್ಮ ಸಂತೋಷದೊಂದಿಗೆ ಬೆಸೆದುಕೊಂಡಿರುತ್ತದೆಯೇ ಹೊರತು ಬೇರೊಬ್ಬರ ವರ್ತನೆ, ಅಭಿಪ್ರಾಯ ಅಥವಾ ಮನಃಸ್ಥಿತಿಯನ್ನು ಹೊಂದಿಕೊಂಡಿರುವುದಿಲ್ಲ.

ಅದು ತೀರಾ ಸರಳ–ಹೌದು ತುಂಬಾ ಸರಳ. ಆದರೆ ನನ್ನ ಪ್ರಕಾರ ಈ ಬದಲಾವಣೆಯಿಂದ ಪ್ರತಿಯೊಂದೂ ಬದಲಾಗಿಬಿಡುತ್ತದೆ. ಪುಸ್ತಕದ ಶೀರ್ಷಿಕೆ *ಲೆಟ್ ದೆಮ್* ಅಂತಿದ್ದರೂ, ಇವೆಲ್ಲ ನಿಮ್ಮ ಕುರಿತಾಗಿಯೇ ಇದೆ–ನಿಮ್ಮ ಸಮಯ ಮತ್ತು ನಿಮ್ಮ ಶಕ್ತಿಗೆ ಸಂಬಂಧಿಸಿದ್ದು–ಯಾಕೆಂದರೆ ಅವುಗಳೇ ನಿಮ್ಮಲ್ಲಿರುವ ಅತ್ಯಂತ ಅಮೂಲ್ಯವಾದ ಸಂಪನ್ಮೂಲಗಳಾಗಿವೆ ತಾನೇ?

ಅವರನ್ನು ಅವರಷ್ಟಕ್ಕೇ ಬಿಟ್ಟುಬಿಡಿ, *ಲೆಟ್ ದೆಮ್* ಸಿದ್ಧಾಂತ ಕಲಿಸುವುದೇನೆಂದರೆ, ನೀವು ಇತರರನ್ನು ಅವರಷ್ಟಕ್ಕೇ ಬದುಕಿಕೊಳ್ಳಲು ಬಿಟ್ಟುಬಿಟ್ಟರೆ, ನಿಮ್ಮ ಬದುಕು ಹಸನಾಗುತ್ತದೆ. ಅಷ್ಟೇ ಏಕೆ, ನೀವು ಜನರನ್ನು, ಅಂದರೆ ಅವರು ಯಾರು, ಅಥವಾ ಅವರು ಏನನ್ನು ಭಾವಿಸುತ್ತಾರೆ, ಅಥವಾ ಅವರು ಏನನ್ನು ಯೋಚಿಸುತ್ತಾರೆ ಎಂದು ಅವರಷ್ಟಕ್ಕೇ ಬಿಟ್ಟುಬಿಟ್ಟರೆ, ನಿಮ್ಮೊಳಗಿನ ಸಂಬಂಧಗಳು ಉತ್ತಮವಾಗುತ್ತವೆ.

ಎಲ್ಲಕ್ಕೂ ಕೌತುಕದ ವಿಷಯವೆಂದರೆ ನಾನು ಹೇಗೆ *ಲೆಟ್ ದೆಮ್* ಥಿಯರಿಯನ್ನು ಅನ್ವೇಷಿಸಿದೆ ಎಂಬುದು.

ಈ ಕಥೆಯನ್ನು ಹೇಳುವುದಕ್ಕೆ ನನಗೆ ಮುಜುಗರವೆನಿಸುತ್ತಿದೆ.

ಬದುಕನ್ನು ನೋಡುವ ನೋಟವೇ ಸಂಪೂರ್ಣವಾಗಿ ಬದಲಾಗಿಬಿಟ್ಟಿತು... ಒಂದು ಹೈಸ್ಕೂಲ್‌ನ ಪ್ರೋಮ್‌ನ ತರಹ. (ನಾನೆಂದಿಗೂ ಯೋಚಿಸದಿರುವ ಒಂದು ವಾಕ್ಯವಿದೆ, ಅದನ್ನೆಂದಾದರೂ ಬರೆಯುತ್ತೇನೆ ಎಂದುಕೊಂಡಿರಲಿಲ್ಲ).

ನನ್ನ ಬದುಕನ್ನು ಬದಲಿಸಿದ ಆ ಪ್ರೋಮ್

ನನಗೆ ಪ್ರೋಮ್‌ನ ಬಗ್ಗೆ ಏನೂ ತಿಳಿದಿರಲಿಲ್ಲ. ಒತ್ತಡದಲ್ಲಿರುವ ಹುಡುಗರಿಗೆ ಗೊತ್ತು. ನಾನು ನನ್ನ ಇಬ್ಬರು ಹೆಣ್ಮಕ್ಕಳ ಜೊತೆಗೆ ಹೋಗಿ ನನ್ನ ಮಗ ಓಕ್ಲೆಯನ್ನು ಕಂಡೆ. ಅವನು ಹಾರಾಡುತ್ತಿದ್ದ. ನಾನು ಅಪಾರ್ಥ ಮಾಡಿಕೊಂಡಿದ್ದೆ.

ನನ್ನ ಹೆಣ್ಮಕ್ಕಳು ತಿಂಗಳಾನುಗಟ್ಟಲೆ ಪ್ರತಿಯೊಂದು ವಿವರವನ್ನು ಸಂಗ್ರಹಿಸಿ ತಯಾರಿ ನಡೆಸಿದ್ದರು: ಬಟ್ಟೆಬರೆಗಳು, ಪ್ರೋಪೋಸಲ್, ಹೇರ್ ಸ್ಟೈಲ್, ಸ್ಪ್ರೇ, ಮೇಕ್‌ಅಪ್, ಕೋರ್ಸೇಜ್,

ಬಾಡಿಗೆಗೆ ಬಸ್, ಪ್ರೋಮ್‌ನ ನಂತರದ ಪಾರ್ಟಿ ಇತ್ಯಾದಿ. ಅದಕ್ಕೆ ಕೊನೆಯೇ ಇದ್ದಿರಲಿಲ್ಲ ಮತ್ತು ಕೊನೆಗೂ ಎಲ್ಲವೂ ಮುಗಿದಾಗ ನಾನು ನೆಮ್ಮದಿ ಕಂಡೆ.

ನನ್ನ ಮಗ ಮತ್ತು ಅವನ ಗೆಳೆಯರು ನಿಜಕ್ಕೂ ಪ್ರೋಮ್‌ಗೆ ಹೋಗುತ್ತಾರೆಯೇ ಇಲ್ಲವೇ ಎಂಬ ಅನುಮಾನವಿತ್ತು. ನಾನು ಅಷ್ಟೊಂದು ತಯಾರಿ ನಡೆಸಿದ್ದರೂ ನನ್ನ ಮಗ ಯಾವುದೇ ವಿವರಗಳನ್ನು ಮತ್ತು ಯೋಜನೆಗಳನ್ನು ನನಗೆ ಹೇಳಿರಲಿಲ್ಲ. (ತಮಗೆ ಮಗ, ಸಹೋದರ ಅಥವಾ ಬಾಯ್-ಫ್ರೆಂಡ್ ಇರುವವರೆಲ್ಲ, ನನ್ನೊಂದಿಗೆ ಸಹಮತಿಯಲ್ಲಿರುತ್ತಾರೆಂದು ನನಗೆ ಗೊತ್ತು.)

ಆಮೇಲೆ ಪ್ರೋಮ್‌ನ ವಾರ ಬಂದಾಗ, ಓಕ್ಲೆ ತಾನು ಹೋಗುತ್ತೇನೆಂದು ಬಯಸಿದ. ಎಲ್ಲವೂ ಕೊನೆಗಳಿಗೆಯ ತಯಾರಿ –ಟಕ್ಸೆಡೋ, ವಿಶೇಷವಾದ ಷೂಗಳು, ಪ್ರಯಾಣ, ಇನ್ನೂ ಏನೇನೋ. ಅವನ ಡೇಟ್‌ನ್ನು ಕೂಡಾ ನಿಶ್ಚೈಸಿರಲಿಲ್ಲ, ನನ್ನ ಹೆಣ್ಮಕ್ಕಳು ಗೋಗರೆಯುತ್ತಲೇ ಇದ್ದರೂ ಕೂಡಾ. ಅದು ನಿರ್ಧಾರವಾದುದು 48 ತಾಸುಗಳ ಅವಧಿಯಲ್ಲಿ.

ಕೊನೆಗೂ ಪ್ರೋಮ್ ಬಂದೇ ಬಿಟ್ಟಿತು ಎನ್ನುವಾಗ ನಾವು ಟಕ್ಸ್, ಟೆನ್ನಿಸ್ ಷೂಗಳನ್ನು, ಡೇಟ್‌ನ್ನು ಮತ್ತು ಪ್ರಿ-ಪ್ರೋಮ್ ಫೋಟೋ ಷೂಟಿಂಗ್‌ಗೆ ತಾಣವನ್ನು ಕಂಡುಕೊಂಡಾಯ್ತು. ಪೋಸ್ಟ್-ಪ್ರೋಮ್ ಪಾರ್ಟಿಯ ಬಗ್ಗೆಯೂ ನಾವು ಮಾತಾಡಿಕೊಂಡೆವು. ಅಯ್ಯೋ!

ನಾವು ಇನ್ನೇನು ಮನೆಯಿಂದ ಹೊರಗೆ ಕಾಲಿಡಬೇಕೆನ್ನುವಾಗ, ನನ್ನ ಗಂಡ, ಕ್ರಿಸ್, ಓಕ್ಲೆನ ನೆಕ್‌ಟೈಯನ್ನು ಬಿಗಿದರು. ನನ್ನ ಮಗಳು ಕೆಂಡಲ್, ಅದೇ ತಾನೆ ಕಾಲೇಜಿನಿಂದ ಮರಳಿದವಳು, ತಮ್ಮನನ್ನು ಕಂಡು, "ನೀನು ತುಂಬಾ ಚೆನ್ನಾಗಿ ಕಾಣಿಸುತ್ತಿದ್ದೀಯಾ ಓಕ್ಲೆ" ಎಂದಳು.

ಆ ಕ್ಷಣ ನಾನು ಅಲ್ಲಿಯೇ ಸ್ತಂಭೀಭೂತಳಾಗಿ ನಿಂತಿದ್ದೆ. ನನ್ನ ಮಗ ಎಷ್ಟೊಂದು ಚೆಲುವನಾಗಿ ಬೆಳೆದುಬಿಟ್ಟಿದ್ದಾನೆ ಎಂದುಕೊಂಡೆ. 18 ವರ್ಷಗಳು ಮಿಂಚಿನಂತೆ ಬೆಳಗಿ ಹೋಗಿದ್ದವು. ಮಗಳು ಕೆಂಡಲ್ ತನ್ನ ಕಾಲೇಜನ್ನು ಮುಗಿಸುವವಳಿದ್ದಳು, ಮತ್ತು ನನ್ನ ಹಿರಿಯ ಮಗಳು ಸೇವಿಯರ್ ಅದಾಗಲೇ ಪದವಿ ಶಿಕ್ಷಣ ಮುಗಿಸಿ ಬೋಸ್ಟನ್‌ನ ದೊಡ್ಡ ಕಂಪೆನಿಯೊಂದರಲ್ಲಿ ಉದ್ಯೋಗಕ್ಕೆ ಸೇರಿದ್ದಳು.

ನಾನು ಅಡುಗೆ ಕೋಣೆಯಲ್ಲೇ ನಿಂತಿದ್ದೆ. ನನಗನ್ನಿಸಿತು : ಸಮಯ ಎಷ್ಟು ಬೇಗನೇ ಸರಿದು ಹೋಗುತ್ತಿದೆ, ಮತ್ತು ಅದು ಇನ್ನು ಕೊಂಚ ನಿಧಾನವಾಗಿದ್ದರೆ ಎಷ್ಟು ಚೆನ್ನಾಗಿತ್ತು ಎಂದುಕೊಳ್ಳುತ್ತಿದ್ದೆ. ಸಮಯದ ಒಂದು ಕ್ರೂರ ಪದ್ಧತಿಯೆಂದರೆ, ನೀವು ಅದನ್ನು ನಿಧಾನಿಸಿ ಅಥವಾ ವೇಗವಾಗಿಸಿ, ಅದರ ಪಾಡಿಗೆ ಅದು ಚಲಿಸುತ್ತಲೇ ಇರುತ್ತದೆ. ಅದೊಂದು ಕರಗುವ ಮಂಜುಗಡ್ಡೆಯ ಹಾಗೆ.

ಒಂದು ನಿಮಿಷ ಅಲ್ಲಿತ್ತು... ಮುಂದಿನ ಕ್ಷಣ ಹೊರಟುಹೋಗಿದೆ.

ದುಃಖದ ಸಂಗತಿಯೆಂದರೆ ನಾನಾಗಲೀ ನೀವಾಗಲೀ ಐಸ್ ಕ್ಯೂಬ್ ಕರಗುವುದನ್ನು ನಿಲ್ಲಿಸಲಾಗದು. ಒಂದು ಮಾಡಬಹುದು, ನಮ್ಮ ಬದುಕಿನ ಹೆಚ್ಚಿನ ಸಮಯವನ್ನು ನಾವು ಪ್ರೀತಿಸುವವರ ಜೊತೆಗೇ ಕಳೆಯುವಂತೆ ಮಾಡಬೇಕು. ಇಂತಹ ಸನ್ನಿವೇಶಗಳಲ್ಲಿ ನಾನು ಸಮಯದೊಂದಿಗೆ ಓಡುತ್ತಿರುತ್ತೇನೆ, ಹಾಗಿದ್ದಾಗ ಬದುಕನ್ನು ನಿಮಗೆ ಸವಿಯಲು ಆಗುವುದಿಲ್ಲ. ನಾನು ಓಕ್ಲೆಯ ಕೊನೆಯ ನಿಮಿಷದ ಹೊಯ್ದಾಟವನ್ನು ಹಾಗೆ ಒತ್ತಡದಿಂದ ಆತಂಕದಿಂದ ನಿಭಾಯಿಸುವುದು ಬೇಕಿತ್ತೇ? ಇಲ್ಲ.

ನೀವಿದನ್ನು ಸ್ವತಃ ಅನುಭವಿಸಿದ್ದಿರಬಹುದು, ನಿಮಗೊಬ್ಬ ಮಗನಿರುತ್ತಿದ್ದರೆ, ಹಾಗಿಲ್ಲದಿದ್ದರೂ, ಪೂರ್ತಿ ರಜಾದಿನವನ್ನು ಪೋಲಾಗಿರುವ ಒಂದು ದಿನದ ಬಗೆಗೆ ನಿಮ್ಮ ಪರಿವಾರದವರ ಟೀಕೆಗೆ ಗುರಿಯಾಗಿದ್ದರೂ ಇರಬಹುದು. ನಿಮ್ಮ ವರ್ಷಾನುಗಟ್ಟಲೆ ಸಮಯವನ್ನು ಅರ್ಥವಿಲ್ಲದ ವಿಷಯಗಳಲ್ಲಿ ಹಾಳುಮಾಡಿಕೊಂಡಿದ್ದಿರಬಹುದು ಅಥವಾ ತಡರಾತ್ರಿಯಲ್ಲಿ ಸುಮ್ಮನೆ ಕೆಲಸಕ್ಕೆ ಹಚ್ಚಿಕೊಂಡು. ನೀವು ಸುಲಭವಾಗಿ ಆತಂಕಗೊಳ್ಳುವುದಕ್ಕೆ ಅವಕಾಶವಿದ್ದಿರುತ್ತದೆ. ಅದರ ಬದಲು ಆ ಸಮಯದಲ್ಲಿ ನೀವು ಆರಾಮವಾಗಿ ಕಾಲಕಳೆಯುವ ಸಾಧ್ಯತೆಯೇ ಹೆಚ್ಚಿತ್ತು.

ಕ್ರಿಸ್, ಓಕ್ಲೆಯ ನೆಕ್‌ಟೈಯನ್ನು ಬಿಗಿಯುತ್ತಿದ್ದ ಹಾಗೆ ನಾನು ಅಡುಗೆಕೋಣೆಯಲ್ಲೇ ನಿಂತು ನೋಡುತ್ತಲಿದ್ದೆ. ನಾನೊಂದು ಆಳವಾದ ನಿಟ್ಟುಸಿರು ತೆಗೆದು, ಸೀದಾ ಓಕ್ಲೆಯ ಬಳಿಗೆ ಸಾರಿ ಅಪ್ಪಿಕೊಂಡು ಮುದ್ದಾಡಿದೆ. ನಾನು ಅವನನ್ನು ನೋಡುತ್ತ, "ನೀನೆಷ್ಟು ಚೆಲುವಾಗಿ ಕಾಣಿಸುತ್ತಿದ್ದೀಯಾ," ಎಂದೆ.

"ಧನ್ಯವಾದ ಮೊಮ್." ಹಾಗೆಯೇ ಅವನು ಸಮಯವನ್ನು ನೋಡಿಕೊಂಡು, ಆತುರದಿಂದ, "ಡ್ಯಾಡ್, ಅದಾಗಲೇ ಹೊತ್ತಾಯ್ತು, ನಾವೀಗಲೇ ಹೊರಡಬೇಕು!" ಎಂದ.

ಇದೇ ರೀತಿ ಸಮಯ ಸರಿಯುತ್ತಲೇ ಇರುತ್ತದೆ. ಬದುಕೇ ಹಾಗೆ. ಒಂದು ಕ್ಷಣ ನೀವು ಸಮಯಕ್ಕಾಗಿ ಒದ್ದಾಡುತ್ತಿದ್ದರೆ, ಇನ್ನೊಂದು ಕ್ಷಣ ಸಮಯವೇ ಹೋಗುವುದಿಲ್ಲವೆಂದು ಗೋಗರೆಯುತ್ತೀರಿ. ನಿಮ್ಮ ಕೀಗಳನ್ನು ಹುಡುಕುವುದೋ, ಅಡುಗೆಕೋಣೆಯ ಸಿಂಕ್‌ನಲ್ಲಿ ಬಿದ್ದಿರುವ ಪಾತ್ರೆಪಗಡಿಗಳನ್ನು ಕಂಡು, ಸಿಟ್ಟಿಗೇಳುವುದೋ ಮಾಡುತ್ತಿರುತ್ತೀರಿ.

ಹೊರಡುವ ವೇಳೆ ನಾನು ಫ್ರಿಜ್‌ನ ಬಾಗಿಲನ್ನು ತೆರೆದು, ಸ್ಥಳೀಯ ಹೂಗಳ ಅಂಗಡಿಯಿಂದ ತಂದು ನಾನು ಓಕ್ಲೆಯ ಡೇಟ್‌ಗಾಗಿ ಆಸ್ಥೆಯಿಂದ ತಯಾರಿಸಿದ ಸುಂದರ ಕೋರ್ಸೇಜ್‌ನ್ನು ಎತ್ತಿಕೊಂಡೆ. ಅವನು ನನ್ನತ್ತ ಒಂದು ನೋಟವನ್ನು ಬೀರಿ, "ಮೋಮ್, ಅವಳಿಗೆ ಅದೆಲ್ಲ ಇಷ್ಟವಾಗುವುದಿಲ್ಲ. ಅದನ್ನು ತರಬೇಡ." ನಾನು ಅವನತ್ತ ದುರುಗುಟ್ಟಿ ನೋಡಿದೆ. "ಆದರೆ ಇದು ಅಷ್ಟೊಂದು ಸುಂದರವಾಗಿದೆ ಕಂದ," ಎಂದೆ. "ಖಂಡಿತವಾಗಿಯೂ ಬೇಡವೆನ್ನುತ್ತೀಯಾ?"

"ನಾನು ಆಗಲೇ ಹೇಳಿದೆ, ಅವಳಿಗೆ ಬೇಡವೆಂದು ಆಗಲೇ ಹೇಳಿದ್ದಾಳೆ."

"ಸರಿ ಹಾಗಾದರೆ, ನಾನು ನನ್ನಷ್ಟಕ್ಕೆ ತಂದರೆ ಹೇಗೆ, ಅವಳಿಗೆ ಬೇಕಿದ್ದರೆ ತೊಟ್ಟುಕೊಳ್ಳಲಿ... ಬೇಡವೆಂದರೆ ಬೇಡ."

ಅವನು ದುರುಗುಟ್ಟಿ ನೋಡಿದ, "ಮೋಮ್, ದಯವಿಟ್ಟು. ನೀನು ಕೂಡಾ ಅದನ್ನು ತರಬೇಡ."

ನಾನು ನನ್ನ ಮಗಳು ಕೆಂಡಲ್ ಕಡೆಗೆ ಕಣ್ಣು ಹೊರಳಿಸಿದೆ. ಅವಳೇನಾದರೂ ನನಗೆ ಬೆಂಬಲ ನೀಡಬಹುದೇನೋ ಎಂಬಂತೆ. ಅವಳು ತಲೆಯಾಡಿಸಿ, "ಮೋಮ್, ಬಿಟ್ಟುಬಿಡು. ಅವನಿಗೆ ನರ್ವಸ್ ಆಗುತ್ತಿದೆ. ಅವನು ಬಯಸುವ ಹುಡುಗಿ ಯಾರೆಂದು ಅವನಿಗಿನ್ನೂ ತಿಳಿದಿಲ್ಲ. ಒತ್ತಾಯಿಸದಿರು."

ನಾನು ಸಿಟ್ಟಿಗೆದ್ದೆ ಮಾತ್ರವಲ್ಲ ತುಸು ನೋವನ್ನೂ ಅನುಭವಿಸಿದೆ. ನಾನು ಆನ್‌ಲೈನ್‌ನಲ್ಲಿ ಕಷ್ಟಪಟ್ಟು ಹೂಗಳ ಈಚಿನ ಮಾದರಿಗಳನ್ನು ಜಾಲಾಡಿಸಿ ಅವನ ಡೇಟ್‌ಗಾಗಿ ಅತ್ಯಂತ ಉತ್ತಮ ಕೋರ್ಸೇಜ್‌ನ್ನು ಸಂಘಟಿಸಿದ್ದೆ. ಮತ್ತೆ ಕೆಳಗಡೆಗೆ ಡ್ರೈವ್ ಮಾಡಿ ಹಣತೆತ್ತು ತಂದಿದ್ದೆ. ಇದೀಗ ನಾನು ಅವನಿಗೋಸ್ಕರ ಒಂದು ಉತ್ತಮ ಕೆಲಸವನ್ನು ಮಾಡಿದ್ದರೆ, ಅವನು ಅದಕ್ಕೋಸ್ಕರ ಕೃತಜ್ಞತೆಯನ್ನು ಹೇಳುವ ಬದಲು ನನ್ನತ್ತ ಬೊಗಳುತ್ತಿದ್ದಾನೆ. ಅಷ್ಟೇ ಅಲ್ಲದೆ ಇದು ಅವನ ಮೊದಲ ಪ್ರೋಮ್, ಅವನಿಗೇನು ಗೊತ್ತಿರುತ್ತದೆ?

ಆದ್ದರಿಂದ ನಾನು ಕೋರ್ಸೇಜ್‌ನ್ನು ನನ್ನ ಪರ್ಸ್‌ನಲ್ಲಿ ತುರುಕಿಸಿದೆ. ನಂತರ ನಾವು ಹೊರಗಡೆಗೆ ಸಾಗಿ ಅಲ್ಲಿ ನಡೆಯುತ್ತಿದ್ದ ಪ್ರಿ-ಪ್ರೋಮೋ ಫೋಟೋ ಸೆಷನ್‌ನಲ್ಲಿ ಸೇರಿಕೊಂಡೆವು. ನಾವಲ್ಲಿ ಪ್ರವೇಶಿಸಿದ ತಕ್ಷಣ ಓಕ್ಲೆ ನಮ್ಮನ್ನು ಅವನ ಡೇಟ್‌ಗೆ ಪರಿಚಯಿಸಿದ, ಅದೇ ವೇಳೆ ಆಕೆ ಒಂದು ಬೌಟೊನೇರ್‌ನ್ನು ಎಳೆದು ಅವನ ಲೇಪಲ್‌ಗೆ ತೊಡಿಸುವ ವೇಳೆ ಪಿನ್ ಮಾಡಲು ಕ್ರಿಸ್ ಸಹಾಯ ಮಾಡಬಹುದೇ ಎಂದು ಕೇಳಿದಳು. ನನಗೆ ಯಾಕೋ ಸರಿಬೀಳಲಿಲ್ಲ.

ನಾನು ಮರುಕ್ಷಣದಲ್ಲೇ ನನ್ನ ಪರ್ಸ್‌ನಲ್ಲಿದ್ದ ಕೋರ್ಸೇಜ್‌ನ್ನು ಲಾಟರಿ ಹೊಡೆದ ಟಿಕೆಟ್‌ನ್ನು ಹೊರಗೆಳೆದಂತೆ ಹೊರಕ್ಕೆ ತಂದೆ ಮತ್ತು ಅವಳಿಗೆಂದೆ, "ಓಕ್ಲೆ ನಿನಗಿಂಥದ್ದೆಲ್ಲ ಇಷ್ಟವಿಲ್ಲವೆಂದು ಹೇಳಿದ್ದ, ಆದರೆ ನಾನು ಇದನ್ನು ನಿನಗೋಸ್ಕರ ಮಾಡಿ ತಂದಿದ್ದೇನೆ," ಎಂದೆ.

ಓಕ್ಲೆ ನನ್ನೆಡೆಗೆ ದುರುಗುಟ್ಟಿ ನೋಡಿದ. ನಾನು ಬಾಯಿತೆರೆಯಲಿಲ್ಲ. ಅವನು ತನ್ನ ಡೇಟ್ ಕಡೆಗೆ ತಿರುಗಿ, ಕ್ಷಮೆ ಯಾಚಿಸುವಂತೆ, "ನೀನು ಇದನ್ನು ತೊಡಬೇಕಿಲ್ಲ," ಎಂದ.

ಅವಳು ಹಿಂದಿರುಗಿ ನೋಡಿ, "ಇರಲಿ, ನಾನಿದನ್ನು ತೊಟ್ಟುಕೊಳ್ಳುತ್ತೇನೆ."

ಈಗ ನನ್ನ ಕಣ್ಣಿಗೆ ಬಿತ್ತು, ಅವಳು ತನ್ನದೇ ಕೋರ್ಸೇಜ್‌ನ್ನು ತಯಾರಿಸಿ ಮೊಣಕೈಯ್ಯಲ್ಲಿ ಧರಿಸಿದ್ದಳು. ಕೆಂಡೆಲ್ ಕಣ್ಣು ತಿರುಗಿಸಿದಳು. ಕ್ರಿಸ್ ನೋಟವನ್ನು ಬೇರೆಡೆಗೆ ತಿರುಗಿಸಿದರು.

ಆವಿಯಾಗಲು ಸಾಧ್ಯವಿದ್ದಿದ್ದರೆ ಆಗಲೇ ಆವಿಯಾಗುತ್ತಿದ್ದೆ. ಓಕ್ಲೆ ನನ್ನ ಕೈಯಿಂದ ಪ್ಲಾಸ್ಟಿಕ್ ಪೆಟ್ಟಿಗೆಯನ್ನು ಕಸಿದುಕೊಂಡು ಮುಂದೆ ಚಾಚಿದ ಅವಳ ಇನ್ನೊಂದು ಮೊಣಕೈಯ್ಯಲ್ಲಿ ಕಟ್ಟಿದ. ಆಮೇಲೆ ಕ್ರಿಸ್ ಓಕ್ಲೆನ ಟಕ್ಸ್‌ಗೆ ಬೌಟೆನೀರ್‌ನ್ನು ಜೋಡಿಸಿದರು. ನಾವು ಕೆಲವು ಫೋಟೋಗಳನ್ನು ತೆಗೆದುಕೊಂಡೆವು. ಅಷ್ಟರಲ್ಲಿ ಮಳೆ ಶುರುವಾಯಿತು. ಅದು ಮುಸಲಧಾರೆಯಂತೆ ಧಾರಾಕಾರವಾಗಿ ಹೊಯ್ಯತೊಡಗಿತು. ಹವಾಮಾನ ವರದಿಯಲ್ಲಿ ಮಳೆಯ ಸಾಧ್ಯತೆ ಇದ್ದಿರಲಿಲ್ಲವಾದ್ದರಿಂದ 20 ಹುಡುಗರೂ ರೈನ್ ಜಾಕೆಟ್ ಇಲ್ಲವೇ ಕೊಡೆಯನ್ನು ತಂದಿರಲಿಲ್ಲ.

ಈ ಮಕ್ಕಳು ಮಳೆಯಲ್ಲಿ ನೆನೆಯಬೇಕಿತ್ತು. ನನಗನ್ನಿಸಿತು. ಆದರೆ ಮಕ್ಕಳಿಗೆ ಅದೊಂದು ಸಮಸ್ಯೆಯೇ ಆಗಿರಲಿಲ್ಲ. ಅವರೆಲ್ಲ ಜೊತೆಯಾಗಿ ಮಾತಾಡಿಕೊಳ್ಳುತ್ತಿದ್ದರು. ಅವರಲ್ಲೊಬ್ಬ, "ಸರಿ, ಈಗ ರಾತ್ರಿಯ ಡಿನ್ನರ್‌ಗೆ ಏನು ಮಾಡೋಣ?" ಎಂದ.

ನಾನು ಓಕ್ಲೆಯ ಕಡೆಗೆ ಬಾಗಿ ಪಿಸುಗುಟ್ಟಿದೆ, "ಓಕ್, ನೀವೆಲ್ಲ ಪ್ರೋಮ್‌ಗೆ ಮೊದಲು ರಾತ್ರಿಯ ಭೋಜನಕ್ಕಾಗಿ ಕಾದಿರಿಸಿದ್ದಿಲ್ಲವೇ?"

"ಇಲ್ಲ."

ನಾನು ನನ್ನ ಗಂಡನ ಕಡೆಗೆ ನೊಡಿ, "ಅವರ ಡಿನ್ನರ್‌ಗೆ ಕಾಯ್ದಿರಿಸಿಲ್ಲವೇ?"

ಆತ ತಲೆಯಾಡಿಸಿ, "ನಾನು ಹಾಗೇನೇ ಊಹಿಸಿದ್ದೇನೆ."

ಈ ವಿಷಯ ನನ್ನ ಗಂಡನಿಗಾಗಲೀ, ಮಗನಿಗಾಗಲೀ ದೊಡ್ಡದೆನಿಸಲಿಲ್ಲ ಎಂಬುದೇ ಆಶ್ಚರ್ಯ. "ಪ್ರೋಮ್‌ಗೆ ಮೊದಲು ಈ 20 ಮಂದಿ ಎಳೆಯರು ರಿಸರ್ವೇಶನ್ ಇಲ್ಲದೆ ಎಲ್ಲಿ ತಿನ್ನುತ್ತಾರೆ?" ನನ್ನ ಹೆಣ್ಮಕ್ಕಳು ಇದನ್ನು ಒಂದು ತಿಂಗಳ ಹಿಂದೆಯೇ ಪ್ಲ್ಯಾನ್ ಮಾಡಿದ್ದರು.

ಓಕ್ ಮತ್ತು ಅವನ ಸ್ನೇಹಿತರು ಗುಂಪಾಗಿ ತಮ್ಮ ತಮ್ಮ ಅಯ್ಕೆಗಳನ್ನು ಚರ್ಚಿಸುತ್ತಿದ್ದರು. ನಾನು ಅವರನ್ನು ನೋಡುತ್ತ ಹೇಳಿದೆ, "ನಿಮ್ಮ ರಾತ್ರಿಯ ಊಟದ ವ್ಯವಸ್ಥೆ ಏನಾದರೂ ಮಾಡಿಕೊಂಡಿದ್ದೀರಾ?"

ಓಕ್ಲೆ ನನ್ನೆಡೆಗೆ ನೋಡಿ, ಹದಿಹರೆಯದ ಹುಡುಗನೊಬ್ಬ ಹೇಳುವ ತರಹ ಹೇಳಿದ, "ನನಗನ್ನಿಸ್ತಿದೆ, ನಾವು ಹೊರಗಡೆ ಅಮಿಗೋಸ್‌ಗೆ ಹೋಗ್ತಾ ಇದ್ದೀವಿ ಅಂತ!"

ಅಮಿಗೋಸ್ ಅಂದ್ರೆ ನಗರದ ಕೇಂದ್ರ ಭಾಗದಲ್ಲಿರುವ ಒಂದು ರೆಸ್ಟೋರೆಂಟ್. ಆದರೆ ಸಮಸ್ಯೆಯೆಂದರೆ ಅಲ್ಲಿರುವುದು ಕೇವಲ ನಾಲ್ಕು ಟೇಬಲ್‌ಗಳು. ಚಿಕ್ಕ ಶೆಡ್‌ನ ತರಹವಿತ್ತು. ಎಲ್ಲಾ ಅಮ್ಮಂದಿರು ತಕ್ಷಣ ನಡುಗಿಹೋದರು. ಈಗ ಅಪ್ಪಂದಿರು ಕೂಡಾ ಅವರ ಯೋಜನೆಯನ್ನು ಪ್ರಶ್ನಿಸುವ ಹಾಗಾಯ್ತು. ಇಪ್ಪತ್ತು ಮಂದಿ ಮಕ್ಕಳು ತಮ್ಮ ಕಪ್ಪು ಟೈಯನ್ನು ಕಟ್ಟಿಕೊಂಡು, ಮಳೆಯಲ್ಲಿ ನೆನೆಯುತ್ತ, ಕೊಡೆಯ ಆಸರೆಯಿಲ್ಲದೆ ಅದೊಂದು ಚಿಕ್ಕ ಫಾಸ್ಟ್‌ಫುಡ್ ಜಾಯಿಂಟ್‌ಗೆ ಹೋಗುತ್ತಾರಂತೆ.

ಇದೀಗ ನಿಮ್ಮ ಶರೀರ ಎರಡು ಹೆಜ್ಜೆ ಮುಂದಕ್ಕೆ ಸಾಗಿ ಏನೋ ಹೇಳಹೊರಟಂತಾದರೂ, ಅದು ಅಸಂಮಂಜಸವೇನೂ ಅಲ್ಲವಲ್ಲ? ನಾನೊಬ್ಬಳೇ ತಾಯಿ ಮಧ್ಯೆ ಪ್ರವೇಶಿಸುವವಳು ಅಂದುಕೊಂಡರೆ ಇನ್ನಷ್ಟು ತಾಯಂದಿರು ಮುಂದೆ ಬಂದರು. ಡಜನ್‌ಗಟ್ಟಲೆ ತಾಯಂದಿರು ಮುಂದೆ ಬಂದು ಸನ್ನಿವೇಶವನ್ನು ತಮ್ಮ ನಿಯಂತ್ರಣಕ್ಕೆ ತರಲು ಯತ್ನಿಸಿದರು. ನಾನು ನನ್ನ ಫೋನ್‌ನಲ್ಲಿ ಇಪ್ಪತ್ತು ಮಂದಿಗಿಂತ ಹೆಚ್ಚು ಜನಕ್ಕೆ ಕುಳಿತುಕೊಳ್ಳಲು ಸಾಧ್ಯವಿರುವ ರೆಸ್ಟೋರೆಂಟ್‌ನ್ನು ಹುಡುಕಲು ಶುರು ಮಾಡಿದೆ. ಯಾವುದೂ ಲಭ್ಯವಿರಲಿಲ್ಲ. ಕೆಂಡೆಲ್ ನನ್ನನ್ನೇ ಗಮನಿಸುತ್ತಿದ್ದಳು. ನಾನು ಇತರ ಹೆತ್ತವರ ಕಡೆಗೆ ನೋಡಿ ಬೊಬ್ಬಿರಿದೆ, "ನನಗೆಲ್ಲಿಯೂ ದೊಡ್ಡ ರೆಸ್ಟೋರೆಂಟ್ ಕಂಡುಬಂದಿಲ್ಲ. ಇಲ್ಲಿಗೇ ಪಿಜ್ಜಾವನ್ನು ತರಿಸಿದರೆ ಹೇಗೆ?"

ಅದೇ ಸಮಯಕ್ಕೆ ನನ್ನ ಮಗಳು ನನ್ನೆಡೆಗೆ ಹಾಯ್ದುಬಂದು ನನ್ನ ಫೋನ್ ಕಸಿದುಕೊಂಡಳು ಮತ್ತು ನನ್ನ ತೋಳನ್ನು ಜಗ್ಗಿ ಹಿಡಿದು ನನ್ನ ಕಣ್ಣಲ್ಲಿ ಕಣ್ಣಿಟ್ಟು ನೋಡತೊಡಗಿದಳು.

"ಅಮ್ಮಾ, ಓಕ್ಲೆ ಮತ್ತು ಅವನ ಸ್ನೇಹಿತರು ಟ್ಯಾಕೋ ಬಾರ್‌ಗೆ ಹೋಗ್ತಾ ಇದ್ದಾರಂತೆ, ಪ್ರಿ–ಪ್ರೋಮ್‌ಗಾಗಿ. ಅವರನ್ನು ಅವರಷ್ಟಕ್ಕೇ ಬಿಟ್ಟುಬಿಡಲ್ಲ."

"ಆದರೆ ಅದು ತುಂಬಾ ಚಿಕ್ಕದು. ಅವರೆಲ್ಲ ಒದ್ದೆಮುದ್ದೆಯಾಗ್ತಾರೆ," ನಾನೆಂದೆ.

"ಅಮ್ಮಾ, ಅವರು ನೆನೆಯಲಿ ಬಿಡು."

"ಅವನ ಹೊಸ ಸ್ನೀಕರ್ ಹಾಳಾಗಿ ಹೋಗ್ತದೆ."

"ಅವು ಹಾಳಾಗಿಹೋಗಲಿ ಬಿಡು."

"ಕೆಂಡಲ್, ಅವರೆಲ್ಲ ಇನ್ನೂ ಹೊಚ್ಚಹೊಸಬರು ತಾನೇ!"

"ಅಮ್ಮಾ! ನಿನಗೆ ಸಿಟ್ಟು ಬರುತ್ತದೆ. ಅವರು ಅವರಷ್ಟಕ್ಕೇ ತಮ್ಮ ಪ್ರೋಮ್ ತೋರಿಸಿಕೊಳ್ಳಲಿ ಬಿಡು. ಅವರಿಗೆ ಎಲ್ಲಿ ಬೇಕೋ ಅಲ್ಲಿಗೆ ಹೋಗಿ ತಿನ್ನಲಿ. ಇದು ಅವರ ಪ್ರೋಮ್. ನಿನ್ನದಲ್ಲವಲ್ಲ. ಸುಮ್ಮನೆ ಇದ್ದುಬಿಡು."

ಲೆಟ್ ದೆಮ್

ಪರಿಣಾಮ ತಕ್ಷಣ ಹೊಮ್ಮಿತು. ನನ್ನೊಳಗೆ ಅದೇನೋ ಮೃದುತನ ನವಿರಾಗಿ ಚಿಮ್ಮಿತು. ನನ್ನಲ್ಲಿನ ಆತಂಕ ಮಾಯವಾಗುತ್ತ, ನನ್ನ ಮನಸ್ಸಿನ ಓಟ ನಿಂತಿತು ಮತ್ತು ನಿಯಂತ್ರಿಸಲು ಯತ್ನಿಸುತ್ತಿರುವ ಒತ್ತಡ ಆವಿಯಾಯಿತು. ನಾನೇಕೆ ಅದರಲ್ಲಿ ತಲೆಹಾಕಬೇಕು? ನಾನೇಕೆ ಸನ್ನಿವೇಶವನ್ನು ನಿಭಾಯಿಸಬೇಕು? ಈವೊತ್ತಿನ ರಾತ್ರಿ ಊಟಕ್ಕೆ ಏನು ಮಾಡಬೇಕು ಎಂಬುದು ನನ್ನ ಕಾಳಜಿಯಿರಬೇಕು. ವೃಥಾ ನಾನೇಕೆ ತಲೆಕೆಡಿಸಿಕೊಳ್ಳಬೇಕು?

ಲೆಟ್ ದೆಮ್. ಅದು ಅವರ ಪ್ರೋಮ್, ನಿನ್ನದಲ್ಲ. ಅದನ್ನು ನಿಯಂತ್ರಿಸುವ, ನಿರ್ಣಯಿಸುವ, ಅಥವಾ ನಿರ್ವಹಿಸುವುದನ್ನು ನಿಲ್ಲಿಸು, ಮತ್ತೆ *ಲೆಟ್ ದೆಮ್*.

ಹಾಗೆಯೇ ನಾನು ಮಾಡಿದೆ. ಇತರ ಹೆತ್ತವರು ಮಕ್ಕಳನ್ನು ಓಲೈಸುವಂತೆ ನಾನು ಓಕ್ಲೆ ಬಳಿಗೆ ಹೋಗಿ ನಕ್ಕೆ. "ಈಗೇನು?" ಅವನೆಂದ. "ಇಗೋ ನಲ್ವತ್ತು ಡಾಲರ್ ಇದೆ, ತಗೋ ಅಮಿಗೋಸ್‌ಗೆ," ನಾನೆಂದೆ. "ಪ್ರೋಮ್ ಭರ್ಜರಿಯಾಗಿರಲಿ."

ಅವನು ನಕ್ಕ, ನನಗೊಂದು ದೀರ್ಘ ಅಪ್ಪುಗೆಯನ್ನು ನೀಡಿದ, ಮತ್ತು ಹೇಳಿದ, "ಥ್ಯಾಂಕ್ಸ್ ಮೊಮ್, ನಾವು ನಮ್ಮಷ್ಟಕ್ಕೇ ಆಡುತ್ತೇವೆ."

ನಂತರ ನಾನು ನೋಡನೋಡುತ್ತಿದ್ದಂತೆಯೆ ಓಕ್ ಮತ್ತು ಅವನ ಡೇಟ್ ಬಾಗಿಲಿನಿಂದ ಹೊರಕ್ಕೆ ಮಳೆಯಲ್ಲೇ ನೆನೆಯುತ್ತ ಸಾಗಿದರು. ಆ ಬಿರುಗಾಳಿಯಲ್ಲೇ ಅವರು ಸಾಗುತ್ತಿರುವುದನ್ನು, ಅವಳ ಗೌನ್‌ನಲ್ಲಿ ಮಣ್ಣು ಮೆತ್ತಿಕೊಳ್ಳುವುದನ್ನು, ಅವನ ಹೊಸ ಸ್ನೀಕರ್‌ಗಳು ಹಾಳಾಗುತ್ತಿರುವುದನ್ನು ಕಂಡೆ. ನನಗೆ ಅವೆಲ್ಲ ಅಮುಖ್ಯವೆನಿಸಿತು. ನಿಜಕ್ಕೂ ನಾನು ಬಹಳ ಚೂಟಿಯಾದಂತೆ ಅನ್ನಿಸಿತು.

ಒಂದು ಸಣ್ಣ ಸಮಯದಲ್ಲೇ ನನ್ನಲ್ಲಿ ಮೂಲಭೂತವಾಗಿ ಪರಿವರ್ತನೆಯಾಗಿ ಪೂರ್ತಿ ಬದುಕೇ ಬದಲಾಗಬಹುದೆಂದುನ್ನು ನಾನು ನಿರೀಕ್ಷಿಸಿರಲಿಲ್ಲ.

ಲೆಟ್ ದೆಮ್... ಅದೆಂತಹ ಅದ್ಭುತ ಕಲ್ಪನೆ

ಒಂದೇ ವಾರದಲ್ಲಿ, ಎಷ್ಟೊಂದು ಬದಲಾವಣೆಯನ್ನು ನಾನು ಅನುಭವಿಸಿದೆ ಎಂಬುದನ್ನು ಊಹಿಸಲೂ ಆಗಲಿಲ್ಲ. ಯಾವಾಗಲಾದರೊಮ್ಮೆ ನನಗೆ ಒತ್ತಡದ, ಆತಂಕದ ಅಥವಾ ನಿರಾಶೆಯ ಅನುಭವವಾದಾಗ, ತಮಾಷೆಯೆಂದರೆ, ಅದು ಇನ್ನೊಬ್ಬರ ವಿಷಯವಾಗಿರುತ್ತದೆ.

ಲೆಟ್ ದೆಮ್, ಅವರು ಬೇಕರಿಯಲ್ಲಿ ಬಾಗೆಲ್ ಮಾರಿಬಿಡುತ್ತಾರೆ.

ಲೆಟ್ ದೆಮ್, ಓಕ್ಲೆ ತಡರಾತ್ರಿಯಲ್ಲಿ ಹೊರಗಡೆ ಇರುವುದನ್ನು ನಾನು ಬಯಸದಿದ್ದರೂ ಅವನನ್ನು ಅವನಷ್ಟಕ್ಕೇ ಬಿಟ್ಟುಬಿಡುತ್ತೇನೆ.

ಲೆಟ್ ದೆಮ್ ಅಜ್ಜಿ ವಾರ್ತೆಯನ್ನು ಜೋರಾಗಿ ಓದ್ತಾರೆ: "ನಿಮಗೆ ಕೇಳಿಸ್ತಿದೆಯಾ?"

ಲೆಟ್ ದೆಮ್ ಸಿಂಕ್‌ನಲ್ಲಿ ಬಹಳಷ್ಟು ಪಾತ್ರೆಗಳು ಬಿದ್ದಿವೆ.

ಲೆಟ್ ದೆಮ್ ನೆರೆಮನೆಯವರ ನಾಯಿ ದಿನವಿಡೀ ಬೊಗಳುತ್ತಾ ಇದೆ.

ಲೆಟ್ ದೆಮ್ ಯಾವತ್ತೂ ನಮ್ಮ ಪರಿವಾರದವರು ತಡವಾಗಿಯೇ ಹೊರಡುತ್ತಾರೆ.

ಲೆಟ್ ದೆಮ್ ನನ್ನ ಹುದ್ದೆಯ ಬಗ್ಗೆ ಸಂಬಂಧಿಗಳು ಏನೇನೋ ಟೀಕಿಸುತ್ತಾರೆ.

ಲೆಟ್ ದೆಮ್ ನನ್ನ ಆನ್‌ಲೈನ್‌ನ ಫೋಟೋವನ್ನು ಜನರು ದ್ವೇಷಿಸುತ್ತಾರೆ.

ಲೆಟ್ ದೆಮ್ ನನ್ನ ತಾಯ್ತನದ ಬಗ್ಗೆ ಅತ್ತೆ ಗೊಣಗುಟ್ಟುತ್ತಾರೆ.

ಈ ಎರಡು ಸರಳ ಶಬ್ದಗಳು: *ಲೆಟ್ ದೆಮ್*, ಎಲ್ಲವೂ ಬದಲಾಯಿತು. ಇದರಿಂದಾಗಿ ನನ್ನ ಬದುಕಿನ ಮೇಲಿನ ನನ್ನ ಹಿಡಿತ ಸಡಿಲವಾಗುತ್ತ ಹೋಯಿತು. ನನ್ನ ಕೆಲಸದಲ್ಲಿನ ಸನ್ನಿವೇಶಗಳು ನನಗೆ ಯಾವ ರೀತಿಯಲ್ಲೂ ಬಾಧಕವಾಗಲಿಲ್ಲ.

ನನ್ನನ್ನು ರೇಗಿಸುತ್ತಿದ್ದ ಜನರು ಹಾಗೆ ಮಾಡುವುದನ್ನು ನಿಲ್ಲಿಸಿದರು. ನನ್ನ ಬದುಕಿನ ಮೇಲಣ ನನ್ನ ಬಿಗಿ ಹಿಡಿತ ಸಡಿಲವಾಗುತ್ತ ಬಂತು. ನನ್ನ ಕೆಲಸದ ಸ್ಥಳದಲ್ಲಿನ ಒತ್ತಡದಂತಹ ಸನ್ನಿವೇಶಗಳು, ಅವನ್ನು ಮನೆಗೆ ಹಿಂದಿರುಗಿದ ಬಳಿಕ ನನ್ನ ಪರಿವಾರಕ್ಕೆ ವರದಿ ಒಪ್ಪಿಸುವುದು

ನಿಂತುಹೋಯಿತು. ಮೂಕ ಚಿಂತೆಗಳು, ಯೋಚನೆಗಳು, ಮುಂತಾದ ಅವೇನು ಮಿದುಳನ್ನು ತಿನ್ನುತ್ತಿದ್ದವೋ, ಅಂತಹ ನಾಟಕಗಳೆಲ್ಲ ಮುಕ್ತಾಯಕ್ಕೆ ಬಂದು ಅವು ಇನ್ನಷ್ಟು ಪ್ರಮುಖ ವಿಷಯಗಳತ್ತ ಕೇಂದ್ರಿತವಾಗತೊಡಗಿದವು. ಅವರನ್ನು ಅವರಷ್ಟಕ್ಕೇ *ಲೆಟ್ ದೆಮ್* ಎನ್ನುವುದು ನನ್ನ ಸಮಯದ ಹಾಳು ಮಾತ್ರವಲ್ಲ, ಅಂತಹವು ನನ್ನ ಗಮನಕ್ಕೆ ಅರ್ಹವಾದವುಗಳಲ್ಲ ಎಂದು ವೇದ್ಯವಾದವು. ಎಲ್ಲರಿಗೂ ನನ್ನ ಶಕ್ತಿಯ ವ್ಯಯ ಸಲ್ಲದು ಅನ್ನಿಸಿತು. ಅದೊಂದು ಮುಕ್ತವಾಗುವ ಸಮಯ.

ನಾನೆಷ್ಟು ಅವರನ್ನು ಅವರಷ್ಟಕ್ಕೆ *ಲೆಟ್ ದೆಮ್* ಎಂದೆನೋ, ನನಗೆ ಸಾಕಷ್ಟು ಸಮಯದ ಉಳಿತಾಯವಾಗತೊಡಗಿತು. ಯೋಚಿಸಲು ಸಮಯ. ಉಸಿರಾಡಲು ಸಮಯ. ಮೋಜುಮಸ್ತಿಗೆ ಸಮಯ. ಮುಖ್ಯವಾದ ನನ್ನ ವಿಷಯಗಳಿಗೆ ಸಮಯ. ನನ್ನ ಬಗೆಗೆ ಕಾಳಜಿ ವಹಿಸಲು ಸಮಯ.

ನನಗೆ ಆರಾಮವಾಗಿರಲು, ಖುಷಿಯಿಂದಿರಲು, ಕೇಂದ್ರಿತವಾಗಿರಲು ಸಾಧ್ಯವಾಯಿತು. ಪರಿಣಾಮವಂತೂ ಅನನ್ಯವಾಗಿತ್ತು. ಕ್ರಿಸ್ ಕೂಡಾ ಗಮನಿಸಿದ್ದ: "ನೀನು ಬದಲಾದಂತೆ ತೋರುತ್ತಿದ್ದೀಯಾ." ವಿಶೇಷವೆಂದರೆ ನನಗೇ ಬದಲಾದಂತೆ ತೋರಿತು. ನನ್ನಲ್ಲೇ ಉತ್ತಮವಾದಂತಹ ಭಾವನೆ ಬಂದಾಗ, ಅವರನ್ನು *ಲೆಟ್ ದೆಮ್* ಥಿಯರಿಯನ್ನು ಆನ್‌ಲೈನ್‌ನಲ್ಲಿ ಬಿತ್ತರಿಸಿದೆ. ನಾನು ಸಾಮಾಜಿಕ ಜಾಲತಾಣದಲ್ಲಿ *ಲೆಟ್ ದೆಮ್* ಥಿಯರಿಯನ್ನು ಕುರಿತು 60-ಸೆಕೆಂಡ್‌ಗಳ ವೀಡಿಯೋವನ್ನು ಸಿದ್ಧಪಡಿಸಿ ಹಾಕಿದೆ. ನಾನು ಹೀಗೆ ಹೇಳಿದೆ:

> ನಿಮ್ಮನ್ನು ನಿಮ್ಮ ಸ್ನೇಹಿತರು ಬ್ರಂಚ್‌ಗೆ ಈ ವಾರ ಆಹ್ವಾನಿಸದಿದ್ದರೆ, *ಲೆಟ್ ದೆಮ್*. ನಿಮ್ಮಿಂದ ಆಕರ್ಷಿಸಲ್ಪಟ್ಟ ವ್ಯಕ್ತಿ ನಿಜಕ್ಕೂ ನಿಮ್ಮಲ್ಲಿ ಆಸಕ್ತಿಯನ್ನು ತೋರಿಸದಿದ್ದರೆ, *ಲೆಟ್ ದೆಮ್*. ನಿಮ್ಮ ಮಕ್ಕಳು ಈ ವಾರ ನೀವಂದ ಕಡೆಗೆ ಹೋಗಲು ಒಪ್ಪದಿದ್ದರೆ *ಲೆಟ್ ದೆಮ್*. ನಿಮ್ಮ ನಿರೀಕ್ಷೆಗೆ ಹೊಂದಿಸಿಕೊಳ್ಳಲು ಅನ್ಯರನ್ನು ಎಷ್ಟು ಒತ್ತಾಯಿಸಿದ್ದರೂ ಒಪ್ಪದಿದ್ದರೆ, *ಲೆಟ್ ದೆಮ್*. ಅಷ್ಟು ಸಮಯದ ಉಳಿತಾಯ ನಿಮಗಾಗುತ್ತದೆ. ನಿಜವಾದ ಸಂಗತಿ ಎಂದರೆ, ಯಾರೇ ಆಗಲಿ-ನಿಮ್ಮ ಡೇಟಿಂಗ್‌ನವರು, ನಿಮ್ಮ ಬಿಸಿನೆಸ್ ಪಾರ್ಟ್ನರ್, ನಿಮ್ಮ ಕುಟುಂಬದ ಸದಸ್ಯರು-ನಿಮ್ಮ ನಿರೀಕ್ಷೆಯಂತೆ ನಡೆದುಕೊಳ್ಳದಿದ್ದರೆ ಅವರನ್ನು ಒತ್ತಾಯದಿಂದ ಬದಲಿಸಲು ಯತ್ನಿಸಬೇಡಿ. ಅವರನ್ನು ಅವರಷ್ಟಕ್ಕೇ *ಲೆಟ್ ದೆಮ್*, ಯಾಕೆಂದರೆ ಅವರು ನಿಮಗೇನಾಗಬೇಕು ಎಂಬುದನ್ನು ಇದರಿಂದ ವ್ಯಕ್ತಪಡಿಸಿದಂತಾಗುತ್ತದೆ. ನೆನಪಿಡಿ. ಅವರನ್ನು ಅವರಷ್ಟಕ್ಕೇ *ಲೆಟ್ ದೆಮ್* ಎಂದರೆ, ಮುಂದಿನ ಕ್ರಮವನ್ನು ನೀವು ತೆಗೆದುಕೊಳ್ಳಲು ನಿಮಗೆ ಅನುಕೂಲವಾಗುತ್ತದೆ.

24 ತಾಸಿನ ಒಳಗೆ, 15 ಮಿಲಿಯನ್‌ಗೂ ಮಿಕ್ಕು ಜನರು ಅದನ್ನು ನೋಡಿದ್ದಾರೆ. ಒಂದು ವಾರದೊಳಗೆ, 60ಮಿಲಿಯನ್, ಮತ್ತು ನಂತರ ಸಾವಿರಾರು ಪ್ರತಿಕ್ರಿಯೆಗಳು ವೀಡಿಯೋಕ್ಕೆ ಬರಲು ಪ್ರಾರಂಭವಾದವು. ವಾರ್ತಾ ವರದಿಗಳು, ಈ ಥಿಯರಿ ಎಷ್ಟೊಂದು ಪರಿಣಾಮಕಾರಿ ಎನ್ನುತ್ತ ಲೇಖನಗಳನ್ನು ಬರೆಯಲು ಫ್ರಾರಂಭಿಸಿದವು. ಜಗತ್ತಿನಾದ್ಯಂತದ ಜನರಿಂದ ಇನ್‌ಬಾಕ್ಸ್ ಪ್ರಶ್ನೆಗಳು, ಕಥೆಗಳು, ಮತ್ತು ತಮ್ಮದೇ ಅನುಭವಗಳನ್ನು ಬರೆಯುತ್ತ ಥಿಯರಿಯನ್ನು ಸ್ವತಃ ಹೇಗೆ ಉಪಯೋಗಿಸುತ್ತಿದ್ದರು ಎಂದರು.

ನನ್ನನ್ನು ಇದು ಎಷ್ಟೊಂದು ಆಕಾಶಕ್ಕೆ ಏರಿಸಿಬಿಟ್ಟಿತೆಂದರೆ, ಈ ಥಿಯರಿಯ ಕುರಿತು ನನ್ನ ಅನುಭವಗಳನ್ನು ನಮೂದಿಸುತ್ತ ಒಂದು ಪೋಡ್‌ಕಾಸ್ಟ್ ಕಂತನ್ನು ಬಿತ್ತರಿಸಿದೆ. ಆ ಎಪಿಸೋಡ್ ತನ್ನದೇ ಜೀವಿತಕಾಲವನ್ನು ತೆಗೆದುಕೊಂಡಿತು. ಅದು ಎಷ್ಟೊಂದು ಸಲ ಬಿತ್ತರಗೊಂಡಿತೆಂದರೆ, ಆ್ಯಪಲ್‌ನವರು ಅದನ್ನು ಜಗತ್ತಿನಲ್ಲಿ ಅತ್ಯಂತ ಹೆಚ್ಚು ಪ್ರಸಾರವಾದ ಪೋಡ್‌ಕಾಸ್ಟ್‌ಗಳಲ್ಲಿ ಆರನೆಯದು ಎಂದು ಗುರುತಿಸಿದರು.

ಅದೊಂದು ಪ್ರಾರಂಭ ಮಾತ್ರ, ಯಾಕೆಂದರೆ ತದನಂತರ *ಲೆಟ್‌ದೆಮ್* ಟ್ಯಾಟೂಗಳು ಹರಿದು ಬರಲು ಪ್ರಾರಂಭವಾದವು!

ಬಹಳಷ್ಟು ಲೆಟ್‌ದೆಮ್ ಟ್ಯಾಟೂಗಳು ಹರಿದು ಬಂದವು...

LET THEM
Let Them
let them
LET THEM
Let them
Let them
let them
Let them
let them
Let them
let them
let them
Let them
Let them
let them

ಒಟ್ಟಿನಲ್ಲಿ *ಲೆಟ್ ದೆಮ್* ಎಂಬುದು ನನ್ನ ಅನ್ವೇಷಣೆಯ ಅತ್ಯಂತ ಸಶಕ್ತ ವಿಷಯವೆನ್ನಬೇಕು. ಜಗತ್ತಿನಾದ್ಯಂತದ ಜನರು ತಮ್ಮ ಶರೀರದ ಮೇಲೆ ಶಾಶ್ವತವಾಗಿ *ಲೆಟ್ ದೆಮ್* ಎಂದು ಬರೆದುಕೊಳ್ಳಲು ಆರಂಭಿಸಿದಾಗ, ಅದರಿಂದ ಸ್ಫೂರ್ತಿಗೊಂಡು ನಾನು ಈ ಪುಸ್ತಕವನ್ನು ಬರೆಯುವಂತಾಯಿತು. ಈ ಎರಡು ಶಬ್ದಗಳು ವಿಶ್ವ ವ್ಯಾಪಕವಾಗಿ ಯಾಕಾಗಿ ಇಷ್ಟೊಂದು ಪ್ರಬಲ, ತಕ್ಷಣವೇ ಸ್ಪಂದನಕ್ಕೆ ಒಳಗಾಗಿ ದಾಖಲೆ ಸ್ಥಾಪಿಸಿತು ಎಂಬುದೇ ವಿಶೇಷವೆನ್ನಬೇಕು.

ಸಿದ್ಧಾಂತದ ಸಂಶೋಧನೆ

ನಾನು ಕಳೆದ ಎರಡು ವರ್ಷಗಳನ್ನು *ಲೆಟ್ ದೆಮ್* ಥಿಯರಿಯ ಸಂಶೋಧನೆಯಲ್ಲಿ ವಿನಿಯೋಗಿಸಿದ್ದೇನೆ: ಹೇಗೆ ಅದು ಕೆಲಸ ಮಾಡುತ್ತದೆ, ಮತ್ತು ನೀವು ಅದನ್ನು ಉಪಯೋಗಿಸಿ ನಿಮ್ಮ ಬದುಕನ್ನು ಹೇಗೆ ಪರಿವರ್ತಿಸಿಕೊಳ್ಳಹುದು, ಹಾಗೂ ಇತರರ ಜೊತೆಗೆ ನಿಮ್ಮ ಸಂಬಂಧಗಳನ್ನು ಹೇಗೆ ಸುಧಾರಿಸಿಕೊಳ್ಳಬಹುದು, ಇತ್ಯಾದಿ.

ಈ ಪುಸ್ತಕವನ್ನು ಬರೆಯುವ ಸಮಯದಲ್ಲಿ ನಾನು ಜಗತ್ತಿನ ಮುಂಚೂಣಿಯಲ್ಲಿರುವ ಅನೇಕ ಮನಃಶಾಸ್ತ್ರಜ್ಞರನ್ನು, ನ್ಯೂರೋಸಯನ್ಸ್‌ನಲ್ಲಿ ಪರಿಣಿತರನ್ನು, ಸ್ವಭಾವದ ಬದಲಾವಣೆಯಲ್ಲಿ ನುರಿತ ವಿಜ್ಞಾನಿಗಳನ್ನು, ಒತ್ತಡ ಮತ್ತು ಸಂತೋಷಕ್ಕೆ ಕಾರಣವಾಗುವ ವಿಷಯಗಳ ತಜ್ಞರನ್ನು ಮಾತಾಡಿಸಿದ್ದೇನೆ. ನೀವು ಪುಸ್ತಕವನ್ನು ಓದುತ್ತಿದ್ದಂತೆ ಅವರೆಲ್ಲರನ್ನು ನೀವು ಭೇಟಿ ಮಾಡುತ್ತೀರಿ ಮತ್ತು ಈ ಸಿದ್ಧಾಂತವನ್ನು ನಿಮ್ಮ ಬದುಕಿನ ಅಸಂಖ್ಯ ಸನ್ನಿವೇಶಗಳಲ್ಲಿ ಹೇಗೆ ಅಳವಡಿಸಿಕೊಳ್ಳಬಹುದೆಂದು ತಿಳಿಯುತ್ತೀರಿ. ನಿಮಗೆ ಆದಷ್ಟು ಬೇಗನೆ ಸ್ಪಷ್ಟವಾಗಿ ವೇದ್ಯವಾದೀತು: ಇದು ಕೆಲಸ ಮಾಡುತ್ತದೆ. ಮತ್ತು ನಿಜಕ್ಕೂ ಉತ್ತಮವಾಗಿ ಇದು ಕೆಲಸವನ್ನು ನಿರ್ವಹಿಸುತ್ತದೆ.

ಆದರೆ ಈ ಪುಸ್ತಕ ನಿಮ್ಮನ್ನು *ಲೆಟ್ ದೆಮ್* ಸಿದ್ಧಾಂತವನ್ನು ಪರಿಚಯಿಸುವುದಕ್ಕಷ್ಟೇ ಸೀಮಿತವಲ್ಲ. ಇದೊಂದು ಮಾನವ ಸ್ವಭಾವದ ಮೂಲಭೂತ ನಿಯಮವೆಂದು ಹೇಳಬಹುದು: ಪ್ರತಿಯೊಬ್ಬ ಮನುಷ್ಯನಲ್ಲೂ ಇತರರನ್ನು ನಿಯಂತ್ರಿಸುವಂತಹ ತೀವ್ರತರವಾದ ಆಕಾಂಕ್ಷೆ ಇದ್ದೇ ಇರುತ್ತದೆ.

ನಮ್ಮೊಳಗೆ ಅಂತರ್ಗತವಾಗಿ ನಮ್ಮ ಸುತ್ತಲಿನ ವಿಷಯಗಳನ್ನು ನಿಯಂತ್ರಿಸುವಂತಹ ಅಭಿಲಾಷೆ ಇದ್ದಿರುತ್ತದೆ: ನಮ್ಮ ಸಮಯ, ನಮ್ಮ ಯೋಚನೆಗಳನ್ನು, ನಮ್ಮ ಕಾರ್ಯಗಳನ್ನು, ನಮ್ಮ ಪರಿಸರವನ್ನು, ನಮ್ಮ ಯೋಜನೆಗಳನ್ನು, ನಮ್ಮ ಭವಿಷ್ಯವನ್ನು, ಮತ್ತು ನಮ್ಮ ಸುತ್ತಮುತ್ತಲಿನ ವಿಷಯಗಳನ್ನು. ನಿಯಂತ್ರಿಸುವುದರಲ್ಲಿನ ಭಾವನೆ ನಮ್ಮಲ್ಲಿ ಅನುಕೂಲದ ಹಾಗೂ ಸುರಕ್ಷತೆಯ ಅನುಭವವನ್ನು ಉಂಟುಮಾಡುತ್ತದೆ, ಅದರಿಂದ ಸ್ವಾಭಾವಿಕವಾಗಿ, ಅದು ನಿಮ್ಮ ಗಮನಕ್ಕೆ ಬಂದಿರಲಿ, ಇಲ್ಲದಿರಲಿ, ನೀವು ನಿಮ್ಮ ಸುತ್ತಲಿನ ಎಲ್ಲರನ್ನೂ ಮತ್ತು ಎಲ್ಲವನ್ನೂ ನಿಮ್ಮ ನಿಯಂತ್ರಣದಲ್ಲಿ ಇರಿಸಿಕೊಳ್ಳಲು ಬಯಸುತ್ತೀರಿ.

ಆದರೆ, ಒಂದು ಮಾತಂತೂ ಸತ್ಯ, ನೀವು ಎಂದಿಗೂ ಒಂದನ್ನು ಮಾತ್ರ ನಿಮ್ಮ ನಿಯಂತ್ರಣದಲ್ಲಿ ಇರಿಸಿಕೊಳ್ಳಲು ಅಸಾಧ್ಯ. ಅದೆಷ್ಟೇ ಪ್ರಯತ್ನಿಸಿ, ಇನ್ನೊಬ್ಬ ವ್ಯಕ್ತಿಯನ್ನು

ನೀವು ಎಂದಿಗೂ ನಿಯಂತ್ರಿಸಲಾಗಲೀ, ಅವರಲ್ಲಿ ಬದಲಾವಣೆ ತರುವುದಕ್ಕಾಗಲೀ ಸಾಧ್ಯವಾಗದು. ಒಬ್ಬನೇ ಒಬ್ಬ ವ್ಯಕ್ತಿ ನಿಮ್ಮ ಸ್ವಾಧೀನದಲ್ಲಿರುವವನೆಂದರೆ, ನೀವೊಬ್ಬರೇ. ನಿಮ್ಮ ಯೋಚನೆಗಳು, ನಿಮ್ಮ ಕೆಲಸ ಕಾರ್ಯಗಳು, ನಿಮ್ಮ ಭಾವನೆಗಳು.

ಬಹಳಷ್ಟು ಸಮಯದಿಂದ ನೀವು ಈ ಮಾನವನ ಮೂಲಭೂತ ಸ್ವಭಾವದ ಕುರಿತಂತೆ ಅಧ್ಯಯನ ಮಾಡುತ್ತ ಬಂದಿದ್ದೀರಿ. ನೀವು ಜನರ ಸ್ವಭಾವವನ್ನು ಬದಲಾಯಿಸಲು, ಸನ್ನಿವೇಶಗಳನ್ನು ನಿಯಂತ್ರಿಸಲು ಕಾದಾಡಿದ್ದೀರಿ. ಜನರು ಏನು ಹೇಳುತ್ತಾರೋ, ಏನು ಯೋಚಿಸುತ್ತಾರೋ, ಅಥವಾ ಏನು ಮಾಡುತ್ತಾರೋ ಎನ್ನುವುದು; ಹೀಗೆ ಮಾಡುವುದರಿಂದ ನೀವು ವಿನಾ ಕಾರಣ ಒತ್ತಡವನ್ನು, ಆತಂಕವನ್ನು ಮತ್ತು ಘರ್ಷಣೆಯನ್ನು ಎಳೆದುಹಾಕಿಕೊಂಡಂತಾಗುತ್ತದೆ. ಅದರಿಂದ ಸಂಬಂಧಗಳೂ ಕೆಡುತ್ತವೆ. ನಾನು ಕೂಡಾ ಮಾಡಿದೆ. *ಲೆಟ್ ದೆಮ್* ಸಿದ್ಧಾಂತ ನನ್ನ ಪೂರ್ತಿ ಬದುಕನ್ನು ಪರಿವರ್ತಿಸಿ ಜೀವನವನ್ನು ನೋಡುವ ವಿಧಾನವನ್ನು ಬದಲಿಸಿಬಿಟ್ಟಿತು. ಇದರಿಂದ ಇತರ ಜನರ ಜೊತೆಗಿನ ನನ್ನ ವ್ಯವಹಾರವೂ ಬದಲಾಯಿತು. ಮಾನವ ಸ್ವಭಾವವನ್ನು ಹಾಗೆಯೇ ಸ್ವೀಕರಿಸುವುದನ್ನು ಬಿಟ್ಟು ಅದನ್ನು ಅಪ್ಪಿಕೊಳ್ಳುವ ಮನಸ್ಸು ಮಾಡಿದೆ. ನನ್ನ ನಿಯಂತ್ರಣಕ್ಕೆ ಬಾರದಂತಹ ವಿಷಯಗಳ ಬಗೆಗೆ ನನ್ನ ಶಕ್ತಿಯನ್ನು ವೃಥಾ ವ್ಯಯಿಸುವುದನ್ನು ಬಿಟ್ಟು ನನ್ನ ನಿಯಂತ್ರಣದಲ್ಲಿರುವ ಕಡೆಗೆ ಅದನ್ನು ವಿನಿಯೋಗಿಸಲು ತೊಡಗಿದೆ: ಅಂದರೆ ಅದು ನಾನೇ.

ಪರಿಣಾಮ? ಹಿಂದೆಂದೂ ಇರದ ನನ್ನ ಮೇಲಿನ ನಿಯಂತ್ರಣವನ್ನು ನಾನು ಸಾಧಿಸಲು ಶಕ್ತಳಾದೆ. ನಾನು ಸ್ವತಂತ್ರಳಾಗತೊಡಗಿದೆ. ಇನ್ನೊಬ್ಬರ ಸಮಸ್ಯೆಗಳತ್ತ ಮೂಗುತೂರಿಸುವುದನ್ನು ಬಿಟ್ಟಾಗ, ನಾನು ಯಾವತ್ತೂ ಎಣಿಸಿರದ ನನ್ನ ಸಂಬಂಧಗಳು ಅತಿಶಯವಾಗಿ ಸುಧಾರಿಸಿತು. ಹಲವು ವರ್ಷಗಳ ಪರ್ಯಂತ ಬೀಗ ಹಾಕಿದ ಕೋಣೆಯನ್ನು ತೆರೆದ ಅನುಭವ. ಅದರ ಹಿಂದೆ? ನನ್ನನ್ನು ಕೀಳಾಗಿ ಕಾಣುತ್ತಿದ್ದವರ ಎದುರಿಗೆ ಗೌರವದಿಂದ ಬಾಳುವ ಬದುಕು ನನ್ನದಾಯಿತು.

ಮುಂದಿನ ಪುಟಗಳಲ್ಲಿ, ನೀವು ಈ ಸಿದ್ಧಾಂತದ ಬಗೆಗೆ ಸಂಪೂರ್ಣ ಮಾಹಿತಿಯನ್ನು ಪಡೆಯುವಿರಿ, ಸುಲಭವಾಗಿ ಅದನ್ನು ಉಪಯೋಗಿಸುವ ವಿಧಾನ ಮತ್ತು ಹಾಗೆ ಮಾಡಿದಾಗ ನಿಮಗೆ ಸಿಗುವ ಆನಂದದ ಅನುಭವ. ನನ್ನ ಆರಂಭದ ಸಂಶೋಧನೆಯಲ್ಲಿ ಕಂಡ ಅಚ್ಚರಿಯ ಕೆಲವು ಅಂಶಗಳನ್ನೂ ನೀವು ಕಲಿಯಲಿದ್ದೀರಿ. *ಲೆಟ್ ದೆಮ್* ಸಿದ್ಧಾಂತ ಕೇವಲ *ಲೆಟ್ ದೆಮ್* ಎಂದಲ್ಲ... ಹೌದು, ನಿಜ ಇವೆರಡೇ ಶಬ್ದಗಳಿಂದ ಅದು ಆರಂಭವಾಗುವುದು, ಆದರೆ ಪೂರ್ತಿ ಕಥೆ ಅಷ್ಟಕ್ಕೇ ಮುಕ್ತಾಯವಾಗುವುದಿಲ್ಲ. ಅದು ಸಮೀಕರಣದ ಮೊದಲ ಭಾಗವಷ್ಟೇ. ಸಿದ್ಧಾಂತದಲ್ಲಿ ಅದಕ್ಕೂ ಹೆಚ್ಚು ನಿರ್ಧಾರಕವಾಗಿರುವ ಹೆಜ್ಜೆ ಎಂದರೆ: *ಲೆಟ್ ಮಿ*.

ಮುಂದಿನ ಅಧ್ಯಾಯದಲ್ಲಿ ನಾವು ಅವರನ್ನು *ಲೆಟ್ ದೆಮ್* ಮತ್ತು ನನ್ನನ್ನು *ಲೆಟ್ ಮಿ*– ಇವೆರಡರ ಸಮೀಕ್ಷೆಯನ್ನು ಮಾಡುತ್ತ, ಅದರ ಹಿಂದಿರುವ ಪ್ರತಿ ಹೆಜ್ಜೆಯ ವಿಜ್ಞಾನ ಮತ್ತು ಮನಃಶಾಸ್ತ್ರವನ್ನು ಶೋಧಿಸಬೇಕಿದೆ. ಹಾಗೆ ಮಾಡಿದಾಗ, ನಿಮ್ಮ ಬದುಕಿನ ಎಂಟು ಫಲಕುಗಳ

ಆಯಾಮಗಳನ್ನು ಕಾಣುವಿರಿ, ಅದರಿಂದ ಈ ಸಿದ್ಧಾಂತದ ಅತ್ಯಂತ ಸಕಾರಾತ್ಮಕವಾದ ದರ್ಶನ ನಿಮಗಾಗದಿರದು– ನಿಮ್ಮ ಸಂಬಂಧಗಳು, ನಿಮ್ಮ ವೃತ್ತಿ, ಭಾವನೆಗಳು, ಅಭಿಪ್ರಾಯಗಳು, ಒತ್ತಡ, ಪ್ರೇಮದ ಕಥೆಗಳು, ಹೋರಾಟಗಳು, ತುಲನೆಯ ಬವಣೆ, ಗೆಳೆತನ, ಮತ್ತು ಎಲ್ಲಕ್ಕೂ ಮಿಗಿಲಾಗಿ ನಿಮ್ಮೊಂದಿಗಿನ ನಿಮ್ಮ ಸಂಬಂಧ.

ಮತ್ತೆ ಮತ್ತೆ, ಹೇಗೆ ಸಲ್ಲದ ವಿಷಯಗಳನ್ನು ನೀವು ನಿಯಂತ್ರಿಸುತ್ತಿದ್ದೀರಿ ಮತ್ತು ನಿಮಗರಿವಿಲ್ಲದಂತೆಯೇ ಅನ್ಯರಿಗೆ ನೀವು ಸಮಸ್ಯೆಯಾಗುತ್ತಿದ್ದೀರಿ ಎಂಬುದನ್ನೂ ಕಲಿಯುವಿರಿ. ನಿಜವೆಂದರೆ, ಅನ್ಯ ವ್ಯಕ್ತಿಗಳು ನಿಮ್ಮ ಬದುಕಿನಲ್ಲಿ ಸಂತೋಷವನ್ನು ಉಕ್ಕಿಸುವ, ಬೆಂಬಲವನ್ನು ನೀಡುವ, ನಿಮ್ಮನ್ನು ಪ್ರೀತಿಸುವ ಸ್ರೋತಗಳಾಗಬೇಕು. ಆದರೆ ಅವರು ಭಾವಿಸುವುದನ್ನು, ಅವರು ಹೇಳುವುದನ್ನು ಮತ್ತು ಮಾಡುವುದನ್ನು ನೀವು ನಿಯಂತ್ರಿಸಲು ಹೋದಿರೆಂದರೆ ಅವರು ನಿಮ್ಮ ಜೊತೆಗೆ ಇರಲಾರರು. ಈ ಪುಸ್ತಕ ಅಲ್ಲಿಗೆ ಮುಗಿಯುತ್ತದೆ. ಸಿದ್ಧಾಂತವನ್ನು ಕರಗತ ಮಾಡಿಕೊಳ್ಳಿ, ಅಲ್ಲಿಗೆ ನೀವು ಅನಿಯಂತ್ರಿತಗಳನ್ನು ನಿಯಂತ್ರಣಕ್ಕೆ ತರಲು ಯತ್ನಿಸುವ ಪ್ರಕ್ರಿಯೆಯನ್ನು ನಿಲ್ಲಿಸುವಿರಿ. ಇದು ಹಾಯಾಗಿ ಕಾಲಕಳೆಯುವ ಪ್ರಕ್ರಿಯೆಯಲ್ಲ. ನಿಮ್ಮ ಪೂರ್ತಿ ಬದುಕನ್ನು ಹೇಗೆ ನೀವು ಪುನರ್ ಸಂಘಟಿಸಬಹುದು ಎಂಬುದರ ಕುರಿತಾಗಿದೆ. ನೀವು ನಿಮಗನಿಸಿದಂತೆ ಬಾಳುವ ಚರ್ಯೆಯನ್ನು ಮುಂದುವರಿಸಿಕೊಂಡು ಹೋಗಲು ಯತ್ನಿಸುವ ವಿಧಾನಕ್ಕಾಗಿ ನಾನೆಂದಿಗೂ ಕಾಯಲಾರೆ–

ಆದ್ದರಿಂದ ಈಗಲೇ ಶುರು ಮಾಡೋಣವಂತೆ.

ಅಧ್ಯಾಯ 2

ಶುರು ಮಾಡುವುದು : ಲೆಟ್ ದೆಮ್ + ಲೆಟ್ ಮಿ

ಅದೇನೋ ನಾನು ಲೆಟ್ ದೆಮ್ ಥಿಯರಿಯನ್ನು ಶೋಧಿಸಿ ಹೆಚ್ಚು ಸಮಯವಾಗಿರಲಿಲ್ಲ, ನಾನು ನನ್ನ ಮಂಚದ ಮೇಲೆ ಕುಳಿತು ಸಾಮಾಜಿಕ ಜಾಲತಾಣದಲ್ಲಿ ಅಡ್ಡಾಡುತ್ತಿದ್ದೆ. ಅಲ್ಲಿ ನನ್ನೊಬ್ಬ ಹಳೆಯ ಗೆಳತಿಯ ಫೋಟೋ ಕಂಡೆ. ಆಕೆ ತುಂಬಾ ಚೆನ್ನಾಗಿ ಕಾಣಿಸುತ್ತಿದ್ದಳು. ನಾನು ಅದರ ಕೆಳಗಡೆಯ ವಿವರವನ್ನು ನೋಡಿದೆ. ತನ್ನ ಗೆಳತಿಯರ ಜೊತೆಗೆ ವಾರಾಂತ್ಯದಲ್ಲಿ ಕಳೆದ ಅತ್ಯಂತ ಚೇತೋಹಾರಿ ವಿಷಯಗಳನ್ನು ಅವಳು ನೀಡಿದ್ದಳು. ಅದು ನಿಜಕ್ಕೂ ಚೆನ್ನಾಗಿತ್ತು.

ಫೋಟೋವನ್ನು ನೋಡುತ್ತಿದ್ದಂತೆ ಅವಳು ಎಷ್ಟೊಂದು ಸಂತಸದಿಂದ, ಚೆಲುವಾಗಿ, ಲವವಿಕೆಯಿಂದ ಇದ್ದಾಳೆ ಎಂಬುದು ಗೋಚರಕ್ಕೆ ಬಂದು ನನಗೂ ಖುಷಿಯಾಯಿತು. ಇದ್ದಕ್ಕಿದ್ದಂತೆ ನನ್ನಲ್ಲಿ ಒಂದು ಭಾವನೆ ಮೂಡಿತು, ನಾನು ಕೂಡಾ ಹಾಗೊಂದು ವಾರಾಂತ್ಯವನ್ನು ಕಳೆದಿದ್ದರೆ ಹೇಗಿರುತ್ತಿತ್ತು? ನಾನು ಪುಟಗಳನ್ನು ಮಗುಚುತ್ತಲೇ ಹೋದೆ. ಎಲ್ಲವೂ ಅಂತುಹುದೇ ಚಿತ್ರಗಳು. ಬ್ರಂಚ್(ಬೆಳಗ್ಗಿನ ಉಪಾಹಾರದ ಜೊತೆಗೆ ಮಧ್ಯಾಹ್ನದ ಲಂಚ್ ಸೇರಿದ್ದರೆ ಅದು ಬ್ರಂಚ್), ನೃತ್ಯ, ಶಾಪಿಂಗ್, ನಗುವಿನ ಉಲ್ಲಾಸ, ಈಜು, ಕಾಕ್‌ಟೈಲ್(ಮದ್ಯಪಾನ).

ಈಗ ನಾನು ನನ್ನ ತೋರು ಬೆರಳು ಮತ್ತು ಹೆಬ್ಬೆರಳನ್ನು ಜೋಡಿಸಿ ಕೈಯನ್ನು ಚಿವುಟಿಕೊಂಡೆ, ಆ ಗ್ರೂಪ್ ಫೋಟೋದಲ್ಲಿನ ಹೆಂಗಳೆಯರೆಲ್ಲ ನನ್ನನ್ನೇ ನೋಡಿ ಕಿಸ್ಸಕ್ಕೆಂದು ನಗುತ್ತಿದ್ದಾರೇನೋ ಎನ್ನುವಂತಾಯಿತು. ನನ್ನ ಹೃದಯ ಕುಸಿಯಿತು. ನನ್ನೆಲ್ಲ ಸ್ನೇಹಿತೆಯರು ಜೊತೆಯಾಗಿಯೇ ಹೋಗಿದ್ದಾರೆ.

ನಿಮ್ಮನ್ನು ಮಾತ್ರ ಬಿಟ್ಟುಹೋದಾಗ ಆಗುವ ಹೊಟ್ಟೆಯೊಳಗಿನ ತಳಮಳ ಮತ್ತು ಸಂಕಟದ ಅನುಭವ ನಿಮಗಾಗಿರಬಹುದು, ಅದು ನನಗೂ ಆಯಿತು. ಅದೊಂದು ಚಿವುಟಿ ಗುದ್ದಿದ

ಹಾಗೆ. ನೀವು ಅದನ್ನು ಹಾಗೆಯೇ ಮರೆಯಲು ಯತ್ನಿಸುವಿರಿ, ಅದೇನು ಮಹಾ? ಆದರೆ ಆಗಿನ ನೋವು ನಿಜವಾದುದೇ. ನಾನು ಫೋನ್‌ನ್ನು ಕೆಳಗಿಡಬೇಕಿತ್ತು, ಆದರೆ ಹಾಗೆ ಮಾಡಲಿಲ್ಲ. ನಾನು ಒಂದೊಂದಾಗಿ ಫೋಟೋಗಳನ್ನು ನೋಡುತ್ತಾ ಹೋದೆ. –ಹೆಣ್ಮಕ್ಕಳು ಪ್ರವಾಸದಲ್ಲಿ ನಗು, ತಮಾಷೆ, ಕುಶಾಲು ಮಾಡುತ್ತಿರುವುದನ್ನು ನೋಡುತ್ತ ಹೋದೆ. ಹಿಂದಿನ ನನ್ನ ಹೆಣ್ಣಿನ ಕಣ್ಣುಗಳಿಂದಲೇ ಈಗಲೂ ನೋಡುತ್ತಿದ್ದೆ–ಅದು ನನಗೆ ಹೆಚ್ಚು ಕಾಡದಿರಲೆಂದು ಬಯಸಿದೆ. ಆದರೆ ಅದು ಕಾಡತೊಡಗಿತು.

ನನ್ನ ಮನಸ್ಸಿನಲ್ಲಿ ಎಲ್ಲಾ ವಿವರಗಳು ಸಂಗ್ರಹವಾದವು. ಅವರಲ್ಲಿ ಎಷ್ಟೊಂದು ಕುಶಾಲು ತಮಾಷೆ ಏರ್ಪಟ್ಟಿದೆ, ಅವರೆಲ್ಲ ಎಷ್ಟೊಂದು ಅನ್ಯೋನ್ಯವಾಗಿದ್ದಾರೆ ಎಂದುಕೊಂಡೆ. ವರ್ಷಗಳ ಹಿಂದಿನಿಂದಲೂ ಈ ಮಹಿಳೆಯರನ್ನು ನಾನು ಬಲ್ಲೆ. ನಮ್ಮಲ್ಲಿ ಅನೇಕ ಬಾಂಧವ್ಯದ ಬೆಸುಗೆಗಳಿದ್ದವು. ಕಾರ್ಪೂಲ್‌ಗಳಲ್ಲಿ ಆಡಿದ್ದಿದೆ, ಫುಟ್‌ಬಾಲ್ ಆಟ ನೋಡಿದ್ದಿದೆ, ನಮ್ಮ ನಮ್ಮ ಗಂಡಂದಿರ ಜೊತೆಗೆ ಡೇಟ್ ಮಾಡಿಕೊಂಡಿದ್ದು, ನಮ್ಮ ತಾಯ್ತನದ ಬಗೆಗೆ ಮಾತಾಡಿಕೊಂಡಿದ್ದು ಎಲ್ಲವೂ ನೆನಪಿಗೆ ಬಂದವು. ಸಹಜವಾಗಿಯೇ ನಾನು ಮುರುಟಿಹೋಗಲು ತೊಡಗಿದೆ. ನಾನು ಮಾತಾಡಿಕೊಂಡೆ: ಪೂರ್ತಿಯಾಗಿ. ಅದೇ ರೀತಿಯಿಂದ. ಅಲ್ಲೇ ಮೊದಲಿನ ಮಂದಲಿಗೆಯ ಮೇಲೆಯೇ ಕುಳಿತಿದ್ದೆ. ಅಲ್ಲಿನ ಪ್ರತಿಯೊಂದು ವಿಷಯದ ಬಗೆಗೂ ನನ್ನಲ್ಲಿ ತಳಮಳ ಶುರುವಾಗಿತ್ತು. ಐದು ನಿಮಿಷಗಳ ಹಿಂದೆ ನಾನು ಸರಿಯಾಗಿಯೇ ಇದ್ದೆನಲ್ಲ?

ಆದರೆ ಈಗ? ಸರಿ ಈಗ, ನಾನು ಪರಿಚಿತವೆನಿಸುವ ಭಾವನೆಗಳ ಸುಳಿಯಲ್ಲಿ ಬಿದ್ದಿದ್ದೆ: ಅದೇ ನಿರಾಕರಣೆ, ಅಸುರಕ್ಷಿತತೆ, ಗೊಂದಲ. *ಅವರು ಇದನ್ನು ಯಾವಾಗ ಪ್ಲ್ಯಾನ್ ಮಾಡಿರಬಹುದು? ನನ್ನನ್ನು ಯಾಕಾಗಿ ಸೇರಿಸಿಕೊಳ್ಳಲಿಲ್ಲ? ನನ್ನನ್ನು ಎಲ್ಲಿಗೂ ಯಾಕಾಗಿ ಆಹ್ವಾನಿಸುತ್ತಿಲ್ಲ? ನಾನು ಹಿಂದೆ ಯಾವತ್ತು ನನ್ನ ಸ್ನೇಹಿತರ ಜೊತೆಗೆ ಹೊರಗಡೆ ಹೋಗಿದ್ದು?*

ನಾನು ಅವರ ಫೋಟೋಗಳನ್ನು ತಿರುವಿ ಹಾಕುತ್ತಾ ಹೋದೆ. ಒಂದೊಂದೇ ಪ್ರಶ್ನೆಗಳು ನನ್ನ ತಲೆಯಲ್ಲಿ ಸುಳಿದಾಡುತ್ತಾ ಹೋಗಿತ್ತು. ಅಷ್ಟರಲ್ಲಿ ಕ್ರಿಸ್ ಮನೆಯೊಳಗೆ ಬಂದು, "ಏನಾಯ್ತು?" ಅಂತ ಕೇಳಿದ.

ನಾನು ನಿಡುಸುಯ್ದೆ. ನಾನು ಸತ್ಯವನ್ನೇ ಹೇಳಿದೆ. "ನನ್ನ ಒಂದಿಷ್ಟು ಸ್ನೇಹಿತೆಯರು ಒಂದು ಕುಶಾಲು ತಮಾಷೆಯ ಟ್ರಿಪ್‌ಗೆ ಹೋಗಿದ್ದಾರೆ, ಆದರೆ ನನ್ನನ್ನು ಜೊತೆಗೆ ಬರಲು ಕರೆಯಲಿಲ್ಲ."

"ಅಷ್ಟೇನಾ?" ಆತ ಹೇಳಿದ.

"ನಾನೇನೋ ತಪ್ಪೆಗಿರಬಹುದೇ," ನಾನೆಂದೆ. "ಅವರು ನನ್ನ ಬಗ್ಗೆ ತಿರಸ್ಕಾರ ಭಾವನೆ ಹೊಂದಿರಬಹುದು."

ಅವನು ಕೈಗಳನ್ನು ತಿರುವುತ್ತ ಹೇಳಿದ, "ನೀನು ಅದಕ್ಕೆಲ್ಲ ಅಷ್ಟೊಂದು ಯಾಕಾಗಿ ತಲೆಕೆಡಿಸಿಕೊಳ್ತೀಯಾ?"

ನಾನು ಅವನತ್ತವೇ ನೋಡಿದೆ.

"ನೀನು ಅವರೊಂದಿಗೆ ನಿಕಟವಾದ ಸ್ನೇಹವನ್ನು ಹೊಂದಿಲ್ಲ ಎಂದರ್ಥವಲ್ಲ ಮೆಲ್."

ಅವನು ಸರಿಯಾಗಿಯೇ ಗ್ರಹಿಸಿದ್ದಾನೆ. ಅವನಿಗೆ ಅದು ಗೊತ್ತು. ಆದರೆ ನಾನೋ ಇನ್ನಷ್ಟು ಕಳವಳಕ್ಕೆ ಈಡಾಗಿದ್ದೆ. ನೀವು ಕೂಡಾ ಇಂತಹ ಸನ್ನಿವೇಶಗಳನ್ನು ಎದುರಿಸಿರಬಹುದು. ನೀವೇನೂ ತಪ್ಪೆಸಗದೆಯೇ ನಿಮ್ಮನ್ನು ಹೊರಗಿಟ್ಟ ಸಂದರ್ಭಗಳಿದ್ದಿರಬಹುದು. ಯಾಕೆಂದರೆ ಪ್ರಾಮಾಣಿಕವಾಗಿ ನನಗೆ ಯಾವುದೇ ಕಾರಣ ಗೊತ್ತಿರಲಿಲ್ಲ. ನೀವು ಕೂಡಾ ನನ್ನ ಜಾಗದಲ್ಲಿರುತ್ತಿದ್ದರೆ, ನೀವೇನೋ ತಪ್ಪೆಸಗಿದ್ದೀರಿ ಅಂದುಕೊಳ್ಳುತ್ತಿದ್ದಿರಲ್ಲ? ನಾನು ಹಾಗೆಯೇ ಮಂಚದ ಮೇಲೆ ಕುಳಿತು ನನ್ನ ತಲೆಯನ್ನು ಕೆರೆದುಕೊಳ್ಳುತ್ತ ಚಿಂತಿಸುತ್ತಿದ್ದ ಹಾಗೆ ಎಲ್ಲೋ ಏನೋ ಎಡವಟ್ಟಾಗಿದೆ ಅಂತ ನನಗನಿಸಲಿಲ್ಲ. ಅದರಿಂದ ನಾನು ಇನ್ನಷ್ಟು ಕುಸಿದು ಹೋದೆ. ನಾವು ಬಹಳಷ್ಟು ವರ್ಷಗಳಿಂದ ಪರಸ್ಪರ ತಿಳಿದುಕೊಂಡವರಾಗಿದ್ದೆವು. ನಾವು ತಾಯಂದಿರಾದ ಸಮಯವೂ ಒಂದೇ ಆಗಿತ್ತು. ನಾವು ಬಹಳಷ್ಟು ಕಾಲ ಜೊತೆಯಲ್ಲೇ ಕಾಲ ಕಳೆದಿದ್ದೆವು. ಟ್ರಿಪ್‌ನಲ್ಲಿ ಸೇರಿಕೊಂಡಿದ್ದ ಪ್ರತಿಯೊಬ್ಬರೂ ನನ್ನನ್ನು ಬಹಳಷ್ಟು ಇಷ್ಟಪಡುವವರೇ ಇದ್ದರು. ಆದರೆ ಬಹಳ ಸಮಯದಿಂದ ನಾನು ಅವರ ಜೊತೆಗೆ ಸಮಯ ಕಳೆದಿದ್ದಿರಲಿಲ್ಲ. ಅವರನ್ನೆಲ್ಲ ದೊಡ್ಡ ಸಭೆಗಳಲ್ಲಿ ಅಲ್ಲೊಮ್ಮೆ ಇಲ್ಲೊಮ್ಮೆ ಭೇಟಿಯಾಗಿದ್ದೆ ಹೊರತು ಯಾವತ್ತೂ ಅವರನ್ನು ಮನೆಗೆ ವೈಯಕ್ತಿಕವಾಗಿ ಆಹ್ವಾನಿಸಿರಲಿಲ್ಲ; ಹಾಗೆಯೇ ಇತ್ತೀಚಿನ ದಿನಗಳಲ್ಲಿ ನಾನು ಅವರನ್ನೆಲ್ಲ ಸಂಪರ್ಕಿಸಿ ಯಾವುದೇ ಮೋಜಿನ ಪಾರ್ಟಿಗೆ ಆಹ್ವಾನಿಸಿರಲಿಲ್ಲ. ಪ್ರಜ್ಞಾಪೂರ್ವಕವಾಗಿ ನನಗಿವೆಲ್ಲ ಗೊತ್ತು ಮತ್ತು ಅರ್ಥ ಮಾಡಿಕೊಳ್ಳಬಲ್ಲೆ ಆದರೆ, ಭಾವನಾತ್ಮಕವಾಗಿ ನನಗೆ ಸೈರಿಸಿಕೊಳ್ಳಲು ಆಗುತ್ತಿರಲಿಲ್ಲ. ನಾನು ಮತ್ತೆ ಸ್ಕೂಲಿನ ವಾತಾವರಣಕ್ಕೆ ಒಯ್ಯಲ್ಪಟ್ಟ ಅನುಭವವಾಗತೊಡಗಿತು. ಟೀಮ್‌ನಿಂದ ನನಗೆ ಹೊರಗಿಟ್ಟ ಸಂದರ್ಭ; ಅಥವಾ ಯಾವುದೋ ತಮಾಷೆಯ ಸನ್ನಿವೇಶವನ್ನು ನನಗೆ ಹೇಳದೆಯೇ ಗುಂಪಿನವರು ನಕ್ಕಿದ್ದು ಎಲ್ಲವೂ ನೆನಪಿಗೆ ಬಂದವು.

ಸಿದ್ಧಾಂತವನ್ನು ಕಾರ್ಯಗತಗೊಳಿಸುವುದು

ನಾನು ಅವರನ್ನು ಭೇಟಿ ಮಾಡಿ ಕಾರಣ ತಿಳಿಯುವ ಉತ್ಕಟವಾದ ಕುತೂಹಲ ಉಂಟಾಯಿತು. ಕಾಲ್ ಮಾಡಲೇ, ಟೆಕ್ಸ್ಟ್ ಕಳಿಸಲೇ? ಏನಾದರೂ ಮಾಡಿ ಆತಂಕ ದೂರೀಕರಿಸಬೇಕಿತ್ತು. ಅದೇ ಸಮಯದಲ್ಲಿ ಅವೆರಡು ಶಬ್ದಗಳು ನನ್ನ ಆಸರೆಗೆ ಬಂದು ನನ್ನನ್ನು ರಕ್ಷಿಸಿದವು– *ಲೆಟ್ ದೆಮ್.*

ಹಿಂದಾದರೆ ವಾರಗಟ್ಟಲೆ ಇದೇ ವಿಷಯ ನನ್ನನ್ನು ಕಾಡುತ್ತಿತ್ತು. ನನ್ನ ಭಾವನೆಗಳು ನನ್ನನ್ನು ಹರಿದು ಕಿತ್ತುತಿನ್ನುದಿದ್ದವೇನೋ. ಅವೆಲ್ಲ ದೊಡ್ಡದಲ್ಲ ಎನ್ನುವ ಹಾಗೆ ನಾನು ನಟಿಸುತ್ತಿದ್ದೆನೇನೋ. ನಾನು ಅದಕ್ಕೆಲ್ಲ ತಲೆಕೆಡಿಸಿಕೊಳ್ಳುವುದಿಲ್ಲವೆಂದು ನನ್ನಷ್ಟಕ್ಕೇ ಸಮಾಧಾನ ಪಡಿಸಲು ಯತ್ನಿಸಿದೆ.

ನಾನು ನನ್ನ ಮನಸ್ಸಿನಲ್ಲಿ ಅದನ್ನು ಪುನರಪಿ ವಿಮರ್ಶಿಸಬಹುದಿತ್ತು. ನನ್ನ ಸ್ನೇಹಿತೆಯರನ್ನು ಖಳನಾಯಕಿಯರನ್ನಾಗಿ ಮಾಡಬಹುದಿತ್ತು. ಅದರಿಂದ ನನಗೆ ಸಮಾಧಾನ ಸಿಗುತ್ತಿತ್ತು. ಅವೆಲ್ಲ ನನಗೆ ಇನ್ನೆಷ್ಟು ಅಧಃಪತನಕ್ಕೆ ಇಳಿಸುತ್ತಿತ್ತೇನೋ, ಯಾಕೆಂದರೆ ಅವರೆಲ್ಲ ನನ್ನ ಆತ್ಮೀಯ ಗೆಳತಿಯರಾಗಿದ್ದರು.

ಹಾಗೆ ಆಗಲಿಲ್ಲ. ಅದು ನನ್ನನ್ನು ಕೇವಲ 10ನಿಮಿಷಗಳವರೆಗೆ ಕಾಡಿತು. ನಾನು *ಲೆಟ್ ದೆಮ್* ಹೇಳಿದ ತಕ್ಷಣ ನನಗೆ ಹಗುರವಾಯಿತು. ಎರಡನೆಯ ಸಲ ನಾನು ಹಾಗೆ ಹೇಳಿದಾಗ ಇನ್ನಷ್ಟು ಗೆಲುವಾಯಿತು. ಹಾಗೆಯೇ ಮೂರನೇ, ನಾಲ್ಕನೇ, ಐದನೇ, ಹದಿನಾರನೇ ಸಲ, ಮೂವತ್ತು ಸಲ ನಾನು ಹಾಗೆ ಅಂದಾಗ ಬಹಳಷ್ಟು ನನಗೆ ಹಗುರವಾಯಿತು.

ನಾನು ಪ್ರಾಮಾಣಿಕವಾಗಿ ಹೇಳುತ್ತೇನೆ: ಹೀಗೆ ನಿಮಗೆ ನೋವನ್ನು ಕೊಡುವಂತಹ ಪ್ರಸಂಗಗಳಲ್ಲಿ ನೀವು ಮತ್ತೆ ಮತ್ತೆ *ಲೆಟ್ ದೆಮ್* ಹೇಳುತ್ತಾ ಹೋಗಬೇಕು, ಯಾಕೆಂದರೆ ಇಂತಹ ನೋವುಗಳು ತಕ್ಷಣ ಹೊರಟುಹೋಗುವುದಿಲ್ಲ. ಅದು ಮತ್ತೆ ಮತ್ತೆ ತಲೆ ಎತ್ತುತ್ತಲೇ ಇರುತ್ತವೆ. ಆದ್ದರಿಂದ *ಲೆಟ್ ದೆಮ್*‌ನ್ನು ಪದೇ ಪದೇ ಹೇಳುವುದರಲ್ಲಿ ಅಚ್ಚರಿಪಡಬೇಡಿ. ಅವರು ಟ್ರಿಪ್‌ಗೆ ಹೋಗಲಿ. ಅವರು ವಾರಾಂತ್ಯವನ್ನು ಜೊತೆಯಲ್ಲೇ ಕಳೆಯಲಿ. ನೀವಿಲ್ಲದೆ ಅವರು ಮಜಾ ಮಾಡಲಿ.

ಮೊದಮೊದಲು, ಈ ಶಬ್ದಗಳು ತಿರಸ್ಕರಿಸಿದ ಭಾವನೆ ಕೊಡುತ್ತದೆ. ಆಮೇಲೆ ನಾನೊಂದು ಮುಖ್ಯ ವಿಷಯವನ್ನು ಅರಿತೆ: *ಲೆಟ್ ದೆಮ್* ಎನ್ನುವುದು ಒಳಕ್ಕೆ ಸ್ವೀಕರಿಸುವುದಲ್ಲ. ಅದು ನನ್ನನ್ನು ಸ್ವತಃ ನಿಯಂತ್ರಣದಿಂದ ಬಿಡುಗಡೆಗೊಳಿಸುವುದು. ಮೊದಲಿಗೆ ನನಗೆ ತಿಳಿಯದೆ ಹೋಯಿತು. ಇಲ್ಲೊಂದು ಸತ್ಯದ ಮನವರಿಕೆಯಾಯಿತು–ನಾನೆಷ್ಟೇ ಚಿಂತಿಸಿ ಲಾಗಹಾಕಲಿ, ಎಷ್ಟೇ ನಿಯಂತ್ರಣಕ್ಕೆ ತರಲು ಯತ್ನಿಸಲಿ, ಅದಾಗಲೇ ಕಳೆದುಹೋದ ವಿಷಯದಲ್ಲಿ ನಾನೇನೂ ಮಾಡಲಾಗುವುದಿಲ್ಲ. ಅವರು ಹಾಗೆ ಹೊರಟುಹೋಗಿದ್ದರ ಬಗೆಗೆ ನಾನೇನೂ ಕೆಟ್ಟದ್ದನ್ನು ಅನುಭವಿಸಬೇಕಿರಲಿಲ್ಲ. ಆದರೆ ಸನ್ನಿವೇಶವನ್ನು ನಾನು ನಿಯಂತ್ರಿಸಲು ಯತ್ನಿಸುವುದಷ್ಟೇ ನನಗೆ ಅಪಾರವಾಗಿ ನೋವನ್ನು ತಂದಿತ್ತು.

ಲೆಟ್ ದೆಮ್.

ಹಾಗೆಂದಾಗ ನನ್ನ ಎದೆಯೊಳಗಿನ ಹಗ್ಗದ ಗಂಟು ಸಡಿಲವಾಗಲು ತೊಡಗಿತು. ಕಾರಣವನ್ನು ಕಂಡುಹಿಡಿಯಬೇಕೆಂಬ ಉತ್ಕಟತೆ ನಿಧಾನವಾಗಿ ಮಸುಕಾಯಿತು. ಅದೇನೋ ಎಲ್ಲವನ್ನೂ ಬದಲಿಸಿದೆ ಅಂತ ಅನ್ನಿಸಿತು:

ಅವರ ವಾರಾಂತ್ಯಕ್ಕೂ ನನಗೂ ಸಂಬಂಧವ ಇಲ್ಲ ಎಂದುಕೊಂಡೆ.

ಇದು ವೈಯಕ್ತಿಕವಲ್ಲ. ಅವರು ನನ್ನ ವಿರುದ್ಧವಾಗಿ ಕಾರ್ಯಾಚರಣೆ ನಡೆಸಿರಲಿಲ್ಲ. ಅವರು ನನ್ನ ಘನತೆಯನ್ನು ಅಳೆದಿರಲಿಲ್ಲ. ಹಾಗೊಮ್ಮೆ ಅಳೆದಿದ್ದರೂ ಏನಂತೆ? *ಅಳೆದುಕೊಳ್ಳಲಿ ಬಿಡಿ.*

ನಿಜಕ್ಕೂ ನಾವು ಏನನ್ನು ನಿಯಂತ್ರಿಸಲು ಯತ್ನಿಸುತ್ತೇವೆ

ನಮಗೆ ಆಘಾತವಾದಾಗ, ನಮ್ಮನ್ನು ಕಡೆಗಣಿಸಿದಾಗ, ನಮಗೆ ಬೇಸರವುಂಟಾದಾಗ ಅಥವಾ ನಾವು ಭಯಪಟ್ಟಾಗ, ಸಹಜವಾಗಿ ನಾವು ನಮ್ಮ ಸುತ್ತಮುತ್ತಲಿನ ಆವರಣವನ್ನು ನಿಯಂತ್ರಿಸಲು ಯತ್ನಿಸುತ್ತೇವೆ. ನೀವು ಬಹುಶಃ ಗ್ರೂಪ್ ಪ್ಲ್ಯಾನ್‌ನಲ್ಲಿ ಎಲ್ಲರೂ ಒಳಗೊಂಡಿದ್ದಾರೆಯೇ ಎಂದು ಖಾತ್ರಿಪಡಿಸುವ ವಿಷಯವನ್ನೂ ಚಿಂತಿಸುತ್ತಿರಬಹುದು; ಅಥವಾ ನಿಮ್ಮ ಮೆಸೇಜ್‌ಗಳಿಗೆ ತಕ್ಷಣ ಉತ್ತರಿಸದಿರುವಾಗ ಜನರು ನಿಮ್ಮ ಬಗ್ಗೆ ಅಪ್‌ಸೆಟ್ ಆಗಿರಬಹುದು. ಇವೆಲ್ಲ ತುಂಬಾ ತ್ರಾಸದಾಯಕ, ಅಲ್ಲವೇ?

ನಾನು ಯಾವಾಗಲೂ ಕಾರಣ ಕಂಡುಹಿಡಿಯುವುದರಲ್ಲಿ ಸಹಜವಾಗಿಯೂ ನಿಪುಣೆ. ನಾನು ಸನ್ನಿವೇಶವನ್ನು ಹತೋಟಿಗೆ ತಾರದೆ ಹೋದರೆ ಎಲ್ಲವೂ ಹದಗೆಡುತ್ತದೆ ಎಂದು ನಂಬಿದವಳು. ನಾನು ಸದಾ ಎಲ್ಲರನ್ನೂ ಒಂದುಗೂಡಿಸುವವಳು, ಅದು ಸಂಬಂಧ, ಉದ್ಯೋಗ, ಗೆಳೆತನ, ಇಲ್ಲವೇ ನಾನು ಪ್ರೀತಿಸುವ ಭಾವನಾತ್ಮಕ ಜನರಿಗೂ ಅನ್ವಯಿಸುತ್ತದೆ. ಏನಾದರೂ ನನ್ನ ಎಣಿಕೆಯಂತೆ ಸಾಗದಿದ್ದರೆ, ಎಲ್ಲೋ ತಪ್ಪಿದೆ ಎಂದು ಭಾವಿಸುತ್ತೇನೆ. ಯಾವುದೇ ಕೆಲಸ ಸುಸೂತ್ರವಾಗಿ ಸಾಗದಿದ್ದರೆ, ಯಾರಾದರೂ ನನ್ನನ್ನು ಗಡೆಗಣಿಸಿ ಹೊರತುಪಡಿಸಿದರೆ, ನಾನು ಸ್ವಯಂ ಚಾಲಿತವಾಗಿ ಅದಕ್ಕೆ ಕಾರಣ ಕಂಡುಹಿಡಿಯುವವಳೇ ಮತ್ತು ಅದನ್ನು ನಿಯಂತ್ರಿಸುವವಳೇ.

ನನ್ನ ಸಂಶೋಧನೆಯ ಸಮಯದಲ್ಲಿ ಅಷ್ಟೊಂದು ಮನಃಶಾಸ್ತ್ರಜ್ಞರನ್ನು ನಾನು ಮಾತನಾಡಿಸಿದ್ದೆ, ಅವರೆಲ್ಲರೂ ಹೇಳಿದ್ದು ಒಂದೇ. ವಸ್ತುವಿಷಯಗಳನ್ನು ನಿಯಂತ್ರಿಸಲು ಯತ್ನಿಸುವುದಕ್ಕೆ ಕಾರಣವೆಂದರೆ ಕೇವಲ ಭಯ: ಹೊರಗಿಡುವರೇ ಎಂಬ ಭಯ, ಇಷ್ಟಪಡುತ್ತಿಲ್ಲವೋ ಎಂಬ ಭಯ, ಸರಿಯಾಗಿ ನಿರ್ವಹಿಸದಿದ್ದರೆ ವಿಷಯ ಹದಗೆಡುವುದೋ ಎನ್ನುವ ಭಯ. ಇದು ಎಲ್ಲಾ ಬಗೆಯಲ್ಲೂ ಕಾಣಿಸಿಕೊಳ್ಳುತ್ತವೆ. ನಮ್ಮ ಮಕ್ಕಳು ಸರಿಯಾದ ನಿರ್ಧಾರವನ್ನು ತೆಗೆದುಕೊಳ್ಳುವರೋ ಎಂಬ ಆತಂಕದಲ್ಲಿರುತ್ತೇವೆ. ನಾವು ನಮ್ಮ ಸಂಗಾತಿಗಳ ಅಭ್ಯಾಸಗಳನ್ನು ಬದಲಿಸುವತ್ತ ಪ್ರೇರಣೆ ನೀಡುತ್ತೇವೆ, ಯಾಕೆಂದರೆ ನಾವು ಮಧ್ಯೆ ಪ್ರವೇಶಿಸದೇ ಹೋದರೆ ಅವರು ತಪ್ಪುದಾರಿಗೆ ಹೋಗುತ್ತಾರೆ ಎಂಬ ಭಯವಿರುತ್ತದೆ. ನಮ್ಮ ಸ್ನೇಹಿತರ ಮೇಲೂ ನಾವು ನಮ್ಮ ಅಭಿಪ್ರಾಯಗಳನ್ನು ಹೇರಲು ಯತ್ನಿಸುತ್ತೇವೆ, ಯಾಕೆಂದರೆ ನಮಗೆ ಅವರಿಗಿಂತ ಹೆಚ್ಚು ತಿಳಿದಿದೆ ಮತ್ತು ಅವರು ಹೇಗೆ ಬದುಕನ್ನು ತೆರೆದುಕೊಳ್ಳಬೇಕು ಎಂಬುದನ್ನು ಸೂಚಿಸುತ್ತೇವೆ.

ಭಯ ನನ್ನ ಬದುಕಿನಲ್ಲಿ ಹಾಸುಹೊಕ್ಕಾಗಿ ವ್ಯಾಪಿಸಿದೆ ಎಂದುಕೊಳ್ಳುತ್ತೇನೆ. ಯಾವುದನ್ನು ಮಾಡಬೇಕೋ ಅದನ್ನು ಮರೆತುಬಿಡುತ್ತೇನೆ ಎಂಬ ಭಯ. ನನ್ನನ್ನು ಸ್ವೀಕರಿಸಲಾರರು ಅಥವಾ ನನ್ನನ್ನು ಇಷ್ಟಪಡಲಾರರು ಎಂಬ ಭಯ. ನಾನಿಲ್ಲದೆ ಇದ್ದರೆ ಪ್ರಸಂಗ ವಿಪರೀತಕ್ಕೆ ಹೋಗಬಹುದೆಂಬ ಭಯ. ನಿಜ ಹೇಳಬೇಕೆಂದರೆ ನಿಯಂತ್ರಣ ನಮಗೆ ಸುರಕ್ಷತೆಯ ನೆಮ್ಮದಿ ನೀಡುತ್ತದೆ. ನಾವು ನಿಯಂತ್ರಣದಲ್ಲಿದ್ದರೆ, ನಮ್ಮನ್ನು ಸ್ವತಃ ನೋವಿನಿಂದ, ಹತಾಶೆಯಿಂದ, ತಿರಸ್ಕಾರದಿಂದ ರಕ್ಷಿಸಿಕೊಳ್ಳಲು ಸಾಧ್ಯ ಎಂದು ಭಾವಿಸುತ್ತೇವೆ.

ಅಷ್ಟೇ ಅಲ್ಲ– ಅದು ಸುರಕ್ಷತೆಯ ಭ್ರಮೆಯಾಗಿರುತ್ತದೆ. ಯಾಕೆಂದರೆ ನಾವೆಷ್ಟೇ ಜನರನ್ನು ಅಥವಾ ಸನ್ನಿವೇಶಗಳನ್ನು ನಿಯಂತ್ರಿಸಲು ಯತ್ನಿಸಿರಲಿ, ನಿಜಕ್ಕೂ ನಾವು ಅವನ್ನು ನಿಯಂತ್ರಿಸಲಾಗುವುದಿಲ್ಲ. ಜನರು ತಮಗೆ ಇಷ್ಟ ಬಂದ ಹಾಗೆ ನಡೆದುಕೊಳ್ಳುತ್ತಾರೆ. ಅವರು ತಮ್ಮದೇ ಆಯ್ಕೆಗಳನ್ನು ಮಾಡಿಕೊಳ್ಳುವರು.

ನಿಜವೆಂದರೆ ಅಂತಹ ಯಾವುದೇ "ನಿಯಂತ್ರಣ" ನಿಮ್ಮನ್ನು ನೆಮ್ಮದಿಯಿಂದ ಇರಲು ಬಿಡುವುದಿಲ್ಲ. ಅದಕ್ಕೆ ತದ್ವಿರುದ್ಧವಾದುದೇ ನಡೆಯುತ್ತದೆ. ಜನರನ್ನು ಅಥವಾ ಸನ್ನಿವೇಶಗಳನ್ನು ನಿಯಂತ್ರಿಸಲು ಹೋದರೆ, ಅದು ನಿಮ್ಮ ಭಯವನ್ನು ತಣಿಸುವುದಿಲ್ಲ. ಅದು ಇನ್ನಷ್ಟು ಉಲ್ಬಣಗೊಳ್ಳುವಂತೆ ಮಾಡುತ್ತದೆ. ನಿಮ್ಮಿಂದ ಸಾಧ್ಯವಾಗದೇ ಇರುವುದನ್ನು ನೀವು ನಿಯಂತ್ರಿಸಲು ಹೋದರೆ, ಮನಃಶಾಸ್ತ್ರಜ್ಞರ ಪ್ರಕಾರ ನೀವು ಇನ್ನಷ್ಟು ಆತಂಕಿತರಾಗುತ್ತೀರಿ, ನಿಮ್ಮ ಮೇಲೆ ಇನ್ನಷ್ಟು ಒತ್ತಡ ಬೀರುತ್ತದೆ.

ಮಂಚದ ಮೇಲೆ ಕುಳಿತಲ್ಲಿಂದಲೇ, ನನ್ನ ಫೋನ್‌ನ ಕಡೆಗೆ ದೃಷ್ಟಿ ಬೀರುತ್ತ ನನ್ನ ಗೆಳತಿಯರು ನನ್ನ ಬಗ್ಗೆ ಏನು ಯೋಚಿಸುತ್ತಿರಬಹುದು ಎಂಬುದನ್ನು ನಾನು ನಿಯಂತ್ರಿಸುತ್ತಿಲ್ಲ ಎಂದು ಮನವರಿಕೆಯಾಯಿತು. ನಾನು ನನ್ನದೇ ಅಸಮಾಧಾನವನ್ನು ನಿಯಂತ್ರಿಸಲು ಹವಣಿಸುತ್ತಿದ್ದೆ. ನಾನು ತಿರಸ್ಕರಿಸಲ್ಪಡುವುದನ್ನು ಹೇಸುತ್ತಿದ್ದೆ, ಹಾಗಾಗಿ ಅದಕ್ಕಿರುವ ಕಾರಣವನ್ನು ಕಂಡುಹಿಡಿಯಲಷ್ಟೇ ನಾನು ಬಯಸುತ್ತಿದ್ದೆ.

ಇದೇ ಸಮಯದಲ್ಲಿ *ಲೆಟ್ ದೆಮ್* ಸಿದ್ಧಾಂತ ನನ್ನನ್ನು ಇನ್ನಷ್ಟು ಆಳವಾದ ನೆಲೆಯಲ್ಲಿ ಕಾಡಲು ಪ್ರಾರಂಭಿಸಿತು ಎನ್ನಬಹುದು.

ಲೆಟ್ ದೆಮ್: ಜ್ಞಾನವನ್ನು ಕಾರ್ಯಕ್ಕಿಳಿಸಲಿರುವ ಒಂದು ಸಲಕರಣೆ

ಲೆಟ್ ದೆಮ್ ಕೇವಲ ಒಂದು ಮಾನಸಿಕ ಸ್ಥಿತಿಯ ಸಿದ್ಧಾಂತವಲ್ಲ–ಅದು ನಮ್ಮ ಪ್ರಾಚೀನ ತತ್ವಶಾಸ್ತ್ರ ಮತ್ತು ಮನಃಶಾಸ್ತ್ರದ ಅಡಿಪಾಯವಾಗಿದ್ದು, ಶತಮಾನಗಳ ಕಾಲ ಜನರಿಗೆ ಮಾರ್ಗದರ್ಶನ ನೀಡುತ್ತ ಬಂದಿದೆ. ನಿಮಗೆ ಸ್ಟೋಯಿಸಿಸಮ್, ಬುದ್ಧಿಸಮ್ ಅಥವಾ ಮಾಲಭೂತ ಸ್ವೀಕರಣೆ ಅಥವಾ ಪ್ರತ್ಯೇಕಿಸುವ ಸಿದ್ಧಾಂತಗಳ ಪರಿಚಯವಿದ್ದರೆ, *ಲೆಟ್ ದೆಮ್* ಮತ್ತು *ಲೆಟ್ ಮಿ* ಸಿದ್ಧಾಂತಗಳು ಈ ಬೋಧನೆಗಳಲ್ಲಿವೆ ಎಂಬುದು ವೇದ್ಯವಾದೀತು, ಹಾಗೆಯೇ ಅದು ತುಂಬಾ ಪ್ರಾಯೋಗಿಕವೂ ಹೌದು ಎನ್ನುಂತೆ ತಿಳಿಯಲಾದೀತು. ಅದರಿಂದ ನಿಮ್ಮ ವೈಯಕ್ತಿಕ ಸಂಬಂಧಗಳನ್ನು ನಿಮ್ಮ ಆತ್ಮಬಲವನ್ನು ಹಿಂದಿರುಗಿ ಅಭಿವೃದ್ಧಿಪಡಿಸಲು ಒಂದು ಮಾಧ್ಯಮವಾಗಿ ಉಪಯೋಗಿಸಬಹುದೆಂದೂ ತಿಳಿದೀತು.

ಸ್ಟೋಯಿಸಿಮ್‌ನಲ್ಲಿ ನಿಮ್ಮ ಯೋಚನೆಗಳ ಮತ್ತು ಕಾರ್ಯಗಳ ಮೇಲೆ ನಿಯಂತ್ರಣವನ್ನು ಸಾಧಿಸುವಂತೆ ಗಮನ ಕೇಂದ್ರೀಕರಿಸುವ ಮುಖ್ಯವೇ ಹೊರತು ಇನ್ನೊಬ್ಬರ ಯೋಚನೆಗಳನ್ನು ಅಥವಾ ಕಾರ್ಯಗಳನ್ನು ನಿಯಂತ್ರಿಸುವುದಲ್ಲ. ಈ ತತ್ವಶಾಸ್ತ್ರ ನಿಜಕ್ಕೂ *ಲೆಟ್ ದೆಮ್* ಸಿದ್ಧಾಂತದ ಜೊತೆಗೆ ಸರಿಯಾಗಿ ಹೊಂದಿಕೊಳ್ಳುತ್ತದೆ.

ಅನ್ಯರು ತಮ್ಮ ನಿರ್ಧಾರವನ್ನು ಅಥವಾ ಆಯ್ಕೆಗಳನ್ನು ಅವರಿಗೆ ಇಷ್ಟ ಬಂದ ಹಾಗೆ ಮಾಡಿಕೊಳ್ಳುವುದಕ್ಕೆ ಸ್ವಾತಂತ್ರ್ಯ ನೀಡುವುದೇ ಸ್ಟೋಯಿಸಿಸಮ್. ನೀವು *ಲೆಟ್ ದೆಮ್* ಮತ್ತು *ಲೆಟ್* ಮಿ ಸಿದ್ಧಾಂತಗಳನ್ನು ಅಭ್ಯಾಸ ಮಾಡುವುದರಿಂದ ಸ್ಟೋಯಿಸಿಸಮ್‌ನ ಮೂಲ ತತ್ವವನ್ನು ತಿಳಿದಂತಾಗುತ್ತದೆ: ನಿಮ್ಮ ನಿಜವಾದ ಶಕ್ತಿ ಅಡಗಿರುವ ನಿಮ್ಮತನದ ತಾಣದಲ್ಲಿ ನಿಮ್ಮನ್ನು ಕೇಂದ್ರೀಕರಿಸಿಕೊಳ್ಳಬೇಕು.

ನೈಜತೆಯನ್ನು ಮರೆಮಾಚುವುದರಿಂದ ಸಂಕಟಗಳು ಎದುರಾಗುತ್ತವೆ ಎಂಬುದನ್ನೇ ಬುದ್ಧಿಸಂ ಮತ್ತು ಮೂಲಭೂತದ ಸ್ವೀಕರಣೆ ಕಲಿಸುತ್ತವೆ. ನಿಜಸ್ಥಿತಿಯಲ್ಲಿರುವ ಸಂಗತಿಗಳನ್ನು ನಾವು ಬೇರೆಯೇ ತೆರನಾಗಿ ಆಗಬೇಕೆಂದು ಬಯಸುವಾಗ ಅವು ನಮ್ಮ ನೋವುಗಳಿಗೆಲ್ಲ ಕಾರಣವಾಗುತ್ತವೆ. *ಲೆಟ್ ದೆಮ್* ಸಿದ್ಧಾಂತ ನೈಜತ್ವವನ್ನು ಸ್ವೀಕರಿಸುವುದನ್ನು ಕಲಿಸುತ್ತದೆ ಮಾತ್ರವಲ್ಲ ನಿಮ್ಮನ್ನು ಬದಲಾಯಿಸುವ ಮನೋಭಾವದಿಂದ ತಡೆಯುತ್ತದೆ. ಇನ್ನೊಬ್ಬರ ಕಾರ್ಯಗಳು, ಆಯ್ಕೆಗಳು ನಿಮ್ಮ ನಿಯಂತ್ರಣದಲ್ಲಿರಬೇಕಾಗಿಲ್ಲವೆಂಬುದು ನಿಮಗೆ ಮನದಟ್ಟಾಗುತ್ತದೆ, ಹಾಗೆಯೇ ನೀವು ಭಾವನಾತ್ಮಕ ಸ್ವಾತಂತ್ರ್ಯಕ್ಕೆ ಭಾಜನರಾಗುತ್ತೀರಿ. ಮೂಲಭೂತ ಸ್ವೀಕರಣೆಯೇ ಅದರೆಲ್ಲದರ ಅತ್ಯಂತ ಶಕ್ತಿಯುತವಾದ ರೂಪವೆನ್ನಬಹುದು. **ಬೇರ್ಪಡಿಸುವಿಕೆಯ ಸಿದ್ಧಾಂತ ನಮ್ಮನ್ನು ಭಾವನಾತ್ಮಕವಾಗಿ ಕಾಡುವ ಮೂಲಭೂತ ಸ್ವೀಕರಣೆಯಿಂದ ದೂರವಿರಿಸುತ್ತದೆ.**

ನೀವು *ಲೆಟ್ ದೆಮ್*‌ನ್ನು ಅನುಸರಿಸುವಾಗ ಬೇರ್ಪಡುವಿಕೆಯನ್ನು ಅಭ್ಯಾಸ ಮಾಡುತ್ತಿದ್ದೀರಿ ಎಂದರ್ಥ. ಕೈಯ್ಯಲ್ಲಿರುವ ಸನ್ನಿವೇಶವನ್ನು ಹಿಡಿದುಕೊಂಡು ನೀವೊಂದು ಮಾನಸಿಕ ಕಂದಕವನ್ನು ನಿರ್ಮಿಸುತ್ತೀರಿ. ಫಲಿತಾಂಶವೇನು? ಅದರಿಂದ ನೀವು ಶಾಂತವಾಗಿ, ಸ್ಪಷ್ಟ ಮನಸ್ಸಿನಿಂದ ಮತ್ತು ಕಾರ್ಯಾಚರಣೆಗಳಲ್ಲಿ ನಿಯಂತ್ರಣವನ್ನು ಸಾಧಿಸುತ್ತೀರಿ. ನನಗೆಂದರೆ ಈ ಸಿದ್ಧಾಂತ, "ಹೋದರೆ ಹೋಗಲಿ" ಎನ್ನುವ ಹಾಗಲ್ಲ. ವೈಯಕ್ತಿಕವಾಗಿ, ಹೋದರೆ ಹೋಗಲಿ ಎಂಬಲ್ಲಿ ಸಮಸ್ಯೆ ಪರಿಹಾರವಾಗಿರುವುದಿಲ್ಲ. ಇಲ್ಲಿ ನೀವು ನಿಮ್ಮ ಭಾವನೆ ತಳಮಳಮಳಗಳನ್ನು ನುಂಗಿಕೊಂಡು ಸಮಸ್ಯೆಯಿಂದ ದೂರಕ್ಕೆ ಹೋಗಿಬಿಡುವುದಾಗಿರುತ್ತದೆ. *ಲೆಟ್ ದೆಮ್* ಬೇರೆಯೇ. ನೀವು *ಲೆಟ್ ದೆಮ್* ಎನ್ನುವಾಗ ಸಮಸ್ಯೆಯನ್ನು ಕೈಚೆಲ್ಲಿ ಬಿಡುವುದಾಗಲೀ ಅಥವಾ ಅದರಿಂದ ದೂರ ಸರಿಯುವಂತಾಗುವುದಿಲ್ಲ. ನೀವು ನಿಮ್ಮನ್ನೇ ಸ್ವತಂತ್ರವಾಗಿಸುವ ಪ್ರಕ್ರಿಯೆ ಅದು. ವಿಷಯಗಳ ಮೇಲಿನ ನಿಮ್ಮ ಹಿಡಿತವನ್ನು ಸಡಿಲಗೊಳಿಸಿ ಹೇಗೆ ನಡೆಯಬೇಕೋ ಹಾಗೆ ಅದನ್ನು ಬಿಟ್ಟುಬಿಡುವುದು. ಅವರನ್ನು ಅವರಷ್ಟಕ್ಕೇ ಬಿಟ್ಟುಬಿಡುವುದರಿಂದ ನಿಮ್ಮಲ್ಲಿ ಸ್ವಯಂ ಶಕ್ತಿಯ ಉದ್ದೀಪನವಾಗಿ ಹಿಂದೆಂದೂ ನಿಮ್ಮಲ್ಲಿ ಇಲ್ಲದ ನಿಯಂತ್ರಣವನ್ನು ನೀವು ಸಾಧಿಸುತ್ತೀರಿ. ಎಲ್ಲವನ್ನೂ ಅಥವಾ ಎಲ್ಲರನ್ನೂ ನಿಯಂತ್ರಿಸುವ ಪ್ರಕ್ರಿಯೆಯಿಂದ ನೀವು ದೂರವುಳಿದಾಗ, ಯಾವತ್ತೂ ಕೊನೆಗಾಣದ ಒತ್ತಡ, ಹತಾಶೆ ಮತ್ತು ಭಾವನಾತ್ಮಕ ಏರಿಳಿತಗಳಿಂದ ನೀವು ಮುಕ್ತರಾಗುತ್ತೀರಿ. *ಲೆಟ್ ದೆಮ್* ಮತ್ತು *ಲೆಟ್* ಮಿ ಸಿದ್ಧಾಂತಗಳ ರೋಚಕತೆ ಎಂದರೆ ಅದನ್ನು ಕಾರ್ಯಗತ ಮಾಡುತ್ತಿದ್ದ ಹಾಗೆ, ನಿಮ್ಮನ್ನು ಆಳುವ ಭಾವನೆಗಳಿಂದ ಮುಕ್ತರಾಗಿಸಿ, ನೀವು ಹೆಚ್ಚು ಶಾಂತಿಯುತ, ಅರ್ಥಪೂರ್ಣ ಬದುಕನ್ನು ಬಾಳಲು ಶುರು ಮಾಡುವಿರಿ.

ನಿಜ ಜೀವನದಲ್ಲಿ ಇದು ಹೇಗೆ ಕೆಲಸ ಮಾಡುತ್ತದೆ

ಹೇಗೆ ಕೆಲಸ ಮಾಡುತ್ತದೆ ಎಂಬುದನ್ನು ನಿಮ್ಮ ಬದುಕಿನ ವಿವಿಧ ಮಜಲುಗಳಲ್ಲಿ ಬಳಸಿ ನೋಡಿ. ನೀವೊಂದು ಮೀಟಿಂಗ್‌ನಲ್ಲಿದ್ದೀರಿ ಮತ್ತು ನಿಮ್ಮ ಹೊಸದೊಂದು ಕಲ್ಪನೆಯೊಂದಿಗೆ ಬಂದಿದ್ದು ಅದನ್ನು ಹೇಳಲು ಉತ್ಸುಕರಾಗಿದ್ದೀರಿ ಎನ್ನೋಣ. ನೀವು ಅದನ್ನು ಪೂರ್ತಿಯಾಗಿ ವಿಮರ್ಶಿಸಿ ಅದರಲ್ಲಿ ಸಾಕಷ್ಟು ಸತ್ವವಿದೆ ಎಂದು ಭಾವಿಸಿದ್ದೀರಿ ಎನ್ನೋಣ– ಆದರೆ ನೀವು ಮೀಟಿಂಗ್‌ನಲ್ಲಿ ಪ್ರಸ್ತುತಪಡಿಸಿದಾಗ, ರೂಮ್‌ನಲ್ಲಿ ನಿಶ್ಶಬ್ದತೆ ಆವರಿಸುತ್ತದೆ. ಮಂದಿ ನಯವಾಗಿ ನಿಮ್ಮ ಕಲ್ಪನೆಯನ್ನು ಅಲ್ಲಗಳೆದು ಇನ್ನೊಬ್ಬರ ಕಲ್ಪನೆಗೆ ಹೆಚ್ಚು ಮಹತ್ವ ಕೊಡುವತ್ತ ಗಮನ ಹರಿಸುತ್ತಾರೆ. ನೀವು ಎಲ್ಲೂ ಕಾಣಿಸಿಕೊಳ್ಳುವುದೇ ಇಲ್ಲ. ನೀವು ಎರಡನೆಯ ಊಹೆಯನ್ನು ಹೊಂದುತ್ತೀರಿ, ಅದನ್ನು ಇನ್ನಷ್ಟು ಫಲಪ್ರದವಾಗಿ ಪ್ರಸ್ತುತಪಡಿಸಬೇಕಿತ್ತೇನೋ ಅಥವಾ ಇನ್ನಷ್ಟು ಸಶಕ್ತವಾಗಿ ವಾದವನ್ನು ಮಂಡಿಸಬೇಕಿತ್ತೇನೋ ಎಂಬಂತೆ.

ಆ ಕ್ಷಣದಲ್ಲಿ ಸನ್ನಿವೇಶ ನಿಮ್ಮನ್ನು ತಿಂದು ಹಾಕುವುದಕ್ಕೆ ಬಿಡಬಹುದು ಇಲ್ಲವೇ ನೀವು ಕ್ಷಣಹೊತ್ತು ವಿರಮಿಸಿ *ಲೆಟ್ ದೆಮ್* ಎನ್ನಬಹುದು. ಅವರು ನನ್ನ ಕಲ್ಪನೆಯನ್ನು ತಿರಸ್ಕರಿಸಿದರೇನಂತೆ. ಹೋಗಲಿ ಬಿಡು. ಅವರು ಬೇರೊಂದು ಕಲ್ಪನೆಯೊಂದಿಗೆ ಮುಂದೆ ಸಾಗಲಿ. ಅವರ ನಿರಾಕರಣೆ ನಿಮ್ಮ ಕಲ್ಪನೆಯ ವಿಷಯದ ಮೌಲ್ಯವನ್ನೇನೂ ಬದಲಾಯಿಸುವುದಿಲ್ಲ ತಾನೇ? ನಿಮ್ಮ ಸ್ಥಾನಮಾನಕ್ಕೆ ಇದರಿಂದ ಯಾವುದೇ ಚ್ಯುತಿ ಬರದು ಅಲ್ಲವೇ? ನೀವು ನಿಮ್ಮದೇ ರೀತಿಯಲ್ಲಿ ಪ್ರತಿಪಾದಿಸಿದ್ದೀರಾ. ಅಂದರೆ ನಿಮ್ಮ ಕಲ್ಪನೆಯ ವಿಷಯ ಉನ್ನತ ಮಟ್ಟದ್ದು ಅಲ್ಲ ಎನ್ನುವಂತಿಲ್ಲ ಅಲ್ಲವೇ? ಯಶಸ್ಸಿನ ಹಾದಿಯಲ್ಲಿ ನೀವು ಅದೇ ಹಿಂದಿನ ಮನುಷ್ಯ, ಅದೇ ಪ್ರತಿಭಾವಂತ ಅಷ್ಟೇ ಅಲ್ಲ ನಿಮ್ಮ ಕಲ್ಪನೆಯನ್ನು ಯಶಸ್ವಿಯಾಗಿ ನಿರ್ವಹಿಸುವ ಸಾಮರ್ಥ್ಯ ನಿಮ್ಮಲ್ಲಿದೆ ಎಂಬ ಛಲ ನಿಮ್ಮಲ್ಲಿ ಉತ್ಪತ್ತಿಯಾಗುತ್ತದೆ. ಡೇಟಿಂಗ್‌ನಲ್ಲೂ ಇದೇ ಆಗುತ್ತದೆ. ನೀವು ಯಾರೊಂದಿಗೋ ಹೋಗಲು ಟೆಕ್ಸ್ಟ್ ಮಾಡುತ್ತಿದ್ದರೆ ಆತ/ಆಕೆ ಬೇರೊಬ್ಬರ ಬಗೆಗೆ ಒಲವು ತೋರಿಸಿದರೆ ಅವರೊಂದಿಗೆ ಹೋಗುತ್ತಾರೆ ಎನ್ನೋಣ. ನಿಮ್ಮನ್ನು ಕಡೆಗಣಿಸಿದಂತಾಗುತ್ತದೆ. ಯಾವುದೇ ಪ್ರತಿಕ್ರಿಯೆ ಇಲ್ಲ, ವಿವರಣೆಯೂ ಇಲ್ಲ. ಇದು ನಿಮ್ಮನ್ನು ಬಹುವಾಗಿ ಚುಚ್ಚುತ್ತದೆ, ಅಲ್ಲವೇ? ಎಲ್ಲಿ ತಪ್ಪಾಯಿತು, ಹೇಗೆ ನಮ್ಮ ಹಾದಿ ಹಳಿ ತಪ್ಪಿತು ಎಂದು ಮುಂತಾಗಿ ಕಾರಣ ಕಂಡುಹಿಡಿಯಲು ನೀವು ಯತ್ನಿಸುತ್ತೀರಿ. ನೀವು ನಡೆಸಿದ ಸಂಭಾಷಣೆಯನ್ನು ಮೆಲುಕು ಹಾಕುತ್ತೀರಿ. ಮತ್ತೊಮ್ಮೆ ಟೆಕ್ಸ್ಟ್ ಮಾಡಲು ಪ್ರೇರಣೆಯಾಗುತ್ತದೆ. ಇನ್ನಷ್ಟು ಸಮೀಪಿಸಲು ಆತುರವಾಗುತ್ತದೆ. ಹಾಗೂ ಮಾಡುವಿರಿ.

ಆದರೆ ಇಲ್ಲಿ ನಿಮಗೆ *ಲೆಟ್ ದೆಮ್* ಸಿದ್ಧಾಂತ ಸಹಾಯಕ್ಕೆ ಬರುತ್ತದೆ. ಅವರೇನೆಂದು ಸ್ವತಃ ತೋರಿಸಿಕೊಡಲಿ. ಅವರ ಅನಾದರ ನಿಮ್ಮ ಗೌರವವನ್ನು ಕಿರಿದಾಗಿಸುವುದಿಲ್ಲ. ಅವರು ಹಾಗೇಕೆ ಮಾಡಿದರು ಎಂದು ಕೇಳುವುದನ್ನು ನಿಲ್ಲಿಸಿ. ಹೀಗೆ ಮಾಡಿದವರ ಜೊತೆಗೆ ನೀವೇಕೆ ಹೋಗಬೇಕು ಎಂದು ನಿಮ್ಮಷ್ಟಕ್ಕೇ ಪ್ರಶ್ನಿಸಿಕೊಳ್ಳಿ. ಬೇಡವೆನ್ನಿ. ಅದಾಗಲೇ ಬಿಟ್ಟುಹೋದವರನ್ನು ಹಿಂಬಾಲಿಸಿ ಹೋಗುವುದರಲ್ಲಿ ನಿಮ್ಮ ಶಕ್ತಿಯನ್ನು ವ್ಯಯ ಮಾಡದಿರಿ. ನಿಮ್ಮ ನಿಯಂತ್ರಣದಲ್ಲಿರುವ ವಿಷಯಗಳ ಮೇಲೆ ನಿಮ್ಮ ಶಕ್ತಿಯನ್ನು ಕೇಂದ್ರೀಕರಿಸಿ: ನಿಮ್ಮ ಭಾವನೆಗಳನ್ನು ಅದುಮಿ

ಹಿಡಿದು ನಿಮ್ಮನ್ನು ಆದರಿಸುವವರಿರುತ್ತಾರೆ ಎಂದು ನೆನಪಿಸಿಕೊಳ್ಳಿ, ಅದಕ್ಕೆ ನೀವು ಅರ್ಹರಿರುತ್ತೀರಿ ಎಂದಿರಲಿ. ಈ ಎರಡೂ ಸನ್ನಿವೇಶಗಳಲ್ಲಿ –ಅದಾವುದೋ ಕಾರ್ಯವಿದ್ದಿರಲಿ, ಡೇಟಿಂಗ್ ಇರಲಿ, ಇನ್ಯಾವುದೇ ಇರಲಿ– ನೀವು *ಲೆಟ್ ದೆಮ್* ಎಂದಾಗ ಯಾವುದು ನಿಮ್ಮ ನಿಯಂತ್ರಣದಲ್ಲಿದೆ ಮತ್ತು ಯಾವುದು ನಿಮ್ಮ ನಿಯಂತ್ರಣದಲ್ಲಿ ಇಲ್ಲ ಎಂಬುದನ್ನು ನೀವು ಅನಾಯಾಸವಾಗಿ ಗುರುತಿಸಿದಂತಾಗುತ್ತದೆ. ಸುಮ್ಮನೆ ಸುತ್ತುಸುತ್ತುವುದಕ್ಕಿಂತ ಸದೃಢ ನಿರ್ಧಾರ ತಳೆದು ನೀವು ಸನ್ನಿವೇಶದಿಂದ ಬೇರ್ಪಡುವುದಕ್ಕೆ ಯತ್ನಿಸಬಹುದು. ನಾನು ಈಗಾಗಲೇ ಹೇಳಿರುವಂತೆ ಅನ್ಯರು ನಿಮ್ಮ ಮೇಲೆ ಯಾವುದೇ ಅಧಿಕಾರವನ್ನು ಹೊಂದಿರುವುದಿಲ್ಲ, ನೀವು ಅವರಿಗೆ ಅದನ್ನು ನೀಡಿರದಿದ್ದರೆ. ನೀವು ಪ್ರತಿ ಸಲ *ಲೆಟ್ ದೆಮ್* ಅಂದಾಗ, ನೀವು ನೀಡಿದ ಅಧಿಕಾರವನ್ನು ಹಿಂದೆಗೆಯುತ್ತೀರಿ.

ನನ್ನದೇ ಉದಾಹರಣೆಯನ್ನು ಇಲ್ಲೀಗ ಮಂಚದ ಮೇಲೆ ಕುಳಿತಿರುವಾಗ ನಡೆದಿದ್ದನ್ನು ತೆಗೆದುಕೊಳ್ಳಿ–ನನ್ನ ಸ್ನೇಹಿತೆಯರು ಜೊತೆಯಾಗಿ ವಿಹಾರಕ್ಕೆ ಹೋಗಿರುವುದು ನನಗೆ ಗೊತ್ತಿಲ್ಲ. ಅವರ ಫೋಟೋಗಳನ್ನು ಕಂಡಾಗಲಷ್ಟೇ ನಾನು ಪ್ರತಿಕ್ರಿಯಿಸಿದೆ. ನನ್ನ ಭಾವನೆಗಳು ಮೇಲೇರಿ ಬಂದವು. ನಾನು ಅಸುರಕ್ಷತೆಯನ್ನು ಅನುಭವಿಸಿದೆ. ನನ್ನನ್ನು ಹೊರಗಿಟ್ಟ ಅನುಭವವಾಯಿತು. ಅದಕ್ಕೂ ಹೀನಾಯವಾದ ಪರಿಸ್ಥಿತಿ ಅನುಭವಿಸಿದೆ. ನಾನೇನೋ ತಪ್ಪು ಎಸಗಿರಬೇಕೆಂದು ಇನ್ನೂ ಒಂದು ಹೆಜ್ಜೆ ಮುಂದಕ್ಕೆ ಸಾಗಿ ಚಿಂತಿಸತೊಡಗಿದೆ. ಅದು ನನ್ನನ್ನು ಇನ್ನಷ್ಟು ಹೀನಾಯವಾಗಿಸಿತು.

ನಿಜಾಂಶವೆಂದರೆ, ಇವನ್ನೆಲ್ಲ ನಾನು ನನ್ನಷ್ಟಕ್ಕೇ ಮಾಡಿಕೊಂಡಿದ್ದೆ. ನನ್ನ ಗೆಳತಿಯರು ನನಗೇನೂ ಮಾಡಿರಲಿಲ್ಲ ಪಾಪ. ಅವರು ಅವರಷ್ಟಕ್ಕೇ ತಮ್ಮ ಬದುಕನ್ನು ಸಾಗಿಸುತ್ತಿದ್ದಾರೆ. ಅವರು ತಮ್ಮ ವಾರದ ದಿನಗಳನ್ನು ಯಾರ ಜೊತೆಗೆ ಬೇಕಿದ್ದರೂ ಕಳೆಯಲು ನಿರ್ಧರಿಸುವುದು ಅವರ ಆಯ್ಕೆಗೆ ಬಿಟ್ಟಿದ್ದು. ಅವರ ಪ್ರವಾಸದ ಕುರಿತು ನಾನು ಪ್ರತಿಕ್ರಿಯಿಸಿದ್ದು ನನಗೆ ನೋವನ್ನು ತಂದಿತು.

ಇದನ್ನು ನಾನು ನಿಮ್ಮ ಜೊತೆಗೆ ವಿಸ್ತೃತವಾಗಿ ಪರಿಶೀಲಿಸಬೇಕಿದೆ. ಯಾಕೆಂದರೆ ಇದುವೆ ಪ್ರಾಮುಖ್ಯವಾದ ವಿಷಯ. ಇದಕ್ಕೆ ಆಟದ ಮೈದಾನದ ಸೀಸಾನ ಒಂದು ದೃಶ್ಯವನ್ನು ಇದಕ್ಕೆ ಬಳಸಬಹುದು, ಅದರಲ್ಲಿ ಶಕ್ತಿಯ ಚಲನೆ ಹೇಗೆ ಮೇಲೆ–ಕೆಳಗೆ ಸಂಚರಿಸುತ್ತದೆ ಎಂಬುದು ವ್ಯಕ್ತವಾಗಿ ಮನದಟ್ಟಾಗುತ್ತದೆ.

ಯಾರಾದರೂ ನಿಮ್ಮನ್ನು ಹೊರತುಪಡಿಸಿ ಏನನ್ನಾದರೂ ಯೋಜನೆಯನ್ನು ರೂಪಿಸಿದ್ದಾದರೆ, ಅದಕ್ಕೆ ನೀವು ಧನಾತ್ಮಕ ಅಥವಾ ಋಣಾತ್ಮಕವಾಗಿ ಪ್ರತಿಕ್ರಿಯಿಸಬಹುದು. ಅದರಲ್ಲಿ ಸ್ವಯಂ– ವಿನಾಶಕಾರಿ ಯೋಚನೆಗಳು ಅಥವಾ ಭಾರವಾದ ಭಾವನೆಗಳು ಉತ್ಪತ್ತಿಯಾಗುವ ಸಾಧ್ಯತೆಗಳಿರುತ್ತವೆ. ಅದರಿಂದ ನೀವು ಕುಗ್ಗಿಹೋಗುತ್ತೀರಾ. ಅದರಲ್ಲಿ ನಿಮ್ಮ ಮತ್ತು ಮಿಕ್ಕವರ ಜೊತೆಗಿನ ಸಂಬಂಧ ನಿಮ್ಮ ಪ್ರತಿಕ್ರಿಯೆಯ ಅಳತೆಗೋಲಾಗಿ ಮಾರ್ಪಡುತ್ತದೆ.ಇಲ್ಲಿನ ಗ್ರಾಫಿಕ್, ಹೇಗೆ ನಾನು ಆ ಫೋಟೋವನ್ನು ಕಂಡಾಗ ನನ್ನಲ್ಲಿ ಅಸಾಧಾರಣ ಭಾವನೆಗಳು ಉತ್ಪತ್ತಿಯಾದವು ಎಂಬುದನ್ನು ತೋರಿಸುತ್ತದೆ.

ಅ) ಲೆಟ್ ದೆಮ್ ಇಲ್ಲದೆ

ಕೀರಿಮೆ ಅಸೂಯೆ
ಅಸುಕ್ಷಿತೆ
ಬೇರಿಟ್ಟಿರುವುದು
ಹೊರಗಿಟ್ಟಿರು

ನಾನು ಕುಸಿದು ಕೂರಲು ಕಾರಣವೇನಾಯಿತು? ನಿಜಕ್ಕೂ ಕುಸಿದೆ.

ಕೆಲವೊಮ್ಮೆ ನೀವು ಇನ್ನೊಬ್ಬರ ಯೋಚನೆಗಳನ್ನು, ಕಾರ್ಯಗಳನ್ನು, ಮತ್ತು ಭಾವನೆಗಳನ್ನು ಅಂಗೀಕರಿಸುತ್ತೀರಿ, ಯಾಕೆಂದರೆ ನೀವು ಸ್ವತಃ ಏನೋ ತಪ್ಪನ್ನು ಎಸಗಿದ್ದೀರಿ, ನೀವೊಬ್ಬ ಕೆಟ್ಟ ಮನುಷ್ಯ ಎಂದುಕೊಂಡಿರುತ್ತೀರಿ ಅಥವಾ ಇನ್ನೊಬ್ಬರಿಗೆ ನಿಮ್ಮ ಶಕ್ತಿಯನ್ನು ವರ್ಗಾಯಿಸಿರುತ್ತೀರಿ. ಅದರಿಂದ ನಿಮ್ಮ ಸಂಬಂಧಗಳಲ್ಲಿ ಏರುಪೇರಾಗುತ್ತಲೇ ಇರುತ್ತದೆ. ನೀವು ಅದರ ಅಡಿಯಲ್ಲಿ ತೊಳಲಾಡುತ್ತಿರುತ್ತೀರಿ.

ಹಾಗೆಯೇ ನನಗೂ ಆಯಿತು, ನಾನೇನೋ ತಪ್ಪೆಸಗಿದ್ದೇನೆ ಎಂದುಕೊಂಡಾಗ. ನನ್ನಲ್ಲಿ ಕೀಳರಿಮೆ, ಮತ್ಸರ, ಅಸುರಕ್ಷಿತೆ, ಹೊರಗಿಟ್ಟ ಭಾವನೆಗಳು ಒಮ್ಮೆಲೆ ಆವಿರ್ಭವಿಸಿದವು. ಅಂತಹ ಭಾವನೆಗಳು ಮತ್ತು ಯೋಚನೆಗಳು ನಿಜಕ್ಕೂ ತುಂಬಾ ಭಾರವಾಗಿರುತ್ತವೆ.

ನೀವು *ಲೆಟ್ ದೆಮ್* ಎಂದಾಗ, ಆ ಭಾರವೆಲ್ಲ ಇಳಿದ ಹಾಗೆ, ನಿಮ್ಮಲ್ಲಿನ ಋಣಾತ್ಮಕತೆಗಳು ಕರಗಿ ನೀವು ಮುಕ್ತರಾದಂತೆ ಭಾಸವಾಗುತ್ತದೆ. ಅದು ಸೀಸಾನಿಂದ ನೆಲದ ಮೇಲಕ್ಕೆ ನೆಗೆದಂತೆ. ನೀವು ಮೇಲಕ್ಕೆ ಏರಿದಂತೆ, ನಿಮ್ಮ ಸ್ನೇಹಿತೆಯರೆಲ್ಲ ಕೆಳಕ್ಕೆ ಕುಸಿದ ಹಾಗೆ. ಈಗ ಶಕ್ತಿಯ ಸಂಚಾರ ಬದಲಾಗಿ ಬಿಡುತ್ತದೆ.

ಆ) ಲೆಟ್ ದೆಮ್ ಹೇಳುವುದು

ಮೇಲುಗೈ
ಬೇರ್ಪಡುವಿಕೆ
ಹುಸಿ ನಿಯಂತ್ರಣ
ತೀರ್ಪು

ನಿಮ್ಮನ್ನು ಕಾಡುವ ಸನ್ನಿವೇಶದಿಂದ ಹೊರಬರುವ, ಜನರಿಗಿಂತ ಮೇಲರಿಮೆ ಅನುಭವಿಸುವುದು ಸುಖಮಯವೆನಿಸುತ್ತದೆ. ಆದ್ದರಿಂದಲೇ ಮಂದಿ *ಲೆಟ್ ದೆಮ್* ಹೇಳಲು ಇಷ್ಟಪಡುತ್ತಾರೆ. ಅದರಿಂದ ನಿಮ್ಮಲ್ಲಿ ಮೇಲರಿಮೆ ಮತ್ತು ಆತ್ಮವಿಶ್ವಾಸದ ಮಿಥ್ಯ ಭಾವನೆ ರೂಪುಗೊಂಡಿರುತ್ತದೆ. ಆ ಭಾರವಾದ ಭಾವನೆಗಳನ್ನು ನೂಕಿಬಿಡುತ್ತೀರಿ.

ಮತ್ತು ಎಲ್ಲರಿಗಿಂತ ಮೇಲೇರಿರುತ್ತೀರಿ. ಇದರಿಂದ ನೀವು ಸ್ವಯಂಚಾಲಿತವಾಗಿ ಮಿಕ್ಕವರಿಗಿಂತ ಮೇಲೇರಿದಂತೆ ತೋರುತ್ತದೆ. ನೀವು ಹೆಚ್ಚು ಜ್ಞಾನಿಗಳಂತೆ, ಪರಿಣಿತರಂತೆ ತೋರಿ ಸನ್ನಿವೇಶದಿಂದ ಬೇರ್ಪಟ್ಟಂತೆ ತೋರುತ್ತದೆ. ನೀವೊಂದು ಭಾವನಾತ್ಮಕ ಏರುಪೇರಿನಲ್ಲಿರುವಾಗ, ನಿಮ್ಮ ಮೇಲರಿಮೆ ತುಸು ಮುಂದುವರಿದರೂ ಚಿಂತಿಲ್ಲ. ಇನ್ನೊಬ್ಬರಿಗಿಂತ ತಾನು ಮೇಲುಗೈ ಸಾಧಿಸಿದ್ದೇನೆ ಎಂಬ ತಾತ್ಕಾಲಿಕ ಅನುಭವ ನಿಮ್ಮನ್ನು ಹತಾಶೆಯಿಂದ, ಅಥವಾ ಯಾತನೆಯ ಸನ್ನಿವೇಶದಿಂದ ಹೊರಬರಲು ಸಹಾಯ ಮಾಡುತ್ತದೆ.

ನಿಮ್ಮ ಕರೆಗೆ ಸ್ಪಂದಿಸದ ಸ್ನೇಹಿತನಿಗಿಂತ, ಅಥವಾ ನಿಮ್ಮ ಅಡುಗೆಯನ್ನು ತಯಾರಿಸದ ರೂಮ್‌ಮೇಟ್‌ಗಿಂತ, ಅಥವಾ ನಿಮ್ಮ ಕೆಲಸದ ಜಾಗದಲ್ಲಿ ನಿಮ್ಮೊಂದಿಗೆ ಒರಟಾಗಿ ವರ್ತಿಸಿದ ಗಿರಾಕಿಗಿಂತ ನೀವು ಮೇಲುಗೈಯನ್ನು ಸಾಧಿಸಿರುತ್ತೀರಿ.

ಆಗ *ಲೆಟ್ ದೆಮ್* ಕ್ಷಣ ಕಳೆದಿರುತ್ತದೆ.

ಈಗ ನೀವು ಯೋಚಿಸಬಹುದು... ಈಗೇನು ಮಾಡುವುದು? ನೀವಲ್ಲಿ ಕುಳಿತು ಇತರರನ್ನು ಕೀಳಾಗಿ ನೋಡುತ್ತ ಸಮಯ ಕಳೆಯುತ್ತಿರಬಹುದು. ನಿಮ್ಮದೇ ಮೇಲರಿಮೆಯಲ್ಲಿ ತೇಲಾಡುತ್ತಿರಬಹುದು. ಮತ್ತು ನಾನು *ಲೆಟ್ ದೆಮ್* ಅನುಸರಿಸಲು ತೊಡಗಿದ ಬಳಿಕ ಏನು ಮಾಡಬೇಕೆಂದೇ ತಿಳಿಯಲಿಲ್ಲ. ಹಾಗೆ ಹೇಳಿಕೊಂಡು, ಮೇಲರಿಮೆಯನ್ನು ಅನುಭವಿಸುವುದು ಆಹ್ಲಾದಕರವಾಗಿದ್ದು, ಭಾವನೆಗಳಿಂದ ಮುಕ್ತವಾಗುವುದೂ ಸೊಗಸಾದ ಅನುಭವವಾಯ್ತು. ಅದೊಂದು ಸುಲಭ ಮಾರ್ಗವಾಗಿತ್ತು. ಆದರೆ ಮುಂದೇನು ಮಾಡಬೇಕೆಂಬುದು ಸ್ಪಷ್ಟವಿರಲಿಲ್ಲ.

ಬರೀ *ಲೆಟ್ ದೆಮ್* ಹೇಳುವುದರ ಅಪಾಯ ಇಲ್ಲಿಯೇ ಇರುವಂಥದ್ದು. ನೀವು ನಿರಂತರ *ಲೆಟ್ ದೆಮ್ ಲೆಟ್ ದೆಮ್ ಲೆಟ್ ದೆಮ್* ಹೇಳುತ್ತಾ ಹೋದರೆ, ನೀವು ಒಬ್ಬಂಟಿಗರಾಗಿ ಬಿಡುತ್ತೀರಿ. ನೀವು ಎಲ್ಲವುಗಳಿಂದ ಹೊರಕ್ಕೆ ಬಂದುಬಿಡುತ್ತೀರಿ ಅಥವಾ ಪೂರ್ತಿಯಾಗಿ ಮುಚ್ಚಿಹೋದಂತೆ ಆಗುತ್ತೀರಿ.

ನನ್ನ ಸ್ಥಿತಿಯೂ ಹಾಗೆಯೇ ಆಯಿತು, ನನ್ನ ಮಂಚದ ಮೇಲೆ ಕುಳಿತಿದ್ದಾಗ ಸಂಭವಿಸಿದ ಘಟನೆಯಂತೆ! ನಾನು ಅದನ್ನು *ಲೆಟ್ ದೆಮ್* ಹಂತದಲ್ಲೇ ನಿಲ್ಲಿಸಿ–ಈಗ ಅದನ್ನು ಕಲ್ಪಿಸುತ್ತಿದ್ದೇನೆ–ನನ್ನದೇ ಮೇಲರಿಮೆಯ ಸ್ಥಿತಿಯಲ್ಲಿ ಇದ್ದಿರುತ್ತಿದ್ದೆ. ನಾನು ಅವರೆಲ್ಲರ ಬಗ್ಗೆ ಹಿಂದಿನಿಂದ ನಿಂದಿಸಬಹುದಿತ್ತು, ಇತರ ಸ್ನೇಹಿತೆಯರೊಂದಿಗೆ ಹೆಚ್ಚಿನ ಬಾಂಧವ್ಯವನ್ನು ಬೆಸೆಯಬಹುದಿತ್ತು, ಮತ್ತು ಅವರನ್ನು ಎಲ್ಲಿಯಾದರೂ ಕಂಡಾಗ ಬಹಳ ಮುಜುಗರವಾಗುತ್ತಿತ್ತು. ಈ ಮಹಿಳೆಯರು ನಿಜಕ್ಕೂ ನಾನು ಮೆಚ್ಚಿಕೊಂಡವರೇ ಆಗಿದ್ದರು, ಮಾತ್ರವಲ್ಲ ಅವರೊಂದಿಗಿನ ಸ್ನೇಹವನ್ನು ಸದಾ ನಾನು ಬಯಸುವವಳೇ ಆಗಿದ್ದೆ.

ನಿಮ್ಮ ಸ್ನೇಹಿತೆಯರು ಹೊರಗಡೆ ನಿಮ್ಮನ್ನು ಬಿಟ್ಟುಹೋಗಿ ತಿರುಗಾಡುವ ಸ್ಥಿತಿಯನ್ನು ನಿಜಕ್ಕೂ ನೀವು ಕಲ್ಪಿಸಿಕೊಳ್ಳಿ. ಹಾಗೆ ನಡೆದಾಗ ನಿಜಕ್ಕೂ ನಿಮಗೆ ನೋವಾಗುತ್ತದೆ. ಅಂತಹ ತಿರುಗಾಟದಲ್ಲಿ ನಿಮ್ಮನ್ನು ಒಳಗೊಳ್ಳುವಂತೆ ಮಾಡಲು ನೀವು ಖಂಡಿತವಾಗಿಯೂ ಬಯಸುತ್ತಿದ್ದಿರಿ, ಹೌದಲ್ಲ? ಯಾವುದೇ ಪಂದ್ಯಾಟವನ್ನು ನೋಡಲು ನಿಮ್ಮನ್ನು ಕರೆಯುವಂತೆ ಆತುರಿದ್ದಿರಿ ತಾನೇ? ಅದು ವಾರಾಂತ್ಯವಾಗಿದ್ದರೆ ಇನ್ನೂ ಅಪ್ಯಾಯವೆನಿಸುತ್ತಿತ್ತು. ನಿಮ್ಮ ಸಹೋದ್ಯೋಗಿಗಳ ಜೊತೆಗೆ ಒಂದು ಪಾನಗೋಷ್ಠಿಯಲ್ಲಿ ಪಾಲ್ಗೊಳ್ಳಲು ಬಯಸುವುದಿಲ್ಲವೇ? ನಿಮ್ಮ ಸ್ನೇಹಿತರ ನಡುವೆ ನಕ್ಕುನಲಿದಾಡಲು ನೀವು ಬಯಸುತ್ತಿದ್ದಿರಿ ಅಲ್ಲವೇ?

ಮತ್ತು ನಿಮ್ಮಂತೆ ನಾನೂ ಬಯಸುತ್ತಿದ್ದೆ. ಈಗ ನಿಮಗೊಂದು ಪ್ರಶ್ನೆಯನ್ನು ಕೇಳಲೆ: ಅಂತಹ ಸ್ನೇಹ ನಿಜಕ್ಕೂ ನಿಮ್ಮ ಮೇಲರಿಮೆಗೆ ಇನ್ನಷ್ಟು ಇಂಬುಕೊಡುತ್ತಿತ್ತಲ್ಲವೇ? ಇಲ್ಲವೆನ್ನುತ್ತೇನೆ.

ಲೆಟ್ ದೆಮ್ ಎನ್ನುವುದು ನಿಮ್ಮನ್ನು ನೋವಿನಿಂದ ಬಿಡುಗಡೆ ಮಾಡುತ್ತದೆಯೇ ಹೊರತು, ಅದೂ ತಾತ್ಕಾಲಿಕವಾಗಿ, ಬೇರೇನೂ ಸಾಧಿಸಿದಂತಾಗುವುದಿಲ್ಲ. ಇತರರನ್ನು ದೂರುವುದು ಸುಖವನ್ನು ನೀಡುತ್ತದೆ ಮತ್ತು ಇತರರಿಗಿಂತ ನೀವು ಮಿಗಿಲಾದವರು ಎಂಬ ಭಾವನೆ ಕೊಡುತ್ತದೆ ಹೊರತು ಬೇರೇನೂ ಇಲ್ಲ.

ಆದರೆ ನಿಮ್ಮ ಓರ್ವ ಸ್ನೇಹಿತೆಯಾಗಿ ಹೇಳುತ್ತಿದ್ದೇನೆ, ನೀವು *ಲೆಟ್ ದೆಮ್* ಹೇಳುವಾಗ, ನೀವು ನಿಮ್ಮ ಬಹಳಷ್ಟು ಸ್ನೇಹಿತೆಯರನ್ನು ಕಳೆದುಕೊಳ್ಳುತ್ತೀರಿ, ಒಂದಷ್ಟು ಸಾಮಾಜಿಕ ಪಾಲ್ಗೊಳ್ಳುವಿಕೆ ನಿಮ್ಮ ಕೈಬಿಟ್ಟು ಹೋಗುತ್ತವೆ, ಹಾಗೆಯೇ ಅದೇಕೆ ಈ ಸಿದ್ಧಾಂತ ನಿಮ್ಮ ಪರವಾಗಿ "ಕೆಲಸ ಮಾಡುತ್ತಿಲ್ಲ" ಎಂದು ನೀವು ವಿಚಲಿತರಾಗಿಬಿಡುತ್ತೀರಿ.

ಹಾಗಿದ್ದರಿಂದಲೇ ನಾನು ಮೊತ್ತಮೊದಲು ಈ ಸಿದ್ಧಾಂತವನ್ನು ಶೋಧಿಸಿದ ಸಮಯದಲ್ಲಿ ನನ್ನ ಈ ಮಹತ್ವದ ಆವಿಷ್ಕಾರ ಬೆಳಕಿಗೆ ಬಂದಿದ್ದು. *ಲೆಟ್ ದೆಮ್* ಎನ್ನುವುದು ಈ ಸಮೀಕರಣದ ಮೊದಲ ಭಾಗವಷ್ಟೇ ಎಂಬುದನ್ನು ನಾವು ಮರೆಯಬಾರದು. ಅಲ್ಲಿಗೇ ನೀವು ನಿಲ್ಲಬಾರದು. ಇಲ್ಲೊಂದು ಎರಡನೆಯ ಹೆಚ್ಚು ಮಹತ್ವದ ಭಾಗವಿದೆ, ಈ ಸಿದ್ಧಾಂತಕ್ಕೆ, ಅದುವೇ –*ಲೆಟ್ ಮಿ*.

ನಿಮ್ಮ ಶಕ್ತಿಯ ಸಂಪನ್ಮೂಲ ಇತರ ವ್ಯಕ್ತಿಗಳನ್ನು ಸುಧಾರಿಸುವಲ್ಲಿ ಇರುವುದಿಲ್ಲ ಬದಲಾಗಿ ನಿಮ್ಮ ಸ್ಪಂದನದ ಮೇಲೆ ಅವಲಂಬಿಸಿದೆ. ನೀವು *ಲೆಟ್ ಮಿ* ಎನ್ನುವಾಗ, ಮುಂದೆ ನೀವು ಏನನ್ನು ಮಾಡಬೇಕು ಎಂಬ ಕರ್ತವ್ಯದ, ಯೋಚನೆಯ ಅಥವಾ ನೀವೇನು ಹೇಳಬೇಕು ಎನ್ನುವುದನ್ನು ಅವಲಂಬಿಸಿದೆ. *ಲೆಟ್ ಮಿ* ಎಂಬುದು ಮುಂದೇನು ನಡೆಯುತ್ತದೆ ಎಂಬುದನ್ನು ನಿಯಂತ್ರಿಸುತ್ತದೆ ಮತ್ತು ಅದರಿಂದ ನಿಮ್ಮ ಬದುಕಿನಲ್ಲಿ ಹೆಚ್ಚಿನ ಸಂತಸ, ಮೋಜು ಮತ್ತಿತರ ರಹದಾರಿಗಳಿಗೆ ಕಾರಣವಾಗುತ್ತದೆ. ಮೇಲರಿಮೆಗಿಂತ ಇದು ಭಿನ್ನವಾಗಿರುತ್ತದೆ.

ಲೆಟ್ ಮಿ ಎಂಬುದು ಮುಂದಕ್ಕೆ ಸಾಗುವ ಬಲವಾಗಿರುತ್ತದೆ

ಹಾಗಾಗಿ ಎರಡೂ ಭಾಗಗಳನ್ನು ನೀವು ಪರಿಗಣಿಸಿದಾಗಷ್ಟೇ ಸಿದ್ಧಾಂತ ಸುಸೂತ್ರವಾಗಿ ಕೆಲಸ ಮಾಡುತ್ತದೆ. ನೀವು *ಲೆಟ್ ದೆಮ್* ಎನ್ನುವಾಗ ಇತರ ವ್ಯಕ್ತಿಗಳ ನಡವಳಿಕೆ

ನಿಮ್ಮನ್ನು ಪೀಡಿಸಬಾರದಾಗಿ ಪ್ರಜ್ಞಾಪೂರ್ವಕ ನೀವು ನಿರ್ಧಾರ ಕೈಗೊಂಡಂತಿರುತ್ತದೆ. *ಲೆಟ್ ಮಿ* ಎನ್ನುವಾಗ, ನೀವು ಮುಂದೇನು ಮಾಡಬೇಕು ಎಂಬ ವಿಷಯದ ಜವಾಬ್ದಾರಿಯನ್ನು ಕೈಗೆತ್ತಿಕೊಂಡ ಹಾಗಾಗುತ್ತದೆ.

ಲೆಟ್ ಮಿಯನ್ನು ನಾನು ಅದೇಕೆ ಇಷ್ಟಪಡುತ್ತಿದ್ದೇನೆ ಎಂದರೆ ನೀವು ನಿಮ್ಮ ಮೇಲೆ ತಕ್ಷಣವೇ ನಿಯಂತ್ರಣವನ್ನು ಸಾಧಿಸುತ್ತೀರಿ ಎನ್ನುವುದು. ಅದರಲ್ಲಿ ನೀವು ಹಲವಷ್ಟನ್ನು ನಿಯಂತ್ರಿಸಲು ಸಾಧ್ಯ: ನಿಮ್ಮ ಧೋರಣೆ, ನಿಮ್ಮ ಸ್ವಭಾವ, ನಿಮ್ಮ ಮೌಲ್ಯಗಳು, ನಿಮ್ಮ ಅವಶ್ಯಕತೆಗಳು, ನಿಮ್ಮ ಬಯಕೆಗಳು, ಮತ್ತು ಇದೀಗಷ್ಟೇ ಸಂಭವಿಸಿದ ಘಟನೆಗೆ ಹೇಗೆ ಸ್ಪಂದಿಸಬೇಕು ಎನ್ನುವ ನಿರ್ಣಯವಿರುತ್ತದೆ.

ಇದು ತೀರ್ಮಾನಕ್ಕೆ ವಿರುದ್ಧವಾಗಿರುತ್ತದೆ. *ಲೆಟ್ ಮಿ* ಯಾವತ್ತೂ ಆತ್ಮದ ಅರಿವು, ಕರುಣೆ, ಆತ್ಮವಿಶ್ವಾಸ, ಮತ್ತು ವೈಯಕ್ತಿಕ ಹೊಣೆಗಾರಿಕೆಯನ್ನು ಎತ್ತಿಹಿಡಿಯುತ್ತದೆ.

ನಿಮ್ಮನ್ನು ಬಿಟ್ಟುಹೋಗಿರುವ ಸ್ನೇಹಿತೆಯರು ನಿಮಗಿಂತ ಹೆಚ್ಚಿನವರೇನೂ ಅಲ್ಲ. ನೀವೂ ಅವರಿಗಿಂತ ಹೆಚ್ಚಿನವರಲ್ಲ.

ಇದೇ *ಲೆಟ್ ದೆಮ್* ಸಿದ್ಧಾಂತದ ತಾಯಿಬೇರು: *ಲೆಟ್ ದೆಮ್* ಮತ್ತು *ಲೆಟ್ ಮಿ*.

ನೀವು ಇತರ ವ್ಯಕ್ತಿಗಳನ್ನು ಹೇಗೆ ಜೀವಿಸಲು ಬಿಡುವಿರೋ, ನಿಮ್ಮ ಬದುಕು ಅದಕ್ಕೆ ತಕ್ಕಂತೆ ಹಸನಾಗುತ್ತದೆ. ನೀವೆಷ್ಟು ನಿಯಂತ್ರಣವನ್ನು ಬಿಟ್ಟುಕೊಡುವಿರೋ, ಅಷ್ಟೇ ನೀವು ಲಾಭ ಪಡೆಯುತ್ತೀರಿ.

ಲೆಟ್ ದೆಮ್ ಎಂಬುದು ಮೇಲರಿಮೆಯ ಸಿದ್ಧಾಂತ ಅಲ್ಲವೇ ಅಲ್ಲ. ಅದು ಸಮತೋಲನದ ಸಿದ್ಧಾಂತ. ನಿಮಗೂ ಇತರರಿಗೂ ಸ್ಥಳಾವಕಾಶ ಮತ್ತು ಅವರ ಬದುಕಿಗೆ ಅನುಗ್ರಹವನ್ನು ಒದಗಿಸುವಂತಹ ಸಿದ್ಧಾಂತ–ಅದರಿಂದ ನೀವೂ ಅದನ್ನು ಹಿಂದಿರುಗಿ ಪಡೆಯುವಂತಾಗುತ್ತದೆ.

ಸಿ) ಲೆಟ್ ಮಿ ಹೇಳುವುದು

ಸ್ವೀಕಾರ
ಅರಿತುಕೊಳ್ಳುವುದು
ಕರುಣೆ ಜವಾಬ್ದಾರಿ
ನಿಜನಿಯಂತ್ರಣ

ಉದಾಹರಣೆಗೆ, ನನ್ನ ಸ್ನೇಹಿತೆಯರ ವಾರಾಂತ್ಯದ ತಿರುಗಾಟಕ್ಕೆ ಮೊದಲು ನಾನೆಂದೆ *ಲೆಟ್ ದೆಮ್*, ಅದರಿಂದ ನಾನು ಸನ್ನಿವೇಶದಿಂದ ಮತ್ತು ನೋವಿನಿಂದ ಮೇಲೆದ್ದು ಬರಲು ಸಾಧ್ಯವಾಯಿತು. ನಾನು ಅನುಭವಿಸಿದ ಭಾವನೆಗಳಿಂದ ನಾನು ಪ್ರತ್ಯೇಕವಾಗಿಸಿಕೊಳ್ಳಲು ಸಹಾಯಕವಾಯಿತು. ಅದು ಮೊದಲ ಹೆಜ್ಜೆ ಯಾಕೆಂದರೆ ಭಾವನಾತ್ಮಕವಾಗುವುದರಿಂದ

ಮತ್ತು ಅವರನ್ನು ದೂರುವುದರಿಂದ ಅಥವಾ ಸ್ವತಃ ನಿಂದಿಸಿಕೊಳ್ಳುವುದರಿಂದ ನನ್ನ ಸ್ನೇಹದ ಬಳಗ ಯಾವುದೇ ರೀತಿಯಲ್ಲಿ ಬೆಳವಣಿಗೆಯನ್ನು ಕಾಣಲಾರದು. ನನ್ನ ಮೇಲರಿಮೆ ನನಗೆ ನನ್ನ ಮಾನಸಿಕ ಸ್ತರದಲ್ಲಿ ಜಾಗವನ್ನು ಒದಗಿಸಿ ಮೇಲಿನಿಂದ ಸನ್ನಿವೇಶವನ್ನು ನೋಡುವಂತಹ ಅವಕಾಶ ಒದಗಿಸಿತು. ನಾನು ಎಷ್ಟೊಂದು *ಲೆಟ್ ದೆಮ್* ಎಂದೆನೋ ಅಷ್ಟೇ ನನಗೆ ಸ್ಥಳಾವಕಾಶ ನಿರ್ಮಾಣವಾಗಿ ಸನ್ನಿವೇಶದಲ್ಲಿ ನನ್ನ ಪಾತ್ರದ ಜವಾಬ್ದಾರಿಯೂ ಹೆಚ್ಚಿತು.

ಮತ್ತು ನಾನು ಕನ್ನಡಿಯಲ್ಲಿ ನೋಡಿಕೊಂಡಾಗ ಬಹಳಷ್ಟು ಕಾಣಿಸಿತು.

ನಾನು ಕೆಲವು ವರ್ಷಗಳಿಂದ ಎಷ್ಟೊಂದು ವ್ಯಸ್ತಳಾಗಿದ್ದೆ ಎಂದರೆ ನನ್ನ ಸ್ನೇಹಿತೆಯರನ್ನೆ ಭೇಟಿ ಮಾಡಲು ಸಾಧ್ಯವಾಗಿರಲಿಲ್ಲ. ಬಹಳ ಸಮಯದಿಂದ ಯಾರಲ್ಲೂ ನನಗಾಗಿ ಆ ಕೆಲಸ ಈ ಕೆಲಸ ಮಾಡಿಕೊಡು ಎಂದಿದ್ದಿಲ್ಲ. ಆದರೂ ನನ್ನನ್ನು ಹೊರಗಿಟ್ಟಿರಲಿಲ್ಲ. ಬಹುಶಃ ಅವರೆಲ್ಲ ನನ್ನ ಬಗ್ಗೆ ಯೋಚಿಸಿಯೇ ಇದ್ದಿರಲಿಲ್ಲ ಎನ್ನಬೇಕು. ನಾನು ಸ್ವತಃ ಅವರಲ್ಲಿಗೆ ಹೋಗದಿದ್ದರೆ ಅವರು ನನ್ನನ್ನೇಕೆ ನೆನಪಿಸಿಕೊಳ್ಳಬೇಕು? ಅಷ್ಟೇ ಅಲ್ಲದೆ, ನಾನು ಪ್ರಾಮಾಣಿಕವಾಗಿ ಹೇಳುವುದಿದ್ದರೆ, ನಾನು ನನ್ನದೇ ಮಕ್ಕಳು ಮರಿ, ಕೆಲಸ, ನನ್ನದೇ ಬದುಕಿನಲ್ಲಿ ವ್ಯಸ್ತಳಾಗಿಬಿಟ್ಟಿದ್ದೆ, ಕೆಲವೊಮ್ಮೆ ನನ್ನ ಹಳೆಯ ಗೆಳತಿಯರನ್ನು ಆನ್‌ಲೈನ್ ಪೋಸ್ಟ್‌ನಲ್ಲಷ್ಟೇ ಕಾಣಲು ಸಾಧ್ಯವಾಗಿತ್ತು. ನಾನೂ ಅವರೆಲ್ಲರ ಬಗ್ಗೆ ಹೆಚ್ಚೇನೂ ಚಿಂತಿಸಿರಲಿಲ್ಲ, ಎನ್ನಿ!

ಯಾರೂ ನನ್ನನ್ನು ಆಹ್ವಾನಿಸುವುದಕ್ಕೆ ಅವಕಾಶ ಇದ್ದಿರಲಿಲ್ಲ. ಯಾವುದೇ ಕರೆ ಮಾಡುವ ತುರ್ತು ಕೂಡಾ ಇದ್ದಿರಲಿಲ್ಲ. ಹೌದು, ಇವೆಲ್ಲ ಉತ್ತಮವೆಂದು ಅನ್ನಿಸಬಹುದು; ಹಾಗೆಯೇ ಸ್ನೇಹಿತೆಯರು ನಿಮ್ಮನ್ನು ಭೇಟಿ ಮಾಡುವುದೂ ಸಹಜವಾಗಿ ಒಳ್ಳೆಯ ಉಪಕ್ರಮವೇ. ಅಂತಹ ಸ್ನೇಪರತೆಯನ್ನು ಬೆಳೆಸುವುದು ಯಾರ ಜವಾಬ್ದಾರಿ? ಇನ್ನೂ ಮುಖ್ಯವಾಗಿ, ನಾನು ನನ್ನ ಹೊಣೆಗಾರಿಕೆಯನ್ನು ನಿಭಾಯಿಸುತ್ತಿದ್ದೆನೆ? ನನ್ನ ಪಾತ್ರವನ್ನು ನಿರ್ವಹಿಸಿದ್ದೇನೆಯೇ? ಈ ಪ್ರಶ್ನೆಯನ್ನು ನಾನು ನನ್ನಷ್ಟಕ್ಕೆ ಕೇಳಿಕೊಂಡಾಗ, ಉತ್ತರ 'ಇಲ್ಲ' ಎಂದಾಗಿತ್ತು.

ನೀವು ದೊಡ್ಡವರಾಗುತ್ತಿದ್ದ ಹಾಗೆ ಸಾಮಾಜಿಕ ಕಾಳಜಿಯ ಜವಾಬ್ದಾರಿ ನಿಮ್ಮ ಮೇಲಿರುತ್ತದೆ. ನಿಮಗೆ ಹೆಚ್ಚು ಸಂತಸದಾಯಕ ಬದುಕು ಬೇಕಿದ್ದರೆ, ಮಂಚದಿಂದ ನೀವು ಎದ್ದು ಒಂದು ಸಾಮಾಜಿಕ ಕಳಕಳಿಯ ಬೆಸುಗೆಯನ್ನು ಸೃಷ್ಟಿಸಿಕೊಳ್ಳಬೇಕಾದೀತು.

ಲೆಟ್ ಮಿಯಲ್ಲಿ ನೀವು ಇನ್ನೊಬ್ಬರು ನಿಮ್ಮನ್ನು ಸೇರಿಸಿಕೊಳ್ಳಬೇಕು ಎನ್ನುವುದು ದೂರವೇ ಉಳಿಯುತ್ತದೆ. ನಿಮಗೆ ಬದುಕಿನಲ್ಲಿ ಅದೇನು ಬೇಕೋ ಅದನ್ನು ಪಡೆಯುವ ಜವಾಬ್ದಾರಿ ನಿಮ್ಮ ಮೇಲಿರುತ್ತದೆ. *ಲೆಟ್* ಮಿಯಿಂದ ನೀವು ಹೆಚ್ಚೆಚ್ಚು ಜನರನ್ನು ಭೇಟಿ ಮಾಡುವುದು, ಅವರೊಂದಿಗೆ ಸೇರಿಕೊಳ್ಳುವುದು ಇರುತ್ತದೆ. *ಲೆಟ್* ಮಿಯಲ್ಲಿ ವಾರಾಂತ್ಯದ ಕಾರ್ಯಕ್ರಮ ನಿರ್ಧರಿಸುವುದೂ ಸೇರಿರುತ್ತದೆ. *ಲೆಟ್* ಮಿಯಿಂದ ಒಂದು ಪಾರ್ಟಿಯನ್ನು ಆಯೋಜಿಸುವುದು ಸೇರಿರುತ್ತದೆ. *ಲೆಟ್* ಮಿಯಲ್ಲಿ ಸ್ನೇಹಪರತೆಯ ಹೊಸ ಆಯಾಮಗಳನ್ನು ಕಂಡುಕೊಳ್ಳುವ ಅನಿವಾರ್ಯತೆ ಇರುತ್ತದೆ. *ಲೆಟ್* ಮಿಯಿಂದ ನನ್ನ ಸಾಮಾಜಿಕ ಬದುಕನ್ನು ರೂಪಿಸುವ ಕರ್ತವ್ಯವೂ ಸೇರಿರುತ್ತದೆ. ಯಾಕೆಂದರೆ ಅದನ್ನು ನಾನೇ ಸ್ವತಃ ಕೈಗೊಳ್ಳಬೇಕಾದ ಕೆಲಸವಾಗಿರುತ್ತದೆ.

*ಲೆಟ್ ಮಿ*ಯಿಂದ ಈ ಕೆಲವು ವನಿತೆಯರನ್ನು ಮತ್ತೆ ಸೇರಿಕೊಳ್ಳುವ ಪ್ರಯತ್ನ ಮಾಡಬೇಕು. ಅದು ಪೂರ್ವಗ್ರಹ ಪೀಡಿತವಾಗಿರದಿರಲಿ. ವಿಷಯಗಳನ್ನು ಸುಲಭವಾಗಿಸಬೇಕು. ಮುಂದಿನ ಅವರ ತಿರುಗಾಟಕ್ಕೆ ಕರೆಯಿರಿ ಎನ್ನುವ ಆಕಾಂಕ್ಷೆಯಿಂದ ಇರಬಾರದು. ನಾನು ಹೇಳಿದ ಹಾಗೆ *ಲೆಟ್ ದೆಮ್* ಮತ್ತು *ಲೆಟ್* ಮಿ ಎರಡೂ ಜೊತೆಯಲ್ಲಿ ಸಾಗುತ್ತ ಅದು ನನ್ನ ಭಾವನೆಗಳನ್ನು ಮೀರುವಂತಿರಬೇಕು. ಅದರಿಂದ ನನ್ನ ಹಿಂದಿನ ಸ್ನೇಹ ಮತ್ತೆ ಬೆಳಗುವುದಕ್ಕೆ ಸಹಾಯವಾಗಬಹುದು ಜೊತೆಗೆ ಇನ್ನೂ ಕೆಲವರು ಅವರೊಂದಿಗೆ ನನ್ನ ಜೊತೆಗೆ ಸೇರಿಕೊಳ್ಳುವ ಸಾಧ್ಯತೆ ಇಲ್ಲದಿಲ್ಲ.

ಅಖಾಡಕ್ಕೆ ಧುಮ್ಮಿಕ್ಕುವ ಮುನ್ನ: ಎರಡು ಎಚ್ಚರಿಕೆಗಳು

ಈ ಪುಸ್ತಕವನ್ನು ಸಂಶೋಧಿಸುವ ಸಮಯ, ಲೆಟ್ ದೆಮ್ ಸಿದ್ಧಾಂತವನ್ನು ಅನುಸರಿಸುವ ಮಂದಿಯಿಂದ ಪುನರಪಿಯಾಗಿ ಎರಡು ಪ್ರಮುಖವಾದ ಪ್ರಶ್ನೆಗಳನ್ನು ಕೇಳುತ್ತ ಬಂದಿದ್ದರು. ಹಾಗಾಗಿ ನಾವು ಇನ್ನಷ್ಟು ಆಳವಾಗಿ ವಿಷಯದಲ್ಲಿ ಇಳಿಯುವ ಮುನ್ನ ಆ ಎರಡು ಪ್ರಶ್ನೆಗಳಿಗೆ ಉತ್ತರಿಸುವುದು ಅವಶ್ಯ

ಒಂದು: ಲೆಟ್ ದೆಮ್ ಸಿದ್ಧಾಂತವನ್ನು ಮಕ್ಕಳಿಗೆ ಅಳವಡಿಸಬಹುದೇ?

ಹೌದು, ನೀವು ಖಂಡಿತವಾಗಿಯೂ ಲೆಟ್ ದೆಮ್ ಸಿದ್ಧಾಂತವನ್ನು ಮಕ್ಕಳಿಗೂ ಅನ್ವಯಿಸಬಹುದು. ಆದರೆ ಈ ಪುಸ್ತಕ ವಿಶೇಷವಾಗಿ ವಯಸ್ಕರಿಗೆ ಅನ್ವಯಿಸುವ ಹಾಗೆ ಸಿದ್ಧಪಡಿಸಲಾಗಿದೆ. ಪುಸ್ತಕದ ಆದ್ಯಂತ ವಯಸ್ಕರು ಮತ್ತು ಮಕ್ಕಳ ನಡುವಿನ ವಿಭಿನ್ನ ವ್ಯತ್ಯಾಸವನ್ನು ದೃಷ್ಟಿಯಲ್ಲಿ ಇಟ್ಟುಕೊಂಡು ಸಾದರಪಡಿಸಿದ್ದೇನೆ. ಇದರಿಂದ ಈ ಎರಡರ ನಡುವಿನ ಗೊಂದಲ ನಿವಾರಣೆಯಾಗುತ್ತದೆ. ಮಕ್ಕಳಿಗೆ, ಹದಿಹರೆಯದವರಿಗೆ ಮತ್ತು ಯುವ ಪೀಳಿಗೆಯವರಿಗಾಗಿ ಪುಸ್ತಕದ ಕೊನೆಯಲ್ಲಿ ಪ್ರತ್ಯೇಕವಾಗಿ ವಿಸ್ತಾರವಾದ ಅನುಬಂಧವನ್ನು ನೀಡಿದ್ದೇನೆ.

ಎರಡನೆಯದು: ಲೆಟ್ ದೆಮ್ ಸಿದ್ಧಾಂತವನ್ನು ಉಪಯೋಗಿಸುತ್ತ ನೀವು ಒಂಟಿತನವನ್ನು ಅನುಭವಿಸಿದರೆ ಏನು ಮಾಡುವುದು?

ಇದೊಂದು ಅತ್ಯಂತ ಕ್ಲಿಷ್ಟಕರ ಪ್ರಶ್ನೆ. ಲೆಟ್ ದೆಮ್ ಥಿಯರಿಯನ್ನು ಉಪಯೋಗಿಸಿದ ಬಳಿಕ ಕೆಲವು ಮಂದಿ ಏಕಾಂಗಿತನವನ್ನು ಅನುಭವಿಸಿದ ಉದಾಹರಣೆಯನ್ನು ನೀಡಿದ್ದಾರೆ. ಹಾಗೆ ನೀವು ಅನುಭವಿಸುತ್ತಿದ್ದರೆ, ನೀವು ಸಿದ್ಧಾಂತವನ್ನು ತಪ್ಪು ರೀತಿಯಲ್ಲಿ ಉಪಯೋಗಿಸುತ್ತಿದ್ದೀರಿ ಎಂದರ್ಥ. ಲೆಟ್ ದೆಮ್ ಥಿಯರಿಯಲ್ಲಿ ಎರಡು ಭಾಗಗಳಿವೆ, ***ಲೆಟ್ ದೆಮ್*** ಮತ್ತು ***ಲೆಟ್*** ಮಿ. ಇವೆರಡು ಹೆಜ್ಜೆಗಳು ಜೊತೆಯಾಗಿ ಸಾಗಬೇಕು: *ಲೆಟ್ ದೆಮ್* ಮತ್ತು *ಲೆಟ್* ಮಿ. ನೀವು *ಲೆಟ್ ದೆಮ್* ಎನ್ನುತ್ತ ಸುಮ್ಮನೆ ಕೂರುವುದಲ್ಲ. ಬಹುತೇಕ ಮಂದಿ ಎರಡನೆಯ ಹೆಜ್ಜೆಯನ್ನು ಮರೆತಿರುತ್ತಾರೆ, *ಲೆಟ್* ಮಿಯಲ್ಲೇ ನಿಮ್ಮ ಮಹಾಶಕ್ತಿ ಅಡಗಿರುವುದು.

ಲೆಟ್ ಮಿಯಿಂದಲೇ ನೀವು ನಿಮ್ಮ ಕರ್ತವ್ಯವವನ್ನು, ಬದುಕನ್ನು ರೂಪಿಸುವ ತಂತ್ರವನ್ನು ಮತ್ತು ಸಂಬಂಧಗಳನ್ನು ಬೆಸೆಯುವ ಕ್ರಮವನ್ನು ಕೈಗೊಳ್ಳುವುದು. ಈ ಹೆಜ್ಜೆಯನ್ನು ಇಡದೆ ನೀವು ಸಂಬಂಧವನ್ನು ಕಡಿದುಕೊಂಡಂತೆ ಆಗುತ್ತದೆ ವಿನಾ ನಿಮ್ಮ ಶಕ್ತಿ ಬಲಗೊಳ್ಳುವುದಿಲ್ಲ. ನಿಮ್ಮಬ್ಬ ಸ್ನೇಹಿತೆಯಾಗಿ ಹೇಳುತ್ತೇನೆ, ನೀವು *ಲೆಟ್ ದೆಮ್* ಮಾತ್ರದಿಂದ ಬಹಳಷ್ಟು ಸ್ನೇಹಿತರನ್ನು ಕಳೆದುಕೊಳ್ಳುವಿರಿ, ಬಹಳಷ್ಟು ಸಾಮಾಜಿಕ ಯೋಜನೆಗಳಿಗೆ ಹೊರತಾಗಿಬಿಡುವಿರಿ, ಅಷ್ಟೇ ಅಲ್ಲ ಈ ಸಿದ್ಧಾಂತ ಯಾಕಾಗಿ ನನ್ನ ಪರವಾಗಿ ಕೆಲಸ ಮಾಡುತ್ತಿಲ್ಲ ಎಂದು ಗೊಂದಲಕ್ಕೆ ಈಡಾಗುವಿರಿ. *ಲೆಟ್ ದೆಮ್* ಹೇಳುವುದಕ್ಕೇನೋ ಖುಷಿಕೊಡುತ್ತದೆ, ಯಾಕೆಂದರೆ ನಾವು ಅನ್ಯರನ್ನು ದೂರುವುದಕ್ಕೆ ಇಷ್ಟಪಡುತ್ತೇವೆ. ಈಗಾಗಲೇ ವಿವರಿಸಿದಂತೆ ನಮ್ಮಲ್ಲಿ ಮೇಲರಿಮೆ ಉತ್ಪತ್ತಿಯಾಗುತ್ತದೆ. ಏನಿದ್ದರೂ ಈ ಸಿದ್ಧಾಂತದ ಉದ್ದೇಶ ಅದಲ್ಲವಲ್ಲ.

ಲೆಟ್ ದೆಮ್ ಫೋನ್‌ನನ್ನು ಉತ್ತರಿಸದೆ ಇರುವುದಕ್ಕೆ, ಭುಜಗಳನ್ನು ಆಡಿಸುವುದಕ್ಕೆ, ಗೆಳೆಯರೊಂದಿಗೆ ಅಥವಾ ಕುಟುಂಬದ ಸದಸ್ಯರೊಂದಿಗೆ ಮಾತಾಡದೆ ಇರುವುದಕ್ಕೆ, ನಿಮಗೆ ನೋವನ್ನು ತಂದ ಸನ್ನಿವೇಶದಿಂದ ದೂರ ಇರುವುದಕ್ಕೆ ಒಂದು ನೆಪ ಆಗಬಾರದು. ಯಾರೊಂದಿಗೂ ಮೌನವಾಗಿರುವುದಕ್ಕೆ, ಜನರನ್ನು ಕಡೆಗಣಿಸುವುದಕ್ಕೆ, ಬಿಸಿ ಚರ್ಚೆಯಲ್ಲಿ ಪಾಲ್ಗೊಳ್ಳದೆ ಇರುವುದಕ್ಕೆ ಅಥವಾ ನಿಮ್ಮ ಸಂಬಂಧಗಳಿಂದ ದೂರ ಸರಿಯುವುದಕ್ಕೆ ನೆಪವಾಗಬಾರದು.

ನೀವು ಒಂಟಿಗರಾಗುವುದಕ್ಕಾಗಲೀ, ಅನಾಮಿಕರಾಗಿ ಉಳಿಯುವುದಕ್ಕಾಗಲೀ ಇರುವಂತಹ ಸಿದ್ಧಾಂತವಲ್ಲ, ಹೆಚ್ಚೆಚ್ಚು ಸಂಪರ್ಕ ಸಾಧಿಸುವುದಕ್ಕೆ, ನಿಮ್ಮ ಪ್ರತಿಯೊಂದು ಸಂಬಂಧದಲ್ಲೂ ಹೆಚ್ಚು ಗಟ್ಟಿತನ ಹೊಂದುವುದಕ್ಕಿರುವ ಮಾರ್ಗವಿದು. ನೀವು ಈ ಸಿದ್ಧಾಂತವನ್ನು ಅನುಸರಿಸುತ್ತ ನಿಮಗೆ ಏಕಾಂಗಿ ಅಂತ ಅನ್ನಿಸಿದರೆ: ನೀವಿದನ್ನು ತಪ್ಪಾಗಿ ಉಪಯೋಗಿಸುತ್ತಿದ್ದೀರಿ ಎಂದರ್ಥ. ಈ ಸಿದ್ಧಾಂತವಿರುವುದೇ ನಿಮ್ಮ ಬದುಕನ್ನು ಇನ್ನಷ್ಟು ಹಸನಾಗಿಸುವುದಕ್ಕೆ. ಆದ್ದರಿಂದ ನಾನು ನಿಮಗೆ ನೆನಪಿಸುವುದು ಇಷ್ಟೇ ಯಾವತ್ತೂ *ಲೆಟ್* ಮಿಯನ್ನು ಮರೆಯದಿರಿ. ಯಾಕೆಂದರೆ ಈ ಭಾಗವೇ ನಿಮ್ಮ ಬದುಕನ್ನು ಬದಲಿಸಬಹುದು.

ಲೆಟ್ ದೆಮ್ ಥಿಯರಿಯನ್ನು ಉಪಯೋಗಿಸುತ್ತ ನಾನು ಹೇಗೆ ಒಂಟಿಯಾಗಿ ಅನ್ಯರನ್ನು ದೂರುತ್ತ ಕೂರುತ್ತಿದ್ದೆ ಎಂಬುದು ಕಟುಸತ್ಯ. ನನಗೆ ಬೇಕಾದ ಹಣವನ್ನೂ ನಾನು ಸಂಪಾದಿಸುತ್ತಿರಲಿಲ್ಲ. ಅಥವಾ ಸದಾ ನಾನು ಎಲ್ಲದಕ್ಕೂ ಹೌದು ಎನ್ನುತ್ತಿದ್ದೆ, ಅಪರಾಧೀ ಭಾವನೆಯಿಂದಾಗಿ. ಅಥವಾ ಇತರರನ್ನು ನಿರಾಶೆಗೊಳಿಸಬಾರದೆಂದು ನಿರ್ಧಾರಗಳನ್ನು ತೆಗೆದುಕೊಳ್ಳುತ್ತಿದ್ದೆ. ಅಥವಾ ನಾನು ಬಳಲಿದ್ದೇನೆ ಎನ್ನುವ ನೆಪ ಹೂಡಿ ಬದುಕಿನ ಸಂತೋಷಗಳಿಂದ ವಂಚಿತಳಾಗುತ್ತಿದ್ದೆ.

ನೀವು ವಯಸ್ಕರಿರುವಾಗ, ನಿಮ್ಮ ಬದುಕು, ನಿಮ್ಮ ಸಂತೋಷ, ನಿಮ್ಮ ಆರೋಗ್ಯ, ಆರೈಕೆ, ಸಾಮಾಜಿಕ ಸಂವಹನ, ಗೆಳೆತನ, ಸೀಮೆಗಳು, ಅಗತ್ಯಗಳು, ಎಲ್ಲವೂ ನಿಮ್ಮ ಜವಾಬ್ದಾರಿಯ

ಅಂಶಗಳಾಗಿರುತ್ತವೆ. ನೀವು ರಹಸ್ಯವಾಗಿ ಹೀಗೆ ಅಂದುಕೊಂಡಿದ್ದರೆ... ನಿಮ್ಮನ್ನು ಇನ್ನೊಬ್ಬರು ಬಂದು ರಕ್ಷಿಸುತ್ತಾರೆ, ನಿಮ್ಮ ಸಮಸ್ಯೆಗಳನ್ನು ಬಗೆಹರಿಸುತ್ತಾರೆ, ನಿಮ್ಮ ಬಿಲ್‌ಗಳನ್ನು ತುಂಬುತ್ತಾರೆ, ನಿಮಗೊಂದು ಸೊಗಸಾದ ಸಾಮಾಜಿಕ ಬದುಕನ್ನು ಕಟ್ಟಿಕೊಡುತ್ತಾರೆ, ನಿಮ್ಮ ವ್ರಣಗಳನ್ನು ಗುಣಪಡಿಸುತ್ತಾರೆ, ನಿಮ್ಮ ಕನಸಿನ ಸಂಗಾತಿಯನ್ನು ನಿಮಗೆ ಒದಗಿಸಿಕೊಡುತ್ತಾರೆ, ನಿಮ್ಮ ಅಭ್ಯುದಯಕ್ಕಾಗಿ ಪ್ರೇರಣೆ ನೀಡುತ್ತಾರೆ ಎಂದೆಲ್ಲ ಗ್ರಹಿಸಿದ್ದರೆ ಅದಾವುದೂ ಸಂಭವಿಸುವುದಿಲ್ಲ. ಯಾರೂ ನಿಮ್ಮ ಕಡೆಗೆ ಬರುವುದಿಲ್ಲ. ನೀವು ಇತರರನ್ನು ದೂರುತ್ತಲೇ ಸಮಯ ಕಳೆಯುತ್ತಿದ್ದರೆ, ಅಥವಾ ಪರವಾನಗಿಗಾಗಿ ಅಥವಾ ಆಹ್ವಾನಕ್ಕಾಗಿ ಕಾಯುತ್ತಲಿದ್ದರೆ ಅವೆಲ್ಲ ವ್ಯರ್ಥವಾಗಿರುತ್ತವೆ. ಆ ದಿನಗಳೆಲ್ಲ ಹೊರಟುಹೋಗಿವೆ.

ನಿಮ್ಮ *ಲೆಟ್ ಮಿ* ಯುಗ ಇದೀಗ ಪ್ರಾರಂಭವಾಗಿದೆ.

ನೀವು ನಿಮ್ಮ ಸಮಯ ಮತ್ತು ಶಕ್ತಿಯನ್ನು ವಿನಿಯೋಗಿಸಿದರೆ ಎಂತಹುದನ್ನೂ ಸೃಷ್ಟಿಸಲು ಇದೀಗ ಶಕ್ತರಿದ್ದೀರಿ. ಹಾಗಾಗಿ ನಿಮ್ಮ ಸಮಯವನ್ನು, ಶಕ್ತಿಯನ್ನು ನಿರರ್ಥಕ ವಿಷಯಗಳಲ್ಲಿ, ಪೇಲವ ಸಂಗತಿಗಳಲ್ಲಿ, ಅಮುಖ್ಯವಾದ ಕ್ರಿಯೆಗಳಲ್ಲಿ ಕಳೆಯುವುದನ್ನು ನಿಲ್ಲಿಸಬೇಕು. ಮತ್ತು ನೀವು ನಿಮಗೆ ಸಾಧ್ಯವಿಲ್ಲದೆ ಇರುವ ನಿಯಂತ್ರಿಸುವ ಪ್ರಯತ್ನವನ್ನು ಕೊನೆಗೊಳಿಸಬೇಕು: ಅದುವೇ ಅನ್ಯರನ್ನು ನಿಯಂತ್ರಿಸುವುದು.

ಈ ಪುಸ್ತಕದ ಮುಂದಿನ ಭಾಗದಲ್ಲಿ ನಿಮ್ಮ ಬದುಕಿನ ಅತ್ಯಂತ ಪ್ರಶಸ್ತವಾದ ನಾಲ್ಕು ಅಂಶಗಳಲ್ಲಿ ಲೆಟ್ ದೆಮ್ ಥಿಯರಿ ಹೇಗೆ ಕೆಲಸ ಮಾಡಬಲ್ಲುದು ಎಂಬುದನ್ನು ಚರ್ಚಿಸಲಿದ್ದೇವೆ. ಅದರಿಂದ ಅತ್ಯಂತ ಮಹತ್ವದ ಧನಾತ್ಮಕ ಪರಿಣಾಮ ನಿಮ್ಮ ಬದುಕಿನಲ್ಲಿ ಮೂಡಬಹುದು. ನೀವು ಹೇಗೆ ಅನ್ಯ ವ್ಯಕ್ತಿಗಳ ನಡವಳಿಕೆ, ಅಭಿಪ್ರಾಯ, ಪ್ರತಿಕ್ರಿಯೆ ಮತ್ತು ಯಶಸ್ಸು ನಿಮ್ಮ ಸಂತೋಷಕ್ಕೆ ಅಡ್ಡಿಯಾಗದಂತೆ ಮಾಡಬಹುದು ಎಂಬುದನ್ನು ಕಲಿಯುವಿರಿ. *ಲೆಟ್ ದೆಮ್‌*ನ ಶಕ್ತಿಯನ್ನು ಅರಿಯುವುದಕ್ಕೆ ನಿಮ್ಮ ಒತ್ತಡವನ್ನು ನಿಯಂತ್ರಿಸುತ್ತ ನಿಮ್ಮ ಶಾಂತಿಯನ್ನು ಕಾಪಾಡುವುದು ಮುಖ್ಯವೆನಿಸುತ್ತದೆ. ಆದ್ದರಿಂದ ಈಗಲೆ ಅಖಾಡಕ್ಕೆ ಧುಮ್ಮಿಕ್ಕೋಣ.

ನೀವು ಮತ್ತು
ಲೆಟ್ ದೆಮ್ ಸಿದ್ಧಾಂತ

ಒತ್ತಡವನ್ನು ನಿರ್ವಹಿಸುವುದು

ಇತರ ವ್ಯಕ್ತಿಗಳ ಅಭಿಪ್ರಾಯದ ಬಗ್ಗೆ ಭಯ

ಅನ್ಯರ ಭಾವನಾತ್ಮಕ ಪ್ರತಿಕ್ರಿಯೆಯನ್ನು ನಿರ್ವಹಿಸುವುದು

ತುಲನೆ ಮಾಡುವ ಕೆಟ್ಟ ಚಟವನ್ನು ಬಿಡುವುದು

ನೀವು ಇತರರನ್ನು ಬದುಕಲು
ಬಿಡುವುದೆಂದರೆ ನಿಮ್ಮ
ಬದುಕು ಹಸನಾಗುತ್ತದೆ.

–ಮೆಲ್ ರಾಬಿನ್ಸ್

ಒತ್ತಡವನ್ನು ನಿರ್ವಹಿಸುವುದು

ಅಧ್ಯಾಯ 3

ಆಘಾತಕಾರಿ : ಬದುಕು ಒತ್ತಡದಾಯಕ

ಅತ್ಯಂತ ವೇಗವಾಗಿ ಮತ್ತು ಪರಿಣಾಮಕಾರಿಯಾಗಿ ಲೆಟ್ ದೆಮ್ ಸಿದ್ಧಾಂತವನ್ನು ಬಳಸುವ ವಿಧಾನವೆಂದರೆ ನೀವು ದಿನಂಪ್ರತಿ ಎದುರಿಸುವ ಸಣ್ಣಪುಟ್ಟ ಒತ್ತಡಗಳನ್ನು ನಿವಾರಿಸುವುದು. ನಾನು ಏನನ್ನು ಹೇಳುತ್ತಿದ್ದೇನೆ ಎಂಬುದು ನಿಮಗೆ ಅರಿವಾಗಿರಬೇಕು: ನಿಮ್ಮ ಫೋನ್‌ನಲ್ಲಿ ಬರುವ ನಿರಂತರ ನೋಟಿಫಿಕೇಶನ್‌ಗಳು, ಇಂಟರ್‌ನೆಟ್ ನಿಧಾನಿಸುವುದು, ನಿಮ್ಮ ಆ ದಿನದ ಯೋಜನೆಗಳಲ್ಲಿನ ದಿಢೀರ್ ಬದಲಾವಣೆ, ಕೆಲಸದ ಜಾಗದಲ್ಲಿ ಕೊನೆಯಿಲ್ಲದ ಮೀಟಿಂಗ್‌ಗಳು, ಇತರರ ನಿಯಂತ್ರಣಕ್ಕೆ ಸಿಕ್ಕದ ನಡವಳಿಕೆ, ಕೆಲಸಗಾರರ ಕೆಲಸದಲ್ಲಿನ ಮೌಢ್ಯ. ಇವು ಏನೂ ಅಲ್ಲದಿದ್ದರೂ ಇಂತಹ ಚಿಕ್ಕ ಚಿಕ್ಕ ತೊಂದರೆಗಳು ಮಹತ್ವದ್ದಾಗಿ ಪರಿಣಮಿಸುತ್ತವೆ.

ಅಂತಹ ಮಂದಿ ನಿಮಗೆ ಕಿರುಕುಳ ನೀಡುತ್ತಿರಬಹುದು, ಆದರೆ ನಿಮಗೆ ಮಾಡಬೇಕಾದ ಸಾಕಷ್ಟು ಮಹತ್ವದ ಕೆಲಸಗಳಿವೆಯಲ್ಲ. ಆಧುನಿಕ ಬದುಕು ನಿಮ್ಮನ್ನು ಕಾಲಕ್ರಮದಲ್ಲಿ ನಿಮ್ಮಲ್ಲಿರುವ ಶಕ್ತಿಯನ್ನು ಕ್ರಮೇಣ ಭಕ್ಷಿಸುವುದನ್ನು ಕಾಣಬೇಕು. ಅದರಲ್ಲಿ ನೀವು ಸಾಗಬೇಕಾದದ್ದು ಅಷ್ಟೇ ಅಲ್ಲ ನೀವು ಮೌನವಾಗಿ ಅದನ್ನು ಸಹಿಸುತ್ತಲೇ ಬಂದಿದ್ದೀರಾ.

ಇತರ ವಯಸ್ಕರು ಹೇಗೆ ನಡೆದುಕೊಳ್ಳುತ್ತಾರೋ ಅದನ್ನು ನಿಮಗೆ ನಿಯಂತ್ರಿಸಲು ಆಗದು. ಆದರೆ ನಿಮ್ಮ ಶಕ್ತಿ ಕುಂದುತ್ತ ಹೋಗುತ್ತದೆ. ನಿಮ್ಮ ಅಂತಃಶಕ್ತಿಯನ್ನು ಕ್ಷುಲ್ಲಕ ವಿಷಯಗಳು ಆವರಿಸಿಕೊಂಡಿದ್ದರೆ ಅವು ಕ್ರಮೇಣ ನಿಮ್ಮ ಬದುಕಿನ ಬಲವನ್ನು ಕುಂದುವಂತೆ ಮಾಡುತ್ತವೆ. ನಿಮ್ಮ ಸಮಯ ಮತ್ತು ಶಕ್ತಿ ನಿಮ್ಮ ಅತ್ಯಂತ ಅಮೂಲ್ಯವಾದ ಸಂಪನ್ಮೂಲಗಳು.

ಮುಂದಿನ ಕೆಲವು ಅಧ್ಯಾಯಗಳಲ್ಲಿ ನಿಮ್ಮನ್ನು ಹಿಂದಕ್ಕೆ ತಳ್ಳುವ ಮತ್ತು ನಿಮ್ಮ ಅಮೂಲ್ಯವಾದ ಸಂಪನ್ಮೂಲಗಳನ್ನು ಬರಿದು ಮಾಡುವ ಚಿಕ್ಕಪಟ್ಟ ಕಿರುಕುಳಗಳನ್ನು ಹೇಗೆ ಲೆಟ್ ದೆಮ್ ಸಿದ್ಧಾಂತವನ್ನು ಬಳಸಿ ಹದ್ದುಬಸ್ತಿನಲ್ಲಿಡಬಹುದೆಂದು ಕಲಿಯುವಿರಿ.

ಸ್ವಲ್ಪ ತಾಳಿ ಮತ್ತು ನಿಮ್ಮಷ್ಟಕ್ಕೆ ಕೇಳಿಕೊಳ್ಳಿ: ಕಾಫಿ ಶಾಪ್‌ನ ಎದುರುಗಡೆಯ ದೊಡ್ಡ ಕ್ಯೂ ನಿಮ್ಮ ಇಡೀ ದಿನವನ್ನು ಯಾಕಾಗಿ ಹಾಳುಗೆಡಹುತ್ತದೆ? ಟ್ರಾಫಿಕ್ ನಿಮ್ಮನ್ನು ಕೆಟ್ಟ ಮೂಡ್‌ಗೆ ತಳ್ಳುತ್ತದೆ ಏಕೆ? ಒಂದು ಮಹತ್ವದ ಕಾಯಕದಲ್ಲಿರುವಾಗ ಯಾರಾದರೂ ನಿಮ್ಮನ್ನು ತಡೆದಾಗ ಯಾಕಾಗಿ ನೀವು ಉರಿದುಬೀಳುತ್ತೀರಿ? ಸಾರ್ವಜನಿಕ ಸ್ಥಳದಲ್ಲಿ ವ್ಯಕ್ತಿಯೊಬ್ಬ ಜೋರಾಗಿ ಫೋನ್‌ನಲ್ಲಿ ಮಾತಾಡುವ ಸಮಯ ನಿಮಗೇಕೆ ಕಿರಿಕಿರಿ ಎನಿಸುತ್ತದೆ? ಕುಟುಂಬದ ಸದಸ್ಯರೊಬ್ಬರು ನೀವು ಕೇಳದೆಯೇ ನೀಡುವ ಉಪದೇಶ ನಿಮ್ಮ ವೈಯಕ್ತಿಕ ವಿಷಯದ ಮೇಲೆ ನಡೆಯುವ ದಾಳಿ ಎಂದು ಭಾವಿಸುತ್ತೀರೇಕೆ? ಯಾರೋ ಹಾದಿಯಲ್ಲಿ ನಿಧಾನವಾಗಿ ನಡೆಯುವಾಗ ನಿಮ್ಮ ಬಿರುಸಿನ ಹೆಜ್ಜೆಗಳಿಗೆ ಯಾಕಾಗಿ ಅಡ್ಡಿಯಾಗುತ್ತದೆ?

ಅದು ನನಗೂ ಆಗುತ್ತದೆ. ಮೊನ್ನೆಯ ದಿನ ನಾನೊಂದು ನನ್ನ ಪ್ರಿಯವಾದ ಗಾರ್ಡನ್ ಸೆಂಟರ್‌ಗೆ ಹೋಗಿ ಗಿಡಗಳನ್ನು ಆರಿಸಬೇಕೆಂದಿದ್ದೆ. ಅಲ್ಲಿ ಕ್ಯಾಶರ್ ತುಂಬಾ ನಿಧಾನವಾಗಿ ನಡೆಯುತ್ತಿದ್ದ. ಅಲ್ಲಿ ಎರಡೇ ಕಾಲ್ದಾರಿಗಳಿದ್ದು, ಐದಾರು ಮಂದಿ ಒಬ್ಬರ ಹಿಂದೆ ಒಬ್ಬರು ಕಾಯುತ್ತಿದ್ದರು.

ಬೀಪ್. ಬೀಪ್. ಬೀಪ್.

ನಾನಂತೂ ಕುದಿದು ಹೋದೆ. ನನಗೊಂದು ಅರ್ಜೆಂಟ್ ಮೀಟಿಂಗ್‌ಗೆ ಹೋಗಬೇಕಿತ್ತು ಮನೆ ಸೇರಿದ ಬಳಿಕ. ನಾನು ನನ್ನ ಹಿಂದಿನ ಮನುಷ್ಯನತ್ತ ತಿರುಗಿ ತಲೆಯನ್ನು ಆಡಿಸುತ್ತ ಹೇಳಿದೆ, “ಇದನ್ನು ನಂಬಲು ಸಧ್ಯವೇ?” ನಾನು ತುಸು ಅಂಜಿದೆ. ಅದರ ಬದಲು ನಾನು *ಲೆಟ್ ದೆಮ್* ಎಂದೆ. ಪರಿಣಾಮ ತಕ್ಷಣವಾಯಿತು. ನಾನು ವಿನಮ್ರಳಾದೆ. ಕ್ಯಾಶಿಯರ್ ಸ್ಪೀಡ್‌ನಲ್ಲಿ ನಡೆದನೇ? ಇಲ್ಲ.

ಆದರೆ ಅದು ಸ್ವಲ್ಪ ಹಾಯೆನಿಸುವಂತೆ ಮಾಡಿತು. ಇಂತಹ ದೈನಂದಿನ ಕೆಲಸಗಳಲ್ಲಿ ತಡೆಯಾಗುವ ಸಂಭವಗಳ ಒತ್ತಡದಿಂದ ನನ್ನನ್ನು ರಕ್ಷಿಸಿಕೊಳ್ಳಲು ಸಾಧ್ಯವಾಯಿತು. ಲೈನ್ ಮುಂದುವರಿಯಲು ಇನ್ನೊಂದು 10 ನಿಮಿಷವಾದರೂ, ಅದು ನನ್ನ ದಿನದ ಉಳಿದ ಸಮಯವನ್ನು ಹಾಳುಗೆಡಹುವ ಹಾಗೆ ಆಗಲಿಲ್ಲ. ನಿಮ್ಮ ನಿಯಂತ್ರಣದಲ್ಲಿ ಇಲ್ಲದ ವಿಷಯಗಳ ಬಗೆಗೆ ಯಾತಕ್ಕಾಗಿ ಒತ್ತಡವನ್ನು ಹೇರಿಕೊಳ್ಳುವಿರಿ? ಅಥವಾ ನಿಮಗೆ ಸಂಬಂಧಿಸದ ವಿಷಯಗಳ ಬಗ್ಗೆ ಯಾಕಾಗಿ ತಲೆಕೆಡಿಸಿಕೊಳ್ಳುವಿರಿ? ಅಂತಹ ಸಣ್ಣ ವಿಷಯವೂ ನಿಮ್ಮ ಮೇಲೆ ಹೇಗೆ ಪರಿಣಾಮ ಬೀರಬಹುದು ಎನ್ನುವುದನ್ನು ಗಮನಿಸಿ.

ನಿಮ್ಮ ಸುತ್ತಲಿನ ಜಗತ್ತು ನಿಮ್ಮ ಮನಸ್ಸಿನ ಶಾಂತಿಯನ್ನು ಭಾವನಾತ್ಮಕವಾಗಿ ಪೀಡಿಸುತ್ತಿದ್ದರೆ, ನೀವು ಆ ಬಾಹ್ಯ ಶಕ್ತಿಗಳಲ್ಲಿ ಬಂಧಿಯಾಗುವುದು ಖಂಡಿತ. ತೀರಾ ಕ್ಷುಲ್ಲಕ ವಿಷಯಗಳು ನಿಮ್ಮ ಮಾನಸಿಕ ಸ್ವಾಸ್ಥ್ಯವನ್ನು ಕೆಡಿಸುವುದು ಖಂಡಿತ. ನಿಮ್ಮ ಪ್ರೇರಣೆಯನ್ನು ಕುಂಠಿತಗೊಳಿಸುತ್ತದೆ. ನಿಮ್ಮ ಕೇಂದ್ರಿತ ಗಮನವನ್ನು ವಿಚಲಿತವಾಗುವಂತೆ ಮಾಡುತ್ತದೆ. ಗ್ರೀಕ್ ತತ್ವಜ್ಞಾನಿ ಎಪಿಕ್ಟೆಟಸ್‌ನ ಪ್ರಖ್ಯಾತ ಉದ್ಧರಣೆಯೊಂದಿದೆ,

"ನಿಮಗೇನು ಸಂಭವಿಸುತ್ತದೆ ಎಂಬುದು ಮುಖ್ಯವಲ್ಲ, ಆದರೆ ನೀವು ಅದಕ್ಕೆ ಹೇಗೆ ಪ್ರತಿಕ್ರಿಯಿಸುತ್ತೀರಿ ಎಂಬುದು ಮುಖ್ಯ." ಅಂದರೆ ಅದರರ್ಥವೇನು? ಅಂದರೆ ನಿಮ್ಮ ವೈಯಕ್ತಿಕ ಬಲ ನಿಮ್ಮ ಪ್ರತಿಕ್ರಿಯೆಯಲ್ಲಿ ಅಡಗಿರುತ್ತದೆ ಎಂದರ್ಥ.

ನಿಮಗೆ ಕಿರಿಕಿರಿ ತರುವ ಮತ್ತು ಒತ್ತಡವನ್ನು ಹೆಚ್ಚಿಸುವ ಸನ್ನಿವೇಶಗಳಿಗೆ ನಿಮ್ಮ ದೈನಂದಿನ ಜೀವನದಲ್ಲಿ ಹೇಗೆ ವಿವಿಧ ರೀತಿಯಲ್ಲಿ ಪ್ರತಿಕ್ರಿಯಿಸಬೇಕು ಎಂಬುದನ್ನು ಕಲಿಯಬೇಕು. ಅದರಿಂದ ನಿಮ್ಮ ಬದುಕು ಬದಲಾಗುತ್ತದೆ. ಇದೀಗ ನೀವು ನಿಮ್ಮ ಶಕ್ತಿ ಮತ್ತು ಸಮಯವನ್ನು ವ್ಯರ್ಥವಾಗಿ ವ್ಯಯಿಸುತ್ತಿದ್ದೀರಿ, ನಿಮಗೆ ಅವೆಲ್ಲ ಸಂಬಂಧಿಸಿದ್ದು ಅಲ್ಲದೇ ಇದ್ದರೂ; ಅಥವಾ ನಿಮ್ಮ ನಿಯಂತ್ರಣದಲ್ಲಿ ಇಲ್ಲದ ವಿಷಯಗಳಿಗೆ ವ್ಯರ್ಥವಾಗಿ ತಲೆಕೆಡಿಸಿಕೊಂಡಿರುತ್ತೀರಿ. ನಿಮಗದು ಎಷ್ಟು ದೊಡ್ಡ ಸಮಸ್ಯೆ ಎಂದು ತಿಳಿದಿರುವುದಿಲ್ಲ. ನನಗೂ ತಿಳಿದಿರಲಿಲ್ಲ. ಕಾರಣವೇನೆಂದರೆ, ನಿಮ್ಮ ಸುತ್ತಮುತ್ತ ನಡೆಯುವ ವಿಷಯಗಳಿಗೆ ಪ್ರತಿಕ್ರಿಯಿಸುವಾಗ ನಿಮ್ಮಲ್ಲಿನ ಒತ್ತಡ ಅಯಾಚಿತವಾಗಿ ಅದರ ಮೇಲೆ ಪರಿಣಾಮ ಬೀರಿ ನಿಮ್ಮ ಶರೀರವೇ ಕುಸಿಯುವಂತಾಗುತ್ತದೆ.

ನೀವು ನಿಮ್ಮ ಭಾವನೆಗಳಲ್ಲೇ ಸೆಳೆಯಲ್ಪಟ್ಟು ನೀವೊಂದು ಕ್ಷಮಾಪಣೆಯ ಒಕ್ಕಣೆಯ ಸಂದೇಶ ಕಳಿಸುವಂತಾಗುತ್ತದೆ. ಅಥವಾ ಆ ಕ್ಷಣದಲ್ಲಿ ಯಾವುದೋ ವಿಷಯದ ತಲೆಬಿಸಿಯಲ್ಲಿ ನಿಜಕ್ಕೂ ನೀವು ಹಾಗೆ ಬಯಸದೆ ಇದ್ದರೂ ಹೇಳಿಬಿಟ್ಟಿರುತ್ತೀರಿ. ಅಥವಾ ನೀವು ಆ ಉದ್ದವಾದ ಲೈನ್‌ನಲ್ಲಿ ನಿಂತು ಬೇಸತ್ತು ನಿಮ್ಮ ಸಿಟ್ಟ ಕ್ರಮೇಣ ಹೆಚ್ಚಾಗುತ್ತಲೇ ಹೋಗಿರುತ್ತದೆ, ಅದು ಅನಪೇಕ್ಷಣೀಯವೆಂದು ನಿಮಗೆ ಅನ್ನಿಸಿದ್ದರೂ ಕೂಡಾ. ಇವೆಲ್ಲ ನಿಮ್ಮ ದೈನಂದಿನ ಬದುಕಿನಲ್ಲಿ ಹೇಗೆ ಕೆಲವು ಸನ್ನಿವೇಶಗಳು ಒತ್ತಡದ ಕಾರಣದಿಂದ ನಿಮ್ಮಲ್ಲಿ ಕಿರಿಕಿರಿಯ ಅನುಭವ ಹೆಚ್ಚುತ್ತಲೇ ಹೋಗಬಹುದೆಂಬುದಕ್ಕೆ ಉದಾಹರಣೆಗಳು.

ನಿಮ್ಮ ಸುತ್ತ ನಡೆಯುವ ವಿಷಯಗಳನ್ನು ನೀವು ನಿಯಂತ್ರಿಸಲು ಆಗುವುದಿಲ್ಲ, ಆದರೆ ಅದಕ್ಕೆ ನೀವು ಹೇಗೆ ಸ್ಪಂದಿಸಬೇಕು ಎಂಬುದನ್ನು ನೀವು ನಿಯಂತ್ರಿಸಬಹುದಷ್ಟೇ? ಇದು ವಿಮಾನ ನಿಲ್ದಾಣವಲ್ಲದೆ ಬೇರೆಲ್ಲಿ ಹೆಚ್ಚು ಸಂಭವನೀಯ ಎನ್ನುತ್ತೀರಾ?

ವಿಮಾನ ನಿಲ್ದಾಣದ ಒತ್ತಡದ ಪರೀಕ್ಷೆ

ಇದು ನೀವು ಚೆಕ್-ಇನ್‌ನಿಂದ ತೊಡಗಿ ಸೆಕ್ಯೂರಿಟಿ ಚೆಕ್‌ಗೆ ಸಾಲುಗಟ್ಟಿ ನಿಲ್ಲುವಾಗ, ಹವಾಮಾನದ ವೈಪರೀತ್ಯದಿಂದಾಗುವ ವಿಳಂಬಗಳು, ಸಾಮಾನು ಕಳೆದುಹೋಗುವ ಸಂಭವ, ಬೋರ್ಡಿಂಗ್ ಪ್ರಕ್ರಿಯೆ ತೊಡಗುವುದಕ್ಕೂ ಮುನ್ನವೇ ಅನಾವಶ್ಯಕವಾಗಿ ಜನರು ಮುಗಿಬಿದ್ದು ನೂಕು ನುಗ್ಗಲಿಗೆ ಕಾರಣವಾಗುವುದು, ನೀವು ವಿಮಾನವನ್ನು ಏರುವ ಸಮಯದ ವಿನಾ ಕಾರಣದ ವಿಳಂಬಗಳು, ಬಾಡಿಗೆ ಕಾರಿಗಾಗಿ ಕೌಂಟರ್‌ನಲ್ಲಿನ ನೂಕುನುಗ್ಗಲು, ಇವೆಲ್ಲ ಅಂತ್ಯಕಾಣದ ಒತ್ತಡಗಳು ಎನ್ನಬಹುದು.

ಇದನ್ನೇ ಒಂದು ಉದಾಹರಣೆಯನ್ನಾಗಿ ತೆಗೆದುಕೊಂಡು ನೀವು ಯಾವುದನ್ನೆಲ್ಲ ನಿಯಂತ್ರಿಸಬಹುದು ಯಾವುದನ್ನು ಅಲ್ಲ ಎಂಬುದನ್ನು ತಿಳಿಯಬಹುದು. ಮನುಷ್ಯನ ಮೂಲಭೂತ ಮಾನವ ಸಹಜ ಪ್ರವೃತ್ತಿಗಳನ್ನು ನೆನಪಿಡಿ. ಅನ್ಯ ಜನರು ಯೋಚಿಸುವ ಮತ್ತು ಮಾಡುವ ವಿಷಯಗಳನ್ನು ನೀವು ನಿಯಂತ್ರಿಸಲು ಸಾಧ್ಯವಿಲ್ಲ. ಅದನ್ನು ನಿಯಂತ್ರಿಸಲು ನೀವು ಶ್ರಮಿಸಿದಾಗ ನಿಮ್ಮ ಶಕ್ತಿಯ ಪೋಲಾಗುವುದು ಸಹಜ. ನೀವು ಏನನ್ನು ಹೇಳುತ್ತೀರಿ, ಯೋಚಿಸುತ್ತೀರಿ ಅಥವಾ ಮಾಡುತ್ತೀರಿ ಎನ್ನುವುದರ ಮೇಲೆ ನಿಮ್ಮ ಗಮನವನ್ನು ಕೇಂದ್ರೀಕರಿಸಿ. ಅದರಿಂದ ನೀವು ನಿಮ್ಮನ್ನು ನಿಯಂತ್ರಿಸಲು ಸಾಧ್ಯವಾಗುತ್ತದೆ.

ಏರ್‌ಪೋರ್ಟ್‌ನಲ್ಲಾಗಲೀ, ವಿಮಾನದ ಒಳಗಾದರೂ ಈ ಪ್ರವೃತ್ತಿಯಿಂದಾಗಿ ನಿಮ್ಮ ಶಕ್ತಿಯನ್ನು ಸಂಭಾಳಿಸಿಕೊಂಡಿರಲು ಸಾಧ್ಯ.

ಕೆಲವು ತಿಂಗಳ ಹಿಂದೆ, ನಾನು ವಿಮಾನದಲ್ಲಿದ್ದಾಗ, ನನ್ನ ಹಿಂದುಗಡೆಯ ವ್ಯಕ್ತಿ ಎಡೆಬಿಡದೆ ಕೆಮ್ಮುತ್ತಿದ್ದ, ಅದೇನೋ ಅವನ ಕೊನೆಯ ದಿನಗಳೋ ಎನ್ನುವಂತೆ. ಇದರಿಂದ ಸುತ್ತಲೂ ಕುಳಿತವರು ಒಂದು ಬಗೆಯ ಅಸಹ್ಯ ಅನಿಸಿಕೆಯನ್ನು ಎದುರಿಸುವಂತಾಯಿತು. ಅವರೂ ರೋಗಗ್ರಸ್ತರಾಗುವ ಹಾಗಾಯಿತು.

ಮೊದಲ ಕೆಲವು ನಿಮಿಷಗಳ ಸಮಯ ನನಗೇನೂ ಅನ್ನಿಸಲಿಲ್ಲ, ಮುಂದೆ ಆತ ತನ್ನ ಗಂಟಲನ್ನು ಸರಿಪಡಿಸಿಕೊಂಡು ಮತ್ತೆ ಅವ್ಯಾಹತವಾಗಿ ಕೆಮ್ಮಲು ತೊಡಗಿದಾಗ ನನಗೆ ತೀವ್ರ ಕಿರಿಕಿರಿಯಾಗತೊಡಗಿತು.

ನನ್ನ ಗಮ್ಯ ಸ್ಥಾನದಲ್ಲಿ ನಾನೊಂದು ಸಮಾರಂಭದಲ್ಲಿ ಭಾಷಣವನ್ನು ನೀಡಬೇಕಿತ್ತು ಮತ್ತು ಮುಂದಿನ ಹಲವಾರು ದೊಡ್ಡ ದೊಡ್ಡ ಸಮಾರಂಭಗಳಲ್ಲಿ ಭಾಗವಹಿಸುವುದಿತ್ತು. ನಾನು ರೋಗಗ್ರಸ್ತಳಾಗುವುದೋ, ನನ್ನ ಗಂಟಲು ಕೆಟ್ಟುಹೋಗುವುದೋ ನನಗೆ ಬೇಕಿರಲಿಲ್ಲ.

ನಾನು ಸೀಟುಗಳ ನಡುವಿನ ಎಡೆಯಲ್ಲಿ ಹಿಂದಕ್ಕೆ ಬಗ್ಗಿ ನೋಡಿದೆ. ಆತ ವಿಮಾನದಲ್ಲಿ ಬೇರೆ ಯಾರೂ ಇಲ್ಲವೇನೋ ಎನ್ನುವಂತೆ ಬಾಯಿ ತೆರೆದುಕೊಂಡೇ ಕೆಮ್ಮುತ್ತಿದ್ದ. ಈ ಮನುಷ್ಯ ನಿಜಕ್ಕೂ ನನಗೆ ರೋಗ ತಗುಲಿಸುತ್ತಾನೆಯೇ ಎಂದು ಯೋಚಿಸಿದೆ. ಆತ ತೀರಾ ಸ್ವಾರ್ಥಿ ಮತ್ತು ಕ್ರೂರಿ ಎಂದೆನಿಸಿತು. ನಾನಂತೂ ರೋಗಪೀಡಿತಳಾಗಲಾರೆ ಎಂದು ಸಮಜಾಯಿಸಿಕೊಂಡೆ.

ಯಾಕೆಂದರೆ ನನ್ನ ಯಾವುದೇ ಪ್ರತಿಕ್ರಿಯೆಯಿಂದ ಸಮಸ್ಯೆ ಪರಿಹಾರವಾಗುವ ಸಾಧ್ಯತೆ ಇರಲಿಲ್ಲ. ನಾನು ನನ್ನ ಸೀಟಿನಲ್ಲೇ ಓಲಾಡುತ್ತ, ಸೀಟಿನ ಸೀಳಿನಲ್ಲಿ ಹಣಿಕಿ ನೋಡುತ್ತ ಅವನನ್ನು ಗಮನಿಸುತ್ತಿದ್ದೆ, ಆತ ಯಾವುದಕ್ಕೂ ಜಗ್ಗದೆ ಕೆಮ್ಮುತ್ತಲೇ ಹೋದ. ನಾನು ಅಲ್ಲೊಬ್ಬಾಕೆ ಎಟೆಂಡರನ್ನು ಕೂಗಿ ಹೇಳೋಣವೆಂದುಕೊಂಡರೆ, ನನ್ನ ಹಿಂದಿರುವ ಆ ವ್ಯಕ್ತಿಯ ಕಣ್ಣಿಗೆ ಬಿದ್ದು ನಿಜಕ್ಕೂ ಸನ್ನಿವೇಶ ಹದಗೆಡುವ ಸಾಧ್ಯತೆ ಇತ್ತು. ಆದ್ದರಿಂದ ನಾನು ಹಿಂದಿರುಗಿ ನೋಡಿ, ಓರ್ವ ಮುತ್ಸದ್ದಿಯಂತೆ ವಿನೀತವಾಗಿ ಹೇಳಲು ನಿರ್ಧರಿಸಿದೆ, “ಸರ್ ನೀವು ಕೆಮ್ಮುವಾಗ ಬಾಯಿಗೆ ಬಟ್ಟೆ ಇಟ್ಟುಕೊಳ್ಳುವಿರಾ?”

ಅಲ್ಲೊಂದು ಅನಪೇಕ್ಷಿತ ವಾತಾವರಣ ಸೃಷ್ಟಿಯಾಯಿತು.

ಆತ ತಲೆಯಾಡಿಸಿದ ಮತ್ತು ಪ್ರಯಾಣ ಕೊನೆಗೊಳ್ಳುವವರೆಗೆ ಕೆಮ್ಮುತ್ತಲೇ ಇದ್ದ. ನನಗಿದು ಸೀಟಿನ ನಡುವೆ ಇಣುಕಿದಾಗೆಲ್ಲ ಕಾಣುತ್ತಲೇ ಇತ್ತು. ನನಗೆ ಆ ವ್ಯಕ್ತಿಯ ಬಗೆಗೆ ಮರುಕಹುಟ್ಟಿತು. ಆತನೇನೋ ತಾನು ಕಾಹಿಲೆ ಹಿಡಿದವನೆಂದು ತೋರಿಸಿಕೊಳ್ಳುತ್ತಿಲ್ಲ ತಾನೇ? ನಿಮಗೆ ಕೆಮ್ಮ ಬರುವಾಗ ಕೆಮ್ಮಲೇ ಬೇಕಾಗುತ್ತದೆ. ಆದರೆ ಆ ಕ್ಷಣದಲ್ಲಿ ನಾನು ಸಿಟ್ಟಿಗೇಳುತ್ತಲೇ ಹೋಗಿದ್ದೆ.

ನನ್ನಲ್ಲಿ ಒತ್ತಡ ಏರುತ್ತಲೇ ಹೋಗಿದ್ದು ಮಾತ್ರವಲ್ಲ, ನನ್ನ ಮೂಡ್ ಕೂಡಾ ಹಾಳಾಗಿತ್ತು ಮತ್ತು ನನಗೆ ಬೇರೆ ಯಾವುದೇ ಕೆಲಸ ಮಾಡುವ ಹವಣಿಕೆ ಇರಲಿಲ್ಲ.

ಇದು ಕೇವಲ ಒಂದು ಉದಾಹರಣೆಯಷ್ಟೇ. ಇದರಿಂದ ನಿಮ್ಮಲ್ಲಿ ಒತ್ತಡ ಹೇಗೆ ಹೆಚ್ಚಾಗುತ್ತದೆ ಮತ್ತು ಸುಲಭವಾಗಿ ನಿಮ್ಮ ನೆಮ್ಮದಿಯನ್ನು ಹೇಗೆ ಕಸಿದುಕೊಳ್ಳುತ್ತದೆ ಎಂಬುದನ್ನು ತೋರಿಸುತ್ತದೆ.

ನಿಮ್ಮ ಮಿದುಳು ಒತ್ತಡದಲ್ಲಿರುವಾಗ

ಈ ಪುಸ್ತಕಕ್ಕಾಗಿ ನಾನು ಸಂಶೋಧನೆ ನಡೆಸುತ್ತಿದ್ದಾಗ *ದಿ 5 ರಿಸೆಟ್ಸ್: ರಿವಯರ್ ಯುವರ್ ಬ್ರೈನ್ ಅಂಡ್ ಬಾಡಿ ಫಾರ್ ಲೆಸ್ ಸ್ಟ್ರೆಸ್ ಅಂಡ್ ಮೋರ್ ರೆಸಿಲೆನ್ಸ್* ಪುಸ್ತಕದ ಲೇಖಕಿಯೂ, ಹಾರ್ವರ್ಡ್ ಮೆಡಿಕಲ್ ಸ್ಕೂಲ್‌ನ ವೈದ್ಯರೂ ಆಗಿರುವ ಡಾ। ಅಧಿತಿ ನೆರುಕರ್ ಅವರನ್ನು ಸಂದರ್ಶಿಸಿದ್ದೆ. ಡಾ। ಹಾರ್ವರ್ಡ್ ಬೆಥ್ ಇಸ್ರೇಲ್ ಡೀಕಾನೆಸ್ ಆಸ್ಪತ್ರೆಯ ಇಂಟಗ್ರೇಟೀವ್ ಮೆಡಿಸಿನ್‌ನ ನಿರ್ದೇಶಿಕಿಯಾಗಿದ್ದು, ಒತ್ತಡದ ನಿಯಂತ್ರಣದ ಕುರಿತಂತೆ ಅಪಾರ ಅಧ್ಯಯನವನ್ನು ನಡೆಸಿದ್ದು, ಅವರು ತಮ್ಮ ರೋಗಿಗಳು ಹೇಗೆ ಹೆಚ್ಚು ನೆಮ್ಮದಿಯಿಂದ ಬದುಕನ್ನು ನಿರ್ವಹಿಸಬಹುದೆಂದು ಸಾಕ್ಷ್ಯಾಧಾರಗಳಿಂದ ಶೋಧಿಸಿದ್ದರು. ಡಾ। ಅದಿತಿಯವರು ಹೇಳುತ್ತಾರೆ, "ಒತ್ತಡವೆನ್ನುವುದು ನೀವು ಅಂದುಕೊಂಡಿರುವಕ್ಕಿಂತಲೂ ನಿಮ್ಮ ಬದುಕಿನ ಹೆಚ್ಚು ಪ್ರಬಲವಾದ ಸಮಸ್ಯೆ ಎನ್ನಬಹುದು."

ಡಾ। ಅದಿತಿಯವರ ಪ್ರಕಾರ ಒತ್ತಡ ನಿಮ್ಮನ್ನು ಸ್ವತಃ ಸಂಶಯಪಡುವಂತೆ ಮಾಡುತ್ತದೆ, ವಿಳಂಬನೀತಿಯನ್ನು ಅನುಸರಿಸುವಂತೆ ಮಾಡುತ್ತದೆ, ನಿಮ್ಮನ್ನು ಕುಸಿಯುವಂತೆ, ಒದ್ದಾಡುವಂತೆ ಮತ್ತು ತುಲನೆಯ ಹೊಯ್ದಾಟಕ್ಕೂ ಒಯ್ಯುತ್ತದೆ. ನೀವು ಗಮನ ಕೇಂದ್ರೀಕರಿಸುವಲ್ಲಿ ಸೋಲುತ್ತಿದ್ದರೆ, ಅಸಂತುಷ್ಟಿಯಿಂದಿದ್ದರೆ, ನಿಮ್ಮ ಸ್ವತಃ ಕಾಳಜಿಯಲ್ಲಿ ಹಿಂದಿಕ್ಕುತ್ತಿದ್ದರೆ, ಅವಕ್ಕೆಲ್ಲ ಕಾರಣ ಒಂದೇ ಒತ್ತಡ.

ಅವರು ಇದನ್ನೂ ಹೇಳಿದರು: ನಿಮ್ಮ ಒಳಗಿನ ವಿಮರ್ಶಕಿ ಯಾವತ್ತಿಗಿಂತಲೂ ಪ್ರಬಲವಾಗಿದ್ದರೆ, ವಿಳಂಬನೀತಿಯಿಂದ ಬಳಲುತ್ತಿದ್ದರೆ, ನಿರಂತರವಾಗಿ ಸುಸ್ತಾಗುತ್ತಿದ್ದರೆ, ನಿಮ್ಮ ಫೋನ್‌ನಲ್ಲು ಸ್ಕ್ರೋಲ್ ಮಾಡುವುದನ್ನು ನಿಲ್ಲಿಸಲು ಆಗದಿದ್ದರೆ, ಅಥವಾ ನಿಮ್ಮ ಕೆಲಸದಲ್ಲಿ ಅಡಚಣೆಯನ್ನು ಅನುಭವಿಸುತ್ತಿದ್ದರೆ, ಅವೆಲ್ಲಕ್ಕೂ ಒತ್ತಡವೇ ಕಾರಣ.

ನಿಮ್ಮ ಶರೀರದಲ್ಲಿನ ಉದ್ವೇಗಕ್ಕಿಂತಲೂ, ಒತ್ತಡ ಇನ್ನಷ್ಟು ಪ್ರಬಲವಾಗಿ ಕಾಡುತ್ತದೆ. ಒತ್ತಡವೆನ್ನುವುದು ನಿಮ್ಮ ಮಿದುಳಿನಲ್ಲಿನ ಭೌತಿಕಸ್ಥಿತಿ ಎನ್ನಬಹುದು. ಇದು ತುಂಬಾ ಮುಖ್ಯವಾದ ವಿಷಯವಾಗಿದ್ದು ಇದರಿಂದ ನಿಮ್ಮ ಮಿದುಳಿನ ಚಟುವಟಿಕೆಗಳು ಸ್ತಬ್ದವಾಗುವ ಸಂಭವವಿರುತ್ತದೆ. ಡಾ। ಅಧಿತಿ ವಿವರಿಸಿದರು: ಸಾಮಾನ್ಯವಾಗಿ ನಿಮ್ಮ ಮಿದುಳಿನಲ್ಲಿನ ಪ್ರಿಫ್ರೊಂಟಲ್ ಕಾರ್ಟೆಕ್ಸ್ ನಿಯಂತ್ರಣದಲ್ಲಿರುತ್ತದೆ.

ಮಿದುಳಿನ ಈ ಭಾಗ ನಿಮ್ಮ ದೈನಂದಿನ ಕೆಲಸಕಾರ್ಯಗಳನ್ನು ನಿಯಂತ್ರಿಸುತ್ತದೆ. ಇದು ನಿಮ್ಮ ಯೋಜನೆಗಳನ್ನು, ನಿರ್ವಹಣೆಯನ್ನು, ವಿಷಯಗಳನ್ನು ನೆನಪಿಡುವಲ್ಲಿ, ನಿಮ್ಮ ನಿರ್ಣಯಗಳನ್ನು ತೆಗೆದುಕೊಳ್ಳುವಲ್ಲಿ ಸಹಕರಿಸುವಂತಹ ಭಾಗ. ನೀವು ಸಶಕ್ತವಾಗಿ ಜೀವನ ನಿರ್ವಹಿಸಬೇಕಿದ್ದರೆ ಮಿದುಳಿನ ಈ ಭಾಗ ಸದೃಢವಾಗಿ ಕೆಲಸ ನಿರ್ವಹಿಸಬೇಕು.

ಸಮಸ್ಯೆ ಏನೆಂದರೆ ನೀವು "ಒತ್ತಡದಲ್ಲಿದ್ದೀರಿ" ಎನ್ನುವ ಕ್ಷಣದಿಂದ, ವಿಮಾನದ ಕೆಮ್ಮುವ ಮನುಷ್ಯ, ಕ್ಯೂನಲ್ಲಿ ಜನ ಸಂದಣಿ ಹೆಚ್ಚಾಗುವುದು, ಪರೀಕ್ಷೆಯ ಫಲಿತಾಂಶಕ್ಕೆ ಕಾಯುವುದು ಮುಂತಾದ ಸಮಯದಲ್ಲಿ ನಿಮ್ಮ ಮಿದುಳು ಒತ್ತಡದ ಸ್ಪಂದನಕ್ಕೆ ಒಳಗಾಗಿ ಅದರಿಂದಾಗಿ ಪ್ರಿಫ್ರೆಂಟಲ್ ಕಾರ್ಟೆಕ್ಸ್ ನಿಯಂತ್ರಣದಿಂದ ಹೊರಗಾಗುತ್ತದೆ (ಅದರಿಂದ ನೀವು ನಿಯಂತ್ರಣವನ್ನು ಕಳೆದುಕೊಳ್ಳುವಿರಿ).

ನಿಮ್ಮ ಒತ್ತಡಕ್ಕೆ ಸ್ಪಂದಿಸುವಂಥ ಮಿದುಳಿನ ಇನ್ನೊಂದು ಭಾಗವಿದೆ, ಅದುವೇ ಅಮಿಗ್ಡಾಲಾ. ಡಾ। ಅಧಿತಿ ಅಮಿಗ್ಡಾಲಾವನ್ನು ವಿವರಿಸುತ್ತ, ಅದರ ಸ್ವರೂಪ ಚಿಕ್ಕ ಬಾದಾಮಿನ ರೂಪದಲ್ಲಿದ್ದು, ಅದು ನಿಮ್ಮ ಮಿದುಳಿನ ಆಳದಲ್ಲಿ ಕಿವಿಗಳ ಸಮೀಪ ಸ್ಥಿತ್ಯವಾಗಿರುತ್ತದೆಯಂತೆ. ಮಾನವ ಮಿದುಳಿನಲ್ಲಿ ಅತ್ಯಂತ ಹಳೆಯ ಭಾಗವೆಂದರೆ ಇದಾಗಿದ್ದು, ಇದನ್ನು ಅನೇಕರು 'ಸರೀಸೃಪ ಮಿದುಳು' ಎಂದು ಕರೆಯುತ್ತಾರೆ. ಅದರಲ್ಲಿ ನಿಮ್ಮ ಒತ್ತಡಕ್ಕೆ ಸಂಬಂಧಿಸಿದ ಸ್ಪಂದನಗಳು ಸಂಗ್ರಹವಾಗಿರುತ್ತವೆ.

ಯಾರಾದರೂ "ಹೊಡಿ, ಬಡಿ, ಅಥವಾ ಮುರುಟಿಕೋ" ಮುಂತಾದ ಸ್ಪಂದನವನ್ನೆಲ್ಲ ನೀಡುತ್ತಿದ್ದರೆ, ಅದರಿಂದ ನೀವು ಅಮಿಗ್ಡಾಲಾ ನಿಯಂತ್ರಣದಲಿದ್ದೀರಿ ಎಂಬ ಸೂಚನೆ ಎನ್ನುತ್ತಾರೆ. ಇದರಿಂದ ನೀವು ದಿಢೀರನೆ ನಿರ್ಧಾರ ತೆಗೆದುಕೊಳ್ಳುತ್ತೀರಿ ಮತ್ತು ಹೆಚ್ಚು ಪ್ರಚೋದನಾತ್ಮಕ ಸ್ವಭಾವವನ್ನು ಪ್ರದರ್ಶಿಸುತ್ತೀರಿ.

ನೀವು ಬದುಕು ಸಾಮನ್ಯ ಸ್ಥಿತಿಯಲ್ಲಿದ್ದು, ಉತ್ತಮವಾಗಿ ಅನುಭವಿಸುವಂತಿದ್ದರೆ, ನಿಮ್ಮ ಎಲ್ಲಾ ಕಲಾಪಗಳನ್ನು ಪ್ರಿಫ್ರೆಂಟಲ್ ಕಾರ್ಟೆಕ್ಸ್ ನಿಯಂತ್ರಿಸುತ್ತಿದೆ ಎಂದರ್ಥ. ಅದರರ್ಥ, ನೀವು ಕ್ರಮಬದ್ಧವಾಗಿ ಆಗುಹೋಗುಗಳನ್ನು ನಿಮ್ಮ ಅಂಕಿತದಲ್ಲಿ ಇರಿಸಿಕೊಳ್ಳಲು ಸಾಧ್ಯವಾಗಿದೆ ಎನ್ನಬಹುದು. ಎಂದರೆ ನಿಮ್ಮ ಸ್ಪಂದನೆಯನ್ನು ನೀವು ನಿಯಂತ್ರಿಸುವ ಸ್ಥಿತಿಯಲ್ಲಿದ್ದೀರಿ ಎಂದರ್ಥ. ಆದರೆ, ಯಾವತ್ತಾದರೂ ಯಾವುದೇ ಸಂಭವದಿಂದ ನಮಗೆ ಒತ್ತಡದ ಅನುಭವವಾದರೆ, ನಮಗೆ ಸಮಸ್ಯೆ ತಲೆದೋರುತ್ತದೆ, ಯಾಕೆಂದರೆ ನಮ್ಮ ಶರೀರದಲ್ಲಿ ಮತ್ತು ಮಿದುಳಿನಲ್ಲಿ ಒತ್ತಡಕ್ಕಿರುವ ಸ್ಪಂದನ ಸ್ವಯಂಚಾಲಿತವಾಗಿರುತ್ತದೆ.

ನಿಮ್ಮ ಅಮಿಗ್ಡಾಲಾ ಸ್ವಯಂಚಾಲಿತವಾಗಿ ಅದನ್ನು ತೆಗೆದುಕೊಳ್ಳುತ್ತದೆ. ಮತ್ತು ಮಿದುಳಿನ ಈ ಭಾಗದ ಕೆಲಸವೆಂದರೆ ಬದುಕಿಯುಳಿಯುವುದು ಮತ್ತು ಸ್ವಯಂ-ರಕ್ಷಣೆ. ಇದು ಕೆಲವೇ ಸಮಯಾವಧಿಗೆ ಸೀಮಿತವಾಗಿರುತ್ತದೆ. ನೀವು ಮತ್ತೆ ಹಿಂದಿನ ಶಾಂತತೆಗೆ ಮರಳುತ್ತೀರಿ ಯಾಕೆಂದರೆ ನಿಮ್ಮ ಪ್ರಿಫ್ರೆಂಟಲ್ ಕಾರ್ಟೆಕ್ಸ್ ನಿಯಂತ್ರಣವನ್ನು ಕೈಗೆತ್ತಿಕೊಳ್ಳುತ್ತದೆ. ನೀವು ಶಾಂತರಾಗುತ್ತೀರಿ ಹಾಗೂ ನಿಮ್ಮಲ್ಲಿ ಆತ್ಮವಿಶ್ವಾಸ ಕುದುರುತ್ತದೆ. ಆದರೆ ನೀವು ಅಂತಹ ಸ್ಥಿತಿಗೆ ಮರಳದಿದ್ದರೆ ಏನಾದೀತು?

ನೀವು ಎಲ್ಲಾ ಸಮಯದಲ್ಲೂ ಸುಸ್ತಾದವರಂತೆ ತೋರುವುದು ಯಾಕೆ

ಡಾ. ಅಧಿತಿಯವರ ಪ್ರಕಾರ, ಇಂದು 10 ಮಂದಿಯಲ್ಲಿ 7ಮಂದಿ ಒತ್ತಡದ ಸ್ಥಿತಿಯನ್ನೇ ಅನುಭವಿಸುತ್ತಿರುತ್ತಾರೆ. ಅದರಲ್ಲಿ ನಾನೂ ಒಬ್ಬಳು. ನೀವು ಅಂತಹ ಒತ್ತಡದಲ್ಲಿರುವಾಗ, ನಿಮ್ಮಲ್ಲಿ ಹೋರಾಡುವ ಮನಃಸ್ಥಿತಿ ಇದ್ದೇ ಇರುತ್ತದೆ. ನಿಮ್ಮ ಅಮಿಗ್ಡಾಲಾ ಹಿನ್ನೆಲೆಯಲ್ಲಿ ಬುಸುಗುಟ್ಟುತ್ತಲೇ ಇರುತ್ತದೆ, ಅದು ಯಾವಾಗಲೂ ಚೈತನ್ಯದ ಸ್ಥಿತಿಯಲ್ಲಿರುತ್ತದೆ. ಡಾ। ಅದಿತಿ ನನಗೆ ಹೇಳಿದ್ದೇನೆಂದರೆ, ನೀವು ಯಾವತ್ತಾದರೂ ಒತ್ತಡವನ್ನು ಅನುಭವಿಸುತ್ತಿದ್ದರೆ, ನೀವು ರಕ್ಷಣಾತ್ಮಕ ಸ್ಥಿತಿಯಲ್ಲಿರುತ್ತೀರಿ, ನರಶಾಸ್ತ್ರಕ್ಕೆ ಸಂಬಂಧಿಸಿ ಹೇಳುವುದಿದ್ದರೆ, ನಿಮ್ಮ ಮಿದುಳು ನಿಜಕ್ಕೂ ರಕ್ಷಣಾತ್ಮಕ ಸ್ಥಿತಿಗೆ ಹೋಗಿರುತ್ತದೆ. ನಿಮ್ಮ ಗುರಿಗಳು... ನಿಮ್ಮ ಕನಸುಗಳು... ನಿಮ್ಮ ಅತ್ಯುತ್ತಮವಾದುದು... ನಿಮ್ಮನ್ನು ಶಾಂತವಾಗಿಸುವ ಮತ್ತು ಪ್ರತಿಕ್ರಿಯೆರಹಿತವಾಗಿಸುವ ಕ್ಷಮತೆ... ಎಲ್ಲವೂ ಕಿಟಕಿಯ ಮೂಲಕ ಹಾರಿಹೋಗಿರುತ್ತವೆ.

ಆದ್ದರಿಂದ ನೀವು ಈ ಸಮಸ್ಯೆಯನ್ನು ಪರಿಹರಿಸಿಕೊಳ್ಳಬೇಕು ಮತ್ತು ಅನ್ಯರು ನಿಮ್ಮ ಬದುಕಿನಲ್ಲಿ ವಿನಾಕಾರಣ ಒತ್ತಡವನ್ನು ಸೃಷ್ಟಿಸುವುದನ್ನು ತಡೆಯಬೇಕು. ಅದರಲ್ಲೂ ಬಹಳಷ್ಟು ಒದಗಿಬರಬೇಕು. ನೀವು ಉತ್ತಮವಾದ ಬದುಕನ್ನು ಜೀವಿಸಲು ಅರ್ಹರು, ಆದರೆ ನೀವು ಸದಾ ರಕ್ಷಣಾತ್ಮಕ ಸ್ಥಿತಿಯಲ್ಲಿದ್ದರೆ ಅದನ್ನು ಸಾಧಿಸಲು ಆಗುವುದಿಲ್ಲ.

ವಾರಾಂತ್ಯದೊಳಗೆ ನೀವು ಆ ಪ್ರಾಜೆಕ್ಟ್‌ನ್ನು ಪೂರೈಸಬೇಕೆಂದಿದ್ದರೂ ನೀವು ಒತ್ತಡದ ಕಾರಣದಿಂದ ಅದನ್ನು ಮುಗಿಸಲು ಆಗುವುದಿಲ್ಲ.

ನಿಮಗೆ ಈ ಸಮಯದಲ್ಲಿ ಹೆಚ್ಚು ಸಂತಸ ಬೇಕು, ಆದರೆ ಅದು ನಿಮಗೆ ಸಿಗಲಾರದು, ಯಾಕೆಂದರೆ ಕೆಲಸದ ಒತ್ತಡ ಮೊದಲೇ ನಿಮ್ಮನ್ನು ಆವರಿಸಿರುತ್ತದೆ.

ನಿಮ್ಮಲ್ಲಿ ನಿರಂತರ ಒತ್ತಡವಿತ್ತೆಂದರೆ ನಿಮ್ಮ ಸಂಗಾತಿಯ ಜೊತೆಗೆ ನಿಮ್ಮ ಅನ್ಯೋನತೆಯ ಬೆಸುಗೆಯೂ ಸಡಿಲವಾಗುತ್ತದೆ. ನಿಮಗೆ ಬೇಕೆನಿಸುವ ಬದುಕು ನಿಮ್ಮೆದುರೇ ಇರುವ ಹೊತ್ತಿನಲ್ಲಿ

ನಿಮ್ಮೊಳಗಿನ ವಿಮರ್ಶಕ ಅದನ್ನು ಮುಟ್ಟಲು ಬಿಡದಿದ್ದರೆ ಏನಾಗುತ್ತದೆ? ಒತ್ತಡ ಒಂದು ಪ್ರಮುಖವಾದ ಸಮಸ್ಯೆಯಾಗಿದ್ದು, ಅದನ್ನು ನಿವಾರಿಸುವ ಸಮಯ ಇದೀಗ ಸನ್ನಿಹಿತವಾಗಿದೆ.

ನಿಮ್ಮ ಒತ್ತಡದ ಸ್ಪಂದನವನ್ನು ಕಸಿಯುವುದು

ನಾನು ಡಾ। ಅದಿತಿಗೆ ಕೇಳಿದೆ, ನಾವು ಹೇಗೆ ನಮ್ಮ ಮಿದುಳನ್ನು ಮರುಜೋಡಿಸಿ ಸಾಮಾನ್ಯ ಸ್ಥಿತಿಗೆ ತರಬಹುದೂಂತ.

ಆಕೆ ಹೇಳಿದರು ನಿಮ್ಮ ಒತ್ತಡ ನಿಜಕ್ಕೂ ಏನೆಂಬುದನ್ನು ತಿಳಿಯಬೇಕು, ಮತ್ತು ಆಗಿನ ನಿಮ್ಮ ಶಕ್ತಿ ಯಾವ ಸ್ವರೂಪದ್ದು ಎಂದು ತಿಳಿಯಬೇಕೆಂದರು.

ನನ್ನ ಪ್ರಕಾರ ನಿಮ್ಮ ಶರೀರವೇ ಒತ್ತಡ, ಮತ್ತು ಮಿದುಳು ಎರಡು ನಿರ್ವಹಣೆಗಳನ್ನು ಜೋಡಿಸುವ ಕೊಂಡಿ ಎಂದೆ. ಅದಕ್ಕವರು, ಇದು ಸುಲಭದ ಮಾತು, ಲೆಟ್ ದೆಮ್ ಸಿದ್ಧಾಂತವನ್ನು ಬಳಸಿ ನಾನು ಸಾಮಾನ್ಯ ಸ್ಥಿತಿಗೆ ಮರಳಬಹುದೆಂದರು.

ನಿಮ್ಮ ಸುತ್ತ ನಡೆಯುವ ವಿಷಯಗಳು ನಿಮ್ಮ ಜೀವನವನ್ನು ಒತ್ತಡಕ್ಕೆ ತಳ್ಳುವುದಿಲ್ಲ ಎಂಬ ಮಾತು ಎಷ್ಟೊಂದು ಅಪ್ಯಾಯ ಅಂಶವೆನ್ನುವುದು ನನಗೆ ಮನದಟ್ಟಾಗಿ ನೆಮ್ಮದಿ ತಂದಿತು. ಇನ್ನೊಬ್ಬರ ನಡವಳಿಕೆ ನಿಮ್ಮ ಬದುಕಿಗೆ ಯಾವುದೇ ಸಮಸ್ಯೆಯಾಗಿ ಪರಿಣಮಿಸುವುದಿಲ್ಲವೆಂಬ ಅಂಶ ಎಷ್ಟೊಂದು ಮಹತ್ವದ ಬೆಳವಣಿಗೆ?

ಮುಂದಿನ ಹೆಜ್ಜೆಯಾಗಿ, ನೀವು ಲೆಟ್ ದೆಮ್ ಸಿದ್ಧಾಂತವನ್ನು ಉಪಯೋಗಿಸಿ ನಿಮ್ಮ ಒತ್ತಡದ ಪ್ರತಿಕ್ರಿಯೆಯನ್ನು ಹಿಂದಿನ ಸ್ಥಿತಿಗೆ ತರುವುದು. ಅದನ್ನೊಂದು ಆಫ್ ಸ್ವಿಚ್ ಎನ್ನುವಂತೆ ಚಿಕ್ಕ ಬಟನ್‌ನನ್ನು ನಿಮ್ಮ ಮಿದುಳಿನ ಒಳಗೆ ಅದುಮಿದಾಗ ಒತ್ತಡ ಮಾಯವಾದ ಹಾಗೆ ಮಾಡುವುದು.

ನೀವು *ಲೆಟ್ ದೆಮ್* ಎಂದಾಕ್ಷಣ ನಿಮ್ಮ ಮಿದುಳಿಗೆ ಎಲ್ಲವೂ ಸರಿಯಾಗಿದೆ ಎನ್ನುವ ಸಂಕೇತ ರವಾನೆಯಾಗಬೇಕು: ಒತ್ತಡವನ್ನು ಹೇರಿಕೊಂಡು ಹೋಗುವುದು ಉಚಿತವಲ್ಲ. ನೀವು ನಿಮ್ಮ ಅಮ್ಯಾಗ್ಡಲಾವನ್ನು ಸ್ವಿಚ್ ಆಫ್ ಮಾಡುವಿರಿ. ನೀವು ನಿಮ್ಮ ನಕಾರಾತ್ಮಕ ಭಾವನೆಯಿಂದ ದೂರ ಸರಿಯುವಂತೆ ನಿಮ್ಮ ಒತ್ತಡಕ್ಕಿರುವ ಪ್ರತಿಕ್ರಿಯೆಯನ್ನು ಮರುಸ್ಥಾಪಿಸುವಿರಿ.

ಅದನ್ನು ಹೇಗೆ ಮಾಡುವುದೆಂಬುದು ಇಲ್ಲಿದೆ: ಯಾವುದೇ ವಿಷಯ ನಿಮ್ಮನ್ನು ಒತ್ತಡಕ್ಕೆ ಒಯ್ಯುವ ಕ್ಷಣದಲ್ಲಿ ನೀವು *ಲೆಟ್ ದೆಮ್* ಎನ್ನಿ. ನೀವು ಸ್ವಲ್ಪ ಬಿಡುವನ್ನು ನೀಡಿ. ನಂತರ *ಲೆಟ್ ಮಿ* ಎನ್ನುತ್ತ ನಿರಾತಂಕವಾಗಿ ಉಸಿರಾಡಿ.

ಲೆಟ್ ಮಿ ಎನ್ನುತ್ತ ಇನ್ನೊಂದು ಸಲ ಉಸಿರಾಡಿ. ನಿಮ್ಮ ಒತ್ತಡದ ಪ್ರತಿಕ್ರಿಯೆಯನ್ನು ನಿಧಾನಿಸಿ. ನಿಮ್ಮ ದೇಹವನ್ನೂ ಮಿದುಳನ್ನೂ ನೆಮ್ಮದಿಗೆ ತಳ್ಳಿ. ನಿಯಂತ್ರಣವನ್ನು ಸಾಧಿಸಿ ನಿಮ್ಮ ಶಕ್ತಿಯನ್ನು ಮತ್ತೆ ಪಡೆಯಿರಿ.

ಇದು ಅಂತಹ ಮಹತ್ವದ್ದೆಂದು ಅನ್ನಿಸದೇ ಇದ್ದರೂ ಇದೊಂದು ಬದಲಾವಣೆ ನಿಮ್ಮನ್ನು ಬೇರೆಯೇ ಮನುಷ್ಯನನ್ನಾಗಿ ಮಾಡಬಲ್ಲುದು. ನಿಮ್ಮ ಒತ್ತಡದ ಪ್ರತಿಕ್ರಿಯೆಯನ್ನು *ಲೆಟ್ ದೆಮ್* ಮತ್ತು *ಲೆಟ್ ಮಿ*ಯ ಮೂಲಕ ಹಿಡಿದಿಟ್ಟುಕೊಳುವುದರಿಂದ ನೀವು ಆಲೋಚಿಸುವುದನ್ನು, ನೀವು ಹೇಳುವುದನ್ನು, ಅಥವಾ ನೀವು ಮಾಡುವುದನ್ನು ಶಕ್ತಿಯುತಗೊಳಿಸಿ ಪ್ರತಿಕ್ರಿಯೆಯನ್ನು ಭಾವನೆಗಳು ಕಸಿಯುವುದನ್ನು ನಿಲ್ಲಿಸುತ್ತದೆ. ಆಮೇಲೆ ಸಿಟ್ಟಿನ ಸಂದೇಶಗಳಿರುವುದಿಲ್ಲ, ನೀವು ಪ್ರೀತಿಸುವವರನ್ನು ಹಿಂದಕ್ಕೆ ದಬ್ಬುವುದಿರುವುದಿಲ್ಲ, ಅಥವಾ ಒಂದು ಇ–ಮೇಲ್‌ನ್ನು ಬರೆಯುವುದಕ್ಕೆ ತಾಸುಗಟ್ಟಲೆ ಸಮಯವನ್ನು ವ್ಯಯಿಸುವುದು ಇರುವುದಿಲ್ಲ.

ವಾಸ್ತವದಲ್ಲಿ ಪ್ರತಿಯೊಂದು ಇ–ಮೇಲ್‌ಗೂ ಪ್ರತಿಕ್ರಿಯಿಸಬೇಕೆಂದು ಇರುವುದಿಲ್ಲ. ಪ್ರತಿಯೊಂದು ಸಂಭಾಷಣೆಯಲ್ಲೂ ನೀವು ಭಾಗಿಯಾಗುವ ಅಗತ್ಯವಿರುವುದಿಲ್ಲ. ಮತ್ತೆ ನಿಮ್ಮದೇ ಅಂತಿಮ ತೀರ್ಮಾನ ಎನ್ನುವುದು ಇರುವುದಿಲ್ಲ.

ಅದೆಷ್ಟು ನೀವು ನಿಮ್ಮ ಸಮಯ ಮತ್ತು ಶಕ್ತಿಯನ್ನು ವ್ಯಯಿಸಿ ನಿಮ್ಮ ಸ್ಥಿತಿಯನ್ನು ಸ್ಥಿರಗೊಳಿಸಲು ಯತ್ನಿಸಿದಿರೋ ಅವೆಲ್ಲ ವ್ಯರ್ಥವೆಂದು ನಿಮಗೆ ತಿಳಿಯುತ್ತದೆ. *ಲೆಟ್ ಮಿ*ಯನ್ನು ಉಪಯೋಗಿಸುತ್ತ ನಿಮ್ಮ ಸುತ್ತಲಿನ ವಿಷಯಗಳಿಗೆ ನೀವೆಷ್ಟು ಕಡಿಮೆ ಸಲ ಪ್ರತಿಕ್ರಿಯಿಸುತ್ತೀರೋ, ನೀವು ಅಷ್ಟೇ ನಿಯಂತ್ರಣದಲ್ಲಿದ್ದೀರಿ ಎಂದೆನಿಸುತ್ತದೆ ನಿಮಗೆ.

ನಿಮ್ಮ ಒತ್ತಡದ ಪ್ರತಿಕ್ರಿಯೆಯನ್ನು ನೀವು ಆಳವಾಗಿ ಉಸಿರೆಳೆದುಕೊಂಡಾಗ ನಿಯಂತ್ರಣಕ್ಕೆ ಬರುತ್ತದೆ ಎಂದು ವೈಜ್ಞಾನಿಕವಾಗಿ ರುಜುವಾತಾಗಿದೆ ಎಂದು ಡಾ। ಅದಿತಿ ಹೇಳುತ್ತಾರೆ. ಪೂರ್ಣವಾಗಿ ಉಸಿರಾಡುತ್ತ, ನಿಮ್ಮ ಹೊಟ್ಟೆ ಉಬ್ಬರಿಸುವಂತೆ ಮಾಡಿ ಉಸಿರಾಡಿದಾಗ, ನಿಮ್ಮ ಮಿದುಳಿಗೆ ನೇರವಾಗಿ ಸಂದೇಶವನ್ನು ರವಾನಿಸುವ ವೇಗಸ್ ನರ ಪ್ರಚೋದಿಸಲ್ಪಡುತ್ತದೆ, "ನಾವು ಶಾಂತವಾಗಬೇಕು."

ಲೆಟ್ ಮಿ ಹೇಳುತ್ತ ನಿಮ್ಮ ಒತ್ತಡದ ಪ್ರತಿಕ್ರಿಯೆಯನ್ನು ಹದಕ್ಕೆ ತರುವುದರಿಂದ – ನೀವೀಗ ನಿಮ್ಮ ನಿಯಂತ್ರಣಕ್ಕೆ ಬಂದಿರುತ್ತೀರಿ ಮತ್ತು ಹೇಗೆ ಪ್ರತಿಕ್ರಿಯಿಸಬೇಕು ಎನ್ನುವುದು ನಿಮಗೆ ವ್ಯಕ್ತವಾಗುತ್ತದೆ.

ನಿಮ್ಮ ಪ್ರತಿಕ್ರಿಯೆ ಸ್ವಂತದ್ದಾಗಿಸಿ, ನಿಮ್ಮ ಬಲವನ್ನು ಪಡೆಯಿರಿ

ಈ ಒಕ್ಕಣೆಯೊಂದಿಗೆ ನಾವು ವಿಮಾನದ ಕೆಮ್ಮುವ ಮನುಷ್ಯನ ಬಗೆಗೆ ಚಿಂತಿಸೋಣ; ನಾನು ಪುನಃ ಪುನಃ ಒತ್ತಡಕ್ಕೆ ಒಳಗಾಗುತ್ತಲೆ ಇದ್ದೆ, ನನಗೆ ಬೇಕಾಗಿರುವ ಕೆಲಸದ ಕಡೆಗೆ ನಾನು ಗಮನ ಕೇಂದ್ರೀಕರಿಸಲು ಆಗುತ್ತಿರಲಿಲ್ಲ ಮತ್ತು ನಾನೊಬ್ಬಳು ನನ್ನ ಸೀಟಿಗೆ ಬೆಲ್ಟ್ ಹಾಕಿ ಕೂರಿಸಿದ ಪ್ರಾಣಿಯಂತಾಗಿದ್ದೆ.

ಹಾಗಿದ್ದರೆ ಲೆಟ್ ದೆಮ್ ಸಿದ್ಧಾಂತವನ್ನು ಉಪಯೋಗಿಸಿ ಯಾರಾದರೂ ಕೆಮ್ಮುವುದನ್ನು ಹೇಗೆ ತಾನೇ ನಿಲ್ಲಿಸಲು ಸಾಧ್ಯ?

ನಿಮ್ಮಿಂದ ಸಾಧ್ಯವಾಗದು. ಇಲ್ಲಿ *ಲೆಟ್ ದೆಮ್* ಕೆಮ್ಮಲಿ ಎಂದೇ ಆಗಿರುತ್ತದೆ. *ಲೆಟ್ ದೆಮ್*.

ಹೌದು ನನಗೆ ಅದು ಒತ್ತಡಕ್ಕೆ ಕಾರಣವಾಗಿತ್ತು. ಹೌದು ಆತ ತುಂಬ ಒರಟು ಮನುಷ್ಯ ಎಂದು ಎಣಿಸಿದ್ದೇನೆ ಯಾಕೆಂದರೆ ಆತ ಕೆಮ್ಮುವಾಗ ಮುಖವನ್ನು ಮುಚ್ಚಿಕೊಳ್ಳುತ್ತಿರಲಿಲ್ಲ. ಹೌದು ನನಗೆ ಕಾಯಿಲೆ ತಟ್ಟಬಹುದೆಂದು ನಾನೆಣಿಸಿದ್ದೆ.

ಮತ್ತೆ ನಿಯಂತ್ರಣದ ಸ್ತರಕ್ಕೆ ಬರೋಣ: ಇಂತಹ ಸನ್ನಿವೇಶದಲ್ಲಿ ನಾನೇನು ನಿಯಂತ್ರಿಸಬಲ್ಲೆ? ಅನ್ಯ ಮನುಷ್ಯನೊಬ್ಬ ಕೆಮ್ಮುವಾಗ ನಾನು ನಿಯಂತ್ರಿಸಲು ಆಗುವುದಿಲ್ಲ. ನಾನು ಮನುಷ್ಯನೊಬ್ಬ ಕೆಮ್ಮುವ ಸನ್ನಿವೇಶಕ್ಕೆ ನನ್ನ ಪ್ರತಿಕ್ರಿಯೆಯನ್ನಷ್ಟೇ ನಿಯಂತ್ರಿಸಬಲ್ಲೆ.

ನೀವು ಏನನ್ನು ನಿಯಂತ್ರಿಸಲು ಸಾಧ್ಯವಿಲ್ಲವೋ ಅದನ್ನು ಯೋಚಿಸುವಾಗಷ್ಟೇ ನಿಮಗೆ ಒತ್ತಡ ಬರುತ್ತದೆ. ನೀವು ಏನನ್ನು ನಿಯಂತ್ರಿಸಲು ಸಾಧ್ಯವೋ ಅದನ್ನು ಯೋಚಿಸುವಾಗ ನಿಮ್ಮಲ್ಲಿ ಶಕ್ತಿ ಉತ್ಪನ್ನವಾಗುತ್ತದೆ. ಅದರಿಂದ ನಾನು ಇನ್ನೊಂದು ಪ್ರಮುಖ ಅಂಶವನ್ನು ಗುರುತಿಸುತ್ತೇನೆ: ನನಗೆ ರೋಗ ತಗುಲದಂತೆ ತಡೆಯಲು ಯಾರು ಹೊಣೆ?

ನಾನೇ ಅಥವಾ ವಿಮಾನದ ಈ ಮನುಷ್ಯನೇ?

ನಾನು. ನನ್ನ ಆರೋಗ್ಯಕ್ಕೆ ನಾನೇ ಹೊಣೆ. ನಾನು ಬಯಸುವಂತೆ ಈ ವ್ಯಕ್ತಿ ಕೆಮ್ಮುವುದನ್ನು ನಿಲ್ಲಿಸಲು ಆಗುವುದಿಲ್ಲ. ನನಗೆ ಬೇಕಾದುದನ್ನು ಮಾಡಿಕೊಳ್ಳುವುದು ನನ್ನ ಹೊಣೆಗಾರಿಕೆ-ಯಾಗಿರುತ್ತದೆ. ನೀವೇನು ಯೋಚಿಸುತ್ತಿದ್ದೀರಿ ಎಂದು ನನಗೆ ಗೊತ್ತು.

ಕೆಮ್ಮುವಾಗ ಪ್ರತಿಯೊಬ್ಬರೂ ತಮ್ಮ ಮುಖವನ್ನು ಮುಚ್ಚಿಕೊಳ್ಳಬೇಡವೇ? ಪ್ರತಿಯೊಬ್ಬರೂ ತಮ್ಮ ಕೈಗಳನ್ನು ತೊಳೆದುಕೊಳ್ಳಬೇಡವೇ? ಸಭ್ಯತೆಯನ್ನು ಎಲ್ಲರೂ ಅನುಸರಿಸಬೇಡವೇ? ಹೌದು ಅನುಸರಿಸಬೇಕು, ಆದರೆ ಬಹುತೇಕ ಮಂದಿ ಅನುಸರಿಸುವುದಿಲ್ಲ.

ನನ್ನ ಮಾತಿನರ್ಥವೇನೆಂದರೆ, ನಿಮ್ಮ ನಿಯಂತ್ರಣದಲ್ಲಿ ಇಲ್ಲದ ಅಥವಾ ಅನ್ಯ ವ್ಯಕ್ತಿಯೊಬ್ಬನನ್ನು ನಿರ್ವಹಿಸುವುದು ನಿಮ್ಮಲ್ಲಿ ಇನ್ನಷ್ಟು ಒತ್ತಡವನ್ನು ತರಲು ಸಾಧ್ಯ. ನನಗೆ ಹುಚ್ಚೇ ಹಿಡಿದೀತು. ನಾನು ಸುತ್ತಲೂ ಕಣ್ಣೋಡಿಸಬಹುದು. ನಾನು ವಿಮಾನದ ಪರಿಚಾರಿಕೆಗೆ ಬಯ್ಯಬಹುದು. ನಾನು ಹತಾಶಳಾಗಿ ಕೆಮ್ಮುತ್ತಿರುವ ವ್ಯಕ್ತಿಯ ಕಡೆಗೆ ಬೊಬ್ಬಿಡಬಹುದು. ಆದರೆ ಎಲ್ಲಿಯ ತನಕ? ಅದಕ್ಕೂ ಮಿಗಿಲಾದ ಯಾವುದೇ ಪರಿಹಾರ ನನ್ನ ಮುಂದೆ ಇಲ್ಲವೇ?

ನಾನು ನಿಮಗೊಂದು ಹೆಚ್ಚು ಪ್ರಾಯೋಗಿಕ ಮತ್ತು ವಾಸ್ತವಿಕ ಪ್ರಕ್ರಿಯೆಯನ್ನು ಸೂಚಿಸುತ್ತೇನೆ.

ನನ್ನ ಸೀಟಿನಲ್ಲೇ ಸಿಡಿಮಿಡಿಗೊಂಡು ಒದ್ದಾಡುವ ಬದಲು, ಆ ವ್ಯಕ್ತಿಗೆ *ಲೆಟ್ ಹಿಮ್* ಎನ್ನುತ್ತ, ನನ್ನಷ್ಟಕ್ಕೇ ನನ್ನ ವಿಷಯದ ಬಗೆಗೆ ಗಮನ ಕೇಂದ್ರೀಕರಿಸಲು *ಲೆಟ್ ಮಿ*ಯನ್ನು ಪ್ರಯೋಗಿಸಬಾರದೇಕೆ?

ನಾನು ನನ್ನ ಸ್ಕಾರ್ಫ್‌ನಿಂದ ನನ್ನ ಮೂಗನ್ನು ಮತ್ತು ಬಾಯಿಯನ್ನು ಮುಚ್ಚಿಕೊಳ್ಳುವುದೆಂದು ಎಣಿಸಿದೆ. ನಂತರ ಸಂಗೀತವನ್ನು ನುಡಿಸುತ್ತ ನನ್ನ ಹೆಡ್‌ಫೋನ್‌ನನ್ನು ಕಿವಿಯ ಮೇಲೆ ಏರಸಿ ಕೆಮ್ಮುವ ಶಬ್ದವನ್ನು ನಿಯಂತ್ರಿಸುವುದೆಂದು ಯೋಚಿಸಿದೆ.

ಅದನ್ನೇ ನಾನು ಮಾಡಿದೆ ಕೂಡಾ.

ಸಮಸ್ಯೆ ನಿವಾರಣೆಯಾಯಿತು.

ಪ್ರತಿ ಸಲ ನೀವು *ಲೆಟ್ ದೆಮ್* ಎನ್ನುವಾಗ, ನಿಮ್ಮನ್ನು ಒತ್ತಡಕ್ಕೆ ಈಡು ಮಾಡುವ ಈ ಸನ್ನಿವೇಶವನ್ನು ನಿಯಂತ್ರಿಸಲು ಸಾಧ್ಯವಿಲ್ಲವೆನ್ನುವ ಹಾಗೆ ಮಾಡಿರುತ್ತೀರಿ. ನೀವು *ಲೆಟ್ ಮಿ* ಪ್ರಯೋಗಿಸಿದಾಗ, ಡಾ. ಅದಿತಿ ಹೇಳಿದಂತೆ ನಿಮ್ಮ ನಿಯಂತ್ರಣದಲ್ಲಿರುವ ವಿಷಯದ ಮೇಲೆ ಗಮನ ಹರಿಸುತ್ತ ನಿಮಗೆ ಬಂದಿರುವ ಒತ್ತಡವನ್ನು ನಿವಾರಿಸಲು ಯತ್ನಿಸುತ್ತೀರಿ.

ಡಾ. ಅದಿತಿ ದೃಢೀಕರಿಸಿದರು, "ಲೆಟ್ ದೆಮ್ ಸಿದ್ಧಾಂತ ನಿಮ್ಮ ಒತ್ತಡದಲ್ಲಿರುವ ಮಿದುಳಿಗೆ ಹಾಯಾಗಿರುವಂತೆ ಮಾಡುವ ವಿಧಾನ. ಅದು ನಿಮ್ಮ ಮಿದುಳನ್ನೂ ದೇಹವನ್ನೂ ಅಂತಿಮವಾಗಿ ರಕ್ಷಣೆಯ ಸ್ತರಕ್ಕೆ ಒಯ್ದು ಮತ್ತೆ ನೀವು ಸಂತೋಷವಾಗಿರಲು ಸಹಕರಿಸುತ್ತದೆ."

ಲೆಟ್ ಮಿ ಏಕೆ ಮುಖ್ಯವೆನಿಸುತ್ತದೆ? ನೀವು ಪೂರ್ತಿಯಾಗಿ ಒತ್ತಡದಲ್ಲೇ ಇರುವಂತಾದರೆ ನೀವು ನಿಮ್ಮ ಸಂಪೂರ್ಣ ಶಕ್ತಿಯನ್ನು ಅನ್ಯ ವ್ಯಕ್ತಿಗೆ ನೀಡಿದಂತಾಗುತ್ತದೆ. ಹಿಂದೆಲ್ಲ ನಾನು ಈ ಮನುಷ್ಯ ನನ್ನನ್ನು ಒತ್ತಡಕ್ಕೆ ಬೀಳುವಂತೆ ಮಾಡಲು ಬಿಡುತ್ತಿದ್ದೆ. ನನಗೆ ಯಾವುದೇ ಕೆಲಸವನ್ನು ನಿರ್ವಹಿಸಲು ಆಗುತ್ತಿರಲಿಲ್ಲ. ವಿಮಾನ ನೆಲಸ್ಪರ್ಶ ಮಾಡುವ ಸಮಯ ನಾನು ಪೂರ್ತಿಯಾಗಿ ಸುಸ್ತಾಗಿರುತ್ತಿದ್ದೆ. ಮತ್ತು ನನ್ನ ಗಂಡನನ್ನು ಕರೆದು ಈ ಮನುಷ್ಯನ ಬಗ್ಗೆ ದೂರನ್ನು ದಾಖಲಿಸಿ, ಹೇಗೆ ಈತ ನನ್ನ ಪೂರ್ತಿ ಫ್ಲೈಟ್ ಪ್ರಯಾಣವನ್ನು ಹದಗೆಡಿಸಿದ ಎನ್ನುತ್ತಿದ್ದೆ.

ನಾನು ಪ್ರಾಯಶಃ ನನಗೆ ಮಾತನಾಡಲು ಆಹ್ವಾನಿಸಿದ್ದ ಬಳಗಕ್ಕೆ ಆ ರಾತ್ರಿ ಡಿನ್ನರ್‌ನ ಸಮಯ ನಾನು ಅನುಭವಿಸಿದ ಈ ಬವಣೆಯನ್ನು ಹೇಳಿಕೊಳ್ಳುತ್ತಿದ್ದೇನೋ. ಈ ಸನ್ನಿವೇಶ ನನಗೆಷ್ಟು ತ್ರಾಸದಾಯಕವಾಗಿತ್ತು ಎಂದು ಪದೇ ಪದೇ ಹೇಳಿಕೊಳ್ಳುತ್ತಿದ್ದೇನೋ. ಎಲ್ಲರೂ ನನ್ನನ್ನು ಇನ್ನಷ್ಟು ಒತ್ತಡದ ಅವಸ್ಥೆಯಲ್ಲಿ ಬಿಟ್ಟುಹೋಗುತ್ತಿದ್ದರೋ ಏನೋ.

ನಾನು ಇದನ್ನು ಸವಿವರವಾಗಿ ವಿವರಿಸುತ್ತಿದ್ದೇನೆ ಏಕೆಂದರೆ ನೀವು ಈ ಸಮಸ್ಯೆ ಹೇಗಿದೆ ಎನ್ನುವುದನ್ನು ತಿಳಿಯುವುದಕ್ಕಾಗಿ. ಅನ್ಯ ವ್ಯಕ್ತಿಗಳು ನಿಮ್ಮನ್ನು ಒತ್ತಡಕ್ಕೆ ಸಿಲುಕುವಂತೆ ಮಾಡುವ ಸಂದರ್ಭಗಳಲ್ಲಿ ನೀವು ನಿಮ್ಮ ಶಕ್ತಿಯನ್ನು ಶರಣಾಗುವಂತೆ ಮಾಡಿ ಅದು ನಿಮಗೆ ಸಂಬಂಧಿಸಿದ್ದಲ್ಲವೆನ್ನುವಂತೆ ಎಣಿಸಿ ಅಥವಾ ಅದು ನಿಮ್ಮ ನಿಯಂತ್ರಣಕ್ಕೆ ಮೀರಿದ್ದು ಎಂದು ಪರಿಗಣಿಸಿ. ಇಲ್ಲವಾದರೆ ಅದು ನಿಮ್ಮನ್ನು ಸುರುಳಿಸುತ್ತಿಕೊಂಡು ತಾಸುಗಟ್ಟಲೆ, ವಾರಗಟ್ಟಲೆ, ಮತ್ತು ಕೆಲವೊಮ್ಮೆ ವರ್ಷಗಟ್ಟಲೆ ಸತಾಯಿಸಬಹುದೇನೋ.

ನೀವು ನಿಮ್ಮ ಗುರಿಯನ್ನು ಸಾಧಿಸಲು ಬಯಸಿದರೆ, ಹೆಚ್ಚು ಪ್ರಸ್ತುತದಲ್ಲಿರಿ, ಹೆಚ್ಚು ಆತ್ಮವಿಶ್ವಾಸ ಬೆಳೆಸಿಕೊಳ್ಳಿ, ಸಂತೋಷದಿಂದಿರಿ, ಮತ್ತು ಇತರರು ನಿಮ್ಮ ಮೇಲೆ ಒತ್ತಡವನ್ನು ಹೇರುವುದನ್ನು ತಡೆಯಿರಿ. ಬದುಕಿನಲ್ಲಿ ನೀವು ನಿಯಂತ್ರಿಸಬಲ್ಲ ವಿಷಯಗಳಿರುತ್ತವೆ ಹಾಗೆಯೇ ನಿಯಂತ್ರಿಸಲು ಬಾರದ ವಿಷಯಗಳೂ ಇರುತ್ತವೆ. ನಿಮ್ಮನ್ನು ಒತ್ತಡಕ್ಕೆ ಈಡು ಮಾಡುವ ವಿಷಯಗಳೇನು ಎಂಬುದನ್ನು ನಿರ್ಧರಿಸಿ ಮತ್ತು ಅವು ಎಷ್ಟು ಸಮಯ ನಿಮಗೆ ತ್ರಾಸ ನೀಡಬಹುದೆಂದು ಪರಿಗಣಿಸಿ.

ಡಾ. ಅದಿತಿಯವರ ಸಂಶೋಧನೆಯ ಪ್ರಕಾರ, ನಿಮ್ಮ ಶಕ್ತಿಯನ್ನು ಸಂರಕ್ಷಿಸಲು ಕಲಿಯುವುದು ನಿಮ್ಮ ಮೂಡ್‌ನ್ನು, ಮಾನಸಿಕ ಸ್ಥಿತಿಯನ್ನು, ಆರೋಗ್ಯವನ್ನು, ಗಮನವನ್ನು, ಸಂಪರ್ಕ ಕಡಿದುಕೊಳ್ಳುವ ಕ್ಷಮತೆಯನ್ನು ವೃದ್ಧಿಸುತ್ತದೆ. ಸಿದ್ಧಾಂತವನ್ನು ಕಲಿತ ಕೆಲವೇ ದಿನಗಳಲ್ಲಿ ಬಹುತೇಕ ಮಂದಿ ಯಾತಕ್ಕಾಗಿ *ಲೆಟ್ ದೆಮ್* ಟ್ಯಾಟೂವನ್ನು ತಮ್ಮ ಮೈಮೇಲೆ ಹಾಕಿಸಿಕೊಂಡರು ಎಂಬುದು ಇದರಿಂದ ವೇದ್ಯವಾಗುತ್ತದೆ.

ಅದು ನಿಮ್ಮ ಶಾಂತತೆಯನ್ನು ಸಂರಕ್ಷಿಸುವುದು ಅವಶ್ಯ ಎನ್ನುವುದನ್ನು ನೆನಪಿಸಲು ಸಾಧನವಾಗುತ್ತದೆ. ಇತರ ವ್ಯಕ್ತಿಗಳು ನಿಮ್ಮ ಶಾಂತತೆಯನ್ನು ಹದಗೆಡಿಸಲಾರರು ಎಂಬ ಆತ್ಮವಿಶ್ವಾಸ ನಿಮ್ಮಲ್ಲಿ ಕುದುರುವಂತಾಗುತ್ತದೆ.

ಒಂದು ಹಂತಕ್ಕೆ ಅದನ್ನು ಒಯ್ಯೋಣ.

ಓರ್ವ ಅಪರಿಚಿತ ವಿಮಾನದಲ್ಲಿ ಕೆಮ್ಮುವ ವಿಷಯ ಒಂದು ನೇರವಾದ ಸನ್ನಿವೇಶ. ನೀವು ವಿಮಾನವನ್ನು ಇಳಿದ ಬಳಿಕ ನಿಮ್ಮ ವ್ಯಸ್ತ ಜೀವನದ ಕಾರ್ಯಕಲಾಪಗಳತ್ತ ನಿಗಾವಹಿಸುತ್ತೀರಿ.

ನಿಮಗೆ ಏನು ಮಾಡಬೇಕೆಂದು ತಿಳಿಯದೆ ಇರುವಂತಹ ಸನ್ನಿವೇಶದಲ್ಲಿ ನಿಮ್ಮ ಪ್ರತಿಕ್ರಿಯೆ ಹೇಗಿರುತ್ತದೆ? ಇದಕ್ಕೂ ದೊಡ್ಡದಾದ ಒತ್ತಡದ ಸನ್ನಿವೇಶಗಳು ಎದುರಾದಾಗ ಈ ಸಿದ್ಧಾಂತ ಹೇಗೆ ನಿಮಗೆ ಸಹಾಯ ಮಾಡಬಹುದು... ನಿಮ್ಮ ವೃತ್ತಿಜೀವನಕ್ಕೆ ಸಂಬಂಧಿಸಿದ್ದಾದರೆ?

ಅಧ್ಯಾಯ 4

ಲೆಟ್ ದೆಮ್‌ನಿಂದ ನಿಮ್ಮ ಒತ್ತಡದ ಶಮನ

ದಿನಂಪ್ರತಿ ನಿಮ್ಮ ಒತ್ತಡದ ಸಮಯದಲ್ಲಿ *ಲೆಟ್ ದೆಮ್* ಮತ್ತು *ಲೆಟ್ ಮಿ*ಯನ್ನು ಹೇಗೆ ಅಳವಡಿಸಬಹುದು? ಸಂಶೋಧನೆಗಳ ಪ್ರಕಾರ ಬಹುತೇಕ ಜನರಿಗೆ ಅವರ ಕೆಲಸವೇ #1 ಒತ್ತಡದ ಕಾರಣವಾಗಿರುತ್ತದೆ- ನಿಮ್ಮ ಮ್ಯಾನೇಜರ್ ನಿಮ್ಮ ಮೇಲೆ ಪ್ರಹಾರ ಮಾಡುವ ಒತ್ತಡ ನಿಮ್ಮ ಸಂಗಾತಿ ನೀಡುವ ಮಾನಸಿಕ ಒತ್ತಡಕ್ಕೆ ಸಮವಾಗಿರುತ್ತದೆ.

ಉದ್ಯೋಗದಲ್ಲಿನ ಒತ್ತಡದ ಕುರಿತಂತೆ ನಾನು ಇನ್ನಷ್ಟು ವಿವರಿಸುವ ಅಗತ್ಯವಿಲ್ಲವೆನಿಸುತ್ತದೆ. ಶುಕ್ರವಾರ 4.00 ಗಂಟೆಗೆ ಮೀಟಿಂಗ್, ಒರಟು ಗ್ರಾಹಕರ ಜೊತೆಗಿನ ಸೆಣಸಾಟ, ಇ-ಮೇಲ್‌ಗಳ ಹಾವಳಿ, ಬಾಸ್‌ನ ಮೈಕ್ರೋ ಮ್ಯಾನೇಜಿಂಗ್ ಪ್ರವೃತ್ತಿ, ನೀವು ಇಷ್ಟಪಡದ ಕೆಲಸಗಳನ್ನು ಮಾಡುವುದು, ಮೆಚ್ಚುಗೆ ಇಲ್ಲದ ಕೆಲಸ, ಅಭಿವೃದ್ಧಿಗೆ ಅವಕಾಶವಿಲ್ಲದ ಸ್ಥಿತಿ, ಸುಳ್ಳು ಆಶ್ವಾಸನೆಗಳು, ಚಕಿತಗೊಳಿಸುವ ವಜಾಗೊಳ್ಳುವಿಕೆ, ಅಥವಾ ಯಾವಾಗಲೂ ನೌಕರರ ಕೊರತೆಯಿಂದಾಗಿ ಕೆಲಸದಲ್ಲಿ ಹೆಚ್ಚಿನ ಹೊರೆ ಮುಂತಾದವು ಒತ್ತಡಕ್ಕೆ ಕಾರಣವಾಗುತ್ತವೆ.

ಮತ್ತು ನೀವು ನನ್ನಂತೆ ಇರುವಂತಿದ್ದರೆ, ಮತ್ತು ನೀವು ನಿಮ್ಮದೇ ವ್ಯಾಪಾರ ವ್ಯವಹಾರವನ್ನು ಆರಂಭಿಸಿದ್ದರೆ ಈ ಪಟ್ಟಿಯನ್ನು ದ್ವಿಗುಣಗೊಳಿಸುವುದು ಉಚಿತ.

ನಿಮ್ಮ ಕೆಲಸದ ಒತ್ತಡವನ್ನು ನಿವಾರಿಸಲು ಲೆಟ್ ದೆಮ್ ಸಿದ್ಧಾಂತವನ್ನು ಹೇಗೆ ಬಳಸಬಹುದು? ಉದಾಹರಣೆಗೆ, ನೀವು ನಿಮ್ಮ ಕೆಲಸವನ್ನು ಅದ್ಭುತವಾಗಿ ನಿರ್ವಹಿಸುತ್ತಿದ್ದು, ಎಲ್ಲಾ ಬಗೆಯಿಂದಲೂ ಅಪ್ರತಿಮರಾಗಿ ಜಯಶಾಲಿಯಾಗಿ ಹೊರಹೊಮ್ಮಿದರೂ ನಿಮ್ಮ ಬಾಸ್ ನಿಮಗೆ ಭಡ್ತಿಯನ್ನು ನೀಡದಿದ್ದರೆ?

ನಿಮ್ಮ ಭಡ್ತಿಯ ವಿಷಯ ಪ್ರಸ್ತಾಪಿಸಿದಾಗ, ನಿಮಗೆ ಸ್ಟೀರಿಯೋ ಟೈಪ್ ಉತ್ತರ ಬರುತ್ತದೆ, "ಈ ವರ್ಷ ಕಂಪೆನಿಯ ಲಾಭ ಇಳಿತ ಕಂಡಿದೆ" ಮತ್ತು "ನನ್ನ ಕೈಗಳನ್ನು ಕಟ್ಟಿಹಾಕಿದ್ದಾರೆ, ಆದರೆ ನೀವು ಕಂಪೆನಿಗಾಗಿ ಸಾಕಷ್ಟು ಕೊಡುಗೆಯನ್ನು ನೀಡಿದ್ದೀರಾ." ಇತ್ಯಾದಿ ಇದರಿಂದ ನೀವು ಹತಾಶರಾಗುತ್ತೀರಿ, ಬಲಹೀನರಾಗುತ್ತೀರಿ, ನಿರುತ್ಸಾಹಗೊಳಿಸಲಾಗುತ್ತದೆ.

ಡಾ। ಅದಿತಿ ಹೇಳುತ್ತಾರೆ, ಹೀಗಾಗಿಯೇ ಇಂದಿನ ದಿನಗಳಲ್ಲಿ ಸಾಕಷ್ಟು ಸಂಖ್ಯೆಯಲ್ಲಿ ಉದ್ಯೋಗಿಗಳು ನಿರಾಶೆಯಿಂದ ತೊಳಲಾಡುತ್ತಾರೆ, ಫಲಸ್ವರೂಪವಾಗಿ ಅವ್ಯಾಹತವಾಗಿ ಮಂದಿ ಒತ್ತಡದಲ್ಲೇ ಸಿಕ್ಕಿಬಿದ್ದಿರುತ್ತಾರೆ. ಅವರು ಮುಂದುವರಿಯುತ್ತ, ನಿಮ್ಮ ಒತ್ತಡವೇನೂ ಕಡಿಮೆಯಾಗುವುದಿಲ್ಲ, ಆದರೆ ನೀವು ಅದನ್ನು ಪರಿಹರಿಸಲು ತಕ್ಕ ಕ್ರಮವನ್ನು ಕೈಗೊಳ್ಳಬಹುದಲ್ಲ. ನನಗೆ ಗೊತ್ತು ನಾನು ಅದೇ ಸನ್ನಿವೇಶದಲ್ಲಿದ್ದಾಗ, ನನಗೂ ಹಾಗೇ ಅನ್ನಿಸಿತ್ತು. ಮತ್ತು ನೀವು ನಿಮ್ಮ ಪಾವತಿಯ ಚೆಕ್ ಕೈಗೆ ಸಿಗಬೇಕಿದ್ದರೆ ಈ ಒತ್ತಡವನ್ನು ಸಹಿಸಿಕೊಳ್ಳಲೇ ಬೇಕಿರುವುದರಿಂದ ನಿಮ್ಮ ಒತ್ತಡ ಇನ್ನಷ್ಟು ಪ್ರಬಲವಾಗುತ್ತದೆ.

ಆದರೆ ಅದೆಷ್ಟೇ ಒತ್ತಡದ ಕೆಲಸವಿದ್ದಿರಲಿ, ನೀವು ಬಲಹೀನರಂತೂ ಅಲ್ಲವಲ್ಲ? ಹಾಗಿದ್ದರೆ ಲೆಟ್ ದೆಮ್ ಸಿದ್ಧಾಂತವನ್ನು ಬಳಸಿ ನೀವು ನಿಮ್ಮ ಬಾಸ್‌ನ್ನು ಮೆಚ್ಚಿಸಿ ನಿಮಗೆ ಸಲ್ಲಬೇಕಾದ ಭಡ್ತಿಯನ್ನು ಹೇಗೆ ಪಡೆಯಬಹುದು?

ಮಾಡಬೇಕಿಲ್ಲ. *ಲೆಟ್ ದೆಮ್*‌ನ ಸರಿಗೆ ಸಾಗುವಂತೆ ಮಾಡುತ್ತದೆ.

ಇದು ಸತ್ಯ, ಆದ್ದರಿಂದಲೇ ಇದನ್ನು ಕೇಳಲು ಕಷ್ಟವಾಗುತ್ತದೆ. ಹೌದು ನಿಮಗೆ ಪ್ರಮೋಷನ್ ಅರ್ಹವಿದೆ, ಮತ್ತು ನಿಮಗೆ ಸಿಟ್ಟು ಬರುವುದು ಸಹಜವೇ.

ಆದರೆ *ಲೆಟ್ ಮಿ* ಈ ಪ್ರಶ್ನೆಯನ್ನು ಕೇಳಲಿ: ನಿಮ್ಮ ಉದ್ಯೋಗದ ಬಾಧ್ಯಸ್ತರು ಯಾರು? ಹೌದು ನೀವೇ.

ಅಷ್ಟೇ ಅಲ್ಲ, ಬಾಸ್ ನಿಮಗೆ ಭಡ್ತಿ ಕೊಡಲಿದ್ದಾರೆ, ನಿಮಗೊಂದು ಉನ್ನತ ಸಂಬಳವನ್ನು ನೀಡುತ್ತಾರೆ, ಅಥವಾ ನಿಮ್ಮನ್ನು ಕಿಟಕಿಯ ಸಮೀಪದ ಕ್ಯೂಬಿಕಲ್‌ಗೆ ಕಳಿಸುತ್ತಾರೆ ಎಂದಿಟ್ಟುಕೊಳ್ಳಿ. ಆದರೆ ನೀವು ಎಷ್ಟೇ ಕಷ್ಟಪಟ್ಟು ಕೆಲಸ ಮಾಡಿರಲಿ, ಅಥವಾ ನಿಮಗೆಷ್ಟು ಅಭಿನಂದನೆಗಳು ಸಂದಿರಲಿ, ಕೊನೆಯ ನಿರ್ಧಾರ ಅವರಿಗೆ ಬಿಟ್ಟಿದ್ದು ತಾನೇ?

ಆದ್ದರಿಂದ ಇಂತಹ ಪರಿಸ್ಥಿತಿಯಲ್ಲಿ ನೀವು ಸಾಕಷ್ಟು ನಿಮ್ಮ ಪ್ರಯತ್ನವನ್ನು ಮಾಡಿದ್ದಾಗಿದೆ, ನೀವು ಮಾತುಕತೆ ನಡೆಸಿದ್ದೀರಿ, ನಿಮ್ಮ ವೇತನವನ್ನು ಹೆಚ್ಚಿಸಲು ಹೇಳಿದ್ದೀರಿ, ನಿಮ್ಮ ಟಾರ್ಗೆಟ್‌ನ್ನು ತಲುಪಿದ್ದೀರಿ, ಆದರೂ ನೀವು ಭಡ್ತಿಗಾಗಿ ಕಾಯುತ್ತಿದ್ದೀರಿ, ಅಥವಾ ನಿಮ್ಮ ಉದ್ಯೋಗದ ಟೈಟಲ್ ಬದಲಾವಣೆಗೆ ಕಾದಿದ್ದೀರಿ ಅಥವಾ ಹೊಸ ಡೆಸ್ಕ್ ಬೇಕೆಂದು ಕೇಳಿದ್ದೀರಿ, ಆದರೆ ಯಾವುದೂ ಕಾರ್ಯಗತವಾಗುತ್ತಿಲ್ಲ, ನೀವು ಹುಚ್ಚರಾಗಬೇಕಿಲ್ಲ ಬದಲಾಗಿ ನೀವೇನು ಮಾಡಬೇಕೆಂಬುದರಲ್ಲಿ ಆಯ್ಕೆ ಮಾಡಿಕೊಳ್ಳಿ.

ಯಾಕೆಂದರೆ, ನೀವು ನಿಮ್ಮ ಭಾವನೆಗಳನ್ನು ಹರಿಯಬಿಟ್ಟರೆ ಅದು ನಿಮ್ಮನ್ನು ಸಿಕ್ಕಾಪಟ್ಟೆ ಸಮಸ್ಯೆಗೆ ಒಡ್ಡಬಹುದು. ನೀವು ಈ ಒತ್ತಡವನ್ನು ಪರಿಸ್ಥಿತಿಗೆ ಅನ್ವಯಿಸಿದರೆ, ನಿಮ್ಮ ಮುಂದಿನ ನಡೆ ಅಸ್ಪಷ್ಟವಾಗುತ್ತದೆ.

ಇಂತಹ ಒತ್ತಡ ನಿಮ್ಮ ಮೇಲೇರದಂತೆ ಮಾಡಿದರೆ ನೀವು ಮತ್ತಷ್ಟು ಮೂರ್ಖರಾಗುತ್ತೀರಿ. ಇದಕ್ಕೆ ಹೇಗೆ ಸ್ಪಂದಿಸುವುದು ಎನ್ನುವುದನ್ನು ಚಾಕಚಕ್ಯತೆಯಿಂದ ನಿರ್ವಹಿಸಬೇಕು. *ಲೆಟ್ ಮಿ.* ಅದರಲ್ಲೇ ನಿಮ್ಮ ಶಕ್ತಿ ಅಡಗಿರುವುದು.

ನಿಮ್ಮ ಕೆಲಸದ ಜಾಗದಲ್ಲಿ ಪರಿಸ್ಥಿತಿ ನಿಮ್ಮ ನಿಯಂತ್ರಣದಲ್ಲಿ ಇಲ್ಲದೆ ಇದ್ದರೆ, ನೀವು ಎಷ್ಟು ಸಾಧ್ಯವೋ ಅಷ್ಟನ್ನು ಮಾಡಿದ್ದಾಯಿತು ಎನ್ನುವಂತಿದ್ದರೆ, ನೀವು ಪರಿಸ್ಥಿತಿಯನ್ನು ಬದಲಿಸಬೇಕೆಂದರೆ ನಿಮ್ಮ ಸಮಯವನ್ನು ಪೋಲು ಮಾಡುತ್ತಿದ್ದೀರಿ ಎಂದೇ ಅರ್ಥ.

ಮತ್ತು ಒತ್ತಡವನ್ನು ಇನ್ನೂ ಮುಂದುವರಿಸಿಕೊಂಡು ಹೋದರೆ ಇನ್ನಷ್ಟು ನೀವು ಕುಸಿಯುತ್ತೀರಿ. ನಿಮ್ಮ ಬದುಕು, ಮತ್ತು ಅದರಲ್ಲಿನ ಜವಾಬ್ದಾರಿಗಳು ನಿಮ್ಮ ಪ್ರಸ್ತುತ ಉದ್ಯೋಗಕ್ಕಿಂತ ಮಿಕ್ಕಿದ್ದಾಗಿರುತ್ತದೆ.

ನೀವು ಎಲ್ಲಿಯೂ ಸಿಕ್ಕಿಕೊಂಡಿಲ್ಲ. ಎಂದುಕೊಂಡರೆ ಅದೊಂದು ನೀವು ನಿಮ್ಮಷ್ಟಕ್ಕೆ ಹೇಳಿಕೊಳ್ಳುವ ಸುಳ್ಳಾಗಿರುತ್ತದೆ. ನೀವು ನಿಮ್ಮ ವೃತ್ತಿಯನ್ನು ಬಿಡಬಹುದು, ನಿಮ್ಮ ಸಂಬಂಧವನ್ನು ತೊರೆಯಬಹುದು, ನಿಮ್ಮ ಜೀವನದ ಪರಿಸ್ಥಿತಿಯನ್ನು ಬದಲಾಯಿಸಬಹುದು, ಒಂದು ದಿನಾಂಕ, ಒಂದು ಸಂದರ್ಶನ, ಅಥವಾ ಮಾತುಕತೆಯನ್ನು ನಿಮ್ಮ ಅನುಕೂಲದ ಸಮಯಕ್ಕೆ ಬದಲಿಸಬಹುದು.

ನೀವು ಹತಾಶರಾಗಿ, ಅವಮಾನಿತರಾಗಿ, ಅಥವಾ ಒತ್ತಡದಲ್ಲಿ ಸಿಲುಕಿ ನಿರ್ವಹಿಸುವ ಯಾವುದೇ ಹುದ್ದೆಯಲ್ಲಿ ಮುಂದುವರಿಯುವ ಅಗತ್ಯವಿಲ್ಲ. ಖಂಡಿತವಾಗಿಯೂ ಇಲ್ಲ. *ಲೆಟ್ ದೆಮ್* ನಿಮ್ಮನ್ನು ಮುಂದಕ್ಕೊಯ್ಯಲಿ.

ಈಗ *ಲೆಟ್ ಮಿ* ಪಾತ್ರದ ಸಮಯ. ನಿಮ್ಮ ಪ್ರಸ್ತುತ ಪರಿಸ್ಥಿತಿಯ ಕಾರಣವನ್ನು ತಿಳಿಯಲು ಯತ್ನಿಸುವುದು ಬೇಡ. ಬೇರೊಂದು ಉತ್ತಮ ಅವಕಾಶವನ್ನು ಹುಡುಕುವ ಪ್ರಯತ್ನದತ್ತ ಗಮನ ಕೇಂದ್ರೀಕರಿಸಿ. ಇಲ್ಲೊಂದು ಅದ್ಭುತವಾದ ಹುದ್ದೆ ಇದೆ, ಉತ್ತಮ ವೇತನದ್ದು, ಕಿಟಕಿಯ ಸಮೀಪದ ಜಾಗ, ನಿಮಗಾಗಿ ಕಾಯುತ್ತಿದೆ ಎಂದಿಟ್ಟುಕೊಳ್ಳಿ. ಈ ಜಗತ್ತಿನಲ್ಲಿ ನಿಮ್ಮ ಒಂದೇ ಒಂದು ಕಂಪೆನಿಯಷ್ಟೇ ಅಲ್ಲವಷ್ಟೇ? ಮಿಲಿಯಗಟ್ಟಲೆ ಕಂಪೆನಿಗಳು ಇದ್ದಾವೆ, ಅಲ್ಲಿನ ಬಾಸ್‌ಗಳು ನಿಮಗೆ ಉದ್ಯೋಗವನ್ನು ನೀಡಲು ಸಹಾಯ ಮಾಡಬಹುದು.

ಲೆಟ್ ಮಿ ಹೋಗಿ ಅದನ್ನು ಪಡೆಯುವುದಷ್ಟೇ.

ಒಂದು ಉದ್ಯೋಗವನ್ನು ಪಡೆಯುವುದು ಕಷ್ಟಸಾಧ್ಯವೇ? ಹೌದು. ಅದು ನಿಮ್ಮನ್ನು ಎಂದೆಂದಿಗೂ ಜೊತೆಗೆ ಒಯ್ಯಬಹುದೇ? ಹೌದು. ನಿಮ್ಮ ಉದ್ಯೋಗ ನಿಮ್ಮ ಜವಾಬ್ದಾರಿಯಾಗಿರುತ್ತದೆ. ಅಲ್ಲಿ ನೀವೆಣಿಸಿದ್ದಕ್ಕಿಂತ ಹೆಚ್ಚಿನ ಬಲವಿದ್ದಿರುತ್ತದೆ. ಹೀಗೆ ನಟಿಸುವುದಕ್ಕೆ ಈಗ ಸೂಕ್ತ ಸಮಯ.

*ಲೆಟ್ ಮಿ*ಯಲ್ಲಿ ನನ್ನ ವಾರಾಂತ್ಯವನ್ನು ಬೇರೆ ರೀತಿಯಿಂದ ಕಳೆಯಲು ನಿರ್ಧರಿಸಿದೆ. ನಿಮ್ಮ ಸ್ನೇಹಿತರ ಜೊತೆಗೆ ನಿಮ್ಮ ಕೆಲಸದ ಬಗೆಗಿನ ಋಣಾತ್ಮಕ ಭಾವನೆಗಳ ಉಗಿಯನ್ನು ಹೊರಬಿಡುವ ಬದಲು ನಿಮ್ಮ ಸಮಯ ಮತ್ತು ಶಕ್ತಿಯನ್ನು ಹುದ್ದೆಯೊಂದನ್ನು ಗಿಟ್ಟಿಸಿಕೊಳ್ಳುವ ಕಡೆಗೆ ಚಿಂತನೆ ನಡೆಸುವತ್ತ ಗಮನ ಕೇಂದ್ರೀಕರಿಸಿ. ಹೌದು ಸಹಜವಾಗಿ ಅದು ನಿಮಗೆ ಕನಿಷ್ಠ ಆರು ತಿಂಗಳ ಕಾಲವಾದರೂ ತೆಗೆದುಕೊಳ್ಳಬಹುದು. ಅದ್ಭುತವಾದ ಹುದ್ದೆಯೊಂದು ನಿಮಗೆ ಕಾದಿರುತ್ತದೆ. ಆದರೆ ಆ ಆರು ತಿಂಗಳನ್ನು ಹೇಗೆ ಕಳೆಯುವುದು? ಏನೂ ಮಾಡದೆ ಕುಳಿತಿರುತ್ತೀರೋ ಅಥವಾ ನಿಮಗೆ ಬೇಕಾದುದನ್ನು ಮಾಡುತ್ತ ಕುಳಿತಿರುತ್ತೀರೋ.

ಮತ್ತೆ ಇದನ್ನು ಪರಿಗಣಿಸಿ: ನೀವು ಹಿಂದಿನ ಅದೇ ಕೆಲಸದಲ್ಲಿ ಮುಂದುವರಿದಿದ್ದರೆ ನಿಮ್ಮ ಭವಿಷ್ಯವನ್ನು ಯಾರು ನಿಯಂತ್ರಿಸುತ್ತಿದ್ದರು? ಹೌದು, ಸರಿಯೇ. ನಿಮ್ಮ ಬಾಸ್ ಸ್ಟೀವ್. ಬದಲಾಗಿ ನೀವು ನಿಮ್ಮ ರೆಸ್ಯೂಮಿಯನ್ನು ಅಪ್‌ಡೇಟ್ ಮಾಡುತ್ತ ನೆಟ್‌ವರ್ಕಿಂಗ್‌ನಲ್ಲಿ ತೊಡಗಿಕೊಂಡು, ಸಂದರ್ಶನಗಳಿಗೆ ಹೋಗುತ್ತ ಇದ್ದರೆ ನಿಮ್ಮನ್ನು ನಿಯಂತ್ರಿಸುವವರು ಯಾರು? ಹೌದು, ಸರಿಯಾಗಿಯೇ ಹೇಳಿದಿರಿ. ಅದು ನೀವೇ.

ನೀವು ನಿಮಗೆ ಇಷ್ಟವಿಲ್ಲದ ಹಿಂದಿನ ಹುದ್ದೆಯಲ್ಲೇ ಮುಂದುವರಿದರೆ, ನಿಮ್ಮ ಬಾಸ್ ಬಗ್ಗೆ ಅಂಬೆಗಾಲಿಕ್ಕುವ ಮಗುವಿನ ಥರ ಬಾಸ್‌ನ ಕುರಿತು ಪುಸ್ತಕದಲ್ಲಿ ಅನೇಕ ಹೆಸರುಗಳಿಂದ ಗೀಚುತ್ತ ಕೂತಿರುತ್ತಿದ್ದಿರೇನೋ.

ಅದು ನಿಮಗೇ ಬಿಟ್ಟಿದ್ದು. ಬೇರೇನು ನಿಮ್ಮ ಮೇಲೆ ಬರುತ್ತದೆ ಎಂಬ ಅಶಂಕೆಯೇ? ಹೌದು, ಬೇರೆ ಉದ್ಯೋಗವನ್ನು ಯಾಕಾಗಿ ಹುಡುಕುತ್ತಿಲ್ಲ ಎಂಬುದಕ್ಕಿರುವ ನಿಮ್ಮ ಮೌನವಾದ ಪಲಾಯನವಾದ ಕೆಲಸಕ್ಕೆ ಬರುವುದಿಲ್ಲ. ನಿಮ್ಮಲ್ಲಿ ನೀವು ಎಣಿಸಿರುವುದಕ್ಕಿಂತ ಹೆಚ್ಚಿನ ಶಕ್ತಿಯಿದೆ. ಅದನ್ನು ಸದುಪಯೋಗಗೊಳಿಸುವುದಕ್ಕೆ ಈಗ ಸಮಯ ಬಂದಿದೆ.

ನಿಮ್ಮ ಮುಂದಿನ ಹೆಜ್ಜೆಯನ್ನು ನೀವೇ ನಿಯಂತ್ರಿಸುವಿರಿ

ನೀವು *ಲೆಟ್ ಮಿ* ಎಂದಾಗ ಯಾವ ಬಗೆಯ ಪ್ರತಿಕ್ರಿಯೆ ಬರುತ್ತದೆ ಎಂಬುದರ ಬಗೆಗೆ ವಿವರವಾಗಿ ಹೇಳುವುದಿದೆ. *ಲೆಟ್ ದೆಮ್*‌ನ ಪಾತ್ರ ಸ್ಪಷ್ಟವಿದೆ ತಾನೇ?

ಲೆಟ್ ದೆಮ್ ಎನ್ನುವಾಗ ಅನ್ಯರು ಮಾಡುವುದರ ಮೇಲಿನ ನಿಮ್ಮ ನಿಯಂತ್ರಣ ಹೊರಟುಹೋಗುತ್ತದೆ. ನೀವು *ಲೆಟ್ ಮಿ* ಎನ್ನುವಾಗ ನಿಮ್ಮ ಪ್ರತಿಕ್ರಿಯೆಗೆ ನಿಮ್ಮದೇ ಜವಾಬ್ದಾರಿ ಇದ್ದಿರುತ್ತದೆ. ಅದು ಯಾವತ್ತೂ ಸ್ಪಷ್ಟವಿರುವುದಿಲ್ಲ. ಪ್ರತಿಯೊಂದು ಪರಿಸ್ಥಿತಿಯೂ ಭಿನ್ನವಾಗಿದ್ದು, ನಿಮ್ಮ ಬದುಕನ್ನು ಬದಲಿಸಲು ನೀವು ಯಾವ ಬಗೆಯ ಕ್ರಮ ಕೈಗೊಳ್ಳಬೇಕೆಂಬುದು ನಿಮ್ಮ ಶಕ್ತಿ ಮತ್ತು ಸಮಯವನ್ನು ಅವಲಂಬಿಸಿರುತ್ತದೆ. ನೀವು ಇದಕ್ಕೆ ಹೇಗೆ ಪ್ರತಿಕ್ರಿಯಿಸಬೇಕೆಂಬುದಕ್ಕೆ ನನ್ನಲ್ಲಿ ಒಂದು ಕಥೆಯಿದೆ. ಇದು ನಿಮಗೆ ಸಹಾಯಕ್ಕೆ ಬರುತ್ತದೆ.

ಈ ನಡುವೆ ನಾನು ನನ್ನ ವಾಕ್‌ನ ಸಮಯ ನಮ್ಮ ನಾಯಿಗಳನ್ನು ನಮ್ಮ ಪರಿಸರದ ಜನಪ್ರಿಯ ಪಾರ್ಕ್‌ನಲ್ಲಿ ಅಡ್ಡಾಡಿಸಲು ಒಯ್ದಿದ್ದೆ.

ನಾನು ಪಾರ್ಕಿಂಗ್ ಸ್ಥಳಕ್ಕೆ ಹೋದಾಗ ಓರ್ವ ಸ್ಥಳೀಯ ಪಾರ್ಕಿಂಗ್ ರೇಂಜರ್ ನನ್ನನ್ನು ತಡೆದು ನನ್ನ ನಾಯಿಗಳ ಬೆನ್ನಿನ ಮೇಲೆ ಕೈಯಾಡಿಸುತ್ತ ನನಗೆ ಹೆಲೋ ಎಂದ. ನಾವು ಲೋಕಾಭಿರಾಮವಾಗಿ ಮಾತಾಡುತ್ತಿದ್ದ ನಡುವೆ ಆತ ನಾಯಿಗಳ ವಿಷಯಕ್ಕೆ ಬಂದ. ಅನೇಕರು ನಾಯಿಗಳನ್ನು ಬೇಕಾಬಿಟ್ಟಿ ಬಿಟ್ಟಿರುತ್ತಾರೆ ಎಂದೂ ಅದರ ಮಲವನ್ನು ಶುಚಿಗೊಳಿಸುವುದಿಲ್ಲವೆಂದೂ ಅವು ಸ್ವತಂತ್ರವಾಗಿ ಓಡಾಡುವಾಗ ನಿಯಂತ್ರಿಸುವುದಿಲ್ಲವೆಂದೂ ದೂರುಗಳು ಬಂದಿವೆ ಎಂದು ಹೇಳಿದ. ಅದರಿಂದ ನಾಯಿಗಳ ಬಗ್ಗೆ ಇದೀಗ ದಾವೆ ಹೂಡುವ ಮಟ್ಟಕ್ಕೆ ಹೋಗಿದೆ ಎಂದೂ ಹೇಳಿದ.

ನಾನು ಆತನಿಗೆ ಮಾಹಿತಿಯನ್ನು ಒದಗಿಸಿದ್ದಕ್ಕಾಗಿ ಧನ್ಯವಾದ ಹೇಳಿದೆ ಮಾತ್ರವಲ್ಲ, ಆತ ಹೇಳಿದಂತಹ "ಜನರ ಗುಂಪಿಗೆ ನಾನು ಸೇರಿದವಳಲ್ಲ" ಎಂದು ಹೇಳಿದೆ. ಹಾಗೆಯೇ ನಾನು ಮುಂದುವರಿದು ಹೋದಂತೆ ಒಬ್ಬಾಕೆ ತನ್ನ ಎರಡು ನಾಯಿಗಳನ್ನು ಬಿಟ್ಟು ಅದರ ಹಿಂದೆಯೇ ಓಡುತ್ತಿದ್ದಳು. ಹಾಗೆ ಅವು ಎದುರಿನ ಜನರ ಮೇಲೆ ಆಕ್ರಮಣ ಮಾಡಲು ಶುರು ಮಾಡಿದವು. ನಾನು ಸಿಟ್ಟಿಗೆದ್ದೆ. ನನ್ನ ಒತ್ತಡದ ಪ್ರತಿಕ್ರಿಯೆ ಎದ್ದುಬಿಟ್ಟಿತ್ತು ಮತ್ತು ಅಮ್ಯಗ್ಡಾಲಾ ಎಚ್ಚೆತ್ತು ಬಿಟ್ಟಿತ್ತು. ಮರಗಳ ನಡುವಿನ ನನ್ನ ಸುತ್ತಾಟ ಆಮೇಲೆ ಅಸಹ್ಯ ಸ್ಥಿತಿಯನ್ನು ತಲುಪಿತ್ತು. ನಾನು ಆ ನಾಯಿಯ ಮೇಲೆ ಮತ್ತು ಅದರ ಒಡೆಯನ ಮೇಲೆ ಗಮನ ಕೇಂದ್ರೀಕರಿಸತೊಡಗಿದೆ. ನನಗೆ ಇನ್ನಷ್ಟು ಸಿಟ್ಟು ನೆತ್ತಿಗೇರಲು ಕಾರಣವಾದುದೆಂದರೆ ಈಗಷ್ಟೇ ಪಾರ್ಕ್‌ನ ರೇಂಜರ್ ನನ್ನ ಬಳಿಯಲ್ಲಿ ಇದೇ ವಿಷಯವನ್ನು ಪ್ರಸ್ತಾಪಿಸಿದ್ದ. ಮತ್ತು ಈ ಮೂರ್ಖಳೊಬ್ಬಳ ಕಾರಣದಿಂದ, ಪೂರ್ತಿ ಪಾರ್ಕ್‌ನೊಳಗೆ ನಾಯಿಗಳ ಪ್ರವೇಶವನ್ನು ನಿಷೇಧಿಸುವ ಸಂಭವವಿತ್ತು.

ನಾನು ಮೊದಲು *ಲೆಟ್ ದೆಮ್* ಪ್ರಯೋಗಿಸಿದೆ, ಆದರೆ ಅದು ಮೊದಲಿನ ಐದು ನಿಮಿಷಕ್ಕಷ್ಟೇ ಸೀಮಿತವಾಗಿತ್ತು. ಆದರೆ ನಾಯಿ ಸ್ವಲ್ಪ ಹೊತ್ತು ಅತ್ತಿತ್ತ ಸುತ್ತಾಡಿ ಆಕೆಯ ಸುಪರ್ದಿಯಲ್ಲೇ ಇದ್ದಾಗ, ಅತ್ತಕಡೆಗೆ ಹೋಗಿ ಮಲವಿಸರ್ಜನೆ ಮಾಡಿತು. ಆಕೆ ಅದರ ಮೇಲೆ ಸ್ವಲ್ಪ ಎಲೆಗಳನ್ನು ಹಾಕಿ ಅದನ್ನು ಮುಚ್ಚುವ ಶಾಸ್ತ್ರ ಮಾಡಿದಳು. ಆ ಮಲವನ್ನು ಡಾಗೀ ಬ್ಯಾಗ್‌ನಲ್ಲಿ ಸೇರಿಸುವುದರ ಬದಲು ಹಾಗೆ ಮಾಡಿದ್ದಳು.

ನಾನು ಪೂರ್ತಿಯಾಗಿ ಜಂಝಾಟಕ್ಕೆ ಸಿಲುಕಿದೆ. ನನ್ನಲ್ಲಿ ಒತ್ತಡ ಏರುತ್ತ ಹೋಗುತ್ತಿದ್ದಂತೆ ಐದು ಸೆಕೆಂಡಿನ ಒಳಗೆ ಡಾಗ್ ಪೊಲೀಸ್ ಅಲ್ಲಿಗೆ ಬಂದ. ಇಲ್ಲಿ ನನ್ನ ಸಿದ್ಧಾಂತದ ಅತ್ಯಂತ ಮಹತ್ವದ ಅಂಶ ನನಗೆ ಗೋಚರಿಸಿತು. ಪ್ರತಿಯೊಂದು ಪರಿಸ್ಥಿತಿಯೂ ಏಕಪ್ರಕಾರವಾಗಿರುವುದಿಲ್ಲ ಮತ್ತು ಅವು ಪ್ರತಿ ಸಲವೂ ಭಿನ್ನಾವಾಗಿಯೇ ಇರುತ್ತವೆ.

ಹಿಂದೆಲ್ಲ ಹೀಗಾಗಿದ್ದರೆ, ನಾನು ಆಕೆಯ ಸಮೀಪಕ್ಕೆ ಸಾಗಿ, ಒಂದು ಡೋಗ್ಗಿ ಬ್ಯಾಗ್‌ನ್ನು ಆಕೆಗೆ ಇತ್ತು, ಅದರಲ್ಲಿ ಮಲವನ್ನು ಹಾಕುವಂತೆ ಹೇಳಿ, ಈ ಬಗೆಯ ಅಶುಚಿತ್ವದ ಪರಿಣಾಮದ ಕುರಿತಂತೆ ವಿಷದವಾಗಿ ಹೇಳುತ್ತಿದ್ದೆ. ಆದರೆ ಈಗ ನನ್ನಲ್ಲಿ ಅಷ್ಟು ಶಕ್ತಿಯೂ ಇರಲಿಲ್ಲ, ಅಂತಹ ವ್ಯವಧಾನವೂ ಇರಲಿಲ್ಲ. ಅದೂ ಕೂಡಾ ಓರ್ವ ಒಲಿಂಪಿಯನ್ ಓಟಗಾರ್ತಿಯಂತೆ ಆಕೆಯ ಹಿಂದಕ್ಕೆ ಓಡುತ್ತ ಏನು ಮಾಡಬೇಕೆಂದು ಉಪದೇಶಿಸಿ, ಹಾಗೆ ಮಾಡದೇ ಹೋದಲ್ಲಿ ಪರಿಣಾಮ

ಏನಾಗುತ್ತದೆ ಎಂದು ಹೇಳುತ್ತ, ಆಕೆಯ ಜವಾಬ್ದಾರಿಯನ್ನು ವಿವರಿಸುತ್ತಿದ್ದೆ. ಕೆಲವು ಸಂದರ್ಭಗಳಲ್ಲಿ ನಾನು ನನ್ನ ಭುಜಗಳನ್ನು ಕುಲುಕಿ, *ಲೆಟ್ ದೆಮ್* ಎನ್ನುತ್ತ, ತನಗೆ ಅಷ್ಟೆಲ್ಲ ಸಮಯವೂ ವ್ಯವಧಾನವೂ ಶಕ್ತಿಯೂ ಇಲ್ಲವೆನ್ನುತ್ತ ಜಾರಿಬಿಡುವೆ. ಇನ್ನು ಕೆಲವೊಮ್ಮೆ *ಲೆಟ್ ಮಿ* ಎನ್ನುತ್ತ ನಾನೊಂದು ಬ್ಯಾಗ್‌ನ್ನು ತಂದು ಆ ಹಿಕ್ಕೆಯನ್ನು ಅದಕ್ಕೆ ತುಂಬಿ ಅದನ್ನು ಒಯ್ದು ಆಕೆಯ ಕಾರಿನ ಮೇಲೆ ಸಿಂಪಡಿಸುತ್ತಿದ್ದೆ (ಇದರಲ್ಲಿನ ಕೊನೆಯ ಭಾಗ ತಮಾಷೆಯಾಗಿ ಹೇಳಿದೆ).

ನಾನು ಹಿಕ್ಕೆಯನ್ನು ಬಾಚದೆ ಹೋದರೂ, ಸಾರ್ವಜನಿಕ ಸ್ಥಳಗಳನ್ನು ಸ್ವಚ್ಛವಾಗಿ ಸುಂದರವಾಗಿ ಇಡಬೇಕೆಂದು ಪ್ರತಿಪಾದಿಸುವವಳು. ಅಷ್ಟೇ ಅಲ್ಲ, ಸಂದರ್ಭ ಸಿಕ್ಕಾಗೆಲ್ಲ, ಅದು ನನ್ನ ಪರಿಮಿತಿಗೆ ಬಾರದಿದ್ದರೂ, ನಾನು ಒಬ್ಬ ನಾಯಕಿಯಂತೆ ನಟಿಸಲು ಇಷ್ಟಪಡುವವಳೇ. ಇತರ ದಿನಗಳಲ್ಲಾದರೆ ನಾನು ಪಾರ್ಕಿಂಗ್ ಸ್ಥಳಕ್ಕೆ ಹೋಗಿ, ಪಾರ್ಕಿಂಗ್ ಆಫೀಸರರನ್ನು ಭೇಟಿ ಮಾಡಿ, ಆಕೆ ಅಲ್ಲಿಗೆ ಬರುವವರೆಗೆ ಕಾದು, ಆಕೆಯನ್ನು ವೈಯಕ್ತಿಕವಾಗಿ ಆತನ ಕೈಗೆ ನೀಡುತ್ತಿದ್ದೆ. ಹಾಗೆಯೇ ವೈಯಕ್ತಿಕವಾಗಿ ಹೋಗಿ ಪಾರ್ಕ್‌ನ ರೇಂಜರ್‌ಗೆ ದೂರು ಸಲ್ಲಿಸಿ, ನೀವೇ ಆಕೆಗೆ ಹೇಳಿರಿ ಎಂದುಬಿಡುತ್ತಿದ್ದೆ.

ಈ *ಲೆಟ್ ಮಿ* ಆಯ್ಕೆ ನಮ್ಮಲ್ಲಿ ಪ್ರತಿಯೊಬ್ಬರಿಗೂ ಲಭ್ಯವೇ. ನನಗೂ ನಿಮಗೂ. ನೀವು ಓದುತ್ತಿದ್ದಂತೆ ನಿಮಗೂ ಇತರ ಆಯ್ಕೆಗಳು ಮನಸ್ಸಿಗೆ ಬಂದಿರಬಹುದು. ಇಲ್ಲೊಂದು ಮುಖ್ಯ ಅಂಶವೆಂದರೆ, ಪ್ರತಿಯೊಂದು ಪರಿಸ್ಥಿತಿಯೂ ಭಿನ್ನವಾಗಿರುತ್ತದೆ, ಒಂದು ವಿಷಯ ಮಾತ್ರವೇ ಸಮಾನವಾಗಿರುತ್ತದೆ: ನೀವು ಹೇಗೆ ಪ್ರತಿಕ್ರಿಯಿಬೇಕೆಂದು ಆಯ್ಕೆ ಮಾಡುವುದು.

ಆ ಮಹಿಳೆ ತನ್ನ ನಾಯಿ ಮಲವಿಸರ್ಜನೆ ಮಾಡುವಾಗ ಅದನ್ನು ತಡೆಯಲು ನನ್ನಿಂದ ಆಗುವುದಿಲ್ಲ. ಆದರೆ ನಾನು ಇದಕ್ಕೆ ಹೇಗೆ ಪ್ರತಿಕ್ರಿಯಿಸಬೇಕೆಂಬ ವಿಧಾನವನ್ನು ಆಯ್ಕೆ ಮಾಡಿಕೊಳ್ಳಬಹುದು. ಇಲ್ಲಿ ನಾನು ಯಾರು ಎನ್ನುವುದನ್ನು ತೋರಿಸುವುದಕ್ಕೆ, ಅದನ್ನು ನಾನು ಹೇಗೆ ನಿಭಾಯಿಸಿದೆ ಎನ್ನುವುದೇ ಬಹಳ ಪ್ರಬಲ ಭಾವನೆಯಾಗಿರುತ್ತದೆ.

ಪ್ರತಿಯೊಂದು ಪರಿಸ್ಥಿತಿಯೂ ಭಿನ್ನವಾಗಿರುತ್ತದೆ ಮತ್ತು ಅದು ನಿಮ್ಮ ಆಗಿನ ಭಾವನೆಯನ್ನು ಅವಲಂಬಿಸಿರುತ್ತದೆ, ನಿಮ್ಮ ಬದುಕಿನಲ್ಲಿ ಆ ಸಮಯದಲ್ಲಿ ಏನು ನಡೆಯುತ್ತದೆ, ನಿಮಗೆಷ್ಟು ಸಮಯವಿದೆ, ಅದೆಷ್ಟು ಮುಖ್ಯವಾದ ವಿಷಯವನ್ನು ಎದುರಿಸುತ್ತಿದ್ದೀರಿ, ಅದರ ಬಗೆಗಿನ ನಿಮ್ಮ ಮೌಲ್ಯವೇನು, ಮತ್ತು ಅತ್ಯಂತ ಸೂಕ್ತವಾದ ಹೇಗೆ ವ್ಯವರಿಸುವುದು ಎಂಬುದೆಲ್ಲ ಅವಲಂಬಿಸಿರುತ್ತದೆ.

ಲೆಟ್ ಮಿ ಎಂಬುದು, ನಿಮ್ಮ ಸಮಯ, ಶಕ್ತಿ, ಮತ್ತು ನಿಮ್ಮೆಲ್ಲ ಮೌಲ್ಯಗಳನ್ನು ನಿಮ್ಮ ಬದುಕಿನ ಮಧ್ಯದಲ್ಲಿಡುವಂಥ ಅವಕಾಶವಾಗಿರುತ್ತದೆ. ಇಲ್ಲೇ ನೀವು ಏನನ್ನು ಗಮನಿಸಬೇಕು, ಏನನ್ನು ಅಲ್ಲ ಎಂಬುದನ್ನು ನಿರ್ಧರಿಸುತ್ತೀರಿ. ಸದ್ಯದ ಸನ್ನಿವೇಶದಲ್ಲಿ ನಿಮಗೆ ಯಾವುದು ಒಳಿತಾಗುತ್ತದೆ ಎಂದು ನಿರ್ಧರಿಸುತ್ತೀರಾ? ಮುಖ್ಯವಾಗಿ ಅದು ನಿಮಗೆ ನಿಜಕ್ಕೂ ಒತ್ತಡವನ್ನು ತರುತ್ತಿರುವ ಪರಿಸ್ಥಿತಿಯಾಗಿದ್ದರೆ? ಮಹತ್ವದ ಪ್ರಶ್ನೆಯೇ.

ಇಂತಹ ಒತ್ತಡಪೂರ್ಣ ಪರಿಸ್ಥಿತಿಗಳಲ್ಲಿ ನನಗೆ *ಲೆಟ್ ದೆಮ್* ಹೇಳುವುದೇ ಅನುಕೂಲವೆನಿಸುತ್ತದೆ, ಸ್ವಲ್ಪ ಸಮಯ ಕಳೆದು, ನಂತರ ಪರಿಗಣಿಸಬೇಕು: ಇದು ನನಗೆ ಒಂದು ತಾಸಿನ ಕಾಲ ತೊಂದರೆ ಕೊಡಬಹುದೇ? ಒಂದು ವಾರ ತೆಗೆದುಕೊಳ್ಳಬಹುದೆ? ಅಥವಾ ಇದು ಸದ್ಯಕ್ಕಷ್ಟೇ ತೊಂದರೆ ಕೊಡುತ್ತಿದೆಯೇ?

ಒಂದು ತಾಸಿನವರೆಗೆ ಅದು ನನಗೆ ತೊಂದರೆ ಕೊಡುತ್ತಿದ್ದರೆ, ನಾನು ಏನನ್ನಾದರೂ ಮಾಡಬೇಕು. ಇದು ವಾರದಿಂದ ಅಥವಾ ವರ್ಷ ಪೂರ್ತಿ ತೊಂದರೆ ಕೊಡುತ್ತಿದ್ದರೆ, ಖಂಡಿತವಾಗಿಯೂ ನಾನು ಏನಾದರೂ ಮಾಡಲೇಬೇಕು. ಈ ಮಹಿಳೆ ನಾಯಿಯೊಂದಿಗೆ ಪ್ರತಿದಿನ ಬರುವವಳು ಆಗಿದ್ದರಿಂದ ನಿಶ್ಚಿತವಾಗಿ ತೊಂದರೆ ತರುತ್ತದೆ, ಇದೇ ಸ್ಟೇಟ್ ಪಾರ್ಕ್‌ನಲ್ಲಿ ನಾನು ನನ್ನ ನಾಯಿಯನ್ನು ಸಂಗಡ ಒಯ್ಯುತ್ತಿದ್ದರೂ.

ಬಹುತೇಕ ಸಂದರ್ಭಗಳಲ್ಲಿ, ಯಾವುದು ಸರಿ ಎಂಬುದು ನಿಮಗೆ ತಿಳಿದುಹೋಗುತ್ತದೆ. ಅದರಿಂದ ನಾನು ಮುಂದಿನ ಉದಾಹರಣೆಯತ್ತ ಸಾಗಬೇಕಿದೆ– ಅದು ನಾಯಿಯ ಮಲವನ್ನು ವಿಲೇವಾರಿ ಮಾಡುವ ಸೂಕ್ತ ವಿಧಾನವಾಗಿರುತ್ತದೆ– ಅದೂ ರಾಜಕೀಯವಾಗಿ.

ಇತ್ತೀಚಿನ ಸಂಶೋಧನೆಯಂತೆ, ಬಹಳಷ್ಟು ಜನರು ಪ್ರಸ್ತುತ ರಾಜಕೀಯದ ಬಗ್ಗೆ ರೋಸಿಹೋಗಿರುತ್ತಾರೆ. ನನಗೂ ಅಷ್ಟೇ. ನೀವು ಹಾಗಿರದೆ ಆಗುವುದಿಲ್ಲ?

ಅಂತಹ ವೇಳೆ ನಾವು ಒಂದೆಡೆಯಲ್ಲೇ ನಿಮಗ್ನವಾಗಿರುತ್ತೇವೆ, ಪ್ರತಿಯೊಬ್ಬರೂ ಸಿಟ್ಟಿನ ಅಥವಾ ಭಯದಿಂದಾವೃತವಾಗಿರುವ ವಾತಾವರಣದಲ್ಲಿರುತ್ತಾರೆ, ಎಲ್ಲರೂ ತೀರಾ ದೂರಕ್ಕೆ ಸರಿದಿರುವಂತೆ ತೋರುತ್ತದೆ, ಒಂದು ಸಭ್ಯ ಸಂಭಾಷಣೆ ಸಾಧ್ಯವಾಗುವುದಿಲ್ಲ ಯಾಕೆಂದರೆ ಆ ಇನ್ನೊಬ್ಬ ವ್ಯಕ್ತಿಯ ಹಿನ್ನೆಲೆ ನಮಗೆ ತಿಳಿದಿರುವುದಿಲ್ಲ, ಮತ್ತು ಅಂತಹ ವ್ಯವಧಾನವೂ ನಮಗೆ ಇರುವುದಿಲ್ಲ.

ಒತ್ತಡದ ರಾಜಕೀಯದ ಸಂದರ್ಭದಲ್ಲಿ ಕೈಯನ್ನು ಮೇಲಕ್ಕೆ ಚೆಲ್ಲಿ ಸ್ಥಳೀಯ, ರಾಜ್ಯದ, ರಾಷ್ಟ್ರದ ಮತ್ತು ಲೋಕೋತ್ತರದ ನೆಲೆಯಲ್ಲಿ ದೂರಕ್ಕೆ ಸರಿಯುವುದು ಸುಲಭದ ಮಾತು. ಹಾಗಿದ್ದರೆ ಲೆಟ್ ದೆಮ್ ಸಿದ್ಧಾಂತವನ್ನು ರಾಜಕೀಯ ವಲಯದಲ್ಲಿ, ಸ್ಥಳೀಯ, ರಾಜ್ಯದ, ರಾಷ್ಟ್ರಮಟ್ಟದ ಮತ್ತು ಅಂತಾರಾಷ್ಟ್ರೀಯ ಮಟ್ಟದಲ್ಲಿ ಬಳಸಬಹುದು?

ನಿಮಗದು ಸಾಧ್ಯವಾಗದು. ಸ್ಕೂಲ್ ಬೋರ್ಡ್‌ನ್ನು ಆಯ್ಕೆ ಮಾಡಿದ್ದಾಗಿದೆ. ಸೆನೆಟ್‌ನಲ್ಲಿ ಓಟು ಚಲಾಯಿಸಲಾಗಿದೆ. ಮತದಾನ ಮುಗಿದಿದೆ. ಅದು ಕೋರ್ಟ್‌ನಲ್ಲಿ ಹಿಡಿದಿಡಲಾಗಿದೆ. *ಲೆಟ್ ದೆಮ್*. ಇದೀಗ ಸಂಭವಿಸಿದ್ದನ್ನು ನಿಮಗೆ ಬದಲಾಯಿಸಲು ಆಗುವುದಿಲ್ಲ.

ಭವಿಷ್ಯವನ್ನು ನಿಮಗೆಂದೂ ಬದಲಾಯಿಸಲು ಸಾಧ್ಯವಿಲ್ಲವೆಂದು ನಾನೆಂದೂ ಹೇಳಿಲ್ಲ. ಅದು ಅತಿಯಾಯಿತು ಎನ್ನುತ್ತೀರಾ? ಹೌದು. ಅದು ಯಾವುದೇ ವ್ಯತ್ಯಾಸವನ್ನು ತೋರದು ಅಂತ ನಿಮಗನ್ನಿಸುತ್ತಿದೆಯೇ? ಹೌದು.

ಹೇಗಿದ್ದರೂ ಮಾಡಿಬಿಡಿ. *ಲೆಟ್* ಮಿ ಸತತವಾಗಿ ಚಾಲನೆಯಲ್ಲಿ ಇರಲಿ. ನನ್ನ ಸ್ಥಳೀಯ, ರಾಷ್ಟ್ರೀಯ ಮತ್ತು ಜಾಗತಿಕ ರಾಜಕೀಯ ಭವಿಷ್ಯ ಬದಲಾಗುವಂತೆ ಏನಾದರೂ ಮಾಡಬೇಕು. ನಿಮ್ಮ ಕಣ್ಣಿಗೆ ಕಾಣಿಸುವ ಮಲಿನತೆಯನ್ನು ಯಾರೋ ಬಂದು ಸ್ವಚ್ಛಗೊಳಿಸುತ್ತಾರೆ ಎಂದು ಸರ್ವಥಾ ಎಣಿಸಬೇಡಿ.

ಅದು ಎಲ್ಲರಿಗೂ ಸಂಬಂಧಿಸಿದ್ದೇ. ಒಂದು ಬದಲಾವಣೆಯನ್ನು ತನ್ನಿ. ಅದುವೇ *ಲೆಟರ್* ಮಿ ಯ ಇಚ್ಛಾಶಕ್ತಿಯ ಬಲ.

ಪ್ರೊಫೆಸರ್ ಮಾರ್ಗೆರೆಟ್ ಮೀಡ್ ಹೇಳಿರುವ ಮಾತನ್ನು ನಾನು ನೆನಪಿಸಿಕೊಳ್ಳುತ್ತೇನೆ: "ಆಲೋಚನೆಗೆ ಹಚ್ಚಿಕೊಳ್ಳುವ, ಬದ್ಧತೆಯುಳ್ಳ ಸಣ್ಣದೊಂದು ಗುಂಪು ಕೂಡಾ ನಾಗರಿಕರಾಗಿ ಜಗತ್ತನ್ನು ಬದಲಿಸಲು ಸಾಧ್ಯ; ನಿಜಕ್ಕೂ ಅದೊಂದೇ ವಿಷಯ ನಮ್ಮ ಮುಂದಿರೋದು."

ಒಬ್ಬ ಮನುಷ್ಯ ಸರಿಯಾದ ರೀತಿಯಲ್ಲಿ ಮಾಡಿದರೆ ಆಯಿತು. ಅದು ನಿಮಗೆ ಅಂತಹ ಕಷ್ಟಸಾಧ್ಯವಾದ ಕೆಲಸವಲ್ಲದೇ ಹೋದರೆ, ಆ ಒಬ್ಬ ನೀವೇ ಆಗಬಹುದು. ಏನಾದರೊಂದನ್ನು ಮಾಡಲು ಸಾಧ್ಯ. ಆ ವ್ಯತ್ಯಾಸವನ್ನು ನೀವು ತರಬಹುದು. ನಿಮಗದು ಸಾಧ್ಯವಾಗದೆ ಹೋದರೆ ಅದರ ಬಗ್ಗೆ ದೂರುವುದನ್ನು ನಿಲ್ಲಿಸಿಬಿಡಿ. ಅದು ನಿಮ್ಮ ಮೇಲೆ ಒತ್ತಡವನ್ನು ಹೇರುತ್ತದೆ ಅಷ್ಟೇ. ನೀವು ಕಲಿಯುತ್ತಿದ್ದಂತೆ ಅದು ಮೂಕವಾಗುತ್ತದೆ. ಮಾತು ಅಗ್ಗವಾಗಿರುತ್ತದೆ. ಅದು ನಿಮಗೆ ತೊಂದರೆ ಕೊಡುತ್ತಿದ್ದರೆ, ಅದನ್ನು ಬದಲಾಯಿಸಲು ಸ್ವಲ್ಪ ಸಮಯವನ್ನು ಕೊಡುವಂತವನಾಗು.

ಮತ್ತೆ ಮತ್ತೆ ಸಂಭವಿಸುವ, ಯಾವ ಪರಿಸ್ಥಿತಿ ಅಥವಾ ಸನ್ನಿವೇಶವೇ ಇರಲಿ, ನೀವು ಲೆಟ್ ದೆಮ್ ಸಿದ್ಧಾಂತವನ್ನು ಉಪಯೋಗಿಸುವಾಗ, ನಿಮ್ಮ ಕ್ರಿಯಾತ್ಮಕತೆ ಮತ್ತು ನಿಮ್ಮ ಧೋರಣೆಯ ಮೂಲಕ ಅದನ್ನು ಉತ್ತಮವಾಗಿಸಲು ಸಾಧ್ಯವಿದೆ.

ಅದೇ *ಲೆಟ್* ಮಿಯ ಶಕ್ತಿ. ನಿಮ್ಮ ಸುತ್ತಲಿನ ಎಲ್ಲರನ್ನೂ ನೀವು ನಿಯಂತ್ರಿಸಲು ಆಗುವುದಿಲ್ಲ. ಅದು ಜಗತ್ತಿನ ಆಗುಹೋಗು ಇರಬಹುದು, ಅಥವಾ ಜನರು ಪಾರ್ಕ್‌ನಲ್ಲಿ ಎಸಗುತ್ತಿರುವುದು ಆಗಿರಬಹುದು, ಆದರೆ ನೀವು ಹೇಳುವುದನ್ನಷ್ಟೇ, ನೀವು ಮಾಡುವುದನ್ನಷ್ಟೇ ಮತ್ತು ನೀವು ಯೋಚಿಸುತ್ತಿರುವುದನ್ನಷ್ಟೇ ನಿಮಗೆ ನಿಯಂತ್ರಿಸಿಕೊಳ್ಳಲು ಸಾಧ್ಯ? ಅದರಲ್ಲೇ ನಿಮ್ಮ ಅತ್ಯಂತ ಸಹಜವಾದ ಬಲ ಆವಿರ್ಭವಿಸುತ್ತದೆ.

ನೀವು ನಿಮ್ಮ ಶಕ್ತಿಯನ್ನು ಬಹಿರಂಗಪಡಿಸಿದಂತೆ, ನೀವು ಹೇಗೆ ನಿಮ್ಮ ಶಕ್ತಿಯನ್ನು ಮತ್ತು ಸಂತೋಷವನ್ನು ಕಳೆದುಕೊಳ್ಳುವಿರಿ ಎಂಬುದು ಸ್ಪಷ್ಟವಾಗುತ್ತದೆ. ಮತ್ತು ನನ್ನಂತೆ ನಿಮಗೂ ಅದು ತಿಳಿದಿರುವುದಿಲ್ಲ. ನಿಮ್ಮ ಸಮಯ ಮತ್ತು ಶಕ್ತಿಯೇ ಪರಮೋಚ್ಛವಾಗಿರುತ್ತದೆ. ಲೆಟ್ ದೆಮ್ ಸಿದ್ಧಾಂತವೇ ಇದನ್ನು ಉಲ್ಲೇಖಿಸುತ್ತದೆ ಅಷ್ಟೇ ಅಲ್ಲ ನಿಮ್ಮ ಕ್ರಿಯಾಶಕ್ತಿಯನ್ನು ಉದ್ದೀಪಿಸುತ್ತದೆ. ಅದರರ್ಥ ಕಷ್ಟಕರವಾದ ಮಾತುಕತೆಗಳಿಂದ ದೂರ ಉಳಿಯುವುದಾಗಲೀ, ಮೌನವಾಗಿರುವುದು ಎಂದಲ್ಲ.

ಮೂಕನಾಗಿದ್ದುಕೊಂಡು ಜನರು ನಿಮ್ಮ ಮೇಲೇರಿ ಬರಲು ಅನುವು ಮಾಡಿಕೊಡುವುದೂ ಅಲ್ಲ. ಅಥವಾ ಯಾರದೇ ನಾಯಿ ಮಲವಿಸರ್ಜನೆ ಮಾಡಿದರೂ ನೀವು ಅದನ್ನೆತ್ತಿ ವಿಲೇವಾರಿ ಮಾಡುವುದೆಂದಲ್ಲ. ಅಥವಾ ರಾಜಕೀಯ ಆಫೀಸಿಗೆ ಓಡುವುದೆಂದಲ್ಲ.

ಅದರರ್ಥ ನಿಮ್ಮ ಮೇಲೆ ಅದೆಷ್ಟು ಪರಿಣಾಮ ಬೀರುತ್ತದೆ ಎನ್ನುವುದು. ನೀವು ಯಾವುದರಲ್ಲಿ ಭಾಗವಹಿಸಬೇಕು ಯಾವುದರಲ್ಲಿ ಬೇಡ ಎಂಬುದನ್ನು ಆಯ್ಕೆ ಮಾಡಬೇಕಾಗುತ್ತದೆ. ಒಂದು ಹುದ್ದೆ, ಒಂದು ಸಂಬಂಧವನ್ನು ಅಥವಾ ಯಾವುದೇ ಸಮಸ್ಯೆಯನ್ನು ಯಾವಾಗ ಹೋರಾಟಕ್ಕೆ ಅರ್ಹವೆನ್ನುವುದನ್ನು ನೀವೇ ಆಯ್ದು ಯಾವಾಗ ಅದರಿಂದ ಹೊರಬರಬೇಕೆಂದು ನೀವು ನಿರ್ಧರಿಸಬೇಕಾಗುತ್ತದೆ. ಹಾಗಿದ್ದಾಗ ಮುಂದೇನು ಸಂಭವಿಸುತ್ತದೆ ಎನ್ನುವುದರ ಮೇಲೆ ನಿಮ್ಮ ನಿಯಂತ್ರಣವಿರುತ್ತದೆ.

ಅಂದಾಗ ಒತ್ತಡ ಉಂಟಾದಾಗ ಅದನ್ನು ಹೇಗೆ ನಿಭಾಯಿಸಬೇಕು ಎನ್ನುವುದನ್ನು ಕ್ರೋಢೀಕರಿಸಿ ನೋಡೋಣ. ಸದ್ಯದ ಪರಿಸ್ಥಿತಿಯಲ್ಲಿ ಅನ್ಯರು ನಿಮಗೆ ವಿನಾಕಾರಣ ನಿಮ್ಮ ಬದುಕಿನಲ್ಲಿ ಹೇಗೆ ಒತ್ತಡವನ್ನು ನೀಡುತ್ತಾರೆ ಎಂಬುದನ್ನು ನೋಡಿದ್ದಾಯ್ತು. ಲೆಟ್ ದೆಮ್ ಸಿದ್ಧಾಂತ ನಿಮ್ಮ ಶಕ್ತಿಯನ್ನು ಸಂರಕ್ಷಿಸಿಕೊಳ್ಳುವುದನ್ನು ಕಲಿಸುತ್ತದೆ, ಹಾಗೆಯೇ ಚಿಕ್ಕಪುಟ್ಟ ಕಿರಿಕಿರಿಗಳು ನಿಮ್ಮ ಬದುಕನ್ನು ನಿಯಂತ್ರಿಸುವುದನ್ನು ತೋರಿಸಿಕೊಡುತ್ತದೆ. ಹಾಗಿದ್ದಾಗ ನೀವು ನಿಜಕ್ಕೂ ಯಾವುದು ಮಹತ್ವದ್ದೆಂದು ನಿರ್ಧರಿಸಲು ಸಾಧ್ಯವಾಗುತ್ತದೆ.

1. **ಸಮಸ್ಯೆ:** ದಿನವಿಡೀ ಅನ್ಯ ವ್ಯಕ್ತಿಗಳು ನಿಮ್ಮನ್ನು ಸತಾಯಿಸುವುದು, ಸಿಟ್ಟಿಗೆಬ್ಬಿಸುವುದು ಅಥವಾ ನಿಮ್ಮ ಮೇಲೆ ಒತ್ತಡವನ್ನು ಹಾಕುವುದು. ಅದು ಸಂಭವಿಸುತ್ತದೆ. ಅದನ್ನು ನೀವು ನಿಯಂತ್ರಿಸಲು ಆಗುವುದಿಲ್ಲ. ಅನ್ಯರ ನಡವಳಿಕೆ ನಿಮ್ಮನ್ನು ಸತಾಯಿಸುವಂತೆ ನೀವು ಅನುವು ಮಾಡಿದರೆ, ನೀವು ಅನ್ಯರಿಗೆ ನಿಮ್ಮ ಶಕ್ತಿಯನ್ನು ನೀಡಿದಂತೆ. ಅದರಿಂದ ನಿಮ್ಮ ಸಮಯವೂ ಶಕ್ತಿಯೂ ಬರಿದಾಗುತ್ತದೆ.

2. **ಸತ್ಯ:** ನಿಮ್ಮ ಶರೀರದ ಒತ್ತಡಕ್ಕಿರುವ ಪ್ರತಿಕ್ರಿಯೆ ಸ್ವಯಂಚಾಲಿತವಾಗಿರುತ್ತದೆ. ನೀವು ನಿಮ್ಮಷ್ಟಕ್ಕೇ ಸಿಟ್ಟಿಗೇಳುವಂತಾಗುತ್ತದೆ. ನಿಮಗೆ ಹತಾಶಾ ಭಾವನೆ ಉಂಟಾಗುತ್ತದೆ. ನಿಮ್ಮಲ್ಲಿ ಸಿಟ್ಟು ಮತ್ತು ಸಿಡುಕು ನಿರ್ಮಾಣವಾಗುತ್ತದೆ. ನಿಮ್ಮೊಳಗೆ ಉತ್ಪತ್ತಿಯಾಗುವ ಭಾವನೆಗಳನ್ನು ನಿಮಗೆ ಹತ್ತಿಕ್ಕಲು ಆಗುವುದಿಲ್ಲ. ಆದರೆ ನಿಮ್ಮ ಒತ್ತಡಕ್ಕಿರುವ ಪ್ರತಿಕ್ರಿಯೆಯನ್ನು ನೀವು ಹೊಂದಾಣಿಕೆಯಿಂದ ಸರಿಪಡಿಸಿಕೊಳ್ಳಬಹುದು.

3. **ಪರಿಹಾರ:** ನಿಮ್ಮ ಮೇಲೆ ಅನ್ಯರು ಹೇರುವಂತಹ ಒತ್ತಡವನ್ನು ಲೆಟ್ ದೆಮ್ ಸಿದ್ಧಾಂತವನ್ನು ಬಳಸಿ ನೀವು ಸಂರಕ್ಷಿಸಿಕೊಳ್ಳಬಹುದು. ಅನ್ಯ ವ್ಯಕ್ತಿಯ ವರ್ತನೆಗೆ ಪ್ರತಿಕ್ರಿಯಿಸುವ ಶಕ್ತಿ ಮತ್ತು ಅದಕ್ಕೆ ಸ್ಪಂದಿಸುವ ಭಾವನೆ ನಿಮ್ಮಲ್ಲೇ ಇದ್ದಿರುತ್ತದೆ.

ಲೆಟ್ ದೆಮ್ ಎಂದಾಗ ಅನ್ಯ ವ್ಯಕ್ತಿಗಳ ನಡವಳಿಕೆ ಅಥವಾ ಒತ್ತಡ ನಿಮ್ಮ ಮೇಲೆ ಪರಿಣಾಮ ಬೀರಲಾರದು ಎಂದು ನೀವು ನಿರ್ಧರಿಸಿದಂತಾಗುತ್ತದೆ. ನೀವು *ಲೆಟ್* ಮಿ ಎಂದಾಗ, ನೀವು ಒತ್ತಡದ ಪ್ರತಿಕ್ರಿಯೆಯನ್ನು ವ್ಯವಸ್ಥೆಗೆ ತಂದು ಹೇಗೆ ಸ್ಪಂದಿಸಬೇಕು ಎಂಬುದರ ಜವಾಬ್ದಾರಿಯನ್ನು ವಹಿಸಿಕೊಂಡಂತೆ ಆಗುತ್ತದೆ.

ಇದೀಗ ನಿಮ್ಮನ್ನು ಕಾಡುವ ಮಹತ್ವದ ಒತ್ತಡಕ್ಕೆ ಸಂದ ನಿಮ್ಮ ಸಮಯ ಮತ್ತು ಶಕ್ತಿಯನ್ನು ಮರಳಿ ಪಡೆಯುವ ಕಾಲ ಸನ್ನಿಹಿತವಾಗುತ್ತಿದೆ.

ಅನ್ಯರ ಅಭಿಪ್ರಾಯಗಳಿಗೆ ಹೆದರುವುದು

ಅಧ್ಯಾಯ 5

ಅವರು ನಿಮ್ಮ ಬಗ್ಗೆ ಕೆಟ್ಟದಾಗಿ ಯೋಚಿಸಲಿ ಬಿಡಿ

ಒಲಿವರ್ ಮೇರಿ ಎಂಬ ಕವಯಿತ್ರಿ ತನ್ನ 'ಸಮ್ಮರ್ ಡೇ' ಎಂಬ ಒಂದು ಕವನದಲ್ಲಿ ಹೀಗೆ ಕೇಳಿದ್ದಾರೆ: "ನನಗೆ ಹೇಳಿ, ನಿಮ್ಮ ಅಮೂಲ್ಯವಾದ ಬದುಕಿನ ಯೋಜನೆ ಏನು?"

ಒಲಿವರ್‌ರ ಈ ಕವನಕ್ಕೆ ನಿಮ್ಮ ಉತ್ತರವೇನೋ ತಿಳಿಯದು. ಆದರೆ ನನಗೆ ಗೊತ್ತು: ನೀವೇನೇ ಯೋಜನೆ ಹಾಕಿಕೊಂಡಿರಿ, ಬೇರೆ ಜನರು ಅದಕ್ಕೊಂದು ಕೊಂಕು ಹೇಳಿಯೇ ಹೇಳುತ್ತಾರೆ.

ಮುಂದಿನ ಅಧ್ಯಾಯಗಳಲ್ಲಿ ನಿಮ್ಮ ಅಮೂಲ್ಯವಾದ ಬದುಕನ್ನು ರೂಪಿಸಲು ನೀವು ಹಾಕಿಕೊಂಡ ಯೋಜನೆಗಳ ಬಗೆಗೆ ಅನ್ಯರು ಅಭಿಪ್ರಾಯ ಪಡುವುದನ್ನು ಲೆಟ್ ದೆಮ್ ಸಿದ್ಧಾಂತವನ್ನು ಉಪಯೋಗಿಸಿ ಹೇಗೆ ನಿಲ್ಲಿಸಬಹುದು ಎಂಬ ಬಗ್ಗೆ ವಿವರಗಳಿವೆ. ಇದೊಂದು ಎಷ್ಟು ದೊಡ್ಡ ಸಮಸ್ಯೆ ಎಂಬುದು ನಿಮಗೆ ತಿಳಿದಿರುವುದಿಲ್ಲ. ನನಗೂ ತಿಳಿದಿರಲಿಲ್ಲ. ಇನ್ನೊಬ್ಬರ ಅಭಿಪ್ರಾಯಗಳು ಅವರಲ್ಲೆ ಇರಲಿ ಎಂದು ಸುಲಭವಾಗಿ ಹೇಳಿಬಿಡಬಹುದು, ಆದರೆ ಅದು ಸುಲಭವಲ್ಲ. ನಮಗೆಲ್ಲ ಗೊತ್ತಿದೆ.

ನಿಜವೇನೆಂದರೆ, ಅನ್ಯರಿಗೆ ನಿಮ್ಮ ಬಗ್ಗೆ ನಕಾರಾತ್ಮಕ ಅಭಿಪ್ರಾಯಗಳೇ ಇರುತ್ತವೆ ಮತ್ತು ಅದನ್ನು ಯಾವತ್ತೂ ನಿಮಗೆ ಬದಲಿಸಲು ಆಗುವುದಿಲ್ಲ. ಬೇರೆಯವರು ಏನು ಹೇಳುತ್ತಾರೋ ಎಂದು ಭಯಪಡುತ್ತ ಇದ್ದರೆ ನೀವು ನಿಮ್ಮ ಕೆಲಸವನ್ನು ಬಿಟ್ಟು ಇತರರ ಅಭಿಪ್ರಾಯದಲ್ಲಿ ಸೆರೆಸಿಕ್ಕಂತಾಗುತ್ತದೆ.

ಈ ಭಯ ನಿಮ್ಮ ಬದುಕಿನ ಪ್ರತಿಯೊಂದು ವಿಷಯದ ಮೇಲೂ ಪರಿಣಾಮ ಬೀರುತ್ತದೆ. ಇದು ನಿಮ್ಮನ್ನು ವಿಳಂಬ ನೀತಿಯನ್ನು ಅನುಸರಿಸುವಂತೆ ಮಾಡುತ್ತದೆ. ನೀವು ನಿಮ್ಮ ಬಗ್ಗೆಯೇ ಸಂಶಯ ತಾಳುವಂತೆ ಮಾಡುತ್ತದೆ. ನಿಮ್ಮ ಪರಿಪೂರ್ಣತಾವಾದವನ್ನು ಇದು ತಡೆಯುತ್ತದೆ. ಇದರಿಂದಾಗಿಯೇ ನೀವು ಅತಿಯಾಗಿ ಯೋಚಿಸುವಂತಾಗುತ್ತದೆ.

ಅಲ್ಲಿಗೇ ಅದು ಮುಗಿಯುತ್ತದೆ. ಅನ್ಯರು ಏನನ್ನು ನಿಮ್ಮ ಬಗ್ಗೆ ಯೋಚಿಸುತ್ತಾರೋ ಅವರಿಗೆ ಆ ಸ್ವಾತಂತ್ರ್ಯವನ್ನು ನೀಡುವ ಸಮಯ ಇದೀಗ ಸನ್ನಿಹಿತವಾಗಿದೆ. *ಲೆಟ್ ದೆಮ್.* ಅದೇ ವೇಳೆ ನೀವು ನಿಮ್ಮ *ಲೆಟ್* ಮಿಯನ್ನು ಸಮಸ್ಥಿತಿಗೆ ತಂದು ಧೈರ್ಯವಾಗಿ ಕಾರ್ಯೋನ್ಮುಖರಾಗುವುದಕ್ಕೂ ಸಮಯ ಬಂದಿದೆ. ಆ ಮೂಲಕ ನಿಮ್ಮ ಬದುಕನ್ನು ಬದಲಿಸಿಕೊಳ್ಳಿ.

ಲೆಟ್ ದೆಮ್ ಸಿದ್ಧಾಂತ ನನಗೊಂದು ದೊಡ್ಡ ಎಚ್ಚರಿಕೆಯ ಕರೆಯಾಗಿತ್ತು. ನಾನು ಅನ್ಯರ ಅಭಿಪ್ರಾಯಗಳಿಗೆ ತಲೆಕಡಿಸಿಕೊಳ್ಳುತ್ತೇನೆ ಎಂದು ನನಗೆ ಗೊತ್ತಿತ್ತು. ನಾನು *ಲೆಟ್ ದೆಮ್* ಅಳವಡಿಸುವ ಮುನ್ನ ಇದೆಷ್ಟು ದೊಡ್ಡ ಸಮಸ್ಯೆ ಎಂಬುದು ನನಗೆ ತಿಳಿದೇ ಇರಲಿಲ್ಲ. ಅವರು ತೀರ್ಮಾನಿಸಿಕೊಳ್ಳಲಿ. ಅವರು ಅಸಮ್ಮತಿ ಸೂಚಿಸಲಿ. ಅವರ ಅಭಿಪ್ರಾಯ ಅವರಿಗೇ ಇರಲಿ. ಅವರು ಕೆಟ್ಟ ಯೋಚನೆಗಳನ್ನು ಮಾಡುತ್ತಿರಲಿ. ಅವರು ನನ್ನ ಬೆನ್ನ ಹಿಂದೆ ಮಾತಾಡಿಕೊಳ್ಳಲಿ.

ಸದ್ಯ, ನೀವು ಅನ್ಯ ಜನರ ಅಭಿಪ್ರಾಯದ ಜೊತೆಗೆ ನಿಮ್ಮ ಮಾರ್ಗವನ್ನು ಕಂಡುಕೊಳ್ಳುತ್ತೀರಿ. ನೀವು ಎಡಕ್ಕೆ ತಿರುಗಬೇಕೋ ಬಲಕ್ಕೆ ತಿರುಗಬೇಕೋ ಎಂಬುದನ್ನು ತೀರ್ಮಾನಿಸಲು ಅನ್ಯರ ಅಭಿಪ್ರಾಯಕ್ಕಾಗಿ ಕಾಯುತ್ತಿದ್ದಿರಿ. ಎಲ್ಲಿಯವರೆಗೆ ನೀವು ಅನ್ಯ ಜನರು ಏನು ತಿಳಿದುಕೊಳ್ಳುತ್ತಾರೋ ಎಂದು ಯೋಚಿಸುತ್ತಿದ್ದಾಗ, ನಿಮ್ಮ ಶಕ್ತಿಯನ್ನು ನೀವು ಇತರರಿಗೆ ನೀಡಿದಂತಾಗುತ್ತದೆ.

ನಿಮ್ಮ ಪ್ರತಿಯೊಂದು ನಡೆಯ ಬಗೆಗೂ ಅತಿಯಾಗಿ ಯೋಚಿಸುವ ಬದಲು ಅವರು ಏನೇ ತಿಳಿದುಕೊಳ್ಳಲಿ ಎನ್ನುತ್ತ ನಡೆದರೆ ಹೇಗೆ? ಈ ಹೊರೆಯಿಂದ ನೀವು ಬಿಡುಗಡೆಗೊಂಡರೆ ನಿಮ್ಮ ಬದುಕೇ ಬದಲಾಗಿಬಿಡುತ್ತದೆ. ಮನುಷ್ಯ ಸ್ವಭಾವದ ಮೂಲಭೂತ ನಿಯಮವನ್ನು ಅರ್ಥಮಾಡಿಕೊಳ್ಳಿ. ಅನ್ಯರು ಹೇಳುವುದನ್ನು, ಮಾಡುವುದನ್ನು ಮತ್ತು ಯೋಚಿಸುವುದನ್ನು ನೀವೆಂದಿಗೂ ನಿಯಂತ್ರಿಸಲು ಸಾಧ್ಯವಿಲ್ಲ. ಪ್ರಯತ್ನಿಸಿ ನೋಡಿ, ಆಗುವುದಿಲ್ಲ. ಪಶ್ಚಾತ್ತಾಪ ಪಡುತ್ತೀರಿ. ಅವರು ಹೇಗೆ ಯೋಚಿಸುವರೋ ಅದನ್ನು ಅವರಷ್ಟಕ್ಕೇ ಬಿಟ್ಟುಬಿಟ್ಟರೆ ನಿಮ್ಮ ಬದುಕು ಅಷ್ಟೇ ಹಸನಾಗುವುದಕ್ಕೆ ತೊಡಗುತ್ತದೆ.

ನೀವು ನಿಮ್ಮ ಬದುಕನ್ನು ನಿಮ್ಮ ರೀತಿಯಲ್ಲೇ ಸಾಗಲು ಬಿಟ್ಟರೆ, ಅನ್ಯರು ನಿಮ್ಮ ಬಗ್ಗೆ ಅವರಷ್ಟಕ್ಕೇ ಯೋಚಿಸಲು ಬಿಟ್ಟರೆ ಏನಾಗಬಹುದು? ನಿಮ್ಮ ಸಮಯ ಮತ್ತು ಶಕ್ತಿಯನ್ನು ನಿಮ್ಮದೇ ಹವ್ಯಾಸಗಳಲ್ಲಿ, ನಿಮ್ಮದೇ ಅಭ್ಯಾಸಗಳಲ್ಲಿ, ನಿಮ್ಮದೇ ಸಂತೋಷದಲ್ಲಿ ಹರಿಯಗೊಟ್ಟರೆ?

ನಿಮ್ಮ ಬಗ್ಗೆ ಯಾರೂ ತೀರ್ಮಾನಿಸುವುದಿಲ್ಲವೆಂದಾಗ ಯಾವ ಬದಲಾವಣೆ ಆಗಬಹುದು? ನಿಮಗೆ ಬೇಕಿರುವುದನ್ನು ಹೇಳಲು ನಿಮಗೆ ಭಯವೇಕಿದೆ? ನಿಮಗೆ ಮಾನಸಿಕ ಒತ್ತಡ ತರುವ ಯಾವ ವಿಷಯ ನಿಮಗೆ ಹೇಳಿಕೊಳ್ಳಲು ಆಗುವುದಿಲ್ಲ?

ಯಾವ ಪಂಥಾಹ್ವಾನ ಅಥವಾ ಯಾವ ಸ್ಪರ್ಧೆ, ಅಥವಾ ಯಾವ ಸಾಹಸವನ್ನು ನೀವು ರಹಸ್ಯವಾಗಿ ನಿರ್ವಹಿಸಲು ತೊಡಗಿದ್ದೀರಿ? ಪರಿಣಾಮ ಏನಾಗಬಹುದೆಂಬ ಭಯದಿಂದ ನೀವು ಯಾವ ಕೆಲಸವನ್ನು ನಿರ್ವಹಿಸಲು ಅಂಜುತ್ತಿದ್ದೀರಿ? ಯಾವ ಮಾತುಕತೆಯನ್ನು ನೀವು ಮಾಡಲು ಹಿಂಜರಿಯುತ್ತಿದ್ದೀರಿ? ಯಾವ ಚಿತ್ರವನ್ನು ನೀವು ಪೋಸ್ಟ್ ಮಾಡಲು ಬಯಸಿದ್ದೀರಿ?

ಈ ಕೊನೆಯದ್ದು ನಿಜಕ್ಕೂ ನಿಮಗೆ ಆಘಾತವನ್ನು ತರುವಂಥದ್ದು.

ನಿಮ್ಮ ಮಾರ್ಗಕ್ಕೆ ಬಹುದೊಡ್ಡ ತಡೆಯಾಗಿರುವುದನ್ನು ಸ್ವಾಗತಿಸಿ

ಹತ್ತು ವರ್ಷಗಳ ಹಿಂದೆ, ನಾನು ಪ್ರೇರಣಾತ್ಮಕ ಭಾಷಣಗಾರ್ತಿ ಎಂದು ಆಗಷ್ಟೇ ಪ್ರಸಿದ್ಧಿಗೆ ಬರುತ್ತಿದ್ದ ಕಾಲ. ಬೋಧನೆಯ ವೇದಿಕೆಗೆ ನಾನು ಹೊಸಬಳಾಗಿದ್ದೆ. ಹೌದು ಎಲ್ಲಾ ವ್ಯಾಪಾರಗಳಲ್ಲಿನ ಹಾಗೆ ಪ್ರಾರಂಭದಲ್ಲಿ ಹಣವಿರಲಿಲ್ಲ. ಹಾಗಾಗಿ ನಾನು ಸಣ್ಣ ಸಣ್ಣ ಮಹಿಳಾ ವೇದಿಕೆಗಳಲ್ಲಿ ಉಚಿತವಾಗಿ ಮಾತಾಡಿ ಬರುತ್ತಿದ್ದೆ.

ನೀವೊಂದು ವ್ಯಾಪಾರವನ್ನು ಶುರು ಮಾಡುತ್ತಿದ್ದರೆ, ಅಥವಾ ನಿಮಗೊಂದು ಚಿಕ್ಕ ದಂಧೆಯಿದ್ದಲ್ಲಿ, ಅಥವಾ ಸೋಶಿಯಲ್ ಮೀಡಿಯಾದ ಮೂಲಕ ನೀವೊಂದು ಕಾರ್ಯಕ್ರಮದಿಂದ ಹಣ ಮಾಡಲು ಯೋಚಿಸುತ್ತಿದ್ದರೆ, ನೀವು ನಕಾರವಾಗಿ ತಲೆಯಾಡಿಸುತ್ತೀರಿ. ಯಾಕೆಂದರೆ ಪ್ರಾರಂಭದಲ್ಲಿ ನೀವು ಬಹಳಷ್ಟು ಶ್ರಮದಿಂದ ದುಡಿಯಬೇಕಾಗುತ್ತದೆ, ಆದರೆ ಲಾಭ ಮಾತ್ರ ಸೊನ್ನೆಯಾಗಿರುತ್ತದೆ.

ನಾನು ಸ್ಟೇಜ್ ಮೇಲೆ ಭಾಷಣ ಮಾಡುತ್ತ ಒಂದು ವರ್ಷ ಕಳೆದರೂ ಪ್ರೇಕ್ಷಕರ ಸಂಖ್ಯೆ ದೊಡ್ಡದಾಗುತ್ತ ಹೋದರೂ, ನನ್ನ ಬ್ಯಾಂಕ್‌ನ ಖಾತೆಯಲ್ಲಿನ ಮೊಬಲಗು ಚಿಕ್ಕದಾಗುತ್ತ ಹೋಗಿತ್ತು. ಯಾಕೆ? ಯಾಕೆಂದರೆ ನಾನೊಂದು ಪೂರ್ಣ ಪ್ರಮಾಣದ ಹುದ್ದೆಯನ್ನು ನಿರ್ವಹಿಸುತ್ತ ವಾರಾಂತ್ಯದಲ್ಲಷ್ಟೇ ಈ ಉಚಿತ ಭಾಷಣವನ್ನು ಕೈಗೊಳ್ಳುತ್ತಿದ್ದೆ.

ನಾನು ಈ ಪುಸ್ತಕದ ಪ್ರಸ್ತಾವನೆಯಲ್ಲಿ ಬರೆದ ಹಾಗೆ ಆ ಸಮಯದಲ್ಲಿ ನಾನು ಮತ್ತು ನನ್ನ ಗಂಡ ಬಹುದೊಡ್ಡ ಸಾಲದ ಹೊರೆಯನ್ನು ಹೊತ್ತಿದ್ದೆವು. ಹಾಗಾಗಿ ಹಣವನ್ನು ಹೇಗೆ ಮಾಡುವುದು ಎನ್ನುವುದರಲ್ಲೇ ನಮ್ಮ ಗುರಿ ಸಾಗಿತ್ತು.

ನನಗಿಂತಲೂ ಹೆಚ್ಚು ಅನುಭವಸ್ಥ ವ್ಯಕ್ತಿಗಳೊಡನೆ ಭಾಷಣಗಳಿಂದ ಹೇಗೆ ಸಂಪಾದನೆ ಮಾಡಬಹುದು ಎಂದು ಕೇಳಿದೆ. ಅದನ್ನೇ ನೀವು ಯಾವುದೇ ಬಿಸಿನೆಸ್, ಉಪವೃತ್ತಿ ಅಥವಾ ನಿಮ್ಮ ಕನಸಿನ ಕಾರ್ಯಕ್ರಮವನ್ನು ಶುರು ಮಾಡುವಾಗ ಅಳವಡಿಸಬಹುದು.

ಪ್ರತಿಯೊಂದು ವ್ಯಾಪಾರ-ವ್ಯವಹಾರಕ್ಕೂ ಒಂದು ಸೂತ್ರವಿರುತ್ತದೆ. ಅದನ್ನೇ ಅನುಸರಿಸಬೇಕು. ಇದನ್ನು ಯಾಕೆ ಹೇಳುತ್ತಿದ್ದೇನೆ ಅಂದರೆ ಬಹುತೇಕ ಜನರು "ಭಿನ್ನವಾಗಿರುವುದನ್ನು" ಬಯಸುತ್ತಾರೆ. ಹೀಗೇಕೆ ಎಂದರೆ ನೀವು ಇತರ ವ್ಯಕ್ತಿಗಳನ್ನು ಕಾಪಿ ಮಾಡಿದ್ದೀರಿ ಎಂದು ಹೇಳಬಹುದೆಂಬ ಭಯದಿಂದ. ಅನ್ಯರು ನಿಮ್ಮ ಬಗ್ಗೆ ಏನೆಂದು ತಿಳಿಯುತ್ತಾರೋ ಎನ್ನುವ ಭಯಕ್ಕಿರುವ ಉದಾಹರಣೆಯಿದು.

ನೀವು ಕಾಪಿ ಮಾಡಿದ್ದೀರಿ ಎಂದು ಅವರು ತಿಳಿಯಲಿ. ಅದಕ್ಕೇನಂತೆ? ಅವರೂ ಕಾಪಿ ಮಾಡಿದ್ದರು. ಸೂತ್ರಗಳು ಯಾಕಾಗಿ ಸದಾ ಊರ್ಜಿತದಲ್ಲಿರುತ್ತವೆ ಎಂದರೆ ಅವನ್ನು ಪದೇ ಪದೇ ಬಳಸುವುದರಿಂದ. ನೀವು ಅದನ್ನು ಹೇಗೆ ವಿಶೇಷವಾಗಿ ನೀಡುತ್ತೀರಿ ಎಂದರೆ, ನೀವು ಆ ಸೂತ್ರದೊಳಗೆ ಒಂದಾಗಿರುತ್ತೀರಿ. ಮತ್ತೆ ಚಕ್ರವನ್ನು ಹಿಂದಕ್ಕೆ ತಿರುಗಿಸುವುದು ಬೇಡ. ಸೂತ್ರವನ್ನು ಅನುಸರಿಸಿ ಮತ್ತು ಅವನ್ನು ನಿಮ್ಮ ಅನುಕೂಲಕ್ಕಾಗಿ ಬಳಸಿ.

ಪರಿಣಿತ ಬೋಧಕರು ಏನನ್ನು ನನಗೆ ಹೇಳಿದರೆಂದರೆ, ಅವೇ ಮೂರು ವಿಷಯಗಳನ್ನು. ಎಲ್ಲಾ ಯಶಸ್ವಿ ಭಾಷಣಕಾರರು ಅದನ್ನೇ ಅನುಸರಿಸುತ್ತ ಬಂದಿದ್ದಾರೆ. ನೀವು ಭಾಷಣದ ಆಟದಲ್ಲಿ ಮುಂದುವರಿಯಬೇಕಿದ್ದಲ್ಲಿ ಅವೇ ಸೂತ್ರಗಳನ್ನು ಅಳವಡಿಸಿಕೊಳ್ಳಬೇಕು.

ಏನೆಲ್ಲಾ ಮಾಡಬೇಕೆಂದು ಅವರು ಹೇಳಿದ್ದು ಇಲ್ಲಿದೆ:

1. ಸರಳ ವೆಬ್‌ಸೈಟ್‌ನ್ನು ನಿಮ್ಮ ಸಾದಾ ಫೋಟೋಗಳನ್ನು ಬಳಸಿ ನಿರ್ಮಿಸಿಕೊಳ್ಳಿ. ಮತ್ತು ನಿಮ್ಮ ಮೂಲ ಉದ್ದೇಶಗಳನ್ನು ಮನದಟ್ಟು ಮಾಡಿ.
2. ನೀವು ಹಿಂದೆ ಮಾತಾಡಿದ ಸಂದರ್ಭಗಳ ರುಜುವಾತುಗಳನ್ನು ಆಧಾರ ಸಹಿತ ನಿಮ್ಮ ವೆಬ್‌ಸೈಟ್‌ನಲ್ಲಿ ಹಾಕಿರಿ.
3. ಅತ್ಯಂತ ಪ್ರಮುಖವಾದ ಅಂಶ:

   ಆನ್ ಲೈನ್‌ನಲ್ಲಿ ಮಾತಾಡುವ ವಿಷಯವನ್ನು ಪೋಸ್ಟ್ ಮಾಡಲು ಶುರು ಮಾಡಿ. ನಿಮ್ಮ ಸಾಮಾಜಿಕ ಜಾಲತಾಣವನ್ನು ಮಾರುಕಟ್ಟೆಯಾಗಿ ಪರಿವರ್ತಿಸಿ. ಸಮಾರಂಭಗಳ ಫೋಟೋಗಳನ್ನು ಹಾಕಿ. ನಿಮ್ಮ ಭಾಷಣದ ತಿರುಳನ್ನು ಉಲ್ಲೇಖಿಸಿ. ಭಾಷಣವನ್ನು ಏರ್ಪಡಿಸಿದವರ ಬಗ್ಗೆ ಇರುವ ಫೋಟೋಗಳನ್ನು ಹಾಕಿರಿ. ಸಾಮಾಜಿಕ ತಾಣವೆಂದರೆ ನಿಮ್ಮನ್ನು ಜನರು ಹೇಗೆ ಕಾಣುತ್ತಾರೆ ಎನ್ನುವುದರ ಮೇಲೆ ಅವಲಂಬಿತವಾಗಿರುತ್ತದೆ. ನೀವು ಈ ತಾಣದಲ್ಲಿ ಓರ್ವ ಆಟಗಾರರಾಗಿ ಉಳಿಯುತ್ತೀರಿ. ಆ ಒಂದು ಪೇಜಿನ ವಿವರವೂ ನಿಮ್ಮನ್ನು ಸಮಾರಂಭದ ಯೋಜಕರು ಬುಕ್ ಮಾಡಲು ಸಾಕಾಗುತ್ತದೆ.

ಇದುವೇ ಸೂತ್ರ. ಅನುಸರಿಸಿ, ನಿಮಗೆ ಹಣ ಸಂದಾಯವಾಗಲು ಶುರುವಾಗುತ್ತದೆ. ಈ ಉಪದೇಶವನ್ನು ಅನುಸರಿಸುತ್ತ, ನಾನು ರಂಗಸ್ಥಳಕ್ಕೆ ಇಳಿಯಲು ಸನ್ನದ್ಧಳಾದೆ.

ಅಷ್ಟೇ ಅಲ್ಲ, ಖರ್ಚು ವಿಪರೀತವಾಯಿತು. ನಾನು ನನ್ನ ಕುಟುಂಬವನ್ನು ಸಾಲದಿಂದ ಮುಕ್ತವಾಗಿಸಬೇಕೆಂದಿದ್ದೆ. ನಾನೇನು ಮಾಡಬೇಕೆಂದು ನನಗೆ ಸ್ಪಷ್ಟವಾಗಿ ತಿಳಿದಿತ್ತು.

ಆದರೆ ನಾನು ಸೂತ್ರವನ್ನು ಅನುಸರಿಸಿದೆನೇ? ನಿಜಕ್ಕೂ ಇಲ್ಲ. ಹೌದು ನಾನೊಂದು ವೆಬ್‌ಸೈಟ್‌ನ್ನು ನಿರ್ಮಿಸಿದೆ. ಹೌದು ನಾನು ನನ್ನ ದೃಢೀಕರಣದ ಫೋಟೋಗಳನ್ನು ಪಡೆದು ವೆಬ್‌ಗೆ ಸೇರಿಸಿದೆ. ಆದರೆ ಅದನ್ನು ನಾನು ಸಮಾಜಿಕ ಜಾಲತಾಣಕ್ಕೆ ಸೇರಿಸಿದೆನೇ? ಇಲ್ಲ.

ಆ ದಿನಗಳಲ್ಲಿ ನನ್ನ ಸಾಮಾಜಿಕ ಜಾಲತಾಣ ವೈಯಕ್ತಿಕವಾಗಿದ್ದಿತು. ಅದು ನನ್ನ ಮಟಾಣಿಗಳ, ಕೌಟುಂಬಿಕ ಪ್ರವಾಸಗಳ ಮತ್ತು ಸ್ನೇಹಿತರ ಜೊತೆಗಿನ ಸೆಲ್ಫಿಗಳಿಂದ ತುಂಬಿಹೋಗಿತ್ತು. ನನ್ನೆಲ್ಲ ಫೋಲೋವರ್‌ಗಳು ನನ್ನ ಸ್ನೇಹಿತರೇ ಆಗಿದ್ದರು. ಅವರಲ್ಲಿ ಹಿಂದಿನ ಕ್ಲಾಸ್‌ಮೇಟ್ಸ್, ನನ್ನ ಪರಿವಾರದವರೇ ಹೆಚ್ಚಿನಾಂಶ ಇದ್ದರು. ನಾನೊಬ್ಬ ಪ್ರೇರಣಾತ್ಮಕ ಭಾಷಣಗಾರ್ತಿಯಾಗಬೇಕೆಂಬ ಇರಾದೆಯಿಂದ ಯಾವುದೇ ಪೋಸ್ಟ್ ಹಾಕಿರಲಿಲ್ಲ. ಅಥವಾ ಹಾಗೆ ಉಚಿತವಾಗಿ ನಾನು ಅದನ್ನು ನಿರ್ವಹಿಸುತ್ತಿದ್ದೆ ಎಂದು ಕೂಡಾ ಗೊತ್ತು ಮಾಡಿರಲಿಲ್ಲ.

ನೀವು ನಿಮ್ಮ ಸೋಶಿಯಲ್ ಮೀಡಿಯಾವನ್ನು ನಿಮ್ಮ ಬದುಕಿನ ಆದರ್ಶಗಳನ್ನು, ನಿಮ್ಮ ಕಲೆಯನ್ನು, ನಿಮ್ಮ ಯಾವುದನ್ನೇ ಬಿಂಬಿಸಲು ಉಪಯೋಗಿಸಬೇಕೆಂದಿದ್ದರೆ ಅದು ಅತ್ಯಂತ ಕಠಿಣವಾದ ಸಂಗತಿ, ಯಾಕೆಂದರೆ ನಿಮ್ಮ ವೈಯಕ್ತಿಕ ಜಲವನ್ನು ಮಾರುಕಟ್ಟೆಯ ಜಲವನ್ನಾಗಿ ಪರಿವರ್ತಿಸುವುದು ಕಷ್ಟಸಾಧ್ಯ. ನನ್ನ ಬಿಸಿನೆಸ್ ಬಗ್ಗೆ ಸೋಶಿಯಲ್ ಮೀಡಿಯಾದಲ್ಲಿ ಹಾಕುವುದಕ್ಕೆ ನನಗೆ ಸರಿಸುಮಾರು ಎರಡು ವರ್ಷಗಳೇ ಬೇಕಾದವು. ಯಾಕೆ?

ಯಾಕೆಂದರೆ ಜನರು ಏನೆಂದು ತಿಳಿಯುತ್ತಾರೆ ಎಂಬ ಭಯವಿತ್ತು ನನಗೆ

ಮೆಲ್, ನೀವು ಯಾರಿಗೆಲ್ಲ ಅಂಜುತ್ತೀಯಾ? ನನ್ನ ಸ್ನೇಹಿತರನ್ನು.

ನನ್ನ ಪರಿವಾರದ ಮಟಾಣಿಗಳ, ಪರಿವಾರದ ಸಮಾರಂಭಗಳ ಮತ್ತು ಇನ್ನಿತರ ಫೋಟೋಗಳನ್ನು ನಾನು ಹಾಕುವ ಬದಲು ಸಮಾರಂಭಗಳಲ್ಲಿ ನಾನು ಬೋಧಿಸುವ ಪ್ರೇರಣಾತ್ಮಕ ಭಾಷಣಗಳನ್ನು ಹಾಕಿದರೆ ಜನರು ಏನೆಂದುಕೊಂಡಾರು ಎಂಬ ಭಯವಿತ್ತು.

ಬೋಧನೆ ಮಾಡಲು ಇವಳು ಎಷ್ಟರವಳು? ಎನ್ನುವುದಿಲ್ಲವೇ? ಅವಳ ಭಾಷಣವನ್ನು ಯಾರು ಕೇಳುತ್ತಾರೆ? ಇಷ್ಟಕ್ಕೂ ಇವಳು ಏನನ್ನು ಹೇಳಲು ಬಯಸಿದ್ದಾಳೆ? ಎಂತಹ ಒಂದು ಸಂದಿಗ್ಧತೆ.

ನಾನು ಪೋಸ್ಟ್ ಮಾಡಲು ಪ್ರಯತ್ನಿಸಿದೆ. ನನ್ನ ಫೋಟೋಗಳಿಂದ ಸಮಾರಂಭಕ್ಕೆ ಬದಲಾಗುವಾಗ ನನ್ನ ಬೆರಳು ನಡುಗುತ್ತಿತ್ತು. ಭಯ ತಲೆ ಹಾಕುತ್ತಿತ್ತು. ನಾನೊಂದು ಕ್ಯಾಪ್ಶನ್ ಬರೆದೆ,

ಅದು ಇತರರ ನಕಾರಾತ್ಮಕ ಅಭಿಪ್ರಾಯಗಳಿಗೆ ಪೂರಕವಾಗಬಹುದೇ: *ಅದು ತೀರಾ ಉದ್ಧಟತನದ ಪ್ರವೃತ್ತಿಯಾದೀತೇ? ಈ ಕ್ಯಾಪ್ಶನ್ ಔದ್ಯಮಿಕವಾಗಿ ಸರಿಹೋದೀತೇ? ಇದನ್ನು ಪೋಸ್ಟ್ ಮಾಡಿದರೆ ಜನರು ನನ್ನನ್ನು ಅನ್‌ಫೋಲೋ ಮಾಡಬಹುದೇ? ನಾನು ಅತಿರೇಕ ಮಾಡುತ್ತಿದ್ದೇನೆ ಎಂದು ಸ್ನೇಹಿತೆಯರು ತಿಳಿಯಬಹುದೇ? ನಾನೊಂದು ಹೊಸತೊಂದು ಖಾತೆಯನ್ನು ತೆರೆಯಬೇಕೇ?*

ನಾನು ನನ್ನಷ್ಟಕ್ಕೇ ಸಮಾಧಾನಪಡಿಸಿಕೊಂಡೆ: ಇದು ಪೋಸ್ಟ್ ಮಾಡಲು ಅರ್ಹವೇ ಅಲ್ಲ ಅಂತ. ಯಾಕೆಂದು ನೀವು ತಿಳಿಯ ಬಯಸುವಿರಾ? ನನ್ನ ಎಲ್ಲ ಶಕ್ತಿ ಸಂಪದವನ್ನು ಬಿಸಿಯಾಗಿ ಕರಗಿಸಿ ಎರಕಹೊಯ್ದು ಪರಿಪೂರ್ಣವಾಗಿರಬೇಕೆಂದು ಬಯಸಿದ್ದೆ. ಯಾರೂ ಆಕ್ಷೇಪ ಹೇಳಬಾರದೆಂದೂ ಬಯಸಿದ್ದೆ. ಅದರಿಂದ ನನಗೆ ಮಾರುಕಟ್ಟೆಯ ಇಮೇಜ್ ಬರಬಹುದೆಂದು ಭಾವಿಸಿದ್ದೆ.

ನಾನು ನೂರಾರು ಕರಡು ಪೋಸ್ಟ್‌ಗಳನ್ನು ತಯಾರಿಸಿದೆ. ಅವೆಲ್ಲ ಕರಡು ಪ್ರತಿಗಳಾಗಿಯೇ ಉಳಿದವು. ವರ್ಷಗಟ್ಟಲೆ ಸಮಯದವರೆಗೆ. ಹಾಗೆ ಪೋಸ್ಟ್ ಮಾಡಲು ಆತ್ಮವಿಶ್ವಾಸ ಬಂದಾಗ ಪೋಸ್ಟ್ ಮಾಡಿ ಐದು ನಿಮಿಷಗಳವರೆಗೆ ಅದನ್ನು ಇರಿಸಿಕೊಂಡು ಕಾದೆ, ಚೆಕ್ ಮಾಡಿದೆ. ನನ್ನ ಎಣಿಕೆಯಂತೆ ಸಕಾರಾತ್ಮಕ ಪ್ರತಿಕ್ರಿಯೆ ಬಾರದಿದ್ದಾಗ ಪೋಸ್ಟ್‌ನ್ನು ಅಳಿಸಿಹಾಕಿದೆ.

ಈ ಮೂರ್ಖತನದ ಭಯ ನನ್ನ ಮಾರುಕಟ್ಟೆಯ ಆಕಾಂಕ್ಷೆಯನ್ನು ಹಿಡಿದಿಡುತ್ತಿತ್ತು. ವರ್ಷಗಟ್ಟಲೆ ಸಮಯ ನಾನಿದನ್ನು ಒಂದು ಪೂರ್ಣಪ್ರಮಾಣದ ವ್ಯಾಪಾರವನ್ನಾಗಿ ಮಾಡಬಯಸಿದ್ದೆ. ನಾನು ದಿಟ್ಟತನದಿಂದ ಮುಂದುವರಿಯುವ ಬದಲು ಅನ್ಯರ ಅಭಿಪ್ರಾಯಗಳನ್ನು ತೂಗಿ ನೋಡಿ ಅದಕ್ಕೆ ಹೆಚ್ಚು ಮಹತ್ವವನ್ನು ನೀಡುತ್ತಿದ್ದೆ.

ಈಗ ನಾನು ಹಿಂತಿರುಗಿ ನೋಡಿದಾಗ ನಿಜಕ್ಕೂ ಬೇಸರವಾಗುತ್ತಿದೆ.

ನಾನು ನನ್ನ ಗುರಿಯನ್ನು ತಲುಪಿರಲಿಲ್ಲ, ಹಣವನ್ನು ಮಾಡಿರಲಿಲ್ಲ, ಸಾಲದ ನಿವಾರಣೆಯಾಗಿರಲಿಲ್ಲ, ಮಕ್ಕಳಿಗೆ ಒಳ್ಳೆಯ ಬಟ್ಟೆಬರೆಗಳನ್ನು ಕೊಳ್ಳಲಾಗಿರಲಿಲ್ಲ, ಹೆಚ್ಚು ವೇಗವಾಗಿ ಉತ್ತಮ ಕೇಳುಗರ ಬಳಗ ಬೆಳೆಯಲಿಲ್ಲ. ಇದು ಮೂರ್ಖತನವಲ್ಲವೇ? ಹೌದು ಮೂರ್ಖತನವೇ. ನನಗೆ ಖಂಡಿತವಾಗಿಯೂ ಗೊತ್ತು ನೀವು ಕೂಡಾ ಇದೇ ಅನುಭವವನ್ನು ಎದುರಿಸುತ್ತಿದ್ದೀರಿ, ಈಗಲೂ.

ಅದು ನಿಮ್ಮ ಬಿಸಿನೆಸ್ ಇರಲಿ, ನಿಮ್ಮ ಪೈಂಟಿಂಗ್ ಆಗಿರಲಿ, ನಿಮ್ಮ ವೀಡಿಯೋ ಇರಲಿ, ನಿಮ್ಮ ಬಾಥಿಂಗ್ ಡ್ರೆಸ್‌ನ ಫೋಟೋ ಇರಲಿ, ಅನ್ಯರು ಏನೆಂದುಕೊಳ್ಳುವರೋ ಎಂಬ ಭಯದಿಂದ ಪೋಸ್ಟ್ ಮಾಡುವುದಿಲ್ಲ. ಹಾಗಾಗಿಯೇ ನೀವು ನಿಮ್ಮತನವನ್ನು ಮರೆಮಾಚುತ್ತೀರಿ. ಇದೇ ಕಾರಣದಿಂದ ನೀವು ಮೀಟಿಂಗ್‌ಗಳಲ್ಲಿ ಮಾತಾಡಲು ಅಂಜುತ್ತೀರಿ.

ಆನ್‌ಲೈನ್‌ನಲ್ಲಿ ನೀವು ಚಂದ ಕಾಣಿಸದಿದ್ದರೆ ಮತ್ತು ಕೆಲಸದಲ್ಲಿ ಉತ್ತಮ ಮಟ್ಟದಲ್ಲಿ ಇಲ್ಲದಿದ್ದರೆ, ನಿಮಗೆ ಭಯವಾಗುತ್ತದೆ. ನೀವು ನಿಜವಾಗಿ ಏನಿದ್ದೀರಿ ಎನ್ನುವುದು ಅನ್ಯರು ಕಾಣಬಾರದು ಎಂಬುದು ನಿಮ್ಮ ಇರಾದೆಯಾಗಿರುತ್ತದೆ.

ಪ್ರತಿ ಸಲ ನೀವು ಪೋಸ್ಟ್ ಮಾಡಿರುವುದನ್ನು ಎಡಿಟ್ ಮಾಡುತ್ತಲೇ ಇರುತ್ತೀರಿ, ಅಥವಾ ಕ್ಲಾಸಿನಲ್ಲಿ ಮತ್ತು ಕೆಲಸದ ಜಾಗದಲ್ಲಿ ನೀವು ಮೌನವಾಗಿರುತ್ತೀರಿ ಅಥವಾ ಗ್ರೂಪ್ ಫೋಟೋದಲ್ಲಿ ನೀವು ಹಿಂದಕ್ಕೆ ಸರಿದಿರುತ್ತೀರಿ, ಅಂದರೆ ನೀವು ಸ್ವತಃ ತಿರಸ್ಕರಿಸುವಂತೆ ವರ್ತಿಸುತ್ತೀರಿ. ನೀವು ಸ್ವತಃ ಚೆನ್ನಾಗಿಲ್ಲ ಎಂದು ಹೇಳಿಕೊಳ್ಳುತ್ತ ಇರುತ್ತೀರಿ. ಸದಾ ಪ್ರಶ್ನಿಸುತ್ತಿರುವುದು, ಎಡಿಟಿಂಗ್ ಮಾಡುವುದು, ಅಳಿಸಿ ಹಾಕುವುದು, ಅತಿಯಾಗಿ ಚಿಂತಿಸುವುದು, ಮತ್ತು ಅನ್ಯರನ್ನು, "ಇದು ಚೆನ್ನಾಗಿದೆಯಾ?" ಎಂದು ಪದೇ ಪದೇ ಕೇಳುತ್ತಿರುವುದು ನಿಮ್ಮ ಸ್ವಂತ ಸಂಶಯವನ್ನು ಬಿಂಬಿಸುತ್ತದೆ. ಇದರ ತುಂಬಾ ರಂಜಕವಾದ ಭಾಗವೆಂದರೆ ಇದನ್ನೆಲ್ಲ ನೀವು ನಿಮ್ಮಷ್ಟಕ್ಕೇ ಮಾಡುತ್ತಾ ಹೋಗುತ್ತೀರಿ. ನಾನು ಕೂಡಾ ಹೀಗೆಯೇ.

ಈ ವಿಷಯದಲ್ಲಿನ ಬಹುತೇಕ ಸಂಗತಿಗಳು ನಿಮ್ಮನ್ನೇ ತಿಂದು ಹಾಕುತ್ತವೆ. ಅನ್ಯರು ನಿಮ್ಮ ಬಗ್ಗೆ ಏನನ್ನು ಯೋಚಿಸುತ್ತಾರೋ ಎಂಬುದನ್ನು ತಕ್ಷಣ ನಿಲ್ಲಿಸಿ. ಆದರೆ ಅದನ್ನು ಹೇಗೆ ನಿಲ್ಲಿಸುವುದೆಂದು ನಿಮಗೆ ಯಾರೂ ಹೇಳಿಕೊಡುವುದಿಲ್ಲ. ಹೊಸ ವಿಧಾನಕ್ಕೊಂದು ಇದು ತಕ್ಕ ಸಮಯ. ಲೆಟ್ ದೆಮ್ ಸಿದ್ಧಾಂತವನ್ನು ಉಪಯೋಗಿಸುವುದು. ಈ ಕ್ರಾಂತಿಕಾರಿ ವಿಧಾನವನ್ನು ಉಪಯೋಗಿಸಲು ತೊಡಗಿದಾಗ ನಿಮ್ಮ ಭಯವೆಲ್ಲ ಸದಾ ಕಾಲಕ್ಕೆ ಹೊರಟು ಹೋಗತ್ತವೆ: ನಿಮ್ಮ ಬಗ್ಗೆ ಜನರು ನಕಾರಾತ್ಮಕ ಯೋಚನೆಗಳನ್ನು ಮಾಡಲು ನೀವು ಸ್ವಾತಂತ್ರ್ಯವನ್ನು ನೀಡಬಹುದು.

ಇದು ನಿಜಕ್ಕೂ ಮೂಲಭೂತವಾಗಿ ಒಂದು ಒಳ್ಳೆಯ ಕಲ್ಪನೆ, ಇದರಿಂದ ನಿಮ್ಮ ಆತ್ಮವಿಶ್ವಾಸ ಕುದುರುತ್ತದೆ, ನಿಮ್ಮ ಸ್ವಯಂ–ಸಂವೇದನೆಯನ್ನು ಸ್ವತಂತ್ರಗೊಳಿಸಿ, ನಿಮ್ಮ ಬದುಕಿನ ಅಧ್ಯಾಯದಲ್ಲಿ ಕವಣೆಕೋಲಿನಿಂದ ಹಾರಿದಂತೆ ಹಾರಿಬಿಡಿ. ಜನರು ನಿಮ್ಮ ಬಗ್ಗೆ ಋಣಾತ್ಮಕವಾಗಿಯೇ ಚಿಂತಿಸಲಿ, ಏನಂತೆ?

ಲೆಟ್ ದೆಮ್. ಇದು ಕೆಲಸ ಮಾಡುತ್ತದೆ. ಇದೊಂದು ವಿಜ್ಞಾನವೇ ಸರಿ.

ನಿಮ್ಮ ಬಗ್ಗೆ ಅನ್ಯರ ಅಭಿಪ್ರಾಯಗಳ ಮೇಲೆ ನಿಮಗಿರುವ ಹತೋಟಿ ಎಂದರೆ ಕೇವಲ ಝೀರೋ.

ನಿಜವೆಂದರೆ, ಅನ್ಯರ ಯೋಚನೆಗಳನ್ನು ನಮಗೆ ನಿಯಂತ್ರಿಸಲು ಆಗುವುದಿಲ್ಲ. ಆದ್ದರಿಂದ ಅನ್ಯರು ನಿಮ್ಮ ಬಗ್ಗೆ ಏನಂದುಕೊಳ್ಳುವರೋ ಎಂಬ ನಿಮ್ಮ ಭಾವನೆ, ಅಥವಾ ಅನ್ಯರ ಯೋಚನೆಗಳನ್ನು ನಿಯಂತ್ರಿಸಲು ಯತ್ನಿಸುವುದು ನಿಜಕ್ಕೂ ನಿಮ್ಮ ಪೂರ್ತಿ ಸಮಯದ ಪೋಲು.

ಅನ್ಯರು ನಿಮ್ಮನ್ನು ಕುರಿತು ಏನೆಂದು ತಿಳಿಯುವರೋ ಎಂದು ಅವರ ಅಭಿಪ್ರಾಯಗಳನ್ನು ಎಲ್ಲಿಯವರೆಗೆ ನೀವು ನಿಯಂತ್ರಿಸಲು ಯತ್ನಿಸುವಿರೋ ಅಲ್ಲಿಯವರೆಗೆ ನಿಮ್ಮ ಬದುಕಿನ ಮೇಲೆ, ನಿಮ್ಮ ಭಾವನೆಗಳ ಮೇಲೆ ಅಥವಾ ನಿಮ್ಮ ಕಾರ್ಯಗಳ ಮೇಲೆ ನೀವು ನಿಯಂತ್ರಣವನ್ನು ಸಾಧಿಸಲು ಆಗಲಾರದು.

ಇದನ್ನು ನಾನು ಮತ್ತೊಮ್ಮೆ ಪುನರಾವರ್ತಿಸುತ್ತೇನೆ: ವಯಸ್ಕರಿಗೆ ನಿಮ್ಮ ಬಗ್ಗೆ ನಕಾರಾತ್ಮಕ ಅಭಿಪ್ರಾಯಗಳಿರುತ್ತವೆ– ನೀವು ಏನನ್ನೇ ಮಾಡುತ್ತಿರಿ. ಯಾಕೆ? ಯಾಕೆಂದರೆ ವಯಸ್ಕರು ಅವರಿಗೆ ಬೇಕಿದ್ದಂತೆ ಚಿಂತಿಸಲು ಹಕ್ಕುದಾರರು.

ಭೌತಿಕವಾಗಿಯೂ ಮತ್ತು ನ್ಯೂರೋಲಜಿಯ ಮೂಲಕವೂ ನಿಮಗೆ ಅನ್ಯರ ಯೋಚನೆಗಳನ್ನು ನಿಯಂತ್ರಿಸಲು ಆಗುವುದಿಲ್ಲ. ಒಬ್ಬ ಸಾಮಾನ್ಯ ಮನುಷ್ಯ ಪ್ರತಿದಿನ 70,000 ಯೋಚನೆಗಳನ್ನು ಮಾಡುತ್ತಾನಂತೆ. ಅವುಗಳಲ್ಲಿ ಹೆಚ್ಚಿನವು ಅಯಾಚಿತವಾಗಿದ್ದು ಅವನ್ನು ನಿಯಂತ್ರಿಸಲು ಆಗುವುದಿಲ್ಲ. ಆದ್ದರಿಂದ ಅನ್ಯರು ಏನನ್ನು ಯೋಚಿಸುವರೋ ಎಂದೋ, ಅವರ ಅಭಿಪ್ರಾಯವನ್ನು ಬದಲಿಸಬಹುದೇ ಎಂಬ ಬಗ್ಗೆ ಚಿಂತಿಸುವುದೆಂದರೆ ಅದು ಬರೀ ವ್ಯರ್ಥದ ಕೆಲಸ.

ನಿಮ್ಮ ಮನಸ್ಸಿನಲ್ಲೇ ಏಳುತ್ತಿರುವ ಅರ್ಧಾಂಶ ಯೋಚನೆಯನ್ನು ನಿಮಗೆ ಸ್ವತಃ ನಿಯಂತ್ರಿಸಲು ಸಾಧ್ಯವಾಗದು. ಹಾಗಿದ್ದರೆ ಇನ್ನೊಬ್ಬರ ಮನಸ್ಸಿನಲ್ಲಿ ಏಳುವ ಯೋಚನೆಯನ್ನು ವೃಥಾ ನಿಯಂತ್ರಿಸುವ ಪ್ರಯತ್ನ ಯಾಕೆ ಬೇಕು? ನಿಮಗದು ಅಸಾಧ್ಯ. ವೈಜ್ಞಾನಿಕವಾಗಿ ಅದು ಅಸಂಭವ. ಹಾಗಾಗಿಯೇ ಲೆಟ್ ದೆಮ್ ಸಿದ್ಧಾಂತ ಅಷ್ಟೊಂದು ಕ್ರಾಂತಿಕಾರಿ.

ಇನ್ನೊಬ್ಬರ ಅಭಿಪ್ರಾಯಕ್ಕೆ ಹೆದರುವ ಬದಲು, ಅವರಿಗೆ ಬೇಕಾದಂತೆ ಅವರು ಯೋಚಿಸಲಿ ಎಂದು ಬಿಟ್ಟುಬಿಡಿ. ನಿಜ ಹೇಳಬೇಕಂದರೆ ನೀವು ಅನ್ಯರು ನಿಮ್ಮ ಬಗ್ಗೆ ಋಣಾತ್ಮಕ ಅಭಿಪ್ರಾಯವನ್ನು ಹೇಳುತ್ತಾರೆ ಎಂದು ನೀವು ಯೋಚಿಸುತ್ತೀರಿ. ಯಾಕೆಂದರೆ ಜನರಿಗೆ ನಿಮ್ಮ ಬಗ್ಗೆ ನಕಾರಾತ್ಮಕ ಯೋಚನೆಗಳಿವೆ ಎಂದು ತಿಳಿದಿದ್ದೀರಿ. ಇದು ಸಹಜವೇ.

ಅಂದಹಾಗೆ, ಯಾರು ನಿಮ್ಮನ್ನು ಪ್ರೀತಿಸುವರೋ ಅವರು ನಿಮ್ಮ ಬಗ್ಗೆ ಕೆಟ್ಟ ಯೋಚನೆಗಳನ್ನು ಮಾಡುತ್ತಿರುತ್ತಾರೆ... ಪ್ರತಿದಿನವೂ! ನಾನು ಪ್ರೀತಿಸುವವರ ಬಗೆಗೆ ನನ್ನಲ್ಲಿ ಸದಾ ಕೆಟ್ಟ ಯೋಚನೆಗಳೇ ತುಂಬಿರುತ್ತವೆ! ಇದು ಸಹಜವೇ. ಇದನ್ನು ದೃಢೀಕರಿಸಲು ನಾನೇ ಪುರಾವೆ.

ನನ್ನ ಗಂಡ ಎದ್ದೊಡನೆ ದೊಡ್ಡದೊಂದು ಸದ್ದಿನೊಂದಿಗೆ ಹೂಸು ಬಿಡುತ್ತಾನೆ. ನನ್ನ ಮೊತ್ತಮೊದಲ ಯೋಚನೆ ಎಂದರೆ ಇವನೊಬ್ಬ ಮಾರಿ, ನಾಲಾಯಕ್ಕು ಎಂದಾಗಿರುತ್ತದೆ. ನಾನು ಈ ಭೂಮಿಯ ಮೇಲೆ ಅತ್ಯಂತ ಹೆಚ್ಚು ಪ್ರೀತಿಸುವವನೊಬ್ಬನಿದ್ದರೆ ಅವನು ಕ್ರಿಸ್ ಅಲ್ಲದೆ ಬೇರಲ್ಲ. ಆದರೆ ಅವನ ಬಗ್ಗೆ ನನ್ನಲ್ಲಿ ಯಾವಾಗಲೂ ಕೆಟ್ಟ ಯೋಚನೆಗಳೂ, ಕೆಟ್ಟ ಅಭಿಪ್ರಾಯಗಳೂ ಸದಾ ಇದ್ದಿರುತ್ತವೆ.

ನನ್ನ ಸಾಕು ನಾಯಿಯೂ ಅಷ್ಟೇ. ಸಂಜೆಯ 5.00 ಗಂಟೆಗೆ ಹೋಮಿ ಎಷ್ಟೊಂದು ಕೀಟಲೆ ಮಾಡುತ್ತಾನೆಂದರೆ, ಅದು ಅವನ ಡಿನ್ನರ್ ಟೈಮ್ ಎಂದು ಗೊತ್ತಿರುತ್ತದೆ. ಅವನು ನನ್ನ ಹಿಂದೆ ಮುಂದೆ ಓಡಾಡುತ್ತಾನೆ, ಸೇಂಗುತ್ತಾನೆ, ನನ್ನ ಮೇಲೆ ಹಾರಿಬಿದ್ದು ಎಗರಾಡುತ್ತಾನೆ. ನಾನೇನು ಆ ಸಮಯದಲ್ಲಿ ಯೋಚಿಸುತ್ತೇನೆ ಗೊತ್ತೇ: ಇವನೊಬ್ಬ ನನ್ನ ಅವಸಾನಕ್ಕೆ ಕಾದಿರುವ ಪ್ರಾಣಿ ಮತ್ತು ಇವನಿಗೆ ಬೇರೇನೂ ಕೆಲಸವಿಲ್ಲ. ಆದರೂ ನಾನು ಅವನನ್ನು ಬಹುವಾಗಿ ಪ್ರೀತಿಸುತ್ತೇನೆ.

ನನ್ನ ಹಿರಿಯ ಮಗಳು, ಸಾವಯರ್, ಈ ಪುಸ್ತಕವನ್ನು ಅವಳ ಜೊತೆಗೂಡಿ ಮಾಡಿದ್ದೇನೆ, ಅವಳೊಬ್ಬ ನಿಯಂತ್ರಣದ ಹಿಂದೋಡುವ ಪಿಪಾಸು; ಮತ್ತು ವಿಷಯಗಳು ಸರಿಯಗಿ ಸಾಗದಿದ್ದರೆ ಅವಳು ನನ್ನನ್ನು ತಿಂದೇ ಹಾಕುವವಳು. ಆದರೆ ನಾನು ಅವಳನ್ನು ಪ್ರೀತಿಸುತ್ತೇನೆ.

ಪ್ರತಿ ಸಲ ನನ್ನ ನಡುವಿನ ಮಗಳು ಕೆಂಡೆಲ್ ಲಾಸ್ಏಂಜಲಿಸ್‌ನಿಂದ ವೀಡಿಯೋ ಕರೆ ಮಾಡಿದಾಗ, ಹೊಸದೊಂದು ಡ್ರೆಸ್‌ನ್ನು ಹಾಕಿರುತ್ತಾಳೆ. ಅವಳು ತನ್ನ ಹಣವನ್ನು ಬೇಕಾಬಿಟ್ಟಿ ಖರ್ಚು ಮಾಡುತ್ತಿದ್ದಾಳೆ ಎಂದು ನನಗನಿಸುತ್ತದೆ. ಅವಳಿಗೆ ಎಷ್ಟು ಡ್ರೆಸ್ ಇದ್ದರೂ ಸಾಲದು. ಆದರೂ ನಾನು ಅವಳನ್ನು ಪ್ರೀತಿಸುತ್ತೇನೆ.

ಮತ್ತೆ ನನ್ನ ಮಗ, ಓಕ್ಲೆ, ಮೇಲಿಂದ ಮೇಲೆ ಸಾಚಾ ಎಂಬಂತೆ ತೋರುತ್ತಾನೆ. ಅವನು ಎದ್ದ ಕ್ಷಣದಿಂದ ಸುಮಾರು ಒಂದು ತಾಸಿನವರೆಗೆ ಯಾರೊಂದಿಗೂ ಮುಖಕ್ಕೆ ಮುಖ ಕೊಟ್ಟು ಮಾತಾಡುವುದಿಲ್ಲ. ಅಷ್ಟು ದುಡುಕಿನ ಸ್ವಭಾವ. ಆದರೂ ನಾನು ಅವನನ್ನು ಪ್ರೀತಿಸುತ್ತೇನೆ.

ಅಂದ ಹಾಗೆ, ನನ್ನ ಮಕ್ಕಳಿಗೆ ನನ್ನ ಬಗೆಗಿನ ಅನಿಸಿಕೆಗಳನ್ನು ಹೇಳಲು ಆಗ್ರಹಿಸಿದೆ. ಅವರು ಹೇಳಿದ್ದು: ತೀರಾ ಅವ್ಯವಸ್ಥೆಯ ವ್ಯಕ್ತಿ, ಜೋರು, ಅಸಂಘಟಿತ, ಅತಿಯಾಗಿ ಸ್ನೇಹ ಪ್ರದರ್ಶಿಸುವವಳು, ಎಲ್ಲಾ ಕಡೆಯಲ್ಲೂ ಯಾವ ಕ್ಷಣಕ್ಕೂ ಹಾಜರ್, ನಿಯಂತ್ರಿಸುವವಳು, ಯಾವಾಗಲೂ ತಡವಾಗಿ ಬರುವವಳು, ಎಲ್ಲವನ್ನೂ ಬಲ್ಲೆನೆಂಬ ಜಂಭದವಳು– ಇನ್ನೂ ಒಂದಷ್ಟು ವಿಷಯಗಳು ನನ್ನ ಬಗ್ಗೆ ಹೇಳಿದರು. ಆದರೂ ಅವರೆಲ್ಲ ನನ್ನನ್ನು ಬಹುವಾಗಿ ಪ್ರೀತಿಸುತ್ತಾರೆ. (ಸಾವೆಯರ್ ಈ ಪುಸ್ತಕವನ್ನು ನನ್ನ ಜೊತೆಗೆ ಬರೆಯುತ್ತಿದ್ದ ಸಮಯದಲ್ಲಿ, ನಾನು ಕನಿಷ್ಠವೆಂದರೆ ಹಸ್ತಪ್ರತಿಯನ್ನು 11.0 ಸಲವಾದರೂ ಎಗರಾಡಿ ಹರಿದು ಬಿಸಾಕಿದ್ದೇನೆ ಎಂದಿದ್ದಾಳೆ).

ಇದನ್ನು ನಾನು ಯಾಕಾಗಿ ಹೇಳುತ್ತಿದ್ದೇನೆ? ಯಾಕೆಂದರೆ ಪ್ರತಿಯೊಬ್ಬರಿಗೂ ಇನ್ನೊಬ್ಬರ ಬಗ್ಗೆ ವಿಮರ್ಶಾತ್ಮಕ ಅಭಿಪ್ರಾಯಗಳಿರುತ್ತವೆ, ಅವರು ಪ್ರೀತಿಸುತ್ತಿದ್ದರೂ. ಇದೊಂದು ಬದುಕಿನ ಸಹಜ ಪ್ರಕ್ರಿಯೆ.

ಇದನ್ನು ಆತುಕೊಂಡು ಸ್ವೀಕರಿಸಿ. ನೈಜವನ್ನು ಬದಲಿಸದೆ ನಿಮ್ಮ ಲಾಭಕ್ಕಾಗಿ ಇದನ್ನು ಬಳಸಿಕೊಳ್ಳಿ. *ಲೆಟ್ ದೆಮ್.*

ಇಲ್ಲೊಂದು ನಿಜ ಸಂಗತಿಯಿದೆ: ಯಾರಿಗಾದರೂ ನಿಮ್ಮ ಬಗ್ಗೆ ಋಣಾತ್ಮಕ ಭಾವನೆ ಇದೆ ಎಂದಾದರೆ, ನಿಮ್ಮನ್ನು ಪೂರ್ತಿಯಾಗಿ ಆ ಅಭಿಪ್ರಾಯದಿಂದ ನೋಡುತ್ತಾರೆ ಎಂದರ್ಥವಲ್ಲ.

ನನ್ನ ಗಂಡನ ಬಗ್ಗೆ ಕೆಟ್ಟ ಯೋಚನೆಯಿಂದ ನಾನು ನೋಡಿದ್ದಿರಬಹುದು, ಹಾಗಿದ್ದರೂ ಅವನನ್ನು ನಾನು ಪ್ರೀತಿಸುತ್ತೇನೆ, ಗೌರವಿಸುತ್ತೇನೆ ಮತ್ತು ಕರುಣೆಯಿಂದ ಕಾಣುತ್ತೇನೆ, ಯಾಕೆಂದರೆ ಎರಡೂ ವಿಷಯಗಳು ಒಂದೇ ಸಮಯದಲ್ಲಿ ಅಸ್ತಿತ್ವದಲ್ಲಿ ಇರಲು ಸಾಧ್ಯ ತಾನೇ?

ಹೀಗೆಯೇ ನೀವು ನಿಮ್ಮ ಪ್ರೀತಿಸಿದವರನ್ನು ಕಾಣುವುದು! ಅವರ ಸ್ನೇಹಿತರೇ ಅವರ ಕೆಟ್ಟ ಗುಣಗಳಿಗೆ ಕಾರಣರೆಂದು ನೀವು ಆರೋಪಿಸುತ್ತೀರಿ. ಅವರು ಅತಿಯಾಗಿ ಇವರನ್ನು ನಿಯಂತ್ರಿಸುತ್ತಾರೆ ಎಂದುಕೊಂತೀರಿ.

ಅವರ ಬಾಯ್‌ಫ್ರೆಂಡ್‌ಗಳು ಅವರನ್ನು ಕೀಳಾಗಿ ಕಾಣುತ್ತಾರೆ ಎಂದು ನೀವು ಭಾವಿಸುತ್ತೀರಿ. ಅವರ ಬಿಸಿನೆಸ್ ಕಲ್ಪನೆಗಳು ಸೋಲುತ್ತಿವೆ ಎಂದು ಎಣಿಸುತ್ತೀರಿ. ಅವರೆಲ್ಲ ಸ್ವಾರ್ಥಿಗಳೆಂದು ಭಾವಿಸುತ್ತೀರಿ. ಆದರೂ ನೀವು ಅವರನ್ನು ಪ್ರೀತಿಸುತ್ತೀರಿ.

ನನ್ನ ಅನಿಸಿಕೆ ಸರಳವಾಗಿದೆ: ವಯಸ್ಕರಿಗೆ ನಿಮ್ಮ ಬಗ್ಗೆ ಮತ್ತು ಮಾಡುವ ಪ್ರತಿಯೊಂದು ವಿಷಯದ ಬಗ್ಗೆಯೂ ಕೆಟ್ಟ ಅಭಿಪ್ರಾಯವಾಗಿರುತ್ತವೆ. *ಲೆಟ್ ದೆಮ್* ತೀರ್ಮಾನಿಸಲಿ. *ಲೆಟ್ ದೆಮ್* ಪ್ರತಿಕ್ರಿಯಿಸಲಿ. *ಲೆಟ್ ದೆಮ್* ನಿಮ್ಮ ಬಗ್ಗೆ ಸಂಶಯಪಡಲಿ. ನೀವು ತೆಗೆದುಕೊಳ್ಳುವ ನಿರ್ಧಾರಗಳನ್ನು *ಲೆಟ್ ದೆಮ್* ಪ್ರಶ್ನಿಸಲಿ. *ಲೆಟ್ ದೆಮ್* ಅವರು ನಿಮ್ಮ ತಪ್ಪಾಗಿ ಅರ್ಥ ಮಾಡಿಕೊಂಡಿರಲಿ. ನೀವು ನಿಮ್ಮ ವೀಡಿಯೋಗಳನ್ನು ಪೋಸ್ಟ್ ಮಾಡುವಾಗ ಅಥವಾ ಹಸ್ತಪ್ರತಿಯನ್ನು 12ನೇ ಸಲ ತಿದ್ದುವ ಸಮಯ *ಲೆಟ್ ದೆಮ್* ಕಣ್ಣುಗಳನ್ನು ಹೊರಳಿಸುತ್ತಿರಲಿ. ಅಂತಹ ವಿಷಯಗಳನ್ನು ತಲೆಗೆ ಹಚ್ಚಿಕೊಂಡು ಚಿಂತಿಸಿ ಸಮಯ ಹಾಳು ಮಾಡುವ ಬದಲು, ನಿಮ್ಮ ಬದುಕನ್ನು ನಿಮಗೆ ಇಷ್ಟವಾದ ರೀತಿಯಲ್ಲಿ ಬದುಕಿ, ಗೌರವಪೂರ್ಣವಾಗಿ ಬಾಳಲು ಯತ್ನಿಸಿ. ನನಗೆ ಪ್ರಿಯವೆನಿಸುವ ರೀತಿಯಲ್ಲಿ ನನ್ನ ಬದುಕನ್ನು ರೂಪಿಸಿಕೊಳ್ಳುತ್ತ ಈ ಅನರ್ಘ್ಯ ಬದುಕನ್ನು ಸಾರ್ಥಕಗೊಳಿಸಲು ಯತ್ನಿಸಬೇಕೆಂದು ಭಾವಿಸುತ್ತೇನೆ.

ಈ ಬಗೆಯ ಧೋರಣೆಯಿಂದ ನೀವು ಮುಕ್ತವಾದ ಬದುಕನ್ನು ಜೀವಿಸುತ್ತ ನಿಮ್ಮದೇ ನಿರ್ಧಾರಗಳನ್ನು ಕೈಗೊಳ್ಳುತ್ತ ಸಾಗುವವರಿದ್ದೀರಿ. ಯಾರು ಏನು ಬೇಕಾದರೂ ಅಂದುಕೊಳ್ಳಲಿ. ನಿಮ್ಮ ಆಯ್ಕೆಗಳ ಬಗೆಗೆ ಅನ್ಯರು ಏನು ಭಾವಿಸುತ್ತಾರೋ ಎಂಬ ಭಯದಿಂದ ನೀವು ಮುಂದುವರಿದರೆ ನೀವು ನಿಮ್ಮ ಶಕ್ತಿಗೆ ಅಂಕುಶ ಹಾಕಿದಂತಾಗುತ್ತದೆ ಮಾತ್ರವಲ್ಲದೆ ನೀವೇನು ಬದುಕಿನಲ್ಲಿ ಸಾಧಿಸಬೇಕೆಂದು ಎಣಿಸಿದ್ದೀರೋ ಅದನ್ನು ಮಾಡಲಾಗದೆ ಹಿಂದೇಟು ಹಾಕುವ ಸಾಧ್ಯತೆಗಳಿರುತ್ತವೆ. ಇದೇ ಕಾರಣದಿಂದ ನೀವು ವಿಳಂಬ ನೀತಿಯನ್ನು ಅನುಸರಿಸುತ್ತೀರಿ. ನಿಮ್ಮಷ್ಟಕ್ಕೇ ಸಂಶಯ ಪಡುತ್ತೀರಿ, ಇನ್ನೂ ಮುಖ್ಯವಾಗಿ ಎದ್ದ ಕೂಡಲೇ ನೀವು ನಿಮಗೆ ಮೀಸಲಿಟ್ಟ ಕೆಲಸವನ್ನು ಮಾಡದೆ ಇರುವುದರಿಂದ ನಿಮ್ಮ ಪ್ರಗತಿ ಕುಂಠಿತವಾಗುತ್ತದೆ.

ನೀವು ತೀರ್ಮಾನಗಳ ಬಗೆಗೆ ಭಯಪಡುತ್ತೀರಿ, ಆದ ಕಾರಣ ಯಾವುದೇ ಅಪಾಯವನ್ನು ಎದುರು ಹಾಕಿಕೊಳ್ಳಲು ಬಯಸುವುದಿಲ್ಲ. ನಿಮ್ಮ ಕೆಲಸವನ್ನು ತೀರ್ಮಾನಿಸಲಾಗುತ್ತೆ ಎಂಬುದು ತಾನೇ ನಿಮ್ಮ ಭಯ?

ನೀವು ವಿಚ್ಛೇದನ ಮಾಡುವ, ಅಥವಾ ಆಸ್ತಿ ಮಾರಾಟದ ಬಿಸಿನೆಸ್‌ನ್ನು ಸ್ಥಗಿತಗೊಳಿಸುವ, ಅಥವಾ ಶಾಲೆಗೆ ಮತ್ತೆ ಸೇರುವ, ಅಥವಾ ನಿಮ್ಮ ತಲೆಗೂದಲನ್ನು ಕತ್ತರಿಸುವ, ಅಥವಾ ಸಾಕರ್ ಟೀಮ್‌ಗೆ ಸೇರುವ ಮತ್ತು ಅಲ್ಲಿ ತಿರಸ್ಕರಿಸಲ್ಪಡುವ, ವಿಷಯಗಳಲ್ಲಿ ಪ್ರತಿಯೊಬ್ಬರಿಗೂ ಅವರದೇ ಆದ ಅಭಿಪ್ರಾಯಗಳಿರುತ್ತವೆ. ಹಾಗಿದ್ದರೆ ಏನಂತೆ? ಇಂತಹ ಭಯಗಳು ನಿಮ್ಮನ್ನು ಹಿಮ್ಮೆಟ್ಟಿಸುತ್ತವೆ. ಹೊಸ ವಿಷಯಗಳನ್ನು ಪ್ರಯತ್ನಿಸುವಾಗ, ತುಸು ಅಪಾಯವನ್ನು ಎದುರು ಹಾಕಿಕೊಳ್ಳುವಾಗ, ನೀವು ನೀವಾಗಿರಲು ಬಿಡದೆ, ನಿಮ್ಮ ಬದುಕು ಬದಲಾಗುವುದನ್ನು ಹಿಮ್ಮೆಟ್ಟಿಸುತ್ತದೆ. ಎಷ್ಟೊಂದು ಬೇಸರದ ಸಂಗತಿ.

ಲೆಟ್ ದೆಮ್ ಸಿದ್ಧಾಂತ ನೀವು ಹೆಚ್ಚು ಧೈರ್ಯವಂತರಾಗುವುದಕ್ಕೆ ಪ್ರೇರೇಪಿಸುತ್ತದೆ.

ನೀವು ಹೆಚ್ಚು ಕ್ರಿಯಾಶೀಲರಾದಾಗ ಪರರಿಗೆ ಅಭಿಪ್ರಾಯ ವ್ಯಕ್ತಪಡಿಸಲು ಯಾವುದೇ ತಡೆಗಳು ಇರುವುದಿಲ್ಲ ತಾನೇ? ಇನ್ನೊಬ್ಬರು ನಿಮ್ಮ ಬಗ್ಗೆ ಯೋಚಿಸುವುದನ್ನು ನಿಮಗೆ ನಿಯಂತ್ರಿಸಲು ಆಗುವುದಿಲ್ಲ, ಅಂತಾದರೆ ನೀವು ಹೆದರುವ ಅಗತ್ಯವಾದರೂ ಏನು? - ಅಥವಾ ನಿಮ್ಮನ್ನು ಅಡ್ಡಿ ಮಾಡುವ ಅಂಶವಾದರೂ ಏನಿದೆ? ಅದಕ್ಕಿಂತಲೂ ಹೆಚ್ಚು ಅನರ್ಘ್ಯವಾಗಿದೆ ನಿಮ್ಮ ಸಮಯ, ನಿಮ್ಮ ಅಮೂಲ್ಯವಾದ ಬದುಕಿನಲ್ಲಿ ಅದಕ್ಕೂ ಮುಖ್ಯವಾದ ಕೆಲಸಗಳು ಕಾದುಕೊಂಡಿರುತ್ತವೆ.

ಇಂದಿನಿಂದಲೇ ನಿಮ್ಮ ಬಗ್ಗೆ ಜನರು ನಕಾರಾತ್ಮಕ ಚಿಂತನೆಗಳನ್ನು ಮಾಡಲು ಪರವಾನಗಿ ಇರಲಿ. *ಲೆಟ್ ದೆಮ್.*

"ಆದರೆ ಜನರು ನನ್ನ ಬಗ್ಗೆ ನಕಾರಾತ್ಮಕ ಯೋಚನೆಗಳನ್ನು ಹೊಂದುವುದಕ್ಕೆ ನಾನು ಬಯಸುವುದಿಲ್ಲ"

ನೀವೇನು ಚಿಂತಿಸುತ್ತಿದ್ದೀರಿ ಎಂಬುದು ನನಗೆ ಗೊತ್ತು: ಆದರೆ ಮೆಲ್, ಅನ್ಯರು ನನ್ನ ಬಗೆಗೆ ತುಚ್ಛವಾಗಿ ಮಾತಾಡುವುದು ನನಗೆ ಬೇಕಿಲ್ಲ. ನನಗೆ ಗೊತ್ತು. ನನಗೂ ಹಾಗೆಯೇ ಆಗಿದೆ. ಆದರೆ ಅನ್ಯರು ನಿಮ್ಮ ಬಗ್ಗೆ ಯೋಚಿಸುವ ಪ್ರಕ್ರಿಯೆಯ ಕುರಿತಾದ ಹೆದರಿಕೆಯೇ ನಿಮ್ಮ ಸ್ವಯಂ-ಸಂದೇಹಕ್ಕಿರುವ ಮುಖ್ಯ ಸ್ರೋತವಾಗಿರುತ್ತದೆ. *ನಾನು ಸಾಕಷ್ಟು ಉತ್ತಮನಾಗಿಲ್ಲ* (ಯಾರಿಗೆಲ್ಲ?)

ನಾನು ಸಾಕಷ್ಟು ಚೆನ್ನಾಗಿ ಕಾಣಿಸುತ್ತಿಲ್ಲ (ಯಾರಿಗೆಲ್ಲ?)

ಅವರು ನನ್ನನ್ನು ಹುಚ್ಚೆಬ್ಬಿಸುತ್ತಾರೆ (ಹುಚ್ಚೆಬ್ಬಿಸುವುದು ಯಾರು?)

ನನ್ನ ಪೋಷಕರು ಅಂಗೀಕರಿಸುವುದಿಲ್ಲ (ಎಂದಾಗ?)

ನಾನಿದನ್ನು ಮಾಡಿದರೆ ಯಾರೂ ನನ್ನನ್ನು ಇಷ್ಟಪಡುವುದಿಲ್ಲ (ಯಾರೆಲ್ಲ ಯಾರು?)

ನನ್ನ ಸ್ನೇಹಿತರು ಏನೆಂದುಕೊಂಡಾರು? (ಅವರಿಗನ್ನಿಸಿದಂತಾಗಲಿ).

ನಾನು ಇದರಲ್ಲಿ ಕೆಟ್ಟದಾಗಿ ಕಾಣಿಸುತ್ತೇನೆಯೇ? (ಯಾರಿಗೋಸ್ಕರ?)

ಇಲ್ಲಿನ ಪ್ರತಿಯೊಂದು ಭಯವೂ ಸಾಮಾನ್ಯವಾಗಿ ಇನ್ನೊಬ್ಬರ ಜೊತೆಗೆ ಬೆಸೆಯಲಾಗಿದೆ. ಹಾಗಾಗಿಯೇ ನಾನು ಇದನ್ನು ಪದೇ ಪದೇ ಪುನರುಚ್ಚರಿಸುತ್ತೇನೆ: ವಯಸ್ಕರಿಗೆ ನಿಮ್ಮ ಬಗ್ಗೆ, ನಿಮ್ಮ ಡ್ರೆಸ್‌ನ ಬಗ್ಗೆ, ನೀವು ಇದೀಗ ಹೇಳಿದ ವಿಷಯದ ಕುರಿತು, ಕಳೆದ ವಾರ ನೀವು ಎಸಗಿದ ಕಾರ್ಯದ ಕುರಿತು ಮತ್ತು ನೀವೇನು ಮಾಡಲು ಹೊರಟಿರುವಿರೋ ಅದರ ಬಗ್ಗೆ ನಕಾರಾತ್ಮಕ ಅಭಿಪ್ರಾಯಗಳಿರುತ್ತವೆ.

ಲೆಟ್ ದೆಮ್.

ವಯಸ್ಕರು ಏನೇ ಯೋಚಿಸಲಿ, ಬಿಡಿ. ನಿಮ್ಮಷ್ಟಕ್ಕೆ ನೀವಿರಿ. ಹಾಗಾಗಿಯೇ ಲೆಟ್ ದೆಮ್ ಸಿದ್ಧಾಂತ ನಿಮ್ಮನ್ನು ಮುಕ್ತರನ್ನಾಗಿ ಮಾಡುತ್ತದೆ. ನಿಮ್ಮ ಬದುಕನ್ನು ರಕ್ಷಣಾತ್ಮಕವಾಗಿ ಜೀವಿಸುವುದರ ಬದಲು ನೀವು ಆಕ್ರಮಣಕಾರಿಯಾಗಿ ಜೀವಿಸಬಹುದು. ನಿಮಗೆ ಬೇಕಾದಂತೆ ನಿಮ್ಮ ಬದುಕಿನ ಆಟವನ್ನು ಆಡಬಹುದು.

ಇಲ್ಲಿದೆ ಇನ್ನೊಂದು ಸತ್ಯ: ಇನ್ನೊಬ್ಬರ ಅಭಿಪ್ರಾಯಕ್ಕಿಂತ ನೀವು ಎಷ್ಟೊಂದು ಬಲವಂತರಾಗಿದ್ದೀರಿ ಎಂಬುದನ್ನು ಇದು ತೋರಿಸುತ್ತದೆ. ನಿಮ್ಮ ಶಕ್ತಿಯನ್ನು ಇನ್ನೊಬ್ಬರಿಗೆ ವರ್ಗಾಯಿಸುವುದನ್ನು ನಿಲ್ಲಿಸಿ, ನಿಮ್ಮ ಶಕ್ತಿಯೊಳಗೆ ಪ್ರವೇಶಿಸಿ.

ಲೆಟ್ ಮಿ ನನ್ನ ಬದುಕನ್ನು ನನಗೆ ಗೌರವ ತರುವ ರೀತಿಯಲ್ಲಿ ಬದುಕುತ್ತೇನೆ. *ಲೆಟ್* ಮಿ ನನ್ನ ಮೌಲ್ಯಗಳಿಗೆ ಅನುಗುಣವಾದ ರೀತಿಯಲ್ಲಿ ನನ್ನ ನಿರ್ಧಾರಗಳನ್ನು ಕೈಗೊಳ್ಳುತ್ತೇನೆ. *ಲೆಟ್* ಮಿ ನಾನು ಅಪಾಯಗಳನ್ನು ಎದುರಿಸಲು ತಯಾರು ಯಾಕೆಂದರೆ ನಾನು ಅದನ್ನು ಬಯಸುತ್ತೇನೆ. *ಲೆಟ್* ಮಿ ನನ್ನ ಆತ್ಮವು ನನ್ನನ್ನು ಎತ್ತ ಸಾಗುವಂತೆ ಬಯಸುತ್ತದೆಯೋ ಅತ್ತ ಸಾಗುತ್ತೇನೆ.

ನಿಮಗೆ ಸಂತೋಷವನ್ನು ಕೊಡುವ, ಧೈರ್ಯದಿಂದ, ಅಪಾಯಗಳನ್ನು ಗೆಲ್ಲುವ, ನಿಮ್ಮದೇ ಹಾದಿಯನ್ನು ತುಳಿಯುವ ಹಾಗೆ ನಡೆಯಿರಿ, ಅನ್ಯರ ಅಭಿಪ್ರಾಯಗಳಿಗೆ ತಲೆಗೊಡುವ ಅಗತ್ಯವಿಲ್ಲ. ಇದು ನಿಮ್ಮ ಬದುಕು. ಅನ್ಯರ ಅಭಿಪ್ರಾಯಗಳು ಅದನ್ನು ಹಾನಿಗೆಡವಲು ಬಿಡಬೇಡಿ.

ಪುಸ್ತಕವನ್ನು ಬರೆಯಿರಿ. ನಿಮಗೆ ಇಷ್ಟವಾಗಿರುವುದನ್ನು ಧರಿಸಿ. ದಿನವಿಡೀ ತಿರುಗಾಟ ಮಾಡಿ. ಶಾಲೆಗೆ ಮತ್ತೆ ಸೇರ್ಪಡೆಗೊಳ್ಳಿ. ಶಾಲೆಯನ್ನು ಬಿಡಬೇಕೆನಿಸಿದರೆ ಬಿಟ್ಟುಬಿಡಿ. ಮುಂದುವರಿಯಿರಿ. ಸಾಕುನಾಯಿಯನ್ನು ಕೊಂಡುಕೊಳ್ಳಿ. ಪ್ರವಾಸಕ್ಕೆ ಬುಕ್ ಮಾಡಿ. ಕುಡಿತವನ್ನು ನಿಲ್ಲಿಸಿ. ನಿಮ್ಮ ಲೈಂಗಿಕ ತೃಷೆಯನ್ನು ತೀರಿಸಿಕೊಳ್ಳಿ. ನಿಮಗೆ ಭಯಹಿಡಿಸುವಂತಹ ಹಾದಿಯನ್ನು ತುಳಿಯಿರಿ.

ಲೆಟ್ ದೆಮ್ ಸಿದ್ಧಾಂತವನ್ನು ನೀವು ಉಪಯೋಗಿಸುತ್ತಿದ್ದ ಹಾಗೆ, ನೀವು ಸಾಗಬೇಕೆಂದು ಹಾತೊರೆಯುತ್ತಿದ್ದ ಹಾದಿಯಲ್ಲಿ ನಿಮ್ಮ ಆತ್ಮ ಎಷ್ಟೊಂದು ಬವಣೆಗಳನ್ನು ಎದುರಿಸಿ ಹಪಹಪಿಸುತ್ತಿತ್ತು ಎಂಬುದು ನಿಮಗೆ ಮನದಟ್ಟಾಗುತ್ತದೆ.

ನೀವು ಪ್ರತಿ ಸಲ ಲೆಟ್ ದೆಮ್ ಎಂದಾಗ, ನಿಮ್ಮ ಸುತ್ತಲಿನ ಸದ್ದುಗಳೆಲ್ಲ ಅಡಗಿ, ನಿಮ್ಮನ್ನು ವಿಚಲಿತರನ್ನಾಗಿಸುವ ವಿಷಯಗಳೆಲ್ಲ ದೂರವಾಗಿ, ನಿಮಗೆ ಇನ್ನೂ ಆಳಕ್ಕೆ ಇಳಿಯುವಂತಹ ಸ್ಥಳಾವಕಾಶ ಉತ್ಪನ್ನವಾಗುವುದನ್ನು ಕಾಣುವಿರಿ: ನಿಮ್ಮ ಧ್ವನಿ, ನಿಮ್ಮ ಸ್ವಯಂ-ಪ್ರೇರಣಾ ಶಕ್ತಿ, ನಿಮ್ಮ ಸತ್ಯ, ನಿಮ್ಮ ನಿಜವಾದ ಅನನ್ಯ ಬದುಕಿನ ಹಾದಿ ತೆರೆದುಕೊಳ್ಳುತ್ತದೆ.

ಅದು ಎಂದಿಗೂ ಅಲ್ಲೇ ಇತ್ತು. ಅವೆಲ್ಲ ನಿಮ್ಮ ಭಯದೊಳಗೆ ಹೂತುಹೋಗಿದ್ದವು. ನೀವು *ಲೆಟ್ ದೆಮ್* ಸಿದ್ಧಾಂತವನ್ನು ಬಳಸುತ್ತ ಹೋದ ಹಾಗೆ ಅನ್ಯರ ಅಭಿಪ್ರಾಯಗಳ ಭಾರದಿಂದ ಮುಕ್ತರಾಗುವಿರಿ. ನಿಮ್ಮದೇ ಜೀವನ ಮೌಲ್ಯಗಳನ್ನು ಅವಲಂಬಿಸಿ ಮುಂದೆ ಸಾಗುವಿರಿ. ನಿಮ್ಮ ಗುರಿಗಳೇ ನಿಮ್ಮ ಹಾದಿಯ ನಕ್ಷೆಗಳಾಗಿರುತ್ತವೆ. ಅನ್ಯರು ಏನೆಂದುಕೊಂಡಾರು ಎನ್ನುವ ನಿರೀಕ್ಷೆಯನ್ನು ತೊರೆದು ನೀವು ನಿಮ್ಮ ಬದುಕನ್ನು ಸ್ವತಃ ಹೆಮ್ಮೆ ಪಡುವ ಹಾದಿಯಲ್ಲಿ ಮುನ್ನಡೆಸಲು ಶುರು ಮಾಡುವಿರಿ.

ಅದುವೆ ಇಲ್ಲಿರುವ ರಹಸ್ಯ. ನೀವು ನಿಮ್ಮ ಬಗ್ಗೆಯೇ ಹೆಮ್ಮೆ ಪಡುವ ಹಂತವನ್ನು ತಲುಪಿದಾಗ, ನಿಮ್ಮಲ್ಲಿ ಎಲ್ಲಾ ಶಕ್ತಿಗಳೂ ಆವಿರ್ಭವಿಸುತ್ತವೆ.

ನಿಮ್ಮನ್ನು ಏನು ಹೆಮ್ಮೆ ಪಡುವಂತೆ ಮಾಡುತ್ತದೆಯೋ, ಅಂತಹ ನಿರ್ಧಾರಗಳನ್ನು ತೆಗೆದುಕೊಳ್ಳಿ.

ಇಲ್ಲಿ ನಾನೊಂದು ಅತ್ಯಂತ ಮುಖ್ಯವಾದ ಅಂಶದ ಕಡೆಗೆ ಬೊಟ್ಟು ಮಾಡಬೇಕಿದೆ. ಅದರಿಂದ ನಿಮ್ಮ ಆದ್ಯತೆಯ ಕೆಲಸಗಳನ್ನು ಮಾಡುವ ಮತ್ತು ನಿಮ್ಮ ಸಂಬಂಧಗಳನ್ನು ಬಲಪಡಿಸುವತ್ತ ಸಾಗಿದೆ. ಹಾಗೆಂದಾಗ ನೀವು ಸ್ವಾರ್ಥಿಗಳಾಗಬೇಡಿ, ಯಾರನ್ನೂ ಗಣನೆಗೆ ತೆಗೆದುಕೊಳ್ಳುವುದಿಲ್ಲ ಎನ್ನುವ ಭಾವನೆ ಬರಬಾರದು.

ಹಾಗೆಂದಾಗ, ನಿಮ್ಮ ಆದ್ಯತೆಯ ಕೆಲಸಗಳೇನು, ಅದನ್ನು ಮೊದಲಿಗೆ ಇರಿಸಿ, ಅನ್ಯರ ನಿರೀಕ್ಷೆಗಳು ಮತ್ತು ಅವರ ಭಾವನೆಗಳಿಗೆ ಚ್ಯುತಿ ಬಾರದಂತೆ ಒಂದು ಸಮತೋಲಿತ ನಡೆಯಲ್ಲಿ ಸಾಗಬೇಕು. ಬದುಕಿನಲ್ಲಿ ನೀವೊಬ್ಬ ಕಾಲು ಹಾಸು ಆಗಬಾರದು, ಅದೇ ವೇಳೆ ಆಕ್ರಮಣಕಾರಿ ಬುಲ್‌ಡೋಜರ್ ಆಗುವುದು ಬೇಡ. ಸಮತೋಲನವನ್ನು ಕಾಯ್ದುಕೊಳ್ಳಬೇಕು. ನಿಮಗೊಂದು ಅತ್ಯಂತ ವ್ಯಸ್ತ ವಾರದ ಕೊನೆ ಬಂತೆಂದು ಎಣಿಸುವ. ಒಂದೆಡೆ ನಿಮ್ಮ ಆತ್ಮೀಯ ಸ್ನೇಹಿತನೊಬ್ಬನ ಹುಟ್ಟುಹಬ್ಬದ ಆಚರಣೆ ಇದೆ. ಅಲ್ಲಿ ಎಲ್ಲಾ ಗೆಳೆಯರು ಒಂದುಗೂಡಿ ತುಂಬ ಮಜಾ ಉಡಾಯಿಸುವ ಸಮಾರಂಭವಾಗಿದೆ ಎಂದು ಬಗೆಯಿರಿ.

ನಿಮಗದು ನಾಲ್ಕು ತಾಸಿನ ಡ್ರೈವ್‌ನಲ್ಲಿ ಪಾರ್ಟಿಯ ತಾಣಕ್ಕೆ ಸಾಗಬೇಕೆಂಬ ನಿಶ್ಚಯ. ನೀವು ಪಾರ್ಟಿಯಲ್ಲಿ ಪಾಲ್ಗೊಳ್ಳುವುದು ನಿಮ್ಮ ನಿರ್ಧಾರವಾಗಿರುತ್ತದೆ. ಇನ್ನೊಂದೆಡೆ ನೀವು ನಿಮ್ಮ ಹೆತ್ತವರನ್ನು ಆ ವಾರಾಂತ್ಯದಲ್ಲಿ ಭೇಟಿಯಾಗುತ್ತೀರಿ ಎಂದು ಮಾತುಕೊಟ್ಟಿದ್ದೀರಿ, ಯಾಕೆಂದರೆ ನಿಮ್ಮ ಅಜ್ಜ-ಅಜ್ಜಿ ಆ ಸಮಯದಲ್ಲಿ ಹೆತ್ತವರಲ್ಲಿಗೆ ಬರುವುದಿತ್ತು.

ನೀವು ಎರಡನ್ನೂ ಮಾಡಬೇಕಿದೆ.

ನೀವೊಬ್ಬ ಉತ್ತಮ ಸ್ನೇಹಿತನಾಗಿ ಇರಬೇಕು, ಒಬ್ಬ ಒಳ್ಳೆಯ ಮಗನಾಗಿರಬೇಕು, ಉತ್ತಮ ಮೊಮ್ಮೊಗನಾಗಿರಬೇಕೆಂಬುದು ನಿಮ್ಮ ಭಾವನೆ. ಹಾಗಾಗಿ ನೀವು ಸ್ನೇಹಿತನ ಹುಟ್ಟುಹಬ್ಬದ ಮುಂಚಿನ ದಿನವೇ ನಾಲ್ಕು ತಾಸುಗಳ ಡ್ರೈವ್ ಮಾಡಿ ಸ್ನೇಹಿತನ ಜೊತೆಗೆ ಮಸ್ತ್ ಮಜಾ ಮಾಡಿ ರಾತ್ರಿಯೆಲ್ಲ ಕಳೆದದ್ದಾಯ್ತು.

ನೀವು ಹಾಗೆ ಮಾಡಿದ್ದು ಒಳಿತೇ ಆಯಿತು ಎಂದು ಅನ್ನಿಸಿದೆ.

ತಡರಾತ್ರಿಯ ವರೆಗೆ ಗೆಳೆಯರೊಂದಿಗೆ ಮಸ್ತ್ ಮಜಾ ಮಾಡಿದ್ದಾಯಿತು. ಮರುದಿನ ಮುಂಜಾನೆಯೇ ಹಾಸಿಗೆಯಿಂದ 7 ಗಂಟೆಗೆ ಎದ್ದು, ಒಂದು ಚೀಟಿಯಲ್ಲಿ ತಾನು ಅನಿವಾರ್ಯವಾಗಿ ಹೆತ್ತವರನ್ನು ಭೇಟಿ ಮಾಡಬೇಕೆಂದು, ಸ್ಸಾರಿ, ನಿಮ್ಮನ್ನೆಲ್ಲ ಬಹಳ ಮಿಸ್ ಮಾಡುತ್ತಿದ್ದೇನೆ ಎಂದು ಬರೆದಿಟ್ಟಿದ್ದಾಯ್ತು.

ಮತ್ತೆ ನಾಲ್ಕು ತಾಸುಗಳ ಡ್ರೈವ್ ಮಾಡಿ ಹಿಂದಿರುಗುವುದು.

ವಾರಾಂತ್ಯದ ಮಿಕ್ಕ ಸಮಯವನ್ನೆಲ್ಲ ತಂದೆ-ತಾಯಿ ಮತ್ತು ಅಜ್ಜ-ಅಜ್ಜಿಯೊಂದಿಗೆ ಕಳೆಯಲು ಸಾಧ್ಯವಾಗಿದೆ.

ನೀವು ರಸ್ತೆಯಲ್ಲಿ ಡ್ರೈವ್ ಮಾಡುವ ಸಮಯ ತುಂಬಾ ಹೆಮ್ಮೆಯಿಂದ ಸಾಗುವಂತಾಗುತ್ತದೆ, ತನ್ನ ಶ್ರಮ ಸಾರ್ಥಕವಾದಂತಾಗುತ್ತದೆ.

ಹುಟ್ಟುಹಬ್ಬದ ಸ್ನೇಹಿತೆ ತುಂಬಾ ನೊಂದುಕೊಂಡಿರುತ್ತಾಳೆ (ಇದನ್ನು ನೀವು ಮುಂದೆ ತಿಳಿಯುವಿರಿ) ಮತ್ತು ಹೀಗೊಂದು ಉದ್ಗಾರ ತೆಗೆದಿರುತ್ತಾಳೆ: "ಹಾಗೆ ಹಾರಿ ಹೋಗುವ ಮಸಲತ್ತು ಮಾಡಿದ್ದರೆ ಒಂದು ರಾತ್ರಿಯ ಮಟ್ಟಿಗೆ ಅಷ್ಟು ದೂರದಿಂದ ಬರುವ ಅಗತ್ಯವಾದರೂ ಏನಿತ್ತು?"

ಲೆಟ್ ಹರ್ (ಅವಳು ಹಾಗೆಂದುಕೊಳ್ಳಲಿ).

ನಾಲ್ಕು ತಾಸುಗಳ ಬಳಿಕ ನೀವು ನಿಮ್ಮ ಹೆತ್ತವರ ಸಂಗಡ ಇರುತ್ತೀರಿ. ತುಂಬಾ ಸುಸ್ತಾಗಿರುತ್ತೀರಿ. ನೀವು ಕಾರಿನಿಂದ ಹೊರಗಿಳಿದು, ಸೀದಾ ಅಜ್ಜಿಯನ್ನು ಭೇಟಿಯಾಗಿ ಜತೆಗೆ ತಂದಿದ್ದ ಸಿಹಿತಿಂಡಿಯನ್ನು ಆಕೆಗೆ ನೀಡುತ್ತೀರಿ, ಆಕೆಯ ಕಣ್ಣುಗಳು ಹನಿಗೂಡಿರುತ್ತವೆ. ನೀವು ನಿಮ್ಮ ತಾಯಿಯನ್ನು ಅಪ್ಪಿಕೊಳ್ಳುತ್ತೀರಿ, ಆಗ ತಾಯಿ ಕಿವಿಯಲ್ಲಿ ಪಿಸುಗುಟ್ಟುತ್ತಾಳೆ, "ನಿನ್ನ ಅಜ್ಜಿ ತುಂಬಾ ನಿರಾಶಳಾಗಿದ್ದಳು, ನೀನು ನಿನ್ನೆ ರಾತ್ರಿ ಅವಳು ಮನೆಗೆ ಬರುವ ಹೊತ್ತಿಗೆ ಮನೆಯಲ್ಲಿ ಇದ್ದಿರಲಿಲ್ಲ ಅಂತ." ಮತ್ತೆ ಆಕೆ ಮುಂದುವರಿದು, "ನಾವೀಗ ಹತ್ತು ನಿಮಿಷದೊಳಗೆ ಮಧ್ಯಾಹ್ನದ ಊಟಕ್ಕೆ ಹೊರಡಬೇಕಿದೆ. ನಿನ್ನ ಡ್ರೆಸ್ ಬದಲಾಯಿಸಿಕೋ."

ನಾನು ಈ ಕಥೆಯನ್ನು ಎರಡು ಅಂಶಗಳನ್ನು ಸ್ಪಷ್ಟಪಡಿಸಲು ಹೇಳುತ್ತಿದ್ದೇನೆ: ಮೊದಲನೆಯದಾಗಿ, ನೀವು ನಿಮ್ಮ ಬೆನ್ನು ಮುರಿದು ಪ್ರಯತ್ನಪಟ್ಟು ಸಮತೋಲನವನ್ನು ಕಾಯ್ದುಕೊಳ್ಳಲು ಯತ್ನಿಸಿದರೂ, ಜನರು ನಿಮ್ಮ ಬಗ್ಗೆ ಸಕಾರಾತ್ಮಕವಾಗಿ ಯೋಚಿಸುತ್ತಿಲ್ಲ ಎಂಬುದು ನಿಶ್ಚಿತವಾಗುತ್ತದೆ. *ಲೆಟ್ ದೆಮ್.*

ಎರಡನೆಯದಾಗಿ–ಇದು ಅತ್ಯಂತ ಮುಖ್ಯವಾದ ಅಂಶ– ಎಲ್ಲರನ್ನೂ ಸಂತೋಷ-ಗೊಳಿಸುವಂತೆ ನಿಮ್ಮ ಬೆನ್ನನ್ನು ಮುರಿಯುವಂತೆ ದಣಿಯಬೇಡಿ. ನಾನು ಆ ವ್ಯಕ್ತಿಯ ಹಾಗೆಯೇ ಮಾಡುತ್ತಿದ್ದೆ. ನಾನು ಸಾಕಷ್ಟು ಉತ್ತಮ ರೀತಿಯಲ್ಲಿ ನಡೆದುಕೊಳ್ಳಲಿಲ್ಲ ಎಂದು ಪರಿತಪಿಸುತ್ತಿದ್ದೆ. ಇದೀಗ ನನಗೆ ಲೆಟ್ ದೆಮ್ ಸಿದ್ಧಾಂತ ಮೈಗೂಡಿರುವ ಸಮಯ, ನಾನು ಬೆನ್ನು ಮುರಿದುಕೊಳ್ಳುತ್ತ ನನ್ನನ್ನೇ ಸಂತೋಷವಾಗಿಡಲು ಯತ್ನಿಸುತ್ತೇನೆ. *ಲೆಟ್ ಮಿ* ವಿವರಿಸುತ್ತೇನೆ.

ಸ್ನೇಹಿತೆಯ ಹುಟ್ಟುಹಬ್ಬಕ್ಕೆ ಹೋಗಿದ್ದು, ಅಜ್ಜ–ಅಜ್ಜಿಯನ್ನು ಭೇಟಿಯಾಗಲು ಹೋಗಿದ್ದೆಲ್ಲ ನಿಮಗೆ ಹೆಮ್ಮೆ ಪಡುವ ವಿಷಯವಾಗಿತ್ತು. ನಿಮ್ಮ ಸ್ನೇಹಿತೆಯ ಹುಟ್ಟುಹಬ್ಬಕ್ಕೆ ಹೋಗದಿರಿ, ಅವಳು ನಿಮ್ಮನ್ನು ಒಬ್ಬ ಒಳ್ಳೆಯ ಸ್ನೇಹಿತೆ ಎಂದುಕೊಳ್ಳುತ್ತಾಳೆ. ಸ್ನೇಹಿತೆಯ ಹುಟ್ಟುಹಬ್ಬಕ್ಕೆ ಹೋಗಿ, ನೀವು ಒಬ್ಬ ಒಳ್ಳೆಯ ಸ್ನೇಹಿತೆ ಅಂತ ನಿಮಗನ್ನಿಸುತ್ತದೆ.

ನಿಮ್ಮ ತಾಯಿಗೆ ಸಂತೋಷವಾಗುತ್ತದೆ ಎಂದು ನೀವು ನಿಮ್ಮ ಮನೆಗೆ ಅಜ್ಜಿ–ಅಜ್ಜಿಯನ್ನು ನೋಡಲು ಹೋಗದಿರಿ. ನಿಮ್ಮ ಅಜ್ಜ–ಅಜ್ಜಿಗೆ ಆದ್ಯತೆ ನೀಡಿ ನೀವು ಮನೆಗೆ ಹೋದಾಗ ನಿಮ್ಮ ಸಂತೋಷಕ್ಕಾಗಿ ಹೋಗಿದ್ದು, ಅದರಿಂದ ನೀವು ಹೆಮ್ಮೆ ಪಡುವಂತಾಗುತ್ತದೆ.

ಇಲ್ಲಿ ಅನ್ಯ ಜನರು ಏನೆಂದು ತಿಳಿಯುತ್ತಾರೆ ಎಂಬುದು ಮುಖ್ಯವೆನಿಸುವುದಿಲ್ಲ. ನೀವು ಬೇಗನೆ ಹೊರಟುಹೋದಿರಿ ಎಂದು ಅವರು ಮುನಿಸಿಕೊಂಡರೆ ನಗಣ್ಯ. ನೀವು ವಿಳಂಬವಾಗಿ ಮನೆಗೆ ಬಂದಿರಿ ಎಂಬುದೂ ನಗಣ್ಯ.

ನೀವು ತೆಗೆದುಕೊಳ್ಳುವ ನಿರ್ಧಾರದಲ್ಲಿ ಯಾರಾದರೊಬ್ಬರು ಅತೃಪ್ತರಾಗಿರುತ್ತಾರೆ. ಆದರೆ ನೀವು ನಿರಾಶರಾಗದಂತೆ ನೋಡಿಕೊಳ್ಳಿ. ನಿಮ್ಮ ನಿರ್ಧಾರದಲ್ಲಿ ನೀವು "ತಪ್ಪಿತಸ್ಥ" ಎನ್ನುವ ಭಾವನೆ ನಿಮಗೆ ಬಾರದಿರಲಿ. ನೀವು ನಿಮ್ಮ ಹೆತ್ತವರ ಮನೆಗೆ ಹೋದಾಗ "ತಪ್ಪಿತಸ್ಥ" ಎಂಬ ಭಾವನೆ ಬಂದರೆ, ನೀವು ನಿಮ್ಮ ಹೆತ್ತವರನ್ನು ಖಳನಾಯಕರ ಪಾತ್ರದಲ್ಲಿ ಕೂರಿಸಿದಂತಾಗುತ್ತದೆ. ನೀವು ಹೋಗದಿದ್ದರೆ ಹುಚ್ಚಳಂತಾಗುತ್ತೇನೆ ಎಂಬ ಕಾರಣಕ್ಕೆ ಹೋಗಿರುವುದರಿಂದ ನಿಮ್ಮ ನಿರ್ಧಾರದ ಮೇಲೆ ನಿಮಗೆ ನಿಯಂತ್ರಣವಿದ್ದಂತಾಗುತ್ತದೆ.

ಅನ್ಯರು ಏನೆಂದು ತಿಳಿದುಕೊಳ್ಳುತ್ತಾರೋ ಎನ್ನುವುದಕ್ಕಿರುವ ಇದೊಂದು ತೀರಾ ನೇರವಾದ ಉದಾಹರಣೆ. ನಿಮ್ಮ ಮೌಲ್ಯಗಳೇ ನಿಮ್ಮ ನಿರ್ಧಾರವನ್ನು ಸೂಚಿಸುವಂತಿರಲಿ.

ನಿಮ್ಮ ಅಭಿಪ್ರಾಯ ಮತ್ತು ಇನ್ನೊಬ್ಬರ ಅಭಿಪ್ರಾಯಗಳು ಸಂಘರ್ಷಿಸುವ ವೇಳೆ ಏನಾಗಬಹುದು? ನೀವು ಪ್ರೀತಿಸುವ ವ್ಯಕ್ತಿಯನ್ನು ನಿಮ್ಮ ಅಮ್ಮ ಮೆಚ್ಚಿಕೊಳ್ಳದಿದ್ದರೆ? ಆಗ ನೀವೇನು ಮಾಡುವಿರಿ?

ಅಲ್ಲಿ ನಾನಿರುತ್ತೇನೆ.

ಅಧ್ಯಾಯ 6

ನಿಷ್ಠುರ ವ್ಯಕ್ತಿಗಳನ್ನು ಪ್ರೀತಿಸುವುದು ಹೇಗೆ

ಅಪರಿಚಿತರ ಜೊತೆಗೆ, ಸಹೋದ್ಯೋಗಿಗಳ ಜೊತೆಗೆ, ಸ್ನೇಹಿತರ ಜೊತೆಗೂ ಲೆಟ್ ದೆಮ್ ಸಿದ್ಧಾಂತವನ್ನು ಉಪಯೋಗಿಸುವುದು ಸುಲಭ ಎಂದು ನಾನು ಅಭಿಪ್ರಾಯ ಪಡುತ್ತೇನೆ. ಯಾಕೆಂದರೆ ಅವರು ಸ್ವಲ್ಪವಾದರೂ ನಿಮ್ಮಿಂದ ಅಂತರದಲ್ಲಿ ಇರುತ್ತಾರೆ. ನಿಮಗೆ ರಿಚಾರ್ಜ್ ಮಾಡುವುದಕ್ಕೆ ಸಮಯ ಸಿಗುತ್ತದೆ. ನೀವು ನಿಮ್ಮ ಬೆಡ್ ರೂಂಗೆ ಹೋಗಿ ಬಾಗಿಲನ್ನು ಹಾಕಿ ನಿರ್ಧರಿಸಬಹುದು. ಕೆಲಸದ ಬಳಿಕ ನೀವು ಮನೆಗೆ ಹೋಗಬಹುದು. ನೀವು ಅಲ್ಲಿಂದ ಕಾಲ್ತೆಗೆಯಬಹುದು.

ಯಾರಾದರೂ ನಿಮ್ಮ ಬಗ್ಗೆ ನಕಾರಾತ್ಮಕವಾಗಿ ಯೋಚಿಸುವುದು ಕೂಡಾ ನಿಮಗೆ ಕೆಲವೊಮ್ಮೆ ಗೊತ್ತಿರುವುದಿಲ್ಲ. ಪರಿವಾರವಾದರೆ? ಪರಿವಾರ ನಿಮಗೆ ಬೇರೆಯೇ ರೀತಿಯ ಹೊಡೆತವನ್ನು ನೀಡುತ್ತದೆ. ಕುಟುಂಬ ನಿಮ್ಮ ಜೀವನ ಪರ್ಯಂತ ನಿಮ್ಮ ಜೊತೆಗೇ ಇರುತ್ತದೆ.

ನಿಮ್ಮ ನಿಮ್ಮ ಕುಟುಂಬದವರು ಹೆಚ್ಚು ನಿರ್ದಾಕ್ಷಿಣ್ಯದವರು, ನಿಮ್ಮ ಮುಖಕ್ಕೆ ಹೊಡೆಯುವ ಹಾಗೆ ಅವರ ಅಭಿಪ್ರಾಯವನ್ನು ಹೇಳಬಹುದು: ನೀವು ರಜಾದಿನಗಳಲ್ಲಿ ಮನೆಗೆ ಬರುತ್ತಿಲ್ಲ ಎನ್ನಬಹುದು. ನೀನೇಕೆ ಇನ್ನೂ ಮದುವೆಯಾಗಿಲ್ಲವೆಂದು ಕೇಳಬಹುದು. ಶಾಲೆಯಿಂದ ಹೊರ ಬಂದ ಮೇಲೆ ನೀವು ನಿಮ್ಮ ಬದುಕನ್ನು ಹಾಳು ಮಾಡಿಕೊಂಡಿರೆಂದು ಹೇಳಬಹುದು. ನೀವು ಡೇಟಿಂಗ್ ಮಾಡುವ ಹುಡುಗ/ಹುಡುಗಿ ಅವರಿಗೆ ಇಷ್ಟವಿಲ್ಲವೆಂದು ಹೇಳಬಹುದು. ನಿಮ್ಮ ಸ್ನೇಹಿತೆಯರ ವರ್ಗವನ್ನು ಅವರು ಹಳಿಯಬಹುದು. ನೀವು ಜೀವನ ಸಾಗಿಸುವ ವಿಧಾನವನ್ನು ಅವರು ಒಪ್ಪದಿರಬಹುದು. ಬಿಸಿನೆಸ್‌ನ್ನು ಶುರು ಮಾಡುವುದಕ್ಕಾಗಿ ನೀವು ನಿಮ್ಮ ಕೆಲಸವನ್ನು ಬಿಡುವುದು ಅವರಿಗೆ ಇಷ್ಟವಿರುವುದಿಲ್ಲ. ನೀವು ನಿಮ್ಮ ಬಗ್ಗೆ ಇನ್ನೂ ಚೆನ್ನಾಗಿ ಕಾಳಜಿ ವಹಿಸಬೇಕು ಮತ್ತು ಅದನ್ನು ಗಂಭೀರವಾಗಿಯೇ ಇರಲಿ ಎಂದು ಹೇಳಿರುತ್ತಾರೆ.

ಕುಟುಂಬದವರು ನಿಮ್ಮ ಮುಖಕ್ಕೆ ಹೊಡೆದಂತೆ ಹೇಳಬಹುದು ಯಾಕೆಂದರೆ ಅವರಿಗೆ ನಿಮ್ಮ ಸಂತೋಷದಲ್ಲಿ ಮತ್ತು ಯಶಸ್ಸಿನಲ್ಲಿ ಪಾಲುದಾರಿಕೆ ಇದ್ದಿರುತ್ತದೆ.

ನಿಮ್ಮ ಬಗ್ಗೆ ನಿಮ್ಮ ಕುಟುಂಬ ಕಾಳಜಿ ವಹಿಸುವ ಸಮಯ ನಿಮ್ಮನ್ನು ಬಹಳಷ್ಟು ಮುಂದೂಡುತ್ತಿರುತ್ತದೆ. ನಿಮ್ಮ ಸ್ನೇಹಿತೆಯರನ್ನು ಅವರು ಇಷ್ಟಪಡದಿದ್ದರೆ, ನೀವು ತಪ್ಪು ಹಾದಿಯಲ್ಲಿ ಸಾಗುತ್ತಿದ್ದೀರಿ ಎಂದು ಕಂಡಾಗ, ಅಥವಾ ನೀವು ನಿಮ್ಮ ಬಗ್ಗೆ ಇನ್ನಷ್ಟು ಕಾಳಜಿ ವಹಿಸಬೇಕೆಂದು ಬಯಸುತ್ತಿರುತ್ತಾರೆ.

ಕುಟುಂಬದವರು ಹೇಗೆ ನಿಮ್ಮ ಒಳಿತನ್ನು ಬಯಸುತ್ತಾರೆ ಎಂಬುದನ್ನು ಅವರು ಸದಾ ತೋರಿಸಿಕೊಳ್ಳುವರು. ನಿಮ್ಮ ಇನ್ನಷ್ಟು ಸಿಗಬೇಕು, ನೀವು ಸಂತೋಷವಾಗಿರಬೇಕೆಂದು ಬಯಸುತ್ತಾರೆ. ನಿಮ್ಮ ಪೂರ್ತಿ ಶಕ್ತಿ ಒಂದಿಷ್ಟೂ ಪೋಲಾಗದಂತೆ ಅವರು ಸದುಪಯೋಗ-ಪಡಿಸುವಂತೆ ಹೇಳುತ್ತಾರೆ. ಏನಿದ್ದರೂ ನಿಮ್ಮ ಬಗೆಗಿನ ಅವರ ಕಾಳಜಿ ಕೊನೆಗೆ ನಿಮ್ಮನ್ನು ನಿಯಂತ್ರಿಸುವ ಹಂತಕ್ಕೆ ತಲುಪುವ ಅಪಾಯವಿದೆ.

ನೀವು ಹುಟ್ಟಿದಾಗಿನಿಂದ ಕುಟುಂಬಕ್ಕೆ ನಿಮ್ಮ ಬಗ್ಗೆ ಅಭಿಪ್ರಾಯವಿರುತ್ತದೆ. ಅವರು ಅಭಿಪ್ರಾಯಗಳನ್ನು ಯಾಕಾಗಿ ಹೇರುತ್ತಾರೆ ಎಂದರೆ, ನಿಮಗೆ ಏನು ಬೇಕೆಂದು ತಮಗೆ ಹೆಚ್ಚು ಚೆನ್ನಾಗಿ ಗೊತ್ತಿದೆ ಎನ್ನುತ್ತಾರೆ. ಅಷ್ಟೇ ಅಲ್ಲ, ಪರಿವಾರದಲ್ಲಿ ಪ್ರತಿಯೊಬ್ಬರಿಗೂ ನಿಮ್ಮ ಬಗ್ಗೆ ನಿರೀಕ್ಷೆಗಳಿರುತ್ತವೆ ಮತ್ತು ಕುಟುಂಬ ಹೇಗೆ ನಿರ್ವಹಿಸಬೇಕು ಎಂದು ಬಯಸುತ್ತಾರೆ.

ನಿಮಗೆ ದೀರ್ಘಕಾಲದಿಂದ ಅವರೆಲ್ಲ ಗೊತ್ತಿರುವ ಕಾರಣ ಈ ಕೌಟುಂಬಿಕ ಸಂಬಂಧ ಹೆಚ್ಚು ಆಳವಾಗಿ ಬೇರೂರಿರುತ್ತದೆ. ಹಾಗಾಗಿಯೇ ನೀವೇನಾದರೂ ಬದಲಾವಣೆಯನ್ನು ತಂದರೆ ಅದಕ್ಕೆ ನಾಟಕೀಯವಾದ ಪ್ರತಿಕ್ರಿಯೆ ಇದ್ದಿರುತ್ತದೆ.

ಯಾಕೆಂದರೆ ನೀವು ಪರಿವಾರದ ಅವಿಭಾಜ್ಯ ಅಂಗವಾಗಿರುತ್ತೀರಿ. ನೀವು ಮಾಡುವ ಯಾವುದೇ ಬದಲಾವಣೆ ಒಟ್ಟು ವ್ಯವಸ್ಥೆಯಲ್ಲಿ ಋಣಾತ್ಮಕ ಅಥವಾ ಧನಾತ್ಮಕ ಅಲೆಯನ್ನು ಎಬ್ಬಿಸುವ ಸಾಧ್ಯತೆಗಳಿರುತ್ತವೆ.

ನೀವು ವಂಶಪಾರಂಪರ್ಯದಿಂದ ಸಂಬಂಧಗಳ ಶೃಂಖಲೆಯಲ್ಲಿ ಇರುವುದರಿಂದ ಜನರ ಪ್ರತಿಕ್ರಿಯೆ ಸ್ವಾಭಾವಿಕ. ಅದರಿಂದ ನಿಮ್ಮ ಈಜಾಟ ಸುಲಭವೆನಿಸುತ್ತದೆ.

ಆ ನಿರೀಕ್ಷೆಗಳು, ಅಥವಾ ಆ ವ್ಯವಸ್ಥೆ ಸರಿಯಿದೆ ಎಂದು ನಾನು ಪ್ರತಿಪಾದಿಸುವುದಿಲ್ಲ. ವ್ಯಾಪಕವಾದ ಆಯಾಮದಲ್ಲಿ ಹೇಗೆ ಸನ್ನಿವೇಶಗಳು ತೋರಿ ಬರಬಹುದೆಂದು ನಾನು ಹೇಳ ಬಯಸುತ್ತೇನೆ.

ಉದಾಹರಣೆಗೆ, ನೀವು ನಿಮ್ಮ ಸಂಗಾತಿಯಿಂದ ವಿಚ್ಛೇದನ ಪಡೆಯಬೇಕೆಂದಿದ್ದರೆ, ಅಥವಾ ಹಳೆಯ ರಿವಾಜುಗಳನ್ನು ನೀವು ಅನುಸರಿಸಲು ಇಷ್ಟಪಡದಿದ್ದರೆ, ಅಥವಾ ನೀವು ನಿಮ್ಮ ಧರ್ಮಕ್ಕೆ ಹೊರತಾದ ಹೊರಗಿನವರೊಂದಿಗೆ ವಿವಾಹವಗಬೇಕೆಂದುಕೊಂಡರೆ, ಅಥವಾ ನೀವು ವಿಶೇಷವಾದ ಹುದ್ದೆಯ ಹಾದಿಯನ್ನು ತುಳಿಯಬೇಕೆಂದುಕೊಂಡರೆ ನಿಮ್ಮದು ಬೇರೆಯೇ ರಾಜಕೀಯ ನಂಬಿಕೆಗಳಿದ್ದರೆ, ಅದರಿಂದ ಆಕಸ್ಮಿಕ ಶಾಕ್ ನಿಮ್ಮ ಬಳಗದಲ್ಲಿ ಏಳಬಹುದು.

ಅದೇಕೆಂದರೆ ಪರಿವಾರದವರೆಲ್ಲ ನಿಮ್ಮ ಬಗ್ಗೆ ತಾಳುವ ನಿರೀಕ್ಷೆಗಳು ಹುಸಿಯಾಗಬಾರದು ಮತ್ತು ನೀವು ಹೇಗೆ ಜೀವಿಸಬೇಕೆಂಬುದನ್ನು ನಿರೀಕ್ಷಿಸುತ್ತಾರೆ.

ಇದು ಮಲತಾಯಿ ಮಲ ತಂದೆಯವರಿದ್ದ ಕುಟುಂಬಗಳಲ್ಲಿ ಮಲಮಕ್ಕಳು ಇರುವಲ್ಲಿಯೂ ಅನ್ವಯವಾಗುತ್ತದೆ. ಇದೊಂದು ಪರಿವಾರಕ್ಕೆ ದೊಡ್ಡ ಶಾಕ್ ಆಗಿ ಪರಿಣಮಿಸಿ, ಒಂದೋ ಕುಟುಂಬ ಒಡೆಯಬಹುದು ಅಥವಾ ಇನ್ನೂ ಕೆಟ್ಟ ಸನ್ನಿವೇಶ ಒದಗಬಹುದು.

ಹೊಸಬರು ಕುಟುಂಬಕ್ಕೆ ಸೇರ್ಪಡೆಯಾದಾಗ, ಎಲ್ಲಾ ನಿರೀಕ್ಷೆಗಳನ್ನು ಕಿಟಕಿಯ ಹೊರಗೆ ಎಸೆಯಲ್ಪಡುತ್ತದೆ. ಬದಲಾವಣೆಯನ್ನು ಸ್ವೀಕರಿಸುವುದು ಕಷ್ಟಸಾಧ್ಯ. ಪ್ರತ್ಯೇಕವಾಗಿ ಚಿಕ್ಕ ಮಕ್ಕಳು ಬದಲಾವಣೆಯನ್ನು ಸ್ವೀಕರಿಸಿ ಅದಕ್ಕೆ ಬದ್ಧವಾಗಿ ಅನುಸರಿಸಿಕೊಂಡು ಹೋಗಿ ಅವಿಭಕ್ತ ಕುಟುಂಬದಂತೆ ಇರುವುದು ದುಸ್ತರವೇ ಸರಿ.

ನೀವೊಬ್ಬ ಮಲತಂದೆ/ಮಲತಾಯಿಯಾಗಿರುವ ಸಂದರ್ಭದಲ್ಲಿ *ಲೆಟ್ ದೆಮ್* ಒಂದು ಗೇಮ್ ಚೇಂಜರ್ ಆಗಿ ನಿಮ್ಮ ಸಹಾಯಕ್ಕೆ ಒದಗಬಹುದು. ಓರ್ವ ವಯಸ್ಕ ವ್ಯಕ್ತಿಯಾಗಿ ನಿಮ್ಮ ಜವಾಬ್ದಾರಿಯನ್ನು ನಿರ್ವಹಿಸುವಾಗ *ಲೆಟ್ ದೆಮ್* ಅನುಕೂಲವೆನಿಸುತ್ತದೆ. ಎಷ್ಟೇ ಉತ್ತಮ ಉದ್ಧೇಶವಾಗಿದ್ದಿರಲಿ, *ಲೆಟ್ ದೆಮ್* ಬಳಸಿದಾಗ ನೀವೊಬ್ಬ ಬೆದರಿಕೆ ವ್ಯಕ್ತಿಯಾಗಿ ಮೂಡಿ ಬರುತ್ತೀರಿ.

ಆ ಮಕ್ಕಳು ಸ್ವಂತ ಹೆತ್ತವರ ಜೊತೆಗೆ ಸಮಯ ಕಳೆಯಲು ನಿಮ್ಮ ಜೊತೆಗೆ ಕಾದಾಡುವ ಸನ್ನಿವೇಶ ಒದಗುತ್ತದೆ.

ಅವರು ಭಾವನೆಗಳನ್ನು ಹೊಂದಿರಲಿ, *ಲೆಟ್ ದೆಮ್*. ಅವರು ಸ್ವಂತ ಹೆತ್ತವರ ಜೊತೆಗೆ ಸಮಯ ಕಳೆಯಲಿ, *ಲೆಟ್ ದೆಮ್*. ಅವರು ನಿಮ್ಮನ್ನು ಇಷ್ಟಪಡುವ ಸಾಧ್ಯತೆ ಕಡಿಮೆಯೇ, *ಲೆಟ್ ದೆಮ್*. ಮಲಮಕ್ಕಳು ನಿಮ್ಮಿಂದ ಆಶೀರ್ವಾದವನ್ನು, ಕರುಣೆಯನ್ನು, ಸಮಜಾಷಿಯ ತಿಳುವಳಿಕೆಯನ್ನು ಅಪೇಕ್ಷಿಸುತ್ತಾರೆ ಎಂಬುದನ್ನು ಯಾವತ್ತೂ ಮರೆಯದಿರಿ. ಅವರು ಹೊಸಬರೊಬ್ಬರನ್ನು ತಮ್ಮ ಕುಟುಂಬದಲ್ಲಿ ಪ್ರವೇಶಿಸಿದ್ದನ್ನು ತಾಳಿಕೊಳ್ಳುವುದು ಒಂದೆಡೆಯಾದರೆ ತಮ್ಮ ಕುಟುಂಬವನ್ನು ಕಳಕೊಂಡ ಸಂಕಟವನ್ನೂ ಅನುಭವಿಸುತ್ತಿರುತ್ತಾರೆ. ಇದು ಸಹಜವಾಗಿರುತ್ತದೆ.

ವ್ಯಾಪಕಾರ್ಥದಲ್ಲಿ ಯೋಚಿಸಿದರೆ, ನಿಮ್ಮ *ಲೆಟ್ ಮಿ* ಪಾತ್ರವನ್ನು ನಿಭಾಯಿಸುವುದು ಓರ್ವ ವಯಸ್ಕ ವ್ಯಕ್ತಿಯಾಗಿ ನಿಮ್ಮ ಕರ್ತವ್ಯವಾಗಿರುತ್ತದೆ. ನೀವೆಷ್ಟು ಕರುಣೆಯನ್ನು ಆಶೀರ್ವಾದವನ್ನು ನೀಡುವಿರೋ, ಬದಲಾವಣೆಗೆ ನೀವು ಬಹಳಷ್ಟು ಸ್ಥಳಾವಕಾಶವನ್ನು ನಿರ್ಮಿಸಿದಂತಾಗುತ್ತದೆ.

ಮಲ ತಂದೆತಾಯಿ ಮತ್ತು ಮಲಮಕ್ಕಳ ನಡುವಿನ ಹೊಂದಾಣಿಕೆ ನಿಜವಾಗಿಯೂ ಬಹಳ ದುಸ್ತರವಾದ ಸಂಗತಿ. ಆದರೆ ನೀವು ಲೆಟ್ ದೆಮ್ ಸಿದ್ಧಾಂತವನ್ನು ಬಳಸಿದಿರೆಂದರೆ ಪರಿಸ್ಥಿತಿ ಹೊಸ ಸುಂದರ ಮನ್ವಂತರಕ್ಕೆ ನಾಂದಿ ಹಾಡಬಹುದು ಕೂಡಾ. ಅದಕ್ಕಿರುವ ಪ್ರತ್ಯೇಕ ಸೂತ್ರವನ್ನು ಈ ಅಧ್ಯಾಯದಲ್ಲಿ ನೀವು ಕಲಿಯುವಿರಿ.

ಒಂದು ಸಭೆಯಲ್ಲಿ ಓರ್ವ ಥೆರಾಪಿಸ್ಟ್ ಹೇಳಿದ್ದನ್ನು ಕೇಳಿದ್ದೇನೆ, "ನನ್ನ ಕುಟುಂಬವಿಲ್ಲದೆ ಹೋಗಿದ್ದರೆ ನಾನೆಂದಿಗೂ ಬಿಸಿನೆಸ್ ಮಾಡುತ್ತಲೇ ಇರಲಿಲ್ಲ." ಕುಟುಂಬದ ವಿಷಯ ಬಂದಾಗ, ನಿಮ್ಮ ಕುಟುಂಬದವರು ಏನೇ ಅಭಿಪ್ರಾಯವನ್ನು ವ್ಯಕ್ತಪಡಿಸಲಿ, ಅವನ್ನು ತಿರಸ್ಕರಿಸಿ ನಿಮ್ಮ ಬದುಕನ್ನು ನೀವು ಕಟ್ಟಿಕೊಳ್ಳುವುದು ನಿಮ್ಮ ಹೊಣೆಗಾರಿಕೆ. ಪ್ರೀತಿಸುವುದೂ ನಿಮ್ಮ ಆಯ್ಕೆಯ ವಿಷಯ. ಅವರ ಅಭಿಪ್ರಾಯ ಸರಿಯೋ ತಪ್ಪೋ ಎಂಬುದು ಮುಖ್ಯವಲ್ಲ. ಅವರ ಅಭಿಪ್ರಾಯವನ್ನು ನೀವು ಹೇಗೆ ಪರಿಗಣಿಸುತ್ತೀರಿ ಎಂಬುದು ಮುಖ್ಯ.

ಹಾಗಿದ್ದರೆ ನೀವು ಬದುಕುವ ರೀತಿಯನ್ನು ನಿಮ್ಮನ್ನು ಪ್ರೀತಿಸುವವರು ಸಮ್ಮತಿಸದೇ ಹೋದರೆ ಏನಾದೀತು? ಇಲ್ಲಿಯೇ ನೀವು *ಲೆಟ್ ದೆಮ್*‌ನ್ನು ಬಳಸಬೇಕಾದ ಸೂಕ್ತ ಅವಕಾಶ. ಅವರ ಅಭಿಪ್ರಾಯವನ್ನು ಬದಲಿಸಲು ಪ್ರಯತ್ನಿಸಬೇಡಿ. ಅದನ್ನು ಬಳಸಲು ಅವಕಾಶ ನೀಡಿ. ಅದು ನಿಮ್ಮ ಮಲಮಕ್ಕಳಾಗಿರಲಿ, ನಿಮ್ಮ ಅತ್ತಿಗೆ–ನಾದಿನಿಯಾಗಿರಲಿ, ನಿಮ್ಮ ಸಹೋದರರಾಗಿರಲಿ, ಅಜ್ಜಿಯಾಗಿರಲಿ, ಅವರು ತಮಗಿಷ್ಟ ಬಂದಂತೆ ಯೋಚಿಸಲು ಸ್ವತಂತ್ರರು. ಅವರು ನಿಮ್ಮನ್ನು ಇಷ್ಟಪಡದೆ ಇರುವುದಕ್ಕೂ ಅಥವಾ ನೀವು ಪ್ರೀತಿಸುವವರನ್ನು ಇಷ್ಟಪಡದೆ ಇರುವುದಕ್ಕೂ ಅವಕಾಶವಿರುತ್ತದೆ. ಆದ್ದರಿಂದ *ಲೆಟ್ ದೆಮ್*. ಹಾಗಿದ್ದಾಗ ಹೇಗೆ ಪ್ರತಿಕ್ರಿಯಿಸಬೇಕು ಎಂಬುದಕ್ಕೆ *ಲೆಟ್* ಮಿ ಪ್ರಯೋಗಿಸಿ.

ಉಲ್ಲೇಖದ ಚೌಕಟ್ಟು

ಬೆಸ್ಟ್ ಸೆಲ್ಲಿಂಗ್ ಲೇಖಕಿಯೂ, ವಿಮೆನ್ ಆಫ್ ಇಂಪ್ಯಾಕ್ಟ್ ಪೋಡ್‌ಕಾಸ್ಟ್‌ನ ಹೋಸ್ಟ್, ಹಾಗೆಯೇ ಬಿಲಿಯನ್ ಡಾಲರ್ ನ್ಯೂಟ್ರೀಷಿಯನ್ ಕಂಪೆನಿಯ ಸಹ–ಸ್ಥಾಪಕಿಯೂ ಆದ ನನ್ನ ಸ್ನೇಹಿತೆ ಲಿಸಾ ಬೈಲಿಯೋ 'ಉಲ್ಲೇಖದ ಚೌಕಟ್ಟ'ನ ಪರಿಕಲ್ಪನೆ ಬಗ್ಗೆ ನನ್ನೊಡನೆ ಹಂಚಿಕೊಂಡಳು.

ಇದೊಂದು ಪರಿಕರವಾಗಿದ್ದು, ಯಾರಾದರೂ ನಿಮ್ಮನ್ನು ಅಸಮ್ಮತಿಸುವ, ನೀವು ಪ್ರೀತಿಸುವವರನ್ನು ತಿರಸ್ಕರಿಸುವ, ಅಥವಾ ನಿಮ್ಮ ಬದುಕುವ ರೀತಿಯನ್ನು ಇಷ್ಟಪಡದೆ ಇರುವ ಸನ್ನಿವೇಶಗಳಲ್ಲಿ ಹೇಗೆ ಪ್ರತಿಕ್ರಿಯಿಸಬೇಕು ಎಂದು ಸೂಚಿಸಿದ್ದಾಳೆ. ಇದು ನನಗೆ ಅನ್ವಯಿಸುತ್ತದೆ, ಪ್ರಾಯಶಃ ನಿಮಗೂ ಅನ್ವಯಿಸಬಹುದು.

ಲಿಸಾ, ಫ್ರೇಮ್ ಆಫ್ ರೆಫರೆನ್ಸ್‌ನ ಬಗ್ಗೆ ವಿವರಿಸಿದಾಗ ನಮ್ಮ ಪೋಡ್‌ಕಾಸ್ಟ್‌ನ ಗ್ಲೋಬಲ್ ಪ್ರೇಕ್ಷಕರು ನಿಜಕ್ಕೂ ಸಂತಸಪಟ್ಟು ಕೇಳಲು ಮುಗಿಬಿದ್ದರು. ಫ್ರೇಮ್ ಆಫ್ ರೆಫರೆನ್ಸ್ ಎಂಬುದು ಒಂದು ಲಾಲಿತ್ಯದ ಪದವಾಗಿದ್ದು, ಅದರರ್ಥ, "ಯಾರಾದರೂ ಏನನ್ನಾದರೂ ಕಾಣುವುದನ್ನು ಅರ್ಥ ಮಾಡಿಕೊಳ್ಳುವುದು."

ನನ್ನ ಬದುಕಿನದ್ದೇ ಒಂದು ಉದಾಹರಣೆಯನ್ನು ಕೊಡಬಲ್ಲೆ. ನನ್ನ ಗಂಡ ಕ್ರಿಸ್‌ನನ್ನು ನಾನು ಭೇಟಿಯಾದಾಗ ಅವನನ್ನು ನಾನು ಹುಚ್ಚೆದ್ದು ಪ್ರೀತಿಸಿದ್ದೆ.

ಮತ್ತೆ ಅವನಿಗೆ ಸಂಗಾತಿಯಾಗಲು ಒಪ್ಪಿಗೆಯೇ ಎಂದು ಅವನು ಕೇಳಿದಾಗ ನಾನು ಚಂದ್ರಲೋಕದಲ್ಲಿದ್ದೆ. ಆಗ ನನ್ನ ತಾಯಿ ನನ್ನಷ್ಟು ಉಲ್ಲಸಿತಳಾಗಿರಲಿಲ್ಲ ಎಂದು ನನ್ನ ನೆನಪು. ಆದ್ದರಿಂದ ನಾನು ಆಕೆಗೆ ಹೇಳಿದೆ, ನೀನು ಕೂಡಾ ನನ್ನಂತೆ ಉತ್ಸಾಹಿತಳಾಗಿ 'ನೀನೇ ಈ ಸಂಬಂಧವನ್ನು ಜೋಡಿಸಿದೆ ಎನ್ನು' ಎಂದು ಪ್ರಾರ್ಥಿಸಿದೆ.

ಆಕೆ ಹೇಳಿದಳು, "ಆದರೆ ನಾನು ಅವನನ್ನು ನಿನಗೆ ಆಯ್ಕೆ ಮಾಡಿಲ್ಲ, ಮತ್ತೆ ಅವನು ನನ್ನ ಆಯ್ಕೆಯಾಗಿರುವುದಕ್ಕೂ ಸಾಧ್ಯವಿಲ್ಲ, ಹಾಗಿರುವಾಗ ನಿನ್ನಂತೆ ಉತ್ಸುಕತೆಯನ್ನು ನಟಿಸಲು ನನ್ನಿಂದಾಗದು," ಎಂದುಬಿಟ್ಟಳು. ಆ ಸಮಯದಲ್ಲಿ ನಾನೆಷ್ಟು ಸಿಟ್ಟಿಗೆದ್ದಿದ್ದೆನೆಂದರೆ ನನಗೇನು ಮಾಡಬೇಕೆಂದೇ ತೋಚಿರಲಿಲ್ಲ. ನನ್ನ ಬದುಕಿನಿಂದ ಅವಳನ್ನು ಹೊರತುಪಡಿಸಲು ನನಗೆ ಇಷ್ಟವಿರಲಿಲ್ಲ, ಆದರೆ ಸನ್ನಿವೇಶವನ್ನು ಹೇಗೆ ನಿಭಾಯಿಸಬೇಕೆಂದು ನನಗೆ ತಿಳಿಯಲಿಲ್ಲ. ಇಲ್ಲೊಬ್ಬನನ್ನು ನಾನು ಆತ್ಮ ಸಖನೆಂದು ಮನಸಾರೆ ಪ್ರೀತಿಸುತ್ತಿದ್ದೇನೆ, ಅದೇ ವೇಳೆ ನನ್ನ ತಾಯಿ ನನ್ನ ಮುಖದ ಮೇಲೆ ರಾಚಿದಂತೆ ಹೇಳುತ್ತಿದ್ದಾಳೆ, "ನಾನು ಎಂದಿಗೂ ನಿನಗಾಗಿ ಆತನನ್ನು ಆಯ್ಕೆ ಮಾಡಲಾರೆ," ಅಷ್ಟೇ ಅಲ್ಲ ನನ್ನ ಉತ್ಸಾಹದಲ್ಲಿ ಭಾಗಿಯಾಗುವುದಕ್ಕೂ ನಿರಾಕರಿಸುತ್ತಿದ್ದಾಳೆ. ನಾನು ಕ್ರಿಸ್‌ನನ್ನು ಮದುವೆಯಾಗಲು ಸಮ್ಮತಿಸಿದೆ, ಆದರೆ ಈ ವಿಷಯದಲ್ಲಿ ನನ್ನ ಮತ್ತು ತಾಯಿಯ ನಡುವಿನ ಸಂಘರ್ಷ ವರ್ಷಾನುಗಟ್ಟಲೆ ಮುಂದುವರಿಯುತ್ತಲೇ ಹೋಯಿತು. ಅವಳು ಹೇಳಿದ್ದನ್ನು ಮರೆಯಲು ನನಗೆಂದಿಗೂ ಸಾಧ್ಯವಾಗಲೇ ಇಲ್ಲ. ಅದನ್ನು ಮರೆಯುವುದು ಹೇಗೆಂಬುದೇ ನನಗೆ ತಿಳಿಯದಾಯಿತು.

ಸಮಯ ಕಳೆಯುತ್ತ ಬಂತು. ಸಂಘರ್ಷ ನಿವಾರಿಸುತ್ತ ಹೋಯಿತು. 30 ವರ್ಷಗಳ ಬಳಿಕ ಅಮ್ಮ ಕ್ರಿಸ್‌ನನ್ನು ಆರಾಧಿಸುವ ಹಂತಕ್ಕೆ ತಲುಪಿದಳು. ಅವಳು ಹೀಗೆ ತಮಾಷೆಗಾಗಿ ಹೇಳುವುದಿದೆ, "ಕ್ರಿಸ್, ನೀನೇ ನನ್ನ ಅತ್ಯಂತ ಪ್ರಿಯನಾದ ಅಳಿಯ", (ಅವಳಿಗೆ ಕ್ರಿಸ್ ಒಬ್ಬನೇ ಅಳಿಯ).

ಅಂದಾಗ ನಾನು ಇದನ್ನು ಹೇಗೆ ಸೈರಿಸಿದೆ? ಲೆಟ್ ದೆಮ್ ಸಿದ್ಧಾಂತವನ್ನು ಇತ್ತೀಚೆಗಷ್ಟೇ ನಾನು ಶೋಧಿಸಿದ್ದು, ಫ್ರೇಮ್ ಆಫ್ ರೆಫರೆನ್ಸ್ ಕೂಡಾ. ಆದರೆ ನನ್ನಷ್ಟಕ್ಕೇ ಇದನ್ನು ನಿಭಾಯಿಸಿದ್ದೆ. ನನ್ನ ಸಂಬಂಧದಲ್ಲಿ ಇದೊಂದು ನಿಜಕ್ಕೂ ಗೇಮ್-ಚೇಂಜರ್ ಆಗಿ ವರ್ತಿಸಿತು, ನನ್ನ ತಾಯಿಯ ಜೊತೆಗಿನ ಸಂಬಂಧವೂ ಕೆಡದೆ ಆಕೆಗೊಂದು ಪ್ರೀತಿಯ ಸ್ಥಳಾವಕಾಶವನ್ನು ನನ್ನಲ್ಲಿ ನಿರ್ಮಿಸಿಕೊಂಡಿದ್ದೆ, ಅವಳ ಅಭಿಪ್ರಾಯವನ್ನು ನಾನು ತಿರಸ್ಕರಿಸಿದ್ದ ಹೊರತಾಗಿಯೂ.

ನಾನು ನನ್ನ ತಾಯಿಯ ಸ್ಥಾನದಲ್ಲಿದ್ದು, ಅವಳ ಬದುಕಿನ ರೀತಿಯನ್ನು ಬಲ್ಲೆನಾದುದರಿಂದ, ಕ್ರಿಸ್‌ನನ್ನು ನಾನು ಮದುವೆಯಾಗುತ್ತಿರಲಿಲ್ಲ. ಯಾಕೆ? ಯಾಕೆಂದರೆ ಕ್ರಿಸ್ ಈಸ್ಟ್ ಕೋಸ್ಟ್‌ನವನಾಗಿದ್ದು, ಮದುವೆಯಾದಾಗ ನಾನು ಈಸ್ಟ್ ಕೋಸ್ಟ್‌ನಲ್ಲೇ ವಾಸ್ತವ್ಯ ಹೂಡುವ ಪ್ರಮೇಯ ಒದಗಿ ಮಿಡ್ಲ್ ವೆಸ್ಟ್‌ನಲ್ಲಿರುವ ನಮ್ಮ ಮನೆಗೆ ಬಂದು ತಂಗುವ ಅಥವಾ ಅಲ್ಲಿರುವ ತಂದೆ ಮತ್ತು ತಾಯಿಯ ಸಮೀಪ ಯಾವತ್ತೂ ವಾಸಿಸುವ ಸಾಧ್ಯತೆ ಇರುತ್ತಿರಲಿಲ್ಲ ಎನ್ನಿ.

ಯಾಕೆಂದರೆ ನನ್ನ ತಾಯಿಯ 'ಫ್ರೇಮ್ ಆಫ್ ರೆಫರೆನ್ಸ್' ಹೇಗಿದೆ ಅಂದರೆ ಆಕೆ

ಮನೆಯನ್ನು ಬಿಟ್ಟು ನನ್ನ ತಂದೆಯವರನ್ನು ಭೇಟಿಯಾದ ಬಳಿಕ ಎಂದಿಗೂ ಮತ್ತೆ ತವರು ಮನೆಗೆ ಹೋಗಲೇ ಇಲ್ಲ. ನನ್ನ ತಾಯಿ 17 ವರ್ಷದವರಿದ್ದಾಗ ಕನ್ಸಾಸ್ ಕಾಲೇಜಿನಲ್ಲಿ ಓದುತ್ತಿದ್ದಾಗ, ತಾನು ಹುಟ್ಟಿ ಬೆಳೆದ ಕುಟುಂಬದ ನ್ಯೂಯಾರ್ಕ್ ಫಾರಂನ್ನು ಬಿಟ್ಟು ಬಂದಿದ್ದಳು. ಅಲ್ಲಿ ಅವಳು ನನ್ನ ಡ್ಯಾಡ್‌ನ್ನು ಸಂದಿಸಿದ್ದಳು ಮತ್ತು ಅವರಿಬ್ಬರು ಪ್ರೀತಿಯಲ್ಲಿ ಬಿದ್ದರು. ತಾಯಿಗೆ 19ವರ್ಷವಾದಾಗ ಅವರು ಮದುವೆಯಾದರು ಮತ್ತು ನನ್ನನ್ನು ಪಡೆದರು.

ಇವನ್ನೆಲ್ಲ ನನ್ನ ತಾಯಿಯಾಗಲೀ ತಂದೆಯಾಗಲೀ ಮುಂಚಿತವಾಗಿ ಸಿದ್ಧತೆ ನಡೆಸಿ ಯೋಜಿಸಿದ್ದಾಗಿರಲಿಲ್ಲ. ಎಲ್ಲವೂ ನಡೆದು ಹೋಗಿತ್ತು. ನಿಜವೆಂದರೆ, ನನ್ನ ತಾಯಿ ಗರ್ಭಿಣಿ ಎಂದು ತಿಳಿದಾಗ 19 ವರ್ಷದ ನನ್ನ ತಾಯಿಗೆ ಅಜ್ಜಿ ಹೀಗೆಂದರು, “ನನ್ನ ಮಗನ ಬಾಳನ್ನೇ ಹಾಳುಮಾಡಿದವಳು ನೀನು.” ನಿಮಗೆ ನಂಬಲು ಸಾಧ್ಯವೇ? ನನ್ನ ತಂದೆ-ತಾಯಿ ಅಷ್ಟೊಂದು ಎಳೆಯ ಪ್ರಾಯದಲ್ಲಿ ಕೆನ್ಸಾಸ್‌ನಲ್ಲಿ ತಮ್ಮ ಸುತ್ತ ಕುಟುಂಬದವರು ಯಾರೂ ಇಲ್ಲದೆ ಜೀವಿಸಿದ ಸಮಯವನ್ನು ಕಲ್ಪಿಸಿಕೊಂಡರೆ ನಿಜಕ್ಕೂ ವೇದನೆಯಾಗುತ್ತದೆ.

ಇದು ನನ್ನ ತಾಯಿಯವರ ಜೀವಂತ ಅನುಭವದ ಪ್ರಕರಣ ಮತ್ತು ಇದುವೇ ಅವರು ತಮ್ಮ ಕುಟುಂಬವನ್ನು ಪರಿವಾರದಿಂದ ದೂರದಲ್ಲಿ ಪೋಷಿಸಿದ 'ಫ್ರೇಮ್ ಆಫ್ ರೆಫರೆನ್ಸ್' ಎನ್ನಬೇಕಾಗುತ್ತದೆ. ಪರಿವಾರ ಜೊತೆಗೆ ಇಲ್ಲದೇ ಇದ್ದಾಗ ಅದೆಷ್ಟು ಕಷ್ಟದಾಯಕ ಸಮಯವಾಗಿದ್ದಿರಬೇಕು.

ನನ್ನ ತಾಯಿ ಮತ್ತು ತಂದೆ ಕಟ್ಟಕಡೆಗೆ ಮಿಚಿಗನ್‌ನಲ್ಲಿ ವಾಸ್ತವ್ಯ ಹೂಡಿದರು. ನಂತರ ತಂದೆಯವರು ರೆಸಿಡೆನ್ಸಿ ಮತ್ತು ಮೆಡಿಕಲ್ ಸ್ಕೂಲ್‌ನ್ನು ಮುಗಿಸಿದರು. ನಾನು ಹರೆಯಕ್ಕೆ ಬಂದಾಗಿನಿಂದ ನಾನು ನನ್ನ ಅಜ್ಜ-ಅಜ್ಜಿಯನ್ನು ಕಂಡಿಲ್ಲ ಅಥವಾ ಕುಟುಂಬದ ಯಾರನ್ನೂ ಭೇಟಿಯಾಗಿದ್ದಿಲ್ಲ, ಯಾಕೆಂದರೆ ಅವರು ಬಹಳ ದೂರ ವಾಸಿಸುತ್ತಿದ್ದರು. ನಾವು ನಾಲ್ಕು ಮಂದಿ ಮಾತ್ರ, ನಾನು ನನ್ನ ತಾಯಿ, ತಂದೆ ಮತ್ತು ತಮ್ಮ. ಜಗತ್ತಿನಲ್ಲಿ ನಾವು ನಾಲ್ವರ ಪುಟ್ಟ ಸಂಸಾರ. ಆದ್ದರಿಂದ ನಾನು ಈಸ್ಟ್ ಕೋಸ್ಟ್‌ನ ಕಾಲೇಜಿಗೆ ಸೇರಿದಾಗ ಮತ್ತೆ ಮನೆಗೆ ಹಿಂದಿರುಗುವ ಸಾಧ್ಯತೆ ಇಲ್ಲ ಎಂಬ ಹೆದರಿಕೆ ಎಲ್ಲರಲ್ಲೂ ಬೇರುಬಿಟ್ಟಿತ್ತು. ನಾನು ನ್ಯೂಯಾರ್ಕ್‌ನಲ್ಲಿ ಕ್ರಿಸ್‌ನ್ನು ಸಂದಿಸಿದಾಗ, ನಾನು ಮತ್ತೆ ಮಿಡ್‌ವೆಸ್ಟರ್ನ್ ಟೌನ್‌ಗೆ ಮನೆಗೆ ಹಿಂದಿರುಗಲಾರಳು ಎಂದು ಹೆದರಿಕೊಂಡಿದ್ದರು ನನ್ನ ತಾಯಿ.

ಮತ್ತೆ ಅದೇ ಸಂಭವಿಸಿತು ಕೂಡಾ. ನನ್ನ ತಾಯಿಯವರ ದೊಡ್ಡದೊಂದು ಭಯ ಸತ್ಯವಾಯಿತು. ಅದನ್ನು ನನ್ನ ತಾಯಿಯ ದೃಷ್ಟಿಕೋನದಿಂದ 'ಫ್ರೇಮ್ ಆಫ್ ರೆಫರೆನ್ಸ್'ನಲ್ಲಿಟ್ಟು ನೋಡಿದರೆ, ತನ್ನದೇ ಕಥೆ ಪುನರಪಿ ಸಂಭವಿಸುತ್ತಿದೆ ಎಂದು ಆಕೆಗೆ ಅನ್ನಿಸಿರಬೇಕು. ನಾನು ಯಾರನ್ನೋ ಕಾಣಲು ಹೋಗುವುದು ಮತ್ತೆ ಎಂದಿಗೂ ಮನೆಗೆ ಹಿಂದಿರುಗಿ ಬಾರದೆ ಇರುವುದು. ಆಕೆ ಸರಿಯಾಗೇ ಯೋಚಿಸಿದ್ದಳು. ನಾನು ಮಿಚಿಗನ್‌ನ ಒಬ್ಬಾತನನ್ನು ವರಿಸಿದ್ದರೆ ಅವರ ಸಮೀಪವೇ ಇದ್ದು ಅಲ್ಲೇ ವಾಸ್ತವ್ಯ ಹೂಡುವ ಸಾಧ್ಯತೆ ಇದ್ದಿತು.

ಮೂವತ್ತು ವರ್ಷಗಳ ಹಿಂದೆ ನಾನು ಕ್ರಿಸ್‌ನ್ನು ಭೇಟಿಯಾದಾಗ, ನಾನು ನನ್ನ ತಾಯಿಯ ಫ್ರೇಮ್ ಆಫ್ ರೆಫರೆನ್ಸ್ ಬಗ್ಗೆ ಯೋಚಿಸಿರಲಿಲ್ಲ. ನಾನು ಸುಮ್ಮನೆ ಸಿಟ್ಟಿಗೆದ್ದೆ ಮತ್ತು "ಆಕೆ ನನಗೆ ಬೆಂಬಲಿಸಲಿಲ್ಲ" ಎಂದಷ್ಟೇ ಮುನಿಸಿಕೊಂಡೆ.

ಆಕೆ ನಿಜಕ್ಕೂ ನನಗೆ ಬೆಂಬಲಿಸಿದ್ದಳು ಎಂದು ಈಗ ನನಗನಿಸುತ್ತಿದೆ, ಆದರೆ ತನ್ನ ಮಗಳನ್ನು ಕಳಕೊಳ್ಳುವ ಭಯ ಅವಳಿಗಿತ್ತು. ಅವಳು ನನ್ನನ್ನು ಪ್ರೀತಿಸುತ್ತಿದ್ದಳು ಮತ್ತು ನಾನು ಅಷ್ಟು ದೂರ ಇರುವುದು ಅವಳಿಗೆ ಇಷ್ಟವಿರಲಿಲ್ಲ. ಲೆಟ್ ದೆಮ್ ಸಿದ್ಧಾಂತವನ್ನು ಉಪಯೋಗಿಸುತ್ತ, ನಾನು ಬೇರೆಯೇ ಹಾದಿಯನ್ನು ಹಿಡಿದೆ ಎಂದು ಅವಳನ್ನು ಚಿಂತೆಯಿಂದ ಮುಕ್ತವಾಗಿಸಬಹುದು. ಅಷ್ಟೇ ಅಲ್ಲ, ಒಬ್ಬಾತ ನಿಮ್ಮ ಮಗಳನ್ನು ಮದುವೆಯಾಗಿ ಬಹಳಷ್ಟು ದೂರಕ್ಕೆ ಒಯ್ಯುವುದು ನಿಜಕ್ಕೂ ಯೋಚಿಸುವುದು ದುಸ್ತರವೇ ಸರಿ. ನಾನು ಹಾಗೆ ನನ್ನ ಮಗಳು ಅಥವಾ ಮಗನನ್ನು ದೂರಕ್ಕೆ ಒಯ್ಯುವುದನ್ನು ಒಪ್ಪುವಂತಿಲ್ಲ.

ನನ್ನ ಮಗಳು ಸೇವಯರ್ ಯುರೋಪ್‌ನಲ್ಲಿ ಯಾರನ್ನೋ ಮದುವೆಯಾಗಿ ಪ್ಯಾರಿಸ್‌ನಲ್ಲಿ ವಾಸ್ತವ್ಯ ಹೂಡುವುದು ಇಷ್ಟವಿಲ್ಲ. ಅಂದರೆ ಅದು ಅವಳಿಗೆ ಸಂತೋಷವನ್ನು ನೀಡುವಂತಿದ್ದರೆ ಹಾಗೇ ಮಾಡಲಿ. ಅದು ನನ್ನ ಆಯ್ಕೆ ಆಗಬಹುದೇ? ಇಲ್ಲ. ಹಾಗಿದ್ದಾಗ ಅದು ಬೆಂಬಲಿಸದೆ ಇರುವ ಅಥವ ನಿಯಂತ್ರಿಸುವ ಹಾಗಿರುತ್ತದೆ. ಆದರೆ ಖಂಡಿತವಾಗಿಯೂ ಪ್ರತಿಯೊಬ್ಬ ಪೋಷಕರೂ ಹೀಗೆಯೇ ಯೋಚಿಸುತ್ತಾರೆ ಎನ್ನುವುದು. ನಾನದನ್ನು ನಿಯಂತ್ರಿಸುವುದು ಎನ್ನಲಾರೆ. ಅದು ನಾನು ಬಗೆಯುವ ರೀತಿ. ನನ್ನ ಅಭಿಪ್ರಾಯ ಋಣಾತ್ಮಕವಾಗಿರಬಹುದು, ಆದರೆ ಅದನ್ನು ಹೊಂದುವುದಕ್ಕೆ ನಾನು ಅರ್ಹಳು. ಅದೇ ವೇಳೆ ನನ್ನ ಮಗಳು ಅದನ್ನು ತುಂಬಾ ಬೆಂಬಲರಹಿತವೆಂದು ಭಾವಿಸುತ್ತಾಳೆ ಎಂಬುದು ನಿಶ್ಚಿತ.

ಅದೇ ರೀತಿ ನನ್ನ ಮಗಳು ಕೆಂಡಲ್. ಅವಳು ಸದ್ಯ ಲಾಸ್ ಏಂಜಲೀಸ್‌ನಲ್ಲಿದ್ದು, ಕ್ಯಾಲಿಫೋರ್ನಿಯಾದಿಂದ ಒಬ್ಬಾತನನ್ನು ಕಟ್ಟಿಕೊಂಡು ಅಲ್ಲೇ ವಾಸ್ತವ್ಯ ಹೂಡಬಹುದು. ಹಾಗಾದರೆ, ಅವಳು ಈಸ್ಟ್ ಕೋಸ್ಟ್‌ನಲ್ಲಿದ್ದಷ್ಟು ಸುಲಭವಾಗಿ ನಾನು ಅವಳನ್ನು ಅಥವಾ ಅವಳ ಮಕ್ಕಳನ್ನು ಭೇಟಿಯಾಗುವುದು ಸಾಧ್ಯವಾಗುವುದಿಲ್ಲ.

ನಾನು ಅಂತಹ ಅಭಿಪ್ರಾಯವನ್ನು ಹೊಂದಲು ಅವಕಾಶವಿದೆ, ಹೇಗೆ ಸಾವೆಯರ್ ಪ್ಯಾರಿಸ್‌ನಲ್ಲಿ ವಾಸ್ತವ್ಯ ಹೂಡಲು ಅವಕಾಶ ಕಲ್ಪಿಸಿದೆನೋ ಹಾಗೆಯೇ ಕೆಂಡಲ್‌ಗೆ ಕ್ಯಾಲಿಫೋರ್ನಿಯಾದಲ್ಲಿ ನೆಲೆನಿಂತು ಸಂಸಾರ ಸಾಗಿಸಲು ಅನುವು ಮಾಡಿಕೊಡಬಹುದು. ನನ್ನ ತಾಯಿ ನನಗಾಗಿ ಈಸ್ಟ್ ಕೋಸ್ಟ್‌ನಿಂದ ಒಬ್ಬಾತನನ್ನು ಆಯ್ಕೆ ಮಾಡಬಾರದಿತ್ತು ಎಂಬ ಅಭಿಪ್ರಾಯವನ್ನು ಹೊಂದುವುದಕ್ಕೆ ಅರ್ಹಳಿದ್ದಾಳೆ ಎನ್ನಬಹುದು. ಪುಣ್ಯಕ್ಕೆ ಆಕೆಯ ಅಭಿಪ್ರಾಯ ನಮ್ಮ ಮದುವೆಗೆ ಅಡ್ಡಿಯಾಗಲಿಲ್ಲ, ಮತ್ತು ನಾನು ಮತ್ತು ಕ್ರಿಸ್ ಮದುವೆಯಾಗಿ ಸಂಸಾರ ಹೂಡುವುದಕ್ಕೆ ಸುಗಮವಾಯಿತು.

ಆದರೆ ನಾನಿಂದು ಲೆಟ್ ದೆಮ್ ಸಿದ್ಧಾಂತಕ್ಕಾಗಿ ಆಭಾರಿಯಾಗಿದ್ದೇನೆ, ಯಾಕೆಂದರೆ ನನ್ನ

ತಾಯಿಯ ಆಂತರಿಕ ತುಮುಲವನ್ನು ನನಗೆ ಅರ್ಥವಾಗುವಂತೆ ಆಗಿದೆ. ಅಂದು ಯಾಕಾಗಿ ಅವಳು ನನ್ನ ಮದುವೆಗೆ ನಿರಾಸಕ್ತಳಾಗಿದ್ದಳು ಎಂಬುದು ನನಗೆ ಅರ್ಥವಾಗುತ್ತಿದೆ.

ಅದೊಂದು ತೀರ್ಮಾನವಲ್ಲ; ಅದು ಸಂಕಟ. ಆಕೆಯ ತಪ್ಪಿಲ್ಲ. ಆಕೆಯೇ ಸರಿ. ನನ್ನದೂ ತಪ್ಪಿಲ್ಲ.

ನಿಜವೆಂದರೆ ನಾವಿಬ್ಬರೂ ಸರಿಯೇ. ಯಾಕೆಂದರೆ ನಮ್ಮಿಬ್ಬರಿಗೂ ಬೇರೆ ಬೇರೆ ಫ್ರೇಮ್ ಆಫ್ ರೆಫರೆನ್ಸ್‌ಗಳಿದ್ದವು.

ಆಕೆಯ ಲೆನ್ಸ್‌ನ ಮೂಲಕ ನೋಡುವುದಿದ್ದರೆ ನಮ್ಮ ಸಂಬಂಧ ಸಮತೋಲನಕ್ಕೆ ಬರಲು ಸಾಧ್ಯ. ಮುಂದೇನೂ ಶಕ್ತಿಯ ಮೇಲಾಟವಿಲ್ಲ. ಪರಸ್ಪರ ತಿಳುವಳಿಕೆಯೇ ಸೂತ್ರ.

ಇಂತಹ ಪರಿಸ್ಥಿತಿಗಳು ಯಾಕಾಗಿ ಪಂಥಾಹ್ವಾನ ಆಗಿರುತ್ತವೆ ಎಂದರೆ ನೀವಿಬ್ಬರೂ ಸರಿಯೆಂದು ವಾದಿಸುವ ಕಾರಣ. ಅವರು ತಮ್ಮ ಸ್ವಂತ ಅನುಭವ ಮತ್ತು ಫ್ರೇಮ್ ಆಫ್ ರೆಫರೆನ್ಸ್‌ನ ಕಾರಣ ಅವರ ಅಭಿಪ್ರಾಯ ಸರಿಯಾಗಿದೆ ಎನ್ನುತ್ತಾರೆ. ನಿಮಗೆ ಗೊತ್ತು ನಿಮ್ಮ ಅಭಿಪ್ರಾಯ ಸರಿಯಾಗಿಯೇ ಇದೆ ಅಂತ.

ಲೆಟ್ ದೆಮ್ ಸಿದ್ಧಾಂತದೊಂದಿಗೆ ಹೋದಾಗ, ಪರಸ್ಪರ ತಿಳುವಳಿಕೆಯ ಮೂಲಕ ನಮ್ಮಿಬ್ಬರ ಅಭಿಪ್ರಾಯಗಳೂ ಸರಿಯೆಂದು ಅನ್ನಿಸುತ್ತದೆ. ಇನ್ನೂ ಒಂದು ಆಳವಾದ ಸ್ತರದಲ್ಲಿ ಪ್ರಾಮಾಣಿಕತೆ ಮತ್ತು ಪ್ರೀತಿಗೆ ಇನ್ನಷ್ಟು ಸ್ಥಳಾವಕಾಶವಿರುತ್ತದೆ. ವಿಶೇಷ ಪಕ್ವವಾದ ವ್ಯಕ್ತಿಗೆ ಭಾವನೆಗಳಿಂದ ನಿರ್ಲಿಪ್ತನಾಗುವುದಕ್ಕೆ ಸಾಧ್ಯವಾಗಬಹುದೇನೋ. ತನ್ಮೂಲಕ ಇನ್ನೊಬ್ಬರ ತುಡಿತಕ್ಕೆ ಸ್ಪಂದಿಸಲು ಸಾಧ್ಯವಾಗುತ್ತದೆ. ತುಂಬಾ ನೋವನ್ನು ಉಂಟು ಮಾಡಿದ ವ್ಯಕ್ತಿ ನಿಮ್ಮನ್ನು ಪ್ರೀತಿಸಲು ಸಾಧ್ಯ ಎನ್ನುವುದು ನಂಬುವುದಕ್ಕೆ ಸಾಧ್ಯವಾಗುವುದಿಲ್ಲ.

ಇದು ಬದುಕಿನಲ್ಲಿ ಸಂಭವಿಸುವಾಗ, ನೀವು ಹೇಗೆ ಸ್ಪಂದಿಸುತ್ತೀರಿ ಎಂಬುದು ವೈಯಕ್ತಿಕ ಆಯ್ಕೆಯಾಗಿರುತ್ತದೆ. ನಿಮ್ಮ ಪರಿವಾರದಲ್ಲಿ ಯಾರಾದರೂ ನಿಮ್ಮನ್ನು ತೀರ್ಮಾನಿಸುತ್ತಿದ್ದರೆ, ನೀವೇನು ಮಾಡಬೇಕೆಂದು ನನಗೆ ಹೇಳಲಾಗುವುದಿಲ್ಲ. ಅಂತಹ ಸಂದರ್ಭಗಳನ್ನು ಹೇಗೆ ಎದುರಿಸಬೇಕೆನ್ನುವುದಕ್ಕೆ ನಾನು ನಿಮಗೆ ಅಗತ್ಯವಾಗಿ ಬೇಕಾಗಿರುವ ಸಲಕರಣೆಗಳನ್ನು ನೀಡಬಹುದಷ್ಟೇ.

ಈ ವ್ಯಕ್ತಿ ನಿಮ್ಮ ಬದುಕಿನಲ್ಲಿ ಬೇಕೇ? ಬೇಕೆನಿಸಿದರೆ ಲೆಟ್ ದೆಮ್ ಸಿದ್ಧಾಂತ ಅದಕ್ಕೆ ಬೇಕಾಗಿರುವ ಸ್ಥಳಾವಕಾಶವನ್ನು ಕಲ್ಪಿಸಿಕೊಡುತ್ತದೆ. ನನ್ನದೇ ಅನುಭವದ ಪ್ರಕಾರ, ಮತ್ತು ಈ ಪುಸ್ತಕದ ಸಂಶೋಧನೆಯ ಸಮಯದಲ್ಲಿ ಹಾಗೂ ಅನೇಕ ವ್ಯಕ್ತಿಗಳನ್ನು ಸಂದರ್ಶಿಸಿದ ಸಮಯದಲ್ಲಿ ನನಗನ್ನಿಸಿದ್ದು ಏನೆಂದರೆ, ಅನ್ಯರ ತೀರ್ಮಾನಗಳಿಗೆ ನೀವು ಸ್ಥಳಾವಕಾಶವನ್ನು ಒದಗಿಸುವುದಿದ್ದರೆ– ಮತ್ತು ನಿಮ್ಮದು ತುಂಬಾ ಕಾರುಣ್ಯಾದ ಮತ್ತು ಪ್ರೀತಿಸುವ ಸಹಚರ್ಯ ಎಂದು ತೋರಿಸಿ-ಕೊಳ್ಳುತ್ತೀರೆಂದರೆ– ಕಾಲಕ್ರಮದಲ್ಲಿ ಜನರು ತಮ್ಮ ಅಭಿಪ್ರಾಯಗಳನ್ನು ಅವರಷ್ಟಕ್ಕೇ ಬದಲಾಯಿಸಿಕೊಳ್ಳಬಹುದು.

ಅದೆಷ್ಟೇ ಕಠಿಣತಮವಾಗಿರಲಿ, ನೀವು ಹೇಗೆ ಸ್ಪಂದಿಸಬೇಕು ಎನ್ನುವುದರ ಮೇಲೆ ನೀವು ನಿಮ್ಮ ಗಮನವನ್ನು ಕೇಂದ್ರೀಕರಿಸಿ. ಇನ್ನೊಬ್ಬರ ಫ್ರೇಮ್ ಆಫ್ ರೆಫರೆನ್ಸ್‌ನಲ್ಲಿ ಪ್ರವೇಶಿಸುವುದನ್ನು ನಾನೇಕೆ ಇಷ್ಟಪಡುತ್ತೇನೆಂದರೆ ಅದರಿಂದ ಅವರಾಗಲೀ ತಮ್ಮ ಅಭಿಪ್ರಾಯವನ್ನು ಬದಲಿಸುವುದಿಲ್ಲವೆಂದಾದರೂ, ನಿಮ್ಮೊಳಗಿನ ಸಂಪರ್ಕ ಬಹಳಷ್ಟು ಆಳವಾಗಿ ಬೆಸೆಯುವುದಕ್ಕೆ ಸಾಧ್ಯವಾಗುತ್ತದೆ.

ಅದು ಎರಡು ವಿಷಯಗಳಿಗೆ ಸ್ಥಳಾವಕಾಶವನ್ನು ಒದಗಿಸಲು ಸಹಾಯ ಮಾಡುತ್ತದೆ– ಆ ಸ್ಥಾವಕಾಶದಲ್ಲೇ ಪ್ರೀತಿಯೂ ಸ್ಥಿರಗೊಳ್ಳಲು ಸಾಧ್ಯ. ನನ್ನನ್ನು ನಂಬಿ, ನಿಮ್ಮ ಹೆತ್ತವರ ಜೊತೆಗೆ ಮುನಿಸಿಕೊಳ್ಳುವುದು ಮತ್ತು ಅವರಿಂದ ಬೈಸಿಕೊಳ್ಳುವುದು ನಿಜಕ್ಕೂ ಸುಲಭವೇ.

ಅದೇ ರೀತಿಯಲ್ಲಿ ನಿಮ್ಮ ಮಕ್ಕಳ ಬಗೆಗೆ, ನಿಮ್ಮ ವಿಚ್ಛೇದಿತ ಹೆತ್ತವರ ಕುರಿತು, ಅಥವಾ ನಿಮ್ಮ ಅತ್ತೆ ಮಾವಂದಿರ ಜೊತೆಗೆ ಇಲ್ಲವೇ ನಿಮ್ಮ ಮಲತಾಯಿ ಮಲತಂದೆಯವರ ಬಗೆಗೆ ಅಥವಾ ನಿಮ್ಮ ಬೆಳೆದ ಮಕ್ಕಳ ಬಗೆಗೆ ನಿರಾಶರಾಗುವುದು, ಅವರನ್ನು ತರಾಟೆಗೆ ತೆಗೆದುಕೊಳ್ಳುವುದು ಅಷ್ಟೇ ಸುಲಭಸಾಧ್ಯವಾದ ಸಂಗತಿ. ಅವರ ಧೋರಣೆಗಳನ್ನು ನಿರ್ಲಕ್ಷಿಸುವುದಕ್ಕೆ ನಿಮಗೆ ಸುಲಭವಾದ ಮಾರ್ಗಗಳಿರುತ್ತವೆ. ನೀವು ಜನರನ್ನು ಸ್ವೀಕರಿಸುವಿರೋ ಇಲ್ಲವೋ ಎಂಬುದನ್ನು ನೀವೇ ನಿಶ್ಚೈಸಬೇಕಾಗಿದೆ (ನಿಮ್ಮ ಕುಟುಂಬವಾಗಲಿ ಅಥವಾ ಮಲ-ಕುಟುಂಬವಾಗಲಿ) ಅಥವಾ ಅವರಿಂದ ದೂರವಿರಲು ಯತ್ನಿಸಬೇಕು. ಒಬ್ಬ ವ್ಯಕ್ತಿ ಕುಟುಂಬದಲ್ಲಿ ಬದಲಾದರೆ ಪೂರ್ತಿ ಪರಿವಾರವೇ ಬದಲಾಗಬಹುದು. ಹಾಗೆಯೇ ಎಲ್ಲವೂ ಸುಖದಾಯಕವಾಗಬಹುದು. ಆ ವ್ಯಕ್ತಿ ಎಂದರೆ ನೀವೇ.

ಲೆಟ್ ದೆಮ್ ಸಿದ್ಧಾಂತವನ್ನು ನಾನು ಮೆಚ್ಚಿಕೊಳ್ಳಲು ಇನ್ನೊಂದು ಕಾರಣವೆಂದರೆ ನೀವು ನಿಮ್ಮಷ್ಟಕ್ಕೆ ಸುಧಾರಿಸಿಕೊಳ್ಳುತ್ತೀರಿ. ಅದರಿಂದ ನಿಮ್ಮ ಸಂಬಂಧಗಳು ಸುಧಾರಿಸುತ್ತವೆ, ನಿಶ್ಚಿತವಾಗಿ ನಿಮ್ಮ ಪರಿವಾರ ಸುಧಾರಿಸುತ್ತದೆ. ಇದನ್ನು ನನ್ನದೇ ಕುಟುಂಬದಲ್ಲಿ ಕಂಡಿದ್ದೇನೆ.

ನನಗೆ ಒತ್ತಡ ನೀಡುತ್ತಿದ್ದ ವಿಷಯ ಈಗ ನನಗೆ ಇರಲಿಲ್ಲ. ಅಂತಹ ನಾಟಕಗಳಲ್ಲಿ ಸಿಕ್ಕಿಕೊಳ್ಳುವುದು ನನಗೆ ಬೇಕಿರಲಿಲ್ಲ. ನಾನು ಹೇಗೆ ಕಾಣಿಸಿಕೊಳ್ಳಬೇಕು ಮತ್ತು ನನ್ನ ಬದುಕನ್ನು ಹೇಗೆ ಗೌರವಯುಕ್ತವಾಗಿ ಬಾಳಬೇಕು ಎಂಬುದನ್ನು ಕಲಿಯುವಂತಾಯಿತು.

ಒಂದು ವಿಷಯವನ್ನಂತೂ ನಾನು ನಿರ್ಧರಿಸಿದ್ದೇನೆಂದರೆ ನನ್ನ ಕುಟುಂಬದೊಂದಿಗೆ ನಾನು ನಿಕಟವಾದ ಸಂಬಂಧವನ್ನು ಬೆಸೆದುಕೊಳ್ಳಬೇಕು ಎಂಬುದು. ಅವರೆಲ್ಲ ನನ್ನನ್ನು ಒತ್ತಡಕ್ಕೆ ಗುರಿಪಡಿಸುವುದು ಅಥವಾ ನನ್ನ ನಿಯಂತ್ರಣದಲ್ಲಿ ಇಲ್ಲದ ವಿಷಯಗಳಿಗೆ ನಾನು ಸಮಯವನ್ನು ಪೋಲು ಮಾಡುವುದು ನನಗೆ ಬೇಕಿಲ್ಲ.

ನಿಜವೆಂದರೆ: ನಿಮಗೆ ನಿಮ್ಮನ್ನು ಪ್ರೀತಿಸುವವರ ಜೊತೆಗೆ ಕಳೆಯಲು ತುಂಬಾ ಸೀಮಿತ ಸಮಯವಿರುತ್ತದೆ. ಒಂದು ಹಂತದಲ್ಲಿ, ನಿಮ್ಮ ಹೆತ್ತವರು ಎಂದೆಂದಿಗೂ ನಿಮ್ಮ ಜೊತೆಗೆ ಇರುವುದಿಲ್ಲವೆನ್ನುವುದು.

ಬಹುತೇಕ ಮಂದಿ ಯಾವುದೇ ಥೆರಪಿಗೆ ಒಳಗಾಗಿರುವುದಿಲ್ಲ ಇಲ್ಲವೇ ಯಾವುದೇ ಪರಿಸ್ಥಿತಿಯನ್ನು ಎದುರಿಸಿರುವುದಿಲ್ಲ, ಹಾಗೆ ಅವರಿಗೆ ಅದು ಸಹ್ಯವೂ ಅಲ್ಲ. *ಲೆಟ್ ದೆಮ್*. ನಿಮ್ಮ ಹೆತ್ತವರು ನೀವು ಅರ್ಹರಾಗಿರುವುದಕ್ಕೂ ಕೊಂಚ ಕಡಿಮೆಯಾಗಿಯೇ ಇರಲಿ, ಏನಂತೆ.

ನಿಮ್ಮ ಕೌಟುಂಬಿಕ ಜೀವನ ಅಂತಹ ಕಾಲ್ಪನಿಕ ಕಥೆಯೇನೂ ಆಗುವುದು ಬೇಡ. ಅವರು ತಮ್ಮ ಲಭ್ಯ ಸವಲತ್ತುಗಳೊಂದಿಗೆ ಸಾಕಷ್ಟು ಚೆನ್ನಾಗಿಯೇ ಇರುತ್ತಾರೆ. ಮತ್ತು ಸಾಕಷ್ಟು ಬದುಕಿನ ಅನುಭವಗಳೂ ಅವರಿಗಿರುತ್ತದೆ. ನೀವು ಮುಂದಕ್ಕೆ ಸಾಗುವಾಗ ಏನು ಸಂಭವಿಸುತ್ತದೆ ಎಂಬುದನ್ನು ನೀವು ಈಗ ನಿರೀಕ್ಷಿಸಬೇಕಾಗುತ್ತದೆ.

ಇದೇನೂ ಕೆಟ್ಟ ಸಂಭವಗಳು ಘಟಿಸಲಿ ಎನ್ನುವ ಸೂಚನೆಯಲ್ಲ. ನೀವು ಇನ್ನೂ ಹೆಚ್ಚಿನದಕ್ಕೆ ಅರ್ಹರಲ್ಲ ಎನ್ನುವುದೂ ಅಲ್ಲ. ಪ್ರತಿಯೊಬ್ಬರೂ ತಮ್ಮನ್ನು ತಮ್ಮ ಕುಟುಂಬ ಪ್ರೀತಿಸಬೇಕು, ಬೆಂಬಲಿಸಬೇಕು ಮತ್ತು ಜೊತೆಗೆ ಇರಬೇಕೆಂದು ಬಯಸುತ್ತಾರೆ.

ನಿಜ ಹೇಳಬೇಕೆಂದರೆ, ಯಾವ ಮನುಷ್ಯನೂ ತನ್ನನ್ನೇ ತಿಳಿಯಲು ಯತ್ನಿಸುವುದಿಲ್ಲ, ತನ್ನ ಪೂರ್ವಾರ್ಜಿತವನ್ನು ಗುಣಪಡಿಸಲು ಪ್ರಯತ್ನಿಸುತ್ತಿಲ್ಲ, ಅಥವಾ ತನ್ನ ಭಾವನೆಗಳನ್ನು ಹತ್ತಿಕ್ಕಲು ಬಯಸುತ್ತಿಲ್ಲ. ಇದನ್ನು ಅವರು ಸ್ವತಃ ಮಾಡಿರದಿದ್ದರೆ, ನಿಮಗೆ ಅವರು ಅದನ್ನು ಮಾಡಲು ಅಸಮರ್ಥರು. *ಲೆಟ್ ದೆಮ್*. ನೀವದನ್ನು ಗುರುತಿಸುವಾಗ, ನಿಮಗೆ ಬದುಕಿನಲ್ಲೊಂದು ಆಯ್ಕೆ ಇದ್ದಿರುತ್ತದೆ.

ನಿಮ್ಮ ಕುಟುಂಬ ಹೇಗಿದೆಯೋ ಹಾಗೆಯೇ ಇದ್ದಿರಲಿ. ನಿಮ್ಮ ತಂದೆ ಬದಲಾಗುವ ಅಸಾಮಿಯಲ್ಲ. ತಾಯಿಯೂ ಬದಲಾಗಳು. ನಿಮ್ಮ ಮಕ್ಕಳು ಬದಲಾಗುವ ಪ್ರಮೇಯವಿಲ್ಲ. ನಿಮ್ಮ ಅತ್ತೆ-ಮಾವಂದಿರು ಬದಲಾಗರು. ಒಬ್ಬನೇ ಒಬ್ಬ ವ್ಯಕ್ತಿ ಬದಲಾಗಬೇಕಿದ್ದರೆ ಅದು ನೀವೊಬ್ಬರೇ.

ನೀವು *ಲೆಟ್ ದೆಮ್* ಎನ್ನುವಾಗ, ನಿಮ್ಮ ಕುಟುಂಬವನ್ನು ನಿಮ್ಮ ಬದುಕಿನಲ್ಲಿ ಮೊತ್ತಮೊದಲು ಹೇಗೆ ಕಂಡಿರೋ ಹಾಗೆಯೇ ಕಾಣುವಿರಿ. ಏನೆಲ್ಲ ಸಂಭವಿಸಿದವೋ ಅವುಗಳ ಮೇಲೆ ನಿಮಗೆ ನಿಯಂತ್ರಣವಿಲ್ಲ.

ಅವರೆಲ್ಲರ ಮೇಲೆ ನಿಮಗೆ ನಿಯಂತ್ರಣವಿಲ್ಲ. ನಿಮಗೆ ನಿಯಂತ್ರಿಸಲು ಸಾಧ್ಯವಿರುವುದೆಂದರೆ ಈ ಕ್ಷಣದಿಂದ ಮುಂದಕ್ಕೆ ಸಾಗುವ ಪಯಣವನ್ನು. ನಿಮ್ಮ ಬದುಕಿನ ಸತ್ಯವನ್ನು ಸ್ವೀಕರಿಸುವುದೆಂದರೆ ನೀವು ಅದಕ್ಕೆ ಶರಣಾಗುವುದೆಂದಲ್ಲ. ಬದಲಾಗಿ ನೀವು ನಿಮ್ಮ ಮುಂದಿನ ಬದುಕನ್ನು ರೂಪಿಸುವ ಶಕ್ತಿಯನ್ನು ಸಂಚಯನ ಮಾಡುವುದು.

ವಯಸ್ಕರು ಹೇಗಿದ್ದಾರೋ ಹಾಗೆಯೇ ಸ್ವೀಕರಿಸಿ. ಆಮೇಲೆ ಅವರಿಂದ ಎಷ್ಟು ಸಾಧ್ಯವೋ ಅಷ್ಟು ಒಳ್ಳೆಯದನ್ನೇ ಪಡೆಯುವುದಕ್ಕೆ ಯತ್ನಿಸಿ. ನಿಮ್ಮ ಕುಟುಂಬದ ಸರ್ವಾಂಗೀಣ ಪ್ರಗತಿ ಖಂಡಿತವಾಗಿಯೂ ಸಾಧ್ಯವಿದೆ ಎಂದು ನಾನು ಭರವಸೆ ನೀಡುತ್ತೇನೆ.

ಈ ಸ್ವೀಕೃತಿಯಿಂದ ನೀವು ನಿಮ್ಮ ಕುಟುಂಬವನ್ನು ಹೆಚ್ಚು ಕರುಣೆಯಿಂದ ಕಾಣಲು ಸಾಧ್ಯವಾಗುತ್ತದೆ. ಅದಕ್ಕೂ ಮಿಗಿಲಾಗಿ ಅವರಿಗೆ ಅವರದೇ ಆದ 'ಫ್ರೇಮ್ ಆಫ್ ರೆಫರೆನ್ಸ್' ಇದೆ ಎಂಬುದು ನಿಮಗೆ ಮನದಟ್ಟಾಗುತ್ತದೆ.

ಈಗ ಎರಡನೇ ಭಾಗಕ್ಕೆ ಸಾಗೋಣ. *ಲೆಟ್ ಮಿ. ಲೆಟ್ ಮಿ*, ನಾನು ಯಾವ ಬಗೆಯ ಸಂಬಂಧವನ್ನು ಉಳಿಸಿಕೊಳ್ಳಬೇಕು ಎಂಬುದು. ಅದು ನಾನು ಯಾವ ಬಗೆಯ ವ್ಯಕ್ತಿಯಾಗಿ ಉಳಿಯಲಿ, ಮತ್ತು ನನ್ನ ಜೀವನ ಮೌಲ್ಯಗಳು ಹೇಗಿರಬೇಕು ಎಂಬುದನ್ನು ಅವಲಂಬಿತವಾಗಿರುತ್ತದೆ.

ಹಾಗೆಂದರೆ ನೀವು ನಿಮ್ಮ ಕುಟುಂಬದ ಜೊತೆಗೆ ಸಮಯವನ್ನು ಕಳೆಯಬೇಕಾಗುತ್ತದೆ, ಅಪರಾಧೀ ಮನೋಭಾವದಿಂದಲ್ಲ, ಅದು ನಿಮಗೆ ಮುಖ್ಯವೆನಿಸುವ ಕಾರಣ. ಹಾಗೆಂದಾಗ, ನೀವು ನಿಮ್ಮ ಪರಂಪರೆಯನ್ನು ನಿರ್ವಚಿಸಿಕೊಳ್ಳಬೇಕಾಗುತ್ತದೆ, ಅದು ನಿಮ್ಮ ಕುಟುಂಬವನ್ನು ವಿಚಲಿತರನ್ನಾಗಿ ಮಾಡಿದರೂ ಕೂಡಾ. ಹಾಗಿದ್ದಾಗ, ನೀವು "ನಾನು ನಿಮ್ಮನ್ನು ಪ್ರೀತಿಸುತ್ತೇನೆ", ಅಥವಾ "ನನಗೆ ಅರ್ಥವಾಗುತ್ತಿದೆ" ಅಥವಾ "ನಾನು ಕ್ಷಮಿಸುತ್ತೇನೆ" ಎಂದು ಮೊದಲ ಬಾರಿಗೆ ಹೇಳಬೇಕಾಗುತ್ತದೆ. ಅಂದರೆ ನೀವು ಅವರ ಅಭಿಪ್ರಾಯಗಳು ಅಥವಾ ತೀರ್ಮಾನಗಳಿಗೆ ಹೆದರಿ ಅವರೊಂದಿಗೆ ಮಾತುಕತೆಗೆ ಭಯಪಡುತ್ತಿದ್ದಿರಬಹುದು. ಅಥವಾ ನೀವು ನಿಮ್ಮ ಅಪರಾಧೀ ಭಾವನೆಯಿಂದ ಮುಕ್ತರಾಗಿ ತುಸು ಬದಲಾವಣೆಗಳನ್ನು ಮಾಡಿಕೊಳ್ಳುವ ಸಾಧ್ಯತೆಯಿದೆ. ಯಾಕೆಂದರೆ ನೀವು ಯಾವುದಕ್ಕೆ ಅರ್ಹರೋ ಅದಕ್ಕಿಂತ ಕಡಿಮೆ ಸವಲತ್ತಿಗೆ ನೀವು ಒಡಂಬಡುವುದಿಲ್ಲ ಎಂದ ಹಾಗಾಯಿತು. ಅದರಿಂದ ನಿಮಗೆ ಸಾಕಷ್ಟು ಸಮಯದ ಉಳಿತಾಯವೂ ಆದ ಹಾಗಾಗುತ್ತದೆ.

ಅನ್ಯ ವ್ಯಕ್ತಿಗಳ ಅಭಿಪ್ರಾಯಗಳಿಗೆ ಹೆದರುವ ಬಗೆಗೆ ನೀವೇನು ಕಲಿತಿರಿ ಎಂಬುದರ ಕುರಿತು ಈಗ ಸಮಗ್ರವಾಗಿ ಯೋಚಿಸೋಣ. ಸದ್ಯ ನೀವು ಅನ್ಯರ ಅಭಿಪ್ರಾಯಗಳಿಗೆ ಭಯಪಡುತ್ತಿದ್ದುದರಿಂದ ಅದರ ನಿಯಂತ್ರಣದಲ್ಲಿದ್ದಿರಿ. ಲೆಟ್ ದೆಮ್ ಸಿದ್ಧಾಂತ ಅನ್ಯರ ಅಭಿಪ್ರಾಯಗಳು ನಿಮ್ಮ ಬದುಕಿನ ಮೇಲೆ ಸವಾರಿ ಮಾಡುವುದನ್ನು ನಿಲ್ಲಿಸುವ ಬಗೆಗೆ ಕಲಿಸುತ್ತಿದೆ ಎಂದ ಹಾಗಾಯ್ತು; ಮತ್ತು ಆ ಮೂಲಕ ನೀವು ನಿಮ್ಮ ಬದುಕನ್ನು ನಿಮಗೆ ಬೇಕೆನಿಸಿದ ಹಾಗೆ ಗೌರವಯುತವಾಗಿ ಬಾಳಲು ಅನುವು ಮಾಡಿಕೊಟ್ಟಂತಾಗಿದೆ.

ಸಮಸ್ಯೆ: ನೀವು ಅನ್ಯರ ಅಭಿಪ್ರಾಯಗಳಿಗೆ ಅತ್ಯಂತ ಹೆಚ್ಚಿನ ಶಕ್ತಿಯನ್ನು ನೀಡುತ್ತಿದ್ದೀರಿ. ನಿಮ್ಮ ಆಯ್ಕೆಗಳನ್ನು ನಿಯಂತ್ರಿಸುವಂತೆ ಅನ್ಯರ ಅಭಿಪ್ರಾಯಗಳಿಗೆ ಹೆದರಿ ನಿಮ್ಮ ಅಂತಃಸತ್ವವನ್ನು ಸೀಮಿತಗೊಳಿಸಿ ನಿಮಗೇನು ಪ್ರಿಯವೋ ಅದನ್ನು ಮಾಡದೆ ಹಿಂದೇಟು ಹಾಕುತ್ತಿದ್ದಿರಿ. ಈ ಭಯ ನಿಮ್ಮನ್ನು ವಿಳಂಬವಾಗಿಸುವುದರ ಜೊತೆಗೆ

ನಿಮ್ಮ ಬಗ್ಗೆಯೇ ಸಂಶಯ ಪಡುವಂತೆ ಮಾಡುತ್ತದೆ. ಅದಕ್ಕೂ ಮುಖ್ಯವಾಗಿ ನೀವು ನಿಮ್ಮ ಕನಸುಗಳನ್ನು ನೆನಸಾಗಿಸಲು ಅಸಮರ್ಥರಾಗುತ್ತೀರಿ.

ಸತ್ಯ: ನೀವೇನೇ ಮಾಡುತ್ತಿರಿ ಜನರು ನಕಾರಾತ್ಮಕ ಅಭಿಪ್ರಾಯಗಳನ್ನು ನೀಡುತ್ತಿರುತ್ತಾರೆ. ಅದು ಸಂಭವಿಸುತ್ತದೆ. *ಲೆಟ್ ದೆಮ್*. ಅದನ್ನು ನಿಯಂತ್ರಿಸಲು ನಿಮ್ಮಿಂದಾಗದು. ಅನ್ಯರ ಅಭಿಪ್ರಾಯ ನಿಮ್ಮನ್ನು ಕಾಡುವುದು ಅಥವಾ ನಿಮ್ಮನ್ನು ನುಂಗಿಬಿಡುವುದನ್ನು ತಡೆಯಲು ಹೊರಟರೆ ಅದು ಕೇವಲ ನಿಮ್ಮ ಸಮಯ ಮತ್ತು ಶಕ್ತಿಯ ವೃಥಾ ವ್ಯಯವಲ್ಲದೆ ಬೇರೇನೂ ಅಲ್ಲ.

ಪರಿಹಾರ: ಅವರು *ಲೆಟ್ ದೆಮ್* ಯೋಚಿಸಲಿ ಎಂದು ಬಿಟ್ಟರೆ, ನಿಮಗೇನು ಬೇಕೋ ಅದನ್ನು ನಿರ್ವಹಿಸಲು ನಿಮಗೆ ಸಂಪೂರ್ಣ ಸ್ವಾತಂತ್ರ್ಯ ಸಿಕ್ಕ ಹಾಗಾಗುತ್ತದೆ. ನಿಮ್ಮ ಯೋಚನೆಗಳನ್ನು ಮತ್ತು ಕ್ರಿಯಾಶೀಲತೆಯನ್ನು ಸರಿಯಾಗಿ ಹೊಂದಿಸಿಕೊಂಡರೆ ನೀವು ಸ್ವತಃ ಹೆಮ್ಮೆ ಪಡುವಂತಾಗುತ್ತದೆ. ನೀವು ಹೆಮ್ಮೆ ಪಡುವಂತಾದರೆ ಯಾರು ಏನು ಬೇಕಾದರೂ ನಿಮ್ಮ ಬಗ್ಗೆ ಯೋಚಿಸಿದರೂ ನೀವು ಆ ಬಗ್ಗೆ ಗಮನಿಸುವ ಅಗತ್ಯ ಬರುವುದಿಲ್ಲ.

ನೀವು *ಲೆಟ್ ದೆಮ್* ಎಂದಾಗ, ಜನರು ನಿಮ್ಮ ಬಗ್ಗೆ ನಕಾರಾತ್ಮಕ ಯೋಚನೆ ಮಾಡಿಕೊಳ್ಳಲಿ ಎಂದು ನೀವು ಹೇಳಿದಾಗ ನೀವೊಂದು ನಿರ್ಧಾರವನ್ನು ತೆಗೆದುಕೊಂಡಂತಾಗುತ್ತದೆ. ನೀವು *ಲೆಟ್ ಮಿ* ಎಂದಾಗ, ಒಬ್ಬನೇ ಒಬ್ಬನ ಅಭಿಪ್ರಾಯಕ್ಕೆ ನೀವು ಬೆಲೆ ಕೊಡುತ್ತೀರಿ–ಅದು ನೀವೇ.

ನಿಮಗೊಂದು ಅಮೂಲ್ಯ ಬದುಕು ಸಿಕ್ಕಿದೆ, ಅದು ಹೆಮ್ಮೆಯಿಂದ ಬಾಳುವಂತೆ ರೂಪಿಸಿಕೊಳ್ಳಿ.

ಅನ್ಯ ವ್ಯಕ್ತಿಗಳ ಭಾವನೆಗಳ ಜೊತೆಗೆ ವ್ಯವಹರಿಸುವುದು

ಅಧ್ಯಾಯ 7

ವಯಸ್ಕರು ನಿಮ್ಮೆಡೆಗೆ ಕೋಪೋದ್ರೇಕವನ್ನು ಪ್ರಕಟಿಸಿದಾಗ

ಅನ್ಯರ ಭಾವನಾತ್ಮಕ ಪ್ರತಿಕ್ರಿಯೆಗಳು ನಿಮ್ಮ ನಿರ್ಧಾರಗಳ ಮೇಲೆ ಪರಿಣಾಮ ಬೀರುವಾಗ ಏನಾಗುತ್ತದೆ.

ನಿಜ ಹೇಳಬೇಕೆಂದರೆ ವಯಸ್ಕರು ಸಾಧಾರಣವಾಗಿ ಮಕ್ಕಳಂತೆ ವರ್ತಿಸುತ್ತಾರೆ. ಆದ್ದರಿಂದ ಇನ್ನೊಬ್ಬರ ಪ್ರತಿಕ್ರಿಯೆಗಳನ್ನು ನಿರ್ವಹಿಸುವುದು ನಿಮ್ಮ ಹೊಣೆಗಾರಿಕೆಯಲ್ಲ. ಯಾವಾಗ ಇನ್ನೊಬ್ಬರ ಬಾಲಿಶ ಭಾವನೆಗಳು ನಿಮ್ಮ ಆಯ್ಕೆಗಳ ಮೇಲೆ ಪ್ರಭಾವ ಬೀರುವುದನ್ನು ಒಪ್ಪಿಕೊಳ್ಳುವಿರೋ, ಅದು ನಿಮ್ಮ ಬದುಕಿನ ಕೊನೆಯೇ ಆಗಿರುತ್ತದೆ.

ಅದು ಎಷ್ಟು ದೊಡ್ಡ ಸಮಸ್ಯೆ ಎನ್ನುವುದು ನನಗೂ ಗೊತ್ತಿಲ್ಲ, ನಿಮಗೂ ಗೊತ್ತಿಲ್ಲ. ಅಪರಾಧೀ ಭಾವನೆಗಳನ್ನು ನಿಯಂತ್ರಿಸುವುದು, ನಿರಾಶೆಯಾಗುವ ಭಯ, ಇನ್ನೊಬ್ಬರ ಪ್ರತಿಕ್ರಿಯೆಗೆ ಹೆದರುವುದು, ಅಥವಾ "ಇದು ಸಕಾಲ" ಎನ್ನುತ್ತ ಇನ್ನೊಬ್ಬರ ಹಿಂದೆ ಮುಂದೆ ಅಡ್ಡಾಡುವುದು, ಎಂದಾಗ ಅನ್ಯರ ನಡವಳಿಕೆಗೆ ಮತ್ತು ಪ್ರತಿಕ್ರಿಯೆಗಳಿಗೆ ನಿಮ್ಮ ಶಕ್ತಿ ಪೋಲಾಗಿ ಬರಿದಾಗಿಬಿಡುತ್ತದೆ.

ಆದರೆ ಅದು ಇನ್ನಷ್ಟು ಆಳಕ್ಕಿರುತ್ತದೆ. ಅವರ ಆಕ್ರಮಣಕಾರಿ ನಡವಳಿಕೆ ಅಪರಾಧೀ ಹೇಳಿಕೆಗಳು, ಮತ್ತು ಭಾವನಾತ್ಮಕ ಪ್ರಕೋಪ ನಿಮ್ಮ ನಿರ್ಧಾರಗಳನ್ನು ಮುನ್ನೆಡೆಸುವಂತೆ ತೋರುತ್ತದೆ. ಹಾಗಾಗಿಯೇ ನೀವು ಸರಿ ಎಂದುಬಿಡುತ್ತೀರಿ, ಇಲ್ಲ ಎನ್ನುವ ಬದಲು. ನೀವು ದೃಢವಾಗಿ ನಿಲ್ಲಬೇಕಾದ ಸಮಯ ಬಾಗುತ್ತೀರಿ. ಅದರಿಂದ ನೀವು ನಿಮ್ಮ ಪರಿಧಿಗಳನ್ನು ಗುರುತಿಸಲು ಅಶಕ್ತರಾಗುತ್ತೀರಿ. ಕೆಲವರು ಕೆಟ್ಟ ಮನಸ್ಥಿತಿಯಲ್ಲಿರುವಾಗ ನೀವು ಹಗುರವಾಗಿ ಎಚ್ಚರದಿಂದ ನಡೆಯುವಂತಾಗುತ್ತದೆ.

ಖಂಡಿತವಾಗಿಯೂ, ತಕ್ಷಣಕ್ಕೆ ನೀವು ನಿಮ್ಮ ಸಹೋದರಿಯ ಅಪರಾಧೀ ಸಂಭವದ ಮರೆಹೋಗುತ್ತೀರಿ ನಿಜ, ಆದರೆ ದೀರ್ಘಕಾಲೀನವಾಗಿ, ನೀವೊಂದು ನಿಮ್ಮ ಬದುಕಿನ ಪ್ರಮುಖ ಅಂಶವನ್ನು ಕಳಕೊಂಡಿರುತ್ತೀರಿ.

ನಿಮ್ಮ ಗರ್ಲ್ ಫ್ರೆಂಡ್ ಅಥವಾ ಬಾಯ್ ಫ್ರೆಂಡ್‌ನ ಜೊತೆಗೆ ಹೊಂದಾಣಿಕೆಯನ್ನು ಮಾಡಿಕೊಳ್ಳುತ್ತ ನೀವು ಭಾವನಾತ್ಮಕವಾಗಿ ಸುಸ್ತಾಗಿ ಬಿಟ್ಟಿರುವಾಗ, ನಿಮ್ಮಷ್ಟಕ್ಕೇ ಹೀಗೆ ಕೇಳಿಕೊಳ್ಳಿ: ನೀವೇ ಯಾಕಾಗಿ ಹೊಂದಾಣಿಕೆ ಮಾಡಿಕೊಳ್ಳಬೇಕು? ಇನ್ನೊಬ್ಬರ ಸಂತೋಷ ನಿಮ್ಮ ಜವಾಬ್ದಾರಿಯನ್ನಾಗಿ ಯಾಕಾಗಿ ಒಪ್ಪಿಕೊಳ್ಳಬೇಕು–ನಿಮ್ಮದೇ ವೆಚ್ಚದಲ್ಲಿ ಯಾಕಾಗಿ ಎರವಾಗಬೇಕು? ಯಾರದೋ ಬಾಲಿಶ ಭಾವನೆಯಲ್ಲಿ ನೀವು ಮುಂದೆ ಸಾಗಿದರೆ ನೀವು ಕೊನೆಯಲ್ಲೇ ಉಳಿಯುತ್ತೀರಿ. ಯಾರದೋ ಹತಾಶೆ, ಕೋಪ, ಅಥವಾ ಅಪರಾಧೀ ಭಾವನೆಯ ಹೊರೆಯನ್ನು ನೀವು ಹೊರುವ ಬದಲು ಮುಕ್ತವಾಗುವ ಕಲೆಯನ್ನು ಕಲಿಯಿರಿ: ಸುಮ್ಮನೆ *ಲೆಟ್ ದೆಮ್* ಎಂದು ಪ್ರತಿಕ್ರಿಯಿಸಿ. ನೀವು *ಲೆಟ್ ದೆಮ್* ಎನ್ನುವಾಗ, ನೀವು ಅನ್ಯ ವ್ಯಕ್ತಿಗೆ ತಮ್ಮ ಭಾವನೆಯನ್ನು ಪ್ರಕಟಿಸಲು ಅವಕಾಶವನ್ನು ನೀಡಿದಂತೂ ಆಗುತ್ತದೆ. ಆದರೆ ಅದನ್ನು ಕಾರ್ಯರೂಪಕ್ಕೆ ತರಬೇಕಾಗಿಲ್ಲ. ನೀವು *ಲೆಟ್ ಮಿ* ಎಂದಾಗ, ನಿಮಗೆ ತೋಚಿದ್ದನ್ನು ನೀವು ಕೈಗೊಳ್ಳಿ, ಅದು ಇತರರಿಗೆ ಅಪ್ರಿಯವೆನಿಸಿದರೂ, ಅದರಿಂದ ನಿಮ್ಮ ಬದುಕಿನ ಜವಾಬ್ದಾರಿಯನ್ನು ನೀವು ಸ್ವತಃ ವಹಿಸಿಕೊಂಡಂತಾಗುತ್ತದೆ.

ಇನ್ನೊಬ್ಬರಿಂದಾಗುವ ಅಪರಾಧೀ ಪ್ರಜ್ಞೆ, ಕೋಪ, ನಿರಾಶೆ ಎಲ್ಲವನ್ನೂ ತಹಬಂದಿಗೆ ತರುವ ಸಮಯ ಈಗ ಬಂದಿರುತ್ತದೆ. ಅನ್ಯರ ಭಾವನಾತ್ಮಕ ಪ್ರತಿಕ್ರಿಯೆಗಳನ್ನು ನಿರ್ವಹಿಸುವುದು ನಿಮ್ಮ ಹೊಣೆಗಾರಿಕೆ ಆಗುವುದಿಲ್ಲ. ಇದನ್ನು ನನ್ನ ಥೆರಾಪಿಸ್ಟ್ ಅನ್ನೆ ಡೇವಿನ್, ಪಿಎಚ್.ಡಿ., ಅವರಿಂದ ನಾನು ಕಲಿತೆ. ಅವರೊಬ್ಬ ಮನಃಶ್ಶಾಸ್ತ್ರಜ್ಞೆ, ಲೇಖಕಿ, ನಾನೆಂದೂ ಕಂಡಿರದ ಅತ್ಯಂತ ಬುದ್ಧಿವಂತಿಕೆಯ ವ್ಯಕ್ತಿತ್ವವನ್ನು ಹೊಂದಿದಾಕೆ.

ಒಂದು ದಿನ, ಕುಟುಂಬಕ್ಕೆ ಕಂಟಕನಾಗಿದ್ದ ಓರ್ವ ಸದಸ್ಯನ ಕುರಿತು ಹೇಳುತ್ತ, ಅವನನ್ನು ಹೇಗೆ ಸರಿದಾರಿಯ ಪರಿಧಿಯಲ್ಲಿಡುವುದು ಎಂದು ಕೇಳಿದೆ. ನಿಜವೆಂದರೆ, ಈ ವ್ಯಕ್ತಿ ನನಗೆ ಕಿರುಕುಳ ಕೊಡಬಾರದೆಂದಾಗಿತ್ತು ಉದ್ಧೇಶ. ಅಂತಹ ಒಬ್ಬನಾದರೂ ವ್ಯಕ್ತಿ ನಿಮ್ಮ ಪರಿವಾರದಲ್ಲೂ ಇದ್ದಿರುತ್ತಾರೆ. ಒಂದು ಸಂಜೆ ನಾನು ಈ ವ್ಯಕ್ತಿಯ ಜೊತೆಗಿನ ವಾಗ್ಯುದ್ಧದಲ್ಲಿ ಸುಸ್ತಾಗಿಬಿಟ್ಟಿದ್ದೆ. ಅವರ ಬಗ್ಗೆ ಗಮನ ನೀಡದಿದ್ದರೂ, ತಮ್ಮತ್ತ ಗಮನ ಸೆಳೆಯಲು ಏನಾದರೂ ತಂತ್ರ ಹೂಡಿ ಸೆಳೆದುಕೊಳ್ಳುವ ಚಾಕಚಕ್ಯತೆ ಅವರಲ್ಲಿರುತ್ತದೆ–ಅದು ಸಕಾರಾತ್ಮಕವೇ ಇರಲಿ ನಕಾರಾತ್ಮಕವೇ ಇರಲಿ.

ನಾವೆಲ್ಲ ಎಂಟು ವರ್ಷದವರಾಗಿದರೆ ಹೇಗೆ?

ನಾನು ಈ ವ್ಯಕ್ತಿಯ ಕುರಿತು ಆನ್ನೆಯವರಲ್ಲಿ ಮಾತಾಡಿದೆ. ಆಕೆ ಹೇಳಿದ ರೀತಿಯಿಂದ ಎಲ್ಲವೂ ಬದಲಾಗಿ ಬಿಟ್ಟಿತು.

"ಮೆಲ್, ಬಹುತೇಕ ವಯಸ್ಕರು ದೊಡ್ಡ ಶರೀರವನ್ನು ಹೊಂದಿರುವ ಎಂಟು ವರ್ಷದ ಮಗುವಾಗಿರುತ್ತಾರೆ. ಇನ್ನೊಂದು ಸಲ ನೀನು ಈ ವ್ಯಕ್ತಿಯ ಸಂಗಡವ ಇದ್ದು, ಆತನ

ಕಿರುಕುಳದ ಮಾತನ್ನು ಕೇಳಿದರೆ ಅಥವಾ ಏನಾದರೂ ಸಲ್ಲದ್ದನ್ನು ಮಾಡಿದರೆ, ನಾಲ್ಕನೇ ಕ್ಲಾಸಿನಲ್ಲಿರುವಂತೆ ಅವರನ್ನು ಕಲ್ಪಿಸಿಕೊಳ್ಳುವಂತೆ ನಾನು ಬಯಸುತ್ತೇನೆ. ಯಾಕೆಂದರೆ ನೀವೀಗ ವರ್ಣಿಸುತ್ತಿರುವ ಮಗು ಎಂಟು ವರ್ಷದವ. ಏನಿದ್ದರೂ ಬಹುತೇಕ ವಯಸ್ಕರು ಹಾಗೆಯೇ ಇರುತ್ತಾರೆ."

ಪ್ರಾಮಾಣಿಕವಾಗಿ ಹೇಳಬೇಕೆಂದರೆ, ಆಕೆ ಹೇಳುವುದನ್ನು ಕೇಳುತ್ತಿದ್ದರೆ ಅದರಲ್ಲಿ ಬಹಳಷ್ಟು ಸತ್ವ ಅಡಗಿದೆ ಅನ್ನಿಸಿತು. ಹೌದು ಅದು ಸತ್ಯವೇ. ಹೆಚ್ಚಿನವರಿಗೆ ತಮ್ಮ ಭಾವನೆಗಳನ್ನು ಆರೋಗ್ಯಕರವಾಗಿ ಹೇಗೆ ವ್ಯಕ್ತಪಡಿಸಬೇಕೆಂಬುದು ತಿಳಿದಿರುವುದಿಲ್ಲ. ತಮ್ಮ ಅವಶ್ಯಕತೆಯನ್ನು ಗೌರವಯುತವಾಗಿ ಸಂವಹಿಸಲೂ ಅವರಿಂದ ಸಾಧ್ಯವಾಗುವುದಿಲ್ಲ. ನನಗೆ ಗೊತ್ತು ನಾನು ಕೂಡಾ ಹಾಗೆಯೇ. ಸುಮ್ಮನೆ ಅದರ ಕುರಿತು ಯೋಚನೆ ಮಾಡಿ: ನಿಮ್ಮ ತಾಯಿ ಅಷ್ಟೊಂದು ಗರ್ಜಿಸುವುದು ಯಾಕೆ, ಏನು ತಪ್ಪಾಗಿದೆ ಎನ್ನುವುದ ಬದಲು? ನಿಮ್ಮ ಸ್ನೇಹಿತೆ ನಿಮ್ಮನ್ನು ಕಂಡಾಗ ಮೌನವಾಗಿರುವುದು ಏಕೆ? ನಿಮ್ಮ ಸಹೋದರಿ ಅಷ್ಟೊಂದು ಕಿರುಚಾಡುವುದು ಯಾಕೆ ಮತ್ತು ಒಂದು ತಾಸಿನ ಬಳಿಕ ಏನೂ ನಡೆದೇ ಇಲ್ಲವೆನ್ನುವಂತೆ ಇರುವುದು ಯಾಕೆ?

ಯಾಕೆಂದರೆ ಅವರು ವಯಸ್ಕರು, ಅವರ ಸತ್ವಾಂಶದಲ್ಲಿ ಅವರು ಮಕ್ಕಳಂತೆ ಭಾವನೆಯನ್ನು ಹೊಂದಿರುತ್ತಾರೆ. ವ್ಯತ್ಯಾಸವಿಷ್ಟೇ ಅವರು ಹೆಚ್ಚಿನ ಸಮಯ ಅದನ್ನು ಮರೆಮಾಚಿ ಅದುಮಿ ಹಿಡಿದಿರುತ್ತಾರೆ. ಲೆಟ್ ದೆಮ್ ಸಿದ್ಧಾಂತದ ಸೊಗಸು ಇರುವುದು ಇಲ್ಲಿಯೇ: ಅದು ನಿಮ್ಮನ್ನು ಹೆಚ್ಚು ತೀರ್ಮಾನಿಸುವಂತೆ ಕಾಯುವುದಿಲ್ಲ- ಅದು ನಿಮ್ಮನ್ನು ಹೆಚ್ಚು ದಯಾಳುವನ್ನಾಗಿ ಮಾಡುತ್ತದೆ. ನೀವು ಹತಾಶರಾಗುವ ಬದಲು, ಬಹುತೇಕ ಮಂದಿ ತಮ್ಮ ಭಾವನೆಗಳನ್ನು ಪಕ್ವವಾಗಿ ನಿಭಾಯಿಸಲು ಅಸಮರ್ಥರು ಎಂದು ನೀವು ತಿಳಿಯುತ್ತೀರಿ.

ನಿಜವೆಂದರೆ ಯಾರಿಗೂ ಇದನ್ನು ಹೇಗೆ ನಿರ್ವಹಿಸಬೇಕೆಂದು ಕಲಿಸಿಲ್ಲ. ನಿಮ್ಮ ಭಾವನೆಗಳನ್ನು ನಿರ್ವಹಿಸಬೇಕಿದ್ದರೆ, ನೀವು ಅದನ್ನು ತಿಳಿದಿರಬೇಕು, ಮತ್ತು ಅದನ್ನು ಆರೋಗ್ಯಕರವಾಗಿ ನಿರ್ವಹಿಸಲು ತಿಳಿದಿರಬೇಕು. ನನ್ನ ಅನುಭವದಲ್ಲಿ ಹೇಳಬೇಕೆಂದರೆ ಅನೇಕರಿಗೆ ಅದನ್ನು ನಿರ್ವಹಿಸಲು ಬರುವುದಿಲ್ಲ. ನನಗೂ ಬರುತ್ತಿರಲಿಲ್ಲವೆಂದು ಖಂಡಿತವಾಗಿಯೂ ಹೇಳುತ್ತೇನೆ.

ಭಾನಾತ್ಮಕ ಪಕ್ವತೆ ಹುಟ್ಟುತ್ತಲೇ ಬಂದಿರುವುದಿಲ್ಲ, ಅಥವಾ ಅದು ಹಾಗೆಯೇ ಸಂಭವಿಸುವುದಿಲ್ಲ. ಅದೊಂದು ಕೌಶಲ್ಯವಾಗಿದ್ದು, ಅದನ್ನು ಕಲಿಯಲು ಸಮಯ, ಅಭ್ಯಾಸ ಮತ್ತು ಕಲಿಯುವ ತೀವ್ರತೆ ಬೇಕಾಗುತ್ತದೆ. ನನ್ನ ಥೆರಾಪಿಸ್ಟ್ ಸರಿಯಾಗಿಯೇ ಹೇಳಿದ್ದಾರೆ. ಬಹುತೇಕ ವಯಸ್ಕರು ತಮಗೆ ಬೇಕಿರುವುದನ್ನು ಪಡೆಯ ಬೇಕಿರುವ ಸಂದರ್ಭ ಎಂಟು ವರ್ಷದ ಮಗುವಿನಂತೆಯೇ ವರ್ತಿಸುತ್ತಾರೆ. ಅದು ಅವರಲ್ಲಿ ಅಸಂತುಷ್ಟಿಯ ಭಾವನೆಗಳನ್ನು ಉತ್ಪತ್ತಿ ಮಾಡುತ್ತವೆ.

ಆದರೆ ಇದೀಗ ಲೆಟ್ ದೆಮ್ ಸಿದ್ಧಾಂತದಿಂದ, ದಯೆಯಿಂದ ಪ್ರತಿಕ್ರಿಯಿಸುವುದು, ನಿಮ್ಮ ಪರಿಧಿಗಳನ್ನು ಗುರುತಿಸುವುದು, ಮತ್ತು ಜನರು ಅಪಕ್ವ ಭಾವನೆಗಳಿಂದ ನಿಮ್ಮ ಬದುಕನ್ನು ಆಳುವುದನ್ನು ನಿಮಗೆ ನಿಲ್ಲಿಸಲು ಸಾಧ್ಯವಿದೆ.

ವಯಸ್ಕರ ಮತ್ತು ಮಕ್ಕಳ ಸ್ವಭಾವಗಳಲ್ಲಿ ಅವಿನಾಭಾವ ಸಂಬಂಧವಿರುತ್ತದೆ:

ಮಕ್ಕಳ ಸ್ವಭಾವ = ವಯಸ್ಕರ ಸ್ವಭಾವ

ಮಕ್ಕಳು ನಿಮ್ಮಿಂದ ಓಡಿಹೋಗುತ್ತಾರೆ	ವಯಸ್ಕರು ತಪ್ಪಿಸಿಕೊಳ್ಳುತ್ತಾರೆ
ಮಕ್ಕಳು ಮೂಲೆಯಲ್ಲಿ ಅಡಗುತ್ತಾರೆ	ವಯಸ್ಕರಿಂದ ಮೌನವಾಗಿ ಪ್ರತಿಕ್ರಿಯೆ
ಮಕ್ಕಳು ಮರೆಯಲ್ಲಿರುತ್ತಾರೆ	ವಯಸ್ಕರು ಸ್ಟೋಯಿಕ್ ನಟಿಸುತ್ತಾರೆ
ಮಕ್ಕಳು ಕೋಪೋದ್ರಿಕ್ತರಾಗುತ್ತಾರೆ	ವಯಸ್ಕರು ಸಿಟ್ಟಿನಿಂದ ಪ್ರತಿಭಟಿಸುತ್ತಾರೆ
ಮಕ್ಕಳು ಬಾಗಿಲನ್ನು ಮುಚ್ಚುತ್ತಾರೆ	ವಯಸ್ಕರೂ ಹಾಗೆಯೇ ಮಾಡುತ್ತಾರೆ
ಮಕ್ಕಳು ಸುಳ್ಳು ಹೇಳುತ್ತಾರೆ	ವಯಸ್ಕರೂ ಸುಳ್ಳು ಹೇಳುತ್ತಾರೆ

ಈ ಪಟ್ಟಿಯನ್ನು ನೀವು ಗಮನಿಸಿದರೆ, ಮತ್ತು ಪ್ರತಿಯೊಂದು ಪ್ರಕರಣದಲ್ಲೂ ತಕ್ಷಣ ಯಾರಾದರೂ ನಿಮ್ಮ ಮನಸ್ಸಿನಲ್ಲಿ ಧುತ್ತೆಂದು ಪ್ರಕಟವಾದರೆ ಅದು ಸರಿಯೇ, ನನಗೂ ನನ್ನ ಥೆರಾಪಿಸ್ಟ್‌ನಲ್ಲಿ ಚರ್ಚಿಸಿದಾಗ ಹೀಗೆಯೇ ಆಗಿತ್ತು. ಮಕ್ಕಳು ಯಾಕಾಗಿ ಹಾಗೆ ಮಾಡುತ್ತಾರೆ ಎಂದರೆ ಅವರು ತಮ್ಮ ಭಾವನೆಗಳನ್ನು ನಿರ್ವಹಿಸಲು ಅಸಮರ್ಥರಾಗಿರುತ್ತಾರೆ.

ನಾನೊಂದು ಉದಾಹರಣೆಯನ್ನು ನೀಡಬಲ್ಲೆ. ನೀವೊಂದು ಮಗುವನ್ನು ಆಟದ ಸಾಮಾನುಗಳ ಅಂಗಡಿಗೆ ಒಯ್ದಿದ್ದೀರಿ ಎನ್ನೋಣ. ಮಗು ಒಂದು ಸೆಟ್ ಆಟಿಕೆಯನ್ನು ಆಯ್ಕೆ ಮಾಡಿತು. ಆದರೆ ನೀವು ಅದನ್ನು ಕೊಡಿಸಲು ಆಗುವುದಿಲ್ಲ ಎನ್ನುತ್ತೀರಿ. ಎಂದಾಗ ಮಗುವಿನ ಪ್ರತಿಕ್ರಿಯೆ ಹೇಗಿರುತ್ತದೆ?

ಅದರ ಪುಟ್ಟ ಶರೀರ ನಾನಾ ಭಾವೋದ್ವೇಗಗಳೊಂದಿಗೆ ಹೊರಹೊಮ್ಮುತ್ತದೆ: ಬೇಸರ, ನಿರಾಶೆ, ಅಚ್ಚರಿ, ಕೋಪ. ಹಾಗಾಗಿ ಅದು ನಾಟಕೀಯವಾಗಿ ಸ್ಪಂದಿಸುತ್ತ ಅಳುತ್ತ, ನೆಲದ ಮೇಲೆ ಹೊರಳಾಡಿ, ಕೋಪವನ್ನು ಪ್ರಕಟಿಸುತ್ತದೆ.

ಇದಕ್ಕೆ ಪರಿಹಾರ ಮಗುವಿಗೆ ಆಟಿಕೆಯನ್ನು ಕೊಡಿಸುವುದಲ್ಲ. ಮಗುವಿನ ಭಾವೋದ್ವೇಗವನ್ನು ನಿಯಂತ್ರಿಸಲು ಸಾಂತ್ವನ ಹೇಳುತ್ತ ಹೆತ್ತವರು ಪ್ರಯತ್ನಿಸುವುದು. ಅದು ಕರುಣಾ ಪೂರ್ಣವಾಗಿರಬೇಕು.

ನೀವು ಮಗುವಿನ ಹತ್ತಿರಕ್ಕೆ ಬಾಗಿ ಹೇಳುತ್ತೀರಿ, "ಅದು ಅಷ್ಟೊಂದು ಉಚಿತವಿಲ್ಲ, ನಿನಗೆ ಆ ಆಟಿಕೆ ಇಷ್ಟ ಅಂತ ನನಗೆ ಗೊತ್ತು. ಆದರೆ ಅದು ಚೆನ್ನಾಗಿಲ್ಲ. ನನಗೂ ನಿರಾಶೆಯಾಗಿದೆ. ಚೆನ್ನಾಗಿಲ್ಲ. ನಾನು ಕೂಡಾ ಇಷ್ಟಪಟ್ಟ ವಸ್ತು ಸಿಗದಾಗ ಹೀಗೆಯೇ ಅಳುತ್ತೇನೆ."

ಲೆಟ್ ದೆಮ್, ಬೇಡಲಿ, ಅಳಲಿ, ಅಥವಾ ಅವುಗಳಿಗೆ ಏನೆಲ್ಲಾ ಸಾಧ್ಯವೋ ಅದನ್ನೆಲ್ಲಾ ಮಾಡಲಿ ಬಿಡಿ. ಮಕ್ಕಳಿಗೆ ಪೂರ್ಣ ಪ್ರಮಾಣದ ಭಾವೋದ್ವೇಗವನ್ನು ಅನುಭವಿಸಲು ಬಿಡದಿದ್ದರೆ (ವಯಸ್ಕರು "ಸುಮ್ಮನಿರು", ಅಥವಾ "ಇದು ಅಪ್ರಯೋಜಕ", "ನೀನು ಅತಿಯಾಗಿ ನಾಟಕವಾಡ್ತಾ ಇದ್ದೀಯಾ"-ಇತ್ಯಾದಿ) ಅವರು ಯಾವತ್ತೂ ಮನುಷ್ಯನ ಭಾವೋದ್ವೇಗವನ್ನು ಸಾಮಾನ್ಯ ಸ್ಥಿತಿಯಲ್ಲಿ ಎಂದಿಗೂ ಕಲಿಯಲು ಸಾಧ್ಯವಾಗುವುದಿಲ್ಲ.

ಆದ್ದರಿಂದ ನನ್ನ ಪ್ರಕಾರ ಬಹುತೇಕ ಹಿರಿಯರು ಭಾವನೆಗಳನ್ನು ಆರೋಗ್ಯಕರವಾಗಿ ನಿರ್ವಹಿಸಲು ಕಲಿತಿರುವುದಿಲ್ಲ, ಯಾಕೆಂದರೆ ಅವರ ಹಿರಿಯರು ಕೂಡಾ ಅದನ್ನು ನಿರ್ವಹಿಸುವ ವಿಧಾನವನ್ನು ಅವರಿಗೆ ಕಲಿಸಿರುವುದಿಲ್ಲ.

ಒಂದು ಮಗು ಅದನ್ನು ಹೇಗೆ ನಿರ್ವಹಿಸುವುದು ಎಂದು ಅದಕ್ಕೆ ಗೊತ್ತಿರುವುದಿಲ್ಲ. ನಾನು ಮೊದಲೇ ಹೇಳಿದ ಹಾಗೆ ಅದೊಂದು ಕೌಶಲ್ಯದ ಮಾತು. ಅದಕ್ಕೆ ಸಮಯ, ಅಭ್ಯಾಸ, ಮತ್ತು ಕಲಿಯಬೇಕೆಂಬ ತಹತಹಿಕೆ ಬೇಕಾಗುತ್ತದೆ.

ಏನಿದ್ದರೂ, ಈ ಪುಸ್ತಕದ ಸಂಶೋಧನೆ ಮಾಡುವ ಸಮಯ ಒಬ್ಬ ಪೋಷಕಳಾಗಿ ನಾನು ಸರಿಯಾಗಿ ಕಾರ್ಯ ನಿರ್ವಹಿಸಿದ್ದೇನೆ. ನಾನು ಮಗುವಿಗೆ ಆಟಿಕೆಯನ್ನು ಕೊಂಡುಕೊಳ್ಳುತ್ತಿದ್ದೆ. ಅಥವಾ, ನಾನು ಸಿಟ್ಟಿಗೆದ್ದು "ಅಳುವುದನ್ನು ನಿಲ್ಲಿಸು!" ಎಂದು ಗರ್ಜಿಸುತ್ತಿದ್ದೆ. ಅಥವಾ, ನೆಲದಲ್ಲಿ ಹೊರಳಾಡುವವರನ್ನು ಅಲ್ಲಿಯೇ ಬಿಟ್ಟು, ನಾನು ಅಲ್ಲಿಂದ ಕಾಲ್ತೆಗೆದು, ಪಕ್ಕಕ್ಕೆ ಬಂದು ಬಿಟ್ಟರೆ, ಅದನ್ನು ಕಂಡು ಹೋ, ಹೊರಟು ಹೋದಳು, ಇನ್ನು ಅತ್ತು ಪ್ರಯೋಜನವಿಲ್ಲವೆಂದು ಅಳು ನಿಲ್ಲಿಸುತ್ತಿದ್ದರೇನೋ. ಹೀಗಿರುವ ಅವಸ್ಥೆಯಲ್ಲಿ ನನ್ನ ಎಲ್ಲಾ ಮೂವರು ಮಕ್ಕಳಿಗೂ ಯಾಕಾಗಿ ಥೆರಪಿ ಬೇಕಾಗಿದೆ ಅಂತ ಅನ್ನಿಸುತ್ತಿದೆ.

ನಾನು ತಮಾಷೆ ಮಾಡುತ್ತಿದ್ದೆ. ಯಾಕೆಂದರೆ ನನಗೆ ಸ್ವತಃ ನನ್ನ ಭಾವೋದ್ವೇಗವನ್ನು ಹತೋಟಿಗೆ ತರಲು ಆಗುವುದಿಲ್ಲ.

ಚಿಕ್ಕವಳಿದ್ದಾಗ ಅದನ್ನು ನಿಯಂತ್ರಿಸುವ ಪಾಠವನ್ನು ನನಗೆ ಹೇಳಿಕೊಟ್ಟಿರಲಿಲ್ಲ. ನನ್ನ ಕುಟುಂಬದಲ್ಲಿ ನಮ್ಮ ಭಾವನೆಗಳ ಬಗೆಗೆ ಎಂದಿಗೂ ಮಾತಾಡುತ್ತಿರಲಿಲ್ಲ. ಮಗುವಿದ್ದಾಗ ಹೇಗೆ ನಿರ್ವಹಿಸಬೇಕೆಂದೂ ತಿಳಿದಿರಲಿಲ್ಲ.

ಹಿರಿಯರು ಸಿಟ್ಟಿಗೆದ್ದು ಜೋರು ಮಾಡುತ್ತಿದ್ದರು ಮತ್ತು ಏನೂ ಸಂಭವಿಸಿಯೇ ಇಲ್ಲವೆಂಬಂತೆ ಸುಮ್ಮನಾಗುತ್ತಿದ್ದರು.

ಇಲ್ಲಿ ನನ್ನನ್ನು ಲೆಟ್ ದೆಮ್ ಸಿದ್ಧಾಂತ ಒಂದು ಮುಖ್ಯವಾದ ವಿಷಯದತ್ತ ಸೆಳೆಯುತ್ತಿದೆ, ಅದು ನನಗೂ ಸ್ಪಷ್ಟವಾಗಿರಬೇಕು: ಮಕ್ಕಳ ಭಾವನಾತ್ಮಕ ಮತ್ತು ಭೌತಿಕ ಅಗತ್ಯಗಳಿಗೆ ಹಿರಿಯರು 100 ಪ್ರತಿಶತ ಜವಾಬ್ದಾರರಾಗಿರುತ್ತಾರೆ.

ಮಕ್ಕಳು ತಮ್ಮ ಭಾವನಾತ್ಮಕ ಮತ್ತು ಭೌತಿಕ ಅವಶ್ಯಕತೆಗಳಿಗೆ ಸ್ವತಃ ಆಶ್ರಯ ನೀಡಲು ಆಗುವುದಿಲ್ಲ.

ಮಕ್ಕಳ ಭಾವನಾತ್ಮಕ ಸ್ಪಂದನಗಳನ್ನು ಆರೋಗ್ಯಕರವಾಗಿ ನಿರ್ವಹಿಸುವಂತೆ ಮಾಡುವ ಹೊಣೆಗಾರಿಕೆ ನಿಮ್ಮದಾಗಿರುತ್ತದೆ. ಅಷ್ಟೇ ಅಲ್ಲ, ಭಾವನೆಗಳು ಸಹಜವಾಗಿರುತ್ತವೆ ಎಂದು ಅವರಿಗೆ ಬೋಧಿಸುವ ಜವಾಬ್ದಾರಿಯೂ ನಿಮ್ಮದಾಗಿರುತ್ತದೆ.

ವಾಸ್ತವದಲ್ಲಿ, ಈ ಪುಸ್ತಕವನ್ನು ಸಂಶೋಧನೆ ಮಾಡುವ ವೇಳೆ, ನ್ಯೂಯಾರ್ಕ್ ಟೈಮ್ಸ್‌ನ ಬೆಸ್ಟ್ ಸೆಲ್ಲಿಂಗ್ ಲೇಖಕಿಯೂ, ಕ್ಲಿನಿಕಲ್ ಮನಃಶ್ಶಾಸ್ತ್ರಜ್ಞಳೂ ಆದ ಲಿಸಾ ಡಮೂರ್ ಪಿಎಚ್.ಡಿ., ಒಂದು ಸಾರವತ್ತಾದ ಮಾತನ್ನು ಹೇಳಿದರು: ಯಾವುದೇ ಮಗು (ವಯಸ್ಕರು ಕೂಡಾ), ತಮಗೆ ಬೇಕಿರುವುದನ್ನು ಪಡೆಯಲು ಅಶಕ್ತರಾದಾಗ ಅಥವಾ ತಮ್ಮ ಅವಶ್ಯದ ವಸ್ತುವನ್ನು ಕಳಕೊಂಡಾಗ, ನಿರಾಶೆಯನ್ನು ಅನುಭವಿಸುತ್ತಾರೆ ಹಾಗೂ ಬದುಕಿನಲ್ಲಿ ಅವರಿಗೆ ಅದೊಂದು ಆರೋಗ್ಯಕರ ಅನುಭವವಾಗಿರುತ್ತದೆಯಂತೆ. ಅಂತಹ ಭಾವನಾತ್ಮಕ ತುಡಿತಗಳು ಮತ್ತು ನಿರಾಶೆಗಳು ಅವರು ಮಾನಸಿಕವಾಗಿ ಆರೋಗ್ಯವನ್ನು ಹೊಂದಿದ್ದಾರೆ ಎಂಬ ಸೂಚನೆ ಎಂದಿದ್ದಾರೆ.

ಭಾವನೆಗಳು ಸನ್ನಿವೇಶಗಳಲ್ಲಿ ಸೂಕ್ತವೆನಿಸುತ್ತವೆಯೇ?

ನಿಮಗೆ ಆಟಿಕೆ ಸಿಗದಿರುವಾಗ ನೀವು ವಿಚಲಿತರಾಗುವುದು ಸಹಜ ಪ್ರಕ್ರಿಯೆ. ನಿಮ್ಮ ಸ್ನೇಹಿತೆ ನಿಮಗೆ ಶಾಲೆಯಲ್ಲಿ ನಿಮ್ಮ ಮನಸ್ಸಿಗೆ ನೋವುಂಟು ಮಾಡುವಾಗ ನಿಮಗೆ ಬೇಸರವಾಗುವುದು ಸಹಜವೇ. ನೀವು ಟಿವಿಯನ್ನು ನೋಡಬೇಕೆಂದಾಗ, ನಿಮ್ಮ ಪೋಷಕರು ಇಲ್ಲ, ಇದು ನಿದ್ದೆಯ ಸಮಯವೆಂದಾಗ ನೀವು ವಿಚಲಿತರಾಗುವುದೂ ಸಹಜವೇ. ನಿಜವೆಂದರೆ, ವಯಸ್ಕರಲ್ಲೂ ಇವೇ ಅನುಭವಗಳನ್ನು ಕಾಣಬಹುದು.

ನೀವು ವಯಸ್ಕರಾದಾಗ ನಿಮ್ಮನ್ನು ಕೆಲಸದಿಂದ ತೆಗೆದರೆ ನೀವು ಹತಾಶರಾಗುವುದು ಮತ್ತು ನಿಮ್ಮ ನೈತಿಕ ಬಲ ಕುಂದುವುದು ಸಹಜವೇ. ನೀವು ವಿಚ್ಛೇದನ ಪಡೆಯುವಾಗ, ನೀವು ಖಿನ್ನತೆಯನ್ನು ಅನುಭವಿಸುವುದು ಸಹಜವೇ.

ಡಾ। ಡಮೂರ್‌ರವರ ಪ್ರಕಾರ ಇವೆಲ್ಲ ಭಾವೋದ್ವೇಗಗಳು ಸಹಜವಾದವುಗಳೇ. ಇದರಿಂದ ನಿಮ್ಮ ಮನಸ್ಸು ಸರಿಯಾಗಿಯೇ ಕೆಲಸ ಮಾಡುತ್ತಿದೆ ಎಂದು ರುಜುವಾತಾಗುತ್ತದೆ.

ಆದರೆ ನೀವು ಬೆಳೆದಂತೆ ನಿಮ್ಮ ಭಾವನೆಗಳನ್ನು ಹತ್ತಿಕ್ಕಬೇಕೆಂದು ಪದೇ ಪದೇ ಹೇಳಲಾಗುತ್ತದೆ. ಮಗುವೊಂದು ಅಳುವಾಗ, "ನಿಲ್ಲಿಸು" ಅಥವಾ "ಸುಮ್ಮನಿರು," ಅಥವಾ "ಈಗ ಅದೆಲ್ಲ ಬೇಡ," ಎಂದು ದಬ್ಬುವುದರಿಂದ ಅವರ ಭಾವನೆಗಳನ್ನು ಅದುಮಿಹಿಡಿಯಲು ಕಲಿಸಿದಂತಾಗುತ್ತದೆ. ಇದೆಂದರೆ, ಮನುಷ್ಯ ಸಹಜವಾದ ಭಾವನೆಗಳನ್ನು ಅದುಮಿ ಹಿಡಿಯುವಂತಾಗುತ್ತದೆ.

ಡಾ। ಡಮೋರ್ ನನಗೆ ಹೇಳಿದರು ಬಹಳಷ್ಟು ಮಂದಿ ಆತಂಕ, ಖಿನ್ನತೆ, ಚಟ ಅಥವಾ ದೀರ್ಘಕಾಲೀನ ವ್ಯಾಧಿಗಳಿಗೆ ಬಲಿಯಾಗಿರುತ್ತಾರೆ. ಅದನ ನ ಉ ಹೊರಬಿಡಲು ಅವರಿಗೆ ಸೂಕ್ತ ಅವಕಾಶ ಸಿಕ್ಕಿರುವುದಿಲ್ಲ.

ನಾನು ಮತ್ತೊಮ್ಮೆ ಹೇಳುತ್ತೇನೆ: ಮಕ್ಕಳು ತಮ್ಮ ಭಾವನೆಗಳನ್ನು ಹೊರಹಾಕಲು ಅವರಿಗೆ ಸೂಕ್ತ ಅವಕಾಶವನ್ನು ಕಲ್ಪಿಸಿಕೊಡುವುದು ನಿಮ್ಮ ಜವಾಬ್ದಾರಿಯಾಗಿರುತ್ತದೆ. ಆದರೆ ಇನ್ನೊಬ್ಬ ವಯಸ್ಕನ ಭಾವನಾತ್ಮಕ ಪ್ರತಿಕ್ರಿಯೆಗಳನ್ನು ನಿರ್ವಹಿಸುವುದು ನಿಮ್ಮ ಜವಾಬ್ದಾರಿಯಲ್ಲ.

ಇದು ತುಂಬ ಮುಖ್ಯವಾದ ಅಂಶ. *ಲೆಟ್* ಮಿ ಇದನ್ನು ಇನ್ನಷ್ಟು ಸ್ಪಷ್ಟಪಡಿಸುತ್ತದೆ.

ವಯಸ್ಕ ಮಕ್ಕಳಂಥ ನಡವಳಿಕೆ

ಒಂದು ಸಾಮಾನ್ಯ ಉದಾಹರಣೆಯನ್ನು ತೆಗೆದುಕೊಳ್ಳಿ, ಯಾರಾದರೂ ನಿಮಗೆ ಮೌನವಾದ ಪ್ರತಿಕ್ರಿಯೆಯನ್ನು ನೀಡುತ್ತಿದ್ದಾರೆ ಎಂದಿಟ್ಟುಕೊಳ್ಳಿ. ಇಂತಹ ಪ್ರತಿಕ್ರಿಯೆಯನ್ನು ಒಬ್ಬ ಅಪಕ್ವ ವಯಸ್ಕ ನಿಮ್ಮಲ್ಲಿ ಪ್ರದರ್ಶಿಸಬಹುದು. ಅವರಿಗೆ ತಮ್ಮ ಭಾವೋದ್ವೇಗವನ್ನು ಹೇಗೆ ಆರೋಗ್ಯಕರವಾಗಿ, ಗೌರವಯುತವಾಗಿ ಹತೋಟಿಯಲ್ಲಿಟ್ಟು ನಿರ್ವಹಿಸಬೇಕೆಂದು ಗೊತ್ತಿರುವುದಿಲ್ಲ.

ಹಾಗಾಗಿ ಅವರು ಮಾತಾಡುವುದನ್ನೇ ನಿಲ್ಲಿಸಿರುತ್ತಾರೆ. ಏನೂ ತಪ್ಪಾಗಿಲ್ಲ ಎನ್ನುವಂತೆ ಅವರು ತೋರಿಸಿಕೊಳ್ಳುತ್ತಾರೆ. ಸಾಧಾರಣವಾಗಿ ಅವರು ನಿಮ್ಮನ್ನು ಕಡೆಗಣಿಸುತ್ತಾರೆ. ಅಂತಹ ಮೌನದ ಪ್ರತಿಕ್ರಿಯೆ ನಿಮ್ಮ ಸ್ನೇಹಿತೆ, ನಿಮ್ಮ ಪರಿವಾರದ ಸದಸ್ಯ ಅಥವಾ ಸಹೋದ್ಯೋಗಿಯಿಂದ ಬರುತ್ತಿದ್ದರೆ ಅದು ತುಂಬಾ ಅಸಹನೀಯವೆನಿಸಿ ನೋವುಂಟುಮಾಡುತ್ತದೆ. ಮತ್ತೆ ನೀವು ತಾನೇನು ತಪ್ಪೆಸಗಿದೆ ಎಂದು ವಿಮರ್ಶಿಸಲು ತೊಡಗುತ್ತೀರಿ.

ಹಾಗೆ ಮೌನವಾಗಿ ಪ್ರತಿಕ್ರಿಯಿಸುತ್ತಿದ್ದರೆ ಅವರು ನಿಮ್ಮ ಗಮನ ಅವರತ್ತ ಇರಬೇಕೆಂಬುದು ಒಂದು ಕಾರಣವಿರಬಹುದು. ಒಂದು ಮಗು ಸುಮ್ಮನೆ ಒಂದು ಮೂಲೆಯಲ್ಲಿ ಅವಿತ್ತಿದ್ದರೆ ನೀವು ಹೋಗಿ ಅದನ್ನು ಸಮಾಧಾನ ಮಾಡಬೇಕೆಂಬುದು ಅದರ ಅಪೇಕ್ಷೆಯಾಗಿರುತ್ತದೆ ಹೇಗೋ ಅದೇ ರೀತಿಯಲ್ಲಿ ವಯಸ್ಕರಿಗೆ ನೀವು ಹತ್ತಿರ ಸರಿದು, "ಹೇಗಿದ್ದೀರಿ, ಚೆನ್ನಾಗಿದ್ದೀರಾ?" ಅಥವಾ, "ಏನಾದರೂ ಬೇಕಿತ್ತೇ?", ಅಥವಾ "ನಾನೇದರೂ ತಪ್ಪು ಮಾಡಿದ್ನಾ?" ಎಂದು ಸಾಂತ್ವನ ಹೇಳಬೇಕಾಗಿರುತ್ತದೆ.

ಅವರು ಮೌನವ್ರತವನ್ನು ಯಾಕಾಗಿ ಪ್ರದರ್ಶಿಸುತ್ತಾರೆ ಎಂದರೆ ಅವರಿಗೆ ತಮ್ಮ ಭಾವನೆಗಳನ್ನು ವ್ಯಕ್ತಪಡಿಸಲು ಬರುವುದಿಲ್ಲ. ಆದ್ದರಿಂದ ನೀವು ಅವರ ಬಳಿಗೆ ಹೋಗಿ ಸಮಾಧಾನದ ಎರಡು ಮಾತುಗಳನ್ನು ಆಡುವಂತೆ ಅವರು ಬಯಸುತ್ತಾರೆ.

ನನ್ನ ಹೈಸ್ಕೂಲ್ ದಿನಗಳಲ್ಲಿ ನನ್ನೊಬ್ಬ ಸ್ನೇಹಿತೆ ಹೀಗೆಯೇ ಮಾಡುತ್ತಿದ್ದಳು. ಒಂದು ಕ್ಷಣ ನಾವು ಅತ್ಯುತ್ಸಾಹದಲ್ಲಿ ಬೆರೆತಿದ್ದರೆ ಇನ್ನೊಂದು ಕ್ಷಣದಲ್ಲಿ ಅವಳು ಮಾತಾಡುತ್ತಿರಲಿಲ್ಲ. ಕಾರಣವೇನೆಂದು ನನಗೆ ಯಾವತ್ತೂ ತಿಳಿಯುತ್ತಿರಲಿಲ್ಲ. ನಾನೇನು ತಪ್ಪೆಸಗಿದೆ ಎಂದು ನನಗೆ ಗೊತ್ತಿರುವುದಿಲ್ಲ. ಹಾಗಾಗಿ ನಾನು ಅವಳನ್ನು ಕರೆಯುತ್ತಿದ್ದೆ, ಹಲೋ ಎನ್ನುತ್ತಿದ್ದೆ, ಕೆಲವೊಮ್ಮೆ ಸುಮ್ಮನೆ ಕ್ಷಮಿಸುವಂತೆ ಬೇಡುತ್ತಿದ್ದೆ, ನನಗೆ ನಾನೇನು ಅಪರಾಧ ಮಾಡಿದ್ದೇನೆ ಎಂಬ ಸುಳಿವು ಇಲ್ಲದೆಯೇ ಆಕೆ ಯಾವತ್ತೂ ಆ ಬಗ್ಗೆ ಚಕಾರವೆತ್ತದೆ, ಒಂದು ದಿನ ಇದ್ದಕ್ಕಿದ್ದಂತೆ ಮಾತಾಡಲು

ಶುರು ಮಾಡುತ್ತಿದ್ದಳು, ಏನೂ ಸಂಭವಿಸಿಯೇ ಇಲ್ಲ ಎಂಬಂತೆ. ನಂತರ ನಾವು ಬೆಸ್ಟ್ ಫ್ರೆಂಡ್ಸ್. ಹಾಗೆ ಮಾತಾಡಲು ಶುರು ಮಾಡಿದ ಬಳಿಕ ನನಗೆ ಹಗುರವಾಗಿ ಹಾಯಾಗಿ ಏನೂ ನಡೆದಿಲ್ಲವೆಂಬಂತೆ ಇರುತ್ತಿದ್ದೆ.

ತಾನೇನು ಅನುಭವಿಸುತ್ತಿದ್ದೇನೆ ಎನ್ನುವುದಕ್ಕಿಂತ ನನಗೊಂದು ಮೌನದ ಚಿಕಿತ್ಸೆ ಕೊಡುವುದು ಆಕೆಗೆ ಸುಲಭವಾಗಿದ್ದಿರಬೇಕೆಂದು ನಾನು ಈಗ ಭಾವಿಸುತ್ತೇನೆ. ಅದನ್ನು ಹೇಗೆ ನಿರ್ವಹಿಸಬೇಕೆಂದು ಕೂಡಾ ಅವಳಿಗೆ ಗೊತ್ತಿರಲಿಲ್ಲ.

ಒಂದು ವಿಷಯವಂತೂ ನಿಶ್ಚಿತ, ನಿಮಗೂ ಅದಕ್ಕೂ ಯಾವುದೇ ಸಂಬಂಧವಿರುವುದಿಲ್ಲ. ಯಾರಾದರೂ ನಿಮಗೆ ಮೌನದ ಚಿಕಿತ್ಸೆ ಕೊಡುತ್ತಿದ್ದರೆ, ಅವರೇ ತಿಳಿದುಕೊಳ್ಳುವುದಕ್ಕೆ ಅಸಮರ್ಥರು, ತಮ್ಮ ಭಾವನೆಗಳನ್ನು ಅರ್ಥ ಮಾಡಿಕೊಳ್ಳಲು ಅಶಕ್ಯರು ಎಂದು ತಿಳಿಯಬೇಕು. *ಲೆಟ್ ದೆಮ್.* ಯಾರೇ ಹಿರಿಯರು ಒಂದು ಎಂಟು ವರ್ಷದ ಮಗುವಿನಂತೆ ವರ್ತಿಸಲು ತೊಡಗಿದರೆ ಲೆಟ್ ದೆಮ್.

ಈ ನಿಮ್ಮ ಧೋರಣೆ ನಿಮ್ಮ ಬದುಕನ್ನು ಬದಲಿಸುತ್ತದೆ. ನೀವೊಬ್ಬ ಪೋಷಕರಾಗಿದ್ದು, ಕೋಪದ ಪ್ರತಿಕ್ರಿಯೆಗೆ ಸಿಕ್ಕು, ರೂಮಿನಿಂದ ಹೊರಗೋಡಿ ಹಲವು ದಿನಗಳವರೆಗೆ ಮಾತು ಬಿಡಬಹುದು ಅಥವಾ ವಾರಾಂತ್ಯದವರೆಗೆ ಹಾಗಿದ್ದಿರಬಹುದು.

ನನ್ನೊಬ್ಬ ಒಳ್ಳೆಯ ಸ್ನೇಹಿತೆಯ ತಾಯಿ ಅವಳಲ್ಲಿ ಒಮ್ಮಿಂದೊಮ್ಮೆಗೇ ಒಂದು ತಿಂಗಳ ಕಾಲ ಮಾತಾಡುವುದನ್ನು ನಿಲ್ಲಿಸಿದ್ದರು. ಮತ್ತೆ ಒಂದು ಮುಂಜಾನೆ ಆಕೆ ಮಹಡಿಯಿಂದ ಕೆಳಗಿಳಿದು ಬಂದು ಯಥಾಪ್ರಕಾರ ಮಾತಾಡಲು ಶುರು ಮಾಡುತ್ತಾರೆ, ಏನೂ ನಡೆದೇ ಇಲ್ಲವೆನ್ನುವಂತೆ.

ಲೆಟ್ ದೆಮ್ ಸಿದ್ಧಾಂತವನ್ನು ನೀವು ಅನುಸರಿಸಲು ಶುರು ಮಾಡಿದ ಮೇಲೆ ನೀವು ಯಾರದೇ ಭಾವೋದ್ವೇಗದ ಅಪಕ್ವತೆಗೆ ಅಥವಾ ಭಾವನಾತ್ಮಕ ದೂರಿಗೆ ಒಳಗಾಗುವ ಸಂಭವ ಇಲ್ಲ. ಯಾಕೆಂದರೆ ನಿಮಗೆ ಏನು ಮಾಡಬೇಕೆಂದು ಸ್ಪಷ್ಟವಾಗಿ ತಿಳಿದಿದೆ.

ಮೊದಲನೆಯದಾಗಿ, ಯಾವನೇ ವಯಸ್ಕನ ಭಾವಾವೇಶವನ್ನು ನಿರ್ವಹಿಸುವುದು ನಿಮ್ಮ ಕೆಲಸವಲ್ಲ. ಯಾರೇ ಆಗಲಿ ನಿಮ್ಮ ಜೊತೆಗೆ ಮೌನದ ಚಿಕಿತ್ಸೆಯನ್ನು ಕಾರ್ಯಗತಗೊಳಿಸಿದರೆ ಅಥವಾ ಹತಾಶೆಯಿಂದ ರೇಗಿಬಿದ್ದರೆ, *ಲೆಟ್ ದೆಮ್.* ಅವರೊಳಗೆ ಒಬ್ಬ ಎಂಟು ವರ್ಷದ ಬಾಲಕ ಸಿಕ್ಕಿಹಾಕಿಕೊಂಡಿದ್ದಾನೆ ಎಂದು ಭಾವಿಸಿ. ಹಾಗೆ ನೀವು ಮಾಡಿದಾಗ, ವಿಚಿತ್ರ ಸಂಭವಿಸುತ್ತದೆ. ಈ ವ್ಯಕ್ತಿಯ ಬಗ್ಗೆ ನಿಮಗೆ ಭಯವೇ ಇರುವುದಿಲ್ಲ. ನಿಮಗೆ ನಿಜಕ್ಕೂ ಅವರ ಮೇಲೆ ಕನಿಕರ ಬರುತ್ತದೆ. ಅವರ ಬಗ್ಗೆ ಜಿಗುಪ್ಸೆ ಬರುವ ಬದಲು ನಿಮಗೆ ಕರುಣೆ ಮೂಡುತ್ತದೆ.

ಅವರಿಗೆ ಮನುಷ್ಯನ ಸಾಮಾನ್ಯ ಭಾವನೆಗಳಾದ ಬೇಸರ, ಅಸುರಕ್ಷತೆ, ನಿರಾಶೆ, ಭಯ, ಮತ್ತು ತಿರಸ್ಕಾರ ಮುಂತಾದವನ್ನು ವ್ಯವಹರಿಸಲು ಅಸಾಧ್ಯವೆಂದು ನಿಮಗನಿಸುತ್ತದೆ. ಅದು ನಿಮ್ಮ ತಪ್ಪಾಗಿರುವುದಿಲ್ಲ.

ಮತ್ತು ಆ ಸಮಸ್ಯೆಯನ್ನು ನೀವು ನಿವಾರಣೆ ಮಾಡಬೇಕಿಲ್ಲ. ಈ ಮನುಷ್ಯ ಚಿಕ್ಕವರಿದ್ದಾಗಲೇ ಸಂಭವಿಸುತ್ತಿತ್ತು. ಅವರ ಭಾವನೆಗಳನ್ನು ನಿರ್ವಹಿಸುವುದು ನಿಮ್ಮ ಕರ್ತವ್ಯವೇನೂ ಅಲ್ಲ. ನಿಮ್ಮ ಜವಾಬ್ದಾರಿ ಎಂದರೆ ನೀವು ನಿಮ್ಮನ್ನು ಅವರ ಭಾವೋದ್ವೇಗದಿಂದ ರಕ್ಷಿಸಿಕೊಳ್ಳುವುದು: ತನ್ನ ಭಾವನೆಗಳನ್ನು ಹೇಗೆ ನಿಯಂತ್ರಿಸಬೇಕೆಂದು ತಿಳಿಯದ ಓರ್ವ ವ್ಯಕ್ತಿಯಿಂದ ರಕ್ಷಿಸಿಕೊಳ್ಳುವುದು ನಿಮ್ಮ ಹೊಣೆ.

ಲೆಟ್ ದೆಮ್ ಮೌನವಾಗಿರಲಿ. *ಲೆಟ್ ದೆಮ್* ಹರಿಹಾಯಲಿ. *ಲೆಟ್ ದೆಮ್* ಬಲಿಪಶುವಿನಂತಿರಲಿ. *ಲೆಟ್ ದೆಮ್* ಉದ್ವಿಗ್ನಗೊಳ್ಳಲಿ. *ಲೆಟ್ ದೆಮ್* ಏನು ಸಂಭವಿಸಿದೆಯೋ ಅದನ್ನು ನಿರಾಕರಿಸಲಿ. *ಲೆಟ್ ದೆಮ್* ಅವರಿಗೆ ಹೇಗೆ ಬೇಕೋ ಹಾಗೆ ಮಾಡಿಕೊಳ್ಳಲಿ.

ಆ ಮೇಲೆ *ಲೆಟ್ ಮಿ.*

ಇಂತಹ ಸನ್ನಿವೇಶಗಳಲ್ಲಿ ನಾನು ಪಕ್ವತೆ, ಬುದ್ಧಿಮತ್ತೆ, ಮತ್ತು ಓರ್ವ ಪ್ರೀತಿಸುವ ವಯಸ್ಕನಾಗಿ ತೋರಿಬರಬೇಕು. ಇದನ್ನು ನಾನು ನೇರವಾಗಿ ಅಥವಾ ಬೇರೆ ರೀತಿಯಿಂದ ಎದುರಿಸಬೇಕೆಂದು ನಿರ್ಧರಿಸುವುದು, *ಲೆಟ್ ಮಿ.* ಇನ್ನೊಬ್ಬರ ಭಾವನೆಗಳನ್ನು ನಿಭಾಯಿಸುವುದು ನನ್ನ ಕೆಲಸವಲ್ಲ, *ಲೆಟ್ ಮಿ.* ನಾನು ಯಾವುದೇ ಬರಹದ ಶೃಂಖಲೆಯನ್ನು, ಡಿನ್ನರ್ ಟೇಬಲ್‌ನ ಮಾತುಕತೆಯನ್ನು, ಸಂಬಂಧಗಳನ್ನು ಅಥವಾ ಫ್ರೆಂಡ್ಸ್ ಗ್ರೂಪ್‌ನ್ನು ಮುರಿಯುವೆ, *ಲೆಟ್ ಮಿ.*

ಅನ್ಯ ವ್ಯಕ್ತಿಗಳು ಬದಲಾಗುವ ಬದಲು ನೀವು ಸ್ವತಃ ಬದಲಾಗಿ. ನೀವು ಉನ್ನತ ಮಟ್ಟವನ್ನು ಕಾಯ್ದುಕೊಂಡು ಇಂತಹ ಅಪಕ್ವ ಭಾವನಾತ್ಮಕ ನಡವಳಿಕೆಗಳಿಗೆ ಇಂಬುಕೊಡಬೇಡಿ. ಅದು ನಿಮ್ಮ ಹೊಣೆಯೂ ಅಲ್ಲ.

ಎಲ್ಲಿ ಯಾವನದೇ ಅಪಕ್ವತೆಯ ಭಾವೋದ್ವೇಗಕ್ಕೆ ಒಳಗಾದ ಸನ್ನಿವೇಶ ಒದಗುತ್ತದೆಯೋ ನೀವು ಅದರಿಂದ ದೂರ ಉಳಿಯಿರಿ. ಯಾರು ಯಾವಾಗಲೂ ಬಲಿಪಶು ಎನ್ನುತ್ತ ನಾಟಕವಾಡುತ್ತಾರೋ ಅವರ ಬಗ್ಗೆ ಕನಿಕರ ಬೇಡ.

ಯಾವುದೇ ಸಂಬಂಧ ಎಂಟು ವರ್ಷದ ಬಾಲಕನಂತೆ ನಡೆದುಕೊಳ್ಳುವ ರೀತಿಯಿದ್ದಾದರೆ, ನೀವೊಬ್ಬ ಅಂತಹವರ ಹೆತ್ತವರ ಹಾಗೆ ಆಗಿಹೋಗುತ್ತೀರಿ.

ಯಾವ ವ್ಯಕ್ತಿಯಾದರೂ ಇನ್ನೂ ಬಹಳಷ್ಟು ಆಂತರಿಕ ದುರಸ್ತಿಗೆ ಒಳಗಾಗಬೇಕು ಅಂತ ನಿಮಗನಿಸಿದರೆ, ನೀವು ಅಂತಹವರಿಂದ ಆರೋಗ್ಯಕರ ಪರಿಧಿಯನ್ನು ಇಟ್ಟುಕೊಳ್ಳುವುದು ವಿಹಿತ. ಅದರಿಂದ ಅವರಿಗೆ ನೀವು ಕೊಡುವ ನಿಮ್ಮ ಶಕ್ತಿ ಮತ್ತು ಸಮಯದ ಉಳಿತಾಯವಾಗುತ್ತದೆ.

ಯಾವ ವ್ಯಕ್ತಿ ತನ್ನ ಭಾವನಾತ್ಮಕ ಅಭಿವ್ಯಕ್ತಿಯನ್ನು ಕೌಶಲ್ಯಗಳ ಮೂಲಕ ನಿಯಂತ್ರಿಸಲು ಕಲಿಯುವುದಿಲ್ಲವೋ, ಮತ್ತು ಯಾವಾಗಲೂ ಮೌನದ ಚಿಕಿತ್ಸೆ, ಬಲಿಪಶುವಾದ ನಾಟಕ, ಅಥವಾ ಋಣಾತ್ಮಕ ಆಕ್ರಮಣ ಮಾಡಲು ಯತ್ನಿಸುತ್ತಾರೆ, ಅದೇ ಒಂದು ಸ್ವಭಾವ, ನಮೂನೆ ಎಂದು ತಿಳಿದಿರುತ್ತಾರೆ.

ಆದರೆ ನೀವೇ ಸಮಸ್ಯೆಯ ಮೂಲವಾಗಿದ್ದರೆ?

ನೀವು ಈ ಪುಸ್ತಕವನ್ನು ಓದುತ್ತಿರುವಾಗ, ಕೆಲವೊಮ್ಮೆ ನಿಮ್ಮ ಬದುಕಿನಲ್ಲಿ ಭಾವನಾತ್ಮಕವಾಗಿ ಅಪಕ್ವತೆಯನ್ನು ಪ್ರದರ್ಶಿಸಿದ್ದರೆ ಏನು ಮಾಡಬೇಕು?

ನೀವು ನಿಮ್ಮ ಭಾವನೆಗಳೊಂದಿಗೆ ಅತಿಯಾಗಿ ಪ್ರವರ್ತಿಸಿದರೆ? ನೀವು ಕೋಪಗೊಳ್ಳುತ್ತೀರಿ. ನೀವೇ ಮೌನದ ಚಿಕಿತ್ಸೆಯನ್ನು ನೀಡುತ್ತೀರಿ. ಒರಟಾಗಿ ಮೆಸೇಜ್ ಕಳಿಸುತ್ತೀರಿ. ನೀವೇ ಬಲಿಪಶುವಾಗಿರುವಂತೆ ನಾಟಕವಾಡುತ್ತೀರಿ. ಇತರ ವ್ಯಕ್ತಿಗಳನ್ನು ದಬ್ಬುತ್ತೀರಿ. ಅದನ್ನು ನಿಮ್ಮಷ್ಟಕ್ಕೇ ಮಾಡುತ್ತೀರಿ. ಈಗ ನಿಮಗೆ ತಿಳುವಳಿಕೆ ಮೂಡಿರುವುದರಿಂದ ನಾನು ಹೇಳುವುದಿಷ್ಟೇ: ನೀವೊಬ್ಬರೇ ಅಲ್ಲ. ನಾನು ಕೂಡಾ ಅಂತಹ ತಿಳುವಳಿಕೆಯನ್ನು ಪಡೆದವಳೇ. ಅಂತಹ ಅಪಕ್ವತೆಯನ್ನು ಇತರರಲ್ಲಿ ಗುರುತಿಸುವುದು ಸುಲಭ. ಆದರೆ ತಮ್ಮಲ್ಲೇ ಅಂತಹ ಪರಿಸ್ಥಿತಿಯನ್ನು ಗುರುತಿಸುವುದಕ್ಕೆ ತುಸು ಧೈರ್ಯ ಬೇಕು. ಮತ್ತು ಭಾವನಾತ್ಮಕ ಬುದ್ಧಿವಂತಿಕೆ ಬೇಕು.

ನನ್ನ ಕುರಿತು ಹೇಳುವುದಿದ್ದರೆ ನಾನು ಎಂಟು ವರ್ಷದವಳೂ ಆಗಿರಲಿಲ್ಲ. ನಾನೆಷ್ಟು ಅಪಕ್ವಳಾಗಿದ್ದೆನೆಂದರೆ ಐದನೇ ವಯಸ್ಸಿನಲ್ಲೇ ಹಾಗೆ ಯದ್ವಾತದ್ವಾ ವರ್ತಿಸುತ್ತಿದ್ದೆ. ನಾನು ಎಷ್ಟೊಂದು ಅತಿಯಾಗಿ ಉದ್ರಿಕ್ತಳಾಗುತ್ತಿದ್ದೆ ಎಂದರೆ, ಮೂರ್ಖತನದಿಂದ ನನ್ನ ಗಂಡನ ವಿರುದ್ಧ ಅಥವಾ ಮಕ್ಕಳ ವಿರುದ್ಧವಾಗಿ ಕೋಪವನ್ನು ಪ್ರಕಟಿಸುತ್ತಿದ್ದೆ. ನನ್ನ ಬದುಕಿನ ಒಂದು ಹಂತದಲ್ಲಿ ನನಗೆ ನಾನೇ ಮುಖ್ಯವಾಗಿದ್ದೆ ಮತ್ತು ಇತರ ಎಲ್ಲರನ್ನೂ ಕಡೆಗಣಿಸುತ್ತಿದ್ದುದರಿಂದ ಬಹಳಷ್ಟು ಸ್ನೇಹಿತೆಯರನ್ನು ನಾನು ಕಳಕೊಂಡೆ. ಇಂದಿನ ದಿನಗಳಲ್ಲೂ ಕೆಲಸ ಹದಗೆಡುತ್ತಿದೆ ಎಂದು ಕಂಡಾಗ ನಾನು ಸಿಟ್ಟಿನಿಂದ ಸಂದೇಶಗಳನ್ನು ನನ್ನ ಬಿಸಿನೆಸ್ ಪಾಲುದಾರರಿಗೆ ಕಳಿಸುತ್ತೇನೆ. ನಾನೆಷ್ಟು ಹತಾಶಳಾಗಿದ್ದೇನೆ ಎಂಬುದು ಅವರಿಗೆ ತಿಳಿಯುವಂತಾಗುತ್ತದೆ. ಆದರೆ ಅದು ಸರಿಯಲ್ಲ.

ಈ ಲೆಟ್ ದೆಮ್ ಸಿದ್ಧಾಂತದ ಪುಸ್ತಕವನ್ನು ಬರೆಯುತ್ತಿರುವ ಕಾಲದಲ್ಲೂ ನನ್ನ ಬದುಕಿನಲ್ಲಿ *ಲೆಟ್ ದೆಮ್*ನ್ನು ಬಳಸುತ್ತಿರುವಾಗಲೇ, ನನ್ನದೇ ಭಾವೋದ್ವೇಗಗಳನ್ನು ನಿಯಂತ್ರಿಸಲು ಸಾಕಷ್ಟು ಸ್ಥಳಾವಕಾಶವನ್ನು ನಿರ್ಮಿಸಿಕೊಳ್ಳಲು ಕಲಿಯುತ್ತಿದ್ದೇನೆ. ಅತ್ಯಂತ ಕಷ್ಟದ ಹಂತವೆಂದರೆ ಲೆಟ್ ದೆಮ್ ಸಿದ್ಧಾಂತವನ್ನು ಕಾರ್ಯರೂಪಕ್ಕೆ ಇಳಿಸುವುದು. ನನ್ನ ಬಾಲಿಶ ಭಾವನೆಗಳನ್ನು ತಕ್ಷಣ ಹೊರಹಾಕುವುದನ್ನು ನಿಯಂತ್ರಿಸುವುದು. ನಾನು ಹೇಗಿದ್ದರೂ ತಕ್ಷಣ ಸ್ಥಿಮಿತಕ್ಕೆ ಬಂದು ಕೂಡಲೇ ಪರಿಸ್ಥಿತಿಯನ್ನು ನಿಯಂತ್ರಣಕ್ಕೆ ತಂದುಕೊಳ್ಳುತ್ತೇನೆ. ಹೌದು, ನಾನು ಈಗಲೂ ತುಸು ತಪ್ಪಿದಾಗ, ಹತಾಶಳಾಗುತ್ತೇನೆ. ಅದೇಂದರೆ ಸ್ವಲ್ಪ ಪರಿಪೂರ್ಣತೆಯನ್ನು ಹೊಂದುವ ಸಲುವಾಗಿ ಹಾಗಾಗುತ್ತದೆ; ಅದರಿಂದ ನಿಮ್ಮ ಬಗ್ಗೆಯೇ ಕನಿಕರ ಬಂದು ಬೆಳೆಯುವ ಸಾಧನವಾಗುತ್ತದೆ.

ಇದೊಂದು ಬದುಕಿನುದ್ದಕ್ಕೂ ಸಾಗುವ ವ್ಯವಹಾರ. ಬಹಳ ದಿನ ಕಳೆದಾಗ ನಾನು ಮತ್ತೆ ಪುನರಾರಂಭಿಸಿದ ಹಾಗೆ ಆಗುತ್ತದೆ. ಇದೊಂದು ಕೌಶಲ್ಯವನ್ನು ನನ್ನ ಜೀವನ ಪರ್ಯಂತ ನಿರ್ವಹಿಸುತ್ತ ಹೋಗುವೆ, ಮತ್ತು ನೀವು ಕೂಡಾ ಹಾಗೆಯೇ ಮಾಡಿ.

ಲೆಟ್ ದೆಮ್ ಸಿದ್ಧಾಂತ ನನ್ನ ಬಗ್ಗೆಯೇ ಹೆಚ್ಚು ದಯೆಯನ್ನು ತೋರುವಂತೆ ಸಹಾಯ ಮಾಡಿದೆ. ನನ್ನ ಭಾವನೆಗಳನ್ನು ಹೇಗೆ ನಿಯಂತ್ರಣದಲ್ಲಿ ಇಟ್ಟುಕೊಳ್ಳಬೇಕೆಂದು ಅದು ನನಗೆ ಕಲಿಸಿಕೊಟ್ಟಿದೆ. ಯಾರಾದರೂ ನಿಮ್ಮ ವಿರುದ್ಧವಾಗಿ ಕೆಸರು ಎಸೆಯುತ್ತಿದ್ದರೆ, *ಲೆಟ್ ದೆಮ್* ತುಂಬಾ ನೇರವಾಗಿ ಅದನ್ನು ಎದುರಿಸುತ್ತದೆ.

ಅದನ್ನು ಹೇಗೆ ಉಪಯೋಗಿಸಬೇಕೆಂದು ಕಲಿಯುವುದೂ ಒಂದು ವಿಶೇಷ ಕಲೆ ಎನ್ನಬಹುದು.

ನನ್ನ ಭಾವನೆಗಳನ್ನು ನಿಯಂತ್ರಿಸಲು ತೊಡಗಿದ ನಂತರ ನಾನೊಬ್ಬ ವ್ಯಕ್ತಿಯಾಗಿ ಎಷ್ಟು ಒಳ್ಳೆಯ ಪತ್ನಿಯಾಗಿದ್ದೇನೆ, ಎಷ್ಟು ಚೆನ್ನಾಗಿರುವ ತಾಯಿಯಾಗಿದ್ದೇನೆ ಮತ್ತು ಎಷ್ಟೊಂದು ಆತ್ಮೀಯ ಸ್ನೇಹಪರ ಗೆಳತಿಯಾಗಿದ್ದೇನೆ ಎಂಬುದು ವೇದ್ಯವಾಗುತ್ತದೆ.

ನಾನಾಗ ಓರ್ವ ಪರಿಪಕ್ವ ವಯಸ್ಕಳಾಗಿ ಮೂಡಿ ಬಂದಿದ್ದೇನೆ ಎಂದು ಖಂಡಿತವಾಗಿಯೂ ಹೇಳಬಹುದು.

ನಿಮ್ಮ ಭಾವನೆಗಳಲ್ಲಿ ಹೇಗೆ ಆರೋಗ್ಯಕರವಾಗಿ ಲೆಟ್ ದೆಮ್ ಸಿದ್ಧಾಂತವನ್ನು ಬಳಸಬಹುದೆಂದು ತಿಳಿಸಲಾಗುತ್ತಿದೆ: ನೀವು ಭಾವೋದ್ವಗಕ್ಕೆ ಒಳಗಾಗುವಾಗ, *ಲೆಟ್ ದೆಮ್*. ನಿಮ್ಮ ಕೋಪ, ನಿರಾಶೆ, ನೋವು, ಹತಾಶೆ, ಬೇಸರ, ದುಃಖ, ಕಣ್ಣೀರು, ಮತ್ತು ವಿಫಲತೆಗಳೆಲ್ಲ ಹೊರಕ್ಕೆ ಬರಲು ಬಿಡಿ. *ಲೆಟ್ ದೆಮ್*.

ಆಮೇಲೆ, *ಲೆಟ್* ಮಿ ಪ್ರತಿಕ್ರಿಯಿಸುವ ಅಗತ್ಯವಿಲ್ಲ. ನಿಮ್ಮ ಫೋನ್ ಎತ್ತಿಕೊಳ್ಳುವುದು ಬೇಕಿಲ್ಲ. ಟಿವಿಯನ್ನು ಆನ್ ಮಾಡುವುದು ಬೇಕಿಲ್ಲ. ಮದ್ಯಪಾನ ಬೇಡ. ಫ್ರಿಜ್‌ನ್ನು ತೆರೆಯುವುದೂ ಬೇಡ. ಗಟ್ಟಿಯಾಗಿ ಬೊಬ್ಬಿಡುವುದಕ್ಕೆ, ಯಾರಿಗೂ ಸಂದೇಶ ಕಳಿಸುವ ಅವಶ್ಯಕತೆಯಿಲ್ಲ. ಭಾವನೆಗಳನ್ನು ಸುಮ್ಮನೆ ನಿರೀಕ್ಷಿಸಿ ಮತ್ತು *ಲೆಟ್ ದೆಮ್* ಮೇಲೆದ್ದು ಬರಲಿ. *ಲೆಟ್ ದೆಮ್* ಎದ್ದೇಳುವಂತೆ ಮಾಡುವುದು.

ಯಾಕಾಗಿ ಏಳುವಂತೆ ಮಾಡುವುದೆಂದರೆ ಹಾಗಾದಾಗ ಮಾತ್ರವೇ ಅದು ಕೆಳಕ್ಕೆ ಬೀಳುವುದನ್ನು ಕಾಣುವಿರಿ.

ಭಾವೋದ್ವೇಗ ಎಂದರೆ ನಿಜಕ್ಕೂ ಏನೆಂದು ತಿಳಿದಿದ್ದೀರಿ?

ಭಾವೋದ್ವೇಗಗಳೆಂದರೆ ಅದು ನಿಮ್ಮ ಮಿದುಳಿನಲ್ಲಿ ರಾಸಾಯನಿಕಗಳು ಸ್ಫೋಟಗೊಳ್ಳುವ ಪ್ರಕ್ರಿಯೆ ಮತ್ತು ಅದು ನಿಮ್ಮ ಶರೀರದಲ್ಲಿ ಆರು ಸೆಕೆಂಡಿನೊಳಗೆ ಹೀರಲ್ಪಡುತ್ತದೆ. ಭಾವೋದ್ವೇಗ ಎಷ್ಟೊಂದು ವೇಗವಾಗಿ ಸಂಭವಿಸುತ್ತದೆ ಎಂದರೆ ಅದು ನಿಮ್ಮ ಪ್ರಜ್ಞೆಗೂ ಬಂದಿರುವುದಿಲ್ಲ. ಅಂತಹ ವೇಳೆ ನಿಮ್ಮ ಭೌತಿಕ ಸ್ಪರ್ಶಜ್ಞಾನದ ಮೂಲಕ ತಿಳಿಯಬಹುದು. ಆಗ ರಾಸಾಯನಿಕ ಸ್ಫೋಟಗೊಳ್ಳುತ್ತದೆ, ಬೆವರು ಹರಿಯುತ್ತದೆ, ಸ್ನಾಯುಗಳು ಬಿಗಿದುಕೊಳ್ಳುತ್ತವೆ ಅಥವಾ ಹೃದಯ ಬಡಿತ ತೀವ್ರವಾಗುತ್ತದೆ.

ಸಂಶೋಧನೆಗಳ ಪ್ರಕಾರ ಬಹುತೇಕ ಭಾವೋದ್ವೇಗಗಳು ಎದ್ದ ಮೇಲೆ 90 ಸೆಕೆಂಡ್‌ಗಳಷ್ಟು ಸಮಯವಿದ್ದು ಮತ್ತೆ ಕ್ಷಯಿಸಿಹೋಗುತ್ತದೆ, ಅದಕ್ಕೆ ನೀವು ಪ್ರತಿಕ್ರಿಯಿಸದೇ ಹೋದರೆ. ನಿಮ್ಮ ಭಾವೋದ್ವೇಗ ಏಳದಂತೆ ನಿಮಗೆ ನಿಯಂತ್ರಿಸಲು ಸಾಧ್ಯವಿಲ್ಲ. ಅದನ್ನು ನಿಯಂತ್ರಿಸಲು ಯತ್ನಿಸುವುದು ಕೇವಲ ಸಮಯದ ಪೋಲು. ಒಳ್ಳೆಯ ಪ್ರಕ್ರಿಯೆ ಎಂದರೆ ಅದು ಏರಿದಾಗ *ಲೆಟ್ ದೆಮ್* ಪ್ರಯೋಗಿಸುವುದು. ನಂತರ ಅದು ಯಾವುದೇ ಪ್ರತಿಕ್ರಿಯೆ ಇಲ್ಲದೆ ಬಿದ್ದುಹೋಗುತ್ತದೆ. ಇನ್ನೊಂದು ಪ್ರಮುಖ ಅಂಶವೆಂದರೆ, ನೀವೆಷ್ಟೇ ಪ್ರಯತ್ನಿಸಿ ಬೇರೊಬ್ಬರ ಭಾವೋದ್ವೇಗವನ್ನು ಹತೋಟಿಗೆ ತರಲು ಸಾಧ್ಯವಾಗದು.

ಭಾವೋದ್ವೇಗವೂ ಸಂಕ್ರಾಮಿಕವಾಗಿರುತ್ತದೆ. ಬೇಸರದಿಂದಿರುವ, ಭಯದಿಂದಿರುವ, ಹತಾಶರಾಗಿರುವ, ಅಥವಾ ಕೋಪೋದ್ರಿಕ್ತರಾಗಿರುವ ವ್ಯಕ್ತಿಗಳನ್ನು ಕಂಡಾಗ ನಿಮ್ಮ ದೇಹದಲ್ಲೂ ಪ್ರತಿಸ್ಪಂದನವುಂಟಾಗುತ್ತದೆ. ಇದೇ ಕಾರಣದಿಂದ ಇನ್ನೊಬ್ಬರ ಧ್ವನಿ, ಶಕ್ತಿಯಲ್ಲಿನ ಬದಲಾವಣೆ, ಅವರ ಕೆಟ್ಟ ಮೂಡ್, ಮತ್ತು ಅವರ ದೇಹಭಾಷೆ ಕೂಡಾ ನಿಮ್ಮ ದೇಹದಲ್ಲಿ ಪ್ರಕಟವಾಗುವ ಸಾಧ್ಯತೆಗಳಿರುತ್ತವೆ.

ಇನ್ನೊಂದು ವಿಚಾರ, ನೀವು ಹಸಿವಿನಿಂದ ಇದ್ದಾಗ ಅಥವಾ ಇನ್ನೊಬ್ಬರು ಹಸಿದಾಗ, ಸುಸ್ತಾದಾಗ, ಅಥವಾ ಒತ್ತಡದಲ್ಲಿದ್ದಾಗ, ಅಥವಾ ಏಕಾಂಗಿಯಾಗಿದ್ದಾಗ, ಅಥವಾ ನೋವಿನಿಂದ ನರಳಿದಾಗ, ನಿಮ್ಮ ಭಾವನೆಗಳೂ ಕೆರಳಿ ಪ್ರತಿಸ್ಪಂದಿಸುತ್ತವೆ. ಹಾಗಾಗಿಯೇ ಒತ್ತಡದಿಂದ, ಮದ್ಯ ಸೇವಿಸಿ ಅಥವಾ ನಾನು ಎಂದಾದರೂ ಏನಾದರೂ ಮಾಡಿ ಅಥವಾ ಹೇಳಿ ಪಶ್ಚಾತ್ತಾಪ ಪ್ರಕಟಿಸುತ್ತೇನೆ. ಇದರಿಂದ ನನಗೆ ನನ್ನ ಭಾವನೆಗಳನ್ನು ಹೆಚ್ಚು ಚೆನ್ನಾಗಿ ಅರ್ಥ ಮಾಡಿಕೊಳ್ಳಲು ಸಾಧ್ಯವಾಗಿ ನನ್ನ ಹೇಳಿಕೆ, ಕೃತಿ ಮತ್ತು ಯೋಚನೆಗಳನ್ನು ನಿಯಂತ್ರಣದಲ್ಲಿರಿಸಿಕೊಳ್ಳಲು ಸಹಾಯವಾಗುತ್ತದೆ. ಲೆಟ್ ದೆಮ್ ಸಿದ್ಧಾಂತದಿಂದ ಸಿಗುವ ಅತ್ಯಂತ ಮಹತ್ವದ ತಿಳಿವು ಎಂದರೆ ಅದುವೆ: ನಿಮ್ಮ ಸುತ್ತಲು ನಡೆಯುವ ಯಾವುದೇ ಸಂಗತಿಗಳನ್ನು ನೀವು ಎಂದಿಗೂ ನಿಯಂತ್ರಿಸಲು ಆಗುವುದಿಲ್ಲ. ಅದೇ ರೀತಿ ನೀವು ನಿಮ್ಮ ಭಾವನಾತ್ಮಕ ಪ್ರತಿಕ್ರಿಯೆಗಳನ್ನು ಎಂದಿಗೂ ನಿಯಂತ್ರಿಸಲು ಆಗುವುದಿಲ್ಲ, ಯಾಕೆಂದರೆ ಅವು ಸ್ವಯಂಚಾಲಿತವಾಗಿರುತ್ತವೆ. ಹೇಗೆ ನಿಮ್ಮ ಒತ್ತಡದ ಪ್ರತಿಕ್ರಿಯೆ ಸ್ವಯಂಚಾಲಿತವೋ ಹಾಗೆಯೇ.

ಆದರೆ, ನಿಮ್ಮ ಸುತ್ತಲಿನ ಜನರಿಗೆ, ಜಗತ್ತಿಗೆ ಅಥವಾ ಭಾವನೆಗಳಿಗೆ ನೀವು ನೀಡುವ ಯೋಚನೆಯ, ಹೇಳುವ ಅಥವಾ ಮಾಡುವ ಪ್ರತಿಕ್ರಿಯೆಯನ್ನು ನಿಶ್ಚಿತವಾಗಿಯೂ ನೀವು ಆಯ್ಕೆ ಮಾಡಿಕೊಳ್ಳಬಹುದು. ಅದೇ ನಿಮ್ಮೆಲ್ಲ ಶಕ್ತಿಯ ಸಂಪನ್ಮೂಲವಾಗಿರುತ್ತದೆ.

ಹೇಗೆ ಇತರ ವಯಸ್ಕರು ತಮ್ಮ ಭಾವೋದ್ವೇಗವನ್ನು ನಿರ್ವಹಿಸುತ್ತಾರೆ, ಕಲಿಯುತ್ತಾರೆ ಎಂದು ತಿಳಿದರೆ ನಿಮ್ಮ ಬದುಕನ್ನು ಬದಲಿಸಲು ಸಾಧ್ಯವಾಗುತ್ತದೆ. ಅದೇ ರೀತಿ ನಿಮ್ಮ ಭಾವೋದ್ವೇಗದ ಏರಿಳಿತವನ್ನು, ಅದು ತುಂಬಾ ಯಾತನಾಮಯವಾದರೂ, ಕಲಿತರೆ ನಿಮ್ಮ ಬದುಕು ಹಸನಾಗುತ್ತದೆ. ಹಾಗೆಯೇ ಅತ್ಯಂತ ಕಠಿಣತಮ ಪರಿಸ್ಥಿತಿಯಲ್ಲಿ ದಿಟ್ಟ ನಿರ್ಧಾರಗಳನ್ನು ತೆಗೆದುಕೊಳ್ಳುವಾಗಲೂ ಅದೇ ಸಂಭವಿಸುತ್ತದೆ.

ಅಧ್ಯಾಯ 8

ಸರಿಯಾದ ನಿರ್ಧಾರ ಯಾವಾಗಲೂ ತಪ್ಪೆಂದು ತೋರುತ್ತದೆ

ಇತ್ತೀಚಿಗೆ, ನನ್ನ ಮೆಲ್ ರಾಬಿನ್ಸ್ ಪೋಡ್‌ಕಾಸ್ಟ್‌ನ ಕೇಳುಗನೊಬ್ಬ ನನಗೆ ಹೀಗೆ ಪ್ರಶ್ನೆಯನ್ನು ಕೇಳಿದ:

> ಮೆಲ್, ನನಗೆ ನಿಶ್ಚಿತಾರ್ಥವಾಗಿದೆ, ಇಷ್ಟರಲ್ಲೇ ಮದುವೆಯೂ ಆಗಲಿದೆ. ಕೆಲವೇ ವಾರಗಳಲ್ಲಿ ನಡೆಯಲಿರುವ ಸಮಾರಂಭ ನನ್ನ ಬದುಕಿನ ಅತ್ಯಂತ ಸಂತೋಷದಾಯಕ ರಸಕ್ಷಣವೆಂದು ನನಗೆ ಗೊತ್ತು. ಮದುವೆ ಹತ್ತಿರ ಬರುತ್ತಿರುವ ಹಾಗೆ ನಾನು ಮತ್ತು ನನ್ನ ಪ್ರಿಯತಮೆ ಹೆಚ್ಚೆಚ್ಚು ಜಗಳವಾಡುತ್ತಿದ್ದೇವೆ. ಈ ಭಾವನೆಗಳನ್ನು ಅದುಮಿ ಹಿಡಿಯಲು ಆಗುತ್ತಿಲ್ಲ. ಅಂತರಾಳದಲ್ಲಿ ನಾನು ದೊಡ್ಡ ತಪ್ಪನ್ನು ಮಾಡುತ್ತಿದ್ದೇನೆ ಎಂದು ನನಗನ್ನಿಸುತ್ತಿದೆ. ನನಗೇನು ಮಾಡಬೇಕೆಂದೇ ತೋಚುತ್ತಿಲ್ಲ. ಆಮಂತ್ರಣ ಪತ್ರಿಕೆಗಳನ್ನು ಹಂಚಿದ್ದಾಗಿದೆ. ನನ್ನ ಮತ್ತು ಅವಳ ಹೆತ್ತವರು ಎಲ್ಲ ಸಜ್ಜಾಗಿದ್ದಾರೆ. ನನ್ನ ಕುಟುಂಬವನ್ನು ನಾನು ನಿರಾಶೆಗೊಳಿಸಲು ಆಗುವುದಿಲ್ಲ. ನನ್ನ ಹೆತ್ತವರು ತಮ್ಮ ಹಣವನ್ನು ಕಳೆದುಕೊಳ್ಳಲು ನಾನು ಬಯಸುವುದಿಲ್ಲ. ನನ್ನ ಪ್ರಿಯತಮೆಯ ಹೃದಯವನ್ನು ಬಿರಿಯುವಂತೆ ಮಾಡಲು ನಾನು ಇಚ್ಛಿಸುವುದಿಲ್ಲ. ಅವಳ ಹೆತ್ತವರು ಮತ್ತು ಸಂಬಂಧಪಟ್ಟವರು ನನ್ನನ್ನು ಹುಚ್ಚನೆಂದು ತಿಳಿಯಬಾರದು. ಇದನ್ನು ನಾನು ಹೇಗೆ ನಿಭಾಯಿಸಲಿ?

ಇದನ್ನು ಓದಿದ ತಕ್ಷಣ ನನ್ನ ಹೃದಯದ ಬಡಿತ ನಿಂತಂತಾಯಿತು. ಖಂಡಿತವಾಗಿಯೂ ನಿಮಗೂ ಹಾಗೆಯೇ ಆಗಿರಬೇಕು. ಪರಿಸ್ಥಿತಿ ಇಷ್ಟೊಂದು ವಿಷಮಕ್ಕೆ ಸಾಗಿರುವಾಗ, ಸರಿಯಾದ ಉತ್ತರ ತಪ್ಪೆಂಬ ಭಾವನೆಯನ್ನುಂಟು ಮಾಡುತ್ತದೆ.

ಮೇಲಿಂದ ಮೇಲೆ ಉತ್ತರ ಸರಳವಾಗಿದೆ ಸಮಂಜಸವಲ್ಲದೇ ಹೋದರೂ. ಆತ ಮದುವೆಯನ್ನು ನಿಲ್ಲಿಸಬೇಕು. ನೀವು ಮದುವೆಗೆ ಅಂಜುವುದಾದರೆ ಮತ್ತು ಅದನ್ನು ನಡೆಸಿದರೆ ನೀವು ಬಹುದೊಡ್ಡ ತಪ್ಪನ್ನು ಎಸಗಿದಂತಾಗುತ್ತದೆ. ಮದುವೆ ನಿಲ್ಲಿಸುವ ಯೋಚನೆ ಮಾಡದಿದ್ದರೆ ಚಿಂತಿಸಬೇಕಾಗುತ್ತದೆ.

ಸರಿಯಾದ ನಿರ್ಧಾರ ಸ್ಪಷ್ಟವಾಗಿದೆ ಎಂದಾಗ ಆ ನಿರ್ಧಾರವನ್ನು ತೆಗೆದುಕೊಳಗ್ಳುವುದು ಅಷ್ಟೇ ಕಷ್ಟದಾಯಕವಾಗಿರುತ್ತದೆ. ಯಾಕೆಂದರೆ ಮನುಷ್ಯನ ಅನುಭವ ಸಾಧಾರಣವಾಗಿ ಭಾವನಾತ್ಮಕವಾಗಿರುತ್ತದೆ. ಯಾವುದು ಮೇಲ್ನೋಟಕ್ಕೆ ತರ್ಕಬದ್ಧವಾಗಿ ತೋರುತ್ತಿದೆಯೋ ಇತರ ವ್ಯಕ್ತಿಗಳಿಗೆ ಬಹಳಷ್ಟು ಸಂಕಟವನ್ನು ನೀಡಬಲ್ಲುದು.

ಬದುಕಿನಲ್ಲಿ ಸಾಮಾನ್ಯವಾಗಿ, ನೀವು ಅತ್ತಲೋ ಇತ್ತಲೋ ಎಂಬ ತಾಕಲಾಟದಲ್ಲಿರುವಾಗ, ಸಂಕಟವನ್ನು ನೀವೇ ತಮ್ಮ ಮೇಲೆ ಎಳೆದು ಹಾಕಿಕೊಂಡು, ಅನ್ಯರಿಗೆ ಆಗುವ ನೋವನ್ನು ತಪ್ಪಿಸಲು ಯತ್ನಿಸುತ್ತೀರಿ.

ನನಗೆ ಪತ್ರ ಬರೆದ ವರನಿಗೆ ತಾನೇನು ಮಾಡಬೇಕೆಂದು ತನ್ನ ಬುದ್ಧಿಮತ್ತೆಯ ಮೂಲಕ ತಿಳಿದಿದ್ದ. ಅವನ ಭಾವನೆಗಳೇ ತೊಡಕಾಗಿದ್ದವು. ತನಗೆ ದೃಢೀಕರಣ ಬೇಕಿತ್ತೆಂದು ಅವನು ನನಗೆ ಬರೆದಿದ್ದ. ಅಷ್ಟೇ. ತನ್ನಲ್ಲಿನ ಭಾವನೆಗಳನ್ನು ಹೇಗೆ ಹತ್ತಿಕ್ಕುವುದು ಎಂದು ಅವನಿಗೆ ತಿಳಿದಿರಲಿಲ್ಲ, ಅಂತೆಯೇ ಇತರರ ಭಾವೋದ್ವೇಗವನ್ನೂ.

ಕಷ್ಟಕರ ಪರಿಸ್ಥಿತಿಯಲ್ಲಿ ನಿರ್ಧಾರವನ್ನು ತೆಗೆದುಕೊಳ್ಳುವುದು ನಿಜಕ್ಕೂ ಮಾನಸಿಕವಾಗಿ ಆರೋಗ್ಯಕರವೇ. ಇತರ ವ್ಯಕ್ತಿಗಳು ಹೇಗೆ ನೊಂದುಕೊಳ್ಳುವರೋ ಎನ್ನುತ್ತಿರುವ ಅವನು ಒಬ್ಬ ಒಳ್ಳೆಯ ಮನುಷ್ಯನೇ ಆಗಿದ್ದ.

ನಿಮ್ಮ ಕೃತಿಗಳಿಂದ ಅಥವಾ ನಿಮ್ಮ ಮಾತಿನಿಂದ ಹುಚ್ಚುಹಿಡಿದಂತಾಗುವವರು, ಹತಾಶರಾಗುವವರು ಅಥವಾ ಹೃದಯ ಬಿರಿದಂತಾಗುವವರು ಅನೇಕ ಮಂದಿ ನಿಮ್ಮ ಬದುಕಿನಲ್ಲೂ ಬಂದು ಹೋಗಿರುತ್ತಾರೆ. ಅದು ಹಾಗೆಯೇ ಇರುತ್ತದೆ. ನೀವು ನಿಮ್ಮ ಭಾವನೆಗಳಿಂದ ಮತ್ತು ಇತರರ ಭಾವನಾತ್ಮಕ ಪ್ರತಿಕ್ರಿಯೆಗಳಿಂದ ಬೇರೆಯಾಗಬೇಕು. ಅದರಿಂದ ನೀವು ಸರಿಯಾದ ನಿರ್ಧಾರವನ್ನು ತೆಗೆದುಕೊಳ್ಳಲು ಸಾಧ್ಯವಾಗುತ್ತದೆ.

ಇವೆಲ್ಲ ತೋರಿರುವುದಕ್ಕಿಂತ ಬಹಳಷ್ಟು ಕ್ಲಿಷ್ಟವಾಗಿರುತ್ತವೆ. ಸರಿಯಾದ ನಿರ್ಧಾರವನ್ನು ತೆಗೆದುಕೊಳ್ಳುವುದೇ ಹೈರಾಣದ ಸಂಗತಿ.

ಯಾರ ಜೊತೆಗೆಯೂ ಪೂರ್ತಿ ಪ್ರಾಮಾಣಿಕರಾಗಿರುವುದು ಕಠಿಣ. ನೀವು ಪ್ರೀತಿಸುವವರಿಗೆ ನೋವುಂಟಾಗುತ್ತದೆ ಎಂದು ನಿಮ್ಮ ನಿರ್ಧಾರವನ್ನು ಸಡಿಲಿಸಿದರೆ ಅದು ನಿಮ್ಮನ್ನೇ ನಶಿಸುವ ಹಾಗೆ ಮಾಡಬಹುದು.

ನಮ್ಮ ವರನ ಪರಿಸ್ಥಿತಿಯನ್ನೇ ತೆಗೆದುಕೊಳ್ಳಿ, ಆತ ಮದುವೆಯನ್ನು ನಿಲ್ಲಿಸಬೇಕೆಂದಿದ್ದಾನೆ. ಹೇಗೆಂದು ಅವನಿಗೆ ಗೊತ್ತಿಲ್ಲ. ನೀವು ಸಂದೇಶವನ್ನು ಓದಿದಾಗ ನಿಮಗೊಂದು ಸಿಡಿಲೆರಗಿದ

ಅನುಭವವಾಗಿದೆ. ನನಗೂ ನಿಮಗೂ ಆತ ಯಾರು ಎಂಬುದು ಗೊತ್ತಿಲ್ಲ.

ಭಾವನೆಗಳು ಅಷ್ಟು ತೀವ್ರವಾಗಿರುತ್ತವೆ.

"ನಾವು ಮಾತಾಡುವ," ಎನ್ನುತ್ತ ಆತನ ಪ್ರಿಯತಮೆ ಬಳಿಯಲ್ಲಿ ಕುಳಿತು ಹೇಳುವಾಗ ನಿಮ್ಮ ಎದೆಯಲ್ಲಿ ಹುದುಗುವ ಭಾರವನ್ನು ಊಹಿಸಿಕೊಳ್ಳಲು ಸಾಧ್ಯ. ಅವನು ತನ್ನ ಹೆತ್ತವರಿಗೆ ಫೋನ್ ಮಾಡಿ ಹೇಳುವುದನ್ನು ಕಲ್ಪಿಸಿಕೊಳ್ಳಬಹುದು. ಅವನ ಪ್ರಿಯತಮೆ ತನ್ನೆರಡು ಕೈಗಳಲ್ಲಿ ತನ್ನ ಮುಖವನ್ನಿಟ್ಟು ಬಿಕ್ಕಳಿಸುವುದನ್ನು ನಿಮಗೆ ಕೇಳಿಸುತ್ತಿದೆಯೇನೋ. ಅವಳ ಗಂಟಲು ಗದ್ಗದಿತವಾಗುವಾಗ ನಿಮ್ಮ ಹೃದಯ ಬಿಗಿದುಕೊಳ್ಳುವ ಅನುಭವವಾಗುವುದನ್ನು ಕಲ್ಪಿಸಿಕೊಳ್ಳಬಹುದು. ತನ್ನ ಮುದ್ದಿನ ಮಗಳ ಹೃದಯ ಬಿರಿಯುವ ಪ್ರಸಂಗದಲ್ಲಿ ಆಕೆಯ ತಂದೆಯ ಕೋಪ ಕ್ರೋಢೀಕರಣಗೊಳ್ಳುವುದನ್ನು ನೀವು ಅನುಭವಿಸುತ್ತೀರಿ. "ಡ್ಯಾಡ್, ಅವನು ಮುಗಿಸಿಬಿಟ್ಟ," ಅವಳು ಹೇಳಬಹುದು. "ಅವನು ಮದುವೆ ಬೇಡವೆಂದಿದ್ದಾನೆ."

ನೀವು ಪರಿಸ್ಥಿತಿಯನ್ನು ಯೋಚಿಸುತ್ತ, ಓದುತ್ತಿರುವಾಗ ನಿಮ್ಮೊಳಗೆ ಮಡುಗಟ್ಟುವ ಭಾವೋದ್ವೇಗ ಅಸದಳವಾದುದು. ಆದ್ದರಿಂದ ಯಾರನ್ನಾದರೂ ಕೈಬಿಡುವುದು ಮತ್ತು ಅವರ ಹೃದಯ ಒಡೆಯುವಂತೆ ವರ್ತಿಸುವುದು ಬದುಕಿನಲ್ಲಿ ಅತ್ಯಂತ ಕಠಿಣವಾದ ವಿಷಯವಾಗಿರುತ್ತದೆ.

ವಯಸ್ಕರು ಹೇಗೆ ಬೇಕೋ ಹಾಗೆ ಭಾವಿಸಲಿ– ಮತ್ತು ಅವರು ಕೋಪಗೊಳ್ಳಲು ಅನುವಾದರೂ ಪರವಾಗಿಲ್ಲ. ಒಡೆದು ಹೋದುದು. ನಿರ್ನಾಮವಾದುದು. ಕೋಪೋದ್ರಿಕ್ತರಾದುದು. ಮುಜುಗರಪಟ್ಟಿದ್ದು. ನಿಮ್ಮೊಂದಿಗೆ ತೀರಾ ಹೀನಾಯವಾಗಿ ನಡೆದುಕೊಂಡುದು, ಎಲ್ಲವೂ ಇದೆ.

ಅದನ್ನು ನಿಮಗೆ ನಿಯಂತ್ರಿಸಲು ಆಗುವುದಿಲ್ಲ.

ಸತ್ಯವನ್ನು ಮರೆಮಾಚಿ ನೀವದನ್ನು ನಿಯಂತ್ರಿಸಲು ಯತ್ನಿಸುವಿರಿ. ನಾವೆಲ್ಲಾ ಇದನ್ನು ಮಾಡಿದವರೇ. ಇದರಿಂದಾಗಿಯೇ ವರ್ಷಾನುಗಟ್ಟಲೆ ನಾವೆಲ್ಲಾ ಅನುಚಿತ ಸಂಬಂಧಗಳಲ್ಲಿ, ಅಥವಾ ತಪ್ಪಾದ ಉದ್ಯೋಗಗಳಲ್ಲಿ, ಅಥವಾ ಸರಿಯಿಲ್ಲದ ಸ್ವಭಾವ ಹೊಂದಿದವರ ನಡುವೆ ಜೀವಿಸುತ್ತ ಕಾಲಕಳೆದಿದ್ದೇವೆ. ಅದಕ್ಕೋಸ್ಕರವೇ ನಿಮ್ಮ ಹಿಂದುಗಡೆ ನಿಂದಿಸುತ್ತಿರುವ ಸ್ನೇಹಿತನನ್ನು ನೀವು ಕರೆದು ವಿಚಾರಿಸಲಿಲ್ಲ, ಅಥವಾ ನಿಮ್ಮ ತಾಯಿಯನ್ನು ಎದುರು ಹಾಕಿಕೊಳ್ಳಲಿಲ್ಲ, ಅಥವಾ ನಿಮ್ಮ ಆತ್ಮೀಯ ಸ್ನೇಹಿತನಲ್ಲಿ ನೀವು ಅವನನ್ನು ತುಂಬಾ ಪ್ರೀತಿಸುತ್ತೇನೆ ಎಂದು ತಪ್ಪೊಪ್ಪಿಗೆ ಹೇಳಲಿಲ್ಲ.

ಅದನ್ನು ತಪ್ಪಿಸುವುದು ಸುಲಭವೇ, ಯಾಕೆಂದರೆ ಅದನ್ನು ನೀವು ಎದುರಿಸಬೇಕಾಗಿಲ್ಲ. ಆದರೆ ಈಗ ಸುಲಭವಾಗಿದ್ದುದು ಮುಂದೆ ಕಠಿಣವಾಗಿ ಪರಿಣಮಿಸುತ್ತದೆ. ಕಷ್ಟದಾಯಕ ಇಂದಿನ ಮಾತುಕತೆ ಮುಂದಿನ ವರ್ಷಕ್ಕೆ ಸುಲಭವಾಗುವುದಿಲ್ಲ.

ನಿಜವೆಂದರೆ, ನನ್ನ ಅನುಭವದ ಪ್ರಕಾರ ನೀವು ಹೆಚ್ಚು ಸಮಯ ಕಾದರೆ, ಅದು ಅಷ್ಟೇ ದಾರುಣವಾದ ನೋವನ್ನು ಉಂಟುಮಾಡುತ್ತದೆ.

ಆದ್ದರಿಂದ ವರನು ಮದುವೆಯನ್ನು ನಿಲ್ಲಿಸಿದನೆಂದು ಕರೆ ಮಾಡಿ ಹೇಳಿದನೇ? ನನಗೆ ಗೊತ್ತಿಲ್ಲ. ನನ್ನ ಪ್ರಕಾರ ಹೌದು. ಹೌದು. ಅದು ಅವನ ಪರವಾಗಿ ಮತ್ತು ಅವಳ ಪರವಾಗಿಯೇ ಇರುತ್ತದೆ. ಬದುಕಿನಲ್ಲಿ ಅತ್ಯಂತ ಧೈರ್ಯದ, ಗೌರವಯುತ ಮತ್ತು ದಯಾಪೂರ್ಣ ವಿಷಯವೆಂದರೆ ತಾವು ಅವರ ಜೊತೆಗೆ ಇರಲು ಸಾಧ್ಯವಿಲ್ಲ ಎನ್ನುವುದು. ಆ ಇನ್ನೊಬ್ಬ ವ್ಯಕ್ತಿ ಭಾವನಾತ್ಮಕವಾಗಿ ತೀರಾ ಅಪಕ್ವವಾಗಿದ್ದರೆ ಇದು ಇನ್ನಷ್ಟು ಕಠಿಣವಾದ ಸಂಗತಿಯಾಗುತ್ತದೆ.

ಅವರ ಅಪರಾಧೀ ಭಾವನೆಗಳ, ಹದಗೆಟ್ಟ ಮನಸ್ಥಿತಿಯ ಜೊತೆಗೆ ನೀವು ವ್ಯವಹರಿಸಲು ಇಚ್ಛಿಸುವುದಿಲ್ಲ. ನೀವು ಸಂಘರ್ಷವನ್ನು ತಪ್ಪಿಸಿಕೊಳ್ಳುವುದಲ್ಲ, ನೀವು ಇನ್ನೊಬ್ಬರ ಭಾವೋದ್ವೇಗವನ್ನು ತಪ್ಪಿಕೊಳ್ಳುತ್ತಿದ್ದೀರಿ. ಒಂದೇ ಒಂದು ಸಂಘರ್ಷವೆಂದರೆ ನೀವು ನಿಮ್ಮೊಳಗೆ ಅನುಭವಿಸುವಂಥದ್ದು, ತನ್ನ ನಿರ್ಧಾರದಿಂದ ಆ ಇತರ ವ್ಯಕ್ತಿಗಳ ಭಾವನೆಗಳಿಗೆ ಯಾವ ಬಗೆಯ ಧಕ್ಕೆಯಾಗಬಹುದು ಮತ್ತು ಅವರು ಹೇಗೆ ಅದಕ್ಕೆ ಪ್ರತಿಕ್ರಿಯಿಸಬಹುದು ಎಂಬುದು.

ಅದಕ್ಕೋಸ್ಕರವೇ ಜನರು ವಿವಾಹ ಸಂಬಂಧಗಳನ್ನು ದಶಕಗಳ ಕಾಲ ಹಾಗೆಯೇ ನೂಕುತ್ತಾ ಸಾಗುವುದು. ತಮ್ಮ ಉದ್ಯೋಗಗಳಲ್ಲಿ ಹಾಗೆಯೇ ದೀರ್ಘಕಾಲದವರೆಗೆ ಮುಂದುವರಿಯುವುದು. ಯಾತಕ್ಕೆಂದರೆ ಅವರು ಯಾವುದೇ ದಿಟ್ಟ ನಿರ್ಧಾರವನ್ನು ತೆಗೆದುಕೊಳ್ಳುವುದಕ್ಕೆ ಹೆದರುತ್ತಾರೆ, ಇನ್ನೊಬ್ಬರ ಭಾವನೆಗಳಿಗೆ ಧಕ್ಕೆಯಾಗಬಹುದು ಎನ್ನುವ ಕಾರಣಕ್ಕಾಗಿ. ಭಾವನೆಗಳು ಬದುಕಿನ ಸಾಮಾನ್ಯ ಅವಿಭಾಜ್ಯ ಅಂಗವೆಂದು ನೀವು ಭಾವಿಸಿದರೆ, ಮತ್ತು ಹಿರಿಯರು ತಮ್ಮ ಬದುಕಿನ ಏರುಪೇರುಗಳನ್ನು ಬಂದಂತೆ ಸ್ವೀಕರಿಸಿ ಅದರೊಂದಿಗೇ ಸೆಣಸಾಡುತ್ತ ಸಾಗುತ್ತಾರೆ ಎಂದುಕೊಂಡರೆ, ನೀವು ಇನ್ನಷ್ಟು ಧೈರ್ಯದಿಂದಿರುತ್ತೀರಿ. ಇನ್ನೊಬ್ಬರ ಭಾವನೆಗಳನ್ನು ತಹಬಂದಿಗೆ ತರುವುದು ನಿಮ್ಮ ಕೆಲಸವಲ್ಲ. ನಿಮ್ಮ ಕೆಲಸವೆಂದರೆ ನಿಮ್ಮ ಗೌರವಯುತ ಬದುಕಿಗೆ ಅನುಗುಣವಾಗಿ ಬಾಳನ್ನು ಸಾಗಿಸಲು ಅನುವು ಮಾಡಿಕೊಡುವುದು. ಕೆಲವೊಮ್ಮೆ ಅದು ಇತರರಿಗೆ ನೋವನ್ನುಂಟುಮಾಡಬಹುದು. ಅದು ಅವರಿಗೆ ನಿರಾಶೆ ತರಬಹುದು. ಅದರಿಂದ ಅವರ ಎದೆಯೊಡೆಯಬಹುದು ಅಥವಾ ಅವರ ಯಾತನೆಗೆ ಕಾರಣವಾಗಬಹುದು–ಮತ್ತು ನಿಮ್ಮ ಬದುಕಿನಲ್ಲಿ ನೀವು ಕೈಗೊಳ್ಳುವ ಅತ್ಯಂತ ಕಠಿಣ ನಿರ್ಧಾರ ಅದಾಗಿರುತ್ತದೆ.

ನನ್ನ ಕಾರ್ಯಗಳು ಯಾರನ್ನಾದರೂ ನಿರಾಶೆಗೆ ಒಳಗಾಗಿಸುವುದಿದ್ದರೆ ಅಥವಾ ವಿಚಲಿತರನ್ನಾಗಿ ಮಾಡುವುದಿದ್ದರೆ, ನಾನು ಡಾ। ಡಮೋರ್‌ರ ಮಾತನ್ನು ನೆನಪಿಸಿಕೊಳ್ಳುತ್ತೇನೆ: ನಕಾರಾತ್ಮಕ ಭಾವನೆಗಳು ಬದುಕಿನ ಏರಿಳಿತಕ್ಕೆ ಆರೋಗ್ಯಕರ ಸ್ಪಂದನವಾಗಿರುತ್ತದೆ.

ನೀವು ನಿಮ್ಮ ಮನಸ್ಸನ್ನು ಬದಲಾಯಿಸಿದರೆ ಜನರು ವಿಚಲಿತರಾಗುತ್ತಾರೆ, ಮತ್ತು ನಿರಾಶರಾಗುತ್ತಾರೆ ಅಥವಾ ನೀವು ವಿಚ್ಛೇದನ ಪಡೆದಾಗ ಹೃದಯ ಒಡೆದಂತಾಗುತ್ತದೆ. ಜನರು ತಮ್ಮ ಉದ್ಯೋಗವನ್ನು ಕಳಕೊಂಡಾಗ ಖಿನ್ನತೆಗೆ ಒಳಗಾಗುತ್ತಾರೆ.

ಹಾಗಿದ್ದರೆ ನೀವು ಇದನ್ನು ಹೇಗೆ ನಿರ್ವಹಿಸುವಿರಿ? ನಿಮ್ಮನ್ನು ಕಾಡುವ ಅಪರಾಧೀ

ಭಾವನೆಯನ್ನು, ಕಠಿಣವಾದ ನಿರ್ಧಾರವನ್ನು ಕೈಗೊಂಡಾಗ, ಮತ್ತು ಅದು ನಿಮ್ಮ ಒಳಿತಿಗಾಗಿರುವ ನಿರ್ಧಾರವೆಂದು ತಿಳಿದಿದ್ದರೂ?

ಭಾವನಾತ್ಮಕ ಅಲೆಯ ಮೇಲೆ ಸವಾರಿ ಮಾಡಲು ಕಲಿಯಿರಿ

ಭಾವನಾತ್ಮಕ ಇರುಸುಮುರಿಸನ್ನು ನಾನು ಸಮುದ್ರದ ಮೇಲಿನ ಅಲೆಯ ಮೇಲೆ ಸವಾರಿ ಮಾಡುವುದನ್ನು ಕಲಿಯುವುದಕ್ಕೆ ಹೋಲಿಸುತ್ತೇನೆ. ಯಾಕೆಂದರೆ ಎರಡರಲ್ಲೂ ಆಂತರಿಕ ಸತ್ವ ಅಲೆಗಳೇ ಆಗಿರುತ್ತವೆ. ಅವು ಏಳುತ್ತವೆ, ಮತ್ತೆ ಬೀಳುತ್ತವೆ.

ಕೆಲವು ದಿವಸಗಳ ಮಟ್ಟಿಗೆ ನಿಮ್ಮ ಬದುಕು ಸ್ಥಿರವಾಗಿ, ಸ್ತಬ್ದವಾಗಿ ಮತ್ತು ಶಾಂತವಾಗಿರುತ್ತದೆ. ಇತರ ದಿನಗಳಲ್ಲಿ, ಎಂದರೆ ನೀವು ಮದುವೆಯನ್ನು ಮುರಿದಾಗ, ನಿಮಗೊಂದು ಸುಂಟರಗಾಳಿ ಅಪ್ಪಳಿಸಿದಂತಾಗುತ್ತದೆ ಮತ್ತು ನೀವು ಮುಳುಗುತ್ತಿರುವಂತೆ ತೋರುತ್ತದೆ. ಆದರೆ ನೀವು ಮುಳುಗುವುದಿಲ್ಲ. ಮದುವೆಯನ್ನು ಮುರಿದಿದ್ದರ ಪರಿಣಾಮವಾಗಿ ನೀವು ಕುಸಿದು ಹೋಗುವಿರಾ? ಹೌದು. ಅದೊಂದು ನಿಮ್ಮ ಬದುಕಿನ ಅತ್ಯಂತ ನೋವಿನ ಘಟನೆ ಅಗಿರುತ್ತದೆಯೇ? ಹೌದು. ಆಕೆಯ ತಂದೆ ನಿಮ್ಮನ್ನು ಕೊಲ್ಲಬಹುದೇ? ಹೌದು. ಖಂಡಿತವಾಗಿಯೂ ಇದು ಮುಂದಿನ ಕೆಲವು ತಿಂಗಳ ಕಾಲ ಇರುತ್ತದೆ. ನಿಮ್ಮ ಹೆತ್ತವರು ತಮ್ಮ ಮುಂಗಡ ಹಣ ಕಳೆದುಹೋಗಿರುವುದಕ್ಕೆ ನಿಮ್ಮ ಜೊತೆಗೆ ಕೋಪವನ್ನು ಹೊಂದಿರುತ್ತಾರೆಯೇ? ಹೌದು. ನಿಮ್ಮ ಪ್ರಿಯತಮೆಯನ್ನು ಅವರೂ ಇಷ್ಟಪಟ್ಟಿದ್ದರಿಂದ ಅವರ ಹೃದಯ ಬಿರಿಯುವಂತಾಗುತ್ತದೆಯೇ? ಹೌದು. ತಾವೇನು ಮಹಾನ್ ಎಂದು ಗ್ರಹಿಸಿದ್ದರೋ ಅದನ್ನು ಕಳಕೊಂಡಾಗ ಅವರು ಸಂಕಟಪಡುತ್ತಾರೆಯೇ? ಹೌದು.

ಮತ್ತೆ ಕ್ರಮೇಣ ನೀವು *ಲೆಟ್ ದೆಮ್* ಎನ್ನುತ್ತ ಅವರು ಏನನ್ನೇ ಭಾವಿಸಲಿ ಎನ್ನುತ್ತ ಮತ್ತು ಅದನ್ನು ನೀವು ನಿಯಂತ್ರಿಸಲು ಹೋಗದೆ ಅಥವಾ ಅದನ್ನು ತಪ್ಪಿಸಿಕೊಳ್ಳಲು ಅಥವಾ ಬದಲಾಯಿಸಲು ಹೋಗದೆ ಇದ್ದರೆ ಮತ್ತು ಬದುಕು ಕಾಲಕ್ರಮದಲ್ಲಿ ಮತ್ತೆ ಸಾಮಾನ್ಯ ಸ್ಥಿತಿಗೆ ಹಿಂದಿರುಗುತ್ತದೆ.

ಅಂದ ಹಾಗೆ ನಿಮ್ಮ ಹೆತ್ತವರು ನಿಮ್ಮ ನಿರ್ಧಾರವನ್ನು ಮೆಚ್ಚಿಕೊಳ್ಳುವರು ಮತ್ತು ನಿಮ್ಮ ಎದೆಗಾರಿಕೆಯನ್ನು ಕಂಡು ನಿಮ್ಮ ಬಗ್ಗೆ ಗೌರವ ಮೂಡುವಂತಾಗುತ್ತದೆ. *ಲೆಟ್ ದೆಮ್.*

ಲೆಟ್ ಮಿ ಎನ್ನುವಲ್ಲಿ ನೀವು ಮತ್ತೆ ಯಥಾಸ್ಥಿತಿಗೆ ಮರಳುವುದಾಗಿರುತ್ತದೆ. ಯಾರದೇ ಭಾವನಾತ್ಮಕ ಪ್ರತಿಕ್ರಿಯೆಗಳಿಗಿಂತ ನೀವು ಶಕ್ತಿವಂತರಾಗಿರುತ್ತೀರಿ. *ಲೆಟ್ ದೆಮ್* ಅವರ ಅಭಿಪ್ರಾಯವನ್ನು ಹೊಂದಿರಲಿ. *ಲೆಟ್ ದೆಮ್* ಅವರ ಪ್ರತಿಕ್ರಿಯೆ ಇದ್ದಿರಲಿ. *ಲೆಟ್ ಮಿ* ನನ್ನದು ಹಾಗೆಯೇ ಇರಲಿ. ನಿಮ್ಮ ಭಾವನೆಗಳಿಗೆ ನೀವು ಸ್ಥಳಾವಕಾಶವನ್ನು ನೀಡಿರುವುದರಿಂದ ಅವನ್ನು ಸುಧಾರಿಸಲು ನಿಮಗೆ ಸಾಕಷ್ಟು ಅವಕಾಶ ಸಿಕ್ಕಂತಾಗುತ್ತದೆ. ಯಾವತ್ತೂ ನಿಮ್ಮ ಕಠಿಣ

ನಿರ್ಧಾರವನ್ನು ಬದಲಿಸುವಂತೆ ಇನ್ನೊಬ್ಬರ ಭಾವನೆಗಳಿಗೆ ಅವಕಾಶ ನೀಡದಿರಿ. *ಲೆಟ್ ಮಿ* ನಾನು ನನ್ನಷ್ಟಕ್ಕೆ ಪ್ರಾಮಾಣಿಕನಾಗಿರುವೆ. ಈಗ ನೋವಿನದೆಂದು ತೋರುವ ಕಠಿಣ ನಿರ್ಧಾರವನ್ನು *ಲೆಟ್ ಮಿ* ತೆಗೆದುಕೊಳ್ಳುವೆ. ಅದರಿಂದ ಮುಂದೆ ಬರಬಹುದಾದ ಇನ್ನಷ್ಟು ತೀವ್ರವಾದ ನೋವನ್ನು ತಡೆಗಟ್ಟಬಹುದು. *ಲೆಟ್ ಮಿ* ನನ್ನ ಅರ್ಹತೆಗೆ ತಕ್ಕಂತಹ ಬದುಕನ್ನು ಕಟ್ಟಿಕೊಳ್ಳಲು ನನಗೆ ಅವಕಾಶವಿರಲಿ. ಅನ್ಯರ ಭಾವೋದ್ವೇಗದ ಬಗೆಗೆ ನೀವೇನು ಕಲಿತಿರಿ ಎನ್ನುವುದರ ಸಾರಾಂಶವನ್ನು ಪರಿಶೀಲಿಸೋಣ. ಸದ್ಯ ನೀವು ಅನ್ಯರ ಭಾವನಾತ್ಮಕ ಪ್ರತಿಕ್ರಿಯೆಗಳು ನಿಮ್ಮ ಆಯ್ಕೆಗಳನ್ನು ನಿಯಂತ್ರಿಸುವುದಕ್ಕೆ ಅವಕಾಶ ನೀಡಿದ್ದಿರಿ. ಆ ಇನ್ನೊಬ್ಬ ವಯಸ್ಕ ಮಕ್ಕಳಂತೆ ನಡೆದುಕೊಳ್ಳುವಾಗ *ಲೆಟ್ ದೆಮ್* ಸಿದ್ಧಾಂತ ನಿಮಗೆ ಒಂದು ಹೆಜ್ಜೆ ಹಿಂದಕ್ಕೆ ಸರಿದು ಅದನ್ನು ಎದುರಿಸಲು ಬಲವನ್ನು ಒದಗಿಸುತ್ತದೆ.

ಸಮಸ್ಯೆ: ಅನ್ಯ ಜನರ ಭಾವನಾತ್ಮಕ ಅಪಕ್ವತೆ ನಿಮ್ಮ ಬದುಕಿನ ಮೇಲೆ ಸವಾರಿ ಮಾಡಲು ಅನುವು ಮಾಡುತ್ತಿದ್ದೀರಿ. ಅನ್ಯರ ಎರಚಾಟವನ್ನು, ಅಪರಾಧೀ ಕೃತ್ಯಗಳಿಗೆ, ಹಾಗೂ ಅವರ ಪ್ರತಿಕ್ರಿಯೆಗಳಿಗೆ ನೀವು ಆದ್ಯತೆ ನೀಡಿ ನಿಮ್ಮ ಸ್ವಂತ ಭಾವನೆಗಳ ಕಡೆಗೆ ಗಮನ ಕೇಂದ್ರೀಕರಿಸುವ ಬದಲು ಅವರ ಭಾವನೆಗಳನ್ನು ನಿರ್ವಹಿಸಲು ತೊಡಗುತ್ತಿದ್ದೀರಿ. ಅಂದಾಗ ನೀವು ನಿಮ್ಮ ಸಂತೋಷವನ್ನೆಲ್ಲ ಬದಿಗಿಟ್ಟು ನಿಮ್ಮದೇ ಖರ್ಚಿನಲ್ಲಿ ಆದ್ಯತೆಯ ಮೇಲೆ ಇನ್ನೊಬ್ಬರ ಭಾವನಾತ್ಮಕ ಅಗತ್ಯಗಳನ್ನು ಪೂರೈಸಲು ಯತ್ನಿಸುತ್ತಿದ್ದೀರಿ ಎಂದಂತಾಗುತ್ತದೆ.

ಸತ್ಯ: ಇನ್ನೊಬ್ಬರ ಭಾವನಾತ್ಮಕ ಪ್ರತಿಕ್ರಿಯೆಗಳನ್ನು ನಿರ್ವಹಿಸುವುದು ನಿಮ್ಮ ಜವಾಬ್ದಾರಿಯಲ್ಲ. ಇನ್ನೊಬ್ಬರು ಹೇಗೆ ಸ್ಪಂದಿಸುತ್ತಾರೆ ಎಂಬುದನ್ನು ನೀವು ನಿಯಂತ್ರಿಸಲು ಆಗುವುದಿಲ್ಲ; ಅವರ ಭಾವನಾತ್ಮಕ ಅಪಕ್ವತೆಯನ್ನೂ ನೀವು ನಿಯಂತ್ರಿಸಲು ಆಗುವುದಿಲ್ಲ. ಬಹುತೇಕ ವಯಸ್ಕರ ಭಾವನಾತ್ಮಕ ಸಾಮರ್ಥ್ಯ ಎಂಟು ವರ್ಷ ವಯಸ್ಸಿನ ಬಾಲಕನ ಭಾವನೆಗಳಿಗೆ ಸಮವಾಗಿದ್ದು ಅದನ್ನು ನಿಮ್ಮಿಂದ ಬದಲಾಯಿಸಲು ಸಾಧ್ಯವಿಲ್ಲ.

ಪರಿಹಾರ: ಲೆಟ್ ದೆಮ್ ಸಿದ್ಧಾಂತವನ್ನು ಪ್ರಯೋಗಿಸಿ ನೀವು ವಯಸ್ಕರ ಮಕ್ಕಳಂಥ ಭಾವನಾತ್ಮಕ ಸ್ಫೋಟವನ್ನು ನಿಯಂತ್ರಿಸಲು ಸಾಧ್ಯವಾಗುತ್ತದೆ. ಬೇರೆ ಯಾರೇ ವಿಚಲಿತರಾಗಲಿ ನೀವು ನಿಮ್ಮ ಸೂಕ್ತ ನಿರ್ಧಾರಗಳನ್ನು ದೃಢವಾಗಿ ತೆಗೆದುಕೊಳ್ಳಲು ಸಾಧ್ಯವಾಗುತ್ತದೆ. ಇನ್ನೊಬ್ಬರ ಭಾವನೆಗಳ ಹೊರೆಯನ್ನು ಹೊರುವ ಬದಲು ನೀವು ನಿಮ್ಮ ಶಕ್ತಿಯನ್ನು ಉಳಿಸಿಕೊಳ್ಳಲು ಅನುಕೂಲವಾಗುತ್ತದೆ.

ನೀವು *ಲೆಟ್ ದೆಮ್* ಎನ್ನುವಾಗ, ನೀವು ಇತರರು ತಮ್ಮ ಭಾವನೆಗಳನ್ನು ಅನುಭವಿಸಲು ಅವಕಾಶವನ್ನು ನೀಡಿ ಅದನ್ನು ಮನಗಾಣುವಂತಾಗುತ್ತದೆ, ಅದು ನಿಮ್ಮ ಜವಾಬ್ದಾರಿಯಾಗುವುದಿಲ್ಲ. ನೀವು *ಲೆಟ್* ಮಿ ಎನ್ನುವಾಗ ಮಿಕ್ಕವರು ಅದನ್ನು ತಪ್ಪೆಂದು ಭಾವಿಸಿದರೂ, ನಿಮಗೆ ಸ್ವತಃ ಸರಿಯಾದ ನಿರ್ಧಾರಗಳನ್ನು ಕೈಗೊಳುವ ಧೈರ್ಯ ಬರುತ್ತದೆ.

ಇದೀಗ ನೀವು ಬೆಳೆಯಲು ಮತ್ತು ಓರ್ವ ಪಕ್ವ ವಯಸ್ಕನಂತೆ ವರ್ತಿಸಲು ಸಮಯ ಸನ್ನಿಹಿತವಾಗಿದೆ.

ದೀರ್ಘಕಾಲೀನ ತುಲನೆಯನ್ನು ಜಯಿಸುವುದು

ಅಧ್ಯಾಯ 9

ಹೌದು, ಬದುಕು ನ್ಯಾಯೋಚಿತವಲ್ಲ

ನಿಜಕ್ಕೂ: ಬದುಕು ನ್ಯಾಯೋಚಿತವಲ್ಲ. ಆದರೆ ಅದೇ ಅಂಶವನ್ನು ಗಮನದಲ್ಲಿಟ್ಟು, ನೀವು ಎಚ್ಚರಗೊಳ್ಳಬೇಕು, ವಸ್ತುಸ್ಥಿತಿಯನ್ನು ಸ್ವೀಕರಿಸಬೇಕು ಮತ್ತು ಅನ್ಯರ ಬಳಿಯಲ್ಲಿ ಏನಿದೆ, ಅವರು ಹೇಗೆ ಕಾಣುತ್ತಾರೆ ಮತ್ತು ಅವರೇನು ಸಾಧಿಸಿದ್ದಾರೆ ಎನ್ನುವುದನ್ನು ಮರೆಯಬೇಕು.

ಹಾಗಿದ್ದರೆ ಈ ಭೂಮಿಯ ಮೇಲಿನ ಪ್ರತಿಯೊಬ್ಬ ಯಾತಕ್ಕಾಗಿ ಹೋರಾಡುತ್ತಿದ್ದಾನೆ ಎಂಬುದರ ಬಗ್ಗೆ ಮಾತಾಡೋಣ: ಇತರರ ಯಶಸ್ಸು ನಿಮ್ಮನ್ನು ದುರ್ಬಲಗೊಳಿಸುತ್ತದೆ. ನಿಜವೆಂದರೆ, ನೀವು ಇನ್ನೊಬ್ಬ ವ್ಯಕ್ತಿಯ ಯಶಸ್ಸನ್ನು, ಅದೃಷ್ಟವನ್ನು ಮತ್ತು ಆಯುಷ್ಯವನ್ನು ನಿಯಂತ್ರಿಸಲು ಆಗುವುದಿಲ್ಲ.

ನೀವೇನು ಮಾಡಬಹುದೆಂದರೆ, ಅವರನ್ನು ನಿಮ್ಮ ಮಾದರಿಯನ್ನಾಗಿಸಿಕೊಂಡು ನಿಮ್ಮ ಮುಂದಿನ ಬಾಳುವೆಯನ್ನು ರೂಪಿಸಿಕೊಳ್ಳಬಹುದು. ನಿಮ್ಮ ವಿಫಲತೆಯನ್ನು, ನೀವು ಚೆನ್ನಾಗಿಲ್ಲವೆನ್ನುವುದನ್ನು ಅಥವಾ ನೀವು ಅಷ್ಟೇನೂ ಒಳ್ಳೆಯ ಮನುಷ್ಯನಲ್ಲ ಎಂಬುದನ್ನು ಇತರ ಜನರ ಬದುಕಿಗೆ ಹೋಲಿಕೆಗೆ ಒಡ್ಡಿದಾಗ, ಅದು ನಿಮ್ಮ ಬಹುದೊಡ್ಡ ಅಡೆತಡೆಯಾಗಬಹುದು. ಸಾಮಾಜಿಕ ಜಾಲತಾಣದಲ್ಲಿ ಹಾಗೆಯೇ ಸ್ಕ್ರೋಲ್ ಮಾಡುತ್ತಿದ್ದರೆ ಅಥವಾ ಇನ್ನೊಬ್ಬರ ಜೊತೆಗೆ ಹೋಲಿಸಿ ಕೀಳರಿಮೆ ಹೊಂದಿದಾಗ ನೀವು ಕುಸಿದಂತಾಗುತ್ತದೆ, ಭರವಸೆರಹಿತರಾಗಿ, ನಿಮ್ಮನ್ನು ಹಿಂದಿಕ್ಕುವ ಭಾವನೆ ಆವರಿಸಿಕೊಳ್ಳುತ್ತದೆ. ಯಾವುದೇ ಕಾರಣವಿಲ್ಲದೆ ನೀವು ನಿಮ್ಮನ್ನೇ ಹಿಂಸಿಸಿಕೊಂಡಂತಾಗುತ್ತದೆ. ಇತರ ವ್ಯಕ್ತಿಗಳು ನಿಮ್ಮನ್ನು ಬಲಹೀನರಾಗುವಂತೆ ಮಾಡಿ ನೀವು ವಿಳಂಬನೀತಿಯನ್ನು ಅನುಸರಿಸುತ್ತ ಆತ್ಮವಿಮರ್ಶೆ ಮಾಡಿಕೊಳ್ಳುವಂತಾಗುತ್ತದೆ.

ಬದುಕು ನ್ಯಾಯೋಚಿತವಲ್ಲ ಎಂದುಕೊಂಡು, ನೀವು ಇನ್ನೊಬ್ಬರ ಜೊತೆಗೆ ಹೋಲಿಸಿಕೊಳ್ಳುತ್ತ ಹೋದರೆ, ನಿಮ್ಮ ಪ್ರೇರಣೆ, ಪ್ರಗತಿ ಎಲ್ಲವೂ ಕುಂಠಿತವಾಗಿ ಬರಿದಾಗುತ್ತದೆ. ನೀವೇಕೆ ಸೋಲುತ್ತಿದ್ದೀರಿ ಎಂದರೆ ನೀವು ಅನ್ಯರ ಜೊತೆಗೆ ಹೋಲಿಸಿಕೊಂಡು ಬದುಕುತ್ತೀರಿ. ನೀವೇ ಒಂದು ಸಮಸ್ಯೆಯಾಗಿರುತ್ತೀರಿ. ಮೊದಲನೇ ಹೆಜ್ಜೆಯೆಂದರೆ ಸತ್ಯವನ್ನು ಅಂಗೀಕರಿಸುವುದು: ಬದುಕು ನ್ಯಾಯೋಚಿತವಲ್ಲ. ಅದು ಅಲ್ಲವಷ್ಟೇ.

ನೀವು ನಿಮ್ಮ ವಿದ್ಯಾರ್ಥಿಗೆ ಟ್ಯೂಷನ್ ಕೊಡಲಾಗುವುದೆಂದು ಅವರ ಸಾಲದಲ್ಲಿ ಮುಳುಗುವುದು ನ್ಯಾಯೋಚಿತವಲ್ಲ.

ನಿಮ್ಮ ಸಹೋದರಿ ಸೂಪರ್ ಮಾಡೆಲ್ ಥರ ಕಾಣಿಸುವುದರಿಂದ ಬಾರ್‌ನಲ್ಲಿ ಅವಳ ಸುತ್ತವೇ ಜನರು ಮುಗಿಬಿದ್ದು, ನೀವು ಮಾತ್ರ ನಿಮ್ಮ ಡ್ರಿಂಕ್ಸ್‌ನ್ನು ಆರ್ಡರ್ ಮಾಡುತ್ತ ಕೂತಿರುವುದು ನ್ಯಾಯೋಚಿತವಲ್ಲ.

ನಿಮ್ಮ ಸೂಪರ್‌ವೈಸರ್ ನಿಮಗಷ್ಟೇ ಯಾವಾಗಲೂ ಸಲ್ಲದ ಶಿಫ್ಟ್ ಕೆಲಸವನ್ನು ನೀಡುತ್ತಿರುವುದು ನ್ಯಾಯೋಚಿತವಲ್ಲ.

ನಿಮ್ಮ ದೇಶ ಯುದ್ಧದ ಕಾರಣದಿಂದ ಹರಿದು ಹಂಚಾಗುತ್ತಿರುವುದು ನ್ಯಾಯೋಚಿತವಲ್ಲ.

ನೀವು ಹುಟ್ಟುವಾಗಲೇ ಡಯಬೆಟಿಕ್ ರೋಗಿಯಾಗಿದ್ದು ಜೀವನಪೂರ್ತಿ ಇನ್ಸುಲಿನ್ ತೆಗೆದುಕೊಳ್ಳಬೇಕಾಗಿರುವುದು ನ್ಯಾಯೋಚಿತವಲ್ಲ.

ನಿಮ್ಮ ಸ್ನೇಹಿತೆಗೆ ಒಂದು ಒಳ್ಳೆಯ ಮನೆ ಅಥವಾ ಅಪಾರ್ಟ್‌ಮೆಂಟನ್ನು ಅವರ ಹೆತ್ತವರು ಖರೀದಿಸಿರುವುದು ನ್ಯಾಯೋಚಿವಲ್ಲ.

ನಿಮ್ಮ ಸಹೋದ್ಯೋಗಿಗೆ ಪ್ರಮೋಶನ್ ಸಿಕ್ಕು ನಿಮಗೆ ಸಿಗದಿರುವುದು ನ್ಯಾಯೋಚಿತವಲ್ಲ.

ನಿಮಗೆ ಬ್ರೆಸ್ಟ್ ಕ್ಯಾನ್ಸರ್ ಇದೆಯೆಂದು ಗೊತ್ತಾಗಿರುವುದು ನ್ಯಾಯೋಚಿತವಲ್ಲ. ನಿಮ್ಮ ಸ್ನೇಹಿತೆ ಒಂದು ಉತ್ತಮ ಕೌಟುಂಬಿಕ ಬದುಕು ಬದುಕುತ್ತಿದ್ದು, ನಿಮ್ಮದು ಬಹಳ ಕೆಟ್ಟ ರೀತಿಯಲ್ಲಿ ಸಾಗುತ್ತಿದ್ದು, ನಿಮ್ಮ ಜೋಡಿಯನ್ನು ರಿಯಲಿಟಿ ಷೋಗೆ ಕರೆಯದೆ ಇರುವುದು ನ್ಯಾಯೋಚಿವಲ್ಲ. ನಿಮ್ಮ ಸ್ನೇಹಿತೆಗೆ ಒಳ್ಳೆಯ ದೇಹಸ್ವಾಸ್ಥ್ಯವಿದ್ದು, ಆಕೆ ಏನು ಬೇಕಾದರೂ ತಿನ್ನಬಲ್ಲಳು ಎನ್ನುವುದು ನ್ಯಾಯೋಚಿತವಲ್ಲ. ನೀವು ಕಲುಷಿತ ವಾತಾವರಣದಲ್ಲಿ ಇದ್ದುದರಿಂದ ನಿಮಗೆ ಅಸ್ತಮಾ ಬಂದಿದ್ದು ನ್ಯಾಯೋಚಿತವಲ್ಲ. ಜೀವನ ವೆಚ್ಚ ಮತ್ತು ಗ್ಯಾಸ್‌ನ ಬೆಲೆ ಏರುತ್ತಿರುವುದು ನ್ಯಾಯೋಚಿತವಲ್ಲ. ನಿಮ್ಮ ಮುಖದಲ್ಲಿ ಮೊಡವೆಗಳು ಏಳುತ್ತಿರುವುದು ನ್ಯಾಯೋಚಿತವಲ್ಲ. ನೀವು ಸರಿ. ಇವೆಲ್ಲ ನ್ಯಾಯೋಚಿತವಲ್ಲ.

ನಿಜವೆಂದರೆ ಪ್ರತಿಯೊಬ್ಬ ಮನುಷ್ಯನ ಬದುಕಿನಲ್ಲೂ ಪ್ರತ್ಯೇಕ ರೀತಿಯ ಕೈಗಳು ಆಟವಾಡುತ್ತಿದ್ದು, ಇನ್ನೊಬ್ಬರ ಕೈಯಲ್ಲಿರುವ ಕಾರ್ಡ್‌ನ್ನು ನೀವು ನಿಯಂತ್ರಿಸಲು ಆಗುವುದಿಲ್ಲ. ನೀವು ಇನ್ನೊಬ್ಬರನ್ನು ಹೀಗೆಯೇ ನೋಡುತ್ತ ಕುಳಿತರೆ, ನಿಮ್ಮ ಆಟದ ಅಂಕಗಳು ಕಳೆದುಹೋಗುವ ಸಾಧ್ಯತೆಗಳಿರುತ್ತವೆ.

ಬದುಕಿನಲ್ಲಿ ನೀವು ಯಾರ ವಿರುದ್ಧವಾಗಿಯೂ ಆಡುತ್ತಿಲ್ಲ. ನೀವು ಅವರ ಜೊತೆಗೆ ಆಡುತ್ತಿದ್ದೀರಿ ಅಷ್ಟೇ. ಕೆಲವರಲ್ಲಿ ನಿಮ್ಮ ಕಾರ್ಡ್‌ಗಳಿಗಿಂತ ಉತ್ತಮ ಕಾರ್ಡ್‌ಗಳಿರಬಹುದು. ಯಾವ ಕೈಯ್ಯಲ್ಲಿ ಕಾರ್ಡ್‌ಗಳಿವೆ ಎಂಬುದು ಮುಖ್ಯವಲ್ಲ, ನೀವದನ್ನು ಹೇಗೆ ಆಡುತ್ತೀರಿ ಎಂಬುದು ಮುಖ್ಯ.

ನೀವು ಇನ್ನೊಬ್ಬರೊಂದಿಗೆ ನಿಮ್ಮನ್ನು ತುಲನೆ ಮಾಡುತ್ತ ಕುಳಿತರೆ ನಿಮ್ಮ ಬದುಕಿನ ಅತ್ಯಂತ ಮಹತ್ವದ ರಹಸ್ಯವನ್ನು ನೀವು ಕಳಕೊಂಡಿರುತ್ತೀರಿ: ಅನ್ಯ ಜನರು ನಿಮ್ಮನ್ನು ಇನ್ನೂ

ಚೆನ್ನಾದ ಆಟಗಾರನಾಗಲು ಮತ್ತು ನೀವು ಗೆಲ್ಲುವಂತೆ ಕಲಿಸುತ್ತಿದ್ದಾರೆ.

ನಿಜವೇ, ಬಹಳಷ್ಟು ಜನರಲ್ಲಿ "ಅದೃಷ್ಟದ" ಅಥವಾ "ಹೆಚ್ಚು ಯಶಸ್ವೀ" ಕಾರ್ಡ್‌ಗಳಿರುತ್ತವೆ. *ಲೆಟ್ ದೆಮ್.*

ಅವರು ವೇಗವಾಗಿ ಸಾಧಿಸುತ್ತಾರೆ. ಅವರ ಮೇಲುಗೈ ಇರುತ್ತದೆ. ಅವರಲ್ಲಿ ಸಂಪನ್ಮೂಲಗಳಿರುತ್ತವೆ. ಅವರಿಗೆ ಹೆಚ್ಚು ಬೆಂಬಲವಿರುತ್ತದೆ. ಅದನ್ನು ನೀವು ಬದಲಾಯಿಸಲು ಆಗುವುದಿಲ್ಲ. ಅದು ಸತ್ಯವೇ. *ಲೆಟ್ ದೆಮ್.*

ಅದರ ಬಗ್ಗೆ ಚಿಂತಿಸುತ್ತ ಕುಳಿತಿರುವುದು ಅಥವಾ ನೀವು ಕೆಟ್ಟದಾಗಿ ಅನುಭವಿಸುವುದು, ನಿಮ್ಮ ಸ್ವಂತ ಬುದ್ಧಿಮತ್ತೆಗೆ ಮಾಡುವ ಅವಮಾನವೆನ್ನಬೇಕು. ನೀವು ಹೇಗೆ ಗೆಲ್ಲಬೇಕೆಂದು ಲೆಕ್ಕ ಹಾಕಿ. ನಿಮ್ಮಲ್ಲಿರುವುದನ್ನು ಸದುಪಯೋಗಪಡಿಸಿ ನಿಮ್ಮ ಬದುಕಿಗೆ ಬೇಕಿರುವುದನ್ನು ನೀವು ಪಡೆಯಬಹುದು. ಆದರೆ ನೀವು ಅದನ್ನು ಯಾವತ್ತೂ ಮಾಡುವುದಿಲ್ಲ– ಎಲ್ಲಿಯವರೆಗೆ ನೀವು ಈ ಮೂರ್ಖ ಕ್ರಿಯೆಯಾದ ತುಲನೆಯನ್ನು ಬಿಡುವುದಿಲ್ಲವೋ ಅಲ್ಲಿಯವರೆಗೆ. ಅದನ್ನು ನಿಲ್ಲಿಸಿ.

ಎಲ್ಲರೂ ನಿಮ್ಮ ಸಹೋದರಿಯ ಬದಲು ನಿಮ್ಮ ಸುತ್ತ ಬಾರ್‌ನಲ್ಲಿ ಸುತ್ತುವರಿದು ಅಭಿನಂದಿಸುವುದು, ಅಥವಾ ನೀವು ಯುರೋಪಿಯನ್ ರಜಾದಿನವನ್ನು ಕಳೆಯುವುದು ಅಥವಾ ನೀವು ಉದ್ದವಾಗಿರುವ ಅಥವಾ ಒಳ್ಳೆಯ ಆರೋಗ್ಯಕರ ಮೈಬಣ್ಣ ಹೊಂದಿರುವುದನ್ನು, ಅಥವಾ ಒಳ್ಳೆಯ ಉದ್ಯೋಗವಿರುವುದನ್ನು, ಅಥವಾ ಉತ್ತಮ ಮದುವೆಯ ಸಂಬಂಧ ಕೂಡಿಬಂದಿರುವುದು, ಅಥವಾ ಬಹಳಷ್ಟು ಹಣವಿರುವುದು, ಎಲ್ಲವೂ ಗಣನೆಗೆ ಬರುವುದಿಲ್ಲವೇ? ನಿಮ್ಮ ಆತ್ಮವಿಶ್ವಾಸ ಮರೆಯಾಗುತ್ತದೆ.

ಯಾವನೇ ಜಾಗತಿಕ ಮಟ್ಟದ ಕಾರ್ಡ್ ಪ್ಲೇಯರ್ ಹೇಳುತ್ತಾನೆ, ನಿಮ್ಮ ಕೈಯ್ಯಲ್ಲಿರುವ ಕಾರ್ಡ್ ಮುಖ್ಯವಲ್ಲ, ಅದನ್ನು ಹೇಗೆ ಆಡುತ್ತೀರಿ ಎಂಬುದು ಮುಖ್ಯ. ಬದುಕಿನ ಆಟವನ್ನು ಗೆಲ್ಲಬೇಕಾದರೆ, ನಿಮ್ಮ ಕೈಲಿರುವ ಕಾರ್ಡ್‌ಗಳ ಮೇಲೆ ಗಮನ ಕೇಂದ್ರೀಕರಿಸಬೇಕು. ಅವನ್ನು ಆಯ್ಕೆ ಮಾಡುತ್ತ ಹುಷಾರಾಗಿ ಆಡಬೇಕು.

ನೋಡಿ, ನನಗದು ಸಿಕ್ಕಿತು! ನಿಮ್ಮದು ಅತ್ಯಂತ ದುರಾದೃಷ್ಟದ ಕೈ, ಭೂಮಿಯಲ್ಲೇ. "ಯಾಕೆ ನಾನೇ?" ಎಂದು ಕೇಳುವುದು ಸುಲಭ. ನೀವು ಕ್ಷಮಿಸಿ ಎಂದುಕೊಳ್ಳುವುದೂ ಸುಲಭ. ಇನ್ನೊಬ್ಬರನ್ನು ನೋಡುತ್ತ, ನೀವು ಕರುಬುವುದೂ ಸುಲಭ.

ಅವರಿಗೆ ಒಳ್ಳೆಯ ದೇಹದಾರ್ಢ್ಯತೆ ಇದೆ, ಉತ್ತಮ ಬ್ಯಾಂಕ್ ಅಕೌಂಟ್, ಪ್ರೀತಿಸುವ ಸಂಗಾತಿ, ಶಿಸ್ತು, ಫ್ರೆಂಡ್ ಗ್ರೂಪ್ ಎಲ್ಲವೂ ಇದೆ... ಯಾಕೆಂದರೆ ಅದು ನ್ಯಾಯೋಚಿತವಾಗಿದೆ. ಯಾಕೆಂದು ನಿಮಗೆ ಗೊತ್ತೇ? ಬದುಕು ಎಂದಿಗೂ ನ್ಯಾಯೋಚಿತವಾಗಿರುವುದಿಲ್ಲ. ಕೆಲವು ಮಂದಿ ಸಹಜವಾಗಿಯೇ ಅದೃಷ್ಟವಂತರಿರುತ್ತಾರೆ. ನನ್ನ ಕೆಲವು ಮಿತ್ರರಿದ್ದಾರೆ, ಅವರು ಹುಟ್ಟುತ್ತಲೇ ಎಲ್ಲವೂ ಕ್ರಮಬದ್ಧವಾಗಿ ಅವರಿಗೆ ಲಭ್ಯವಾಗಿರುತ್ತದೆ. ಅವರಿಗೆ ಬೇಕಾದುದೆಲ್ಲ ಸಿಗುತ್ತದೆ.

ಸಕಾರಾತ್ಮಕ ವಿಷಯಗಳು ಮತ್ತು ಅನುಭವಗಳು ಇದ್ದಕ್ಕಿದ್ದ ಹಾಗೆ ಎಡಕ್ಕೂ ಬಲಕ್ಕೂ ಹೊರಕ್ಕೆ ಚಿಮ್ಮುತ್ತವೆ. ಎಲ್ಲವೂ ಚೆನ್ನಾಗಿಯೇ ನಡೆಯುವಂತಾಗುತ್ತದೆ.

ಇವರೆಲ್ಲ ಅಷ್ಟೊಂದು ಅದೃಷ್ಟವಂತರು ಯಾಕೆ ಮತ್ತು ನಾನು ಯಾಕಲ್ಲ? ನೀವು ಸ್ವತಃ ಮರುಗುವ ಸ್ಥಿತಿಯಲ್ಲಿದ್ದು, ಆ ವ್ಯಕ್ತಿಗಳ ಬಗ್ಗೆ ಕೋಪವನ್ನು ಹೊಂದಿರುತ್ತೀರಿ. ಹೌದಲ್ಲ? ಅವರಿಗೆ ಜಗತ್ತಿನ ಅತ್ಯಂತ ಸುಂದರ ಕುಟುಂಬ ದಕ್ಕಿದೆ; ಅವರು ಕಾಲೇಜಿನಲ್ಲಿರುವಾಗಲೇ ಪ್ರೇಮ ಅಂಕುರಿಸಿತು; ಅವರು ತುಂಬಾ ಆಕರ್ಷಣೀಯವಾಗಿದ್ದು ಸೂಪರ್ ಕ್ರೀಡಾಪಟುಗಳು ಕೂಡಾ. ಅವರಿಗೆ ಏನೂ ತೊಂದರೆ ಬರುವುದೇ ಇಲ್ಲ. ನಮ್ಮಂತೆ ಅವರು ಬಾಲ್ಯದ ಆಘಾತದಿಂದ ನರಳುವುದಿಲ್ಲ, ಖಿನ್ನತೆಯಿಂದ ಬಳಲುವುದಿಲ್ಲ, ಆತಂಕ ಮೊದಲೇ ಇಲ್ಲ.

ಆದರೆ ಇನ್ನೊಬ್ಬರ ಅದೃಷ್ಟವನ್ನು ನಿಮ್ಮ ಜೊತೆಗೆ ಹೋಲಿಸಿಕೊಳ್ಳುವುದು ನಿಜಕ್ಕೂ ನಿಮ್ಮ ಸಮಯವನ್ನು ವ್ಯರ್ಥ ಮಾಡುವುದಷ್ಟೇ.

ತುಲನೆ ನಿಮ್ಮನ್ನು ಹಿಂಸಿಸುವಾಗ

"ಆದರೆ, ಮೆಲ್, ಬೇರೆ ವ್ಯಕ್ತಿಗಳು ಎಷ್ಟು ಆಕರ್ಷಣೀಯವಾಗಿ ಕಾಣುತ್ತಾರೆ, ಅಥವಾ ನಾನು ಇನ್ನೂ ಸ್ವಲ್ಪ ಎತ್ತರವಿದ್ದಿದ್ದರೆ ಎಂಬ ಆಕಾಂಕ್ಷೆ, ಅಥವಾ ನನಗೆ ಅಸ್ತಮಾ ಇರದಿರುತ್ತಿದ್ದರೆ, ನನ್ನ ಹೆತ್ತವರು ವಿಚ್ಛೇದನವನ್ನು ಮಾಡಿರದಿದ್ದರೆ, ನನ್ನ ಕೌಟುಂಬಿಕ ಬದುಕು ಎಷ್ಟೊಂದು ಆನಂದದಾಯಕವಾಗಿರುತ್ತಿತ್ತು."

ಬೇರೆಯವರ ಜೊತೆಗೆ ನಿಮ್ಮನ್ನು ಹೋಲಿಸಿಕೊಳ್ಳುವುದು ಅನಿವಾರ್ಯ. ನಿಮ್ಮ ಸುತ್ತಲಿನ ವಿಷಯಗಳನ್ನು ಗಮನಿಸುವುದು ಮತ್ತು ಇತರರು ಏನು ಮಾಡುತ್ತಿದ್ದಾರೆ ಎಂದು ನೋಡುವುದು ಮಾನವ ಸಹಜ ಗುಣ.

ತುಲನೆ ಮಾಡುವುದಕ್ಕೆ ಯತ್ನಿಸುವುದು ಸಮಸ್ಯೆಯಲ್ಲ. ಸಮಸ್ಯೆ ಎಂದರೆ ನೀವು ಹಾಗೆ ತುಲನೆ ಮಾಡುತ್ತ ಏನನ್ನು ಸಾಧಿಸುತ್ತೀರಿ ಎಂಬುದು.

ನಿಮ್ಮನ್ನೇ ಕೇಳಿಕೊಳ್ಳಿ: ನೀವು ತುಲನೆ ಮಾಡುವಾಗ ಏನು ಮಾಡಿದಂತಾಗುತ್ತದೆ? ಅದು ನಿಮ್ಮನ್ನು ಹಿಂಸೆಗೆ ಒಳಪಡಿಸುತ್ತಿದೆಯೇ ಅಥವಾ ನಿಮಗೆ ಮುಖ್ಯವಾದ ಏನನ್ನಾದರೂ ಕಲಿಯುವಂತೆ ಮಾಡುತ್ತದೆಯೇ?

ನಿಜವೆಂದರೆ, ಎರಡು ಬಗೆಯ ತುಲನೆಗಳಿವೆ: ಹಿಂಸೆ ಅಥವಾ ಕಲಿಕೆ. ನಿಮ್ಮ ಲಾಭಕ್ಕಾಗಿ ತುಲನೆಯನ್ನು ಮಾಡುತ್ತಿದ್ದರೆ, ಆ ತುಲನೆ ಯಾವ ಬಗೆಯದ್ದು ಎಂದು ಖಾತ್ರಿಪಡಿಸಿಕೊಳ್ಳಬೇಕು. ಮತ್ತು ವ್ಯತ್ಯಾಸವನ್ನು ಅತೀ ಸುಲಭವಾಗಿ ಹೇಳಬಹುದು. ಮೊದಲ ರೀತಿಯ ತುಲನೆ ಹಿಂಸೆ. ಇದು ನೀವೆಂದಿಗೂ ಬದಲಾಯಿಸಲು ಆಗದಂತಹ ವಿಷಯಗಳಲ್ಲಿ ತಲೆಕೆಡಿಸಿಕೊಳ್ಳುವುದು ಅಥವಾ ತನ್ನಷ್ಟಕ್ಕೇ ಬಡಿದಾಡಿಕೊಳ್ಳುವುದು. ಅಂತಹ ತುಲನೆ ಮುಖ್ಯವಾಗಿ ಇನ್ನೊಬ್ಬರ ಬದುಕಿನ ಮೇಲೆ ಕೇಂದ್ರೀಕೃತವಾಗಿರುತ್ತದೆ.

ಉದಾಹರಣೆಗೆ, ಇನ್ನೊಬ್ಬರ ನೈಸರ್ಗಿಕ ಸೊಬಗು, ದೇಹದಾರ್ಢ್ಯತೆ, ಎತ್ತರ, ದೇಹದ ಆಕಾರ, ಹೆತ್ತವರು, ದೇಶ, ಹಿಂದಿನ ಅನುಭವಗಳು, ಮತ್ತು ದೇವರು ನೀಡಿದ ಪ್ರತಿಭೆ, ಅಂದರೆ ಕ್ರೀಡೆಯಲ್ಲಿ, ಮಿದುಳಿನ ಜೀನಿಯಸ್ ಶಕ್ತಿ, ಕ್ಷಣಾರ್ಧದಲ್ಲಿ ಭಾಷೆಗಳನ್ನು ಕಲಿಯುವ ಸಾಮರ್ಥ್ಯ, ಫೋಟೋಗ್ರಾಫಿಕ್ ನೆನಪು, ಕಲಾಪ್ರಕಾರಗಳಲ್ಲಿ ಪ್ರತಿಭೆ...

ನಿಮಗೆ ಚುಟುಕಾಗಿ ಗೊತ್ತಾಗಿರಬೇಕು.

ಇನ್ನೊಬ್ಬ ವ್ಯಕ್ತಿಯ ಈ ಕ್ಷಮತೆ, ಸಾಮರ್ಥ್ಯಗಳನ್ನು ಕಂಡು ನೀವು ಕರುಬುವಂತಾಗುತ್ತದೆ, ಆದರೆ ಇವೆಲ್ಲ ಪ್ರತಿಭೆಗಳನ್ನು ಹುಟ್ಟುವಾಗಲೇ ಪಡೆದು ಬಂದಿರುತ್ತಾರೆ. ಇವನ್ನು ಕಷ್ಟಪಟ್ಟು ಸಂಪಾದಿಸಿದ್ದು ಆಗಿರುವುದಿಲ್ಲ. ಮತ್ತು ಬಹಳ ಮುಖ್ಯ ವಿಷಯವೆಂದರೆ, ನೀವೆಷ್ಟೇ ಪ್ರಯತ್ನಪಟ್ಟರೂ ಈ ಕಾರ್ಡ್‌ಗಳು ಪವಾಡ ಸದೃಶವಾಗಿ ನಿಮ್ಮ ಬದುಕಿನಲ್ಲಿ ಕಾಣಿಸಿಕೊಳ್ಳುವುದಿಲ್ಲ.

ಇವು ನಿಶ್ಚಿತವಾಗಿ ಸ್ಥಿರವಾದವುಗಳೆಂದು ಹೇಗೆ ತಿಳಿಯುತ್ತೀರಿ? ಮುಂದಿನ 30 ಸೆಕೆಂಡ್‌ಗಳಲ್ಲಿ ಇದನ್ನು ನೀವು ಬದಲಾಯಿಸಲು ಸಾಧ್ಯವೇ? ಇಲ್ಲವೆಂದಾದರೆ ನಿಮ್ಮ ಜೀವನಪೂರ್ತಿ ಅದನ್ನು ಬದಲಾಯಿಸಲು ಸಾಧ್ಯವಾಗದು.

ಏನನ್ನು ಬದಲಾಯಿಸಬಹುದು ಮತ್ತು ಏನನ್ನು ಬದಲಾಯಿಸಲಾಗದು ಎಂಬುದು ನಿಮ್ಮ ಮಟ್ಟಿಗೆ ನಿರ್ಣಯಾತ್ಮಕ ವಿಷಯವಾಗಿರುತ್ತದೆ. ನೀವು ಇನ್ನೊಬ್ಬರ ಜೊತೆಗೆ ತುಲನೆ ಮಾಡುತ್ತ ಅಥವಾ ಅವರ ಬದುಕಿನ ಆಗುಹೋಗುಗಳ ಕುರಿತು ತುಲನೆ ಮಾಡುತ್ತ ಸಾಗಿದರೆ, ನೀವೆಷ್ಟೇ ಪ್ರಯತ್ನಿಸಿದರೂ ಅವನ್ನು ಬದಲಾಯಿಸುವುದು ದುಸ್ತರ, ನಿಮ್ಮನ್ನು ನೀವು ಹಿಂಸಿಸಿಕೊಳ್ಳುತ್ತೀರಿ ಅಷ್ಟೇ.

ಆದ್ದರಿಂದ ಯಾವುದೇ ವಿಷಯದಲ್ಲಿ ಬೇರೊಬ್ಬರ ಜೀವನದ ನಿಶ್ಚಿತ ವಿಷಯದಲ್ಲಿ ನೀವು ತುಲನೆ ಮಾಡುತ್ತ ಪಡೆಯಬೇಕೆಂದು ಆಶಿಸಿದರೆ ಅದರಿಂದ ನೀವೇ ಹಿಂಸೆಗೆ ಒಳಗಾಗುತ್ತೀರಿ. ನಿಮ್ಮ ಪ್ರಗತಿಗೆ ಅದು ಮಾರಕ ಮತ್ತು ನಿಮ್ಮ ಸಂತೋಷಕ್ಕೆ ಕಂಟಕ. ಅದನ್ನು ನೀವು ಬದಲಾಯಿಸಲು ಸಾಧ್ಯವಿಲ್ಲವಾದರೆ ಅವನ್ನು ಹಾಗೆಯೇ ಬಿಟ್ಟುಬಿಡಲು ಕಲಿಯಬೇಕು. *ಲೆಟ್ ದೆಮ್.*

ಇದನ್ನು ಮಾಡುವುದು ಸುಲಭವಲ್ಲ.

ನನ್ನ ಹಿರಿಯ ಮಗಳು ಸಾವಿಯರ್ ಇಂತಹ ತುಲನೆಯಲ್ಲಿ ತೊಡಗಿಕೊಂಡು ವರ್ಷಾನುಗಟ್ಟಲೆ ತನ್ನನ್ನೇ ಹಿಂಸಿಸಿಕೊಂಡಿದ್ದನ್ನು ನಾನು ಕಂಡಿದ್ದೇನೆ. ಅವಳ ಕಣ್ಣೆಲ್ಲ ತನ್ನ ಕಿರಿಯ ಸಹೋದರಿ ಕೆಂಡಲ್ ಕಡೆಗೆ ನೆಟ್ಟಿರುತ್ತದೆ. ಕೆಂಡಲ್‌ಗೆ ಪೂರ್ತಿ ಬೇರೆಯೇ ಬಗೆಯ ದೇಹ ಪ್ರಕೃತಿ ಇದೆ, ಎಲುಬಿನ ವಿನ್ಯಾಸ, ದೈಹಿಕ ಸಾಮರ್ಥ್ಯ, ಮತ್ತು ಕ್ರೀಡಾ ಪ್ರತಿಭೆಗಳಿವೆ. ಅದಕ್ಕೆಲ್ಲ ಮಿಗಿಲಾಗಿ ಅವಳಿಗೆ ಅದ್ಭುತವಾದ ಹಾಡುವ ಧ್ವನಿಯಿದ್ದು ಉತ್ತಮ ಪರಿಪೂರ್ಣ ಪಿಚ್‌ನಲ್ಲಿ ಹಾಡಬಲ್ಲಳು.

ಸಾವಿಯರ್ ಇದನ್ನು ತನ್ನಲ್ಲಿ ಬದಲಾಯಿಸಿಕೊಳ್ಳಲು ಆಗುವುದಿಲ್ಲ. ಕೆಂಡಲ್ ಕೂಡಾ ಬದಲಾಯಿಸಲಾಗುವುದಿಲ್ಲ. ಮತ್ತು ನಾನು ಕೂಡಾ ಬದಲಾಯಿಸಲು ಸಾಧ್ಯವಿಲ್ಲ.

ಆದರೆ ಸಾವಿಯರ್ ವರ್ಷ ಕಳೆದಂತೆ ತುಲನೆ ಮಾಡುತ್ತಲೇ ತನ್ನ ಶಕ್ತಿಯನ್ನು ವ್ಯರ್ಥ ಮಾಡುತ್ತ, ಬದುಕನ್ನು ತೊಳಲಾಡುವಂತೆ ಮಾಡಿಕೊಂಡಳು. ಅದರಿಂದ ಅವಳು ತನ್ನ ದೇಹವನ್ನು ಹೇಸುವಂತಾಯಿತು. ದೇಹ ಪ್ರಕೃತಿಯನ್ನು ಹೀಯಾಳಿಸುತ್ತ ಶರೀರಕ್ಕೆ ಬಡಿದುಕೊಳ್ಳುತ್ತಿದ್ದಳು. ದೇಹ ತೂಕವನ್ನು ಕಳೆದುಕೊಳ್ಳುವುದು ಎಷ್ಟು ಕಷ್ಟಸಾಧ್ಯವೆಂದೂ, ತೂಕವನ್ನು ಪಡೆಯುವುದು ಎಷ್ಟು ಸುಲಭವೆಂದೂ ಅವಳು ದೂರುತ್ತಿದ್ದಳು. ಕೆಂಡಲ್‌ನ ಉಡುಪುಗಳು ಅವಳಿಗೆ ಫಿಟ್ ಆಗದೆ, ಅವಳ ಉಡುಪುಗಳು ಕೆಂಡಲ್‌ಗೆ ಫಿಟ್ ಆಗುವುದು ಎಷ್ಟು ಅನ್ಯಾಯವೆನ್ನುತ್ತಿದ್ದಳು.

ಮತ್ತೆ ನಿಮಗೆ ಗೊತ್ತೆ... ಅವಳು ಸರಿಯಲ್ಲವೇ? ಅದು ನ್ಯಾಯೋಚಿತವಲ್ಲ. ಯಾವುದೇ ವ್ಯಾಯಾಮ, ಅಥವಾ ಹಾಡುವ ಕ್ಲಾಸುಗಳು ತನ್ನ ಮನಸ್ಸಲ್ಲಿ ತಂದುಕೊಂಡರೂ: ಕೆಂಡಲ್ ಗೆಲ್ಲುತ್ತಿದ್ದಳು ಮತ್ತು ಸಾವಿಯರ್ ಸೋಲುತ್ತಿದ್ದಳು. ಇದನ್ನೇ ಮನಃಶ್ಶಾಸ್ತ್ರಜ್ಞರು *ಅಪ್‌ವರ್ಡ್ ಕಂಪೇರಿಸನ್* ಎಂದು ಕರೆಯುವುದು. ಅಪ್‌ವರ್ಡ್ ಕಂಪೇರಿಸನ್ ಎಂದರೆ ಯಾರು ನಿಮಗಿಂತ ಮೇಲ್ಮಟ್ಟದಲ್ಲಿದ್ದಾರೋ ಅವರೊಡನೆ ತುಲನೆ ಮಾಡುವುದು. ಸಂಶೋಧನೆಗಳ ಪ್ರಕಾರ ಅದು ನಿಮ್ಮ ಆತ್ಮಗೌರವವನ್ನು ನಶಿಸುತ್ತದೆ.

ನೀವು ಅಷ್ಟಾಗಿ *ಡೌನ್‌ವರ್ಡ್ ಕಂಪೇರಿಸನ್* ಮಾಡುವುದಿಲ್ಲ. ಜಗತ್ತಿನಲ್ಲಿ ನೀವು ನಿಮಗಿಂತ ಕೆಳಮಟ್ಟದಲ್ಲಿರುವವರಿಗಿಂತ ಚೆನ್ನಾಗಿದ್ದೀರಿ ಎನ್ನುವುದು. ಯು.ಎನ್.ನ ಅಂಕಿ-ಅಂಶದ ಪ್ರಕಾರ ಜಗತ್ತಿನಲ್ಲಿ ನಾಲ್ಕು ಮಂದಿಯಲ್ಲಿ ಒಬ್ಬರಿಗೆ ಮಾತ್ರ ಶುದ್ಧವಾದ ಕುಡಿಯುವ ನೀರು ಸಿಗುತ್ತದೆ. ನಿಜವೆಂದರೆ, ನಿಮಗೆ ಕುಡಿಯುವ ನೀರು, ವಿದ್ಯುತ್ ಮತ್ತು ಈ ಪುಸ್ತಕವನ್ನು ಓದುವಷ್ಟು ಸಮಯ ಸಿಕ್ಕರೆ, ನೀವು ಎಲ್ಲರಿಗಿಂತ ಸುಖದಾಯಕ ಜೀವನ ಸಾಗಿಸುತ್ತೀರಿ.

ಮತ್ತೆ ಹಿಂಸಿಸಿಕೊಳ್ಳುವ ಜಾಯಮಾನಕ್ಕೆ ಬರೋಣ. ತುಲನೆ ಮಾಡುತ್ತ ನಿಮ್ಮಿಂದ ಬದಲಾಯಿಸಲು, ನಿಯಂತ್ರಿಸಲು ಸಾಧ್ಯವಾಗದಿರುವುದನ್ನು ಸಾಧ್ಯವಾಗಿಸಲು ಯತ್ನಿಸುವುದು.

ಸಾವಿಯರ್ ಮಾಡಿಕೊಳ್ಳುತ್ತಿರುವ ಅವಳ ದಯನೀಯ ಸ್ಥಿತಿಯನ್ನು ನಾನು ಮರುಕದಿಂದ ನೋಡಿದ್ದೇನೆ. ಈ ಬಗೆಯ ಹೋಲಿಕೆ ಮಾಡುವ ಅವಳನ್ನು ನಾನು ಹಾಗೆ ಮಾಡದಂತೆ ಹೇಳಲು ನನ್ನಿಂದಾಗದು. ಅಂತಹ ಬದಲಾವಣೆಯನ್ನು ಅವಳು ಸ್ವತಃ ತಂದುಕೊಳ್ಳಬೇಕು.

ಯಾಕೆಂದರೆ ಅವಳು ತನ್ನನ್ನು ಯಾತನೆಗೆ ಒಳಪಡಿಸುವುದನ್ನು ನಿಲ್ಲಿಸದಿದ್ದರೆ, ಅವಳು ಯಾವತ್ತೂ ಬದುಕಿನಲ್ಲಿ ದೊಡ್ಡದಾಗಿರುವ, ಸುಂದರವಾಗಿರುವ, ಅದ್ಭುತವಾಗಿರುವ ವಿಷಯಗಳನ್ನು ಕಾಣಲಾರಳು, ಅವೆಲ್ಲ ಅವಳನ್ನು ಅಪ್ಪಿಕೊಳ್ಳಲು ಕಾಯುತ್ತಿದ್ದರೂ ಕೂಡಾ. ಅವಳು ತನ್ನ ದೇಹದ ಸೌಂದರ್ಯವನ್ನು ಅಪ್ಪಿಕೊಳ್ಳಲಾರಳು.

ಅವಳು ಸದಾ ತನ್ನಲ್ಲಿ ಏನಿಲ್ಲ ಎಂಬುದನ್ನು ಮಾತ್ರ ನೋಡವಳು ಹೊರತು ತನ್ನಲ್ಲಿ ಏನೆಲ್ಲ ಅದ್ಭುತವಾದುದಿದೆ ಎಂಬುದನ್ನು ನೋಡಲಾರಳು. ಅವಳು ತನ್ನ ಸಹೋದರಿಯನ್ನು ಗಮನಿಸುತ್ತಿದ್ದರೆ, ನಾವು ಅವಳಲ್ಲಿ ಕಾಣುತ್ತಿರುವ ಆಕೆಯ ಅನನ್ಯ ಪ್ರತಿಭೆ, ಅತುಲಿತ ಮಿದುಳು ಮತ್ತು ಕ್ರೀಡಾ ಸಾಮರ್ಥ್ಯವನ್ನು ಕಾಣುತ್ತೇವೆ.

ಇನ್ನೊಬ್ಬರ ಕೈಗಳಲ್ಲಿರುವ ಕಾರ್ಡ್‌ಗಳ ಬಗೆಗಿನ ಮೋಹವನ್ನು ತ್ಯಜಿಸಿ. ಬದುಕು ನ್ಯಾಯೋಚಿತವಲ್ಲ. ಇನ್ನೊಬ್ಬರಲ್ಲಿ ನಿಮಗಿಂತ ಸದಾ ಒಳ್ಳೆಯ ಕಾರ್ಡ್‌ಗಳೇ ಇರುತ್ತವೆ ಎಂದು ಎಣಿಸುತ್ತೀರಿ. ಮತ್ತು ಹಾಗೆ ತುಲನೆ ಮಾಡುವುದರಿಂದ ನೀವು ಕಳಕೊಳ್ಳುವಿರಿ. ಅನ್ಯ ಆಟಗಾರರಲ್ಲಿ ಗಮನ ಕೇಂದ್ರೀಕರಿಸುವುದನ್ನು ನಿಲ್ಲಿಸಿ; ಬದುಕಿನ ಆಟವನ್ನು ಗೆಲ್ಲುವ ಪರಿ ಅದಲ್ಲ. ಅನ್ಯ ಆಟಗಾರರೊಂದಿಗೆ ಆಡಿ ಹೊರತು ಅವರ ವಿರುದ್ಧವಾಗಿ ಅಲ್ಲ. ಬೇಸರದ ಸಂಗತಿ ಎಂದರೆ ನಾನು ನೋಡಿದ್ದೇನೆ ಬಹುತೇಕ ಮಂದಿ ಇಂತಹ ತುಲನೆ ಮಾಡುತ್ತ ತಿನ್ನುವಲ್ಲಿ ಏರುಪೇರು ಮಾಡಿಕೊಂಡು, ಮಾನಸಿಕ ಆರೋಗ್ಯ ಹದಗೆಡುವಂತೆ ಆಗಿ, ಚಟಗಳಿಗೆ ಬಿದ್ದು ಅಥವಾ ಅವಮಾನಕ್ಕೆ ಗುರಿಯಾಗಿ ಬಳಲುವುದು ಸಾಮಾನ್ಯವಾಗಿರುತ್ತದೆ. ಇದನ್ನೆಲ್ಲ ನಾನು ಸುಮ್ಮನೆ ಹೇಳುತ್ತಿಲ್ಲ, ಇಂತಹ ಪ್ರವೃತ್ತಿಯಿಂದ ಜನರು ಅನೇಕ ಗುರುತರವಾದ ಹೋರಾಟಗಳನ್ನು ಮತ್ತು ಪಂಥಾಹ್ವಾನಗಳನ್ನು ಎದುರಿಸಬೇಕಾಗುತ್ತದೆ, ಇದರಲ್ಲಿ ನಾನು ಅತ್ಯಂತ ಪ್ರೀತಿಸುವ ಮಂದಿಯೂ ಸೇರಿದ್ದಾರೆ.

ಮನಃಶ್ಶಾಸ್ತ್ರಜ್ಞರ ಪ್ರಕಾರ ಅನೇಕ ಏರುಪೇರುಗಳಿಗೆ ಕಾರಣ ನಿಯಂತ್ರಣದ ಅಭಾವ. ಈ ಪುಸ್ತಕವನ್ನು ಓದುತ್ತಿರುವ ಹಾಗೆ ನೀವು ಗಮನಿಸುತ್ತೀರಿ, ಯಾವುದನ್ನೇ ನಿಮಗೆ ನಿಯಂತ್ರಿಸಲು ಆಗದಿರುವುದನ್ನು ನೀವು ನಿಯಂತ್ರಿಸಲು ಶ್ರಮಿಸುತ್ತೀರಿ ಎಂದಾದರೆ, ಅದು ನಿಮ್ಮಿಂದ ಅನಿಯಂತ್ರಿತವಾಗಿ ನೀವು ಬಲಹೀನರಾಗಿಬಿಡುತ್ತೀರಿ.

ಆದ್ದರಿಂದ ನೀವು ಮೊತ್ತಮೊದಲು ಈ ಮೊದಲ ರೀತಿಯ ತುಲನೆಯನ್ನು ನಿಲ್ಲಿಸಬೇಕು.

ನಿಲ್ಲಿಸಿ. *ಲೆಟ್ ದೆಮ್* ಅವರ ಬದುಕನ್ನು ಸಾಗಿಸಲಿ. *ಲೆಟ್ ಮಿ* ನನ್ನ ಬದುಕಿನ ಮೇಲೆ ಗಮನಹರಿಸುವೆ.

ನಿಮ್ಮ ಬದುಕನ್ನು ಮೂರಾಬಟ್ಟೆ ಮಾಡಿಕೊಳ್ಳಲು ನೀವು ಹವಣಿಸುತ್ತಿರುತ್ತೀರಿ. ನಿಮ್ಮದೇ ಶಕ್ತಿಯ ಮೇಲೆ ನಂಬಿಕೆ ಇರಲಿ, ಯಾಕೆಂದರೆ ನಿಮ್ಮ ಅನನ್ಯ ಬದುಕಿಗೆ ಅದರ ಅವಶ್ಯಕತೆ ಇದೆ. ಸಂತೋಷದಿಂದ ಇರಬೇಕಿದ್ದರೆ ನೀವು ಸಂತೋಷವಾಗಿರಲು ಅನುವು ಮಾಡಿಕೊಡಬೇಕೆಂದು ನಾನು ಕಂಡುಕೊಂಡಿದ್ದೇನೆ. ನೀವು ನಿಮ್ಮನ್ನೇ ಹೊಡೆದುಕೊಳ್ಳುತ್ತ ನಿಮ್ಮ ಬದುಕನ್ನು ಪ್ರೀತಿಸುವ ಅಥವಾ ಬದುಕಿನ ರಸಕ್ಷಣಗಳನ್ನು ಸವಿಯುತ್ತ ಏಕಕಾಲದಲ್ಲಿ ಇರಲು ಸಾಧ್ಯವಾಗದು.

ಆದ್ದರಿಂದ ನಾವು ಎರಡನೆಯ ಬಗೆಯ ತುಲನೆಯತ್ತ ಸಾಗೋಣ. ಇಂತಹ ತುಲನೆ ನಿಮಗೊಂದು ಚಿನ್ನದ ಗಣಿ ಇದ್ದಂತೆ.

ಅಧ್ಯಾಯ 10

ನಿಮ್ಮ ಬೋಧಕರೊಂದಿಗೆ ಹೇಗೆ ಹೋಲಿಕೆ ಮಾಡಿಕೊಳ್ಳುವುದು

ನೀವು ಮೊದಲ ತುಲನೆಯಲ್ಲಿ ಸ್ವತಃ ಹಿಂಸೆಗೆ ಒಳಗಾಗುವುದನ್ನು ನೋಡಿದ್ದೀರಿ. ಈಗ ಎರಡನೆಯ ಬಗೆಯ ತುಲನೆಯನ್ನು ನೋಡೋಣ. ಅದು ನಿಮಗೆ ಕಲಿಸುವ ವಿಷಯವೇ ಬೇರೆ. ಮತ್ತು ಈ ಹೋಲಿಕೆ ಹೇಗೆ ಉತ್ತಮವಾಗಿ ಭಿನ್ನವಾಗಿದೆ ಎಂಬುದನ್ನು ಕಾಣುವಿರಿ: ನೀವು ಇನ್ನೊಬ್ಬರ ಬದುಕನ್ನು ಮತ್ತು ಅವರ ಬದುಕಿನಲ್ಲಿನ ಯಶಸ್ಸನ್ನು ನೋಡುತ್ತೀರಿ. ಅದನ್ನೇ ನಿಮ್ಮ ಬದುಕಿನಲ್ಲಿ ತರಲು ಯತ್ನಿಸಿ.

ಕಾಲಾಂತರದಲ್ಲಿ ಮತ್ತು ಅಹಿರ್ನಿಶಿ ಶ್ರಮದಿಂದ, ನಿಮ್ಮ ಬದುಕು, ಉದ್ಯೋಗ ಅಥವಾ ಆರೋಗ್ಯ ಬದಲಾಗಲು ಸಾಧ್ಯವಿದೆ. ನೀವು ಬದಲಿಸಬಹುದಾದ ವಿಷಯಗಳ ಪಟ್ಟಿಗೆ ಕೊನೆಮೊದಲಿಲ್ಲ: ಉದ್ಯೋಗವನ್ನು ಮೊದಲ್ಗೊಂಡು, ಹೊಸದೊಂದು ಫ್ರೆಂಡ್ಸ್ ಸರ್ಕಲ್, ನಿಮ್ಮ ಉದ್ಧೇಶಗಳು, ಮಕ್ಕಳೊಂದಿಗೆ ಬೆರೆತು ಕಳೆಯುವ ಸಮಯ, ರಜಾಕಾಲ, ಆರ್ಥಿಕ ಸ್ವಾತಂತ್ರ್ಯ ಹೊಂದುವುದು, ಬೆಳಿಗ್ಗೆ ಬೇಗನೆ ಏಳುವುದು, ನಿಮ್ಮ ಬದುಕಿನ ಮಹತ್ವದ ಪ್ರೀತಿಯ ಕಥೆಯನ್ನು ನಿರ್ಮಿಸುವುದು, ಅನನ್ಯ ಅಡುಗೆಯಾಕೆಯಾಗುವುದು, ಅಥವಾ ನಿಮ್ಮ ಬದುಕನ್ನು ಅತ್ಯಂತ ಉತ್ತಮ ಸ್ಥಿತಿಗೆ ಒಯ್ಯಲು– ಒಂದು ಫ್ಯಾನ್ಸಿ ವಾಚ್ ಕೊಂಡುಕೊಳ್ಳುವುದು, ಒಂದು ನೂತನ ಶೈಲಿಯ ದೊಡ್ಡ ರಿಂಗ್, ಅಥವಾ ಒಂದು ಸ್ಪೋರ್ಟ್ಸ್ ಕಾರು ತನ್ನದಾಗಿಸುವುದು; ಅಡುಗೆ ಕೋಣೆಯನ್ನು ದುರಸ್ತಿಗೆ ಒಳಪಡಿಸುವುದು, ಇನ್ನೊಂದು ಮನೆಯನ್ನು ಕಟ್ಟಿಕೊಳ್ಳುವುದು, ನಿಮ್ಮ ಮಲತಂದೆ–ತಾಯಿಯರ ಜೊತೆಗೆ ಉತ್ತಮ ಬಾಂಧವ್ಯವನ್ನು ಹೊಂದುವುದು, ಆರೋಗ್ಯಕರ ಅಭ್ಯಾಸಗಳನ್ನು ಹೊಂದುವುದು, ಪುಸ್ತಕವೊಂದನ್ನು ಬರೆಯುವುದು, ನಿಮ್ಮ ಬಾಲ್ಯದ ಹೊಡೆತದ ಯಾತನೆಯನ್ನು ಗುಣಪಡಿಸಿಕೊಳ್ಳುವುದು, ಸಾಮಾಜಿಕ ಜಲತಾಣದಲ್ಲಿ ಹೆಚ್ಚೆಚ್ಚು ಫಾಲೋವರ್ಸ್‌ನ್ನು

ಪಡೆಯುವುದು, ಉತ್ತಮ ಪರಿಧಿಗಳನ್ನು ಸೃಷ್ಟಿಸಿಕೊಳ್ಳುವುದು, ಮತ್ತು ಹೆಚ್ಚಿನ ಸಮಯವನ್ನು ಸ್ವಂತಕ್ಕಾಗಿ ಬಳಸುವುದು, ಒಂದು ಹೊಸ ಉದ್ದಿಮೆಯನ್ನು ಪ್ರಾರಂಭಿಸುವುದು ಅಥವಾ ಉತ್ತಮ ಹೆಸರನ್ನು ಪಡೆಯುವತ್ತ ಶ್ರಮಿಸುವುದು.

ವಸ್ತುನಿಷ್ಠವಾಗಿ ನಾನೊಂದು ದೊಡ್ಡ ಲಿಸ್ಟನ್ನೇ ಬರೆದೆ. ನೀವು ಬದುಕಿನಲ್ಲಿ ಸಾಧಿಸಬೇಕೆಂದಿರುವ 95% ಪ್ರತಿಶತ ವಿಷಯಗಳನ್ನು ಕಷ್ಟಪಟ್ಟು, ನಿಷ್ಠೆಯಿಂದ ಮತ್ತ ಶಿಸ್ತುಬದ್ಧವಾಗಿ ಹಾಗೂ ಸಂಯಮದಿಂದಿದ್ದರೆ ಸಾಧಿಸಬಹುದು. ಶಿಲೆಯಲ್ಲಿ ನಿಮ್ಮ ಬಗ್ಗೆ ಬರೆದಿರುವುದು ಸ್ವಲ್ಪವೇ ಇದ್ದಿರುತ್ತದೆ.

ಯಾರಾದರೂ ಸ್ವಲ್ಪ ಉತ್ತಮವಾದುದನ್ನು ಮಾಡಿದ್ದರೆ, ದೊಡ್ಡದಾಗಿ, ನಿಮಗಿಂತಲೂ ಸಂಯಮದಿಂದ ಮಾಡಿದ್ದರೆ *ಲೆಟ್ ದೆಮ್*. *ಲೆಟ್ ದೆಮ್* ಅವರ ಯಶಸ್ಸು ಅವರಿಗಿರಲಿ. *ಲೆಟ್ ದೆಮ್* ಅವರು ನಿಮ್ಮನ್ನು ಮೀರಿರಲಿ. *ಲೆಟ್ ದೆಮ್* ಅದನ್ನು ಅವರು ಚಾಕಚಕ್ಯತೆಯಿಂದ ನಿರ್ವಹಿಸಿದ್ದಿರಲಿ. ಅವರ ಯಶಸ್ಸು ನಿಮಗೆ ಸೂತ್ರವನ್ನು ನೀಡುತ್ತದೆ. ನಾನು ನನ್ನ ಕಥೆಯನ್ನು ಸೋಶಿಯಲ್ ಮೀಡಿಯಾದಲ್ಲಿ ಪೋಸ್ಟ್ ಮಾಡದೆ ಇದ್ದುದು ನಿಮಗೆ ಜ್ಞಾಪಕದಲ್ಲಿರಬಹುದು? ನೀವೇನು ಮಾಡಬಯಸುವಿರೋ ನಿಮಗೆ ಅವರಿಂದ ಅದರ ಸೂತ್ರ ಸಿಕ್ಕಿಬಿಡುತ್ತದೆ. *ಲೆಟ್ ದೆಮ್* ಅವರು ದಾರಿಯನ್ನು ತೋರಿಸಲಿ.

ನನ್ನ ಜೀವನದುದ್ದಕ್ಕೂ ನನಗಿದು ಅರ್ಥವಾಗಲೇ ಇಲ್ಲ. ಯಾರಾದರೂ ಏನನ್ನಾದರೂ ಸಾಧಿಸಿದ್ದರೆ, ಅವರು ನನ್ನನ್ನು ಮೀರಿಹೋದರು ಎಂದು ನಾನು ನನ್ನಷ್ಟಕ್ಕೇ ಹೇಳಿಕೊಳ್ಳುತ್ತೇನೆ. ನಾನು ನನ್ನ ಸುತ್ತಲೂ ನೋಡುತ್ತ ಅವರೆಲ್ಲರ ಯಶಸ್ಸು ನನ್ನ ಸೋಲೆಂದು ಪರಿಗಣಿಸಿದೆ. ನೀವು ಅನ್ಯರ ಯಶಸ್ಸು ನಿಮ್ಮ ಸೋಲು ಎಂಬುದಾಗಿ ಪರಿಗಣಿಸಿದರೆ, ನೀವು ಶುರು ಮಾಡುವ ಮೊದಲೇ ಸೋಲನ್ನು ಅಪ್ಪಿಕೊಂಡಂತೆ ಆಗುತ್ತದೆ. ನೀವು ಎಚ್ಚರದಿಂದಿರದಿದ್ದರೆ, ತುಲನೆ ನಿಮ್ಮನ್ನು ನಿಮ್ಮ ಬಗ್ಗೆಯೇ ಸಂಶಯಪಡುವಂತೆ ಮಾಡುತ್ತದೆ, ವಿಳಂಬವಾಗುತ್ತದೆ ಮತ್ತು ಹಿಂದಕ್ಕೇ ಉಳಿಯುವಂತಾಗುತ್ತದೆ. ನಿಮಗೂ ಅದೇ ಯಶಸ್ಸನ್ನು ಪಡೆಯಲು ಸಾಧ್ಯ. ನೀವು ಆ ದಿಶೆಯಲ್ಲಿ ಕೆಲಸವನ್ನು ಹಮ್ಮಿಕೊಳ್ಳುವ ಬದಲು ವೃಥಾ ಚರ್ಚಿಸುತ್ತ ನಿಮಗೇನು ಬೇಕೋ ಅದರ ವಿರುದ್ಧವಾಗಿಯೇ ಕೆಲಸ ಮಾಡುವಿರಿ. ನೀವು ಇನ್ನೊಬ್ಬರನ್ನು ನಿಮ್ಮ ಸಮಸ್ಯೆಯಾಗಿ ಹೇಗೆ ಪರಿವರ್ತಿಸಿದಿರಿ ಎಂಬುದಕ್ಕೆ ಇದೊಂದು ಉದಾಹರಣೆ ಎನ್ನಬಹುದು.

ನಿಮ್ಮ ಸುತ್ತ ಸಾಕಷ್ಟು ಸಂತೋಷ, ಯಶಸ್ಸು ಮತ್ತು ಹಣದ ಹೊಳೆ ಹರಿದಾಡುವುದಕ್ಕೆ ಅವಕಾಶವಿದೆ. ಅದರ ಹರಿವಿಗೆ ಸೀಮೆಯೇ ಇರುವುದಿಲ್ಲ. ಯಾರೂ ನಿಮ್ಮಿಂದ ಏನನ್ನೂ ಕಸಿದುಕೊಳ್ಳುವುದಿಲ್ಲ. ಸಂತೋಷ, ಯಶಸ್ಸು ಮತ್ತು ಹಣ ನಿಮಗಾಗಿ ಕಾದುಕೊಂಡಿದೆ, ನೀವು ಮಾತ್ರ ಅದರ ಸೃಷ್ಟಿಗೆ ಸನ್ನದ್ಧರಾಗಬೇಕಿದೆ. ನಾನು ಇದನ್ನು ಮತ್ತೆ ಹೇಳುತ್ತೇನೆ: ಯಾರ ಯಶಸ್ಸೂ ನಿಮ್ಮ ಸೋಲು ಆಗಿರುವುದಿಲ್ಲ. ಆದ ಕಾರಣ ನೀವು ಇನ್ನೊಬ್ಬರ ಯಶಸ್ಸನ್ನು ನೋಡುವ ಕ್ರಮವನ್ನು ಬದಲಿಸಬೇಕು.

ವಾಸ್ತವದಲ್ಲಿ ಭೂಮಿಯ ಮೇಲೆ 8ಬಿಲಿಯನ್‌ಗಿಂತಲೂ ಹೆಚ್ಚು ಜನರಿದ್ದಾರೆ.

ಕೆಲವು ಮಂದಿ ಬಹಳಷ್ಟು ಹಣ ಗಳಿಸುತ್ತಾರೆ, ಕೆಲವರಲ್ಲಿ ಸೊಗಸಾದ ವಾರ್ಡ್‌ರೋಬ್ ಇದೆ, ಕೆಲವರಲ್ಲಿ ಒಳ್ಳೆಯ ಫ್ರೆಂಡ್ಸ್ ಗ್ರೂಪ್ ಇದೆ, ತುಂಬಾ ಶ್ರೀಮಂತ ಶಾಲೆಯಲ್ಲಿ ಕಲಿತಿದ್ದು, ಒಳ್ಳೆಯ ದೇಹದಾರ್ಢ್ಯತೆ ಇದೆ, ನ್ಯೂಯಾರ್ಕ್ ಟೈಮ್ಸ್‌ನ ಬೆಸ್ಟ್ ಸೆಲ್ಲಿಂಗ್ ಲೇಖಕ, ಜಗತ್ತನ್ನೇ ಸುತ್ತಿದವಳು, ಹೀಗೆ ಎಷ್ಟೇ ಸಾಧನೆಗಳಿರುತ್ತವೆ ಸಾಕ್ಷಿಗಾಗಿ... ನಿಮಗೆ ಇವರೆಲ್ಲ ಸಿಗುತ್ತಾರೆ.

ಆದರೆ ಸಮಸ್ಯೆಯಿರುವುದು ತುಲನೆ ಮಾಡುವ ಪ್ರಮೇಯವಲ್ಲ. ಸಮಸ್ಯೆ ಎಂದರೆ ನೀವು ಆ ತುಲನೆಯನ್ನು ನಿಮ್ಮ ಲಾಭಕ್ಕಾಗಿ ಬಳಸದೆ ಇರುವುದು. ಲೆಟ್ ದೆಮ್ ಸಿದ್ಧಾಂತವನ್ನು ಉಪಯೋಗಿಸಿ ನೀವು ತುಲನೆಗಳನ್ನು ನಿಮ್ಮ ಮಹತ್ವದ ಸಮಸ್ಯೆಯನ್ನು ಪರಿಹರಿಸಲು ಬಳಸಿ, ನಿಮ್ಮ ಬದುಕಿಗೆ ಅದೊಂದು ದೊಡ್ಡ ಬೋಧಕನಾಗಿ ಸ್ವೀಕರಿಸುವುದು.

ಅವು ನಿಮಗೆ ಸದಾ ಬೋಧಕರಾಗಿಯೇ ಇದ್ದವು

ಇತ್ತೀಚೆಗೆ ನನ್ನ ಸ್ನೇಹಿತೆ ಮೋಲಿಯ ಜೊತೆಗೆ ಮಾತಾಡುತ್ತಿದ್ದೆ. ಮೋಲಿ ತುಂಬಾ ಪ್ರತಿಭಾವಂತೆ ಇಂಟೀರಿಯರ್ ಡಿಸೈನರ್. ಅವಳದ್ದು ಬಹಳ ಯಶಸ್ವೀ ಬಿಸಿನೆಸ್, ತುಂಬಾ ನೌಕರರು, ಮತ್ತು ತನ್ನ ಗ್ರಾಹಕರಿಗೆ ಒಳ್ಳೆಯ ಕೆಲಸ ಮಾಡಿ ಕೊಡುತ್ತಿದ್ದಳು.

ಹಿಂದಿನ ಕೆಲವು ಸಂಪರ್ಕದ ಕ್ಷಣಗಳಲ್ಲಿ ಹೇಗೆ ತಾನು ಸಾಮಾಜಿಕ ಜಾಲತಾಣವನ್ನು ಪ್ರಾರಂಭಿಸಬಹುದು ಇತ್ಯಾದಿ ಪ್ರಶ್ನೆಗಳನ್ನು ಕೇಳುತ್ತಿದ್ದಳು, "ಮೆಲ್, ನಾನು ಹೇಗೆ ಸಾಮಾಜಿಕ ತಾಣವನ್ನು ನಿರ್ವಹಿಸಬಹುದು? ನನ್ನ ಬಿಸಿನೆಸ್‌ನ ಮಾರುಕಟ್ಟೆಯನ್ನು ತನ್ಮೂಲಕ ವಿಸ್ತರಿಸಬಹುದು, ಇನ್ನಷ್ಟು ಒಳ್ಳೆಯದಾಗಿ ಕೆಲಸ ಮಾಡಬಹುದು, ಆದರೆ ಅದನ್ನು ಹೇಗೆ ಶುರು ಮಾಡುವುದೆಂದು ನನಗೆ ತಿಳಿಯದು."

ಪ್ರತಿಯೊಂದು ಬಿಸಿನೆಸ್‌ಗೂ ಅದರದೇ ಆದ ಕೆಲವು ಸೂತ್ರಗಳಿವೆ, ಆದ್ದರಿಂದ ಅವಳಿಗೆ ಕೆಲವು ಸರಳ ವಿಷಯಗಳ ಒಂದು ಪಟ್ಟಿಯನ್ನು ನೀಡಿದೆ: ಪ್ರತಿದಿನ ಪೋಸ್ಟ್ ಮಾಡಲು ಶುರು ಮಾಡಬೇಕು. ಫೋಟೋಗಳು ಮೊದಲು ಮತ್ತು ನಂತರ ಪೋಸ್ಟ್‌ಗಳಿರಬೇಕು. ಇಂಟರ್ನ್ ಒಂದನ್ನು ಬಾಡಿಗೆಗೆ ಪಡೆದು ಸಣ್ಣ ಸಣ್ಣ ವೀಡಿಯೋಗಳ ಲೈಬ್ರರಿಯೊಂದನ್ನು ಹುಟ್ಟುಹಾಕು. ಸಾಮಾಜಿಕ ಜಾಲ ತಾಣದ ಬಗ್ಗೆ ಉಚಿತ ಆನ್‌ಲೈನ್ ಕೋರ್ಸ್‌ನ್ನು ಸೇರಿ ಅದರ ಬಗ್ಗೆ ಹೆಚ್ಚು ತಿಳಿದುಕೋ. ಒಂದನ್ನು ಆಯ್ದುಕೊಂಡು ಅದರಲ್ಲೇ ಗಮನ ಕೇಂದ್ರೀಕರಿಸು. ನಾನು ನನ್ನ ಸ್ಪೀಕಿಂಗ್ ಬಿಸಿನೆಸ್‌ನ ಬಗ್ಗೆ ಹಿಂದೆ ನೀಡಿದ ಉದಾಹರಣೆಯಂತೆ ತೆಗೆದುಕೊಳ್ಳಬೇಕಾದ ಕ್ರಮಗಳು ತುಂಬಾ ಸರಳವಾಗಿರುತ್ತವೆ. ಸಮಸ್ಯೆ ಎಂದರೆ ಅದನ್ನು ಶುರು ಮಾಡುವುದು.

ಮೋಲಿ ನನಗೆ ಮೊನ್ನೆ ಫೋನ್ ಮಾಡಿದಳು, ನಾನು ತಕ್ಷಣ ಅವಳಿಗೆ ಕೇಳಿದೆ, "ಯಾಕೆ ಎಲ್ಲವೂ ಸರಿಯಾಗಿದೆ ತಾನೇ, ಮಕ್ಕಳೆಲ್ಲ ಚೆನ್ನಾಗಿದ್ದಾರಾ? ನಿನ್ನ ಧ್ವನಿ ಎಂದಿನ ಹಾಗಿಲ್ಲ!" ಎಂದೆ.

ಆಕೆ ಹೇಳಿದಳು, "ಹೌದೌದು, ಮಕ್ಕಳೆಲ್ಲ ಚೆನ್ನಾಗಿದ್ದಾರೆ, ಆದರೆ ನಾನು ಚೆನ್ನಾಗಿಲ್ಲ."

ನಾನು ಕೇಳಿದೆ, "ಏನಾಯ್ತು?"

ಆಕೆ ಹೇಳಿದಳು, ನಿನ್ನೆ ರಾತ್ರಿ ನಾನು ಅದೇನು ಕಂಡೆ ನನ್ನನ್ನು ತಲೆಕೆಳಗಾಗಿಸಿತು. ಆ ಘಳಿಗೆಯಿಂದ ನಾನು ಚೀರುತ್ತಲೇ ಇದ್ದೇನೆ."

ಹಾಗೆ ನಾನು ಆಕೆಯನ್ನು ಆಲಿಸುತ್ತಲೇ ಇದ್ದ ಹಾಗೆ *ಅಂತಹ ಅನಾಹುತ ಏನಾಗಿರಬಹುದೆಂದು ಯೋಚಿಸುತ್ತಿದ್ದೆ.*

ಇದು ನಿಜಕ್ಕೂ ಗಂಭೀರ ಪ್ರಕರಣವಾಗಿತ್ತು.

ಬಹಳ ಸಮಯದಿಂದ ಮೋಲಿಗೆ ಗೊತ್ತಿರುವ ನೆರೆಕರೆಯಾಕೆ ಒಬ್ಬಳು ಇದ್ದಾಳೆ. ಅವಳು ನಿಜಕ್ಕೂ ಮೋಲಿಯ ಪ್ರಿಯವಾದ ವ್ಯಕ್ತಿಯಲ್ಲ. ನಿಮಗೆ ಗೊತ್ತು ಯಾವಾಗಲೂ ತನ್ನ ಕಡೆಗೇ ಗಮನವನ್ನು ನೀಡುವಂತೆ ಮಾಡಿ ಏನಾದರೂ ಒಂದು ಕೊಂಕು ತೆಗೆಯುವ ಮಹಿಳೆ. ಅವರ ನಡುವಿನ ಸಂಬಂಧ ಎಂದಿಗೂ ಬೆಸೆಯಲಿಲ್ಲ.

ಈ ವ್ಯಕ್ತಿಗೆ ಇಂಟೀರಿಯರ್ ಡಿಸೈನ್‌ನ ಅನುಭವವಾಗಲೀ, ಹಿನ್ನೆಲೆಯಾಗಲೀ, ಗಂಧಗಾಳಿಯಾಗಲೀ ಇದ್ದಿರಲಿಲ್ಲ. ಇದೀಗ ಆಕೆ "ಡಿಸೈನ್" ಬಿಸಿನೆಸ್‌ಗೆ ತೊಡಗಿದ್ದು, ಸಾಮಾಜಿಕ ಜಾಲ ತಾಣದಲ್ಲಿ ಚಿತ್ರಗಳನ್ನು ಪೋಸ್ಟ್ ಮಾಡಲು ತೊಡಗಿದ್ದಳು. ಇದ್ದಕ್ಕಿದ್ದ ಹಾಗೆ ಆಕೆಯ ಡಿಸೈನ್‌ಗಳು ವಿಶೇಷವಾಗಿ ಹೊಮ್ಮತೊಡಗಿದ್ದವು.

ಆಕೆಗೆ ಸಾವಿರಾರು ಲೈಕ್ಸ್ ಬರತೊಡಗಿದ್ದವು. ಎಲ್ಲಕ್ಕೂ ಮಿಗಿಲಾಗಿ ಮೋಲಿಗೆ ಸಹಿಸಲಾಗದೆ ಇದ್ದುದೆಂದರೆ, ನೆರೆಯ ಮಂದಿಗಳು ಈಕೆ ಎಷ್ಟೊಂದು "ಪ್ರತಿಭಾವಂತೆ" ಎಂದು ಹೊಗಳಲು ತೊಡಗಿದ್ದು. ಮೋಲಿ ಹೇಳುತ್ತಾ ಹೋಗಿದ್ದಳು, "ಚಿತ್ರಗಳು ಅವಳ ಮನೆಯದ್ದೇ, ಮತ್ತು ವಿಚಿತ್ರವೆಂದರೆ ಅದನ್ನು ಅವಳು ಡಿಸೈನ್ ಮಾಡಿಯೇ ಇರಲಿಲ್ಲ!"

ಹಿಂದಿನ ರಾತ್ರಿ ದಿನದ ದೀರ್ಘ ಕೆಲಸದಿಂದ ಬಿಡುವು ಸಿಕ್ಕಾಗ, ಮಕ್ಕಳನ್ನು ನಿದ್ದೆ ಮಾಡಿಸಿ, ಮಂಚದ ಮೇಲೆ ಕುಳಿತು ಸ್ಕ್ರೋಲ್ ಮಾಡಲು ತೊಡಗಿದ್ದಳು ಮೋಲಿ. ಮೋಲಿ ಫೀಡ್‌ನಲ್ಲಿ ಪೂರ್ತಿ ಯಾರಿದ್ದರು ಗೊತ್ತೇ? ಅದೇ ಕಿರಿ ಕಿರಿ ಹೆಂಗಸು.

ಮೋಲಿಗೆ ತಡೆದುಕೊಳ್ಳಲಾಗಲಿಲ್ಲ. ಅವಳು ಪ್ರತಿಯೊಇಂದು ಪ್ರತಿಕ್ರಿಯೆಯನ್ನು ಓದಿದಳು ಮತ್ತು ಅವಳ ವೆಬ್ ಸೈಟ್‌ಗೆ ಹೋದಳು.

ವೆಬ್ ಸೈಟ್ ತುಂಬಾ ಸೊಗಸಾಗಿದ್ದು ಸ್ವಚ್ಛವಾಗಿತ್ತು. ಆದರೆ ಮೋಲಿಯ ವೆಬ್‌ಸೈಟ್ ಅಷ್ಟೊಂದು ಆಕರ್ಷಕವಾಗಿರಲಿಲ್ಲ. ಅದನ್ನು ಕಳೆದ ಮೂರು ವರ್ಷದಿಂದ ಅಪ್‌ಡೇಟ್ ಮಾಡಿರಲಿಲ್ಲ. ಆ ಇನ್ನೊಬ್ಬ ಮಹಿಳೆ ಮಾರ್ಕೆಟಿಂಗ್ ಮಾಡುವ ವಿಧಾನ ತುಂಬಾ ಲಾಲಿತ್ಯದಿಂದ ಕೂಡಿತ್ತು. ಅವಳು ಸಹಜವಾದ ಪಳಗಿದ ವ್ಯಕ್ತಿಯಂತೆ ಕಾಣುತ್ತಿದ್ದಳು. ಅದನ್ನು ಆಕೆ ವರ್ಷಗಟ್ಟಲೆ ಮಾಡುತ್ತ ಬಂದಂತೆ ತೋರುತ್ತಿದ್ದಳು. ಹಾಗಾಗಿ ಅದು ಮೋಲಿಯನ್ನು ಇದ್ದಕ್ಕಿದ್ದಂತೆ ಕುಸಿಯುವಂತೆ ಮಾಡಿತ್ತು.

ಅವಳು ನನ್ನ ಗ್ರಾಹಕರನ್ನು ಸೂರೆಗೊಳ್ಳುತ್ತಾಳೆ! ಅವಳು ನನಗಿಂತ ಉತ್ತಮವೆಂದು ಎಲ್ಲರೂ ಭಾವಿಸುತ್ತಾರೆ. ಇವನ್ನೆಲ್ಲ ಮಾಡಲು ಅವಳಿಗೆ ಹೇಗೆ ಸಾಧ್ಯವಾಯಿತು? ಇದನ್ನು ನಾನೇಕೆ ಬೇಗನೇ ಮಾಡಲಿಲ್ಲ. ಅಯ್ಯೋ ದೇವಾ!

ಅವಳು ಒಂದು ದೀರ್ಘ ನಿಟ್ಟುಸಿರೆಳೆದು ಹೇಳಿದಳು, "ಮೆಲ್, ನಾನೇನು ಮಾಡಬೇಕೆಂದು ನಿನಗನ್ನಿಸುತ್ತಿದೆ?" ನಾನೇನು ನನ್ನ ಸ್ನೇಹಿತೆ ಮೋಲಿಗೆ ಹೇಳಿದ್ದೆನೋ ಅದನ್ನೇ ನಿಮಗೂ ಹೇಳುತ್ತಿದ್ದೇನೆ.

ಇದನ್ನು ಯಾವಾಗಲೂ ಜ್ಞಾಪಕದಲ್ಲಿಟ್ಟುಕೊಳ್ಳಿ, ಎಂದಾದರೂ ನೀವು ಇನ್ನೊಬ್ಬರೊಂದಿಗೆ ಹೋಲಿಸಿಕೊಳ್ಳುವಾಗ, ಅಥವಾ ಇನ್ನೊಬ್ಬರು ಮಾಡುವ ಕುರಿತು ನಿಮಗೆ ಕೋಪವಿದ್ದರೆ: ಯಾರೂ ನಿಮ್ಮನ್ನು ಹೀಗಳೆಯುವುದಿಲ್ಲ. ನೀವು ಇದೀಗ ಇನ್ನೊಬ್ಬರ ಯಶಸ್ಸಿನ ಬಗೆಗೆ ಅಸೂಯೆಯನ್ನು ಹೊಂದಿದ್ದರೆ, ಒಳ್ಳೆಯದೇ. ನಿಮ್ಮ ಬಗ್ಗೆ ಸಂತೋಷವೇ. ಅಸೂಯೆ ನಿಮ್ಮ ಭವಿಷ್ಯದ ಪ್ರಗತಿಗೊಂದು ಆಹ್ವಾನವಿದ್ದಂತೆ. ಅದು ಇನ್ನೊಬ್ಬರನ್ನು ತುಂಬಾ ನಿಕಟವಾಗಿ ವೀಕ್ಷಿಸಲು ಅನುವು ಮಾಡಿಕೊಡುತ್ತದೆ–ನಿಮ್ಮಲ್ಲಿ ಕೀಳರಿಮೆ ತರುವುದಕ್ಕಾಗಿ ಅಲ್ಲ, ನಿಮಗೇನು ಸಾಧ್ಯವೆನ್ನುವುದನ್ನು ತೋರಿಸುವುದಕ್ಕಾಗಿ.

ಈ ಹೆಂಗಸು ಮೋಲಿಯ ಯಶಸ್ಸೇನನ್ನೂ ಕದಿಯುತ್ತಿಲ್ಲ. ಮೋಲಿ ತನ್ನ ವೆಬ್‌ಸೈಟ್‌ನ್ನು ಬದಲಿಸಲೋ ಅಥವಾ ಸಾಮಾಜಿಕ ಜಾಲತಾಣದ ಮೇಲೆ ಗಮನ ಕೇಂದ್ರೀಕರಿಸಲೋ ತಡೆಯುತ್ತಿಲ್ಲವಲ್ಲ.

ಈ ಮಹಿಳೆ ಎಲ್ಲಿ ಗೆಲ್ಲುತ್ತಾಳೋ ಮೋಲಿ ಅಲ್ಲಿ ಸೋಲುತ್ತಿಲ್ಲ ಅಥವಾ ಕಳೆದುಕೊಳ್ಳುತ್ತಿಲ್ಲ. ನಿಮ್ಮ ಸಾಧನೆಗೆ ಯಾರೂ ಅಡ್ಡಿಪಡಿಸುತ್ತಿಲ್ಲವಲ್ಲ. ಹಾಗೆ ಮಾಡಲು ಅವರಿಂದ ಸಾಧ್ಯವೂ ಇಲ್ಲ. ನೀವು ಮಾತ್ರ ಅದನ್ನು ತಡೆಯಲು ಸಾಧ್ಯ.

ಸೋಶಿಯಲ್ ಮೀಡಿಯಾ ತುಂಬಾ ಶಕ್ತಿಯುತವೆಂದು ಮೋಲಿಗೆ ನೆನಪಿಸುವುದಕ್ಕಿದೆ ಇದು. ದಾರಿಯನ್ನು ತೋರಿಸುವ ಓರ್ವ ಬೋಧಕಳಾಗಬೇಕು ಅವಳು. *ಲೆಟ್ ದೆಮ್* ನಿಮ್ಮನ್ನು ಎಬ್ಬಿಸಲಿ. *ಲೆಟ್ ದೆಮ್* ಯಶಸ್ವಿಯಾಗಲಿ. *ಲೆಟ್ ದೆಮ್* ನಿಮಗೆ ಹೊಳೆಯುವ ವೆಬ್ ಡಿಸೈನ್ ಕೊಡಿಸಲಿ.

ಲೆಟ್ ದೆಮ್ ಅದು ಸಾಧ್ಯವೆಂದು ತೋರಿಸಲಿ

ನೀವು ದೈನಂದಿನ ಕಾರ್ಯಕಲಾಪಗಳಲ್ಲಿ ಎಷ್ಟೊಂದು ಮುಳುಗಿಹೋಗಿದ್ದೀರಿ ಎಂದರೆ ಇದು ನಿಮ್ಮ ಮನೆ ಮುಂದೆ ಇದ್ದರೂ ನಿಮಗೆ ಕಾಣಿಸುತ್ತಿಲ್ಲ. ಬಹುಶಃ ನೀವು ನಿಮ್ಮನ್ನು ಬಹಳ ಸಣ್ಣದಾಗಿ ಭಾವಿಸುತ್ತಿರುವುದರಿಂದ, ನಿಮ್ಮ ಬದುಕು ಎಷ್ಟೊಂದು ಭವ್ಯ ಮತ್ತು ಸುಂದರ ಆಗಿಸಬಹುದೆಂಬುದನ್ನು ಮರೆತಿದ್ದೀರಿ. ನೀವು ಈಗಿರುವ ರೀತಿಯಲ್ಲೇ ಅಭ್ಯಾಸವನ್ನು ಕರಗತ ಮಾಡಿಕೊಂಡಿರುವುದರಿಂದ ಹೊಸದೊಂದು ಹಾದಿಗೆ ತೆರಳಲು ಹಿಂದೇಟು ಹಾಕುತ್ತಿರುವಂತಿದೆ.

ನಿಮಗೇನು ಸಾಧ್ಯವೆಂದು ಅನ್ಯ ಜನರು ನಿಮಗೆ ತೋರಿಸುತ್ತಿದ್ದಾರೆ. ಓರ್ವ ಬೋಧಕಿಯಾಗಿ ತುಲನೆ ಮಾಡುವಾಗ, ಯಾರೂ ನಿಮ್ಮಿಂದ ಕಸಿದುಕೊಳ್ಳುತ್ತಿಲ್ಲ ಎಂದು ತಿಳಿಯುತ್ತದೆ; ಅವರೇ ನಿಮಗೆ ಏನನ್ನೋ ನೀಡುತ್ತಿದ್ದಾರೆ. ನಿಮಗೆ ಸ್ವತಃ ಕಾಣಿಸದ ನಿಮ್ಮ ಭವಿಷ್ಯದ ಚಿತ್ರವನ್ನು ಅನ್ಯರು ನಿಮಗೆ ತೋರಿಸುತ್ತಿದ್ದಾರೆ. ಇದುವರೆಗೆ ನಿಮ್ಮಲ್ಲಿದ್ದ ಸಾಮರ್ಥ್ಯವನ್ನು ಅವರು ನಿಮಗೆ ಎತ್ತಿಹಿಡಿದು ಅದನ್ನು ಸಾಧಿಸುವಂತೆ ನಿಮಗೆ ಪ್ರೇರಣೆಯಾಗುತ್ತಿದ್ದಾರೆ.

ನಿಮಗೆ ಯಾರೇ ಆಗಲಿ ಯಾವುದೇ ಆಗಲಿ ಅಸೂಯೆ ಪಡುವಂತೆ ಮಾಡಿದರೆ, ಒಳ್ಳೆಯದೇ. ಅವರ ಯಶಸ್ಸು ಮತ್ತು ಅವರ ಗೆಲವು ನೀವು ಸಾಧಿಸಬೇಕಿರುವುದನ್ನು ಕುಂಠಿತಗೊಳಿಸಲಾರವು. ಬದಲಾಗಿ ಅವು ನಿಮ್ಮದನ್ನು ವಿಸ್ತರಿಸುತ್ತದೆ.

ಲೆಟ್ ದೆಮ್ ದಾರಿ ತೋರಲಿ. ನಿಮ್ಮ ಅಸೂಯೆಯನ್ನು ಪ್ರೇರಣೆಯಾಗಿ ಪರಿವರ್ತಿಸಿ. ಏನು ಸಾಧ್ಯವೆನ್ನುವುದನ್ನು ನಿಮ್ಮ ಉದಾಹರಣೆಯ ಮೂಲಕ ತೋರಿಸಿಕೊಡಿ. ಯಾರೊಂದಿಗೆ ನೀವು ತುಲನೆ ಮಾಡುವಿರೋ ಅವರೇ ನಿಮಗೊಂದು ಕನ್ನಡಿಯಂತೆ ಕಾಣಲಿ. ದೊಡ್ಡದಾಗಿರುವ ಪ್ರತಿಫಲನವನ್ನು ನೀಡಲಿ.

ಮೋಲಿಯ ಸಂದರ್ಭದಲ್ಲಿ, ಸೂತ್ರವನ್ನು ಮತ್ತು ಅವಳು ಕಡೆಗಣಿಸುತ್ತಿದ್ದ ಅವಳ ವ್ಯಾಪಾರವನ್ನು ಮಾಡಲಿ. ಅದನ್ನೇ ನಾನು ಮೋಲಿಗೂ ಹೇಳಿದೆ.

ಲೆಟ್ ದೆಮ್ ದಾರಿದೀಪವಾಗಲಿ.

ಇದು ನನಗೊಂದು ಮುಖ್ಯವಾದ ಅಂಶವನ್ನು ಹೇಳುವಂತೆ ಮಾಡುತ್ತಿದೆ: ಈ ಹೆಂಗಸು ಮೋಲಿಯ ಎದುರಿಗೆ ಏಕೆ ಬಂದಳು ಎನ್ನುವುದು. ನಿಜವೆಂದರೆ, ಬದುಕಿನಲ್ಲಿ ನೀವು ಯಾವುದೇ ಸಾಧನೆಗೆ ಪ್ರೇರಿತರಾಗದಿದ್ದಲ್ಲಿ, ನೀವು ಬದಲಾಗುವುದು ತುಂಬ ಯಾತನಾಮಯವಾಗುತ್ತದೆ. ಮೋಲಿಯ ಮಟ್ಟಿಗೆ ಹೇಳುವುದಾದರೆ ಅವಳು ಬಹಳ ವರ್ಷಗಳಿಂದ ಹೆಸರಾಂತ ಇಂಟೀರಿಯರ್ ಡಿಸೈನರ್‌ಗಳನ್ನು ವೀಕ್ಷಿಸುತ್ತ ಬಂದಿದ್ದಾಳೆ.

"ಸೋಶಿಯಲ್ ಮೀಡಿಯಾ"ವನ್ನು ತೆರೆಯುವ ಕುರಿತೂ ಬಹಳ ಕಾಲದಿಂದ ಹೇಳುತ್ತ ಬಂದಿದ್ದಾಳೆ. ತಾನೇಕೆ ಅವನ್ನೆಲ್ಲ ಆದ್ಯತೆಯ ಮೇರೆಗೆ ಮಾಡಿಲ್ಲ ಎಂಬುದಕ್ಕೆ ಈ ಪುಸ್ತಕದಲ್ಲಿ ಒಂದಿಷ್ಟು ನೆಪಗಳಿವೆ.

ಇದುವರೆಗೆ... ಇದ್ದಕ್ಕಿದ್ದಂತೆ ಇವಳೊಬ್ಬ ಕಿರಿ ಕಿರಿ ಮಾಡುವ ಮಹಿಳೆ ಯಾವುದೇ ಪೂರ್ವ ಅನುಭವವಿಲ್ಲದೆ, ಪ್ರತಿಭೆ ಇಲ್ಲದೆ, ಸಂಪನ್ಮೂಲಗಳಿಲ್ಲದೆ ಬಂದು ಜಂಭದಿಂದ ತೋರಿಸುತ್ತಿದ್ದಾಳೆ. ಅದಕ್ಕಾಗಿಯೇ ಮೋಲಿ ಹುಚ್ಚಿಯಂತಾಗಿದ್ದಾಳೆ. ಈ ಕಿರಿಕಿರಿ ಮಹಿಳೆ ಮೋಲಿಯ ಮುಖದಲ್ಲೊಂದು ಸರಳ ಹೇಳಿಕೆಯನ್ನು ಸ್ಫುರಿಸುವಂತೆ ಮಾಡಿದ್ದಾಳೆ: ನನಗೆ ಇದನ್ನು ಮಾಡಲು ಸಾಧ್ಯವೆಂದಾದರೆ, ನಿನಗೇಕೆ ಸಾಧ್ಯವಾಗದು.

ಇಲ್ಲೇ ಹೋಲಿಕೆಗಳು ತುಸು ಆಸಕ್ತಿದಾಯಕವಾಗುವುದು. ಈ ಬಗೆಯ ವ್ಯಕ್ತಿಗಳು ನಿಮ್ಮ ಜೀವನದಲ್ಲೂ ದರ್ಪಣದೊಳಗೆ ಇಣುಕುವಂತೆ ಮಾಡಿ ಅದರಿಂದ ಹೊರಬರಲು ಉತ್ತೇಜಿಸುತ್ತಾರೆ.

ಆದ್ದರಿಂದ, *ಲೆಟ್ ದೆಮ್* ನಿಮಗೆ ಹುಚ್ಚು ಹಿಡಿಸಲಿ. ಇಂತಹ ವ್ಯಕ್ತಿಗಳಿಗೆ ನೀವು ಕೃತಜ್ಞರಾಗಿರಬೇಕು, ಯಾಕೆಂದರೆ ಅವರು ನಿಮಗೆ ಹುಚ್ಚು ಹಿಡಿಸಿದ್ದಾರೆ, ನಿಜಕ್ಕೂ ನೀವು ಹುಚ್ಚರಲ್ಲದಿದ್ದರೂ. ಅಂತಹ ಕುದಿಯುವ ಕೋಪ ನಿಮ್ಮೊಳಗೆ ಆವಿರ್ಭವಿಸಿ, ನೀವು ಕಾಯಕಕ್ಕೆ ಬೇಗನೇ ಇಳಿಯುವಂತೆ ಮಾಡಿ, ನಿಮಗೆ ಸದ್ಯ ಇರುವುದನ್ನು ಮಾಡಲು ಪ್ರೇರೇಪಿಸಿದೆ. ಇದುವರೆಗೆ ನೀವದನ್ನು ಮಾಡಿಲ್ಲ. ನಾನು ಸ್ಪೀಕಿಂಗ್ ಬಿಸಿನೆಸ್‌ನಲ್ಲಿದ್ದೆಯಷ್ಟೇ. ಹಾಗಾಗಿಯೇ ತುಲನೆ ಮಾಡುವುದು ನಿಮ್ಮ ಬಹುದೊಡ್ಡ ಬೋಧಕಿ ಎಂದು ಹೇಳುತ್ತೇನೆ.

ನೀವೇನು ಮಾಡಬೇಕು ಎಂಬುದನ್ನು ಅದು ತೋರಿಸಿಕೊಡುವುದಿಲ್ಲ, ಬದಲಾಗಿ ಅದು ನಿಮ್ಮ ಶಕ್ತಿಯನ್ನು ಮತ್ತು ಕೋಪವನ್ನು ಉದ್ರಿಕ್ತವಾಗುವಂತೆ ಮಾಡುತ್ತದೆ. ನಿಮ್ಮ ಕೋಪವೇ ನಿಮ್ಮನ್ನು ಮುಂದಕ್ಕೊಯ್ಯುವ ಇಂಧನವಾಗಿ ಬಳಕೆಯಾಗುತ್ತದೆ. ಆದ್ದರಿಂದ ನಿಮ್ಮನ್ನು ಅದೇನು ಪ್ರೇರಿಸುತ್ತದೆಯೋ, *ಲೆಟ್ ದೆಮ್.*

ಲೆಟ್ ದೆಮ್ ನಿಮ್ಮನ್ನು ರೇಗಿಸುವಂತಿರಲಿ. *ಲೆಟ್ ದೆಮ್* ನಿಮ್ಮನ್ನು ಸುಡುವಂತಿರಲಿ. ಮತ್ತೆ *ಲೆಟ್ ದೆಮ್* ನಿಮಗೇನು ಬೇಕೋ ಅದನ್ನು ತೋರಿಸಿಕೊಡುತ್ತದೆ. ಅಷ್ಟೇ ಅಲ್ಲ, ಅದನ್ನು ಹೇಗೆ ಸಾಧಿಸಬೇಕೆಂದೂ ತಿಳಿಸಿಕೊಡುತ್ತದೆ.

ನಿಮ್ಮ ಬಗ್ಗೆಯೇ ಮಾತಾಡೋಣ

ನಿಮ್ಮ ಅಸೂಯೆ ಮತ್ತು ಹತಾಶೆಯ ಕ್ಷಣಗಳನ್ನು ಉಪಯುಕ್ತತೆಗೆ ತಿರುಗಿಸುವುದು ಹೇಗೆ? ತುಲನೆಯನ್ನು ಪ್ರೇರಣೆಯಾಗಿ ಬದಲಿಸುವುದು ಹೇಗೆ? ಸರಳ. *ಲೆಟ್* ಮಿ ಎನ್ನುತ್ತ ಅನ್ಯ ಜನರು ಒದಗಿಸುವ ಯಶಸ್ಸಿನ ಡೇಟಾದತ್ತ ಕಣ್ಣೋಡಿಸಿ.

ಯಾವ ವೇಳೆಯೇ ನೀವು ತುಲನೆಯ ಆಟವನ್ನು ಆಡುತ್ತಿರಿ, ಅಲ್ಲಿ ಅದೇನೋ ಮುಖ್ಯವಾದ ವಿಷಯ ಸಂಭವಿಸುತ್ತಿರುತ್ತದೆ.

ತುಲನೆ ನೀವು ಗಮನ ನೀಡಬೇಕಾದ ನಿಮ್ಮ ಬದುಕಿನ ವಲಯವನ್ನು ಗುರುತಿಸುತ್ತದೆ.

ನೆಪಗಳು ಮರೆಯಾಗಿ ಈಗ ಯೋಚಿಸಬೇಕಾದ ಸಮಯ ಬಂದಿದೆ ಎಂದರ್ಥ. *ಲೆಟ್* ಮಿ ಈಗ ಕಾರ್ಯರೂಪಕ್ಕೆ ಇಳಿಯಬೇಕು. ರೆಪ್ಸ್‌ನಲ್ಲಿ ಹಾಕಿ. ಇದನ್ನು ನನ್ನ ಸ್ನೇಹಿತ ಬೆಸ್ಟ್ ಸೆಲ್ಲಿಂಗ್ ಆಥರ್ ಜೆಫ್ ವಾಕರ್ ಹೇಳಿರುವ ಉಕ್ತಿ. ಆತ ಹೇಳುತ್ತಿರುತ್ತಾನೆ, "ಯಶಸ್ಸು ಬೇಕೆಂದರೆ ರೆಪ್ಸ್‌ನಲ್ಲಿ ಹಾಕುವುದು." ಹಾಗೆಂದರೆ ಏನು? ಸರಳ: ಯಶಸ್ಸು ಗಳಿಸಬೇಕಿದ್ದರೆ, ತೂಕವನ್ನು ಇಳಿಸಬೇಕಿದ್ದರೆ, ಪುಸ್ತಕವನ್ನು ಬರೆಯಬೇಕಿದ್ದರೆ, ಒಬ್ಬ ಯೂ–ಟ್ಯೂಬರ್ ಆಗಬೇಕಿದ್ದರೆ, ನೀವು ಪ್ರತಿದಿನವೂ ಕಾಣಿಸಿಕೊಳ್ಳಬೇಕು. ಮತ್ತು ಏನಾದರೊಂದನ್ನು ಮಾಡುತ್ತಿರಬೇಕು, ಅದು ಬೋರ್ ಆಗಿರಲಿ, ಕಿರಿಕಿರಿ ಉಂಟು ಮಾಡುತ್ತಿರಲಿ, ಮತ್ತು ಅನಾನುಕೂಲವಾಗಿರಲಿ, ನಿಮ್ಮ ಎಲ್ಲ ಕೆಲಸವನ್ನು ನೀವು ರೆಪ್‌ನಲ್ಲಿ ಹಾಕಬೇಕು.

ನಿಮ್ಮ ಬದುಕಿನಲ್ಲಿ ಯಾವುದೇ ಬದಲಾವಣೆಯನ್ನು ನೀವು ಯೋಚಿಸಿ, ಜಿಮ್‌ಗೆ ಹೋಗುವಂತಹ ಬದಲಾವಣೆ ಇರಬಹುದು. ನೀವು ನಿಮ್ಮ ಸ್ನಾಯುಗಳನ್ನು ಹೇಗೆ ಶಕ್ತಿಯುತವನ್ನಾಗಿ ಮಾಡುವುದು? ಅದನ್ನು ನೀವು ಪ್ರತಿದಿನ ನಿಮ್ಮ ರೆಪ್‌ನಲ್ಲಿ ಹಾಕಿರಿ. ಯಶಸ್ಸಿನ ಕುರಿತು ಹೆಸರಾಂತ ಕ್ವಾಟರ್ ಬ್ಯಾಕ್ ಟಾಮ್ ಬ್ರಾಡಿ ಹೇಳಿರುವಂತೆ, "ನೀವೇನೂ ವಿಶೇಷ ವ್ಯಕ್ತಿಯಾಗಿರಬೇಕೇನೂ ಇಲ್ಲ. ಬಹುತೇಕ ಜನರು ಮಾಡದಿರುವುದನ್ನು ನೀವು ಮಾಡುತ್ತಿರಿ: ಸ್ಥಿರತೆಯಿರಲಿ, ಸಂಕಲ್ಪವಿರಲಿ, ಮತ್ತು ನೀವು ಮಾಡಲು ಹೊರಟ ಕೆಲಸದ ಬಗ್ಗೆ ಇಚ್ಛೆಯಿರಲಿ.

ನಿಮ್ಮ ಅಸೂಯೆಯನ್ನು ಯಾರು ಕೆದಕುತ್ತಿದ್ದರೋ, ಅವರೆಲ್ಲ, ನೀವು ನೆಪಗಳನ್ನು ಹೇಳಿ ನುಣುಚಿಕೊಳ್ಳುತ್ತಿರುವಾಗ, ಅವರೆಲ್ಲ ರೆಪ್ಸ್‌ಗಳಲ್ಲಿ ತುಂಬುತ್ತಿದ್ದರು, ನಿಧಾನವಾಗಿ ಬೋರ್ ಹೊಡೆಸುವ ವಿಷಯಗಳನ್ನು ನೀಗಿಸಿ ಕಠಿಣ ವಾಸ್ತವಗಳನ್ನು ಬಡಿಸುತ್ತಿದ್ದರು. ಟಾಮ್ ಬ್ರಾಡಿಯ ಪದಗಳಲ್ಲಿ ಹೇಳುವುದಾದರೆ, ಅವರೇನೂ ವಿಶೇಷದವರಲ್ಲ; ನಿಮ್ಮಲ್ಲಿ ಏನು ಇರಲಿಲ್ಲವೋ ಅವರಲ್ಲಿ ಅವೆಲ್ಲ ಇದ್ದವು: ಸ್ಥಿರತೆ, ಸಂಕಲ್ಪ, ಅದನ್ನು ಪೂರೈಸುವ ಇಚ್ಛಾಶಕ್ತಿ. ನನ್ನ ಯಶಸ್ಸಿನ ರಹಸ್ಯವೂ 1000ಪ್ರತಿಶತ ಅದೇ ಆಗಿದೆ.

ಅದು ನನ್ನನ್ನು ಮತ್ತೆ ಮೋಲಿಯ ಕಡೆಗೆ ಒಯ್ಯುತ್ತದೆ. ಅವಳ ಹೃದಯ ತಾನು ಅವೆಲ್ಲವನ್ನೂ ಸಾಧಿಸಬೇಕೆಂದು ಅನೇಕ ವರ್ಷಗಳಿಂದ ಬಯಸುತ್ತಿತ್ತು. ನೋವಿನ ವಿಚಾರವೇಂದರೆ ಆಕೆ ಬಯಸಿದ್ದನ್ನೇ ಬೇರೆ ಯಾರೋ ಅದರ ಪ್ರತಿಫಲವನ್ನು ಉಣ್ಣುತ್ತಿದ್ದಾರೆ. ಇದು ನಡೆಯುತ್ತಲೇ ಇರುತ್ತದೆ ಎಲ್ಲಿಯವರೆಗೆ ಅಂದರೆ ನೀವು ಬಯಸುವ ವಿಷಯಗಳನ್ನು ಮಾಡದೆ ಹಾಗೆಯೇ ಬಿಟ್ಟುಬಿಟ್ಟರೆ. ಮೋಲಿಗೆ ಹುಚ್ಚುಹಿಡಿಸಿದ ಆ ವೆಬ್‌ಸೈಟ್ ದಿನಬೆಳಗಾಗುವುದರೊಳಗೆ ಹೊಮ್ಮಿ ಬರಲಿಲ್ಲ. ಹಲವು ತಿಂಗಳುಗಳ ಪರ್ಯಂತ ಆ ಮಹಿಳೆ ಅದರ ಕುರಿತು ಕೆಲಸ ಮಾಡುತ್ತಿದ್ದಳು. ಸೋಶಿಯಲ್ ಮೀಡಿಯ ಕೂಡಾ ಪವಾಡ ಸದೃಶವಾಗಿ ಸೃಷ್ಟಿಯಾಗಲಿಲ್ಲ. ಮೋಲಿ ನೆಪಗಳನ್ನು ಹೇಳುತ್ತ ಕಾಲಕಳೆಯುತ್ತಿದ್ದರೆ ಶಆ ಮಹಿಳೆ ದಿನಬೆಳಗಾದರೆ ಸಂಶೋಧಿಸುತ್ತ, ಕಲಿಯುತ್ತ, ಅಧ್ಯಯನ ಮಾಡುತ್ತ ಮೋಲಿ ಈಗ ನೋಡುತ್ತಿರುವ ಪೋಸ್ಟ್‌ಗಳನ್ನು ನಿರ್ಮಿಸುತ್ತಿದ್ದಳು.

ಈ ವ್ಯಕ್ತಿಗಳು ಯಾಕಾಗಿ ಅಷ್ಟೊಂದು ಕೋಪವನ್ನು ಉದ್ರೇಕಿಸುತ್ತಾರೆ ಎಂದರೆ, ನಿಮಗೂ ಅವನ್ನು ಮಾಡಲು ಸಾಧ್ಯವೆನ್ನುವುದರಿಂದ. ನಿಮಗೆ ಹುಚ್ಚೇಕೆ ಹಿಡಿಯುತ್ತದೆ ಎಂದರೆ ನೀವದನ್ನು ಇನ್ನೂ ಕಾರ್ಯಗತ ಮಾಡದೇ ಇರುವುದಕ್ಕೆ. ಅಂದರೆ ಕೇವಲ ಪ್ರೇರಣೆ ಮಾತ್ರ ಏನನ್ನಾದರೂ ಸಾಧಿಸುವುದಕ್ಕೆ ಸಾಕಾಗುವುದಿಲ್ಲ. ಕೋಪವೂ ಮುಖ್ಯವಾಗಿ ಬೇಕಾಗುತ್ತದೆ. ಹಾಗಾಗಿಯೇ ತುಲನೆಯೇ ನಿಮ್ಮ ಅತ್ಯಂತ ಮಹತ್ವದ ಬೋಧಕಿ ಎನ್ನುವುದು. ನಿಮ್ಮನ್ನು ಹುಚ್ಚುಹಿಡಿಸುವವರು ಯಾರಾದರೂ ಇದ್ದೇ ಇರುತ್ತಾರೆ ಎನ್ನಿ.

ಅರೋನ್ ಹಾಲ್‌ನಿಂದ ಕೆಳಗಿಳಿದು ಬರುತ್ತಿದ್ದ. ಇದ್ದಕ್ಕಿದ್ದಂತೆ ಅವನು ತನ್ನ ಹುದ್ದೆಯನ್ನು ತ್ಯಜಿಸಿ ತನ್ನ ಕಸ್ಟಮ್ಸ್ ಬೋಟ್ ಬಿಸಿನೆಸ್‌ನಲ್ಲಿ ತೊಡಗಿಕೊಳ್ಳಲು ನಿಶ್ಚೈಸಿದ್ದಾನೆ. ಅವನ ಎಲ್ಲ ಫ್ರೆಂಡ್ಸ್ ವಾರಾಂತ್ಯದಲ್ಲಿ ಖುಷಿಯಲ್ಲಿ ಕಳೆದರೆ ಅವನು ಮಾತ್ರ ಕತ್ತಲಲ್ಲಿ ತನ್ನ ವ್ಯವಹಾರದಲ್ಲಿ ವ್ಯಸ್ತನಾಗಿರುತ್ತಿದ್ದ.

ಹಾಗಾಗಿ ಅವನು ತನ್ನ ಮನೆಯಿಂದ ಹೊರಗಡೆ ನಡೆದುಕೊಂಡು ಹೋಗುವಾಗ ನೋಡಿದರೆ ಅಸೂಯೆಯಾಗುತ್ತದೆ. ನಿಮಗೆ ಗೊತ್ತಿರುವ ವ್ಯಕ್ತಿಗಳು ಹೀಗೆ ದುಡಿಯುತ್ತಿರುವುದನ್ನು ಕಂಡಾಗ ನೀವೇಕೆ ನೆಪವನ್ನು ಹೇಳದೆಯೇ ಹಾಗೆಯೇ ಮಾಡಬಾರದು ಎಂದು ಅನ್ನಿಸುವುದು ಸಹಜವೇ.

ಅರೋನ್‌ನ ಪಕ್ಕದಲ್ಲಿ ಕುಳಿತು ನೀವು ಒಂದು ವರ್ಷದಷ್ಟು ಕಾಲ ಕೆಲಸ ಮಾಡಿದ್ದರೆ, ಅವನಲ್ಲಿ ಸೂಪರ್ ಪವರ್ ಆಗಲೀ, ಟ್ರಸ್ಟ್ ಫಂಡ್ ಆಗಲೀ ಅಥವಾ ಮೇಲುಗೈಯಾಗಲೀ ಇಲ್ಲವೆಂದು ಗೊತ್ತಾಗುತ್ತಿತ್ತು. ಈಗ ಅವನು ಕೆಲಸ ಬಿಡುತ್ತಿದ್ದಾನೆ. ನಿಮಗೆ ಅಸೂಯೆಯಾಗುತ್ತಿದೆ. ಹಾಗಾಗಿಯೇ ಇದೀಗ ಅವರು ಎಂದಾಗುತ್ತದೆ. ನೀವು ಇನ್ನೊಬ್ಬರ ಸುಂದರ ವೆಬ್‌ಸೈಟ್‌ನ್ನು ಕಂಡಾಗ, ನಿಮ್ಮ ಸಹೋದ್ಯೋಗಿ ಕೆಲಸ ತ್ಯಜಿಸಿ ಹೊಸ ಉದ್ದಿಮೆ ಸ್ಥಾಪಿಸಲು ಹೊರನಡೆದಾಗ, ಅಥವಾ ನೀವು ನಿಮ್ಮ ಸ್ನೇಹಿತನ ಭವ್ಯ ಬಂಗಲೆಯ ಒಳಗೆ ಕಾಲಿಟ್ಟಾಗ ಮತ್ಸರ ತನ್ನಿಂದ ತಾನೇ ನಿಮ್ಮಲ್ಲಿ ಎದ್ದೇಳುವುದು ಸಹಜವೇ. ಆದರೆ ನೀವು ಯಶಸ್ಸನ್ನು ಪಡೆಯಬೇಕೆಂಬ ಇಚ್ಛೆಯಲ್ಲಿ ಮುಳುಗಿದ್ದು, ಅಥವಾ ಆರೋಗ್ಯಕರವಾಗಿ ನಿಮ್ಮ ಗುರಿಯನ್ನು ತಲುಪಬೇಕೆಂದು ಹವಣಿಸುತ್ತಿದ್ದಲ್ಲಿ, ನಿಮಗೆ ಅಸೂಯೆ ಪಡುತ್ತ ನಿಮ್ಮ ಸಮಯವನ್ನು ಹಾಳು ಮಾಡಲು ಆಗುವುದಿಲ್ಲ.

ನಿಮಗೆ ಕೆಲಸ ಬೆಂಬೆತ್ತಿ ಬರುತ್ತಿರುವುದರಿಂದ ಆ ಶಕ್ತಿಯನ್ನು ಪೋಲು ಮಾಡಲು ಆಗುವುದಿಲ್ಲ. ಇಂತಹ ಕ್ಷಣಗಳು ನಿಜಕ್ಕೂ ನೋವಿನಿಂದ ಕೂಡಿದ್ದಾಗಿರುವುದರಿಂದ, ಮತ್ತು ಅವೆಲ್ಲ ನಿಮ್ಮ ಬದುಕಿನಲ್ಲಿ ಸಾಕಷ್ಟು ಬದಲಾವಣೆಗಳನ್ನು ತರುವುದರಿಂದ, ಅದಕ್ಕೆ ಸಿದ್ಧರಾಗಿರಿ. ಲೆಟ್ ದೆಮ್ ಸಿದ್ಧಾಂತವನ್ನು ಬಳಸುವಾಗ ತುಲನೆ ಯಾವಾಗ ನಿಮಗೆ ಏನನ್ನಾದರೂ ಕಲಿಸಲು ತೊಡಗಿದೆ ಎಂಬುದು ವೇದ್ಯವಾದೀತು. ಅಸೂಯೆ ನಿಮ್ಮ ಭವಿಷ್ಯದ ಬಾಗಿಲು ತೆರೆಯುದಕ್ಕಿರುವ ಕೀಲಿಕೈ ಮತ್ತು ಯಾವಾಗ ಸಂಭವಿಸುತ್ತದೆ ಎಂಬುದನ್ನು ನೀವು ಗುರುತಿಸಬೇಕು. ಬಾಗಿಲನ್ನು ಒದ್ದು ಒಳಗೆ ನೇರವಾಗಿ ಸಾಗಿ.

ಅನ್ಯರು ನಿಮ್ಮ ದಾರಿಗೆ ಮಾರ್ಗದರ್ಶಕರಾದಾಗ, ನೀವು ಹೆದರಿಕೆಯಿಂದ, ನೆಪಗಳಿಂದ ಮತ್ತು ಸಮಯವನ್ನು ಪೋಲು ಮಾಡುತ್ತ ಹೇಗೆ ನಿಮಗೆ ಬೇಕಾದ ಕೆಲಸಗಳನ್ನು ಮಾಡಲಿಲ್ಲ ಎಂಬುದು ತಿಳಿಯುತ್ತದೆ. ಇದುವರೆಗೆ ನಿಮ್ಮನ್ನು ಹಿಂದಿಕ್ಕುತ್ತಿದ್ದ ಅಂಶಗಳೆಂದರೆ, ನೆಪಗಳು, ಭಯಗಳು ಮತ್ತು ಭವೋದ್ವೇಗಗಳು. ಅವನ್ನೆಲ್ಲ ಈ ಪುಸ್ತಕದ ಆದ್ಯಂತ ಚರ್ಚಿಸುತ್ತಲೇ ಬಂದಿದ್ದೇವೆ.

ಇದೀಗ ಅನ್ಯರು ನಿಮ್ಮ ಬಗ್ಗೆ ಯೋಚಿಸುವುದನ್ನು, ಭಾವಿಸುವುದನ್ನು, ಹಿಡಿತಕ್ಕೆ ಒಳಪಡಿಸುವುದನ್ನೆಲ್ಲ ಮೀರಿ ಬದುಕಿನ ಹೊಸ ಅಧ್ಯಾಯವನ್ನು ಬರೆಯಲು ನೀವು ಹೊರಟಿದ್ದೀರಿ. ನನ್ನ ಬದುಕಿನ ಇನ್ನೊಂದು ಪ್ರಮುಖವಾದ ಉದಾಹರಣೆಯನ್ನು ನೀಡುತ್ತೇನೆ.

ಈ ಕಥೆಯ ಮುಖ್ಯಾಂಶವೆಂದರೆ, ಅಸೂಯೆ ಏನನ್ನು ನಿಮಗೆ ಕಲಿಸಲು ಹವಣಿಸುತ್ತದೆ ಎಂಬುದು ಸ್ಪಷ್ಟವಾಗದೆ ಇರುವುದು. ನನ್ನ 40ರ ಪ್ರಾಯದಲ್ಲಿ, ನಾವು ಆರ್ಥಿಕವಾಗಿ ಬಹಳಷ್ಟು ಹೋರಾಟವನ್ನು ಎದುರಿಸುತ್ತಿದ್ದ ಸಮಯದಲ್ಲಿ ನನ್ನೋರ್ವ ಗೆಳತಿ ತನ್ನ ದೊಡ್ಡದೊಂದು ಮನೆಯನ್ನು ನವೀಕರಿಸುತ್ತಿದ್ದಳು.

ನಾವು ಪ್ರತಿದಿನ ಮಧ್ಯಾಹ್ನ ಊಟಕ್ಕೆ ತೆರಳುತ್ತಿದ್ದಾಗ, ಮನೆಯ ನವೀಕರಣದ ಬಗ್ಗೆಯೇ ಮಾತಾಡುತ್ತ ಹೊಸದಾಗಿ ಕಾಣುತ್ತಿದ್ದ ಮನೆಯ ಫೋಟೋಗಳನ್ನು ನೋಡುತ್ತಿದ್ದೆವು. ಅದು ತುಂಬಾ ಮಜಾ ಎನಿಸುತ್ತಿತ್ತು. ಆದರೆ ಪ್ರತಿದಿನ ಸಂಜೆ ಮನೆಗೆ ಹಿಂದಿರುಗಿದಾಗ ನನಗೆ ಬಹಳಷ್ಟು ವೇದನೆಯಾಗುತ್ತಿತ್ತು, ಬೇಸರವಾಗಿ ಕುಸಿದು ಕುಳ್ಳಿರುತ್ತಿದ್ದೆ.

ನನ್ನ ಫ್ರೆಂಡ್‌ನ ಮನೆಯ ನವೀಕರಣವೆಲ್ಲ ಮುಗಿದಾಗ, ನಾನು ಮತ್ತು ಕ್ರಿಸ್ ದೂರದ ಅವರ ನವೀಕೃತ ಮನೆಯನ್ನು ನೋಡಲು ಹೋಗಿರುವುದನ್ನು ಮರೆಯಲಾಗದು. ನಾನು ಬಿಟ್ಟಬಾಯಿ ಬಿಟ್ಟ ಹಾಗೆ ಬಿಟ್ಟ ಕಣ್ಣು ಬಿಟ್ಟ ಹಾಗೆ ನೋಡಿದೆ. ಮನೆ ಅಷ್ಟೊಂದು ಚೆಂದವಾಗಿತ್ತು.

ನನ್ನ ಸ್ನೇಹಿತೆ ನಮ್ಮ ಬಳಗವನ್ನು ಒಟ್ಟು ಮನೆಯ ಸುತ್ತ ತಿರುಗಾಡಿಸುತ್ತ ಒಯ್ಯುತ್ತಿದ್ದಳು. ಆಗ ನಾನು ತುಲನೆಯಲ್ಲಿ ಪಾತಾಳಕ್ಕೆ ಕುಸಿಯುತ್ತಲೇ ಇದ್ದೆ. ಅವರಿಗೆ ಅಷ್ಟೊಂದು ಹಣ ಎಲ್ಲಿಂದ ಬರುತ್ತಿದೆ ಎಂದುಕೊಂಡೆ?! ಹಾಗೆ ಯೋಚಿಸುತ್ತಿದ್ದುದು ನನಗೆ ನೆನಪಿದೆ. ಅವಳ ಕುರಿತು ನನಗೆ ಮೆಚ್ಚುಗೆ ಇದ್ದರೂ ಒಳಗೊಳಗೆ ಅಷ್ಟೇ ಅಸೂಯೆಯಿಂದ ಕುದಿಯುತ್ತಿದ್ದೆ. ಅವಳು ಮತ್ತು ಅವಳ ಗಂಡ ಇದಕ್ಕೋಸ್ಕರ ವರ್ಷಾನುಗಟ್ಟಲೆ ಕಷ್ಟಪಟ್ಟಿದ್ದರು. ಹಾಗೆ ಕಷ್ಟದಿಂದ ಕಟ್ಟಿರುವುದರಿಂದ, ಅದರ ಬಗ್ಗೆ ಮಾತಾಡುವಾಗ ಅವರಿಗೆ ಸಂತಸ ಉಕ್ಕಿ ಬರುತ್ತಿತ್ತು, ಅವರು ಹೆಮ್ಮೆಯನ್ನು ಅನುಭವಿಸುತ್ತಿದ್ದರು.

ಅದನ್ನು ನಾನು ತಿಳಿದಿದ್ದರೂ, ಪ್ರಾಮಾಣಿಕವಗಿ ನನ್ನ ಸ್ನೇಹಿತೆಯ ಸಂತೋಷದಲ್ಲಿ ಹೇಗೆ ಅಸೂಯೆ ಇಲ್ಲದೆ ಪಾಲ್ಗೊಳ್ಳಬೇಕೋ ತಿಳಿಯುತ್ತಿರಲಿಲ್ಲ. ಜೊತೆಗೆ ನನ್ನನ್ನು ಅಭದ್ರತೆಯೂ ಕಾಡುತ್ತಿತ್ತು. ನಾವು ಪ್ಲೇ ರೂಮ್‌ಗೆ ಕಾಲಿಟ್ಟಾಗಂತೂ, ನಾನು ಪೂರ್ತಿಯಾಗಿ ಉರಿದು ಹೋದೆ.

"ಇದು ಮಕ್ಕಳಿಗೋಸ್ಕರ ಆಟದ ಆವರಣ. ಪೂಲ್ ಟೇಬಲ್ ಇದೆ ಮತ್ತು ವಿಶ್ರಾಂತಿಯ ಜಾಗವೂ ಇದೆ. ಮತ್ತೆ ಅವರು ದೊಡ್ಡವರದಾಗ, ಸ್ನೇಹಿತರ ಜೊತೆಗೆ ಕಾಲಕಳೆಯಲು ಸ್ಥಳಾವಕಾಶವೂ ಇಲ್ಲಿದೆ," ಎಂದು ಅವಳು ವಿವರಿಸಿದಳು. ಕಣ್ಣು ಮಿಟುಕಿಸುತ್ತ ಅವಳು ಹಾಗೆಂದಾಗ ನಾವೆಲ್ಲ ನಕ್ಕೆವು.

"ಮತ್ತೆ ಇಲ್ಲೊಂದು ಬಂಕ್ ರೂಮಿದೆ. ಮಕ್ಕಳೆಲ್ಲ ಸುಸ್ತಾದಾಗ ಮಲಗಿಕೊಳ್ಳಲು. ಅವರಿಗೆ ಅವರದೇ ಆದ ಪ್ರತ್ಯೇಕ ರೂಮುಗಳು ಇವೆ."

ನನಗೆ ಮಾತೇ ಹೊರಡಲಿಲ್ಲ. ನನ್ನ ಮಕ್ಕಳು ತಮ್ಮ ಸ್ನೇಹಿತರ ಮನೆಗೆ ಹೋಗುತ್ತಿದ್ದರು, ಆದರೆ ಅವರನ್ನು ತಮ್ಮ ಮನೆಗೆ ಕರೆಯುತ್ತಿರಲಿಲ್ಲ. ಕ್ವೀನ್-ಸೈಝ್‌ನ ಬಂಕ್ ಬೆಡ್‌ಗಳು?

ಗ್ಯಾರೇಜ್‌ನ ಮೇಲ್ಗಡೆ ಒಂದು ಪ್ಲೇರೂಮ್? ಹಲೋ, ಇವೆಲ್ಲ ಮಕ್ಕಳ ಕನಸಾಗಿದ್ದವು. ಮತ್ತು ಅವುಗಳೇ ನನ್ನ "ಕನಸಿನ ಮನೆಯೂ" ಆಗಿತ್ತು.

ಮನೆಯನ್ನು ಸುತ್ತಾಡಿದ ಈ ಹಂತದಲ್ಲಿ ನಾನು ಕೆಳ ಮಹಡಿಗೆ ಹೋಗಿ ಒಂದಿಷ್ಟು ವೈನ್ ಗ್ಲಾಸಿಗೆ ಹಾಕಿ ಕ್ವೀನ್ ಸೈಜ್ ಬೆಡ್‌ನಲ್ಲಿ ಹೊರಳಾಡಬೇಕು ಎಂದುಕೊಂಡೆ. ಅಷ್ಟೊಂದು ಬೇಸರ ನನ್ನಲ್ಲಿ ಬೇರುಬಿಟ್ಟಿತ್ತು. ನನಗೆಷ್ಟು ಅಸೂಯೆ ಅನ್ನಿಸಿತ್ತು ಎಂದರೆ ನನ್ನ ಸ್ನೇಹಿತೆಯ ಸಂತೋಷದಲ್ಲಿ ಪಾಲ್ಗೊಳ್ಳಲೂ ನನಗೆ ಆಗುತ್ತಿರಲಿಲ್ಲ. ಅವಳು ನನ್ನ ಬೆಸ್ಟ್ ಫ್ರೆಂಡ್ ಆಗಿದ್ದಳು, ತುಂಬಾ ಪ್ರೀತಿಗೆ ಪಾತ್ರಳಾದವಳು, ಒಳಗೂ ಹೊರಗೂ ಆಕರ್ಷಣೆಯ ದ್ಯೋತಕವಾಗಿದ್ದವಳು. ಈಗ ಅವಳಲ್ಲಿ ನನ್ನ ಕನಸಿನ ಮನೆಯಿತ್ತು.

ರಾತ್ರಿ ಕಳೆಯುತ್ತಿದ್ದ ಹಾಗೆ, ನನ್ನ ಹೊಟ್ಟೆಯ ಸಂಕಟವನ್ನು ತುಸು ಇಳಿಸಿಕೊಳ್ಳಲು ಯತ್ನಿಸಿದೆ. ನಾನು ಇಂತಹ ವಿಷಯಗಳಲ್ಲಿ ಎಳ್ಳಷ್ಟೂ ಆಸಕ್ತಳು ಅಲ್ಲವೆಂದು ಪರಿಗಣಿಸಿದೆ. ಆದರೆ ಕ್ರಿಸ್ ಜೊತೆಗೆ ನಾನು ಕಾರಿನಲ್ಲಿ ಮನೆಗೆ ಹಿಂದಿರುಗುವ ಸಮಯ ನನ್ನ ಅಸೂಯೆಯನ್ನು ಅದುಮಿ ಹಿಡಿಯಲು ಆಗದೇ ಹೋಯಿತು. ಅದನ್ನು ನಾನು ಅವನ ಮೇಲೆ ಎಸೆಯುತ್ತ ಬಂದೆ. ಒಬ್ಬ ಎಂಟು ವರ್ಷದ ಬಾಲಕನಂತೆ ನನ್ನಲ್ಲಿ ಕೋಪೋದ್ರಿಕ್ತ ಭಾವನೆಗಳು ಅವನ ವಿರುದ್ಧವಾಗಿ ಎದ್ದೇಳುತ್ತಿದ್ದವು.

"ನಮಗೆ ಅಂತಹ ಒಂದು ಮನೆಯನ್ನು ಎಂದಿಗೂ ಕಟ್ಟಿಸಲು ಆಗುವುದಿಲ್ಲ," ನಾನು ರೊಚ್ಚಿಗೆದ್ದು ಹೇಳಿದೆ. "ನೀನು ಯಾತಕ್ಕಾಗಿ ರೆಸ್ಟೋರೆಂಟ್ ಬಿಸಿನೆಸ್‌ಗೆ ಕೈಹಾಕಿದೆ?"

ಕ್ರಿಸ್‌ಗೆ ಏನು ಹೇಳಬೇಕೆಂದೇ ತೋಚಲಿಲ್ಲ. ಹಾಗಾಗಿ ನಾವು ತುಂಬ ಒತ್ತಡದಲ್ಲೇ ಮೌನವಾಗಿ ಮನೆಗೆ ಹಿಂದಿರುಗಿದೆವು.

ನಾನು ಈ ಕಥೆಯನ್ನು ಇಷ್ಟೊಂದು ವಿಸ್ತಾರವಾಗಿ ಹೇಳಲು ಹೇಗೆ ಸಾಧ್ಯವಾಯಿತು ಎಂದರೆ ಇದರ ಪ್ರತಿಯೊಂದು ಅಂಶವನ್ನೂ ಮ್ಯಾರೇಜ್ ಕೌನ್ಸಲಿಂಗ್‌ನಲ್ಲಿ ನಾನು ಪದೇ ಪದೇ ಹೇಳುತ್ತ ಬಂದಿದ್ದೇನೆ.

ಒಂದು ಮನೆಯ ಕುರಿತು ಇಂತಹ ಕಥೆಯನ್ನು ನೆನಪಿಡುವುದು ಸುಲಭವೇನೋ. ಹಾಗಲ್ಲ. ಇನ್ನೂ ಆಳಕ್ಕೆ ಇಳಿದು ಇದರ ಸತ್ಯವನ್ನು ಹುಡುಕಾಡಬೇಕಿದೆ. ನನ್ನ ಫ್ರೆಂಡ್‌ನ ಜೊತೆಗಿನ ಹೋಲಿಕೆ ಮತ್ತು ನನ್ನಲ್ಲಿ ತಲೆ ಎತ್ತಿದ ಕೋಪ ನನ್ನ ಬದುಕನ್ನು ಬದಲಾಯಿಸಿದ ಪಾಠವಾಗಿ ಪರಿಣಮಿಸಿತು.

ನನಗೇನೂ ಅವಳ ವಿರುದ್ಧ ಅನ್ನಿಸುತ್ತಿರಲಿಲ್ಲ. ನನ್ನ ಗಂಡನ ಬಗೆಗೂ ಹಾಗಿರಲಿಲ್ಲ. ನನಗೆ ನನ್ನ ಬಗ್ಗೆಯೇ ಜುಗುಪ್ಸೆ ಅನ್ನಿಸುತ್ತಿತ್ತು ಯಾಕೆಂದರೆ ನನ್ನ ಆಕಾಂಕ್ಷೆಗಳನ್ನೆಲ್ಲ ನಾನು ಬಲಿಕೊಟ್ಟುಬಿಟ್ಟಿದ್ದೆ. ನನ್ನ ಗಂಡ ಯಶಸ್ವೀ ವ್ಯಕ್ತಿಯಾಗಿ ನನಗೆ ಆರ್ಥಿಕ ಬೆಂಬಲವನ್ನು ನೀಡುತ್ತ ಬದುಕಿನಲ್ಲಿ ನನಗೆ ಬೇಕಿರುವುದನ್ನು ಕೊಡುತ್ತಾನೆ ಎಂದುಕೊಂಡಿದ್ದೆ. ನಿಜವೆಂದರೆ, ನಿಮ್ಮ ಬದುಕು ನಿಮ್ಮ ಜವಾಬ್ದಾರಿ.

ನಿಮಗೆ ಆರ್ಥಿಕ ಯಶಸ್ಸು ಬೇಕಿದ್ದರೆ ಅದನ್ನು ಸೃಷ್ಟಿಸುವುದು ನಿಮ್ಮ ಹೊಣೆಗಾರಿಕೆ. ನಿಮಗೆ ಕ್ವೀನ್ ಬಂಕ್ ಬೆಡ್ಸ್‌ನ ಮತ್ತು ನವೀಕರಿಸಲಾದ ಅಡುಗೆ ಮನೆ ಬೇಕಿದ್ದರೆ, ಅದಕ್ಕಾಗಿ ಕೆಲಸ ಮಾಡುವುದು ನಿಮ್ಮ ಜವಾಬ್ದಾರಿ.

ಅಂತಹ ಜವಾಬ್ದಾರಿಗಳನ್ನು ನಾನು ಒಂದು ದಶಕದವರೆಗೆ ನಿರ್ವಹಿಸಲೇ ಇಲ್ಲ. ಈ ಅನುಭವಗಳು ನನ್ನನ್ನು ಕನ್ನಡಿಯಲ್ಲಿ ನೋಡುವಂತೆ ಮಾಡಿತು. ನನ್ನಷ್ಟಕ್ಕೇ ನನಗೇನು ಬೇಕೆಂಬ ಬಗ್ಗೆ ಪ್ರಾಮಾಣಿಕತೆಯಿಂದಿರಲು ಹೇಳಿತು. ಅಸೂಯೆ ನನ್ನ ಭವಿಷ್ಯವನ್ನು ರೂಪಿಸಲಿರುವ ಸಂದೇಶವಾಗಿತ್ತು. ನನ್ನ ಫ್ರೆಂಡ್‌ನ ಗೆಲುವನ್ನು ಕಂಡು ನಾನು ಕೂಡಾ ನನ್ನ ಗೆಲುವಿನ ಮಹಾನ್ ಸಾಧ್ಯತೆಗಳನ್ನು ನೋಡತೊಡಗಿದೆ.

ನಾನು ಬಾಗಿಲನ್ನು ಒದ್ದು ಕೆಲಸಕ್ಕೆ ತೊಡಗಿದೆ. ನಾನೇನೂ ವಿಶೇಷ ವ್ಯಕ್ತಿಯಾಗಿರಲಿಲ್ಲ. ಹಿಂದೆ ನಾನೇನನ್ನು ಮಾಡಲು ಬಯಸುತ್ತಿರಲಿಲ್ಲವೋ ಅದನ್ನು ಮಾಡಲು ತೊಡಗಿದೆ. ನಾನು ಸ್ಥಿರತೆಯನ್ನು ಕಾಪಾಡಿ, ಸಂಕಲ್ಪದಿಂದ ನನಗೆ ಬೇಕಿರುವ ವಿಷಯವನ್ನು ಮಾಡಲು ತೊಡಗಿದೆ. ರೆಪ್ಸ್‌ಗಳನ್ನು ಹಾಕಲು ತೊಡಗಿದೆ. 15ವರ್ಷಗಳ ಕಠಿಣ ದುಡಿಮೆ ನನಗೆ ಕ್ವೀನ್ ಸೈಜ್ ಬಂಕ್ ಬೆಡ್‌ಗಳನ್ನು ಹೊಂದಲು ಬೇಕಾದವು. ಆದರೆ ಅದನ್ನು ನಾನು ಮಾಡಿದೆ ಮತ್ತು ನಿಮಗೂ ಸಾಧ್ಯವಿದೆ.

ಲೆಟ್ ದೆಮ್ ಸಿದ್ಧಾಂತ ನಿಮಗೆ ಆಳಕ್ಕೆ ಇಳಿದು ಅಸೂಯೆ ನಿಮಗೆ ಏನೆಲ್ಲಾ ಕಲಿಸಲು ಸಾಧ್ಯವೆಂಬ ಸತ್ಯವನ್ನು ತೋರಿಸುತ್ತದೆ. ಇಲ್ಲಿಯವರೆಗೆ ನೀವು ಮೇಲ್ಪದರಿನಲ್ಲೇ ಉಳಿದು ನಿಮ್ಮ ಸಮಯ ಮತ್ತು ಶಕ್ತಿಯನ್ನು ಅನ್ಯ ವ್ಯಕ್ತಿಗಳ ಬಗೆಗೆ ವ್ಯಯಿಸಿದ್ದೀರಿ, ಅವೆಲ್ಲ ನಿಮ್ಮ ನಿಯಂತ್ರಣಕ್ಕೆ ಮೀರಿದ್ದಾಗಿದ್ದವು. ಹಾಗಿದ್ದಾಗ ಆಂತರಿಕ ಅರ್ಥ ಮತ್ತು ಸಾಧ್ಯತೆಗಳನ್ನು ಕಾಣಲು ನಿಮಗೆ ಅಸಾಧ್ಯ. ನಿಮಗೊಂದು ಸುಂದರ ಮತ್ತು ಅದ್ಭುತವಾದ ಬದುಕು ಜೀವಿಸಲು ಸಿಕ್ಕಿದೆ. ನಿಮ್ಮ ಕಲ್ಪನೆಗೂ ಮೀರಿ ನಿಮ್ಮಲ್ಲಿ ಶಕ್ತಿಯಿದೆ. ನೀವೆಲ್ಲಿ ಜೀವಿಸುತ್ತೀರಿ ಅಥವಾ ನೀವು ಎದುರಿಸುತ್ತಿರುವ ಸನ್ನಿವೇಶಗಳಾಗಲೀ ಅಥವಾ ನಿಮ್ಮ ಬದುಕಿನ ಯಾವುದೇ ವಿಷಯ ನಿಮ್ಮ ಮಿತಿಗಳಾಗಿರುವುದಿಲ್ಲ.

ನೀವು ನಿಮ್ಮಷ್ಟಕ್ಕೆ ಪ್ರಾಮಾಣಿಕರಾಗಿ ನಿಜಕ್ಕೂ ನಿಮಗೇನು ಬೇಕು ಎನ್ನುವುದನ್ನು ಪಡೆಯುವುದು ನಿಮ್ಮ ಹೊಣೆಗಾರಿಕೆ ಎಂದು ಭಾವಿಸಿದ್ದರೆ ಅದು ನಿಮ್ಮಿಂದ ಸಾಧ್ಯವಿದೆ. ಪ್ರತಿ ದಿನ ನೀವು ಬೇಗನೆ ಎದ್ದು, ಒಂದು ಕಾಲನ್ನು ಮುಂದಕ್ಕೆ ಇರಿಸಿ, ತುಸು ಕಷ್ಟಪಟ್ಟು ಸ್ವಲ್ಪ ಸ್ವಲ್ಪವೇ ಕೆಲಸದಲ್ಲಿ ತೊಡಗಿದರೆ, ನೀವು ನಿನ್ನೆಗಿಂತ ತುಸು ಚೆನ್ನಾಗಿ ಸಾಧಿಸಿರುತ್ತೀರಿ. ನೀವು ಬದಲಾಗುವುದಷ್ಟೇ ಅಲ್ಲ, ನೀವೇ ಹಿಂದೊಮ್ಮೆ ಅಸೂಯೆ ಪಡುತ್ತಿದ್ದ ಬದುಕನ್ನು ಜೀವಿಸಲು ತೊಡಗುವಿರಿ. ಆದ್ದರಿಂದ ಸಾರಾಂಶದಲ್ಲಿ, ನೀವು ಸತತವಾಗಿ ನಿಮ್ಮನ್ನು ಕಾಡಿದ ಹೋಲಿಕೆಯನ್ನು ಮೀರಿ ನಡೆಯಲು ಕಲಿತ್ತಿದ್ದೀರಿ ಎಂದ ಹಾಗಾಯ್ತು.

ಇಲ್ಲಿಯವರೆಗೆ ಅನ್ಯ ಜನರ ಯಶಸ್ಸು ನಿಮ್ಮನ್ನು ಕುಂಠಿತರನ್ನಾಗಿಸುತ್ತಿತ್ತು. ಲೆಟ್ ದೆಮ್ ಸಿದ್ಧಾಂತ ಅನ್ಯರು ತಮ್ಮ ಯಶಸ್ಸನ್ನು ಗಳಿಸಿರಲಿ ಮತ್ತು ಅದನ್ನು ನಿಮ್ಮ ಪ್ರೇರಣೆಯನ್ನಾಗಿ ಮಾಡಿಕೊಂಡು ನಿಮ್ಮ ಬದುಕಿನಲ್ಲಿ ಬಯಸಿದ್ದನ್ನು ಪಡೆಯಲು ಕಲಿಸಿದೆ.

1. **ಸಮಸ್ಯೆ:** ನೀವು ನಿಮ್ಮನ್ನು ಅನ್ಯರ ಜೊತೆಗೆ ತುಲನೆ ಮಾಡುವಾಗ, ಬದುಕು ನ್ಯಾಯೋಚಿತವಲ್ಲ ಎಂದುಕೊಳ್ಳುತ್ತ ನಿಮ್ಮ ನಿಯಂತ್ರಣಕ್ಕೆ ದಕ್ಕದ ವಿಷಯಗಳಲ್ಲಿ ಸಮಯ ಮತ್ತು ಶಕ್ತಿಯನ್ನು ವ್ಯಯಿಸುತ್ತ ಬಂದಿದ್ದೀರಿ. ಅನ್ಯರ ಯಶಸ್ಸು ನಿಮ್ಮನ್ನು ಕುಂಠಿತರನ್ನಾಗಿಸಿ, ನೀವು ನಿಂತಲ್ಲೇ ನಿಲ್ಲುವಂತಾಗಿ ಹಿಂದಕ್ಕೆ ಉಳಿದು ಹತಾಶೆಯನ್ನು ಅನುಭವಿಸಿದ್ದೀರಿ. ಈ ಮಾನಸಿಕ ಸ್ಥಿತಿ ನಿಮ್ಮನ್ನು ಉದಾಸೀನತೆಗೆ ತಳ್ಳಿ, ನಿಮ್ಮದೇ ಯಶಸ್ಸನ್ನು ಗಳಿಸಲು ಆಗದಂತೆ ತಡೆದಿದೆ.

2. **ಸತ್ಯ:** ನೀವು ಬಯಸುವಂತಹ ಯಶಸ್ಸನ್ನು ಗಳಿಸಿದ ಯಾರಾದರೊಬ್ಬರು ಇದ್ದೇ ಇರುತ್ತಾರೆ. ಅವರು ನಿಮಗಿಂತ ಬೇಗನೇ ಯಶಸ್ಸನ್ನು ಗಳಿಸಿದ್ದಾರೆ. ನಿಮ್ಮನ್ನು ಇತರರೊಂದಿಗೆ ಹೋಲಿಸುವುದು ಒಂದು ಸಹಜ ಪ್ರವೃತ್ತಿ. ಆದರೆ ಅದು ನಿಮ್ಮ ಯೋಚನೆಗಳನ್ನು ತಿಂದುಹಾಕುತ್ತವೆ ಎಂದಾಗ ನಿಮ್ಮ ಆತ್ಮವಿಶ್ವಾಸ ಮತ್ತು ಪ್ರೇರಣೆ ಕುಸಿಯುತ್ತದೆ. ಇನ್ನೊಬ್ಬರ ಯಶಸ್ಸನ್ನು ನಿಮಗೆ ನಿಯಂತ್ರಿಸಲು ಆಗುವುದಿಲ್ಲ. ಆದರೆ ಅದಕ್ಕೆ ನೀವು ಹೇಗೆ ಸ್ಪಂದಿಸುತ್ತೀರಿ ಎಂಬುದನ್ನು ನಿಯಂತ್ರಿಸಬಹುದಲ್ಲವೇ?

3. **ಪರಿಹಾರ:** ಲೆಟ್ ದೆಮ್ ಸಿದ್ಧಾಂತವನ್ನು ಅನುಸರಿಸುತ್ತ ನಿಮ್ಮನ್ನೇ ನೀವು ಯಾತನೆಗೆ ಗುರಿಪಡಿಸುವುದನ್ನು ನಿಲ್ಲಿಸಿ ಮತ್ತು ಹೋಲಿಕೆಯನ್ನು ನಿಮ್ಮ ಅನುಕೂಲಕ್ಕಾಗಿ ಬಳಸಿ. ಇನ್ನೊಬ್ಬರು ಯಶಸ್ಸು ಪಡೆದಿರಬೇಕಿದ್ದರೆ, ನೀವು ಕೂಡಾ ಯಶಸ್ಸನ್ನು ಹೊಂದಬಹುದೆಂದರ್ಥ. ಪ್ರೇರಣೆಯನ್ನು ಕ್ರಿಯೆಗೆ ಬದಲಿಸಿದಾಗ, ನೀವು ಅರ್ಹರಿರುವ ಮಹಾನ್ ಬದುಕನ್ನು ನಿಮ್ಮಷ್ಟಕ್ಕೆ ರೂಪಿಸಲು ಸಾಧ್ಯವಾಗುತ್ತದೆ.

ನೀವು *ಲೆಟ್ ದೆಮ್* ಎನ್ನುವಾಗ, ಅನ್ಯ ಜನರ ಯಶಸ್ಸಿನಿಂದ ನೀವು ಕಲಿಯುತ್ತೀರಿ. ಮತ್ತು ನೀವೇ ದಾರಿಯನ್ನು ತೋರುತ್ತೀರಿ. ನೀವು *ಲೆಟ್ ಮಿ* ಎಂದಾಗ, ನಿಮ್ಮ ಕೈಯಲ್ಲಿರುವ ಕಾರ್ಡ್‌ಗಳಿಂದ ಆಡಲು ಶುರು ಮಾಡುತ್ತೀರಿ. ಆಗ ಪ್ರೇರಣೆ ಕ್ರಿಯಾತ್ಮಕವಾಗಿ ಪರಿಣಮಿಸುತ್ತದೆ, ಮತ್ತು ಇನ್ನೊಬ್ಬರ ಜೊತೆಗೆ ಆಡುತ್ತೀರಿ ಹೊರತು ಅವರ ವಿರುದ್ಧವಾಗಿ ಅಲ್ಲ.

ನಿಮ್ಮ ಕೈಲಿರುವುದರಿಂದ ಆಟವಾಡಿ ಮತ್ತು ಬದುಕಿನ ಆಟವನ್ನು ಗೆಲ್ಲಿರಿ.

ನೀವೀಗ ಈ ಪುಸ್ತಕದ ಮೊದಲ ಭಾಗವನ್ನು ಮುಗಿಸಿದ್ದೀರಿ.

ಈಗ ಲೆಟ್ ದೆಮ್ ಸಿದ್ಧಾಂತ ಹೇಗೆ ನಿಮ್ಮ ಬದುಕಿನಲ್ಲಿ ಕೆಲಸ ಶುರು ಮಾಡಿದೆ ಎಂಬುದು ವೇದ್ಯವಾಗಿರುತ್ತದೆ. ನೀವು ನಿಯಂತ್ರಿಸಲು ಸಾಧ್ಯವಾಗದಿರುವ ವಿಷಯಗಳಲ್ಲಿ – ಇನ್ನೊಬ್ಬರ ನಡವಳಿಕೆ, ಅಭಿಪ್ರಾಯಗಳು ಮತ್ತು ನಿರೀಕ್ಷೆಗಳು–ನೀವೆಷ್ಟು ಶಕ್ತಿಯನ್ನು ಪೋಲು ಮಾಡುತ್ತಿದ್ದಿರೋ ಅದನ್ನು ಮುಕ್ತಗೊಳಿಸಲು ಕಲಿಸಿದೆ.

ಲೆಟ್ ದೆಮ್, *ಲೆಟ್* ಮಿಯನ್ನು ನೀವೆಷ್ಟು ಹೇಳುತ್ತೀರೋ, ಅದಕ್ಕೆ ತಕ್ಕ ಹಾಗೆ ನಿಮ್ಮ ಮಾನಸಿಕ ಸ್ಥಳಾವಕಾಶ, ಭಾವನಾತ್ಮಕ ಶಕ್ತಿ ಮತ್ತು ಸಮಯವನ್ನು ಮುಕ್ತಗೊಳಿಸಲು ಶಕ್ತರಾಗುತ್ತೀರಿ. ಹಾಗಿರುವ ಮುಕ್ತತೆಯಲ್ಲಿ ನೀವು ವಿಭಿನ್ನವಾಗಿ ಕಾಣಿಸಿಕೊಳ್ಳಲು ಸಾಧ್ಯ ಮತ್ತು ನಿಮ್ಮ ಸಂಬಂಧಗಳು ಸುಧಾರಿಸುತ್ತವೆ. *ಲೆಟ್ ದೆಮ್*‌ನ ವ್ಯಾಪ್ತಿ ಅಸಾಧರಣವಾಗಿರುತ್ತದೆ. ಮುಂದಿನ ಭಾಗದಲ್ಲಿ, ಸೂಕ್ಷ್ಮವಾದ ವಯಸ್ಕ ಸಂಬಂಧಗಳನ್ನು ಹೇಗೆ ಈ ಸಿದ್ಧಾಂತವನ್ನು ಬಳಸಿ ಸುಧಾರಿಸಬಹುದೆಂದು ನೋಡಬಹುದು. ಅದು ಗೆಳೆತನವಿರಲಿ, ಕೌಟುಂಬಿಕ, ಪ್ರಣಯ ಸಂಬಂಧಗಳಿರಲಿ, ಅಥವಾ ಸಹೋದ್ಯೋಗಿಗಳ ಜೊತೆಗಿನ ಬಾಂಧವ್ಯಗಳಿರಲಿ, ಅವುಗಳ ಪರಿಧಿಗಳನ್ನು ಗುರುತಿಸಬಹುದು, ಅವನ್ನು ಇನ್ನಷ್ಟು ಬಲಪಡಿಸಬಹುದು ಮತ್ತು ಇನ್ನೊಬ್ಬರನ್ನು ನಿರ್ವಹಿಸುವ ಕಾರ್ಯವನ್ನು ತಹಬಂದಿಗೆ ಹೇಗೆ ತರಬಹುದೆಂದು ಕಲಿಯುವಿರಿ. ಸದ್ಯ, ನೀವು ಹತಾಶರಾಗಿ, ಏಕಾಕಿತನವನ್ನು ಅನುಭವಿಸುತ್ತ, ಅಥವಾ ನೀವು ಅಂದುಕೊಂಡ ಸಂಪರ್ಕಗಳ ಬಗೆಗೆ ಅನಿಶ್ಚಿತತೆಯನ್ನು ಅನುಭವಿಸುತ್ತಿರಬಹುದು.

ಆದರೆ ಇಲ್ಲಿದೆ ಸತ್ಯ: ನಿಮ್ಮ ಬದುಕಿನ ಅತ್ಯಂತ ಉತ್ತಮ ಸಂಬಂಧಗಳು ಮುಂದೆ ಬೆಸೆಯುತ್ತವೆ. ತುಂಬಾ ತೃಪ್ತಿಕರವಾದ ಸ್ನೇಹಗಳು, ಬಹಳ ಸುಂದರವಾದ ಪ್ರೇಮ ಕಥೆಗಳು, ಮತ್ತು ಕೌಟುಂಬಿಕ ಸದಸ್ಯರಲ್ಲಿ ಅದ್ಭುತವಾದ ಸಂಬಂಧಗಳು ಮುಂದಕ್ಕೆ ಬರುತ್ತವೆ. ಹಾಗಿರುವಾಗ ನೀವು ಅವನ್ನು ಸ್ವೀಕರಿಸಲು ಕಲಿಯುವಿರಿ ಮತ್ತು ಸಂಬಂಧಗಳನ್ನು ನಿರ್ಬಂಧಿಸುವುದನ್ನು ತಡೆಯುವಿರಿ.

ಎಷ್ಟು ನೀವು ನಿಮ್ಮ ನಿರೀಕ್ಷೆಗಳನ್ನು, ನಿಯಂತ್ರಣಗಳನ್ನು ಮತ್ತು ಇತರರನ್ನು ನಿರ್ಬಂಧಿಸುವುದನ್ನು ನಿಲ್ಲಿಸುವಿರೋ, ಅಷ್ಟೊಂದು ಸಂಬಂಧಗಳು ಕೂಡಿಬರುತ್ತವೆ. ಅದ್ಭುತವಾದ ಗೆಳೆಯರನ್ನು ಹೊಂದುವುದಕ್ಕೆ, ತುಸು ಬದಲಾವಣೆಗಳನ್ನು ಮಾಡಿಕೊಳ್ಳುವುದಕ್ಕೆ ಕೌಟುಂಬಿಕ ಸಂಬಂಧಗಳನ್ನು ಬಲಪಡಿಸುವುದಕ್ಕೆ ಅಥವಾ ನೀವು ಕನಸು ಕಂಡ ಪ್ರೇಮವನ್ನು ಸ್ಥಿರಗೊಳಿಸುವುದಕ್ಕೆ ಈಗೇನೂ ಅಷ್ಟೊಂದು ವಿಳಂಬವಾಗಿಲ್ಲ.

ನಿಮ್ಮ ಬದುಕಿನ ಅತ್ಯಂತ ಮಹತ್ವದ ರಸಕ್ಷಣಗಳು ಮತ್ತು ಗಹನವಾದ ಸಂಬಂಧಗಳು ರೂಪುಗೊಳ್ಳುವುದಕ್ಕೆ ಕಾಲಕೂಡಿಬಂದಿದೆ ಎಂದು ತಿಳಿಯುವುದಕ್ಕೆ ನಿಮಗೆ ಎಷ್ಟೊಂದು ರೋಮಾಂಚನವಾಗಬೇಡ?

ಲೆಟ್ ದೆಮ್ ಸಿದ್ಧಾಂತವನ್ನು ಅಳವಡಿಸಿದಿರೋ, ಅದು ಸಾಧ್ಯ. ಆದ್ದರಿಂದ ಈಗಲೇ ಶುರು ಮಾಡೋಣ.

ನಿಮ್ಮ ಸಂಬಂಧಗಳು ಮತ್ತು ಲೆಟ್ ದೆಮ್ ಸಿದ್ಧಾಂತ

ವಯಸ್ಕರ ಸ್ನೇಹವನ್ನು ಸಂಪಾದಿಸುವುದು

ಅನ್ಯ ಜನರು ಬದಲಾಗಲು ಪ್ರೇರೇಪಿಸುವುದು

ಸಂಕಟದಲ್ಲಿರುವವರಿಗೆ ಸಹಾಯ ಒದಗಿಸುವುದು

ನಿಮಗೆ ಅರ್ಹವೆನಿಸುವ ಪ್ರೀತಿಸುವವರನ್ನು ಆಯುವುದು

ನಿಮ್ಮ ಸಂಬಂಧಗಳು
ಸುಧಾರಿಸಬೇಕಿದ್ದರೆ ಅನ್ಯ
ಜನರನ್ನು ಅವರಷ್ಟಕ್ಕೇ
ಬಿಟ್ಟುಬಿಡಬೇಕು.

–ಮೆಲ್ ರಾಬಿನ್ಸ್

ವಯಸ್ಕರೊಂದಿಗಿನ ಸ್ನೇಹವನ್ನು ಕರಗತ ಮಾಡಿಕೊಳ್ಳುವುದು

ಅಧ್ಯಾಯ 11

ವಯಸ್ಕರೊಂದಿಗಿನ ಸ್ನೇಹದ ಬಗೆಗೆ ನಿಮಗೆ ಯಾರೂ ಸತ್ಯವನ್ನು ಹೇಳಿರುವುದಿಲ್ಲ

ನೀವು ನಾವು ಪ್ರಾಮಣಿಕರಗಿರೋಣ: ವಯಸ್ಕರೊಂದಿಗಿನ ಸ್ನೇಹ ಕಠಿಣ. ನನಗೆ ಗೊತ್ತಿರುವ ಪ್ರತಿಯೊಬ್ಬರೂ ವಯಸ್ಕ ಸ್ನೇಹದಿಂದ ಬಳಲಿದವರೇ ಆಗಿದ್ದಾರೆ: ಸ್ನೇಹವನ್ನು ಹುಟ್ಟು ಹಾಕುವುದು, ಕಳೆದುಕೊಳ್ಳುವುದು, ಅಥವಾ ಸ್ನೇಹ ಮುಂದುವರಿಯುವಂತೆ ಕಪಾಡಿಕೊಳ್ಳುವುದು. ನಿಮಗೆ ಎಂದಾದರೂ ಅನ್ನಿಸಿರಬೇಕು, ನನ್ನ ಫ್ರೆಂಡ್ಸ್ ಎಲ್ಲ ಎಲ್ಲಿಗೆ ಹೋದರು? ನೀವು ಏಕಾಂಗಿಯಲ್ಲ. ನಿಮಗೆ ಸ್ನೇಹಿತರಿಲ್ಲ ಎಂದು ಅನ್ನಿಸಿರಬಹುದು. ಅಥವಾ ನೀವು ನಿಮ್ಮ ಬದುಕಿನ ಬೇರೆಯೇ ಮಜಲಿಗೆ ಬಂದಿರುವಾಗ ಹಳೆಯ ನಿಕಟವರ್ತಿ ಸ್ನೇಹಿತರು ದೂರಸರಿದಿರಬಹುದು. ನೀವು ಅದಾವುದೋ ನಾಟಕವಾಡುತ್ತಿರಬಹುದು, ಅಥವಾ ಅನ್ಯರು ನಿಮ್ಮನ್ನು ಸಂಪರ್ಕಿಸಲಿ ಎಂದು ಕಾಯುತ್ತಿರಬಹುದು, ಅಥವಾ ನಿಮ್ಮ ನೆಲೆಯ ಕುರಿತೇ ನಿಮಗೆ ಅನಿಶ್ಚಿತತೆ ಇದ್ದಿರಬಹುದು. ಅಥವಾ ಬದುಕೊಂದು ದೊಡ್ಡ ಪಾರ್ಟಿಯಾಗಿರುವುದರಿಂದ ನೀವೆಲ್ಲೋ ಕಳೆದುಹೋಗಿರಬಹುದು. ನಿಮಗೆ ಉತ್ತಮ ಸ್ನೇಹ ಬೇಕಿದೆ; ಅದನ್ನು ಎಲ್ಲಿ ಪಡೆಯಬಹುದೆಂಬುದು ನಿಮಗೆ ತಿಳಿದಿರುವುದಿಲ್ಲ. ನಾನು ಕೂಡಾ ಈ ಕುರಿತಂತೆ ಬಹಳಷ್ಟು ಒದ್ದಾಡಿದ್ದೇನೆ.

ಈ ಅಧ್ಯಾಯದಲ್ಲಿ ನಾವು ವಯಸ್ಕರ ಸ್ನೇಹದ ಬಗೆಗೆ ವ್ಯವಹರಿಸುತ್ತೇವೆ. ಅದನ್ನು ನೀವು

ಇದುವರೆಗೆ ಹೇಗೆ ವ್ಯವಹರಿಸಿದ್ದಿರೆಂದರೆ ನಿಮ್ಮ ಬಾಲ್ಯದ ಸಮಯದಲ್ಲಿ ಇದ್ದ ಹಾಗೆ. ಹಾಗೆಂದು ನಿಮಗೆ ನಿರೀಕ್ಷೆ ಇತ್ತು. ಹಾಗಾಗಿಯೇ ನಿಮ್ಮ ಫ್ರೆಂಡ್‌ಶಿಪ್ ಹೇಗಿರಬೇಕಿತ್ತೋ ಹಾಗಿಲ್ಲ.

ನಿಜವೆಂದರೆ, ನೀವು ವಯಸ್ಕರಾದಾಗ ಸ್ನೇಹ ನಾಟಕೀಯವಾಗಿ ಬದಲಾಗಿಬಿಡುತ್ತದೆ- ಅಂತಹ ಬದಲಾವಣೆ ಬರುತ್ತಿದೆ ಎಂದು ಯಾರಿಗೂ ಕಾಣಿಸುವುದಿಲ್ಲ. ಆದ್ದರಿಂದ ನಿಮ್ಮ ಬದುಕಿನ ಈ ವಲಯವನ್ನು ನಿಯಂತ್ರಿಸುವಲ್ಲಿ ಲೆಟ್ ದೆಮ್ ಸಿದ್ಧಾಂತವನ್ನು ಅಳವಡಿಸುವುದು ಶ್ರೇಯಸ್ಕರ.

ಮನುಷ್ಯನ ಅನುಭವಗಳಲ್ಲಿ ಸ್ನೇಹ ಅತ್ಯಂತ ಮಹಾನ್ ಮತ್ತು ಅರ್ಥಪೂರ್ಣ ಆಯಾಮವೆನ್ನಬಹುದು. ನಿಮ್ಮ ಬದುಕಿನಲ್ಲಿ ಅದ್ಭುತವಾದ ಸ್ನೇಹಿತರನ್ನು ನೀವು ಬಯಸುತ್ತೀರಿ. ಅವರು ನಿಮ್ಮ ಬದುಕನ್ನು ಹೆಚ್ಚು ಮೋಜಿನಿಂದ ಕೂಡಿರುವಂತೆ ಸಹ್ಯವಾಗುವಂತೆ ಮಾಡುತ್ತಾರೆ- ಅವರು ನಿಮ್ಮ ಪರಿವಾರದಂತೆಯೇ ಆಗಿಬಿಡುತ್ತಾರೆ.

ಮಹಾನ್ ಚದುರುವಿಕೆ

ನಿಮ್ಮ ಹಿರಿಯರ ಸ್ನೇಹವನ್ನು ಸಂಭಾಳಿಸುವುದು ದುಸ್ತರ ಏತಕ್ಕೆಂದರೆ, ನೀವು 20ರ ವಯಸ್ಸಿಗೆ ಬಂದಾಗ ನಿಮ್ಮ ಸ್ನೇಹದ ಗ್ರೂಪ್‌ನ ಆಟದಿಂದ ವೈಯಕ್ತಿಕ ಆಟವಾಗಿ ಬದಲಾಗುತ್ತದೆ. ಯಾರಿಗೂ ಇದು ಪತ್ತೆಯಾಗುವುದಿಲ್ಲ. ಈ ಬದಲಾವಣೆಯನ್ನು ನೀವು ಗುರುತಿಸಿರುವುದಿಲ್ಲ (ಯಾರೂ ಗುರುತಿಸಿರುವುದಿಲ್ಲ), ನೀವು ಪ್ರೌಢ ಸ್ನೇಹಕ್ಕೆ ಬೇಕಾದಂತೆ ಬದಲಾಯಿಸಿಕೊಳ್ಳುವುದಿಲ್ಲ. ಹಾಗಾಗಿ ನಿಮಗೆ ಒಂಟಿತನ ಕಾಡುತ್ತದೆ. ನೀವು ಪ್ರೀತಿಸುವ ಮಂದಿಯೊಂದಿಗಿನ ನಿಮ್ಮ ಸ್ನೇಹ ಇಂದಿನ ವ್ಯಸ್ತ ಮತ್ತು ಅವ್ಯವಸ್ಥೆಯ ಜಗತ್ತಿನಲ್ಲಿ ಆಯೋಮಯವಾದಂತೆ ಅನ್ನಿಸುತ್ತದೆ.

ನೀವು ಬೆಳೆದಂತೆ, ಬದಲಾದಂತೆ ಮತ್ತು ಉದ್ಯೋಗವನ್ನು ಬದಲಿಸುತ್ತಿದ್ದ ಹಾಗೆ, ಪ್ರೇಮದಲ್ಲಿ ಬಿದ್ದು ಅಥವಾ ಅದರಿಂದ ಹೊರಬಂದು ನೀವು ನಿಮ್ಮ ಬದುಕಿಗೆ ಸದಾ "ಒಳ್ಳೆಯ ಜನರನ್ನು" ಪಡೆಯುವ ದಂಧೆಯಲ್ಲಿ ಹೋರಾಡುವಂತಾಗುತ್ತದೆ. ಲೆಟ್ ದೆಮ್ ಸಿದ್ಧಾಂತ ನಿಮಗೆ ವಯಸ್ಕ ಸ್ನೇಹವನ್ನು ಆಳವಾಗಿ ತಿಳಿಯಲು ಸಹಾಯ ಮಾಡುತ್ತದೆ ಮತ್ತು ಸದ್ಯ ನಿಮಗಿರುವ ಸ್ನೇಹಿತರ ಬಂಧವನ್ನು ಇನ್ನಷ್ಟು ಸದೃಢಗೊಳಿಸುವಂತಾಗುತ್ತದೆ. ಹಾಗೆಯೇ ಹೊಸತೊಂದು ಸ್ನೇಮಯ ಲೋಕಕ್ಕೆ ನೀವು ತೆರೆದುಕೊಳ್ಳುವಂತಾಗುತ್ತದೆ.

ಹಾಗಿದ್ದರೆ ಬದಲಾವಣೆ ಏನು?

ನೀವು ಚಿಕ್ಕವರಿದ್ದಾಗಿನ ಸ್ನೇಹ ಮತ್ತು ದೊಡ್ಡವರಾದಾಗಿನ ಸ್ನೇಹದ ನಡುವಿನ ವ್ಯತ್ಯಾಸವನ್ನು ಅಭ್ಯಸಿಸೋಣ.

ನೀವು ಚಿಕ್ಕವರಿದ್ದಾಗ, ನೀವು ಮತ್ತು ನಿಮ್ಮ ಫ್ರೆಂಡ್ಸ್ ಒಂದು ಟೀಮ್‌ನ ಥರಾ ಇದ್ದಿರಿ. ಅದೇ ಆಟ, ಅದೇ ಬಯಲು. ಕಿಂಡರ್‌ಗಾರ್ಟನ್‌ನಿಂದ ಹೈಸ್ಕೂಲ್‌ನ ವರೆಗೆ ನೀವು ಮತ್ತು

ನಿಮ್ಮ ಫ್ರೆಂಡ್ಸ್‌ಗೆ ಒಂದೇ ಬಗೆಯ ಚಟುವಟಿಕೆ, ಅವೇ ಬಸ್ಸುಗಳು, ಅವೇ ಪುಸ್ತಕಗಳು, ಶಾಲೆಯಲ್ಲಿ ಅವೇ ವಿಷಯಗಳನ್ನು ಕಲಿಯುತ್ತಿದ್ದಿರಿ.

ಎಲ್ಲರೂ ನಿಮ್ಮದೇ ವಯಸ್ಸಿನವರು: ಕ್ಲಾಸಿನಲ್ಲಿ, ಹಾಲ್‌ನಲ್ಲಿ, ಕ್ರೀಡಾಂಗಣದಲ್ಲಿ, ಮತ್ತು ನಿಮ್ಮ ನೆರೆಯ ಮನೆಗಳಲ್ಲಿ: ನಿಮ್ಮಗಳದು ಅವೇ ಮೈಲ್‌ಸ್ಟೋನ್‌ಗಳು. ಬರ್ತ್‌ಡೇ ಮೊದಲ್ಗೊಂಡು ಗ್ರ್ಯಾಜುವೇಶನ್‌ವರೆಗೆ, ಅವೇ ರಜಾ ದಿನಗಳು. ಕ್ಲಬ್‌ಗಳು ಒಂದೇ, ಆಟಗಳು ಒಂದೇ, ಚಟುವಟಿಕೆಗಳು ಒಂದೇ, ಕ್ಲಾಸುಗಳೂ ಒಂದೇ. ಇದರಿಂದ ನಿಮಗೆ ಗೊತ್ತಿಲ್ಲದೇನೇ ಬಹುದೊಡ್ಡದೊಂದು ಗ್ರೂಪ್ ನಿಮ್ಮ ಜೊತೆಯೇ ಸಾಗುತ್ತಿದೆ ಮತ್ತು ನೀವು ಅದರ ಒಂದು ಅಂಗವಾಗಿದ್ದೀರಿ ಅಂತ.

ಅದಕ್ಕೋಸ್ಕರವೇ ಫ್ರೆಂಡ್‌ಶಿಪ್ ಒಂದು ಗ್ರೂಪ್ ಸ್ಪೋರ್ಟ್ಸ್ ಎಂದು ಕರೆಯಲಾಯಿತು. ಯಾಕೆ? ಯಾಕೆಂದರೆ ಪ್ರತಿಯೊಬ್ಬರೂ ಗ್ರೂಪ್‌ಗಳಲ್ಲೆ ಸಂಚರಿಸುತ್ತಿದ್ದರು ಮತ್ತು ಅವೆಲ್ಲ ನೀವು ಚಿಕ್ಕವರಿದ್ದಾಗ ಸರಳವಾಗಿ ನಡೆದುಹೋಗುತ್ತಿತ್ತು. ಮೊದಲ 20ವರ್ಷಗಳ ಫ್ರೆಂಡ್‌ಶಿಪ್‌ನ್ನು ಯೋಜಿಸಲಾಗಿತ್ತು, ನಿಮ್ಮ ಹೆತ್ತವರಿಂದ, ಸ್ಕೂಲ್ ಪದ್ಧತಿಯಿಂದ, ಸ್ಪೋರ್ಟ್ಸ್ ಟೀಮ್‌ಗಳಿಂದ, ಕಲಾ ಚಟುವಟಿಕೆಗಳಿಂದ. ನಿಮ್ಮ ಸುತ್ತಮುತ್ತ ನಿಮ್ಮದೇ ವಯಸ್ಸಿನವರು ಓಡಾಡುತ್ತಿದ್ದರು, ಎಲ್ಲರೂ ಒಂದೇ ಬಗೆಯ ಅನುಭವವನ್ನು ಪಡೆಯುತ್ತಿದ್ದರು.

ಆದ್ದರಿಂದ ನೀವು ಫ್ರೆಂಡ್‌ಶಿಪ್‌ನ್ನು ಮಾಡಿಕೊಳ್ಳುವ ಪ್ರಮೇಯವೇ ಇರುತ್ತಿರಲಿಲ್ಲ, ಯಾಕೆಂದರೆ ಬಹಳಷ್ಟು ಸಮಯವನ್ನು ಜೊತೆಯಾಗಿಯೇ ಕಳೆದು ಅನೇಕ ಅನುಭವಗಳನ್ನು ಹಂಚಿಕೊಂಡು, ಎಲ್ಲವೂ ಒಂದೇ ಸ್ಥಾನದಲ್ಲಿ ನಿಮಗೆ ಸಿಗುತ್ತಿದ್ದುದರಿಂದ ನಿಮ್ಮೊಳಗಿನ ಫ್ರೆಂಡ್‌ಶಿಪ್‌ನ ಹರಹು ಆಳವಾಗಿ ಬೇರೂರುವಂತಾಗಿತ್ತು.

ಮತ್ತು ಅದೇಕೆ ಗ್ರೂಪ್ ಸ್ಪೋರ್ಟ್ಸ್ ಎಂದು ಕರೆಯಲಾಗಿದೆ ಎಂದರೆ, ನೀವು ಯಾವುದೇ ಟೀಮ್‌ನ ಸದಸ್ಯರಾಗಿದ್ದರೆ, ಕ್ಲಬ್‌ನ ಮೆಂಬರ್ ಆಗಿದ್ದರೆ, ಯಾವುದೇ ಯೋಜನೆಯಲ್ಲಿ ನಿಮ್ಮನ್ನು ಒಳಪಡಿಸಲಾಗುತ್ತಿತ್ತು.

ಮಕ್ಕಳಿರುವಾಗ ನಿಮ್ಮನ್ನು ಯಾವತ್ತೂ ಆಹ್ವಾನಿಸಲಾಗುತ್ತದೆ, ಫ್ರೆಂಡ್‌ಶಿಪ್ ಎಂಬುದು ಸರಳ–ಸುಲಭ ಮತ್ತು ನಿಮ್ಮ ಸ್ನೇಹಿತರನ್ನು ಸದಾ ಕಾಣಲು ಸಾಧ್ಯ ಎನ್ನುವುದನ್ನು ಕಲಿಸಲಾಗಿತ್ತು. ಮತ್ತೆ ಅಂತಹ ವೇಳೆ ಅಲ್ಲೆಲ್ಲ ಮೋಜು–ಮಸ್ತಿಯ ಆಹ್ಲಾದಕರ ವಾತಾವರಣವೇ ಇರುತ್ತಿತ್ತು.

ಮತ್ತೆ ಭೂಂ... ನೀವು 20ಕ್ಕೆ ಸರಿದಾಗ, ಫ್ರೆಂಡ್‌ಶಿಪ್‌ನ ಮಹಾ ಚದುರುವಿಕೆಯ ಹಂತಕ್ಕೆ ತಲುಪಿದಂತಾಯಿತು.

ಮಹಾ ಚದುರುವಿಕೆ ಹೀಗೆ ಕಾಣಿಸುತ್ತದೆ: ಹೈಸ್ಕೂಲ್ ಅಥವಾ ಕಾಲೇಜು ಮುಗಿಯುತ್ತದೆ. ಎಲ್ಲಾ ಸ್ನೇಹಿತರು ವಿವಿಧ ದಿಶೆಗಳಲ್ಲಿ ಚದುರಿಹೋಗುತ್ತಾರೆ. ಇದ್ದಕ್ಕಿದ್ದ ಹಾಗೆ ಎಲ್ಲರೂ ಬೇರೆ ಬೇರೆ ಜಾಗಗಳಲ್ಲಿ ವಾಸ್ತವ್ಯ ಹೂಡುವಂತಾಗುತ್ತದೆ. ಮತ್ತು ನಿಮ್ಮೆಲ್ಲ ಸ್ನೇಹಿತರು ಬೇರೆ ಬೇರೆ ಹುದ್ದೆಗಳಲ್ಲಿ, ಬೇರೆ ಬೇರೆ ಜನರೊಂದಿಗೆ, ವಿವಿಧ ಸ್ತರಗಳ ಸಾಧನೆಗಳಲ್ಲಿ ತೊಡಗಿಕೊಳ್ಳುತ್ತಾರೆ.

ಹಾಗಾಗಿಯೇ ನೀವು ನಿಮ್ಮ ಬದುಕಿನ ನಿಯಂತ್ರಣವನ್ನು ಪ್ರಥಮ ಬಾರಿಗೆ ಕಳೆದುಕೊಂಡ ಅನುಭವವಾಗುತ್ತದೆ. ಮುಂದೇನು ಮಾಡಬೇಕು ಎನ್ನುವುದಕ್ಕೆ ನಿಮಗೊಂದು ಮಾರ್ಗದರ್ಶಿ ಸೂತ್ರ, ಟೈಮ್‌ಲೈನ್, ಮೈಲ್ ಸ್ಟೋನ್, ಅಥವಾ ಬೆಂಬಲ ಎಲ್ಲವೂ ಕಳೆದುಹೋಗಿರುತ್ತವೆ. ಅವೆಲ್ಲ ನಿಮ್ಮದೇ ಹೊಣೆಗಾರಿಕೆಯಾಗುತ್ತವೆ.

ಒಟ್ಟಿನಲ್ಲಿ ನಿಮ್ಮ ಪ್ರೌಢ ಜೀವನ ಶುರುವಾಗುತ್ತದೆ. ಮೊತ್ತಮೊದಲ ಬಾರಿಗೆ ನೀವು ನಿಮ್ಮ ಕಾಲಮೇಲೆ ನಿಂತಂತಾಗುತ್ತದೆ. ಇದೀಗ ಎಲ್ಲವೂ ನಿಮ್ಮ ಆಯ್ಕೆಗೆ ಬಿಟ್ಟಿದ್ದಾಗಿರುತ್ತದೆ–ನೀವು ಹೇಗೆ ಸಮಯವನ್ನು ಕಳೆಯಬೇಕು, ಎಲ್ಲಿ ಕೆಲಸ ಮಾಡಬೇಕು, ಯಾವ ನಗರದಲ್ಲಿ ವಾಸಿಸಬೇಕು, ಮತ್ತು ಯಾರೆಲ್ಲ ನಿಮ್ಮ ಜೊತೆಗೆ ಸೇರಿರಬೇಕು, ಮುಂತಾಗಿ.

ಹಾಗೆಯೇ ಸಮಯ ಕಳೆದಂತೆ, ನಿಮ್ಮಿಂದ ದೂರವಾಗಿ ಹೋದ ಆ ಸ್ನೇಹಿತರೆಲ್ಲ ಇನ್ನಷ್ಟು ದೂರಕ್ಕೆ ಸರಿಯುತ್ತಾರೆ. ಯಾರಿಗೂ ಸಮಯವಿಲ್ಲ. ಎಲ್ಲರೂ ಒಂದಾಗುವುದು ಕನಸಿನ ಮಾತೇ. ಕೇವಲ ಒಂದು ಬರಹದ ಚೈನ್(ಟೆಕ್ಸ್ಟ್ ಚೈನ್) ಜತೆಗೆ ಹಿಡಿದಿಡಬಹುದು. ಸ್ವಾಭಾವಿಕವಾಗಿ, ಪ್ರತಿಯೊಬ್ಬರೂ ತಮ್ಮದೇ ಬದುಕನ್ನು ಕಟ್ಟಿಕೊಳ್ಳಲು ಹವಣಿಸುತ್ತಾರೆ. ಮತ್ತು ತಮ್ಮೆದುರಿನಲ್ಲಿರುವವರೇ ಅವರಿಗೆ ಮುಖ್ಯರೆನಿಸುತ್ತಾರೆ. ಈ ಸಮಯದಲ್ಲೇ ಒಂಟಿತನ ಕಾಡಲಾರಂಭಿಸುವುದು. ಪ್ರೌಢ ಸ್ನೇಹ ಈಗ ಕಠಿಣವಾಗುತ್ತದೆ. 24/7ರ ಅದೇನು ಚೌಕಟ್ಟಿನಲ್ಲಿ ನೀವು ನಿಮ್ಮ ಫ್ರೆಂಡ್‌ಗಳನ್ನು ನೋಡಲು ಸಾಧ್ಯವಿತ್ತೋ ಅವೆಲ್ಲಾ ಈಗ ಹೊರಟುಹೋಗಿರುತ್ತವೆ. ಆಗಲೇ ನೀವು ಕೌತುಕದಿಂದ ಕೇಳಿಕೊಳ್ಳುವುದು, ನನ್ನ ಸ್ನೇಹಿತರೆಲ್ಲ ಎಲ್ಲಿಗೆ ಹೋದರು? ನೀವು ನಿಯಂತ್ರಣವನ್ನು ತಪ್ಪಬಹುದು. ನೀವು ಜೋತುಬೀಳಬಹುದು. ಅಸುರಕ್ಷಿತೆಯ ಅನುಭವವಾಗಬಹುದು. ಮತ್ತು ಹಿಡಿತ ಬಿಗುವಾಗಬಹುದು.

ನಿಜವೆಂದರೆ ಪ್ರೌಢ ಫ್ರೆಂಡ್‌ಶಿಪ್ ಬರುತ್ತದೆ ಹೋಗುತ್ತದೆ. ಸ್ನೇಹವನ್ನು ಬಯಸುವುದರಿಂದ ಪ್ರಯೋಜನವಿಲ್ಲ. ನೀವು ಹೆಚ್ಚು ಹೊಂದಾಣಿಕೆಯಿಂದ ಕ್ರಿಯಾಶೀಲರಾಗಿ ವರ್ತಿಸಬೇಕಿರುತ್ತದೆ. ಹಾಗಾಗಿಯೇ ನೀವು ಎಲ್ಲ ಸಮಯವೂ *ಲೆಟ್ ದೆಮ್* ಹೇಳುತ್ತಾ ಬರುತ್ತೀರಿ.

ಅವರು ಹೊರಟು ಹೋಗಲಿ, *ಲೆಟ್ ದೆಮ್*. ಅವರ ಹೊಸ ಸ್ನೇಹಿತರಿಗೆ ಆದ್ಯತೆ ನೀಡಲಿ, *ಲೆಟ್ ದೆಮ್*. ಅವರಿಗೆ ನನಗೆ ಕೊಡಲು ಸಮಯ ಇರದಿದ್ದರೆ ಬೇಡ *ಲೆಟ್ ದೆಮ್*. ನನಗೆ ಸಂದೇಶ ಕಳುಹದಿರಲಿ, *ಲೆಟ್ ದೆಮ್*. ನನ್ನನ್ನು ಸೇರಿಸಿಕೊಳ್ಳದಿರಲಿ, *ಲೆಟ್ ದೆಮ್*. ಬ್ರಂಚ್‌ಗೆ ನನ್ನನ್ನು ಕರೆಯದಿರಲಿ, *ಲೆಟ್ ದೆಮ್*.

ಇವು ನಮಗೆಲ್ಲರಿಗೂ ಆಗುವಂಥದ್ದೇ. ಆದರೂ ಸ್ವಲ್ಪ ಗೊಂದಲವೇ ಸರಿ. ಈಗಿನಿಂದ ಮತ್ತು ಎಂದೆಂದಿಗೂ ನಿಮ್ಮ ದಾರಿಯನ್ನು ನಿಮಗನಿಸಿದಂತೆ ಬದಲಿಸಬಹುದು ಮತ್ತು

ಓರ್ವ ಪ್ರೌಢ ವ್ಯಕ್ತಿಯಂತೆ ಸ್ನೇಹಿತರನ್ನು ಹೊಂದಬಹುದು. ಯಾಕೆಂದರೆ ಮಹಾನ್ ಚದುರುವಿಕೆ ಈಗಾಗಲೇ ಸಂಭವಿಸಿದೆ. ವಯಸ್ಸಾದಂತೆ ಈ ಬದಲಾವಣೆ ಇನ್ನು ಮೇಲೆ ಆಗಿಂದಾಗ್ಯೆ ನಡೆಯುತ್ತಲೇ ಇರುತ್ತದೆ.

ನಿಮ್ಮ ಒಂಟಿ ಫ್ರೆಂಡ್‌ಗಳು ಮದುವೆಯಾದೊಡನೆ ಚದುರಿ ಹೋಗುತ್ತಾರೆ. ನಿಮ್ಮ ಸ್ನೇಹಿತರಿಗೆ ಮಕ್ಕಳಾದೊಡನೆ ಅವರೂ ಚದುರುತ್ತಾರೆ. ಜನರು ನಗರದಿಂದ ನಗರದ ಹೊರವಲಯಕ್ಕೆ ಹೋಗುವುದೆಂದರೆ ಅವರು ಚದುರಿಹೋದಂತೆ. ಜನರು ವಿಚ್ಛೇದನ ಪಡೆದಾಗ ಚದುರುತ್ತಾರೆ. ಜನರು ವಯಸ್ಸಾದಂತೆ, ಅಥವಾ ನಿವೃತ್ತಿ ಹೊಂದಿದಾಗ, ಅಥವಾ ನಷ್ಟವನ್ನು ಅನುಭವಿಸಿದಾಗ ಚದುರಿ ಹೋಗುತ್ತಾರೆ. ಇದು ಬದುಕಿನಲ್ಲಿ ಮತ್ತು ನಿಮ್ಮ ಸ್ನೇಹಿತರ ಜೊತೆಗೆ ನಿರಂತರ ಆಗುತ್ತಲೇ ಹೋಗುತ್ತದೆ. ಇದು ಸಹಜವೇ. ಇದಕ್ಕೋಸ್ಕರವೇ ಲೆಟ್ ದೆಮ್ ಸಿದ್ಧಾಂತ ನಿಮಗೆ ಬೇಕಿದೆ. ಇದು ಸ್ನೇಹದಲ್ಲಿ ಹೊಂದಾಣಿಕೆಯನ್ನು ನಿಮಗೆ ಕಲಿಸುತ್ತದೆ. ಇದರಿಂದ ನಿಮ್ಮ ಸಮಯವೂ ಉಳಿಯುತ್ತದೆ ಮತ್ತು ಬದುಕಿನಲ್ಲಿ ಅತ್ಯಂತ ಉತ್ತಮ ಸ್ನೇಹವನ್ನು ಹೇಗೆ ಪಡೆಯಬಹುದೆಂದು ಕಲಿಸಿಕೊಡುತ್ತದೆ.

ಗೆಳೆತನದಲ್ಲಿನ ಮೂರು ಸ್ತಂಭಗಳು

ಮೂರು ವಿಷಯಗಳು ಉತ್ತಮ ಸ್ನೇಹಕ್ಕೆ ಆಧಾರ: ಹತ್ತಿರವಾಗುವುದು, ಸಮಯದ ನಿರ್ಣಯ, ಮತ್ತು ಶಕ್ತಿ. ಇವೇ ಮೂರು ಅಗೋಚರ ಸ್ತಂಭಗಳ ಮೇಲೆ ಒಳ್ಳೆಯ ಸ್ನೇಹ ಕಟ್ಟಲ್ಪಡುತ್ತದೆ.

ಸ್ನೇಹಿತರು ದೂರಕ್ಕೆ ಹೋಗುವುದೆಂದರೆ, ಅಥವಾ ಸಂಪರ್ಕ ಕಡಿದುಕೊಳ್ಳುತ್ತಾರೆ ಎಂದರೆ ಈ ಮೂರು ವಿಷಯಗಳಲ್ಲಿ ಒಂದು ಅಥವಾ ಒಂದಕ್ಕಿಂತ ಹೆಚ್ಚು ಅಂಶಗಳು ಕಾಣೆಯಾಗಿರುವುದರಿಂದ ಆಗುತ್ತದೆ. ಬಹುತೇಕ ಪ್ರೌಢ ಸ್ನೇಹ ವೈಯಕ್ತಿಕ ಕಾರಣದಿಂದ ಅಗಲುವುದಿಲ್ಲ, ಈ ಮೂರು ಮುಖ್ಯವಾದ ಅಂಶಗಳಿಂದ ದೂರಕ್ಕೆ ಸರಿಯುತ್ತದೆ: ಸಾಮೀಪ್ಯ, ಸಮಯ ಮತ್ತು ಶಕ್ತಿ. ನಿಮ್ಮ ಪ್ರೌಢ ಗೆಳೆತನದಲ್ಲಿ ಈ ಮೂರು ಅಂಶಗಳ ಪಾತ್ರವನ್ನು ತಿಳಿದರೆ, ಲೆಟ್ ದೆಮ್ ಸಿದ್ಧಾಂತವನ್ನು ಉಪಯೋಗಿಸಲು ನಿಮಗೆ ಅನುಕೂಲವಾಗುತ್ತದೆ.

ಸಾಮೀಪ್ಯವೇ ಸ್ನೇಹಕ್ಕಿರುವ ಮೊದಲ ಸ್ತಂಭ

ಸಾಮೀಪ್ಯವೆಂದರೆ ನೀವೆಷ್ಟು ದೈಹಿಕವಾಗಿ ಅವರ ಸಮೀಪದಲ್ಲಿ ಇರುತ್ತೀರಿ ಎಂಬುದು. ದೈಹಿಕವಾಗಿ ನೀವು ಸಮೀಪದಲ್ಲಿದ್ದರೆ ತುಸು ಹೆಚ್ಚೇ ಸಮಯವನ್ನು ನೀವು ಅವರ ಜತೆಯಲ್ಲಿ ಕಳೆಯುತ್ತೀರಿ. ನೀವು ಸಮೀಪದಲ್ಲಿ ಇಲ್ಲದೆ ಇದ್ದರೆ, ಅವರನ್ನು ಕಾಣುವುದು ವಿರಳವಾಗುತ್ತದೆ. ಅಂದಾಗ ಸಂಪರ್ಕ ಪಡೆಯಲು ಸ್ವಲ್ಪ ಹೆಚ್ಚಿನ ಶ್ರಮ ಬೇಕಾಗುತ್ತದೆ.

ಅದನ್ನು ನೀವು ಖಂಡಿತವಾಗಿಯೂ ಮಾಡಬಹುದು, ಆದರೆ ಸ್ವಲ್ಪ ಕಷ್ಟಕರ. ಸಮೀಪದಲ್ಲಿ ನೋಡುತ್ತಿದ್ದರೆ ನೀವು ಸಾಮೀಪ್ಯವನ್ನು ಹೊಂದಿದ ಹಾಗೆಯೇ. ಇದು ಕೇವಲ ಸಾಮಾನ್ಯ ಜ್ಞಾನವಲ್ಲ. ಇದು ನಿಜಕ್ಕೂ ವಸ್ತುಸ್ಥಿತಿ.

ಇದನ್ನು ಸಂಶೋಧನೆಯಲ್ಲಿ ದೃಢೀಕರಿಸಲಾಗಿದೆ.

ಮತ್ತು ನೀವೆಷ್ಟು ಸ್ನೇಹಿತರನ್ನು ಕಾಣುತ್ತೀರೋ, ಅಷ್ಟು ಸಮಯ ನೀವು ಅವರ ಜೊತೆಗೆ ಸಮಯವನ್ನು ಕಳೆದಂತಾಗುತ್ತದೆ, ನಿಮ್ಮ ಅನುಭವಗಳನ್ನು ಹಂಚಿಕೊಳ್ಳುವಿರಿ, ತನ್ಮೂಲಕ ನಿಮ್ಮ ಸ್ನೇಹ ಇನ್ನಷ್ಟೂ ಗಹನವಾಗಿ ಬೆಸೆದುಕೊಳ್ಳುತ್ತದೆ.

ಕ್ಯಾನ್ಸಸ್ ವಿಶ್ವವಿದ್ಯಾಲಯದ ಒಂದು ಅಧ್ಯಯನದ ಪ್ರಕಾರ, ಓರ್ವ "ಸಾಮಾನ್ಯ" ಸ್ನೇಹಿತನಾಗುವ ಬದಲು, ಯಾರ ಜೊತೆಗಾದರೂ ನೀವು 72ತಾಸನ್ನು ಕಳೆಯಬೇಕು. ಮತ್ತೆ ನೀವು ಅವರ "ಆತ್ಮೀಯ" ಸ್ನೇಹಿತನಾಗಬೇಕಿದ್ದರೆ 200ತಾಸನ್ನು ಅವರ ಜೊತೆಗೆ ಕಳೆಯಬೇಕು. ಈ ಸಂಶೋಧನೆಯನ್ನು ನೀವು ಎಳೆಯರಿದ್ದಾಗ ಮತ್ತು ಪ್ರೌಢರಿದ್ದಾಗ ಹೇಗೆ ಬದಲಿಸುತ್ತದೆ ಎಂಬುದನ್ನು ವಿಮರ್ಶಿಸೋಣ.

ಹೈಸ್ಕೂಲ್‌ನಲ್ಲಿರುವಾಗ, ಪ್ರತಿ ಐದರಿಂದ ಆರು ವಾರಗಳ ತನಕ, ನೀವು 200ತಾಸುಗಳ ಕಾಲ ಕಳೆದಿರುತ್ತೀರಿ. ಕಾಲೇಜಿನಲ್ಲಿ ಇನ್ನೂ ಹೆಚ್ಚು ಸಮಯ ನೀವು ಅವರ ಜೊತೆಗೆ ಕಳೆದಿರುತ್ತೀರಿ. ನೀವು ಪ್ರತಿಯೊಂದು ಊಟವನ್ನು ಅವರ ಜೊತೆಗೆ ಉಂಡಿದ್ದೀರಿ. ಪ್ರತಿ ವರಾಂತ್ಯವನ್ನು ನೀವು ಅವರ ಜೊತೆಗೆ ಕಳೆದಿದ್ದೀರಿ. ಈ ಸಾಮೀಪ್ಯ ನಿಮ್ಮನ್ನು ಅವರ ಜೊತೆಗೆ ಭದ್ರವಾಗಿ ಬೆಸೆಯಲು ಕಾರಣವಾಗಿರುತ್ತದೆ. ಅಷ್ಟೇ ಅಲ್ಲ, ನೀವು ಪರಸ್ಪರ ಅಸಂಖ್ಯ ಅನುಭವಗಳನ್ನು ಅವರ ಜೊತೆಗೆ ಹಂಚಿಕೊಂಡು ನಿಮ್ಮ ಸ್ನೇಹದ ಬೆಸುಗೆಯಲ್ಲಿ ನಂಬಿಕೆಯ ಎಳೆ ಬೆಸೆದಿರುತ್ತದೆ.

ನೀವು ಯಾರ ಬಳಿಯಲ್ಲಾದರೂ ಅವರ ಪಕ್ಕದಲ್ಲಿದ್ದರೆ, ನೀವು ರಸ್ತೆಯ ಆಚೆ ಬದಿಯಲ್ಲಿ ವಾಸವಾಗಿರಿ, ಅಥವಾ ಹಾಲ್‌ನ ಇನ್ನೊಂದು ದಿಕ್ಕಿನಲ್ಲಿರಿ, ಅಥವಾ ಒಂದೇ ಡೆಸ್ಕ್‌ನಲ್ಲಿ ಕುಳಿತಿರಿ, ಅಥವಾ ಪ್ರತಿ ವಾರಾಂತ್ಯದಲ್ಲಿ ಅವರ ಮಕ್ಕಳ ಫೂಟ್‌ಬಾಲ್ ಗೇಮ್‌ನ ಸಮಯದಲ್ಲಿ ಕಂಡಿರಿ, ಸಾಮೀಪ್ಯದಿಂದಾಗಿ ನೀವು ಬಹಳಷ್ಟು ಸಮುಯುವನ್ನು ಜೊತೆಯುಲ್ಲಿ ಕಳೆದ ಹಾಗಾಗುತ್ತದೆ.

ಇದು ಮುಖ್ಯವೆನಿಸುತ್ತದೆ. ಮತ್ತು ಇದು ಬಹಷ್ಟು ವಿಷಯಗಳನ್ನು ಒಳಗೊಂಡಿದೆ. ಅಷ್ಟೇ ಅಲ್ಲ, ನೀವು ಎಳೆಯರಿದ್ದಾಗ ಯಾಕೆ ಸ್ನೇಹವನ್ನು ಗಳಿಸುವುದು ಸುಲಭವಾಗಿತ್ತು ಎಂಬುದನ್ನೂ ಇದು ವಿವರಿಸುತ್ತದೆ. ನಿಮ್ಮ ಪಕ್ಕದಲ್ಲಿ ಸದಾ ನಿಮ್ಮದೇ ವಯಸ್ಸಿನವರು ಜೊತೆಗೆ ಇರುತ್ತಿದ್ದರು. ಪ್ರೌಢರಾದಾಗ, ಎಲ್ಲರೂ ಚದುರಿಹೋಗಿ ಒಮ್ಮಿಂದೊಮ್ಮೆಗೇ ಬೇರೆಯೇ ಕಾರ್ಯಪಟ್ಟಿಯಲ್ಲಿ ಸ್ನೇಹಿತರನ್ನು ಮಾಡಿಕೊಳ್ಳುವುದು ಕಷ್ಟವಾಗುತ್ತದೆ. ಹಾಗೆಯೇ ಯಾರ ಜೊತೆಗಾದರೂ 200ತಾಸು ಇರುವುದೆಂದರೆ ಅದೊಂದು ದೊಡ್ಡ ಮೊತ್ತದ ಕಲಾವಧಿ.

ಮತ್ತೆ ಇದನ್ನು ಗಿಟ್ಟಿಸಿ: ನೀವು ಪ್ರೌಢರಾದಾಗ, ಎಳೆಯ ಪ್ರಾಯದಲ್ಲಿ ಇದ್ದಷ್ಟು ಮುಕ್ತ ಸಮಯ ಇದ್ದಿರುವುದಿಲ್ಲ. ಯಾಕೆಂದರೆ ನೀವು ನಿಮ್ಮ ಕೆಲಸದಲ್ಲೇ ವ್ಯಸ್ತರಾಗಿರುತ್ತಿದ್ದಿರಿ. ಅಮೆರಿಕನ್ ಟೈಮ್ ಅಧ್ಯಯನದ ಪ್ರಕಾರ, ನಿಮ್ಮ 21ನೇ ವಯಸ್ಸಿನಿಂದ 60ನೇ ವರ್ಷದವರೆಗೆ ನೀವು ನಿಮ್ಮ ಸಹೋದ್ಯೋಗಿಗಳ ಸಂಗಡ ಕಳೆದಷ್ಟು ಸಮಯವನ್ನು ನಿಮ್ಮ ಕುಟುಂಬ ಅಥವಾ

ಸ್ನೇಹಿತರ ಜೊತೆಗೆ ಕಳೆಯಲು ಆಗುವುದಿಲ್ಲ. ಅಂದಾಗ ಕೆಲಸದ ಬಿಡುವಿನ ವೇಳೆ ಅಥವಾ ವಾರಾಂತ್ಯದಲ್ಲಷ್ಟೇ ನಿಮಗೆ ಸ್ನೇಹಿತರ ಜೊತೆಗೆ ಸಮಯ ಕಳೆಯಲು ಸಿಗುತ್ತದೆ. ಕಾಫಿ ಕುಡಿಯುವ, ವಾಕ್ ಮಾಡುವ ಅಥವಾ ಇನ್ನಿತರ ಚಟುವಟಿಕೆಗಳಲ್ಲಿ ನಿಮಗೆ 200ತಾಸುಗಳನ್ನು ಕಳೆಯಬೇಕಿದ್ದರೆ ಎಷ್ಟು ಸಮಯ ಬೇಕಾದೀತು ಎಂದು ಯೋಚಿಸಿ ನೋಡಿ. ಸಾಮಿಪ್ಯ ಮುಖ್ಯವೆಂದರೆ ನೀವು ನಿಮ್ಮ ಸಹೋದ್ಯೋಗಿಗಳ ಜೊತೆಗೆ ಯಾಕಾಗಿ ಅತ್ಯುತ್ತಮ ಸ್ನೇಹಿತರಾಗಿ ಉಳಿಯಲು ಸಾಧ್ಯವಾಗುವುದಿಲ್ಲ?

ಫ್ರೆಂಡ್‌ಶಿಪ್‌ನ ಎರಡನೇ ಸ್ತಂಭವೇ ಸಮಯ

ಸಮಯವೆಂದರೆ ನೀವು ನಿಮ್ಮ ಬದುಕಿನ ಯಾವ ಕಾಲಾವಸ್ಥೆಯಲ್ಲಿ ಇದ್ದೀರಿ ಎಂಬುದು. ಇನ್ನೊಬ್ಬರೊಂದಿಗೆ ನೀವು ಒಂದೇ ಸಮಯದಲ್ಲಿ ಇಲ್ಲದಿದ್ದರೆ ಸ್ನೇಹ ಬೆಳೆಯುವುದು ತುಸು ದುಸ್ತರವೇ. ಯಾಕೆಂದರೆ ನಿಮ್ಮಲ್ಲಿ ಸಾಮಾನ್ಯವಾಗಿರುವುದು ವಿರಳವೇ.

ಮತ್ತು ಸಹೋದ್ಯೋಗಿಗಳನ್ನು ಬಿಟ್ಟು ಈ ಸಮಯದ ವ್ಯತ್ಯಾಸ ಎಲ್ಲೂ ಹೆಚ್ಚಾಗಿ ಪರಿಗಣಿತವಾಗುವುದಿಲ್ಲ. ನಿಮ್ಮ 21ರಿಂದ 60ವರ್ಷದ ಅವಧಿಯಲ್ಲಿ ನೀವು ನಿಮ್ಮ ಸಹೋದ್ಯೋಗಿಗಳ ಜೊತೆಗೇ ಹೆಚ್ಚು ಸಮಯವನ್ನು ಕಳೆಯುವಿರಿ. ಫ್ರೆಂಡ್ಸ್ ಮತ್ತು ಕುಟುಂಬದ ಜೊತೆಗೆ ಕಡಿಮೆಯೇ. ಇಲ್ಲೊಂದು ಮುಖ್ಯಾಂಶ: ಸಹೋದ್ಯೋಗಿಗಳು ವಿವಿಧ ವಯಸ್ಸಿನವರಾಗಿರುತ್ತಾರೆ. ಅಂದಾಗ ನಿಮ್ಮ ನಾಲ್ಕು ದಶಕಗಳ ಕಾಲಾವಧಿಯಲ್ಲಿ ನೀವು ನಿಮ್ಮ ಭೌತಿಕ ಸಮಯವನ್ನು ಬೇರೆ ಬೇರೆ ಪ್ರಾಯದಲ್ಲಿರುವವರ ಜೊತೆಗೆ ಕಳೆಯುತ್ತೀರಿ.

ಉದಾಹರಣೆಗೆ, ನಿಮ್ಮ ಜೊತೆಗೆ ಕೆಲಸ ಮಾಡುವ ಪ್ರತಿಯೊಬ್ಬರೂ ನಲ್ವತ್ತು ವರ್ಷಗಳಿಗೆ ಮೀರಿದವರಾಗಿದ್ದರೆ ಸ್ನೇಹ ಸಂಬಂಧವನ್ನು ಬೆಸೆಯುವುದು ಕಷ್ಟಸಾಧ್ಯ. ನನ್ನ ಮಕ್ಕಳಲ್ಲಿ ಒಬ್ಬಳು ಈ ಸಮಸ್ಯೆಯನ್ನು ಎದುರಿಸುತ್ತಿದ್ದಾಳೆ. ಅವಳ ಆಫೀಸಿನ ಮೀಟಿಂಗ್‌ಗಳಲ್ಲಿ ಹೀಗೆ ಮಾತುಕಥೆಗಳಿರುತ್ತವೆ: "ನಿಮ್ಮ ಮದುವೆ ಎಲ್ಲಿ ನಡೆಯಿತು?", ಅಥವಾ "ನಿಮ್ಮ ನಿವೃತ್ತಿಯ ಯೋಜನೆಗಳೇನೇನು?"

ಹೀಗಾಗಿ ಅವಳು ಪ್ರತಿ ಸೋಮವಾರ ಬೆಳಿಗ್ಗೆ ಏನಾದರೂ ಸುಳ್ಳನ್ನು ಸೇರಿಸಬೇಕಾದ ಪ್ರಮೇಯ. ಪ್ರತಿಯೊಬ್ಬರೂ ತಮ್ಮ ಮಕ್ಕಳೊಂದಿಗೆ ವಾರಾಂತ್ಯವನ್ನು ಕಳೆದಿದ್ದನ್ನು ಹಂಚಿಕೊಳ್ಳುತ್ತಿದ್ದರೆ, ಈಕೆ ಅದೇ ಸಮಯ ತನ್ನ ಗೆಳತಿಯರೊಂದಿಗೆ ಕುಡಿದು ಕಸದ ತೊಟ್ಟಿಯಲ್ಲಿ ವಾಕರಿಕೆ ಮಾಡಿಕೊಂಡಿರುತ್ತಾಳೆ.

ಹಾಗಾಗಿ ಬದುಕಿನ ಕಾಲಾವಧಿ ಬಹಳಷ್ಟು ನಿರ್ಣಾಯಕವಾಗಿರುತ್ತದೆ. ಅದರಿಂದಾಗಿಯೇ, ತನ್ನ ಬಹಳಷ್ಟು ಸಮಯವನ್ನು ಸಹೋದ್ಯೋಗಿಗಳ ಜೊತೆಗೆ ಕಳೆದು, ಅವರ ಜೊತೆಗೆ ಬಹಳ ನಿಕಟ ಸ್ನೇಹವನ್ನು ಹೊಂದಿದ್ದರೂ, ಅವರೆಲ್ಲ ಬೇರೆ ಬೇರೆ ವಯಸ್ಸಿನವರಾಗಿರುವುದರಿಂದ ಸ್ನೇಹ ಗಾಢವಾಗಿ ಬೆಸೆಯುವುದಿಲ್ಲ. ಆದ ಕಾರಣ ವಾರಾಂತ್ಯದಲ್ಲಾಗಲೀ, ಕೆಲಸದ ಸಮಯದ

ಬಳಿಕ ಡಿನ್ನರ್‌ಗೆ ಹೋಗುವಾಗಾಗಲೀ, ಜೊತೆಯಾಗುವುದಿಲ್ಲ. ಅವರಲ್ಲಿ ಸಾಮಾನ್ಯವಾಗಿರುವ ಸಮಯವೆಂದರೆ ಕೆಲಸದ ಅವಧಿ ಮಾತ್ರ.

ಸ್ನೇಹವನ್ನು ಹೇಗೆ ಸಮಯ ಬಾಧಿಸುತ್ತದೆ ಎಂಬುದಕ್ಕೆ ಇನ್ನೊಂದು ಉದಾಹರಣೆಯನ್ನು ನಾನು ನೀಡಬಹುದು. ಕ್ರಿಸ್ ಮತ್ತು ನನಗೆ ಪರಿವಾರದ ಹಲವು ಆಪ್ತ ಸ್ನೇಹಿತರಿದ್ದಾರೆ. ಅವರೆಲ್ಲ ತುಂಬಾ ಸಂಭಾವಿತರು. ನಾನು ಅವರ ಜೊತೆಗೆ ಸಮಯ ಕಳೆಯುವುದು ನನಗೆ ಇಷ್ಟವೇ. ಆದರೆ ನಾವು ಅವರೆಲ್ಲರಿಗಿಂತ ಹದಿನೈದು ವರ್ಷಗಳಷ್ಟು ಚಿಕ್ಕವರು. ಮತ್ತು ಹೆಚ್ಚಿನವರು ಅಜ್ಜ–ಅಜ್ಜಿಯರು. ನಮ್ಮಲ್ಲಿ ಯಾವುದೇ ಸಾಮಾನ್ಯ ವಿಷಯ ಮಾತುಕತೆಗೆ ಉಳಿದಿರುವುದಿಲ್ಲ.

ಆದರೂ ನಾವು ಸ್ನೇಹಿತರೇ? ಹೌದು! ಅವರನ್ನು ಪ್ರಾಣಾಂತಿಕವಾಗಿ ಪ್ರೀತಿಸುತ್ತೇನೆ! ನಾವು ಅವರನ್ನು ಹೆಚ್ಚಾಗಿ ಸಂದಿಸುವುದಾಗಲೀ, ಸಮಯ ಕಳೆಯುವುದಾಗಲೀ ಇರುವುದಿಲ್ಲ, ಯಾಕೆಂದರೆ ಅವರು ಬದುಕಿನ ಬೇರೆ ಬೇರೆ ಹಂತಗಳಲ್ಲಿ ಇದ್ದಿರುವವರು. ಆದರೂ ಆಪ್ತತೆ ಇದೆ.

ಅಂದಾಗ, ಸ್ನೇಹದ ಮೂರು ಸ್ತಂಭಗಳಲ್ಲಿ ಯಾವುದೂ ವೈಯಕ್ತಿಕವಾಗಿ ಸಾಮಾನ್ಯವಾಗಿರುವುದಿಲ್ಲವೆಂದು ನಾನು ಭಾವಿಸುತ್ತೇನೆ.

ಗೆಳೆತನ ಬರುತ್ತದೆ ಹೋಗುತ್ತದೆ. ನೀವು ಆಪ್ತರಾಗಿರುತ್ತೀರಿ ಮತ್ತೆ ಬಿಟ್ಟುಹೋಗುತ್ತೀರಿ. ಯಾವುದೂ ವೈಯಕ್ತಿಕವಾಗಿರುವುದಿಲ್ಲ. ಅದು ಸಾಮೀಪ್ಯ ಮತ್ತು ಸಮಯವನ್ನು ಅವಲಂಬಿಸಿರುತ್ತದೆ.

ಲೆಟ್ ದೆಮ್ ಸಿದ್ಧಾಂತ ನನ್ನ ಪ್ರೌಢ ಸ್ನೇಹವನ್ನು ಸಡಿಲುಗೊಳಿಸಲು ನಿಜಕ್ಕೂ ಸಹಾಯ ಮಾಡಿದೆ. ನಿಮಗೂ ಅದು ಸಹಾಯ ಒದಗಿಸುತ್ತದೆ. ಯಾಕೆಂದರೆ, ನೀವು ಬದುಕಿನಲ್ಲಿ ಮುಂದಕ್ಕೆ ಸಾಗಿದಂತೆ, ಬಹಳಷ್ಟು ಜನರು ಬಂದು ಹೋಗಿರುತ್ತಾರೆ ಮತ್ತು ಹಾಗೆಯೇ ಹೊರಟು ಹೋಗಿರುತ್ತಾರೆ. *ಲೆಟ್ ದೆಮ್.*

ಎಲ್ಲರೂ ನಿಮ್ಮ ಬೆಸ್ಟ್ ಫ್ರೆಂಡ್ ಎಂಬುದನ್ನು ನೀವು ನಿರೀಕ್ಷಿಸುವುದನ್ನು ನಿಲ್ಲಿಸಿದಾಗ, ಅಥವಾ ನಿಮ್ಮೆಲ್ಲ ಸಮಾರಂಭಗಳಲ್ಲಿ ಪಾಲ್ಗೊಳ್ಳುವುದನ್ನು, ಅಥವಾ ಪ್ರತಿಯೊಂದು ಫೋಟೋದ ಕ್ಲಿಕ್‌ನಲ್ಲೂ ಬರಬೇಕೆಂದು ಎಣಿಸುವುದನ್ನು ನಿಲ್ಲಿಸಿದಾಗ, ಗೆಳೆತನ ತುಂಬಾ ಸುಲಭವಾಗುತ್ತದೆ. ಲೆಟ್ ದೆಮ್ ಸಿದ್ಧಾಂತವನ್ನು ಬಳಸಿ ಪ್ರೌಢ ಸ್ನೇಹವನ್ನು ನೋಡುವ ಪರಿ ಬೇರೆಯೇ ಇರುತ್ತದೆ; ಮತ್ತು ಅದರಿಂದ ನಿಮ್ಮ ಬದುಕು ಹೆಚ್ಚು ಪ್ರಫುಲ್ಲಿತವಾಗಿ, ಆರೋಗ್ಯಕರವಾಗಿ, ಸಂತೋಷಮಯವಾಗಿ ಪರಿಣಮಿಸುತ್ತದೆ.

ಗೆಳೆತನದ ಮೂರನೇ ಸ್ತಂಭವೇ ಶಕ್ತಿ.

ಕೆಲವರ ಜೊತೆಗೆ ನೀವು ಕ್ಲಿಕ್ ಮಾಡುವಿರಿ, ಇನ್ನು ಕೆಲವರ ಜೊತೆಗೆ ಇಲ್ಲ. ನಿಮಗೆ ವಿವರಿಸಲು ಅಸಾಧ್ಯ ಅಥವಾ ಅವರಿಗೂ ಅರ್ಥ ಮಾಡಿಕೊಳ್ಳಲು ಆಗದು. ಆದರೆ

ನಂಬಬೇಕಾಗುತ್ತದೆ. ನಡುವಿನ ಶಕ್ತಿ ಒಂದೋ ಸಕ್ರಿಯವಾಗಿರುತ್ತದೆ ಇಲ್ಲ ನಿಷ್ಕ್ರಿಯವಾಗಿರುತ್ತದೆ. ನೀವು ನಂಬಬೇಕಾಗುತ್ತದೆ.

ಇಲ್ಲೊಂದು ಮುಖ್ಯವಾದ ಕಾರಣವಿರುತ್ತದೆ: ಸಮಯದೊಂದಿಗೆ ಶಕ್ತಿಯೂ ಏರುಪೇರಾಗುತ್ತದೆ. ಕೆಲವೊಮ್ಮೆ ಒಳಿತಿಗಾಗಿ, ಕೆಲವೊಮ್ಮೆ ಕೆಡುಕಿಗಾಗಿ. ಒಳ್ಳೆಯದೇ, ಯಾಕೆಂದರೆ ನೀವು ಮತ್ತು ನಿಮ್ಮ ಗೆಳೆಯರು ಬದುಕಿನ ಬೇರೆ ಬೇರೆ ಮಜಲಿಗೆ ಬೇಳೆಯುತ್ತ ಸಾಗಿದ್ದೀರಿ ಎಂಬುದು ಅದರ ಅರ್ಥ.

ಉದಾಹರಣೆಗೆ, ನೀವು ನಿಮ್ಮ ಕಾಲೇಜಿನ ದಿನಗಳಲ್ಲಿ ಐವರು ಸ್ನೇಹಿತರ ಜೊತೆಗೆ ಇದ್ದಿರಿ. ನೀವು ಅವರನ್ನು ಪ್ರೀತಿಸಿದ್ದೀರಿ, ಕಿಕ್ಕಿಸಿದ್ದೀರಿ ಮತ್ತು ಅವೆಲ್ಲ ನಿಮ್ಮ ಬದುಕಿನ ಸಂತೋಷದಾಯಕ ದಿನಗಳಾಗಿದ್ದವು. ನಿಮ್ಮ ಕಾಲೇಜು ಕಳೆದ ಮೇಲೆ ನೀವು ಇಬ್ಬರು ಜೊತೆಯಾಗಿ ಹೊರಗೆ ಹೋಗಿದ್ದೀರಿ ಮತ್ತು ಮುಂದಿನ ನಾಲ್ಕು ತಿಂಗಳಲ್ಲಿ ಅದೇನೋ ಕಳಕೊಂಡ ಭಾವನೆ ಬರುತ್ತದೆ. ಇದು ಸಹಜವೇ. ನೀವು ಬೆಳೆಯುತ್ತಿದ್ದೀರಿ, ಬದಲಾಗುತ್ತಿದ್ದೀರಿ ಎಂಬುದು ಇದರರ್ಥ ಹೊರತು ನಿಮ್ಮ ಗೇಳೆತನ ಮುಗಿಯಿತು ಎಂದರ್ಥವಲ್ಲ. ನಾವು ಯಾವಾಗಲೂ ತಪ್ಪಾಗಿರುವ ವಿಷಯಗಳ ಸುತ್ತಲೂ ತಿರುಗುತ್ತಿರುತ್ತೇವೆ, ಅದೇ ಮಾಡುವ ದೊಡ್ಡ ತಪ್ಪು. ಬದಲಾಗಿ ಸ್ವೀಕಾರ, ದಯೆ ಮತ್ತು ಪ್ರಶಂಸೆಗಳಿದ್ದರೆ ಸ್ನೇಹ ಉಳಿಯುತ್ತದೆ. ಒಂದೆಂದರೆ, ಬದುಕಿನ ಒಂದು ಹಂತದಲ್ಲಿ ನೀವು ಬೆಸ್ಟ್ ಫ್ರೆಂಡ್ಸ್ ಆಗಿದ್ದಿರಿ ಎಂದರೆ, ಮತ್ತೆಲ್ಲ ಹಂತದಲ್ಲೂ ಬೆಸ್ಟ್ ಫ್ರೆಂಡ್ಸ್ ಆಗಿಯೇ ಇರುತ್ತೀರಿ ಎಂದಿರುವುದಿಲ್ಲ.

ನಿಜವೆಂದರೆ, ನಾವು ಅದೇ ವಿಷಯವನ್ನು ಮಾತಾಡುತ್ತಿರುವುದರಿಂದ ಬೆಸ್ಟ್ ಫ್ರೆಂಡ್ ಅಂತ ಕರೆಯುವುದು ಅಸಹ್ಯವೆನಿಸುತ್ತದೆ. ಅಂತಹ ಸಂಬಂಧಗಳಲ್ಲಿ ಬಹಳಷ್ಟು ಒತ್ತಡ ಮತ್ತು ನಿರೀಕ್ಷೆಗಳನ್ನು ನಾವು ಇಟ್ಟುಕೊಂಡಂತಾಗುತ್ತದೆ. ಬದುಕಿನಲ್ಲಿ ಜನರು ಬರುತ್ತಾರೆ ಹೋಗುತ್ತಾರೆ. *ಲೆಟ್ ದೆಮ್*. ಸಮಯದ ಮೇಲೆ ಭರವಸೆ ಇರಲಿ.

ಕೆಲವು ಜನರು ನಿಮ್ಮ ಬದುಕಿನಲ್ಲಿ ಯಾವುದೋ ಒಂದು ಕಾಲದಲ್ಲಿ ಬಂದಿರುತ್ತಾರೆ. ಇನ್ನು ಕೆಲವು ಜನರು ನಿಮ್ಮ ಬದುಕಿನಲ್ಲಿ ಯಾವುದೋ ಒಂದು ಕಾರಣದಿಂದ ಬಂದಿರುತ್ತಾರೆ. ಇನ್ನು ಕೆಲವರು ನಿಮ್ಮ ಬದುಕಿನ ಪರ್ಯಂತ ನಿಮ್ಮ ಜೊತೆಗೇ ಇರುತ್ತಾರೆ.

ಇದು ಸಹಜವೇ. ಯಾರಾದರೂ ನಿಮ್ಮಿಂದ ದೂರಸರಿದರೆ, ಅಥವಾ ಬಂಧ ಸಡಿಲಿಸಿದರೆ, ಅವರನ್ನು ಶತ್ರುವೆಂದು ಪರಿಗಣಿಸಬೇಡಿ. ಯಾವಾಗ ಗೆಳೆತನ ಬಲವಂತದಿಂದ ಇದೆ, ಯಾವಾಗ ಶಕ್ತಿ ಬದಲಾಗಿರುತ್ತದೆ, ನಿಮಗೆ ಗೊತ್ತಾಗುತ್ತದೆ. ಯಾಕೆಂದರೆ ಅದು ನಿಮ್ಮನ್ನು ಬರಿದು ಮಾಡುತ್ತದೆ. ಸಂಭಾಷಣೆಗಳು ಅಸಹನೀಯವೆನಿಸುತ್ತವೆ. ಅದೇನೋ ಮಾತುಕತೆಗಳಲ್ಲಿ ಪೇಲವದ ಅನುಭವವಾಗುತ್ತದೆ ಅಥವಾ ಅವು ಬಲವಂತದ್ದಾಗಿರುತ್ತವೆ. ಆ ಭಾವನೆಗಳಲ್ಲಿ ಭರವಸೆ ಇರಲಿ. ಅದನ್ನು ಬಲವಂತಪಡಿಸಿದಷ್ಟೂ ಪರಿಸ್ಥಿತಿ ಹದಗೆಡುತ್ತದೆ.

ಆಳಕ್ಕೆ ಹೋದಂತೆ ಅದು ನಮಗೆ ಸಂಬಂಧಿಸಿದ್ದು ಅಲ್ಲವೆಂದಿದ್ದರೂ ನಾವು ಅವನ್ನೇ ನೆಚ್ಚಿ ಹಿಡಿದುಕೊಂಡಿರುತ್ತೇವೆ. ಯಾಕೆಂದರೆ ಒಂದೇ ಕ್ಷಣ ನಾವದನ್ನು ಕೈಬಿಟ್ಟರೆ ಅದು ಕಳೆದುಹೋಗುವ ಸಂಭವವಿರುತ್ತದೆ. ಅದೇ ನನಗೂ ಸಂಭವಿಸಿದ್ದು. ಇದ್ದಕ್ಕಿದ್ದಂತೆ ನಾನೇನೂ ನನ್ನ ಅತ್ಯಂತ ಆತ್ಮೀಯ ಗೆಳತಿಯರ ಗುಂಪಿನಲ್ಲಿದ್ದೇನೆ ಅಂದುಕೊಳುತ್ತಿದ್ದಾಗಲೇ ಅದರ ಹೊರಗಿದ್ದೆ. ನನಗೇನು ಮಾಡಬೇಕೆಂದೇ ತಿಳಿಯಲಿಲ್ಲ ಮತ್ತು ಅದನ್ನು ನಾನು ಚೆನ್ನಾಗಿಯೂ ನಿಭಾಯಿಸಲಿಲ್ಲ.

ಅಧ್ಯಾಯ 12

ಕೆಲವು ಗೆಳೆತನ ಸಹಜವಾಗಿ ಮಾಸಿಹೋಗುವುದು ಯಾಕೆ

ಏನಾಯಿತು ಎಂಬುದು ಇಲ್ಲಿದೆ.

ನಾನು ಮೂರು ಮಕ್ಕಳ ಎಳೆಯ ವಯಸ್ಸಿನ ತಾಯಿಯಿದ್ದಾಗ ತುಂಬಾ ಮಜಾವೆನಿಸುತ್ತಿತ್ತು. ನಮ್ಮ ನೆರೆಯಲ್ಲಿ ನನಗೆ ಬಹಳಷ್ಟು ಗೆಳತಿಯರಿದ್ದು, ನಮ್ಮ ಮಕ್ಕಳನ್ನು ಅವರೆಲ್ಲರೂ ಮುದ್ದಾಡಿ ಓಲೈಕೆಯಿಂದ ಸಾಕುತ್ತಿದ್ದರು. ಅದೊಂದು ನಿಜಕ್ಕೂ ಅತ್ಯಂತ ಸುಖದಾಯಕ ವಾತಾವರಣದ ಸಮುದಾಯವಾಗಿತ್ತು.

ನಮ್ಮೆಲ್ಲರಿಗೂ ಒಂದೇ ವಯಸ್ಸಿನ ಮಕ್ಕಳಿದ್ದು ಅವರೆಲ್ಲ ಒಂದೇ ಪಬ್ಲಿಕ್ ಎಲಿಮೆಂಟರಿ ಸ್ಕೂಲ್‌ಗೆ ಹೋಗುತ್ತಿದ್ದರು. ಅದು ನನ್ನ ಬದುಕಿನ ಅತ್ಯಂತ ಆಹ್ಲಾದಕರ ಸಮಯವಾಗಿತ್ತು ಯಾಕೆಂದರೆ, ನಾವೆಲ್ಲ ಗೆಳತಿಯರು ಒಂದಾಗಿ ಕಲೆಯುವುದು, ಸ್ಕೂಲಿಗೆ ಹೋಗುವುದು ಮತ್ತು ನಮ್ಮೆಲ್ಲರ ಸಮಯದ ನಿರ್ವಹಣೆಗೆ ಹೊಂದಿಕೊಳ್ಳುತ್ತಿದ್ದವು.

ಪ್ರಾಮಾಣಿಕ ನೆಲೆಯಲ್ಲಿ, ಹೈಸ್ಕೂಲ್‌ಗೆ ಸೇರಿಸಿದಾಗ ಮತ್ತೆ ನಮ್ಮದು ಅವೇ ಯೋಜನೆಗಳು, ಆಮಂತ್ರಣಗಳು, ಮತ್ತು ಅವೇ ಗುಂಪಿನ ಜನರು ಒಂದಾಗುತ್ತಿದ್ದೆವು. ಇಬ್ಬರು ದಂಪತಿಗಳಂತೂ ನಮಗೆ ತುಂಬಾ ನಿಕಟವಾಗಿ ಹೊಂದಿಕೊಂಡಿದ್ದರು, ಮತ್ತು ನಾವು ನಮ್ಮ ಮಕ್ಕಳ ಜೊತೆಗೂಡಿ ಬೇಕಾದಷ್ಟು ವಿಷಯಗಳಲ್ಲಿ ತೊಡಗಿಕೊಂಡಿದ್ದೆವು–ವಾರಾಂತ್ಯದಲ್ಲಿ ಹೊರಗಡೆ ಹೋಗುವುದು, ಹ್ಯಾಲೋವಿನ್ ಟ್ರಿಕ್‌ಗಳಲ್ಲಿ, ಶನಿವಾರ ಟವರ್ ಸಾಕರ್‌ನಲ್ಲಿ ಪಾಲ್ಗೊಳ್ಳುತ್ತಿದ್ದೆವು, ಭಾನುವಾರ ಬ್ರಂಚ್, ಫೂಟ್‌ಬಾಲ್ ಪಾರ್ಟಿಗಳು, ಇನ್ನೂ ಅನೇಕ.

ಕ್ರಿಸ್ ಮತ್ತು ನಾನು ನಿಜಕ್ಕೂ ಬಹಳಷ್ಟು ಸಂತೋಷದಲ್ಲಿದ್ದೆವು. ನಗರದ ಹೊರವಲಯದ ಈ ತಾಣದಲ್ಲಿ ನೆಲೆಸಿದ್ದು ನಮ್ಮ ಅದೃಷ್ಟವೆಂದೇ ಬಗೆದಿದ್ದೆವು.

ನಮಗೊಂದು ಸುವರ್ಣ ಸಮಯವೆಂದು ನಾವು ಭಾವಿಸಿದೆವು. ಅದ್ಭುತವಾದ ದಂಪತಿಗಳ ಜೊತೆಗೆ ನಾವು ಬಹಳಷ್ಟು ಸಮಯ ಕಳೆಯುತ್ತಿದ್ದೆವು–ನಮ್ಮ ಮಕ್ಕಳು, ಅವರ ಮಕ್ಕಳನ್ನು ತುಂಬಾ ಪ್ರೀತಿಯಿಂದ ನೋಡುತ್ತಿದ್ದರು, ಅವರ ಮಕ್ಕಳೂ ಅಷ್ಟೇ. ನಮಗೆ ನಂಬಲಿಕ್ಕೆ ಆಗದಷ್ಟು ಅನ್ಯೋನ್ಯತೆ ಬೆಳೆದಿತ್ತು.

ನಮ್ಮ ಆಪ್ತ ಫ್ರೆಂಡ್‌ಗಳಲ್ಲಿ ಒಬ್ಬರು ಬೇರೊಂದು ಸ್ಟೇಟ್‌ನಲ್ಲಿ ವಾಸಿಸುತ್ತಿದ್ದವರು, ನಮ್ಮೊಳಗಿನ ಅನ್ಯೋನ್ಯತೆಯನ್ನು ಕಂಡು, ತಾವು ತುಂಬಾ ಅಸೂಯೆ ಪಡುತ್ತಿದ್ದೇವೆ ಎನ್ನುತ್ತಿದ್ದರು, ಅಂತಹ ಸ್ನೇಹಿತರ ಗುಂಪು ನಮ್ಮದಾಗಿತ್ತು. ಆ ದೂರದ ಫ್ರೆಂಡ್ ದಂಪತಿಗಳೂ ನಮ್ಮೂರಿಗೆ ವರ್ಗಾಯಿಸಿದರೆ ಉತ್ತಮವೆಂದು ನಾವಂದುಕೊಂಡೆವು. ಆದ್ದರಿಂದ ಅವರನ್ನು ನಾನು ಮತ್ತು ಕ್ರಿಸ್ ಜೊತೆಯಾಗಿಯೇ ನಮ್ಮ ನಗರಕ್ಕೆ ವರ್ಗಾಯಿಸಿಕೊಳ್ಳುವುದಕ್ಕೆ ಒತ್ತಾಯಿಸತೊಡಗಿದೆವು. “ನೀವು ನಮ್ಮಲ್ಲಿಗೆ ವರ್ಗಾಯಿಸಲೇ ಬೇಕು” ಎಂಬುದು ನಮ್ಮ ಅತೀವ ಆಗ್ರಹವಾಗಿತ್ತು.

ಹಾಗೆ ಅವರು ನಮ್ಮೂರಿಗೆ ವಾಸ್ತವ್ಯ ಬದಲಾಯಿಸಿದರು. ಅವರೊಂದು ಮನೆಯನ್ನು ನಮ್ಮ ಹಿಂದಿನ ಆಪ್ತ ದಂಪತಿಗಳ ಮನೆಯ ನೇರ ಎದುರಿನ ರಸ್ತೆಯಲ್ಲಿ ಕೊಂಡುಕೊಂಡರು. ಮೊದಲು ನನಗೆ ಅತೀವ ಉತ್ಸಾವವಿತ್ತು. ಕಲ್ಪಿಸಿಕೊಳ್ಳಿ–ನಿಮ್ಮ ಬಹಳಷ್ಟು ಆಪ್ತ ವಲಯದ ಸ್ನೇಹಿತರು ನಿಮ್ಮ ನಗರಕ್ಕೇ ಬಂದು ವಾಸ್ತವ್ಯ ಹೂಡುತ್ತಿದ್ದಾರೆ, ನಮ್ಮದೇ ರಸ್ತೆಯಲ್ಲಿ ಅವರದೂ ಮನೆ, ನಮ್ಮ ನೆರೆಯವರಾಗುತ್ತಿದ್ದಾರೆ, ಸದ್ಯದ ಎರಡು ನೆರೆಯವರ ಜೊತೆಗೆ ಅವರ ಇನ್ನೊಂದು ಗೆಳೆಯರ ಮನೆ! ಕೇವಲ ಐದು ನಿಮಿಷದ ಡ್ರೈವ್‌ನ ಅಂತರದಲ್ಲಿ ಅವರಿದ್ದರು.

ಸಹಜವಾಗಿಯೇ ಅದೊಂದು ಗಡದ್ದು ಪಾರ್ಟಿ ಕಾದಿದೆ ಅಂತ ಅನ್ನಿಸಿತು ನನಗೆ: ಎಲ್ಲಾ ನಾಲ್ಕು ಕುಟುಂಬಗಳು ಜೊತೆಯಾಗಿಯೇ ಎಲ್ಲಾ ಸಮಯ. ಆರಂಭದಲ್ಲಿ ನಾನಷ್ಟೇ ಯೋಚಿಸಿದ್ದೆ. ಅವರು ನಮ್ಮನ್ನು ವಾರಾಂತ್ಯದ ರಾತ್ರಿ ಡಿನ್ನರ್‌ಗೆ ಕರೆಯುತ್ತಾರೆ ಎಂದುಕೊಂಡಿದ್ದೆವು. ಆದರೆ ಸ್ವಲ್ಪವೇ ಸಮಯದಲ್ಲಿ ಅನಿರೀಕ್ಷಿತವಾದುದು ಸಂಭವಿಸತೊಡಗಿತು. ಆಹ್ವಾನಗಳು ಕಡಿಮೆಯಾಗುತ್ತ ಬಂತು. ವಿಚಿತ್ರವೆಂದರೆ ಮೂರು ಮನೆಯವರು ನಾವಿಲ್ಲದೆ ಎಲ್ಲವನ್ನೂ ಸಂಘಟಿಸುತ್ತಿದ್ದರು. ಪ್ರತಿಯೊಂದು ಸಂದರ್ಭದಲ್ಲೂ.

ಹಿಂದಕ್ಕೆ ನೋಡಿದರೆ, ಅದು ಸಾಧುವೇ, ಯಾಕೆಂದರೆ ಸಾಮೀಪ್ಯ ಕೆಲಸ ಮಾಡುತ್ತದೆ. ಆ ಮೂರು ಮನೆಯವರು ರಸ್ತೆಯ ಎದುರುಬದರು ವಾಸಿಸುತ್ತಿದ್ದರು. ಅವರು ಪ್ರತಿದಿನ ಎದುರು ಬಾಗಿಲಲ್ಲಿ ನಿಂತು ಕೈಯಾಡಿಸಿ ಟಾಟಾ ಹೇಳುತ್ತಿದ್ದರು. ಅವರೆಲ್ಲರ ಮಕ್ಕಳು ಒಂದೇ ವಯಸ್ಸಿನವರಿದ್ದು, ಜೊತೆಯಲ್ಲೇ ಬಸ್ಸನ್ನೇರಿ ಸ್ಕೂಲ್‌ಗೆ ಹೋಗುತ್ತಿದ್ದರು ಮತ್ತು ಜೊತೆಯಾಗಿಯೇ ಆಟವಾಡುತ್ತಿದ್ದರು.

ಹಿಂದಕ್ಕೆ ಕಣ್ಣೋಡಿಸಿದರೆ ನನಗೆ ಅರ್ಥವಾಗುತ್ತಿತ್ತು. ಅದು ವೈಯಕ್ತಿಕವೇನೂ ಆಗಿರಲಿಲ್ಲ. ನೀವು ಮನೆಯ ಅಕ್ಕಪಕ್ಕದ ಹೊಸ್ತಿಲಲ್ಲಿ ನಿಂತು ಮಕ್ಕಳು ಶಾಲೆಯಿಂದ ಹಿಂದಿರುಗುವ ಬಸ್ಸಿಗಾಗಿ ಕಾಯುತ್ತಿದ್ದರೆ ಸಹಜವಾಗಿ ಕೇಳಿಕೊಳ್ಳುವಿರಿ. ಈವೊತ್ತು ರಾತ್ರಿ ಅದೇನು ವಿಶೇಷ, ನಮ್ಮ ಮನೆಗೆ ಬನ್ನಿ ರಾತ್ರಿ ಡಿನ್ನರ್‌ಗೆ ಎನ್ನುವುದು ಸಾಮಾನ್ಯ.

ಅದರಿಂದ ಅವರೆಲ್ಲ ಕೆಲವೇ ಸಮಯದಲ್ಲಿ ಒಳ್ಳೆಯ ಸ್ನೇಹಿತರಾಗುತ್ತಾರೆ! ಹಾಗೆ ಆಗಲು ಅನುವಾಗುತ್ತಾರೆ. ಆದರೆ ನನ್ನ ಪರಿಸ್ಥಿತಿ ನೋಡಿ! ಈ ಅಟ್ಲಾಂಟಾ ದಂಪತಿಗಳು ಆ ಎರಡು ಕುಟುಂಬಗಳೊಂದಿಗೆ ಇದ್ದ ಸಂಬಂಧದ ಜಾಗವನ್ನು ತುಂಬಿಬಿಟ್ಟಿದ್ದರು. ಅದನ್ನು ನನಗೆ ಸುಲಭವಾಗಿ ಪರಿಹರಿಸಲು ಆಗಲೇ ಇಲ್ಲ.

ನನ್ನ ಪರಿಸ್ಥಿತಿ ಚಿಂತಾಜನಕವಾಯಿತು

ನಮ್ಮನ್ನು ಅವರೆಲ್ಲ ಹೊರಗಿಟ್ಟಾಗ, ಬಹುತೇಕ ಜನರು ಏನನ್ನು ಮಾಡುತ್ತಾರೋ ಅದನ್ನೇ ನಾನು ಕೂಡಾ ಮಾಡಿದೆ, ಯಾಕೆಂದರೆ ಪ್ರೌಢ ಸ್ನೇಹ ನನಗೆ ಅರ್ಥವಾಗುತ್ತಿರಲಿಲ್ಲ. ನನ್ನಲ್ಲಿ ಅಸೂಯೆ ಮತ್ತು ಕೋಪ ತುಂಬಿಕೊಂಡಿತು. ಅವರು ನಮ್ಮ ಫ್ರೆಂಡ್ ಗ್ರೂಪನ್ನು ಲಪಟಾಯಿಸಿಬಿಟ್ಟಿದ್ದರು. ಮತ್ತೆ ನನ್ನ ಶಕ್ತಿ ಅವರತ್ತ ಕೇಂದ್ರಿತವಾದಾಗ ಎಲ್ಲವೂ ಬದಲಾದವು.

ಮೊದಲಿಗೆ, ನನಗೆ ಮಜಾವಾಗಿ, ಸ್ನೇಹಪರವಾಗಿ ಮತ್ತು ಮುಕ್ತವಾದ ವಾತಾವರಣ ಬೇಕಿತ್ತು. ಆದರೆ ಸನ್ನಿವೇಶ ಹಿಂದಿನ ಸ್ಥಿತಿಗೆ ಮರಳುವುದು ಕಷ್ಟವಾಯಿತು. ಅವರ ತಮ್ಮೊಳಗಿನ ಬೆಸುಗೆಯ ಬಗೆಗೆ ಯೋಚಿಸಿದಾಗ, ಅಥವಾ ಅವರನ್ನು ಕಂಡಾಗಲೆಲ್ಲ ನನ್ನ ಮನಸ್ಸು, ದೇಹ ಮತ್ತು ಆತ್ಮವನ್ನು ಯಾವುದೋ ದೆವ್ವ ಆವರಿಕೊಂಡಂತಾಗುತ್ತಿತ್ತು.

ನನ್ನ ಭಾವನೆಗಳನ್ನು ನನಗೆ ನಿಯಂತ್ರಿಸಲು ಆಗಲಿಲ್ಲ. ನಾನು ತುಂಬಾ ಕಹಿಯಾದ ಅವಸ್ಥೆಯಲ್ಲಿದ್ದೆ. ನನ್ನ ಶಕ್ತಿ ಕಮರಿಹೋಗಿತ್ತು, ಎಲ್ಲರಿಗೂ ಅದು ಗೊತ್ತಾಗುವಂತಿತ್ತು. ಕ್ರಿಸ್‌ಗೂ ಗೊತ್ತಾಯಿತು. ಮೂವರು ಕುಟುಂಬದವರಿಗೂ ಗೊತ್ತಾಯಿತು. ಮತ್ತು ಇನ್ನೂ ವ್ಯಾಪಕವಾಗಿ ಇರುವ ಗುಂಪುಗಳಲ್ಲಿ ಅದರ ಪರಿಣಾಮ ತಟ್ಟಿದಂತಾಯಿತು. ನಾನೊಬ್ಬ ವೇಶ್ಯೆಯಂತೆ ಆಗಿಬಿಟ್ಟೆ, ನಾನು ಅದನ್ನು ಯೋಚಿಸಲೇ ಬಾರದೆಂದುಕೊಂಡರೂ, ವಾರಾಂತ್ಯದ ರಾತ್ರಿಯ ಊಟದ ವೇಳೆ, ನಾವು ಮನೆಯಲ್ಲಿ ಕುಳಿತು ಸ್ಪೆಗೆಟ್ಟಿಯನ್ನು ತಿನ್ನುತ್ತಿದ್ದರೆ, ನಮ್ಮ ಸ್ನೇಹಿರೆಲ್ಲ ಜೊತೆ ಸೇರಿ ಮನೆಯ ಹಿಂದಿನ ಅಂಗಳದಲ್ಲಿ ಕುಳಿತು ಹರಟೆಹೊಡೆಯುವುದನ್ನು ಕಲ್ಪಿಸಿಕೊಳ್ಳುತ್ತಿದ್ದೆ. ಅದು ನನ್ನನ್ನು ಒಳಗೂ ಹೊರಗೂ ಉರಿಯುವಂತೆ ಮಾಡಿತು.

ಈಗ ಯೋಚಿಸಿದರೆ ನನಗೆ ಮಜುಗರವಾಗುತ್ತದೆ, ನಾನೆಷ್ಟು ಕ್ಷುಲ್ಲಕ, ಎಷ್ಟು ಅಸುರಕ್ಷತೆಯನ್ನು ಅನುಭವಿಸುತ್ತಿದ್ದೆ ಎಂದು ಭಾವಿಸುವೆ. ಆದರೆ ಬದುಕಿನ ಆ ಕಾಲಘಟ್ಟದಲ್ಲಿ ನನಗೆ ನನ್ನ ಭಾವನೆಗಳನ್ನು ತಿಳಿಯಲಾಗುತ್ತಿರಲಿಲ್ಲ ಅಥವಾ ಅವನ್ನು ನಿರ್ವಹಿಸಲಾಗುತ್ತಿರಲಿಲ್ಲ. ನನಗಾಗ ಲೆಟ್ ದೆಮ್ ಸಿದ್ಧಾಂತದ ಆಸರೆ ಇರಲಿಲ್ಲ. ನಾನೊಂದು ನಡೆದಾಡುವ ಕೆಂಪು ಧ್ವಜದಂತೆ ಆಗಿದ್ದೆ.

ಆ ಆರು ಮಂದಿ ದಂಪತಿಗಳು ಶನಿವಾರ ಬೆಳಿಗ್ಗೆ ಸಾಕರ್ ಗೇಮ್‌ನಲ್ಲಿ ಕಂಡರೆ, ಸ್ಕೂಲ್ ಮೀಟಿಂಗ್‌ನಲ್ಲಿ ಸಂದಿಸದರೆ, ಅಥವಾ ಕಾಕ್‌ಟೈಲ್ ಪಾರ್ಟಿಯಲ್ಲಿದ್ದರೆ, ಅಥವಾ ಕಿರಾಣಿ ಅಂಗಡಿಯಲ್ಲಿ ಭೇಟಿಯಾದರೆ, ನಾನು ತುಂಬಾ ಒತ್ತಡವನ್ನು ಅನುಭವಿಸುತ್ತಿದ್ದೆ.

ನಾನು ಸಹಜವಾಗಿರಲು ಯತ್ನಿಸುತ್ತಿದ್ದೆ. ನನಗೇ ಈ ವ್ಯಕ್ತಿಗಳು ಬೇಕಿದ್ದರು ಮತ್ತು ಅದಕ್ಕೆ ಬದಲಾವಣೆಯಾಗಬೇಕು ಎಂದುಕೊಂಡಿರುತ್ತಿದ್ದೆ. ಆದರೆ ನನ್ನ ಭಾವನೆಗಳನ್ನು ಹೇಗೆ ಹತ್ತಿಕ್ಕುವುದು ಅಂತ ತಿಳಿಯಲಿಲ್ಲ.

ನಾನು ನನ್ನ ನಿಯಂತ್ರಣದಲ್ಲಿ ಇರುತ್ತಿರಲಿಲ್ಲ. ನನ್ನ ಧ್ವನಿಯಲ್ಲಿ ಏರಿಳಿತವಾಗುತ್ತಿತ್ತು. ನನ್ನ ತೋಳುಗಳನ್ನು ಅಡ್ಡಕ್ಕೆ ಕಟ್ಟಿಕೊಳ್ಳುತ್ತಿದ್ದೆ. ನಾನು ಹೇಗೆ ನಿಭಾಯಿಸಬೇಕೆಂಬ ಕಲ್ಪನೆ ಇರಲಿಲ್ಲ. ಯಾರೇ ನಮ್ಮನ್ನು ಬೇಕೆಂದೇ ಹೊರಕ್ಕೆ ಇಟ್ಟರು ಎಂಬುದು ನನಗಾಗಲೀ ಅಥವಾ ಕ್ರಿಸ್‌ಗಾಗಲೀ ಅನ್ನಿಸಲಿಲ್ಲ.

ಈಗ ನಾನು ಹಿಂದಿರುಗಿ ನೋಡಿದರೆ, ಅಂದಿನ ಸನ್ನಿವೇಶವನ್ನು ಊಹಿಸಬಲ್ಲೆ. ನಾನಾಗ ಎಷ್ಟೊಂದು ಕೋಪದಿಂದ ಮತ್ತು ಅಸೂಯೆಯಿಂದ ನರಳುತ್ತಿದ್ದೆ. ನನ್ನ ನಕಾರಾತ್ಮಕ ಶಕ್ತಿ ಅಲ್ಲಿ ಹರಿಯದಂತೆ ನೋಡಿಕೋತ್ತಿದ್ದೆ. ಬದುಕಿನ ನಮ್ಮ ಆ ಸಮಯದಲ್ಲಿ ನಮ್ಮನ್ನು ಯಾರಾದರೂ ಆಹ್ವಾನಿಸಿದ್ದರೆ ಅದೊಂದು ಪವಾಡವೆಂದೇ ಭಾವಿಸುತ್ತಿದ್ದೆವು.

ಪಾಪ ನನ್ನ ಗಂಡ. ಫ್ರೆಂಡ್ ಗ್ರೂಪ್‌ನಲ್ಲಿನ ಸಂಚಲನ ಬದಲಾಗಿದೆ ಎಂದು ಅವನು ಚಿಂತಿಸುತ್ತಿರಲಿಲ್ಲ. ಆತ ಯಾವುದನ್ನೂ ವೈಯಕ್ತಿಕವಾಗಿ ತೆಗೆದುಕೊಳ್ಳುತ್ತಿರಲಿಲ್ಲ. ಆದರೆ ನನಗನಿಸುವುದನ್ನು ಬದಲಾಯಿಸಲು ಸಾಧ್ಯವಾಗುತ್ತಿರಲಿಲ್ಲ. ಅದೆಷ್ಟು ಯಾತನೆಯ ಮತ್ತು ವೈಯಕ್ತಿಕ ವಿಷಯವಾಗಿತ್ತೆಂದರೆ ಈವೊತ್ತಿಗೂ ನನ್ನನ್ನು ಪೀಡಿಸುತ್ತದೆ. ನಾನು ಪಕ್ವವಾಗಿರಲಿಲ್ಲ ಮತ್ತು ನನ್ನ ಬಾಧಿತ ನಡವಳಿಕೆಯ ಪೂರ್ತಿ ಜವಾಬ್ದಾರಿಯನ್ನು ನಾನು ತೆಗೆದುಕೊಳ್ಳುತ್ತೇನೆ. ಒಂದು ನಿಮಿಷ ನಾನು ಹಾರಾಡುತ್ತಿದ್ದೆ, ಇನ್ನೊಂದು ನಿಮಿಷ ನನಗೂ ಅದಕ್ಕೂ ಯಾವುದೇ ಸಂಬಂಧವಿಲ್ಲದಂತೆ ತಿರಸ್ಕರಿಸುತ್ತಿದ್ದೆ. ನಾನೊಬ್ಬ ಮಗುವಿನ ಥರ ಇದ್ದೆ. ನನ್ನ ಕೋಪೋದ್ರೇಕವನ್ನೆಲ್ಲ ಕ್ರಿಸ್‌ನ ಎದುರು ಎಸೆಯುತ್ತಿದ್ದೆ.

ಆ ಸಮಯದಲ್ಲಿ ನನಗೆ ಲೆಟ್ ದೆಮ್ ಸಿದ್ಧಾಂತ ತಿಳಿದಿದ್ದರೆ, ನಾನು ಅವರನ್ನು *ಲೆಟ್ ದೆಮ್* ಫ್ರೆಂಡ್ಸ್ ಎಂದುಬಿಡುತ್ತಿದ್ದೆ. ನಾನು ಸನ್ನಿವೇಶವನ್ನು ಮೀರಿ ನಡೆಯುವುದಕ್ಕೆ ತೊಡಗುತ್ತಿದ್ದೆ. ನಾನು ನನ್ನ ಭಾವೋದ್ವೇಗಗಳನ್ನು ಆರೋಗ್ಯಪೂರ್ಣವಾಗಿ, ಓರ್ವ ಪಕ್ವ ಪ್ರೌಢ ವ್ಯಕ್ತಿಯ ಹಾಗೆ ನಿರ್ವಹಿಸುವ ಹೊಣೆಯನ್ನು ಹೊತ್ತುಕೊಳ್ಳುತ್ತಿದ್ದೆ.

ಆದರೆ ಆ ಸಮಯದಲ್ಲಿ ನನ್ನ ಭಾವನೆಗಳನ್ನು ಹೇಗೆ ನಿಯಂತ್ರಿಸಬೇಕೆಂದು ಅರಿತಿರಲಿಲ್ಲ. ಅವೆಲ್ಲ ವೈಯಕ್ತಿಕ ಆಕ್ರಮಣದಂತೆ ತೋರುತ್ತಿದ್ದವು. ಅವರೆಲ್ಲ ನನ್ನ ಕಥೆಯಲ್ಲಿ ಖಳನಾಯಕರಾಗಿದ್ದರು.

ಯಾಕೆ? ನಾನು ಹೇಳುವೆ:

ಇನ್ನೊಬ್ಬರನ್ನು ದೂರುವುದು ಸುಲಭ. ಹೊಣೆಗಾರಿಕೆಯನ್ನು ವಹಿಸುವುದಕ್ಕಿಂತ ಕೋಪದಲ್ಲಿ ಕೂರುವುದು ಸುಲಭ. ನೀವು ಪ್ರೌಢ ಸ್ನೇಹದಲ್ಲಿ ಮಾಡುವ ದೊಡ್ಡ ತಪ್ಪನ್ನು ನಾನು ಮಾಡಿದ್ದೆ: ಫ್ರೆಂಡ್ಸ್‌ಗಳು ಎಂದೆಂದಿಗೂ ಇರುತ್ತಾರೆ ಎಂದುಕೊಂಡಿದ್ದೆ. ಯಾವಾಗಲೂ ಒಳಗೆ ಸೇರಿಸಿಕೊಳ್ಳುವುದು ಮತ್ತು ಹಾಗೆ ನಿರೀಕ್ಷಿಸುವುದೂ ಸುಲಭವೇ.

ಈ ಕಥೆ ನಿಜಕ್ಕೂ ಸಾಮೀಪ್ಯ ಹೇಗೆ ಪ್ರೌಢ ಗೆಳೆತನವನ್ನು ಬೆಳೆಸುತ್ತದೆ ಎಂಬುದನ್ನು ತೋರಿಸುತ್ತದೆ. ಅಷ್ಟೇ ಅಲ್ಲ ಅದು ನಿಮ್ಮ ನಿಯಂತ್ರಣದಲ್ಲಿ ಇಲ್ಲ ಎಂಬುದನ್ನೂ ಸಾದರ ಪಡಿಸುತ್ತದೆ. ಶಕ್ತಿ ಹೇಗೆ ಗೆಳೆತನವನ್ನು ನಿರ್ನಾಮ ಮಾಡಬಹುದೆಂಬುದನ್ನೂ ದೃಢೀಕರಿಸುತ್ತದೆ. ಅದು ನಿಮ್ಮ ನಿಯಂತ್ರಣದಲ್ಲಿ ಇರುತ್ತದೆ. ನನ್ನ 30ರ ಕೊನೆ, 40ರ ಆರಂಭದ ದಿಶೆಯಲ್ಲಿ ಇದು ಸಂಭವಿಸಿತು. ಆದರೆ ಇದು ನಿಮ್ಮ ಬದುಕಿನ ಯಾವ ಸಮಯದಲ್ಲೂ ಸಂಭವಿಸಬಹುದು. ಇನ್ನು ಕೆಲವೊಮ್ಮೆ ನೀವು ಗೆಳೆಯರ ಗುಂಪಿನ ಒಳಗಡೆ ಇದ್ದರೂ ನೀವು ಗುಂಪಿನ ಹೊರಗಡೆ ಇರುವಂತೆ ತೋರುವುದೂ ಉಂಟು. ಇದು ಸಹಜವೇ.

ಜನರು ಬರುತ್ತಾರೆ ಹೋಗುತ್ತಾರೆ, ವಿವಿಧ ಭಾಗಗಳಲ್ಲಿ ಚದುರಿಹೋಗುತ್ತಾರೆ, ಮತ್ತು ತಮ್ಮ ಬದುಕನ್ನು ಬದಲಿಸುತ್ತಾರೆ, ಹಾಗೆಯೇ ತಾವೇನು ಆಗಬೇಕೋ ಅದನ್ನು ಆಗಲು ಹವಣಿಸುತ್ತಾರೆ. ಅಂತೂ ಗೆಳೆತನದ ಪ್ರತಿಯೊಂದು ಸ್ತಂಭವೂ ಬದಲಾಗುತ್ತಲೇ ಹೋಗುತ್ತದೆ: ಸಾಮೀಪ್ಯ, ಸಮಯ ಮತ್ತು ಶಕ್ತಿ. ಆದ್ದರಿಂದಲೇ ಪ್ರೌಢ ಗೆಳೆತನದಲ್ಲಿ ಹೊಂದಾಣಿಕೆ ಬೇಕಾಗುತ್ತದೆ. ಹಾಗೆಯೇ ಅದು ಯಾವತ್ತೂ ವೈಯಕ್ತಿಕವಾಗಿರುವುದಿಲ್ಲ, ಯಾಕೆಂದರೆ ನಿಮ್ಮ ಬದುಕಿನಲ್ಲಿ ಜನರು ಬರುತ್ತಾರೆ ಮತ್ತು ನಿಮ್ಮನ್ನು ಬಿಟ್ಟು ಹೋಗುತ್ತಾರೆ.

ಲೆಟ್ ದೆಮ್.

"ನಾನು *ಲೆಟ್ ದೆಮ್* ಎಂದೆ. ನನಗೀಗ ಸ್ನೇಹಿತರೇ ಇಲ್ಲ."

ಈ ಪುಸ್ತಕಕ್ಕಾಗಿ ಸಂಶೋಧನೆಯನ್ನು ಮಾಡುತ್ತಿರುವಾಗ, ಮತ್ತು ಈ ಸಿದ್ಧಾಂತವನ್ನು ಬಳಸುವ ಸಾವಿರಾರು ಜನರ ಅನುಭವಗಳನ್ನು ಕಲೆಹಾಕಿ ವಿಶ್ಲೇಷಿಸಿದಾಗ ಕಂಡು ಬಂದ ಒಂದು ಅಂಶವೆಂದರೆ, ನೀವು ಯಾರನ್ನು ನಿಮ್ಮ ಆತ್ಮೀಯ ಫ್ರೆಂಡ್ ಎಂದು ಭಾವಿಸಿರುತ್ತೀರೋ, ಅವರು ನಿಮ್ಮ ಸ್ನೇಹಿತರೇ ಆಗಿರುವುದಿಲ್ಲ.

ನೀವು *ಲೆಟ್ ದೆಮ್* ಎಂದಾಗ, ಜನರು ನಿಜಕ್ಕೂ ಯಾರಿದ್ದಾರೆ ಎಂಬುದನ್ನು ಬಹಿರಂಗಪಡಿಸಬಹುದು, ಮತ್ತು ನೀವು ಅವರ ಬದುಕಿನಲ್ಲಿ ಯಾವ ಸ್ಥಾನದಲ್ಲಿ ನಿಂತಿದ್ದೀರಿ ಎಂಬುದನ್ನು ತೋರಿಸಬಹುದು. ಬಹಳಷ್ಟು ಮಂದಿಯ ಜೊತೆಗೆ ನೀವು ಲೆಟ್ ದೆಮ್ ಸಿದ್ಧಾಂತವನ್ನು ಬಳಸುತ್ತಿರಬಹುದು ಮತ್ತು ಬಹಳಷ್ಟು ಸಂಬಂಧಗಳಲ್ಲಿ ನೀವು ಬಳಸುವ ಪ್ರಯತ್ನ ಸಾಮಾನ್ಯವಾಗಿ ಒಂದೇ ದಿಕ್ಕಿನಲ್ಲಿ ಇದ್ದಿರುತ್ತದೆ. ನೀವು ಕರೆ ಮಾಡುತ್ತೀರಿ, ಮತ್ತು ನೀವು ಕರೆಯನ್ನು ನಿಲ್ಲಿಸಿದ ಬಳಿಕ ಯಾವುದೇ ಕರೆ ಅವರಿಂದ ಬರುವುದಿಲ್ಲ. ನೀವೇ ಎಲ್ಲರನ್ನೂ ಸಂಪರ್ಕಿಸುತ್ತೀರಿ, ಮತ್ತು ಯೋಜನೆಗಳನ್ನು ಹಾಕುತ್ತೀರಿ, ನಂತರ ಇದ್ದಕ್ಕಿದ್ದ ಹಾಗೆ ನಿಮ್ಮನ್ನು ಯಾರೂ ಸಂಪರ್ಕಿಸುವುದಾಗಲೀ, ಆಹ್ವಾನಿಸುವುದಾಗಲೀ ಮಾಡುವುದಿಲ್ಲ.

ನೀವು ಮಾತ್ರ ಪ್ರಯತ್ನದಲ್ಲಿ ತೊಡಗಿರುವುದನ್ನು ಕಂಡರೆ ತುಂಬಾ ನೋವಾಗುತ್ತದೆ. ಹಾಗೆ ಸಂಭವಿಸಿದಾಗ ಮತ್ತು ಅದು ಸಂಭವಿಸಿಯೇ ತೀರುತ್ತದೆ, ನಾನು ಸ್ನೆಹದ ಮೂರು

ಸ್ತಂಭಗಳತ್ತ ನಿಮ್ಮನ್ನು ಒಯ್ಯಲು ಬಯಸುತ್ತೇನೆ: ಸಾಮೀಪ್ಯ, ಸಮಯ ಮತ್ತು ಶಕ್ತಿ. ನೀವೇ ನಿಮ್ಮೆಲ್ಲ ಶ್ರಮವನ್ನು ಹಾಕುತ್ತಿದ್ದೀರಿ ಎಂಬುದೇ ಅತ್ಯಂತ ದಯನೀಯ ಪರಿಸ್ಥಿತಿ. ಅದು ಸಂಭವಿಸುವಾಗ, ಸಂಭವಿಸಿಯೇ ಇರುತ್ತದೆ, ನಾನು ಮತ್ತೆ ಸ್ನೇಹದ ಮೂರು ಸ್ತಂಭಗಳತ್ತ ಬರುತ್ತೇನೆ: ಸಾಮೀಪ್ಯ, ಸಮಯ ಮತ್ತು ಶಕ್ತಿ.

ಯಾವುದೇ ಗೆಳೆತನ ಕ್ಷೀಣವಾದಾಗ, ಅಥವಾ ಯಾರಾದರೂ ಅವರು ಯಾರು ಎಂಬುದನ್ನು ಬಹಿರಂಗಪಡಿಸಿದಾಗ, ಮೂರು ಸ್ತಂಭಗಳಲ್ಲಿ ಒಂದು ಕುಸಿಯುತ್ತದೆ. ಅಥವಾ ಇನ್ನೂ ಹೆಚ್ಚು. ನೀವು ನಿಮ್ಮ ಬಗ್ಗೆಯೇ ಕನಿಕರ ಪಡುವಾಗ ಮತ್ತು ಅವರಿಂದ ದೂರ ಸರಿಯುವಾಗ, ಅಥವಾ ಕೋಪಗೊಳ್ಳುವಾಗ, ವಸ್ತುಸ್ಥಿತಿಯ ಕಡೆಗೆ ಕಣ್ಣೋಡಿಸಿ. ನೀವು ಮತ್ತು ನಿಮ್ಮ ಗೆಳೆಯರು ಬದಲಾಗಿದ್ದೀರಾ? ಅಥವಾ ಹೊಸ ಬಗೆಯಲ್ಲಿ ಬೆಳೆದಿದ್ದೀರಾ? ನಿಮ್ಮ ಬದುಕಿನ ಮಾದರಿಗಳು ಅಥವಾ ಸಮಯಗಳು ಬದಲಾಗಿವೆಯೇ? ನೀವು ದೈಹಿಕವಾಗಿ ಅವರ ಸಾಮೀಪ್ಯವನ್ನು ಪಡೆಯಲು ಯತ್ನಿಸಿದ್ದೀರಾ? ನಿಮ್ಮ ಬದುಕಿನ ವೇಳೆಗಳು ಹಿಂದಿನವೇ ಇರುತ್ತವೆಯೋ ಅಥವಾ ಬದಲಾಗಿವೆಯೇ? ಅಥವಾ ನಿಮ್ಮಲ್ಲಿ ಯಾರಾದರೂ ಒಬ್ಬರ ಬದುಕಿನ ಮಹತ್ವದ ಬದಲಾವಣೆ ಈ ಪರಿಸ್ಥಿತಿಗೆ ಕಾರಣವಾಗಿದೆಯೇ?

ಈ ಪ್ರಶ್ನೆಗಳನ್ನು ನೀವು ನಿಮ್ಮಷ್ಟಕ್ಕೆ ಕೇಳಿಕೊಳ್ಳುವುದು ತುಂಬಾ ಮುಖ್ಯ. ಯಾಕೆಂದರೆ ನಾವೇ ತಪ್ಪಾಗಿ ನಡೆದುಕೊಂಡಿದ್ದೇವೆ ಎನ್ನುವ ಮಾತೂ ಇದ್ದಿರಬಹುದು. ಅಥವಾ ಗೆಳೆತನ ಹೋಯಿತು ಎಂದು ಆ ಇನ್ನೊಬ್ಬ ವ್ಯಕ್ತಿಯೂ ನಿರ್ಧರಿಸಿರುವ ಸಾಧ್ಯತೆ ಇಲ್ಲದಿಲ್ಲ. ನೀವು ಗೆಳೆತನದಿಂದ ದೂರಕ್ಕೆ ಸರಿಯುವ ಸಮಯ ಯಾರನ್ನು ಬಿಟ್ಟು ತೆರಳುವಿರೋ ಅವರಿಗೆ ಒಳ್ಳೆಯದನ್ನು ಬಯಸಿ. ಕೆಲವೊಮ್ಮೆ ನೀವು ಬರೀ ಫ್ರೆಂಡ್ಸ್ ಆಗಿರುತ್ತೀರಿ, ಆತನಲ್ಲಿ ಯಾವುದೇ ಯೋಜನೆಗಳಿರುವುದಿಲ್ಲ, ಅಥವಾ ಆತ ಇಂಟ್ರೋವರ್ಟ್ ಆಗಿರುತ್ತಾನೆ, ಅಥವಾ ಅವರಿಗೆ ಬಹಳಷ್ಟು ಜಂಝಡಮಯ ಕೆಲಸಗಳು ಇದ್ದಿರುತ್ತವೆ. ಅವರು ನಿಮ್ಮನ್ನು ಕಡೆಗಣಿಸುತ್ತಾರೆ ಎಂದಲ್ಲ; ಅವರು ಬದುಕಿನ ಆ ಸಮಯದ ಅಧ್ಯಾಯದಲ್ಲಿ ಬೇಸ್ತುಬಿದ್ದು ತೊಳಲಾಡುತ್ತಿರುತ್ತಾರೆ. ಅವರು ದೂರ ಸರಿದಿರುವುದು ವೈಯಕ್ತಿಕ ಕಾರಣದಿಂದಲ್ಲ. ಈಗಲೂ ನೀವು ಅವರನ್ನು ಮತ್ತೆ ಹೊಂದಲು ಸಾಧ್ಯ.

ಈ ಪುಸ್ತಕದ ಸಂಶೋಧನೆ ಮಾಡುವ ಸಮಯ, ಬಹಳಷ್ಟು ಮಂದಿ ತಮಗೆ ತಮ್ಮ ಫ್ರೆಂಡ್ಸ್ ಆನ್‌ಲೈನ್‌ನಲ್ಲಿ ಬರೆಯುತ್ತಿಲ್ಲ ಎನ್ನುತ್ತಿದ್ದರು. ಯಾರೋ ಒಂದಿಬ್ಬರು ನಿಮಗೆ ಸಂದೇಶ ಕಳುಹಿಸುತ್ತಿಲ್ಲವೆಂದು ನಾನು ಈ ಸಿದ್ಧಾಂತವನ್ನು ಹೆಚ್ಚೇನೂ ಅತಿರೇಕಕ್ಕೆ ಒಯ್ಯಲು ಬಯಸುವುದಿಲ್ಲ.

ಫ್ರೆಂಡ್‌ಶಿಪ್‌ಗಳು ಪ್ರತೀಕಾರಕ್ಕಿರುವುದಲ್ಲ. ಯಾವುದೇ ಅಂಕಿಅಂಶಗಳನ್ನು ಇರಿಸಬಾರದು. ನಿಮಗೆ ಬೇಕಾದವರನ್ನು ಸ್ನೇಹಕ್ಕೆ ಬರಮಾಡಿಕೊಳ್ಳುವುದು ಉತ್ತಮ. ತುಂಬಾ ಬೇಗನೇ ಅಥವಾ ಬಹಳಷ್ಟು ಸಲ ನಿಮಗೆ ಸ್ಪಂದಿಸುವವರು ನಿಮ್ಮ ಬಗ್ಗೆ ಕಾಳಜಿಯಿಂದ ಮಾಡುತ್ತಾರೆ ಎಂದಲ್ಲ. ಅವರೆಷ್ಟು ಭಾವೋದ್ವೇಗದಲ್ಲಿ ಇದ್ದಾರೆ ಎಂಬುದನ್ನು ಅದು ಸೂಚಿಸುತ್ತದೆ. ಟನ್‌ಗಟ್ಟಲೆ

ಕೆಲಸಗಳು ಪ್ರತಿಯೊಬ್ಬರಿಗೂ ಬಿದ್ದಿರುತ್ತವೆ ಮತ್ತು ನಿಮ್ಮ 99ಪ್ರತಿಶತ ಸಮಯ ಅವರು ಯಾವುದರಲ್ಲಿ ವ್ಯಸ್ತರೆಂಬುದು ತಿಳಿಯುವುದಿಲ್ಲ. ಆದ್ದರಿಂದ ಪ್ರತ್ಯೇಕವಾಗಿ ಸ್ನೇಹಿತರು ನಿಮಗೆ ತಕ್ಷಣ ಸ್ಪಂದಿಸದಿದ್ದರೆ, ಅದಕ್ಕೇನೋ ಅವಶ್ಯದ ಕಾರಣವಿದ್ದಿರಬೇಕೆಂದು ಭಾವಿಸಿ.

ಅವರು ಬರಹವನ್ನು ಕಳಿಸದೆ ಇರಲಿ, *ಲೆಟ್ ದೆಮ್*

ಈ ಕಳೆದ ನಾಲ್ಕು ವರ್ಷಗಳು ನನ್ನ ಬದುಕಿನಲ್ಲಿ ಅತ್ಯಂತ ವ್ಯಸ್ತ ಸಮಯವಾಗಿದ್ದುದರಿಂದ ಅದು ನನ್ನ ಸ್ನೇಹದ ಮೇಲೆ ಬಹಳಷ್ಟು ಪರಿಣಾಮವನ್ನು ಬೀರಿತ್ತು. ಬೋಸ್ಟನ್‌ನಲ್ಲಿ 26ವರ್ಷಗಳಷ್ಟು ಸುದೀರ್ಘ ಸಮಯ ಜೀವನ ಸಾಗಿಸಿದ್ದರಿಂದ, ಮತ್ತು ಇದೀಗ ಒಂದು ಚಿಕ್ಕ ಗ್ರಾಮೀಣ ಪ್ರದೇಶಕ್ಕೆ ವಸತಿಯನ್ನು ಬದಲಾಯಿಸಿದ್ದರಿಂದ, ನನಗೆ ನನ್ನ ವಯಸ್ಸಿನ ಯಾರ ಪರಿಚಯವೂ ಇದ್ದಿರಲಿಲ್ಲ.

ಅದೇ ವೇಳೆ, ನನ್ನ ಕಂಪೆನಿ ಬಹು ವೇಗವಾಗಿ ಬೆಳೆಯುತ್ತಿತ್ತು. ಮತ್ತು ಹಿಂದಿನ ಬಿಸಿನೆಸ್‌ನ್ನು ನಾನು ಎಂದಿಗೂ ವ್ಯವಹರಿಸಿರಲಿಲ್ಲ. ನನ್ನ ಕುಟುಂಬದ ಜೊತೆಗೆ ಸಮಯವನ್ನು ಕಳೆಯುವುದೇ ನನ್ನ ಮೊದಲ ಆದ್ಯತೆಯಾಗಿತ್ತು. ಹಾಗೆಯೇ ಹೊಸ ಸಮುದಾಯದೊಂದಿಗೆ ಬೆರೆತು ಜೀವಿಸುವುದೇ ಧ್ಯೇಯವಾಗಿತ್ತು. ಆದ್ದರಿಂದ, ನನಗೇನಾದರೂ ಬಿಡುವಿನ ಸಮಯವಿದ್ದಾಗ ಅದನ್ನು ನನ್ನ ಪರಿವಾರದ ಜೊತೆಗೆ ಕಳೆಯತೊಡಗಿದ್ದೆ. ಹಾಗೆಯೇ ಈ ಸಣ್ಣ ಪೇಟೆಯಲ್ಲಿ ಹೊಸ ಫ್ರೆಂಡ್ಸ್‌ಗಳನ್ನು ಪಡೆಯಲು ಉತ್ಸುಕನಾಗಿದ್ದೆ.

ನನ್ನ ಅನೇಕ ಹಳೆಯ ಸ್ನೇಹಿತೆಯರು ನಾನು ಅವರನ್ನು ಕಡೆಗಣಿಸಿದ್ದೇನೆ ಎಂದು ಭಾವಿಸುತ್ತಾರೆ. ಅಥವಾ ನಾನೊಬ್ಬ ನಾಲಾಯಖ್ಖು ಫ್ರೆಂಡ್ ಎಂದು ಭಾವಿಸುತ್ತಾರೆ. ಅವರ ದೃಷ್ಟಿಯಿಂದ ಅವರು ಸರಿ ಎಂದು ತಿಳಿದಿರುತ್ತಾರೆ. ನಾನು ಕಡೆಗಣಿಸುತ್ತೇನೆ ಎಂದಲ್ಲ. ಕಳೆದ ಮೂರು ವರ್ಷಗಳಿಂದ ನನ್ನ ಸಮಯ ಮತ್ತು ಶಕ್ತಿಯನ್ನು ಬೇರೆ ವಿಷಯಗಳಲ್ಲಿ ಆದ್ಯತೆಯ ಮೇರೆಗೆ ವಿನಿಯೋಗಿಸುತ್ತಿದ್ದೆ ಎಂಬುದು. ಅಂತೆಯೇ ನನ್ನ ಹಳೆಯ ಫ್ರೆಂಡ್ಸ್‌ರನ್ನು ಕ್ರಿಯಾಶೀಲವಾಗಿ ಮತ್ತು ನಿರಂತರವಾಗಿ ಸಂಪರ್ಕಿಸಿಲ್ಲ ಎನ್ನಬಹುದು. ಮತ್ತು ಅದು ಚಿಂತಿಲ್ಲ.

ಯಾರಾದರೂ "ಸಂಪರ್ಕದಲ್ಲಿ ಇಲ್ಲ" ಎಂದಾದರೆ, ನೀವೊಬ್ಬ ಸ್ನೇಹಿತೆಯನ್ನು ಕಳೆದುಕೊಂಡಿರುವೆ ಎಂದರ್ಥವಲ್ಲ. ಇನ್ನು ಕೆಲವರು ಯಾರಾದರೂ ದೂರದಲ್ಲಿದ್ದರೆ ಅವರು ನಿಮ್ಮ ಶತ್ರು ಎಂದಂತಾಗುತ್ತದೆ. *ಲೆಟ್ ದೆಮ್* ದೂರದಲ್ಲಿ ಇರಲಿ. ಅವರು ನಿಮ್ಮ ಮುಖದ ಮುಂದೆ ಇಲ್ಲ ಎಂದಾದರೆ, ನೀವು ಅವರ ವಿರುದ್ಧವಾಗಿದ್ದೀರಿ ಎಂದರ್ಥವಲ್ಲ. ಹಲೋ ಎನ್ನುತ್ತ ಅವರಿಗೆ ಶುಭಕೋರಿ. ಕೆಲವು ನನ್ನ ಸ್ನೇಹಿತೆಯರು ಕೆಲವು ಸಮಯ "ಕಾಣೆಯಾಗುತ್ತಾರೆ" ಮತ್ತು ಅವರು ತಮ್ಮ ಪ್ರಾಯಸ್ತ ಹೆತ್ತವರನ್ನು ನೋಡಿಕೊಳ್ಳಲು ಹೋಗಿದ್ದರು, ಅಥವ ಕಷ್ಟದಲ್ಲಿರುವ ಮಗನೊಬ್ಬನ ಜೊತೆಗಿರಲು, ಅಥವಾ ಸಂಬಂಧದಲ್ಲೇನೋ ಏರುಪೇರಾಗಿ ಹೋದರು, ಅಥವಾ

ಉದ್ಯೋಗದ ಅಗತ್ಯಕ್ಕೆಂದು ಹೋಗಿರುತ್ತಾರೆ. ಅದಕ್ಕೂ ನಿಮಗೂ ಸಂಬಂಧವಿಲ್ಲ. ಅವರು ಆಮೇಲೆಯೂ ಸ್ನೇಹಿತರಾಗಿಯೇ ಇದ್ದಿರುತ್ತಾರೆ.

ಇದನ್ನು ಯಾಕಾಗಿ ಹೇಳಿದ್ದೇನೆ ಎಂದರೆ, ನೀವು *ಲೆಟ್ ದೆಮ್*‌ನ್ನು ಉಪಯೋಗಿಸುವಾಗ, ಊಹಿಸಿಕೊಂಡು ನಿರ್ಣಯಕ್ಕೆ ಬರಬಾದೆಂದು. ಅಂತೆಯೇ ನಿಮ್ಮ ಅದ್ಭುತ ಸ್ನೇಹಿತರನ್ನು ಒಮ್ಮಿಂದೊಮ್ಮೆಗೇ ಬಿಟ್ಟುಬಿಡಬಾರದೆನ್ನುವುದಕ್ಕೆ. ನಿಮ್ಮ ಬದುಕಲ್ಲೂ ಅವರ ಬದುಕಲ್ಲೂ ಏನೇನೋ ನಡೆಯುತ್ತಿರುತ್ತವೆ ಅಲ್ಲವೇ? ಎಲ್ಲವೂ ಜುಜುಬಿ ಒಂದು ಆನ್‌ಲೈನ್ ಬರಹ ಅಥವಾ ಒಂದು ಫೋನ್ ಕಾಲ್ ಸಾಕು, ಸ್ನೇಹದ ಬೆಸುಗೆಯನ್ನು ಉಳಿಸಿಕೊಳ್ಳುವುದಕ್ಕೆ. ಇದೀಗ ನಾಲ್ಕು ವರ್ಷಗಳ ವ್ಯಸ್ತ ಕಾಯಕದಿಂದ ಹೊರಬರುವಾಗ, ಇದೀಗ ನಮ್ಮ ಹೊಸ ಮನೆಯಲ್ಲಿ ತಂಗಿರುವಾಗ, ಮತ್ತು ಬೋಸ್ಟನ್‌ನ ಸ್ಟುಡಿಯೋ ಚೆನ್ನಾಗಿ ನಡೆಯುತ್ತಿರುವಾಗ, ನಾನು ನನ್ನ ಪ್ರಾಯದ ತಂದೆ-ತಾಯಿಗಳ ಜೊತೆಗೆ ಬಹಳಷ್ಟು ಸಮಯವನ್ನು ಕಳೆಯಲು ಸಾಧ್ಯವಾಗಿದೆ. ನಾವೀಗ ಬರಿದಾದ ಗೂಡಿನವರು, ಒಂದು ಹೊಸ ಅಧ್ಯಾಯ ಇದೀಗ ಶುರುವಾಗಿದೆ. ಮತ್ತು ಇದರಲ್ಲಿ ಗೆಳೆತನವನ್ನು ಆದ್ಯತೆಯ ಮೇರೆಗೆ ಪುನರ್ಸ್ಥಾಪಿಸುವುದು ಶುರುವಾಗಿದೆ.

ನೀವು ಬಹಳ ಕಾಲದಿಂದ ಸಂಪರ್ಕದಲ್ಲಿ ಇಲ್ಲದ ವ್ಯಕ್ತಿಯಿಂದ ಒಂದು ಕರೆಯನ್ನಾಗಲೀ ಬರಹವನ್ನಾಗಲೀ ಪಡೆದಿರೆಂದರೆ ಅದೊಂದು ಜಗತ್ತಿನ ಅತ್ಯಂತ ಸಂತೋಷದಾಯಕ ವಿಷಯವೆನ್ನಬಹುದು. ನನ್ನ ವಿಷಯಕ್ಕೆ ಬಂದರೆ, ತುಂಬಾ ವರ್ಷಗಳ ಕಾಲ ನಾವು ಪರಸ್ಪರ ಮಾತಾಡದೆ, ಇದೀಗ ಕಾಫಿಯನ್ನು ಒಂದೇ ಟೇಬಲ್‌ಗೆ ಬಂದು ಹೀರುತ್ತಿದ್ದರೆ, ನಮ್ಮ ಗೆಳೆತನ ಅತ್ಯಂತ ಗಾಢವಾಗಿ ಮತ್ತೆ ಚಿಗುರುವುದಕ್ಕೆ ತೊಡಗುತ್ತದೆ. ಅದನ್ನು ಸ್ಥಾಪಿಸುವುದಕ್ಕೆ ನಾನೇ ಮುಂಭೂಣಿಯಲ್ಲಿ ಇರುತ್ತೇನೆ. *ಲೆಟ್ ಮಿ.*

ಇನ್ನೊಬ್ಬ ವ್ಯಕ್ತಿಯ ಜೊತೆಗಿನ ಸಂಪರ್ಕ ಯಾವತ್ತೂ ಕಡಿದು ಹೋಗುವುದೇ ಇಲ್ಲ. ಅದು ಸಾಮೀಪ್ಯದ ಕೊರತೆ ಮತ್ತು ಸಮಯದ ಅಭಾವದಿಂದ ಹಾಗೆ ತಾತ್ಕಾಲಿಕವಾಗಿ ಕಳಚಿಹೋಗಿರುತ್ತದೆ. *ಲೆಟ್ ಮಿ.* ನಿಮಗೆ ಆಮಂತ್ರಣದ ನಿರೀಕ್ಷೆ ಅಥವಾ ಕೆಟ್ಟ ಉದ್ಧೇಶದ ಊಹೆ *ಲೆಟ್ ಮಿ* ನಿವಾರಿಸಬಲ್ಲುದು. ಅದು ನಿಮಗೆ ಹಳೆಯ ಸ್ನೇಹಿತರನ್ನು ಸೇರುವತ್ತ ದಾರಿತೋರಿಸಬಹುದು ಮತ್ತು ನೀವು ಅದನ್ನು ನವೀಕರಿಸಿಕೊಳ್ಳಬಹುದು. ಸಂಪರ್ಕವನ್ನು ಕುದುರಿಸುವುದಕ್ಕೆ ಬಹಳ ವಿಳಂಬವಾಯಿತು ಎನ್ನುವ ನೆಪ ಎನ್ನುವುದಿಲ್ಲ. *ಲೆಟ್ ದೆಮ್* ನಿಮ್ಮ ಮಂದಿಯನ್ನು ಹುಡುಕಲು ಸಹಕರಿಸಬಹುದು. ಅದು ಆರಂಭದ ನಡೆಯೇ ಯಾಕಿರಬಾರದು. ಅದನ್ನು ನೀವು ಬಳಸುವಾಗ ನೀವು ನಿಮ್ಮ ಬದುಕಿನ ಅತ್ಯಂತ ಅದ್ಭುತವಾದ ಗೆಳೆತನವನ್ನು ಗಳಿಸಬಹುದು.

ನಿಜವೆಂದರೆ, ನೀವಿನ್ನೂ ನಿಮ್ಮ ತುಂಬಾ ಇಷ್ಟವಾಗಿರುವ ವ್ಯಕ್ತಿಗಳನ್ನು ಭೇಟಿಯಾಗಿಲ್ಲ ಎಂದುಕೊಳ್ಳಿ. ಅಲ್ಲಿ ಸಾಕಷ್ಟು ಅದ್ಭುತ ವ್ಯಕ್ತಿಗಳು ನಿಮ್ಮ ಗೆಳೆತನವನ್ನು ಪಡೆಯಲು ಕಾದುಕೊಂಡಿದ್ದಾರೆ ಎಂದು ತಿಳಿಯುವುದಕ್ಕೆ ನಿಮಗೆ ರೋಮಾಂಚನವಾಗುವುದಿಲ್ಲವೇ? ಮತ್ತು ಹಾಗೆ ಅವರು ಬಂದು ನಿಮಗೆ ಹಲೋ ಎಂದರೆ ನಿಮಗೆಷ್ಟು ಖುಷಿ ಎನ್ನಿಸುವುದಿಲ್ಲ?

ಆದ್ದರಿಂದ ಈ ಸಿದ್ಧಾಂತವನ್ನು ಬಳಸಿ ಅವರನ್ನು ಹುಡುಕೋಣ. ನಾವೊಂದು ಹೊಸ ಸಮುದಾಯಕ್ಕೆ ಸೇರ್ಪಡೆಗೊಂಡಾಗ ನನ್ನ 54ರಲ್ಲಿ ನಾನಿದನ್ನು ಮಾಡಿದೆ. ಆ ಸಂಪೂರ್ಣ ಕಥೆಯನ್ನು ನಿಮಗೆ ಹೇಳಲು ಉತ್ಸುಕಳಾಗಿದ್ದೇನೆ. ಹೇಗೆ ನಾವು ಗೆಳೆತನದ *ಲೆಟ್* ಮಿ ಭಾಗವನ್ನು ನಿಭಾಯಿಸಬಹುದೆಂದು ನಿಮಗೆ ವೇದ್ಯವಾದೀತು.

ಅಧ್ಯಾಯ 13

ನಿಮ್ಮ ಬದುಕಿನಲ್ಲಿ ಅತ್ಯಂತ ಉತ್ತಮ ಗೆಳೆತನವನ್ನು ಹೇಗೆ ಸೃಷ್ಟಿಸುವುದು

ಏಕಾಕಿತನವನ್ನು ನಾನು ಬಹಳಷ್ಟು ಅನುಭವಿಸಿದ್ದು ಯಾವಾಗವೆಂದರೆ ನಾವು ನಮ್ಮ ಹೊಸ ಪಟ್ಟಣಕ್ಕೆ ಸ್ಥಳಾಂತರಗೊಂಡಾಗ. ಆ ಪರಿಸರಕ್ಕೆ ನಾನು ತೀರಾ ಹೊಸಬಳಾಗಿದ್ದೆ. ನನ್ನ ವಯಸ್ಸಿನವರ ಯಾರ ಪರಿಚಯವೂ ಇರಲಿಲ್ಲ. ಅತ್ಯಂತ ದಯನೀಯ ಪರಿಸ್ಥಿತಿ ನನ್ನದಾಗಿತ್ತು.

ನಮ್ಮ ಬದುಕಿನ ಯಾವುದೋ ಕೆಲವು ಕಾಲಾವಧಿಗಳಲ್ಲಿ ನಮಗೆ ಹಾಗಾಗುತ್ತದೆ. ಬದುಕಿನ ಯಾವುದೇ ಬದಲಾವಣೆಯಲ್ಲಿ ಗೆಳೆಯರೂ ಬದಲಾಗುತ್ತಾರೆ. ನೀವು ವಿಚ್ಛೇದನ ಪಡೆದಾಗ ಜನರು ಇಬ್ಬರಲ್ಲಿ ಯಾರದೇ ಬೆಂಬಲಕ್ಕೆ ನಿಲ್ಲುವುದನ್ನು ಅನುಭವಿಸುತ್ತಾರೆ. ನೀವು ಅಥವಾ ನಿಮ್ಮ ಪ್ರೀತಿಗೆ ಪಾತ್ರರಾದವರು ಅಂತಹ ಪರಿಸ್ಥಿತಿಯನ್ನು ಅನುಭವಿಸಿದಾಗ ನಿಮಗೆ ಅರಿವಾಗುತ್ತದೆ. ನಿಮಗೆ ಹೇಗೆ ಬೆಂಬಲಿಸುವುದೆಂದು ಅವರಿಗೆ ಗೊತ್ತಿರುವುದಿಲ್ಲ, ಹಾಗಾಗಿ ಅವರು ನಿಮ್ಮಿಂದ ದೂರವೇ ಉಳಿಯುತ್ತಾರೆ. ಇದನ್ನೇ ನೀವು ನಿಮ್ಮ ಉದ್ಯೋಗವನ್ನು ನಿರ್ಧರಿಸುವಾಗ ಅಥವಾ ಶಿಕ್ಷಣವನ್ನು ಪ್ರಾರಂಭಿಸುವಾಗಲೂ ನಡೆಯುತ್ತದೆ. ನೀವು ಹೊಸದಾದ ನಿಮ್ಮ ಕನಸಿನ ನಗರಕ್ಕೆ ಸ್ಥಳ ಬದಲಾವಣೆ ಮಾಡುವಾಗ ನೀವೇನೋ ಬಹಳಷ್ಟು ಉತ್ಸಾಹಿತರಾಗಿರುತ್ತೀರಿ, ಆದರೆ ನಿಮಗೆ ಅಲ್ಲಿ ಯಾರೂ ಗೆಳೆಯರು ಇರುವುದಿಲ್ಲ ಎಂಬುದನ್ನು ತಿಳಿದುಕೊಳ್ಳಿ. ಕಾಲೇಜಿಗೆ ಸೇರಿದಾಗ, ಪ್ರಾಯಶಃ ನೀವು ಇದನ್ನು ಮೊತ್ತಮೊದಲ ಬಾರಿಗೆ ಅನುಭವಿಸಿದ್ದಿರಬಹುದು. ಕಾಲೇಜಿಗೆ ದಾಖಲಾದಾಗ ನೀವು ನಿಮ್ಮ ಅತ್ಯುತ್ತಮ ಫ್ರೆಂಡ್ಸ್‌ನ್ನು ಭೇಟಿಯಾಗುತ್ತೀರಿ ಎಂದು ಭಾವಿಸುತ್ತೀರಿ–ಆದರೆ ಹಾಗಾಗುವುದಿಲ್ಲ. ಪ್ರತಿಯೊಬ್ಬರೂ ನರ್ವಸ್ ಆಗಿ ಮೊದಲು ಭೇಟಿಯಾದವರನ್ನೇ ನೆಚ್ಚಿಕೊಂಡು ಅವರದೇ ಒಂದು ಗುಂಪನ್ನು ಕಟ್ಟಿಕೊಳ್ಳುವುದು ವಾಡಿಕೆ.

ಒಂದು ವಾರದೊಳಗೆ ಪ್ರತಿಯೊಬ್ಬರೂ ಒಂದು ಫ್ರೆಂಡ್ಸ್ ಗ್ರೂಪ್‌ನಲ್ಲಿ ಇದ್ದಿರುತ್ತಾರೆ. ಆದರೆ, ನೀವು ನಿಮ್ಮ ಕಾಲೇಜಿನ ಅಥವಾ ಹೈಸ್ಕೂಲ್‌ನ ಫ್ರೆಂಡ್ಸ್ ಗ್ರೂಪ್‌ನ್ನು ನೆನೆದುಕೊಂಡರೆ, ನೀವು ಪದವಿಯುನ್ನು ಪಡೆಯುವ ಸಮಯುಕ್ಕೆ ಅವರ ಗುಂಪಿನಲ್ಲಿ ಬಹಳಷ್ಟು ಬದಲಾವಣೆಗಳಾಗಿರುತ್ತವೆ.

ಹಾಗಾಗುವುದು ಯಾಕೆಂದರೆ ನಿಮ್ಮ ಜನವನ್ನು ಕಂಡುಕೊಳ್ಳುವುದಕ್ಕೆ ಸ್ವಲ್ಪ ಸಮಯ ಹಿಡಿಯುತ್ತದೆ.

ಒಂದು ವರ್ಷವನ್ನೇ ನೀಡಿ

ನನ್ನ ಮಗಳು ಕಾಲೇಜಿಗೆ ಸೇರಿದ ಸಮಯದಲ್ಲಿ, ಅವಳು ಅಳುತ್ತಾ ಹೇಳುವವಳು, "ನನಗೊಂದು ಸರಿಯಾದ ಸ್ಕೂಲ್ ಸಿಕ್ಕಿಲ್ಲ. ನನಗೆ ಬೇಕಾದವರು ಇಲ್ಲಿ ಯಾರೂ ಇಲ್ಲ. ನನಗೆ ಇಲ್ಲಿಂದ ಟ್ರಾನ್ಸ್‌ಫರ್ ಬೇಕಿದೆ." ನಾನು ಅವಳಿಗೆ ಹೇಳಿದೆ, ಹೋಗು ಕ್ಯಾಂಟೀನ್‌ಗೆ. ಅಲ್ಲಿ ಯಾರಾದರೂ ನಿನ್ನಲ್ಲಿ ಆಸಕ್ತಿಯಿರುವವರು ಸಿಗುತ್ತಾರೆ. ಫ್ರೆಂಡ್‌ಶಿಪ್ ಮಾಡಿಕೋ." ನೀನು ಅಲ್ಲಿ ಕುಳಿತಿರಬೇಕು, ಒಂದು ವರ್ಷದೊಳಗೆ ನಿನಗೆ ಆತ್ಮೀಯರೆನಿಸುವ ಮಂದಿ ಸಿಕ್ಕಿಯೇ ಸಿಗುತ್ತಾರೆ, ಎಂದೆ.

ಅವಳಿಗೆ ನನ್ನ ಉಪದೇಶ ಹಿಡಿಸಲಿಲ್ಲ. ವರ್ಷವಿಡೀ ಅವಳು ನನಗೆ ಫೋನ್ ಮಾಡುತ್ತಲೇ ಇದ್ದಳು. ಅವಳನ್ನು ಒಂಟಿತನ ಕಾಡುತ್ತಿತ್ತು ಮತ್ತು ಅದರಿಂದ ಹತಾಶಳಾಗಿದ್ದಳು. ನಂತರ ಎರಡು ಸ್ನೇಹಿತೆಯರನ್ನು ಅವಳು ಮಾಡಿಕೊಂಡಳು (ಹಿ ಲೆಕ್ಸಿ ಮತ್ತು ಮೈಕೆಲಾ!) ಅವರ ಅದೃಷ್ಟಕ್ಕೆ ಇಬ್ಬರೂ ಇವಳ ಜೊತೆಗೇ ಮೊದಲ ವರ್ಷವಿಡೀ ಕಾಲಕಳೆದರು.

ನನ್ನ ಮಗಳು ಸೇವಿಯರ್ ಬಗ್ಗೆ ನನಗೆ ಗೊತ್ತು. ಅವಳನ್ನು ಜನರ ಜೊತೆಗೆ ಮಧ್ಯಾಹ್ನದ ಊಟದ ಸಮಯವನ್ನು ಕಳೆಯಲು ಹೇಳಿದೆ. ಕ್ಯಾಂಪಸ್‌ನಲ್ಲಿ ನಡೆಯುವ ವಿವಿಧ ಕಾರ್ಯಕ್ರಮಗಳಲ್ಲಿ ಭಾಗವಹಿಸಲು ಹೇಳಿದೆ. ಯಾವುದೂ ಉಪಯೋಗಕ್ಕೆ ಬರಲಿಲ್ಲ. ಅವಳಿಗೆ ಪೂರ್ತಿ ಒಂದು ವರ್ಷವೇ ಬೇಕಾಯಿತು ಒಂದು ಉತ್ತಮ ಬಳಗವನ್ನು ಕಟ್ಟುವುದಕ್ಕೆ. ಮತ್ತೆ ಸ್ಕೂಲ್‌ನ ಕೊನೆಯ ಕೆಲವು ವಾರಗಳಲ್ಲಿ ಅವಳ ಅತ್ಯಂತ ಆಪ್ತಳಾದ ಮೇರಿ ಮಾರ್ಗ್ರೆಟ್ ಸಿಕ್ಕಿದಳು. ಅವಳು ತನ್ನ ಇತರ ಇಬ್ಬರು ಫ್ರೆಂಡ್ಸ್‌ನ್ನು ಪರಿಚಯಿಸಿದಳು. ಹೀಗೆ ಒಟ್ಟು ಏಳು ಮಂದಿ ಸ್ನೇಹಿತೆಯರು ಇಂದಿಗೂ ಉತ್ತಮ ಸ್ನೇಹವನ್ನು ಬೆಳೆಸಿಕೊಂಡಿದ್ದಾರೆ. ಇದಕ್ಕೆಲ್ಲ ಪೂರ್ತಿ ವರ್ಷ ಬೇಕಾಯಿತು. ಮತ್ತೆ ನಾನು ನನ್ನ ಸ್ಥಳವನ್ನು ಬದಲಾಯಿಸಿದಾಗ, ನನ್ನದೇ ಉಪದೇಶವನ್ನು ಮರೆತುಬಿಟ್ಟಿದ್ದೆ. ಒಂದು ವರ್ಷ ಕಾಲ ಪ್ರಯತ್ನಿಸಲೇ ಇರಬೇಕೆಂದು ನಾನು ಹೇಳುತ್ತಿದ್ದೆ. ಒಂದು ವಾರದಲ್ಲೇ ನಾನು ಮಾಡಿದ ತಪ್ಪಿನ ಅರಿವಾಯಿತು. ಮತ್ತೆ ನನ್ನ ಪ್ರಯತ್ನ ಒಂದು ವರ್ಷವಿಡೀ ನಡೆಯಿತು. ನಾನು ನನ್ನ ತಪ್ಪಿಗಾಗಿ ಪರಿತಪಿಸುತ್ತಿದ್ದೆ. ನನಗನ್ನಿಸಿತ್ತು, ನನಗೆಂದಿಗೂ ನನ್ನ ಪ್ರಿಯವಾದ ಗೆಳೆಯರು ಎಂದಿಗೂ ಸಿಗಲಾರರು ಅಂತ. ಆದರೆ ಆ ಮೊದಲ ವರ್ಷ ನಾನೇನು ಮಾಡಿದೆ? ಏನೂ ಇಲ್ಲ. ಮನೆಯಲ್ಲೇ ಕುಳಿತು ಏಕಾಂಗಿತನವನ್ನು ಅನುಭವಿಸುತ್ತಿದ್ದೆ.

ನಾನು ಹೊರಗಡೆ ಎಲ್ಲೂ ಹೋಗುತಿರಲಿಲ್ಲ. ಯಾವುದೇ ಸಂಪರ್ಕಕ್ಕೆ ಹಾತೊರೆಯುತ್ತಿರಲಿಲ್ಲ. ನಾನು ಬೇಸರದ ಸಂಗೀತವನ್ನು ಆಲಿಸುತ್ತ ನನ್ನಷ್ಟಕ್ಕೇ ಬೇಸರವನ್ನು

ಅನುಭವಿಸುತ್ತಿದ್ದೆ. ನಾನು ಅತ್ತೂ ಕರೆದು ನನ್ನ ಗಂಡನಿಗೆ ಹೇಳಿದೆ. ನಾನು ಸಂಪೂರ್ಣವಾಗಿ ಮುಚ್ಚಲ್ಪಟ್ಟಿದ್ದೆ. ಗೆಳೆತನ ಮೇಲಿನ ಆಕಾಶದಿಂದ ನನ್ನ ಮಡಿಲಿಗೆ ಉದುರಿ ಬೀಳುತ್ತದೆ ಎನ್ನುವ ಹೆಡ್ಡತನದ ತಪ್ಪನ್ನು ನಾನು ಮಾಡಿದ್ದೆ. ಅದು ಹಾಗೆ ನಡೆಯುವುದಿಲ್ಲ.

ನಿಮಗೂ ಇಂತಹ ಅನುಭವವಾಗಿರುತ್ತದೆ ಎಂದು ನಾನು ಖಂಡಿತವಾಗಿಯೂ ಹೇಳಬಲ್ಲೆ. ನೀವು ಸ್ಥಳ ಬದಲಾಯಿಸಿರಬಹುದು, ಅಥವಾ ಉದ್ಯೋಗವನ್ನು ಬದಲಾಯಿಸಿಬಹುದು, ಅಥವಾ ವಿಚ್ಛೇದನ ಮಾಡಿಕೊಂಡಿರಬಹುದು, ಅಥವಾ ಒಬ್ಬಂಟಿಯಾಗಿ ಮನೆಯಲ್ಲಿ ಇದ್ದಿರಬಹುದು, ಅಥವಾ ಪರಿವಾರದಲ್ಲಿ ಸಂಕಟಪಡುವ ವ್ಯಕ್ತಿಯ ಆರೈಕೆಯಲ್ಲಿ ತೊಡಗಿಕೊಂಡಿರಬಹುದು, ಅದಕ್ಕೇ ಫ್ರೆಂಡ್‌ಶಿಪ್‌ನ್ನು ನೀವು ಮೊದಲಿಂದ ಪ್ರಾರಂಭಿಸಬೇಕಾಗಿರಬಹುದು. ಅಂತಹ ಸಮಯದಲ್ಲಿ, ಖಂಡಿತವಾಗಿಯೂ ನೀವು ಏಕಾಕಿತನವನ್ನು ಅನುಭವಿಸಿದ್ದೀರಿ.

ಅದೇ ರೀತಿಯಲ್ಲಿ ನಿಮ್ಮ ಸ್ನೇಹಿತೆಯರು ದೂರದಲ್ಲಿದ್ದರೆ, ನಿಮಗೆ ಒಂಟಿತನದ ಅನುಭವವಾಗುತ್ತದೆ. ನಾನೊಂದು ದಿನ ನನ್ನ ಇಬ್ಬರು ಮಕ್ಕಳೊಂದಿಗೆ ವಾಕಿಂಗ್‌ಗೆ ಹೋಗುತ್ತಿರುವಾಗ, ನನ್ನ ಏಕಾಕಿತನದ ಅನುಭವವನ್ನು ಹೇಳುತ್ತ ದುಃಖಿಸಿದ್ದೆ. ನಾವು ಹೀಗೆ ಕಾಲಕಳೆಯುವುದು ನನಗೆ ಬೇಕಿರಲಿಲ್ಲ.

ನಾವು ಮಾತಾಡುತ್ತ ಮುಂದುವರಿದಾಗ, ಆರು ತಿಂಗಳ ಹಿಂದೆ ಭೇಟಿಯಾಗಿದ್ದ ಮಹಿಳೆಯ ಮನೆಯ ಸಮೀಪಕ್ಕೆ ತಲುಪಿದ್ದೆವು. ಆಕೆಯ ಜೊತೆಗೆ ಮಾತಾಡಿದ್ದರಿಂದ ಆಕೆಯೊಬ್ಬ ಸಂಭಾವಿತೆಯಂತೆ ಕಾಣಿಸಿದ್ದಳು ಎಂದು ನನ್ನ ಮಕ್ಕಳಿಗೆ ಹೇಳಿದೆ. ನನ್ನ ಮಕ್ಕಳು ತಕ್ಷಣ ನನ್ನನ್ನು ಒತ್ತಾಯಪೂರ್ವಕವಾಗಿ ಆ ಮನೆಯತ್ತ ಒಯ್ದು ಬಾಗಿಲ ಮೇಲೆ ಬಡಿದು ಹಲೋ ಎನ್ನುವಂತೆ ಮಾಡಿದರು. ನನಗೆ ಹಾಗೆ ಮಾಡಬೇಕೆಂದು ಅನ್ನಿಸಲಿಲ್ಲ. ನಾನು ಮನೆಯ ಹತ್ತಿರಕ್ಕೇ ಹೋಗಲು ಅಂಜಿದೆ. ನಾನು ಅದೇನೋ ಕಳಕೊಂಡಂತೆ ಅನ್ನಿಸುತ್ತಿತ್ತು. ಇವೆಲ್ಲ ಇಷ್ಟಕ್ಕೆ ಮುಂದುವರಿಯುತ್ತದೆ ಎಂದುಕೊಳ್ಳಲಿಲ್ಲ?!

ಹೌದು, ಹಾಗೆಯೇ ಆಯಿತು. ಇದನ್ನೇ ನಾನು ನನ್ನ ಮಗಳು ಸೇವಿಯರ್‌ಗೆ ಕಾಲೇಜಿನಲ್ಲಿದ್ದಾಗ ಉಪದೇಶ ಮಾಡಿದ್ದೆ, ಅದೀಗ ನೆನಪಿಗೆ ಬಂತು.

ಆ ಮಹಿಳೆಯ ಮನೆಯ ಬಾಗಿಲ ಮೇಲೆ ಬಡಿಯುವುದು ನನಗೇಕೋ ಮುಜುಗರ ತಂದಿತ್ತು. ನಾಯಿಗಳು ಬಗುಳಿದಾಗ, ಹೆಜ್ಜೆಗಳು ಸಮೀಪಿಸುತ್ತಿದ್ದ ಹಾಗೆ ನನ್ನ ಹೃದಯದ ಬಡಿತ ಜೋರಾಗತೊಡಗಿತು. ಬಾಗಿಲು ತೆರೆದಾಗ, ನಾನು ಭೇಟಿಯಾದ ಮಹಿಳೆಯ ಬದಲಿಗೆ ಆಕೆಯ ಗಂಡ ಬಾಗಿಲು ತೆರೆದಿದ್ದರು.

"ಮಿಯಾ ಇದ್ದಾರಾ?," ನಾನು ಕೇಳಿದೆ. ನಂತರ ಬಡಬಡಿಸಿದೆ, "ಸ್ವಲ್ಪ ಸಮಯದ ಹಿಂದೆ ಆಕೆಯನ್ನು ಭೇಟಿ ಮಾಡಿದ್ದೆ. ನನಗೆ ಇಲ್ಲಿ ಯಾಕೋ ಒಬ್ಬಂಟಿಯಾಗಿರೋದಕ್ಕೆ ಬೇಜಾರು. ಇಲ್ಲಿಗೆ ನಾನು ಹೊಸಬಳು. ಅವರನ್ನು ಕಂಡು ಹಲೋ ಎಂದುಬಿಡುವ ಅಂತ

ಬಾಗಿಲು ಬಡಿದೆ," ಎಂದೆ. ಕೂಡಲೇ ನನ್ನ ಮಕ್ಕಳು ಮುಗಿಬಿದ್ದರು, "ನನ್ನ ತಾಯಿಗೆ ಫ್ರೆಂಡ್ಸ್ ಬೇಕು. ನಿಮ್ಮ ಹೆಂಡತಿ ತುಂಬಾ ಸಂಭಾವಿತರಂತೆ ಕಾಣಿಸಿದ್ದಾರೆ, ಮೋಮ್‌ಗೆ. ಹಾಗಾಗಿ ನಾವು ತಾಯಿಯನ್ನು ಅವರಿಗೆ ಹೆಲೋ ಎನ್ನುವುದಕ್ಕಾಗಿ ಕರೆತಂದಿದ್ದೇವೆ."

ಆತ ತುಂಬಾ ವಿನಯದಿಂದ ನಮ್ಮನ್ನು ಬರಮಾಡಿಕೊಂಡರು. ಮನೆಯನ್ನೆಲ್ಲಾ ಒಮ್ಮೆ ತೋರಿಸಿದರು. ನಾವು ನಾಯಿಗಳನ್ನು ಮಾತಾಡಿಸಿದೆವು. ನಾವು ಒಳಗೆ ಬಂದಿದ್ದನ್ನು ಕಂಡು ಮಿಯಾ ಉತ್ಸಾಹಿತರಾಗಿದ್ದರು, ನಾವು ನಮ್ಮ ನಂಬರ್‌ಗಳನ್ನು ವಿನಿಮಯ ಮಾಡಿಕೊಂಡೆವು. ಮತ್ತು ಒಂದು ವಾರದ ನಂತರ ನಾವಿಬ್ಬರು ಅದೇ ಮಾರ್ಗವಾಗಿ ನಡೆದು ಹೋಗುವುಕ್ಕೆ ಶುರು ಮಾಡಿದ್ದೆವು. ನನ್ನ ಬದುಕಿನ ಅದೊಂದು ತಿರುವಾಗಿತ್ತು. ವಯಸ್ಕ ಸ್ನೇಹ ಯಾವತ್ತೂ ಅದರಷ್ಟಕ್ಕೇ ನಡೆಯುತ್ತದೆ ಎನ್ನುವ ಹಾಗಿರಲಿಲ್ಲ, ಅದನ್ನು ನೀವು ಸ್ವತಃ ನಿರ್ಮಿಸಬೇಕೆಂದು ನಾನು ಕಲಿತೆ.

ಮಿಯಾಳ ಬಾಗಿಲ ಮೇಲೆ ಅಂಜುತ್ತ ಬಡಿದ ಕ್ಷಣದಿಂದ ತೊಡಗಿ, ನೂರಾರು ಸಂಭವಗಳನ್ನು ಹೇಳಬಹುದು. ಕಾಫಿ ಶಾಪ್‌ನಲ್ಲಿ ನಾನು ನನ್ನನ್ನೇ ಪರಿಚಯಿಸಿಕೊಂಡಿದ್ದು, ತುಂಬಾ ಸುಂದರವಾಗಿ ಕಾಣಿಸುತ್ತಿದ್ದ ಹೂಗಳ ತೋಟವನ್ನು ಕಂಡು, ಅದರ ಯಜಮಾನನನ್ನು ಮಾತಾಡಿಸಿದ್ದು, ಅದೊಂದು ವ್ಯಾಯಾಮದ ಕ್ಲಾಸಿನಲ್ಲಿ ನನ್ನ ಪಕ್ಕದ ವ್ಯಕ್ತಿಗೆ ಹೆಲೋ ಎನ್ನುತ್ತ ಪರಿಚಯಿಸಿಕೊಂಡಿದ್ದು–ಹೀಗೆ ನನ್ನದೇ ಆದ ಒಂದು ಸಣ್ಣ ಸಮಾಜವನ್ನು ಕಟ್ಟಿಕೊಳ್ಳುವುದಕ್ಕೆ ನನಗೆ ಸಾಧ್ಯವಾಯಿತು ಎನ್ನಬೇಕು. ಆ ವರ್ಷದ ಕೊನೆಯೊಳಗೆ ನನ್ನ ಪುಟ್ಟ ಸಮೂಹದಲ್ಲಿ ಪರಿಚಿತ ಅನೇಕ ಮುಖಗಳು ಇದ್ದವು. ಅವರನ್ನು ಪರಿಚಯಿಸಿಕೊಳ್ಳುತ್ತ ನಾನು ನನ್ನ ಜನರನ್ನು ಕಂಡುಕೊಂಡಿದ್ದೆ. ಆದ್ದರಿಂದಲೆ ನೀವು *ಲೆಟ್* ಮಿಯ ನಿಟ್ಟಿನಲ್ಲಿ ಗಮನ ಕೇಂದ್ರೀಕರಿಸುವುದು ಅವಶ್ಯ.

"ಮೊದಲಿಗೆ" ಎಂಬ ಅಭ್ಯಾಸ

ಲೆಟ್ ಮಿ ಎಂದರೆ ನಾನೇ ಮೊದಲಿಗೆ ಪರಿಚಯಿಸಿಕೊಳ್ಳಬೇಕು. *ಲೆಟ್* ಮಿ ಮೊದಲಿಗೆ ಹೇಳುವುದು, "ನಾನು ಇಲ್ಲಿಗೆ ಹೊಸಬಳು. ನೀವು ಇಲ್ಲಿಗೆ ಬಂದು ಎಷ್ಟು ಸಮಯ ಆಯ್ತು?" *ಲೆಟ್* ಮಿಯಲ್ಲಿ ಹೇಳಿ, ನೀವು ಎಂದಾದರೂ ವಾಕ್ ಹೋಗುವುದಿದ್ದರೆ, ನನಗೆ ತಿಳಿಸಿ. ಇಲ್ಲಿದೆ ನನ್ನ ನಂಬರ್."

ನನ್ನ 50ನೇ ವರ್ಷದಲ್ಲಿ ನಾನು ಸ್ನೇಹಿತೆಯರನ್ನು ಮಾಡಿಕೊಳ್ಳಲು ಸಾಧ್ಯವಿದ್ದರೆ ನಿಮಗೂ ಅದೇಕೆ ಸಾಧ್ಯವಾಗುವುದಿಲ್ಲ? ನೀವು ಎಲ್ಲೇ ಇರಿ, ಯಾವ ವಯಸ್ಸಿನವರೇ ಆಗಿರಿ, ಅದ್ಭುತವಾದ ಮಿತ್ರತ್ವವನ್ನು ನೀವು ಗಳಿಸಲು ಸಾಧ್ಯ.

ಪ್ರತಿಯೊಬ್ಬರಿಗೂ ತಮ್ಮ ಬದುಕಿನಲ್ಲಿ ಗೆಳೆತನ ಅವಶ್ಯವಿರುವುದರಿಂದ ಅದಕ್ಕೆ ಸಮಯದ ಮಿತಿ ಇದ್ದಿರುವುದಿಲ್ಲ. ಜನರಿಗೆ "ಫ್ರೆಂಡ್ ಗ್ರೂಪ್" ಇದ್ದಾಗ್ಯೂ ಅವರು ಹೊಸ ಫ್ರೆಂಡ್ಸ್‌ಗಳನ್ನು ಹೊಂದಲು ಯಾವುದೇ ಅಭ್ಯಂತರವಿದ್ದಿರುವುದಿಲ್ಲ.

ಒಂದೇನೆಂದರೆ ನೀವೇ ಮೊದಲು ಶುರುವಿನ ಹೆಜ್ಜೆ ಹಾಕಬೇಕು.

ನಿಮ್ಮ ಸುತ್ತಲಿನವರಿಗೆ ಹಾಯ್ ಎನ್ನುವುದು ನೀವೇ ಮೊದಲಾಗಿರಲಿ. ಅದೇ ಮುಖ್ಯವಾದ ವಿಷಯ. ನಾನಿದನ್ನು ಬಹಳ ಕಾಲದವರೆಗೆ ಮಾಡಿರಲಿಲ್ಲ. ನಾನು ಮನೆಯಲ್ಲೇ ಅಳುತ್ತಾ ಕುಳಿತ್ತಿದ್ದಾಗಲೂ ಇದನ್ನು ಮಾಡಿರಲಿಲ್ಲ. ನಾನು ಪೂರ್ತಿ ಮುಚ್ಚಿಕೊಂಡಿರುತ್ತಿದ್ದೆ.

ನಾನು ಕಾಫಿ ಶಾಪ್‌ಗೆ ಹೋದಾಗಲೆಲ್ಲ ಅದೇ ಜನರು ಕಂಡು ಬರುತ್ತಿದ್ದರು, ಅವರಲ್ಲಿ ನನಗೆ ಯಾರ ಪರಿಚಯವೂ ಇರುತ್ತಿರಲಿಲ್ಲ. ಯಾಕೆಂದರೆ ನಾನು ಅವರ ಹೆಸರನ್ನು ಕೇಳುತ್ತಿರಲಿಲ್ಲ. ಹಾಗಾಗಿಯೇ ನನಗೆ ಯಾರ ಪರಿಚಯವೂ ಇದ್ದಿರಲಿಲ್ಲ. ನಾನು ನನ್ನಷ್ಟಕ್ಕೇ ಇದ್ದುಬಿಡುತ್ತಿದ್ದೆ. ನಾನು ಯಾರಲ್ಲೂ ಮಾತಾಡುತ್ತಿರಲಿಲ್ಲ.

"ನಾನು ಮೊದಲು" ಎನ್ನುವ ರೀತಿಯನ್ನು ಅಳವಡಿಸಿಕೊಂಡ ಕ್ಷಣದಲ್ಲಿ, ಕಾಫಿ ಶಾಪ್‌ನಲ್ಲಿ ಕುಳಿತ್ತಿದ್ದ ಕ್ಯಾಶರ್‌ಗೆ ಹೇಳಿದೆ, "ನಾನು ಮೆಲ್, ನಿಮ್ಮ ಹೆಸರೇನು?"

"ಕೆವಿನ್."

ಆತ ನನಗೆ ಕಾಫಿಯನ್ನು ಎತ್ತಿ ನೀಡಿದಾಗ, ನಾನೆಂದೆ, "ಥ್ಯಾಂಕ್ಸ್ ಕೆವಿನ್."

ಕಾಫಿಯೊಂದಿಗೆ ನಾನು ಕುಳಿತ ತಕ್ಷಣ ನನ್ನ ಫೋನ್ ಎತ್ತಿಕೊಂಡು, ಕಾಫಿ ಶಾಪ್‌ನ ಹೆಸರಲ್ಲಿ ಒಂದು ಸಂಪರ್ಕದ ಫೈಲ್ ತೆರೆದೆ. ಕಾಫಿ ಶಾಪ್ ಫೈಲ್. ಅದರಲ್ಲಿ ನೋಟ್ಸ್ ಸೆಕ್ಷನ್‌ನಲ್ಲಿ ನಾನು ಸೇರಿಸಿದೆ "ಕೆವಿನ್, ಎತ್ತರದ ಬ್ಯಾರಿಸ್ಟಾ ಗಡ್ಡದ ವ್ಯಕ್ತಿ." ನಾನು ಆತನ ಹೆಸರನ್ನು ತಕ್ಷಣ ದಾಖಲಿಸಿದ್ದೇಕೆಂದರೆ, ಕಾಫಿ ಕುಡಿದು ಹೊರಗಡೆ ಹೋಗಿ ಕಾರನ್ನು ಹತ್ತಿ ಕುಳಿತುಕೊಳ್ಳುವ ಸಮಯಾವಧಿಯಲ್ಲಿ ನಾನು ಆತನ ಹೆಸರನ್ನು ಮರೆಯುವ ಸಾಧ್ಯತೆ ಇತ್ತು. ಮುಂದಿನ ಸಂಪರ್ಕವೆಂದರೆ, ದಿನಾ ಪ್ರತಿಯೊಂದು ಬೆಳಿಗ್ಗೆ ನಾನು ಕಾಣುತ್ತಿದ್ದ ಯುವ ದಂಪತಿಗಳು. ಅವರಲ್ಲಿ ಹಿಂದೆಂದೂ ನಾನು ಮಾತಾಡಿರಲಿಲ್ಲ. "ಹಾಯ್, ನಿಮ್ಮನ್ನು ನಾನು ಇಲ್ಲಿ ಹಲವು ಸಲ ಕಂಡಿದ್ದೇನೆ; ನಾನು ಇತ್ತೀಚೆಗಷ್ಟೇ ಇಲ್ಲಿಗೆ ಬಂದು ವಾಸ್ತವ್ಯ ಹೂಡಿದ್ದೇನೆ. ನಾನು ನನ್ನನ್ನು ಪರಿಚಯಿಸಿಕೊಳ್ತೇನೆ. ನನ್ನ ಹೆಸ್ರು ಮೆಲ್, ನಿಮ್ಮ ಹೆಸರೇನು?"

ಗ್ರೆಗರಿ ಮತ್ತು ಜೋರ್ಡನ್. ಅಷ್ಟೊಂದು ನಯನಾಜೂಕಿನವರು ಬೇರಿದ್ದಿರಲಿಲ್ಲ. ನಾನು ಕೂಡಲೇ ನನ್ನ ಫೋನ್‌ನಲ್ಲಿ ಕಾಫಿ ಶಾಪ್ ಸಂಪರ್ಕದ ಜಾಗದಲ್ಲಿ ಕೆವಿನ್‌ನ ಹೆಸರಿನ ಕೆಳಗೆ ಸಣ್ಣ ವಿವರಣೆಯೊಂದಿಗೆ ಇವರಿಬ್ಬರ ಹೆಸರನ್ನು ಸೇರಿಸಿದೆ: "ತುಂಬಾ ಆಕರ್ಷಕ ದಂಪತಿ. ಲಾಸ್ ಏಂಜಲೀಸ್‌ನಿಂದ ಬಂದು ಇಲ್ಲಿ ನೆಲೆಸಿದ್ದಾರೆ. ಮಗು ತುಂಬಾ ಮುದ್ದಾಗಿದೆ." ಅವರು ಎಷ್ಟು ಸಮಯದಿಂದ ಅಲ್ಲಿದ್ದಾರೆಂದು ನಾನು ಕೇಳಿದೆ. ಹಿಂದಿನ ವರ್ಷವಷ್ಟೇ ಅವರು ಇಲ್ಲಿಗೆ ಬಂದು ನೆಲೆಸಿದ್ದರು.

ನಂತರ ಅವರೇನು ಮಾಡುತ್ತಿದ್ದಾರೆಂದು ಕೇಳಿದೆ. ನೀವು ನಂಬಲಾರಿರಿ, ಗ್ರೆಗರಿ ಪೋಡ್‌ಕಾಸ್ಟ್ ಬಿಸಿನೆಸ್ ಮಾಡುತ್ತಿದ್ದ. ಜೋರ್ಡನ್ ಮನಃಶ್ಶಾಸ್ತ್ರಜ್ಞೆ, ಹೀಗೆ ತುಂಬಾ ಸಾಮಾನ ಸಂಗತಿಗಳಿದ್ದು, ಕಳೆದ ಒಂದು ವರ್ಷದಿಂದ ನಾನು ಅವರಿಂದ ಕೇವಲ ಹತ್ತು ಅಡಿ ದೂರದಲ್ಲಿ ಕುಳಿತು

ಸಮಯ ಕಳೆದಿದ್ದೆ. ಒಂದು ಕಿರಿದಾದ ಮಾತನ್ನು ಆಡುವುದಕ್ಕೆ ಅದೇಕೆ ಹಿಂಜರಿಯುತ್ತಿದ್ದೆನೋ ಗೊತ್ತಿಲ್ಲ.

ನಾನೊಂದು ಸಮುದಾಯವನ್ನು ನನ್ನಷ್ಟಕ್ಕೇ ಇದೀಗ ರಚಿಸುವ ಕಾಯಕದಲ್ಲಿ ತೊಡಗಿದೆ.

ನೀವು ಇತರರಿಗೆ ನೀಡುವ ಸೌಹಾರ್ದತೆ ನಿಮಗೇ ಹಿಂದಿರುಗಿ ಬರುತ್ತದೆ. ನಿಮ್ಮ ಸುತ್ತಮುತ್ತಲಿನವರ ಬರೀ ಹೆಸರುಗಳನ್ನು ತಿಳಿಯುವುದರಿಂದಲೇ ನೀವು ಬಹಳಷ್ಟು ಮಂದಿಯೊಂದಿಗೆ ಸಂಪರ್ಕ ಸಾಧಿಸಿದ್ದೀರಿ ಎಂಬ ಭಾವನೆ ಬರುತ್ತದೆ. ಜೊತೆಗೆ ನೀವು ಹೆಚ್ಚೆಚ್ಚು ಮಂದಿಯನ್ನು ಭೇಟಿಯಾಗುತ್ತಿದ್ದ ಹಾಗೆ ನಿಜಕ್ಕೂ ನಿಮ್ಮ ಸಂಪರ್ಕಜಾಲ ವಿಸ್ತರಿಸಿದಂತೆ ತೋರುತ್ತದೆ.

ಇನ್ನೂ ಹೆಚ್ಚಿನ ಲಾಭಗಳಿವೆ ಇದರಲ್ಲಿ. ನೀವೇ ಖುದ್ದಾಗಿ ಮುಂದಕ್ಕೆ ಹೋಗಿ ಪರಿಚಯಿಸಿಕೊಳ್ಳುವಾಗ, ನಿಮ್ಮ ಮಾನಸಿಕ ಸ್ಥಿತಿಗತಿಯ ಮೇಲೆ ಒಳ್ಳೆಯ ಪರಿಣಾಮ ಉಂಟಾಗಿ ನೀವು ಸದಾ ಲವಲವಿಕೆಯಿಂದ ಇದ್ದಂತೆ ಆಗುತ್ತದೆ. ಸಾಮಾನ್ಯವಾಗಿ ಈ ಬಗ್ಗೆ ಯಾರೂ ಕಾಳಜಿವಹಿಸುವುದಿಲ್ಲ. ಸಂಶೋಧಕರ ಪ್ರಕಾರ, ಕಾಫಿ ಶಾಪ್‌ನಲ್ಲಿ ನಿಮ್ಮ ಪಕ್ಕದ ಟೇಬಲ್‌ಗೆ ಇರುವ ವ್ಯಕ್ತಿ, ಅಥವಾ ನಿಮ್ಮ ಕಟ್ಟಡದ ಲಿಫ್ಟ್‌ನಲ್ಲಿ ನಿಮ್ಮ ಜೊತೆಗೆ ಏರುವ ವ್ಯಕ್ತಿ, ಅಪರಿಚಿತರೇನೂ ಅಲ್ಲ, ಅವರು ತುಸು "ದುರ್ಬಲ ಸಂಪರ್ಕ"ವನ್ನು ಹೊಂದಿದವರಷ್ಟೇ ಆಗಿರುತ್ತಾರೆ.

ಇಂತಹ ವ್ಯಕ್ತಿಗಳು ನಿಜಕ್ಕೂ ನಿಮ್ಮ ಬದುಕಿನ ಬಹುದೊಡ್ಡ ಭಾಗವಾಗಿದ್ದಾರೆ. ನಿಮ್ಮ ದೈನಂದಿನ ಬದುಕಿನಲ್ಲಿ ಅವರೊಂದು ಬಲಿಷ್ಠವಾದ ತಳಪಾಯವಾಗಿದ್ದು ಅದರ ಮೇಲೆ ನಿಮ್ಮ ಮೇಲ್ಮೆಯನ್ನು ಕಟ್ಟಲು ಸಾಧ್ಯವಿದೆ. ಅವರ ಹೆಸರುಗಳನ್ನು ನೆನಪಿಟ್ಟುಕೊಳ್ಳಿ. ಹೆಲೋ ಅನ್ನಿ. ಅವರ ಮುದ್ದಿನ ನಾಯಿಯನ್ನು ಮೈದಡವಿ ಓಲೈಸಿ. ನಾಳೆಯ ದಿನ ಅವರ ಹೆಸರನ್ನು ನೆನಪಿಟ್ಟುಕೊಳ್ಳುವ ಸಲುವಾಗಿ ನಿಮ್ಮ ಫೋನ್‌ನ ಸಂಪರ್ಕದಲ್ಲಿ ಅವರ ಹೆಸರನ್ನು ಬರೆದುಬಿಡಿ. ಸಾಕು. ಒಂದು ಸಲಕ್ಕೆ ಒಂದೇ ಸಂಭಾಷಣೆ ಸಾಕಾಗುತ್ತೆ– ನನ್ನ ಸಂಪರ್ಕದ ಏಣಿ ಸಾಮಾಜಿಕ ಜಾಲದಲ್ಲಿ ಗಟ್ಟಿಯಾಗಿ ಊರಿಕೊಂಡು ನಿಲ್ಲುವುದಕ್ಕೆ. ಅವರ ಮೊದಲ ಹೆಸರಷ್ಟೇ ಸಾಕು: "ಹಾಯ್ ಕೆವಿನ್," "ಹಾಯ್ ಗ್ರೆಗೊರಿ," "ಹಾಯ್ ಜೋರ್ಡನ್," ಎಂದು ಕರೆಯುವುದಕ್ಕೆ. ಅದರಿಂದ ನನ್ನ ಏಕಾಕಿತನ ಒಂದಿಷ್ಟು ಹೊರಟುಹೋಯಿತು.

ಹೀಗೆಯೇ ನಾನು ನನ್ನ ಇಂದಿನ ಅತ್ಯಂತ ಆಪ್ತ ಮಿತ್ರನಾದ ಡೇವಿಡ್‌ನ್ನು ಕಂಡುಕೊಂಡಿದ್ದು. ನಾವು ಒಂದು ಮೈಲಿಗಳ ಅಂತರದಲ್ಲಿ ವಾಸ್ತವ್ಯದಲ್ಲಿದ್ದೆವು. ನಾವೆಂದಿಗೂ ಪರಸ್ಪರ ಕಂಡಿರಲಿಲ್ಲ ಯಾಕೆಂದರೆ ನಾವು ಮನೆಯ ಮೂಲೆಯಲ್ಲೇ ಬೇಸರದಿಂದ ದಿನ ಕಳೆಯುತ್ತಿದ್ದೆವು. ನಾವು ಕಾಫಿ ಶಾಪ್ ಒಂದರಲ್ಲಿ ಹೆಲೋವನ್ನು ವಿನಿಮಯ ಮಾಡಿಕೊಂಡೆವು. ಇಂದು ಆತ ಇಡೀ ಜಗತ್ತಿನಲ್ಲೇ ನನ್ನ ಒಬ್ಬ ಅತ್ಯಂತ ಆಪ್ತ ಗೆಳೆಯನೆಂದು ಹೇಳಬಹುದು. ಮತ್ತು ಅವನು ಮತ್ತು ಅವನ ಹೆಂಡತಿ ನಮ್ಮ ಕುಟುಂಬದ ಸದಸ್ಯರಂತೆ ಆಗಿಬಿಟ್ಟಿದ್ದಾರೆ.

ನಾನು ಇದನ್ನು ಸಾಧಿಸಬಲ್ಲೆನೆಂದರೆ ನಿಮಗೆ ಯಾಕೆ ಸಾಧ್ಯವಿಲ್ಲ? ಇದನ್ನು ಮುಂದುವರಿಸಲು

ಲೆಟ್ ದೆಮ್ ಸಿದ್ಧಾಂತ ನಿಮಗೆ ಸಹಾಯಕ್ಕೆ ಬರುತ್ತದೆ.

ಕೆಲವು ಮಂದಿ ತುಸು ಒರಟಾಗಿ ಬರಬಹುದೇ? ಹೌದು. *ಲೆಟ್ ದೆಮ್*. ಬಹುತೇಕ ಜನರು ವಿನೀತರಾಗಿ ಸ್ವಾಗತಿಸುವರೇ? ಹೌದು. *ಲೆಟ್ ದೆಮ್*.

ಗೆಳೆತನವನ್ನು ಹುಟ್ಟುಹಾಕುವುದೆಂದರೆ ನಿಜಕ್ಕೂ ಅದು *ಲೆಟ್* ಮಿಗೆ ಸಂಬಂಧಿಸಿದ್ದು. ಇಲ್ಲೊಂದು ಕೆಲವು ಸರಳ ವಿಷಯಗಳಲ್ಲಿ ನಾನು ಮೊದಲು ಎಂಬುದನ್ನು ಅಳವಡಿಸಿದ್ದೇನೆ:

1. ನೀವು ಹೋದಲೆಲ್ಲ ಜನರಿಗೆ ಶುಭಾಶಯ ಹೇಳಿ.

ಅವರ ಉಗುರಿನ ಬಣ್ಣವನ್ನು ನೀವು ಇಷ್ಟಪಟ್ಟಿದ್ದರೆ ಅದನ್ನು ಹೇಳಿ. ಅವರ ಪೋಷಾಕು ಚೆಂದವಿದ್ದರೆ ಅದನ್ನು ಹೇಳಿ. ಅವರ ಸಾಕ್ಸ್ ನಿಮಗೆ ಮೆಚ್ಚಿಗೆಯಾದರೆ ಅದನ್ನೂ ಹೇಳಬಹುದು! ಜನರಿಗೆ ಶುಭಾಶಯಗಳು, ಹೊಗಳಿಕೆ ಇಷ್ಟವಾಗುತ್ತದೆ. ಯಾಕೆಂದರೆ ಅವರನ್ನು ಗುರುತಿಸಿದ್ದಾರೆ ಮತ್ತು ಪ್ರಶಂಸಿಸುತ್ತಾರೆ ಎಂದು ಭಾವಿಸುವರು. ಇದೊಂದು ತುಂಬಾ ಸುರಕ್ಷಿತ ವಿಧಾನ, ಯಾರಿಗೂ ಬೇಸರವಾಗದ ಹಾಗೆ ಇರುತ್ತದೆ.

2. ಕುತೂಹಲ ತೋರಿ.

ಅವರು ಏನನ್ನು ಓದುತ್ತಿದ್ದಾರೆ ಎಂದು ಕೇಳಿ. ಅವರು ಏನನ್ನು ಆರ್ಡರ್ ಮಾಡಿದ್ದಾರೆ ಎಂಬುದನ್ನು ವಿಚಾರಿಸಿ. ಜನರು ತಮ್ಮ ಬಗ್ಗೆಯೇ ಮಾತಾಡುವುದಕ್ಕೆ ಬಯಸುತ್ತಾರೆ. ಆ ಇನ್ನೊಬ್ಬ ವ್ಯಕ್ತಿ ಥಾಂಕ್ಸ್ ಹೇಳುವವರೆಗೆ ನಿಮಗೆ ಸಾಕಷ್ಟು ವಿಷಯಗಳು ಸಿಕ್ಕು ಮೊದಲ ಮಾತುಗಾರನೆಂಬ ನೆಲೆಯಲ್ಲಿ ಮುಂದುವರಿಯಬಹುದು.

3. ನಿಮ್ಮ ಪಕ್ಕದಲ್ಲಿ ಹಾದುಹೋಗುವವರನ್ನು ಕಂಡು ನಗುತ್ತ ಹೆಲೋ ಹೇಳಿ.

ಒಬ್ಬ ಸಂಭಾವಿತ ಮತ್ತು ಸಮೀಪಿಸಲು ಅರ್ಹ ವ್ಯಕ್ತಿ ಎನ್ನುವುದು ಅದೊಂದು ಕೌಶಲ್ಯವೇ ಸರಿ. ಅದನ್ನು ನೀವು ಅಭ್ಯಾಸ ಮಾಡಿಕೊಂಡರೆ ಅದುವೇ ನಿಮ್ಮ ಜೀವನಕ್ರಮವಾಗಿಬಿಡುತ್ತದೆ. ಹಾಗೊಂದು ಸ್ವಾಗತದ ಉತ್ಸಾಹದೊಂದಿಗೆ ನೀವು ಸದಾ ಸಾಗುತ್ತಿದ್ದರೆ ಬದುಕು ನಿಮ್ಮೆದುರು ಅವ್ಯಾಹತವಾಗಿ ತೆರೆದುಕೊಳ್ಳುತ್ತದೆ.

4. ಯಾವುದೇ ನಿರೀಕ್ಷೆಗಳಿಲ್ಲದೆ ಇದನ್ನು ಮಾಡಿ.

ಅಪರಿಚಿತರೊಂದಿಗೆ ಆತ್ಮೀಯತೆಯನ್ನು ತೋರುವುದರಿಂದ ಅಂತಹ ಸಂಪರ್ಕಗಳು ನಿಮ್ಮ ಬದುಕನ್ನು ಪ್ರಗತಿಯತ್ತ ಸಾಗುವಂತೆ ಮಾಡುತ್ತದೆ. ಎಂತಹ ಸೌಹಾರ್ದತೆಯನ್ನು ನೀವು ಇತರರಿಗೆ ನೀಡುತ್ತೀರೋ, ಅದೇ ನಿಮಗೆ ಹಿಂದಿರುಗಿ ಬರುತ್ತದೆ.

ಯಾವುದನ್ನೇ ನಿರೀಕ್ಷಿಸದೆ, ಒಂದೋ ಡಿನ್ನರ್‌ಗೆ ಕರೆಯುತ್ತಾರೆ, ಇಲ್ಲವೇ ತಕ್ಷಣ ಪ್ರತಿಸ್ಪಂದಿಸುತ್ತಾರೆ ಎಂಬ ನಿರೀಕ್ಷೆಗಳಿಲ್ಲದೆ ಮುಂದುವರಿದರೆ, ನಿಮ್ಮತ್ತ ಜನರು ಅತ್ಯಂತ

ವೇಗವಾಗಿ ಬಂದು ಸೇರುತ್ತಾರೆ. ಇದನ್ನು ನೀವು ನಿಮ್ಮ ಶಕ್ತಿಯ ಮಾನದಿಂದ ಅಳೆಯಬಹುದು. ನಿಮ್ಮ ಶಕ್ತಿಯನ್ನು ತೆರೆದುಕೊಂಡಾಗ, ನಿಜಕ್ಕೂ ಆ ಇನ್ನೊಬ್ಬ ವ್ಯಕ್ತಿ ಸಹಜವಾಗಿ ನಿಮ್ಮತ್ತ ಸೆಳೆಯಲ್ಪಡುವುದರಲ್ಲಿ ಸಂದೇಹವಿಲ್ಲ. ಏಕಾಂಗಿತನವೆಂಬುದು ಸಹಜ ಸ್ಥಿತಿ. ಆದರೆ ನೀವು ಅಲ್ಲಿಯೇ ಅಂಟಿಕೊಂಡಿರಬೇಕೇನೂ ಇಲ್ಲವಲ್ಲ. ಅದರಿಂದ ಹೊರಬರುವುದು ತುಸು ಕಷ್ಟವೆನಿಸಿದರೂ, ಮನೆಯಲ್ಲೇ ಒಂಟಿಯಾಗಿರುವುದಕ್ಕಿಂತ ಹೊರಗಡೆ ಬರುವುದು ತುಂಬಾ ಒಳ್ಳೆಯ ವಿದ್ಯಮಾನ ತಾನೇ? ನನಗೆ ಎಂಥದ್ದೇ ಪರಿಸ್ಥಿತಿ ಬಂದಿರಲಿ, ಆದರೆ ಏಕಾಂಗಿತನವನ್ನು ಸಹಿಸಲಾರೆ. ನೀವು ಕೂಡಾ ಸಹಿಸಲಾರಿರಿ ಎಂದು ನನಗೆ ಗೊತ್ತು.

ಕಟ್ಟಕಡೆಗೆ ಒಂದು ವರ್ಷವೇ ಕಳೆದುಹೋಯಿತು.

ಆತ್ಮೀಯ ವ್ಯಕ್ತಿಗಳ ಒಂದು ಜಾಲತಾಣದ ಭಾಗವಾಗಿ ಪರಿಣಮಿಸುವುದು ಪ್ರೌಢನೊಬ್ಬನಿಗೆ ನಿಜಕ್ಕೂ ಬಹಳ ಬೆಸೆದಿರುವ ಸ್ನೇಹ ಎಂಬುದಕ್ಕೆ ಸಂದೇಹವಿಲ್ಲ. ನನ್ನ ಸುತ್ತಮುತ್ತಲಿನವರನ್ನೆಲ್ಲ ಒಂದೇ ಜಾಲದಲ್ಲಿ ಬೆಸೆಯುತ್ತ ಬಲಯುತವಾದ ಒಂದು ಫ್ರೆಂಡ್‌ಶಿಪ್‌ನ್ನು ಹೊಸೆದಾಗ, ನನಗೆ ದಂಗುಬಡಿಯುವಂತೆ ನಾನೇ ಅದರ ಹೊರಗೆ ಉಳಿದುಬಿಟ್ಟಿದ್ದೆ!

ಸಮುದಾಯವನ್ನು ಎಲ್ಲಿಯೂ ಸೃಷ್ಟಿಸಬಹುದು

ನನ್ನ ಸುತ್ತಲಿರುವ ಸಮುದಾಯವನ್ನು ನಾನೇ ಸೃಷ್ಟಿಸಿಬಿಟ್ಟಿದ್ದೆ. ಅವರೆಲ್ಲ ಇದೀಗ ನನ್ನ ಸುತ್ತಲೂ ಸೇರಿಕೊಂಡಿದ್ದರು. ನಾನೊಬ್ಬಳೇ ಅವರಿಂದ ಹೊರಗುಳಿದು, ಅವರಿಂದ ಪ್ರತ್ಯೇಕವಿದ್ದುದರಿಂದ, ನಾನು ಕೂಡಾ ಅವರೊಂದಿಗೆ ಸೇರಿಕೊಳ್ಳುವಂತೆ ಅವರೆಲ್ಲ ಕಾಯುತ್ತಿದ್ದರು. ನಿಮ್ಮ ಆತ್ಮೀಯ ಗೆಳೆಯನೊಬ್ಬ ನಿಮ್ಮ ಕಾಫಿ ಟೇಬಲ್‌ನಿಂದ ಕೇವಲ ಎರಡು ಮೇಜುಗಳ ಅಂತರದಲ್ಲಿ ಇಂದು ಕುಳಿತಿರಬಹುದು. ಅವರು ನಿಮ್ಮನ್ನು ಹುಡುಕಿಕೊಂಡು ಬರಲು ನೀವು ಕಾಯುವುದು ಬೇಡ. ಮೊದಲು ನೀವೇ ಹೋಗಿ ಅವರನ್ನು ಗುರುತಿಸಿ. ನಿಜಕ್ಕೂ ನೀವು ನಿಮ್ಮ ಈ ಬಗೆಯ ಗೆಳೆತನವನ್ನು ಬೆಸೆಯುವ ಕಾಯಕದಲ್ಲಿ ತೊಡಗಿರಬೇಕೆನಿಸಿದರೆ, ನನ್ನ ಗಂಡ ಮತ್ತು ನಾನು ಅಳವಡಿಸಿದ ಸೂತ್ರವನ್ನು ಅನುಸರಿಸಿ:

1. ಆಸಕ್ತಿಯಿರುವ ಸಮಾರಂಭಗಳಿಗೆ, ಗುಂಪಿನ ಕ್ಲಾಸುಗಳಿಗೆ ಕಾದುಕೊಂಡಿರಿ.

ಅದು ಏನೂ ಆಗಿರಬಹುದು: ಕ್ರಾಸ್‌ಫಿಟ್, ಯೋಗ, ಓಟ, ನಡಿಗೆ, ಅಡುಗೆ, ಪೈಂಟಿಂಗ್, ಅಥವಾ ಪೀಠೋಪಕರಣಗಳ ಪಾಲಿಶ್ ಇತ್ಯಾದಿ. ಇದು ನಿಮಗೆ ಸಮಾನ ಆಸಕ್ತಿಯಿರುವ ಜನರ ಸಾಮಿಪ್ಯಕ್ಕೆ ನಾಂದಿ ಹಾಡಬಹುದು. ಇದರಿಂದ ಸಮಾನ ಮನಸ್ಕರು ಒಂದೆಡೆ ಸೇರುವ ಸಾಧ್ಯತೆ ಹೆಚ್ಚಾಗಿರುತ್ತದೆ.

2. ಯಾರೊಂದಿಗಾದರೂ ಸಲುಗೆ ಹೊಂದಿದರೆ ಅವರನ್ನು ಹೆಕ್ಕಿಕೊಳ್ಳಿ.

ನೀವು ಮೊದಲು ಅವರನ್ನು ಸಮೀಪಿಸಿ, ಮತ್ತು ಒಂದು ಕಪ್ ಕಾಫಿಗೆ ಕರೆಯಿರಿ ಅಥವಾ

ವಾಕ್ ಮಾಡುವುದಕ್ಕೆ ಅವರನ್ನು ಜೊತೆಗೆ ಒಯ್ಯಿರಿ. ಎಷ್ಟು ಮಂದಿಯ ಜೊತೆಗೆ ನೀವು ಹೀಗೆ ವ್ಯವಹರಿಸುವಿರೋ, ಅಷ್ಟು ಮಂದಿಯ ಗೆಳೆತನ ನಿಮ್ಮ ಪಾಲಿಗೆ ಬರುತ್ತದೆ.

3. ನೀವು ಹೆಚ್ಚೆಚ್ಚು ಜನರನ್ನು ಭೇಟಿಯಾದ ಹಾಗೆ, ಆಸಕ್ತಿದಾಯಕ ಸಮಾರಂಭಗಳಿಗೆ ಹೋಗಿ ಮತ್ತು ಗುಂಪಾಗಿ ಸೇರಬಹುದಾದ ಜನರನ್ನು ಸಮೀಪಿಸಿ.

ಅದೊಂದು ಸಂಗೀತ ಕಚೇರಿಯಾಗಿರಬಹುದು, ಅಥವಾ ಭಾಷಣವಿರಬಹುದು, ಇಲ್ಲವೇ ವಾಲೆಂಟಿಯರ್ ಡೇ ಇರಬಹುದು. ನಾನೊಂದು ವಾಕಿಂಗ್ ಗ್ರೂಪ್‌ನ್ನು ಮಾಡಿಕೊಂಡೆ. ಒಮ್ಮೆ ಸೆಲೂನ್ ಒಂದರಲ್ಲಿ ಓರ್ವ ಮಹಿಳೆಯನ್ನು ಭೇಟಿಯಾದಾಗಿನಿಂದ ಇದು ಶುರುವಾಯಿತು. ಆಕೆ ತನ್ನ ಜೊತೆಗೆ ಒಬ್ಬ ಸ್ನೇಹಿತೆಯನ್ನು ಕರೆತಂದಳು. ಕ್ರಮೇಣ ನಾನು ಭೇಟಿಯಾಗಿದ್ದ ಮಂದಿ ಅದರಲ್ಲಿ ಸೇರಿಕೊಂಡರು. ಪ್ರತಿ ಬುಧವಾರ, ಬೆಳಿಗ್ಗೆ 6.30ಕ್ಕೆ ನೆರೆಕರೆಯ ನಿರ್ದಿಷ್ಟ ದಾರಿಯಲ್ಲಿ ನಮ್ಮ ನಡಿಗೆ ಆರಂಭವಾಗುತ್ತದೆ.

ಮೂರು ವರ್ಷಗಳ ಬಳಿಕ, ಅದು ಇನ್ನೂ ಬಲಯುತವಾಗಿ ಸಾಗಿದೆ. ನಾವು ಇನ್ನಷ್ಟು ಜನರನ್ನು ಸೇರಿಸಿಕೊಳ್ಳಲಾರದಷ್ಟು ಮಂದಿ ಇಂದು ನಮ್ಮ ನಡಿಗೆಯ ಗುಂಪಿನಲ್ಲಿದ್ದಾರೆ. ಆದರೂ ಹೊಸ ಮಂದಿ ಆಗಾಗ ನಮ್ಮಲ್ಲಿ ಕಂಡುಬರುತ್ತಾರೆ. ಒಂದು ವರ್ಷವಿಡೀ ಪ್ರಯತ್ನಿಸಿದರೆ ಹೇಗೆ ಸ್ನೇಹ ಬೆಳೆಯುತ್ತದೆ ಎಂಬುದಕ್ಕೆ ಇದು ಒಂದು ಉದಾಹರಣೆ.

ವಾಕಿಂಗ್ ಕೇವಲ ಒಂದು ಉದಾಹರಣೆಯಷ್ಟೇ. ನಾನು ಕೆಲವು ಗ್ರೂಪ್‌ನ್ನು ಜಾಜ್ ಮ್ಯೂಸಿಕ್ ಕೇಳಲು ಸ್ಥಳೀಯ ಹೊಟೇಲಿಗೆ ಆಮಂತ್ರಿಸಿದ್ದಿದೆ. ಇಲ್ಲವೇ ರೆಥ್–ಮೇಕಿಂಗ್ ಕ್ಲಾಸಿಗೆ, ಕ್ವೀನ್ ಬಿಂಗೋ ಸಮಾರಂಭಕ್ಕೆ, ಸ್ಥಳೀಯ ರೈತನ ದಹ್ಲಿಯಾ ಗೆಣಸನ್ನು ಕೀಳಲು ಸಹಾಯ ಮಾಡುವುದಕ್ಕೆ ಒಯ್ದಿದ್ದಿದೆ.

ನನ್ನ ಗಂಡ ಕ್ರಿಸ್ ಕೂಡಾ ಈ ವಿಧಾನವನ್ನು ಅನುಸರಿಸುವುದಿದೆ. ಆತ ಜಿಮ್‌ನ್ನು ಸೇರಿದ, ಗಾಲ್ಫ್ ಲೀಗ್‌ಗೆ ಸೇರ್ಪಡೆಗೊಂಡ, ಕೆಲವು ಟೆನ್ನಿಸ್ ಕ್ಲಿನಿಕ್‌ಗಳಲ್ಲಿ ಭಾಗಿಯಾದ. ಸ್ಥಳೀಯ ಸ್ಕೀ ಪರ್ವತವನ್ನು ಏರುವುದಕ್ಕೂ, ಹೋಸ್‌ಪೀಸ್ ವಾಲೆಂಟೀರ್ ಆಗುವುದಕ್ಕೂ ಅನುವಾದ. ಇವೆಲ್ಲ ಚಟುವಟಿಕೆಗಳಿಂದ ಆತನಿಗೆ ಸಮಾನ ಆಸಕ್ತಿಯ ಮಂದಿಯನ್ನು ಭೇಟಿಯಾಗಲು ಸಾಧ್ಯವಾಯಿತು. ಕ್ರಿಸ್ ಆಮೇಲೆ ನಗರದಲ್ಲಿ ಜರಗುತ್ತಿದ್ದ ವಿನೋದದ ಕಾರ್ಯಕ್ರಮಗಳಿಗೆ, ಅಥವಾ ಒಬ್ಬ ಹೊಸ ಗೆಳೆಯನನ್ನು ಕಂಡು ಅವನೊಂದಿಗೆ ಅದನ್ನು ನಡೆಸಲು ಉದ್ಯುಕ್ತನಾದ. ಪ್ರತಿ ಮಂಗಳವಾರ ನಡೆಯುವ ಪುರುಷರ ಸ್ಕೀ ಪಂದ್ಯದಲ್ಲೂ ಆತ ಭಾಗಿಯಾಗಲು ತೊಡಗಿದ. "ಕ್ಲೈಂಬ್ ದಿ ಮೌಂಟೇನ್ ಅಂಡ್ ಸ್ಕೀ ಡೌನ್" ಗ್ರೂಪ್‌ನ್ನು ಸೇರಿಕೊಂಡು ಬೆಳಗ್ಗಿನ ಜಾವದ ಕಸರತ್ತಿನಲ್ಲಿ ಪಾಲ್ಗೊಳ್ಳತೊಡಗಿದ. ಅದೆಷ್ಟು ಜನಪ್ರಿಯವಾಯಿತೆದರೆ, ಪ್ರತಿ ಮಂಗವಾರ 15–20 ಮಂದಿ, ಎಲ್ಲ ವಯಸ್ಸಿನವರು, ಸುತ್ತಲಿನ ನಗರ ಪಟ್ಟಣದವರು ಅವರ ಜೊತೆಗೆ ಸೇರತೊಡಗಿದರು.

ಇವೆಲ್ಲ ನಿಮಗೆ ಏನನ್ನು ತಿಳಿಸುತ್ತದೆ?

ನೀವು ನಿಧಾನವಾಗಿ, ಆದರೆ ಖಂಡಿತವಾಗಿಯೂ ಹೆಚ್ಚೆಚ್ಚು ಸ್ನೇಹಿತರನ್ನು ಸಂಪಾದಿಸುತ್ತೀರಿ– ಹಾಗೆಯೇ ನಮ್ಮಲ್ಲಿ ಪ್ರತಿಯೊಬ್ಬರೂ ಹೊಸ ಸಂಪರ್ಕಗಳಿಗೆ ಕಾಯುತ್ತ ಅಂತಹ ಅವಕಾಶಗಳು ಸಿಕ್ಕಾಗ ಹೊಸ ಗೆಳೆಯರನ್ನು ಮಾಡಿಕೊಳ್ಳುತ್ತೇವೆ.

ಸುಮ್ಮನೆ ಒಂದೆಡೆ ಕುಳಿತುಕೊಂಡು ಯಾರಾದರೂ ಬಂದು ಒಂದು ಗ್ರೂಪನ್ನಾಗಲೀ, ವಾಕಿಂಗ್ ಕ್ಲಬ್ಬನ್ನಾಗಲೀ ಅಥವಾ ಬುಕ್ ಕ್ಲಬ್‌ನ್ನು ಸಂಘಟಿಸುತ್ತಾರೆ ಎಂದು ಕಾಯುತ್ತ ಕೂರುವ ಬದಲು ನೀವೇ ಯಾಕಾಗಿ ಅದಕ್ಕೆ ಮೊದಲಿಗರಾಗಬಾರದು? *ಲೆಟ್ ದೆಮ್* ಸಿದ್ಧಾಂತವನ್ನು ಬಳಸುವ ಮೂಲಕ ನೀವು ಉತ್ತಮ ಗೆಳೆಯರನ್ನು ಸಂಪಾದಿಸುತ್ತೀರಿ ಮಾತ್ರವಲ್ಲ ಸ್ವತಃ ಉತ್ತಮ ಗೆಳೆಯರಾಗುತ್ತೀರಿ. ಇದು ಮುಖ್ಯವಾದ ವಿಷಯ. ನಿಮ್ಮ ಸಂಬಂಧಗಳೇ ನಿಮ್ಮ ಬದುಕನ್ನು ಹಸನಾಗಿಸುತ್ತವೆ. ಒಳ್ಳೆಯ ಸ್ನೇಹಿತರು ನಿಮಗೆ ಸಂತೋಷವನ್ನು ನೀಡುತ್ತಾರೆ, ನೀವು ಆರೋಗ್ಯವಂತರಾಗುತ್ತೀರಿ, ಮತ್ತು ನಿಮ್ಮ ಬದುಕಿಗೆ ಒಳ್ಳೆಯ ಅರ್ಥ ಬರುವಂತಾಗುತ್ತದೆ; ಬದುಕಿನುದ್ದಕ್ಕೂ ಅತ್ಯಂತ ಸಂಪ್ರೀತಿಯಿಂದ ಆಸ್ವಾದಿಸುವ ವಿಷಯವೇನಾದರೂ ಇದ್ದರೆ ಅದು ಗೆಳೆತನವೊಂದೇ.

ಲೆಟ್ ದೆಮ್ ಸಿದ್ಧಾಂತ ನಿಮಗೆ ಅರ್ಹವಾದ ಸ್ನೇಹವನ್ನು ಒದಗಿಸುತ್ತದೆ, ಜತೆಗೆ ಅದು ಹೊಂದಾಣಿಕೆಯಿಂದ ಕೂಡಾ ಕೂಡಿರುವಂತಾಗಿರುತ್ತದೆ. ನೆನಪಿರಲಿ, ಗೆಳೆಯರು ನಿಮ್ಮ ಬದುಕಿನಲ್ಲಿ ಹೋಗುತ್ತಾರೆ ಬರುತ್ತಿರುತ್ತಾರೆ. ಆಮಂತ್ರಣವನ್ನು ನಿರೀಕ್ಷಿಸುವುದನ್ನು ನಿಲ್ಲಿಸಿ. ವಿಷಯಗಳು ವಿಷಮತೆಗೆ ತಲುಪಿದಾಗ ಅವನ್ನು ಬಿಗಿಯಾಗಿ ಹಿಡಿಯದಿರಿ. ನೀವು ಹೇಗೆ ತೋರಿಸಿಕೊಳ್ಳಬೇಕು ಎಂಬ ಪ್ರಜ್ಞೆ ನಿಮಗಿರಲಿ. ಹೊಂದಾಣಿಕೆಯನ್ನು *ಲೆಟ್ ದೆಮ್* ನಿಮಗೆ ಕಲಿಸುತ್ತದೆ, ಅವನ್ನು ಯಾವತ್ತೂ ವೈಯಕ್ತಿಕವೆಂದು ಪರಿಗಣಿಸದಿರಿ. ಅಂತಯೇ, ಉತ್ತಮ ಜನರು ನಿಮ್ಮ ಬದುಕಿಗೆ ಬರಲಿ ಹಾಗೂ ಕೆಟ್ಟವರು ನಿಮ್ಮಿಂದ ದೂರ ಸರಿಯಲಿ.

ನೀವು ನಿಮ್ಮ ಹೊಸ ಗೆಳೆತನವನ್ನು ಅರಸುವ ಅವಧಿಯಲ್ಲಿ ಕೆಟ್ಟ ಅನುಭವಗಳನ್ನು ನೀಗಿಸಲೂ ಇದು ಸಹಕರಿಸುತ್ತದೆ. ನೀವು ಕಾಫಿ ಶಾಪ್‌ನಲ್ಲಿ ಹೆಲೋ ಎಂದಾಗ ಅವರು ಸೂಕ್ತ ಪ್ರತಿಕ್ರಿಯೆ ನೀಡದಿದ್ದರೆ, *ಲೆಟ್ ದೆಮ್*. ಅವರು ತುಂಬಾ ವ್ಯಸ್ತರಾಗಿದ್ದು ವಾಕಿಂಗ್ ಮಾಡಲು ಸಮಯವಿಲ್ಲವೆಂದರೆ *ಲೆಟ್ ದೆಮ್*. ವಾರಾಂತ್ಯದಲ್ಲಿ ಯೋಜಿಸಿದ ನಿಮ್ಮ ಯೋಜನೆಯನ್ನು ಅವರು ಸಾಧ್ಯವಿಲ್ಲವೆಂದರೆ *ಲೆಟ್ ದೆಮ್*. ಅವರು ಪ್ರೇಮ ಪಾಶದಲ್ಲಿ ಸಿಲುಕಿದ್ದರೆ, ಅಥವಾ ಮಗುವಿಗೆ ಜನ್ಮವಿತ್ತಿದ್ದರೆ, ನಿಮಗೆ ಸಮಯಕೊಡಲು ಅಸಾಧ್ಯವೆಂದರೆ *ಲೆಟ್ ದೆಮ್*. ಅವರು ದೂರದ ನಿವಾಸಕ್ಕೆ ಹೋಗಿ ತಂಗಿದ್ದರೆ ಮತ್ತು ಹೊಸತೊಂದು ಅಧ್ಯಾಯವನ್ನು ಶುರು ಮಾಡುತ್ತಿದ್ದರೆ, *ಲೆಟ್ ದೆಮ್*. ನಿಮ್ಮ ಕರೆಗಳನ್ನು ಸ್ವೀಕರಿಸಿದರೂ ಉತ್ತರಿಸದಿದ್ದರೆ, *ಲೆಟ್ ದೆಮ್*. ಅವರು ಇತರರ ಸ್ನೇಹದೆಡೆಗೆ ಅಥವಾ ಕೆಲಸದೆಡೆಗೆ ತಿರುಗಿದರೆ, *ಲೆಟ್ ದೆಮ್*. ಸಮಯ, ಶಕ್ತಿ ಅಥವಾ ಸಾಮಿಪ್ಯದ ಕೊರತೆಯಿದ್ದರೆ, *ಲೆಟ್ ದೆಮ್*.

ಜನರು ನಿಮ್ಮ ಬದುಕಿನಲ್ಲಿ ಬರುತ್ತಾರೆ ಹೋಗುತ್ತಾರೆ. ನೀವೆಷ್ಟು ಹೊಂದಾಣಿಕೆಯಲ್ಲಿರುತ್ತೀರೋ

ಅಷ್ಟು ಕ್ಷೇಮ. *ಲೆಟ್* ದೆಮ್‌ನಿಂದಾಗಿ ಅದು ಸುಖಮಯವಾಗುತ್ತದೆ. *ಲೆಟ್* ಮಿಯ ಮೇಲೆ ಕೇಂದ್ರಿತರಾಗಿ, ಯಾಕೆಂದರೆ ಅದು ನಿಮ್ಮ ನಿಯಂತ್ರಣದಲ್ಲಿರುತ್ತದೆ.

ಲೆಟ್ ಮಿ ನಿಮ್ಮ ಹಿಡಿತದಲ್ಲಿದೆ. *ಲೆಟ್* ಮಿಯನ್ನು ಯತ್ನಿಸಿರಿ. ಯಾವುದೇ ನಿರೀಕ್ಷೆಗಳಿಲ್ಲದೆ *ಲೆಟ್* ಮಿ ಬರಲಿ, ಅದು ನಿಮ್ಮ ನಿಗಾದಲ್ಲಿರಲಿ. *ಲೆಟ್* ಮಿ ಯೋಜನೆಗಳನ್ನು ನಿರ್ಮಿಸಲಿ. ಶಕ್ತಿ ಅಶಕ್ತವಾದಾಗ *ಲೆಟ್* ಮಿಯಲ್ಲಿ ನಂಬಿಕೆಯಿರಲಿ. ಯಾರಾದರೂ ಮನಸ್ಸಿಗೆ ಬಂದಾಗ, *ಲೆಟ್* ಮಿ ಕರೆ ಮಾಡಿ ಅಥವಾ ಮೆಸೇಜ್ ಮಾಡಿ.

ಲೆಟ್ ಮಿ ಮೊದಲಾಗಲಿ.

ಈ ರೀತಿಯಲ್ಲಿ ಪ್ರೌಢ ಗೆಳೆತನವನ್ನು ಹೇಗೆ ನಿಭಾಯಿಸುವುದೆಂದು ಸಂಕ್ಷಿಪ್ತವಾಗಿ ತಿಳಿಯೋಣ. ನೀವು ಸಣ್ಣವರಿದ್ದಾಗ ಹೇಗೆ ಗೆಳೆತನವನ್ನು ಅಯಾಚಿತವಾಗಿ ಬರಮಾಡಿಕೊಳ್ಳುತ್ತಿದ್ದಿರೋ ಹಾಗೆಯೇ ಇದು. ಲೆಟ್ ದೆಮ್ ಸಿದ್ಧಾಂತ ಗೆಳೆತನ ಅದರಷ್ಟಕ್ಕೇ ಸಂಭವಿಸುತ್ತದೆ ಎನ್ನುವ ಭಾವನೆಯನ್ನು ಅಲ್ಲಗಳೆಯುತ್ತದೆ. ಅದು ನಿಮ್ಮ ಜವಾಬ್ದಾರಿಯೆಂದು ಒತ್ತಿ ಹೇಳುತ್ತದೆ.

1. **ಸಮಸ್ಯೆ:** ಮಹಾ ಚದುರುವಿಕೆ ಸಂಭವಿಸಿದರೂ ನಿಮಗದು ಅರಿವಾಗಲಿಲ್ಲ. ನೀವು ಎಂದಿಗೂ ಸ್ನೇಹವನ್ನು ತಪ್ಪು ದಾರಿಯಲ್ಲೇ ಹುಡುಕಿದ್ದೀರಿ. ನಿಮ್ಮನ್ನು ಅವರಾಗಿ ಸೇರಿಸಿಕೊಳ್ಳಬೇಕೆಂದು ನಿರೀಕ್ಷಿಸಿದ್ದೀರಿ. ನಿಮ್ಮ ಸುತ್ತ ಗೆಳೆಯರು ಸುತ್ತಾಡಬೇಕೆಂದು ಬಯಸಿದ್ದೀರಿ. ನಿಮಗೆ ಮೆಸೇಜ್ ಹಿಂದಿರುಗಿ ಬರಲೇ ಬೇಕೆಂದು ಅಪೇಕ್ಷಿಸಿದ್ದೀರಿ. ಅಂತಹ ನಿರೀಕ್ಷೆಗಳು, ನಿಮ್ಮಲ್ಲಿ ಸಂಪರ್ಕದ ಕೊರತೆ, ಏಕಾಕಿತನ, ಮತ್ತು ಅನಿಶ್ಚಿತತೆಯ ಭಾವನೆಗಳನ್ನು ಹುಟ್ಟುಹಾಕಿವೆ.

2. **ಸತ್ಯ:** ವಯಸ್ಕ ಗೆಳೆತನಕ್ಕೆ ಮೂರು ಸ್ತಂಭಗಳು: ಸಾಮೀಪ್ಯ, ಸಮಯ ಮತ್ತು ಶಕ್ತಿ. ಈ ಮೂರು ಸ್ತಂಭಗಳನ್ನು ಅರ್ಥ ಮಾಡಿಕೊಂಡು ನಿಮ್ಮ ಮನಸ್ಥಿತಿಯನ್ನು ಹೊಂದಾಣಿಕೆಗೆ ಒಗ್ಗಿಸುವುದು, ತನ್ಮೂಲಕ ನಿಮ್ಮ ಗೆಳೆತನದಲ್ಲಿ ಅಸಾಧ್ಯ ಶಕ್ತಿಯಿದೆ ಎನ್ನುವುದು. ಅಂತಯೇ ನಿಮ್ಮ ಕೆಲವು ಸಶಕ್ತ ಸ್ನೇಹಿತರು ನೀವೇ ಮೊದಲು ಸಂಪರ್ಕಿಸಲಿ ಎಂದು ಕಾದು-ಕೊಂಡಿದ್ದಾರೆ ಎಂದು ತಿಳಿಯುವುದು.

3. **ಪರಿಹಾರ:** ಯಾವುದೇ ನಿರೀಕ್ಷೆಗಳಿಲ್ಲದೆ ಗೆಳೆತನವನ್ನು ಸಂಪಾದಿಸುವುದನ್ನು ಲೆಟ್ ದೆಮ್ ಸಿದ್ಧಾಂತದ ಮೂಲಕ ಶುರು ಮಾಡಿ. ನೀವೇ ಮೊದಲಿಗರಾಗಿ. ನೀವೇ ಮೊದಲಿಗೆ ಹಲೋ ಎನ್ನಿ ಮತ್ತು ನಿಮ್ಮ ಸುತ್ತಮುತ್ತಲಿನ ಜನರನ್ನು ತೆಕ್ಕೆಗೆ ತೆಗೆದುಕೊಂಡು ಸಮುದಾಯವನ್ನು ಸೃಷ್ಟಿಸಲು ಪ್ರಯತ್ನಿಸಿ. ಸ್ನೇಹಪರತೆಯನ್ನು ಹೊಂದುವುದು ನಿಮ್ಮ ಜವಾಬ್ದಾರಿಯಾಗಿರುತ್ತದೆ.

ಶ್ರೇಷ್ಠತೆಗೆ ಬದ್ಧವಾಗಿರಿ. ಬುಕ್ ಕ್ಲಬ್‌ನ್ನು ಸಂಘಟಿಸಿ. ಮೆಸೇಜ್‌ನ್ನು ಕಳುಹಿಸಿ. ಒಂದು ಸಹನೀಯ ಸಂಭಾಷಣೆಯಲ್ಲಿ ನಿಮ್ಮ ಜನರನ್ನು ಗುರುತಿಸುವಿರಿ. ಈ ಬಗೆಯ ನಡೆ ನಿಮ್ಮ ಸುತ್ತ ಅನನ್ಯ ಸಮುದಾಯವನ್ನು ನಿರ್ಮಿಸಲು ಸಾಧ್ಯವಾಗಿಸುತ್ತದೆ. ನೀವು ಯಾರು ಎಂಬುದನ್ನು ದೃಢೀಕರಿಸಲು, ಅರ್ಥಪೂರ್ಣ, ಬೆಂಬಲಿಸುವಂತಹ ಮತ್ತು ನಿಮ್ಮ ಜೊತೆಗೆ ಸಾಗುವ ಸ್ನೇಹ ವಲಯವನ್ನು ನಿಮಗೆ ನಿರ್ಮಿಸಲು ಇದರಿಂದ ಸಾಧ್ಯವಾಗುತ್ತದೆ.

ನೀವು *ಲೆಟ್ ದೆಮ್* ಎಂದಾಗ, ನಿಜಕ್ಕೂ ನಿಮ್ಮ ಜೊತೆಗಿನ ಗೆಳೆತನವನ್ನು ಮುಂದುವರಿಸಲು ಇಷ್ಟವಿಲ್ಲದವರನ್ನು ಹಿಂದಕ್ಕೆ ಉಳಿಸಿ, ಆ ಜಾಗದಲ್ಲಿ ಹೊಸ ಗೆಳೆತನಕ್ಕೆ ಅವಕಾಶ ಕಲ್ಪಿಸಿದಂತಾಗುತ್ತದೆ. ನೀವು *ಲೆಟ್ ಮಿ* ಎಂದಾಗ, ನೀವು ನಿಮ್ಮ ಸಾಮಾಜಿಕ ಬದುಕಿನ ಹೊಣೆಗಾರಿಕೆಯನ್ನು ವಹಿಸಿದಂತಾಗಿ, ಅದರಿಂದ ಗೆಳೆತನವನ್ನು ಆರಂಭಿಸುವ, ಹಾಗೂ ನಿಮಗೆ ಸಂತೋಷವನ್ನು ನೀಡುವ ಮತ್ತು ನಿಮ್ಮ ಮೌಲ್ಯಗಳನ್ನು ಪ್ರತಿಬಿಂಬಿಸುವ ಸ್ನೇಹವಲಯ ನಿಮ್ಮದಾಗುತ್ತದೆ.

ಅತ್ಯುತ್ತಮ ಗೆಳೆತನವನ್ನು ನಿರ್ಮಿಸಲು ಕಾಯುವಂತಹ ಸಮಯ ಇದೀಗ ಕಳೆದಿದೆ– ನಿಮ್ಮನ್ನು ಬೆಂಬಲಿಸುವ, ನಿಮ್ಮ ಬದುಕಿನ ಸಮುದಾಯವನ್ನು ಎತ್ತರಿಸುವ ಗೆಳೆತನವನ್ನು ಹೊಂದುವ ಸಮಯವಿದು. ನಿಮ್ಮ ಭವಿಷ್ಯದಲ್ಲಿ ಬಹಳಷ್ಟು ನಗುವ ಕ್ಷಣಗಳು, ನೆನಪಿಸಿಕೊಳ್ಳುವ ಕ್ಷಣಗಳು, ಸಾಹಸಗಳನ್ನು ಕೈಗೆತ್ತಿಕೊಳ್ಳುವ ಕ್ಷಣಗಳು ಕಾದಿವೆ.

ಎಲ್ಲರೂ ನಿಮ್ಮನ್ನು ತಲುಪಲು ಕಾದಿದ್ದಾರೆ ಮತ್ತು ನಿಮ್ಮೊಂದಿಗಿನ ಸ್ನೇಹವನ್ನು ಬೆಸೆಯಲು ಕಾತುರರಾಗಿದ್ದಾರೆ.

ನೀವು ಮಾಡಬೇಕಾಗಿರುವುದು ಇಷ್ಟೇ, ಮೊದಲು ನೀವೇ ಶುರು ಮಾಡಿ.

ಅನ್ಯರನ್ನು ಬದಲಾಗುವುದಕ್ಕೆ ಪ್ರೇರಣೆ ನೀಡುವ ಬಗೆ

ಅಧ್ಯಾಯ 14

ತಮಗೆ ತೋಚಿದಾಗಷ್ಟೇ ಜನರು ಬದಲಾಗುತ್ತಾರೆ

ಬಹಳಷ್ಟು ಕಾಲದಿಂದ ಜನರು ಕೇಳುತ್ತ ಬಂದಿರುವ ಪ್ರಶ್ನೆಯೆಂದರೆ, "ಇನ್ನೊಬ್ಬರನ್ನು ಬದಲಾಯಿಸುವರೆ ನಾವು ಹೇಗೆ ಪ್ರೇರಣೆ ನೀಡಬಹುದು?"

ಅದು ನಿಮ್ಮಿಂದ ಅಸಾಧ್ಯ.

ನಿಜವೆಂದರೆ ತಮಗೆ ತೋಚಿದಾಗಷ್ಟೇ ಜನರು ಬದಲಾಗುತ್ತಾರೆ. ನೀವೆಷ್ಟೇ ಯತ್ನಿಸಿದರೂ ಅವರು ಬದಲಾಗುವುದಿಲ್ಲ. ನಿಮ್ಮ ಕಾರಣಗಳು ಎಷ್ಟೇ ಪ್ರಬಲವಾಗಿರಲಿ, ಅವೆಲ್ಲ ನಗಣ್ಯ. ಅಥವಾ ನಿಮ್ಮ ಅಭಿಪ್ರಾಯ ಎಷ್ಟೇ ಸಮಂಜಸವಾಗಿರಲಿ, ಅದು ಲೆಕ್ಕಕ್ಕೆ ಬರುವುದಿಲ್ಲ. ಅಥವಾ, ಅವರು ಬದಲಾಗದಿದ್ದರೆ ಅದೆಷ್ಟು ದೊಡ್ಡ ಪರಿಣಾಮ ಸಂಭವಿಸುತ್ತದೆ ಎಂಬುದೂ ಪರಿಗಣನೆಗೆ ಬಾರದು. ಯಾರೇ ಆಗಲಿ ಬದಲಾವಣೆಗೆ ಸಿದ್ಧರಿಲ್ಲವೆಂದರೆ ಅವರು ಬದಲಾಗರು. ಇನ್ನೂ ಹೆಚ್ಚಿನ ದುರವಸ್ಥೆಯ ಸ್ಥಿತಿಯೆಂದರೆ, ನೀವು ಅನ್ಯರನ್ನು ಬದಲಾಗಬೇಕೆಂದು ಒತ್ತಾಯಿಸಿದಂತೆ ಒತ್ತಡ ಮತ್ತಷ್ಟು ಸೃಷ್ಟಿಯಗಿ ವಿನಾಕಾರಣ ವಾಸ್ತವದಲ್ಲಿದ್ದ ಸಂಬಂಧವೂ ಬಿರುಕುಬಿಡುವ ಸಂಭವವಿರುತ್ತದೆ. ಅದನ್ನು ನಾನು ನಿಮಗೆ ಸಾಕ್ಷ್ಯಧಾರದೊಂದಿಗೆ ತೋರಿಸಿಕೊಡುವೆ.

ನಿಮ್ಮ ಬದುಕಿನಲ್ಲಿರುವ ಯಾರಾದರೂ ಬದಲಾಗಬೇಕೆಂದು ನೀವು ಅಪೇಕ್ಷಿಸುತ್ತ ಇದ್ದೀರಿ ಎಂದು ಭಾವಿಸಿ. ಅವರು ಯಾರೇ ಇದ್ದಿರಬಹುದು: ನಿಮ್ಮ ತಾಯಿ, ನಿಮ್ಮ ಸೊಸೆ, ನಿಮ್ಮ ಸಹಪಾಠಿ, ನಿಮ್ಮ ಮಕ್ಕಳು, ನಿಮ್ಮ ನಾದಿನಿ, ನಿಮ್ಮ ಅತ್ಯುತ್ತಮ ಸ್ನೇಹಿತ, ನಿಮ್ಮ ಸಂಗಾತಿ ಯಾರೇ ಇದ್ದಿರಬಹುದು.

ಅವರಿಗೆ ಉತ್ತಮ ಉದ್ಯೋಗ ಸಿಗುವಂತೆ, ಅವರ ತೂಕ ಕಡಿಮೆಗೊಳಿಸಲು, ಹೆಚ್ಚು ಪ್ರೇರಣಾತ್ಮಕವಾಗಿರಲು, ಬೆಳಿಗ್ಗೆ ಬೇಗನೆ ಏಳುವಂತೆ, ತಮ್ಮ ಆಯವ್ಯಯದ ಶಿಸ್ತಿಗೆ ಬದ್ಧರಾಗುವುದು, ಡೇಟಿಂಗ್ ಮಾಡುವುದನ್ನು ನಿಲ್ಲಿಸುವ, ಹೆಚ್ಚು ಕ್ರಿಯಾತ್ಮಕವಾಗಿರುವಂತೆ, ಸಾಕುನಾಯಿಯನ್ನು ಹೊರಗಡೆ ಒಯ್ಯುವಾಗ ಸಹಾಯ ನೀಡುವಂತೆ, ಋಣಾತ್ಮಕ ಧೋರಣೆಯನ್ನು ಬಿಟ್ಟುಬಿಡುವಂತೆ, ಕುಡಿತವನ್ನು ಕಡಿಮೆ ಮಾಡುವ, ರಾಜಕಾರಣದ ನಿಲುವನ್ನು ಬದಲಿಸುವ ಧೂಮಪಾನವನ್ನು

ನಿಲ್ಲಿಸುವಂತೆ, ಮಕ್ಕಳೊಂದಿಗೆ ಹೆಚ್ಚು ಸಾಮಿಪ್ಯ ಹೊಂದುವ, ಅಥವಾ ಅಡುಗೆಯ ಸಿಂಕ್‌ನಲ್ಲಿ ಪಾತ್ರೆಗಳನ್ನು ಹಾಗೆಯೇ ಬಿಟ್ಟಿರದಂತೆ–ಇಂತಹ ಬಹಳಷ್ಟು ವಿಷಯಗಳನ್ನು ನೀವು ಬದಲಿಸಲು ಯತ್ನಿಸಬಹುದು.

ಆ ಬಗ್ಗೆ ನೀವು ತುಂಬಾ ತಲೆಕೆಡಿಸುವ ಸಂದರ್ಭವಿರುತ್ತದೆ. ಅವರಿಗೆ ಇವೆಲ್ಲ ಯಾಕಾಗಿ ಒಂದು ಮುಖ್ಯ ವಿಷಯವಲ್ಲ ಎಂದೆನಿಸುತ್ತದೆ ಎಂದು ನೀವು ಬಗೆಯಬಹುದು. ನೀವು ಆಗ್ರಹಿಸುವ ವಿಷಯಗಳಲ್ಲಿ ಅವರೇಕೆ ಸುಮ್ಮನಿದ್ದಾರೆ? ನೀವು ಹೇಗೆ ಚಿಂತಿಸುವಿರಿ ಎಂದು ನಾನು ಸ್ಪಷ್ಟವಾಗಿ ಊಹಿಸಬಲ್ಲೆ. ವಾಸ್ತವ ಹೀಗಿದೆ: ನೀವು ಯಾರನ್ನಾದರೂ ಮುಂದೂಡಿದರೆ, ಅವರು ಅಷ್ಟೇ ಹಿಂದಕ್ಕೆ ಸರಿಯುತ್ತಾರೆ. ಅದು ಮನುಷ್ಯನ ಸಹಜ ಪ್ರವೃತ್ತಿಯ ವಿರುದ್ಧವಾಗಿ ನೀವು ಬಲವಂತಪಡಿಸಿದಂತೆ. ಜನರು ತಮ್ಮ ನಿರ್ಧಾರಗಳಿಗೆ ಬದ್ಧರಾಗಿರುತ್ತಾರೆ. ನಿಮ್ಮ ಬದುಕಿನಲ್ಲಿರುವ ಜನರನ್ನು ನೀವು ಬದಲಾಯಿಸಲು ಯತ್ನಿಸಿ ಒತ್ತಡ ಹೇರಿದರೆ, ಅದರಿಂದ ಪ್ರತಿರೋಧ ಸಂಭವಿಸುತ್ತದೆ.

ನಿಮ್ಮ ಆಶಯ ಉತ್ತಮವಿದ್ದಿರಬಹುದು, ಆದರೆ ಫಲಿತಾಂಶ ಹೀನಾಯವಾಗಿ ಪರಿಣಮಿಸುತ್ತದೆ. ಯಾಕೆಂದರೆ ಮನುಷ್ಯನ ಸಹಜ ಪ್ರವೃತ್ತಿಯ ವಿರುದ್ಧವಾಗಿ ನೀವು ಕಾರ್ಯಾಚರಣೆ ಕೈಗೊಂಡಾಗ ನೀವು ಸೋಲುವುದು ಖಚಿತ. ಲೆಟ್ ದೆಮ್ ಸಿದ್ಧಾಂತವನ್ನು ಬಳಸಿದಾಗ, ಅನ್ಯರ ಸ್ವಭಾವದ ಬದಲಾವಣೆಗೆ ಯತ್ನಿಸುವಲ್ಲಿ ನೀವು ವಿನೂತನ ಕಾರ್ಯಾಚರಣೆಯನ್ನು ಕೈಗೊಳ್ಳುವ ಸಂಭವವಿರುತ್ತದೆ. ಇದು ಸತ್ಯ: ನೀವು ಇನ್ನೊಬ್ಬರನ್ನು ಬದಲಾಯಿಸಲು ಸಾಧ್ಯವಿಲ್ಲ. ಆದರೆ ಅವರನ್ನು ಪ್ರೇರೇಪಿಸಲು ಆಗದೆಂದು ನಾನೆಂದೂ ಹೇಳಿಲ್ಲ.

ನನ್ನ ಬದುಕಿನಲ್ಲಿನ ವ್ಯಕ್ತಿಗಳನ್ನು ನಾನು *ಲೆಟ್ ದೆಮ್* ಉಪಯೋಗಿಸಿ ಹೇಗೆ ಬದಲಾಯಿಸಲು ಯತ್ನಿಸಿದೆ ಎಂಬ ಉದಾಹರಣೆಗಳನ್ನು ಹಂತ ಹಂತವಾಗಿ ನಾನು ನಿರೂಪಿಸುತ್ತಿದ್ದಂತೆ, ನೀವು ನಿಮ್ಮ ಬದುಕಿನಲ್ಲಿನ ಸಂಭವಗಳಿಗೆ ಅವನ್ನು ಹೋಲಿಸಿ ನೋಡಬಹುದು.

ಅನ್ಯರು ಬದಲಾಗುವಂತೆ ಆಶಿಸುವುದು

"ನಿಮ್ಮ ಕಾಳಜಿಯನ್ನು ನೀವು ವಹಿಸಿಕೊಳ್ಳುವುದು ಉಚಿತ."

ನನ್ನೊಬ್ಬ ಸ್ನೇಹಿತೆ ತನ್ನ ಗಂಡ (ಅನ್ಯೋನ್ಯ ತುಂಬಾ ಪ್ರೀತಿಸುವವರು) ಆರೋಗ್ಯವನ್ನು ಕಾಪಾಡುವತ್ತ ಕಾಳಜಿ ವಹಿಸುವಂತೆ ಪ್ರಾರ್ಥಿಸುವುದನ್ನು ನಾನು ಕಂಡಿದ್ದೇನೆ. ವರ್ಷಗಳಷ್ಟು ಕಾಲ ಆತನ ಆರೋಗ್ಯಕ್ಕಾಗಿ ಅವಳು ದುಂಬಾಲು ಬಿದ್ದು ಬೇಡುತ್ತಿದ್ದಳು.

ಆಕೆ ನೆನಪಿಸುತ್ತಿದ್ದಳು, ಆಗ್ರಹಿಸುತ್ತಿದ್ದಳು, ಸೂಚಿಸುತ್ತಿದ್ದಳು, ಕೆಲವೊಮ್ಮೆ ಅತ್ತೂಕರೆದು ಕಣ್ಣೀರು ಹಾಕುತ್ತಿದ್ದಳು ಕೂಡಾ. ಅವಳಿಗೆ ಅದು ಬಹಳಷ್ಟು ಚಿಂತೆಗೆ ಕಾರಣವಾಗಿದ್ದಿತು.

ಅವನೊಂದಿಗೆ ಸಿಟ್ಟು ಪ್ರದರ್ಶಿಸುತ್ತ ತನ್ನ ಪ್ರತಿಭಟನೆಯನ್ನು ಸೂಚಿಸುತ್ತಿದ್ದಳು. ಅವನನ್ನು ಜಿಮ್‌ಗೆ ಸೇರಿಸಲು ಸದಸ್ಯ ಶುಲ್ಕವನ್ನು ಪಾವತಿಸಿದಳು. ಹೊಸ ಸ್ನೀಕರ್‌ಗಳನ್ನು ಅವನಿಗಾಗಿ

ತಂದಳು. ಹೆಚ್ಚು ಆರೋಗ್ಯದಾಯಕ ಅಡುಗೆಯನ್ನೆಲ್ಲ ತಯಾರಿಸುತ್ತಿದ್ದಳು. ಇನ್ನೂ ಏನೇನೋ ಮಾಡಿದಳು.

ಯಾವುದೂ ಕೆಲಸಕ್ಕೆ ಬರಲಿಲ್ಲ. ಈ ಹಂತದಲ್ಲಿ ಅವಳಿಗೆ ಹುಚ್ಚೇ ಹಿಡಿದಂತಾಗಿತ್ತು. ಆತ ತಿನಿಸುಗಳಿಗೆ ಆರ್ಡರ್ ಸಲ್ಲಿಸುವುದು, ವ್ಯಾಯಾಮ ಮಾಡಲು ನಿರಾಕರಿಸುವುದು, ಊಟದ ನಂತರದ ತಿನಿಸುಗಳು, ರಾತ್ರಿ ಡಿನ್ನರ್, ತಾಸುಗಟ್ಟಲೆ ಟಿವಿಯನ್ನು ನೋಡುವುದು, ಇನ್ನಷ್ಟು ವಿಷಯಗಳಲ್ಲಿ ಆಕೆ ಬಹಳಷ್ಟು ಹತಾಶ ಭಾವನೆಯನ್ನು ಹೊಂದಿದಳು. ಆತ ಬದಲಾಗುವುದಿಲ್ಲ ಎಂಬ ಕುರಿತು ಅವಳಿಗೆ ಹುಚ್ಚೇ ಹಿಡಿದಂತಾಯಿತು. ಅವಳು ಹೀಗೆ ಒತ್ತಾಯದಿಂದ ಬಲವಂತಪಡಿಸುವುದನ್ನೂ ಆತ ನಿರಾಕರಿಸಿ ಪ್ರತಿಭಟಿಸುತ್ತಲೇ ಹೋದ. ನಿಮಗೂ ಇದು ಸಂಭವಿಸಿರಬಹುದಲ್ಲವೇ? ನನಗಂತೂ ಆಗಿದೆ.

ನಿಮಗೂ ಖಂಡಿತವಾಗಿಯೂ ಹೀಗೆ ಆಗಿರುತ್ತದೆ, ನಿಮ್ಮ ಸಂಗಾತಿ ಬದಲಾಗಿ ನಿಮ್ಮ ಬದುಕಿಗೆ ಇಂಬುಕೊಡುವಂತೆ ನೀವು ಆಶಿಸಿದ್ದಿರಬಹುದು. ಅವರಿಗೆ ಅತ್ಯಂತ ಉತ್ತಮವಾದುದನ್ನೇ ನೀವು ಬಯಸುತ್ತಿದ್ದೀರಿ ಎಂದು ನನಗೆ ಗೊತ್ತು. ಅದಕ್ಕೋಸ್ಕರವೇ ಅವರು ಬದಲಾಗಬೇಕೆಂದು ನೀವು ಆಗ್ರಹಿಸುತ್ತಿದ್ದೀರಿ. ನೀವು ಅವರನ್ನು ಪ್ರೀತಿಸುತ್ತಿದ್ದೀರಿ. ಹಾಗಾಗಿಯೇ ಸನ್ನಿವೇಶದಲ್ಲಿ ನಿಮಗೆ ಹೆಚ್ಚು ಒತ್ತಡದ ಅನುಭವವಾಗಿದೆ.

ಅವರ ಆರೋಗ್ಯ ಸುಧಾರಿಸಬೇಕು, ಅವರಿಗೆ ಉತ್ತಮ ಉದ್ಯೋಗ ಸಿಗಬೇಕು, ಪರಿಶ್ರಮದಿಂದ ಓದಬೇಕು, ಥೆರಪಿಯನ್ನು ಮಾಡಿಸಿಕೊಳ್ಳಬೇಕು, ವಿಚ್ಛೇದನದ ಬಳಿಕ ಡೇಟಿಂಗ್ ಶುರು ಮಾಡಬೇಕು ಇತ್ಯಾದಿ ಬಯಸುತ್ತೀರಿ. ಅಥವಾ ಮನೆಯಿಂದ ಹೊರಬಿದ್ದು ಸ್ನೇಹಿತರ ಜೊತೆಗೆ ಸಮಯ ಕಳೆಯಬೇಕು ಎಂಬಿತ್ಯಾದಿ ಕನಸುಗಳಿರುತ್ತವೆ.

ನೀವು ಪ್ರೀತಿಸುವವರು ಆರೋಗ್ಯಪೂರ್ಣವಾಗಿ, ಲವಲವಿಕೆಯಿಂದ ಇರುವಂತೆ ಬದಲಾಗುವುದು ನಿಮ್ಮ ಸಹಜ ಆಗ್ರಹವಾಗಿರುತ್ತದೆ ಎನ್ನಿ. ಇನ್ನೊಬ್ಬರು ಉತ್ತಮ ಬದುಕನ್ನು ಸಾಗಿಸಬೇಕೆನ್ನುವ ಆಗ್ರಹ ಒಂದು ಒಳ್ಳೆಯ ವಿಷಯವೇ. ನೀವು ಪ್ರೀತಿಸುವವರು ಉತ್ತಮ ಬದುಕನ್ನು ಸಾಗಿಸಬೇಕೆನ್ನುವುದು ಇನ್ನಷ್ಟು ಶ್ರೇಯಸ್ಕರ ವಿಷಯ. ಇನ್ನೊಬ್ಬರ ಕಾರ್ಯಕ್ಷಮತೆಯನ್ನು ಬಳಸುವ, ಸಾಮರ್ಥ್ಯವನ್ನು ಅರಿಯುವಂತೆ ಮಾಡುವ, ಗುರಿಯನ್ನು ತಲುಪಲು ಯತ್ನಿಸುವಂತೆ ಮಾಡುವುದೆಲ್ಲ ಉತ್ತಮ ವಿಷಯಗಳೇ.

ಇಲ್ಲಿರುವ ಸಮಸ್ಯೆ ಆ ಇನ್ನೊಬ್ಬನನ್ನು ನೀವು ಬದಲಾಯಿಸಲು ಬಯಸುವುದಷ್ಟೇ ಅಲ್ಲ. ನೀವು ಹೇಗೆ ಈ ವಿಷಯವನ್ನು ಆತನಿಗೆ ಮನದಟ್ಟು ಮಾಡಿ ನಿಮ್ಮೊಳಗಿನ ಪರಸ್ಪರ ಹೊಂದಾಣಿಕೆಯನ್ನು ಹೇಗೆ ಕಾಪಾಡಿಕೊಳ್ಳುತ್ತೀರಿ ಎಂಬುದು ಮುಖ್ಯ.

ಅಥವಾ ನೀವು ಇದನ್ನು ಓದುತ್ತಿರುವಂತೆ ಯಾರೋ ನಿಮ್ಮನ್ನು ಬದಲಾಗುವಂತೆ ಒತ್ತಡ ಹೇರಿದಂತೆ ನಿಮಗೆ ಅನ್ನಿಸಬಹುದು. ಅವರು ನಿಮ್ಮ ಉದ್ಯೋಗದ ಬಗೆಗಾಗಲೀ, ಅಥವಾ ನಿಮ್ಮ ಅಭ್ಯಾಸಗಳ ಕುರಿತಾಗಲೀ, ಅಥವಾ ನೀವು ಯಾರೊಂದಿಗೆ ಡೇಟಿಂಗ್ ಮಾಡುತ್ತಿದ್ದೀರಿ

ಎನ್ನುವ ಬಗ್ಗೆಯೂ ಹೇಳಬೇಕಾಗಿಲ್ಲ, ಯಾಕೆಂದರೆ ನೀವೀಗ ಹೇಗಿದ್ದೀರೋ ಈ ಸ್ಥಿತಿಯಲ್ಲಿ ಅವರು ನಿಮ್ಮನ್ನು ಸ್ವೀಕರಿಸಲು ಸಿದ್ಧರಿರುವುದಿಲ್ಲ ಎಂಬುದು ವ್ಯಕ್ತವಾಗಿರುತ್ತದೆ.

ನೀವು ಬೇರೆಯೇ ರೀತಿಯಲ್ಲಿ ನಿಮ್ಮ ಬದುಕನ್ನು ಜೀವಿಸಬೇಕೆಂದು ಅವರು ಬಯಸಿರುತ್ತಾರೆ. ಇದು ತುಂಬ ಆತಂಕಕಾರಿ. ಹೌದು ನನಗೂ ಹಾಗೆನಿಸುತ್ತದೆ. ಹಿಂದಕ್ಕೆ ಉಳಿಯುವುದೇ ನಿಮ್ಮ ಸ್ವಾಭಾವಿಕ ನಿಲುವಾಗಿರುತ್ತದೆ.

ಇಂತಹ ಒತ್ತಡ ಹೇರುವ ಜನರ ಜಾಯಮಾನ ನನ್ನನ್ನು ಹಲವು ಸಲ ಬಹಳಷ್ಟು ಯೋಚಿಸುವಂತೆ ಮಾಡಿದ್ದಿದೆ. ಮತ್ತು ಯಾರೇ ಬದಲಾಗುವುದು ಎಷ್ಟು ಕಠಿಣವೆನ್ನುವುದು ಎಲ್ಲರಿಗೂ ಗೊತ್ತು.

ಬದಲಾಗುವುದು ಯಾಕಾಗಿ ಅಷ್ಟೊಂದು ಕಷ್ಟದಾಯಕ?

ಅಂದರೆ, ನೀವು ಇನ್ನೊಬ್ಬರು ಬದಲಾಗಬೇಕೆಂದು ಬಯಸಿದಾಗ, ಅದು ಅವರಿಗೆ ಸುಲಭವೆಂದು ನೀವು ಊಹಿಸುವುದಿಲ್ಲವೇ...

ಸುಮ್ಮನೆ ಮಾಡಿ ನೋಡುವಿರಂತೆ?

ನಾನಂತೂ ಖಂಡಿತವಾಗಿಯೂ ನಿಮ್ಮ ಜೊತೆಗಿರುತ್ತೇನೆ. ಯಾವುದು ತುಂಬಾ ಸ್ಪಷ್ಟ ಎನ್ನುವುದನಷ್ಟೇ ನೀವು ತೋರಿಸಬೇಕು. ಹೌದಲ್ಲ? ವ್ಯಾಯಾಮ ಮಾಡಿದರೆ ಎಷ್ಟೊಂದು ಉತ್ತಮ ಎಂದು ವ್ಯಕ್ತಿಯೊಬ್ಬನಿಗೆ ಹೇಳಿ. ಅಥವಾ ಒಂದು ಒಳ್ಳೆಯ ಉದ್ಯೋಗವನ್ನು ಹಿಡಿಯುವುದರಿಂದ ಎಷ್ಟು ಒಳಿತು ಎಂದು ಒಬ್ಬನಿಗೆ ಪದೇ ಪದೇ ಹೇಳುತ್ತ ನೆನಪಿಸಿ. ಮತ್ತು ಅದರಿಂದಾಗುವ ಆರ್ಥಿಕ ಅಭಿವೃದ್ಧಿಯ ಕುರಿತೂ ಹೇಳಿ. ಅಥವಾ ಮಂಚದ ಮೇಲೆ ಕುಳಿತು ವಾರಾಂತ್ಯದಲ್ಲಿ ದಿನವಿಡೀ ವೀಡಿಯೋ ಗೇಮ್ ಆಡುವ ಮಂದಿಯನ್ನು ಭೇಟಿಯಾಗುವ ಹಾಗಿಲ್ಲವೆಂದೂ ಅವರಿಗೆ ಹೇಳಿ.

ಇಂತಹ ಆಯ್ಕೆಗಳನ್ನು ಅವರು ಎಂದಿಗೂ ಚಿಂತಿಸಿರುವ ಸಾಧ್ಯತೆಗಳಿರುವುದಿಲ್ಲ. ಹೌದಲ್ಲ? ಈಗ, ಅದನ್ನು ಹಿಂದಕ್ಕೆ ತಿರುಗಿಸಿ. ಸ್ಪಷ್ಟವಾಗಿ ಇವನ್ನೆಲ್ಲ ಎಷ್ಟು ಸಲ ನಿಮಗೆ ಹೇಳಿರುವುದಿಲ್ಲ? ವ್ಯಾಯಾಮ ಮಾಡಿದರೆ ತೂಕ ಕಡಿಮೆಯಾಗುತ್ತದೆ ಎನ್ನುವ ಮಾಹಿತಿ ನಿಮಗೆ ಸ್ವತಃ ತಿಳಿದಿದ್ದರೂ ಎಷ್ಟು ಸಲ ಅದನ್ನೇ ನಿಮಗೆ ಹೇಳಿರುವುದಿಲ್ಲ? ಅಥವಾ ಬೆಡ್ ರೂಮ್‌ಲ್ಲಿ ಒಂಟಿಯಾಗಿ ಕುಳಿತು ಗೋಳೋ ಎಂದು ಅಳುವುದರಿಂದ ನಿಮ್ಮನ್ನು ಬಿಟ್ಟು ಹೋದ ಸಂಗಾತಿ ಹಿಂದಿರುಗುವುದಿಲ್ಲ ಎಂದು ನಿಮಗೆ ತಿಳಿದಿಲ್ಲವೇ? ಅಥವಾ ನರ್ಸಿಂಗ್ ಸ್ಕೂಲ್‌ಗೆ ಅರ್ಜಿಹಾಕುವುದೆಂದರೆ, ಅವಶ್ಯಕತೆಗಳನ್ನು ಪೂರೈಸಬೇಕೆನ್ನುವ ಪರಿಜ್ಞಾನ ನಿಮಗೆ ತಿಳಿಯುವುದಿಲ್ಲವೇ? ಇದನ್ನೇ ಬೇರೊಬ್ಬರು ನಿಮಗೆ ಮಾಡಿದರೆ, ನೀವು ಪ್ರತಿಭಟಿಸದೆ ಇರುತ್ತೀರಾ? ನಿಮ್ಮ ಆಕ್ರಮಣ ನಡೆದಿದೆ ಎಂದು ಅನ್ನಿಸದೆ?

ತಮ್ಮ ಎತ್ತರದ ಸಿಂಹಾಸನದ ಮೇಲೆ ಕುಳಿತು ನಿಮ್ಮ ಬೆರಳುಗಳ ಮೇಲೆ ಸವರಿದರೆ,

ನೀವು ಕೂಡಲೇ ಬದಲಾಗುತ್ತೀರಿ ಎನ್ನುವುದು ವಿಲಕ್ಷಣವಲ್ಲವೇ? ನಿಮಗೇನು ಉತ್ತಮ ಎನ್ನುವುದನ್ನು ಅವರು ತೀರ್ಮಾನಿಸುವುದು ಎಷ್ಟೊಂದು ಆಭಾಸದ ಸಂಗತಿಯಲ್ಲವೇ?

ನಿಜದ ಮಾತೆಂದರೆ ಬದಲಾವಣೆ ಎಲ್ಲರಿಗೂ ಕಷ್ಟಸಾಧ್ಯ, ನಿಮ್ಮನ್ನೂ ಒಳಗೊಂಡಂತೆ. ಯಾರೂ ನಿಮ್ಮಿಂದ ಒತ್ತಡ ಹೇರುವುದನ್ನು ಬಯಸುವುದಿಲ್ಲ, ಯಾಕೆಂದರೆ ಅವರೆಲ್ಲ ಅದಾಗಲೇ ತಮ್ಮಿಂದಲೇ ಒತ್ತಡ ಬರುತ್ತಿದೆ ಎಂದು ಭಾವಿಸುತ್ತಾರೆ. ನನ್ನ ಸ್ನೇಹಿತೆಯನ್ನು ಮತ್ತು ಆಕೆಯ ಗಂಡನ ವಿಷಯ ತೆಗೆದುಕೊಳ್ಳಿ. ಹೌದು ಆತ ತನ್ನ ಶರೀರದಾರ್ಢ್ಯವನ್ನು ಸುಧಾರಿಸಲು ಬಯಸುತ್ತಾನೆ.

ತೂಕ ಇಳಿಸಲೂ ಆಗ್ರಹಿಸುತ್ತಾನೆ. ಹೆಚ್ಚುವರಿ 50 ಪೌಂಡು ತೂಕವನ್ನು ಹೊತ್ತು ತಿರುಗುತ್ತಿರುವುದು ಆತನಿಗೆ ಸಹ್ಯವಲ್ಲ. ತನ್ನ ಸ್ನೇಹಿತರ ಗುಂಪಿನಲ್ಲಿ ಆತನೇ ಮಜಭೂತನಂತೆ ದಢೂತಿಯಾಗಿ ಕಾಣಿಸುತ್ತಾನೆ. ಆತನ ಹೃದಯಕ್ಕೂ ಅದು ಸಹ್ಯವಲ್ಲ. ಇವೆಲ್ಲವೂ ಆತನಿಗೆ ಗೊತ್ತು. ಅವನೊಬ್ಬ ಮೂರ್ಖನಲ್ಲ. ಮುಂದಿನ ದಿನಗಳು ಎಷ್ಟು ಕಷ್ಟದಾಯಕ, ಎಷ್ಟೊಂದು ವ್ಯಾಯಾಮ ಮಾಡಬೇಂಬುದೂ ಅವನಿಗೆ ಗೊತ್ತು.

ಬೇಗನೇ ಎದ್ದೇಳುವುದು, ಮದ್ಯಪಾನದಲ್ಲಿ ಕಡಿತ ಮಾಡುವುದು, ಜಿಮ್‌ನಲ್ಲಿ ಮುಜುಗರ ಪಡುವುದು, ಹೊಸದಾಗಿ ಆಹಾರದಲ್ಲಿ ನಿಯಂತ್ರಣ ಹೇರುವುದು ಎಷ್ಟೊಂದು ತ್ರಾಸದಾಯಕ. ಹೌದು, ನಿಜವೇ. ಧೂಮಪಾನಿಗೆ ಧೂಮ ಪಾನವನ್ನು ಬಿಡುವುದು ಎಷ್ಟು ತ್ರಾಸದಾಯಕವೋ ಹಾಗೆಯೇ ಇದು.

ಅತಿಯಾಗಿ ಖರ್ಚು ಮಾಡುವವ ತನ್ನ ಬಜೆಟ್‌ನ್ನು ಹಿಡಿತದಲ್ಲಿ ಇಟ್ಟುಕೊಳ್ಳುವುದು ದುಸ್ತರ. ಒಂಟಿಯಾಗಿ ಜೀವಿಸುವುದೂ ದುಸ್ತರ. ಹಾಗಾಗಿಯೇ ಅವರು ಇನ್ನೊಬ್ಬರ ಜೊತೆಗೆ ಕಾಲಮೀರಿ ಉಳಿಯುತ್ತಾರೆ. ನಿಮಗೆ ಕೆಲಸದಿಂದ ತೆಗೆದು ಹಾಕಿದಾಗ, ನಿಮ್ಮಲ್ಲಿನ ವಿಶ್ವಾಸ ಹೊರಟುಹೋಗಿ ದೊಡ್ಡ ಉದ್ಯೋಗ ಸಿಗುವುದು ದುಸ್ತರವೆನಿಸುತ್ತದೆ.

ಬದಲಾವಣೆ ಸುಲಭಸಾಧ್ಯವಲ್ಲ. ಅದೊಂದು ಖುಷಿಯ ಮತ್ತು ಸುಲಭದ ಮಾತಾಗಿದ್ದರೆ ನಿಮ್ಮ ಸಂಗಾತಿ ಯಾವತ್ತೋ ಬದಲಾಗುತ್ತಿದ್ದಳು. ನಿಮ್ಮ ಒತ್ತಡವನ್ನು ನಿಲ್ಲಿಸಿ ಅವರನ್ನು ಅವರಪಾಡಿಕ್ಕೇ ಬಿಟ್ಟುಬಿಡುವ ಅತ್ಯಂತ ಶ್ರೇಯಸ್ಕರ *ಲೆಟ್ ದೆಮ್* ಕೆಲಸವನ್ನು ನೀವು ಮಾಡಬಹುದು. *ಲೆಟ್ ದೆಮ್* ಹೊರತಾಗಿ ನಿಮಗೆ ಬೇರೆ ಮಾರ್ಗವೇ ಇರುವುದಿಲ್ಲ. ವಯಸ್ಕರು ವಯಸ್ಕರಾಗಿಯೇ ಉಳಿದಿರಲಿ.

ಲೆಟ್ ದೆಮ್ ಸಿದ್ಧಾಂತ ವಾಸ್ತವಕ್ಕೆ ನಿಮ್ಮನ್ನು ಒಯ್ದು ಒಂದು ಹೆಜ್ಜೆ ಹಿಂದಕ್ಕೆ ಸರಿಯುವಂತೆ ಮಾಡುತ್ತದೆ.

ದಯೆ ಮತ್ತು ಕರುಣೆಯನ್ನು ತೋರುವುದರಿಂದ ನಿಮ್ಮ ಸಂಬಂಧ ಹೆಚ್ಚು ಅರ್ಥಪೂರ್ಣವಾಗುತ್ತದೆ. ಮೊದಲಿಗೆ, ನೀವು ಪ್ರೇರಣೆ ಮತ್ತು ಬದಲಾವಣೆಯ ವೈಜ್ಞಾನಿಕತೆಯನ್ನು ಅರ್ಥ ಮಾಡಿಕೊಂಡರೆ, ನಿಮ್ಮ ನಿರ್ವಹಣೆ ಹೆಚ್ಚು ಸಮರ್ಥನೀಯವೆನಿಸುತ್ತದೆ.

ಸತ್ಯ#1: ವಯಸ್ಕರು ತಮಗೆ ತೋಚಿದಾಗಷ್ಟೇ ಬದಲಾಗುತ್ತಾರೆ.

ಜನರನ್ನು ಪ್ರೇರಿಸುವುದನ್ನು ನಿಲ್ಲಿಸಿ. ಅದು ಕೆಲಸಕ್ಕೆ ಬರುವುದಿಲ್ಲ. ಸಂಶೋಧನೆಗಳ ಪ್ರಕಾರ ಬದಲಾವಣೆಗಾಗಿರುವ ಪ್ರೇರಣೆ ಸ್ವತಃ ವ್ಯಕ್ತಿಯ ಒಳಗಿನಿಂದಲೇ ಬರಬೇಕು.

ಪ್ರೇರಣೆ ಎಂಬ ಶಬ್ದವನ್ನು ಜನರು ಇಷ್ಟಪಡುತ್ತಾರೆ–ನೀವು ಕೂಡಾ. ನನ್ನ ಸ್ನೇಹಿತೆಯ ಪ್ರಕಾರ ಅವಳ ಗಂಡ ತನ್ನ ಆರೋಗ್ಯದ ಬಗ್ಗೆ ಕಾಳಜಿ ವಹಿಸಲು "ಪ್ರೇರಣೆ"ಯ ಕೊರತೆಯೇ ಕಾರಣವೆನ್ನುತ್ತಾಳೆ. ನೀವು ಬದಲಾಗದಿರುವುದಕ್ಕೂ ಪ್ರೇರಣೆಯ ಕೊರತೆಯೇ ಎನ್ನಬಹುದೇನೋ.

ಏನಿದ್ದರೂ ಅದು ಅಷ್ಟು ಸರಳವಲ್ಲ. ಪ್ರೇರಣೆಯ ನಿರ್ವಚನೆಯಿಂದಲೇ ಪ್ರಾರಂಭಿಸೋಣ: ಹಾಗೆಂದರೆ ಏನಾದರೊಂದನ್ನು ನಿರ್ವಹಿಸಲಿರುವ ಉತ್ಸುಕತೆ. ನಿಮ್ಮ ಕಲಿಕೆಯನ್ನು ಮುಂದುವರಿಸಿದ ಹಾಗೆ, ಪ್ರೌಢ ವಯಸ್ಸಿನವರು ಮಾತ್ರವೇ ತಮಗೆ ತೋಚಿದಂತೆ ನಡೆಯುತ್ತಾರೆ.

ನಿಮ್ಮ ಸಂಗತಿ ವ್ಯಾಯಾಮಕ್ಕೆ ಒಗ್ಗುವುದಿಲ್ಲ ಎಂದರೆ, ಅವರಿಗೆ ಪ್ರೇರಣೆ ಸಿಕ್ಕಿಲ್ಲವೆಂದು ತಿಳಿಯಬೇಕು. ನೀವು ಅವರಿಗೆ ಪ್ರೇರೇಪಿಸುವಂತಿಲ್ಲ ಯಾಕೆಂದರೆ ಏನಾದರೊಂದನ್ನು ಮಾಡಬೇಕೆಂದರೆ, ಅಂತಹ "ಭಾವನೆ" ಅವರ ಒಳಗಿನಿಂದ ಬರಬೇಕು.

ಪ್ರೇರಣೆಯ ಸಮಸ್ಯೆ ಏನೆಂದರೆ, ಅದು ನಿಮಗೆ ಅವಶ್ಯವೆನಿಸುವಾಗ ಸಿಗುವುದಿಲ್ಲ. ಪ್ರೇರಣೆ ಸ್ವಯಂಚಾಲಿತವಾಗಿರುತ್ತಿದ್ದರೆ, ಪ್ರತಿಯೊಬ್ಬರಿಗೂ ಸಿಕ್ಸ್ ಪ್ಯಾಕ್ ಬರುತ್ತಿತ್ತು, ಬ್ಯಾಂಕ್‌ನಲ್ಲಿ ಮಿಲಿಯನ್ ಡಾಲರ್ ಇರುತ್ತಿತ್ತು, ಜಗತ್ತಿನ ಅತ್ಯಂತ ಐಷಾರಾಮಿ ಬಂಗಲೆ ಇರುತ್ತಿತ್ತು. ನೀವು ಪವಾಡ ಸದೃಶವಾಗಿ ಜನರನ್ನು ನಿಮಗೆ ಬೇಕಿರುವ ಹಾಗೆ ಮಾಡಬೇಕೆಂದು ಕೊಂಡರೆ, ನೀವು ಅವರ ಮನಸ್ಸನ್ನು ನಿಯಂತ್ರಣದಲ್ಲಿ ಇಟ್ಟುಕೊಂಡ ಹಾಗಾಗುತ್ತದೆ. ಅದು ಪ್ರೇರಣೆಯಲ್ಲ.

ನೋಡಿ, ಇದನ್ನು ನಾನೂ ಮಾಡುವವಳೆ.

ಉದಾಹರಣೆಗೆ, ನಾನು ಜನರಿಗೆ "ಪ್ರೇರಣೆ" ನೀಡುವುದಕ್ಕೆ ಬಹಳ ಪ್ರಯತ್ನಪಟ್ಟೆ, ನಾನು ಸ್ವತಃ ಬದಲಾದ ರೀತಿಯಲ್ಲಿ: ಮುಂದಕ್ಕೆ ತಳ್ಳುತ್ತ. ನನ್ನ ಒಳ್ಳೆಯ ಸ್ನೇಹಿತೆಗೆ ಡೇಟಿಂಗ್ ಶುರು ಮಾಡಲು ಪ್ರೇರೇಪಿಸಿದೆ. ನನ್ನ ತಮ್ಮನಿಗೆ ಓರ್ವ ವೈಯಕ್ತಿಕ ತರಬೇತುದಾರನನ್ನು ನೀಡಿದೆ, ಥೆರಪಿಗೆ ಹೋಗುವಂತೆ ತಾಯಿಯನ್ನು ಉತ್ತೇಜಿಸಿದೆ. ಯಾವುದೂ ಫಲಕಾರಿಯಾಗಲಿಲ್ಲ. ದೊಡ್ಡ ಸೋಲು. ಸೋಲು ಯಾಕೆಂದರೆ ನೀವು ಉತ್ತೇಜಿಸಿ ಮುಂದಕ್ಕೆ ತಳ್ಳಿದರೆ ಅವರು ಅಷ್ಟೇ ಹಿಂದಕ್ಕೆ ಸರಿಯುತ್ತಾರೆ.

ಸತ್ಯ #2: ಮನುಷ್ಯ ಒಳ್ಳೆಯ ಅನುಭವವಾದರೆ ಅದರ ಕಡೆಗೆ ಸಾಗುತ್ತಾನೆ.

ಒತ್ತಡ ಯಾಕಾಗಿ ಕೆಲಸ ಮಾಡುವುದಿಲ್ಲ? ಎರಡನೆ ಕಾರಣ. ತಕ್ಷಣ ತನಗೇನು ಒಳಿತನ್ನು ತರುತ್ತದೆಯೋ ಅತ್ತ ಮನುಷ್ಯ ಸಾಗುತ್ತಾನೆ. ಮತ್ತು ಯಾವುದು ಆ ಕ್ಷಣದಲ್ಲಿ ಕಠಿಣವೆಂದು ಭಾವಿಸುತ್ತಾನೆ ಅದರ ಕಡೆಗೆ ಸುಳಿಯುವುದಿಲ್ಲ.

ಇದು ನ್ಯೂರೋ ವಿಜ್ಞಾನ. ನಾನು ಈ ಪುಸ್ತಕದ ಸಂಶೋಧನೆಯಲ್ಲಿದ್ದಾಗ, ಸಹಸ್ರಾರು ಮಂದಿಗೆ "ಡಾ.ಕೆ' ಎಂದೇ ಚಿರಪರಿಚಿತರಾಗಿರುವ ಹಾರ್ವರ್ಡ್ ತರಬೇತಿ ಪಡೆದ ಮನಃಶ್ಶಾಸ್ತ್ರಜ್ಞ ಡಾ. ಅಲೋಕ್ ಕನೋಜಿಯಾ, ಎಂ.ಡಿ. ಅವರನ್ನು ಮಾತಾಡಿಸಿದ್ದೆ.

ಪ್ರೇರಣೆ ಮತ್ತು ಸ್ವಭಾವ ಬದಲಾವಣೆಯಲ್ಲಿ ವಿಶೇಷ ಪರಿಣತಿಯಿರುವ ಡಾ. ಕೆ. ನನಗೆ ಹೇಳಿದರು, ನಿರ್ದಿಷ್ಟವಾಗಿ, ಇತರ ವ್ಯಕ್ತಿಗಳನ್ನು ಒತ್ತಡಕ್ಕೆ ಗುರಿಪಡಿಸಿದಾಗ ಅದು ಹಿಂದಕ್ಕೆ ತಳ್ಳುವಂತಾಗುತ್ತದೆ, ಯಾಕೆಂದರೆ "ಜನರು ಹೇಗೆ ಸಂಪರ್ಕ ಹೊಂದಿರುತ್ತಾರೆ ಎನ್ನುವ ಬಗ್ಗೆ ನಿಮಗೆ ತಿಳಿದಿರುವುದಿಲ್ಲ."

ಡಾ. ಕೆ.ಯವರ ಪ್ರಕಾರ ಜನರಿಗೆ ಸದ್ಯ ಏನು ಸಂತೋಷ ಕೊಡುತ್ತದೆ ಅದರೆಡೆಗೆ ಸಾಗಿ, ನೋವನ್ನು ನೀಡುವುದರಿಂದ ದೂರವಿರುತ್ತಾರೆ. ಈ ಕ್ಷಣದಲ್ಲೇ ಬದಲಾವಣೆಗೆ ಯತ್ನಿಸುವುದು ತ್ರಾಸದಾಯಕ ಮತ್ತು ಕಷ್ಟದಾಯಕ.

ಆದ್ದರಿಂದಲೇ ಬದಲಾವಣೆಗೆ ಯಾರೂ ಪ್ರೇರಿಸಲ್ಪಡುವುದಿಲ್ಲ– ಆ ಬದಲಾವಣೆಯಿಂದ ದೀರ್ಘಕಾಲೀನ ಲಾಭವಿದೆ ಎಂದು ತಿಳಿದರು ಕೂಡಾ.

ನನ್ನ ಸ್ನೇಹಿತೆಯ ಗಂಡ, ತನ್ನ ಬೊಜ್ಜು ಇಳಿಯಬೇಕಿದ್ದರೆ ಜಿಮ್‌ಗೆ ಅಸಂಖ್ಯ ಓಡಾಟಗಳನ್ನು ಮಾಡಬೇಕು ಎಂದುಕೊಂಡಿದ್ದ. ಆದರೆ ಆತ ಕುಳಿತಿರುವ ಆ ಮಂಚ? ಅದು ಹಾಗೆಯೇ ಮುಂದುವರಿದಿದೆ. ತಿನ್ನುವ ಚಿಪ್ಸ್‌ಗಳ ಮೂಟೆಗಳು? ಈ ಕ್ಷಣ ಅದು ಸ್ವಾದಿಷ್ಟವೆನಿಸುತ್ತದೆ. ಆತ ವೀಕ್ಷಿಸುವ ಗೇಮ್? ಈಗ ಅದು ಮನೋರಂಜಕವೆನಿಸುತ್ತದೆ.

ಟ್ರೆಡ್ ಮಿಲ್ ಮತ್ತು ಬೆಂಚ್ ಪ್ರೆಸ್‌ಗಳು ನಿಜಕ್ಕೂ ಉತ್ತಮ ಫಲಿತಾಂಶ ನೀಡುತ್ತವೆ ಎಂದು ಆತನಿಗೆ ಗೊತ್ತು. ಆದರೆ ಅಂತಹ ಭಾವನೆ ಸದ್ಯ ಇಲ್ಲ. ತಕ್ಷಣಕ್ಕೆ ಆತ ತನ್ನ ಮಂಚದಿಂದ ಇಳಿದು ಟ್ರೆಡ್ ಮಿಲ್ ಕಡೆಗೆ ಸಾಗುವುದೆಂದರೆ, ಯಾತನೆಯ ವಿಷಯವಾಗಿರುತ್ತದೆ. ಟ್ರೆಡ್ ಮಿಲ್ ಮತ್ತು ಬೆಂಚ್‌ಪ್ರೆಸ್‌ಗಳು ಸುಸ್ತಾಗುವಂತೆ ಮಾಡುತ್ತವೆ. ಅದರಿಂದ ಆತನಿಗೆ ಬೇಸರ ಬರುತ್ತದೆ. ಅದಕ್ಕೆ ಸಾಕಷ್ಟು ತಯಾರಿಬೇಕಿದೆ. ಮತ್ತು ಒಂದು ವೇಳೆ ಅದಕ್ಕೇ ಜೋತುಬೀಳದಿದ್ದರೆ ಏನಾದೀತು? ಅದು ಪ್ರಯೋಜನಕಾರಿಯಾಗಿರದಿದ್ದರೆ? ತೂಕ ಕಡಿಮೆಯಾಗದಿದ್ದರೆ? ಅದನ್ನು ಮಾಡಲು ಸಾಧ್ಯವಿರದಿದ್ದರೆ? ಬ್ಯಾಗ್‌ನ ಚಿಪ್ಸ್‌ನ್ನು ಮುಗಿಸುವುದು ಸುಲಭ ಮತ್ತು ಉತ್ತಮ ತಾನೇ? ಅದನ್ನು ನಾಳೆಯೂ ಮಾಡಿದರಾಯಿತು.

ಹಾಗಿದ್ದರಿಂದಲೇ ಆತ ಬದಲಾಗಲು ಪ್ರೇರಿತನಾಗಲಿಲ್ಲ! ಅದನ್ನು ಆತ ಮಾಡಲಿಲ್ಲ, ಯಾಕೆಂದರೆ ಹಾಗೆ ಮಾಡಲು ಅವನಿಗೆ ಅನ್ನಿಸಲಿಲ್ಲ.

ಡಾ. ಕೆ. ನನಗೆ ಹೇಳಿದರು, "ಯಾರನ್ನಾದರೂ ನಾವು ಬದಲಾಯಿಸಲು ಹೆಣಗಾಡುತ್ತಿದ್ದರೆ, ನಾವು ನಮ್ಮ ಜನ್ಮ ಪೂರ್ತಿ ನೀರಿನ ಹರಿವಿನ ವಿರುದ್ಧ ಈಜಾಡಿದ ಹಾಗೆ, ಅದು ವ್ಯರ್ಥ ಸಾಹಸವಾಗಿರುತ್ತದೆ. ನಮ್ಮ ಪ್ರೇರಣಾತ್ಮಕ ಇತಿಮಿತಿಗಳನ್ನು ಅರಿಯುವುದು ಉತ್ತಮ. ಅದನ್ನು ವಿನಿಯೋಗಿಸುವ ಬದಲು ನಾವು ಅದರ ವಿರುದ್ಧವಾಗಿ ಹೋರಾಡಿ ಗೆಲ್ಲಲು ಯತ್ನಿಸಿದಂತಾಗುತ್ತದೆ."

ನಾವು ಯಾರನ್ನಾದರೂ ಒತ್ತಡಕ್ಕೆ ಗುರಿಪಡಿಸಿದರೆ, ಮನುಷ್ಯ ಮಿದುಳಿನ ವಿರುದ್ಧವಾಗಿ ಕಾರ್ಯಾಚರಿಸಿದಂತಾಗುತ್ತದೆ. ಇಂದು ಜನರು ಮೋಜಿನಲ್ಲಿಯೇ ದಿನಕಳೆಯಲು ಸನ್ನದ್ಧರಾಗಿದ್ದಾರೆ. ಡಾ. ಕೆ. ಹೇಳುತ್ತಾರೆ, ವ್ಯಕ್ತಿ ಬದಲಾಗಬೇಕಿದ್ದರೆ, ಆತ ತನ್ನ ನೋವಿನಿಂದ ಈ ಕ್ಷಣ ಪ್ರತ್ಯೇಕವಾಗಿ ಬರಬೇಕಿದೆ. ಆದರೆ ನಂತರ ಆತ ಸೂಕ್ತ ಕಾರ್ಯವನ್ನು ಕೈಗೊಳ್ಳಬೇಕಿದೆ.

ಹಾಗೆಂದಾಗ ಆತ ಮಂಚದ ಮೇಲೆ ಕುಳಿತಿರುವಾಗ ತನ್ನಷ್ಟಕ್ಕೇ ಹೇಳಿಕೊಳ್ಳುತ್ತಾನೆ, "ಇದು ನನ್ನನ್ನು ನನ್ನ ವ್ಯಾಯಾಮದಿಂದ ತಿಂದು ಹಾಕುತ್ತಿದೆ. ಆದರೂ ನಾನು ವ್ಯಾಯಾಮ ಮಾಡಿಯೇ ತೀರುತ್ತೇನೆ."

ಆತ ಅದನ್ನು ಮಾಡಬೇಕಿದೆ. ಆತ ತನ್ನ ನೋವಿನಿಂದ ಪ್ರತ್ಯೇಕವಾಗಬೇಕು. ತನ್ನ ಭಾವನೆಗಳನ್ನು ಹತ್ತಿಕ್ಕಿ ಅದನ್ನು ನಿರ್ವಹಿಸಲು ಉದ್ಯುಕ್ತನಾಗಬೇಕು. ಅದನ್ನು ಬೇರೆಯವರಿಗಾಗಿ ನೀವು ಮಾಡಲಾಗುವುದಿಲ್ಲ. ಆದ್ದರಿಂದ ಅವರು ಮಂಚದ ಮೇಲೆಯೇ ಕುಳಿತಿರಲಿ, *ಲೆಟ್ ದೆಮ್*.

ಅಷ್ಟೇ ಸಾಕಾಗುವುದಿಲ್ಲ. ಒತ್ತಡ ಹೇರುವುದು ಹಿಂದಕ್ಕೆ ಹೊಡೆತ ಕೊಡುತ್ತದೆ ಯಾಕೆಂದರೆ, ಅದಕ್ಕೆ ಇನ್ನಷ್ಟು ಮನೋವೈಜ್ಞಾನಿಕ ಕಾರಣಗಳಿರುತ್ತವೆ.

ಸತ್ಯ#3: ಭೂಮಿಯ ಮೇಲಣ ಪ್ರತಿಯೊಬ್ಬ ಮನುಷ್ಯನೂ ತಾನು ಮಾತ್ರ ಸರಿ ಎನ್ನುತ್ತಾನೆ.

ಈ ಪುಸ್ತಕವನ್ನು ಬರೆಯುವ ಸಮಯ ನಾನು ಡಾ. ತಾಲಿ ಶಾರೋಟ್‌ಗೂ ಮಾತಾಡಿದೆ. ಡಾ. ಶಾರೋಟ್ ಲಂಡನ್ ಯುನಿವರ್ಸಿಟಿ ಕಾಲೇಜು ಮತ್ತು ಎಂ.ಐ.ಟಿ.ಯ ನಿರ್ದೇಶಕಿ ಮಾತ್ರವಲ್ಲ, ಖ್ಯಾತ ನ್ಯೂರೋ ವಿಜ್ಞಾನಿ ಕೂಡಾ. ನ್ಯೂರೋ ಸಯನ್ಸ್, ಬಿಹೇವಿಯರಲ್ ಇಕನಾಮಿಕ್ಸ್, ಮತ್ತು ಮನಃಶ್ಶಾಸ್ತ್ರದ ಅವರ ಸಂಯುಕ್ತ ಸಂಶೋಧನೆಯಲ್ಲಿ ಜನರ ನಂಬಿಕೆ ಮತ್ತು ನಿರ್ಧಾರಗಳ ಮೇಲೆ ಭಾವನೆಗಳು ಮತ್ತು ಸ್ವಭಾವ ಹೇಗೆ ಪ್ರಭಾವ ಬೀರುತ್ತವೆ ಎಂಬುದನ್ನು ವಿಶದೀಕರಿಸುತ್ತಾರೆ.

ಅವರ ಶೋಧನೆಯ ಫಲಿತಾಂಶ ತೀರಾ ಅಚ್ಚರಿದಾಯಕ: ಯಾವುದೇ ಎಚ್ಚರಿಕೆಯ ಲೇಬಲ್, ಬೆದರಿಕೆ, ಮತ್ತು ಗೊತ್ತಿರುವ ಅಪಾಯಗಳು ಮನುಷ್ಯನ ಮೇಲೆ ಪ್ರಭಾವ ಬೀರುವುದಿಲ್ಲವಂತೆ.

ಹಾಗಾಗಿಯೇ ನನ್ನ ಸ್ನೇಹಿತೆಯ ಗಂಡ, ತಾನು ಬೊಜ್ಜು ಬೆಳೆಸಿಕೊಂಡಿದ್ದರೂ, ಭೂಮಿಯ ಮೇಲಣ ತಾನೊಬ್ಬನೇ ಹಾರ್ಟ್ ಅಟ್ಯಾಕ್‌ಗೆ ಬದ್ಧನಲ್ಲ ಎಂದು ತಿಳಿದುಕೊಂಡಿದ್ದಾನೆ. ಅದೇ ಕಾರಣದಿಂದ ಆತ ತಾನು ಇದ್ದಂತೆಯೇ ಇದ್ದುಬಿಡುತ್ತೇನೆ, ನನಗೇನೂ ಆಗುವುದಿಲ್ಲ ಎಂಬ ಭರವಸೆಯಲ್ಲಿ ಇರುತ್ತಾನೆ.

ದಿನಕ್ಕೆ ಹಲವು ಸಲ ಉಸಿರಾಟಕ್ಕೆ ಚಡಪಡಿಸುತ್ತಿದ್ದರೂ, ನಿಮ್ಮ ಸ್ನೇಹಿತೆ ಅದು ಆಕೆಯ ಶ್ವಾಸಕೋಶದ ಮೇಲೆ ಪರಿಣಾಮ ಬೀರದು ಎಂದು ಗ್ರಹಿಸಿದ್ದಾಳೆ. ಹಾಗಾಗಿಯೇ ನೀವು

"ಉದ್ಯೋಗ ಹೋದರೆ ಹೋಗಲಿ ಎಂಬಂತೆ ತಡವಾಗಿ ಆಫೀಸಿಗೆ ಬರುವುದು, ಬೇಗನೇ ಆಫೀಸನ್ನು ಬಿಡುವುದು ಇತ್ಯಾದಿ ಕಸರತ್ತುಗಳನ್ನು ಮಾಡುತ್ತಿರುತ್ತೀರಿ. ಹಾಗಾಗಿಯೇ ನಿಮ್ಮ ಸಂಗಾತಿ, "ಈತ ಬದಲಾಗುವ ಹಾಗೆ ಕಾಣೆ," ಎನ್ನುತ್ತ ಅವನನ್ನು ಬಿಟ್ಟು ತೆರಳುವುದು.

ಯಾವುದೇ ಕೆಟ್ಟ ಫಲಿತಾಂಶದಿಂದ ತನಗೆ ಮಾತ್ರ ವಿನಾಯಿತಿ ಇದೆ ಎಂದು ಪ್ರತಿಯೋರ್ವನೂ ಭಾವಿಸುತ್ತಾನೆ. ನಿಮ್ಮ ಕಣ್ಣೀರು, ಯಾಚನೆ, ಕೊನೆಯ ಷರತ್ತುಗಳು ನಿಮಗೇ ಹಿಂದಕ್ಕೆ ಬರುವುದಕ್ಕೆ ಇದೇ ಕಾರಣವೆಂದು ಬೇರೆ ವಿವರಿಸಬೇಕಿಲ್ಲ.

ನಮ್ಮ ಮಿದುಳು ಅತ್ಯಂತ ದಯನೀಯ ಪರಿಸ್ಥಿತಿಗೂ ಒಗ್ಗಿಕೊಳ್ಳುವಂತೆ ಹದಮಾಡಲಾಗಿರುವುದರಿಂದಲೇ, ಯಾವುದೇ ತಿರಸ್ಕಾರದ ನಿಟ್ಟುಸಿರಿಗೂ ಬಗ್ಗುವುದಿಲ್ಲ. ತಮಗೆ ವಿನಾಯಿತಿ ಇದೆ ಎಂದು ಅವರು ಭಾವಿಸುತ್ತಾರೆ. ಹಾಗಿರುವುದರಿಂದಲೇ ನಿಮ್ಮ ಬದುಕಿನಲ್ಲಿ ಬದಲಾವಣೆಗೆ ಅವಕಾಶವಿದ್ದಾಗಲೂ ನೀವು ಅದಕ್ಕೆ ತಡೆಯೊಡ್ಡುತ್ತೀರಿ. ಆಕ್ರಮಣಕಾರಿಯಾಗಿ, ನಿರಂತರವಾಗಿ ಅದನ್ನೇ ಅನುಸರಿಸುತ್ತ, ಅಥವಾ ಅದೇನೋ ಅಪಾಯದ ಎಚ್ಚರಿಕೆ ಎನ್ನುತ್ತ ಅನ್ಯರಿಗೆ ಒತ್ತಡ ಹೇರುತ್ತ, ನೀವು ಇತರರ ಬದಲಾವಣೆಗೆ ಯತ್ನಿಸುತ್ತೀರಿ.

ಹಾಗಯೇ ಇದೂ ತಿಳಿದಿರಲಿ: ಡಾ. ಶಾರೋಟ್ ವಿವರಿಸಿದ್ದಾರೆ, ಮಿದುಳಿನ ಸ್ಕ್ಯಾನ್ ಮಾಡುವ ಸಮಯ ನೀವು ಯಾರಿಗಾದರೂ ಋಣಾತ್ಮಕವಾಗಿ ಹೇಳುತ್ತಿದ್ದರೆ, (ನೀವು ಕುಡಿತ ನಿಲ್ಲಿಸದಿದ್ದರೆ ನಾನು ನಿಮ್ಮನ್ನು ಬಿಟ್ಟುಹೋಗುತ್ತೇನೆ), ಅಥವಾ ನೀವು ಕೇಳಲು ಬಯಸದಿರುವಂತಹುದು("ನೀನೊಬ್ಬ ನಾರ್ಸಿಸಿಸ್ಟ್ ಜೊತೆಗೆ ಡೇಟಿಂಗ್ ಮಾಡ್ತಾ ಇದ್ದೀಯಾ) ಇತ್ಯಾದಿಯಾಗಿ ಹೇಳುವಾಗಿ ನಿಮ್ಮ ಮಿದುಳು ಅದಕ್ಕೆ ಟ್ಯೂನ್ ಆಗಿರುತ್ತದೆ. ಮಿದುಳಿನ ಸ್ಕ್ಯಾನ್ ನಡೆಯುವ ಸಮಯ, ನೀವೇನಾದರೂ ನಕಾರಾತ್ಮಕ ವಿಷಯವನ್ನು, ಮಾಹಿತಿಯನ್ನು ಆಲಿಸುತ್ತಿದ್ದರೆ, ಆ ಪ್ರದೇಶ ಆಫ್ ಆಗಿ ಬಿಡುತ್ತದೆ! ಅಂದರೆ ಅದರರ್ಥವೇನು?

ಅದರರ್ಥ, ಯಾವುದೇ ಬೆದರಿಕೆ, ಹೀನಾಯವಾದ ಕೇಸ್ ದೃಶ್ಯಗಳು, ಆಕ್ರಮಣಕಾರಿ ಪ್ರತಿಕ್ರಿಯೆಗಳು, ಕಣ್ಣು ಹೊರಳಿಸುವಿಕೆ, ಮತ್ತು ಯಾವುದೇ ಹೆದರಿಸುವ ಪ್ರಕ್ರಿಯೆಗಳು ಆ ಇನ್ನೊಬ್ಬ ವ್ಯಕ್ತಿಯ ಮಿದುಳಿನಲ್ಲಿ ದಾಖಲಾಗುವುದೇ ಇಲ್ಲ. ನೀವು ನಿಮ್ಮ ಸಮಯವನ್ನು, ನಿಮ್ಮ ಮಾತುಗಳನ್ನು ಮತ್ತು ನಿಮ್ಮ ಉಸಿರನ್ನು ವ್ಯರ್ಥವಾಗಿಸಿಕೊಂಡಂತಾಗುತ್ತದೆ. ಅಂತಹ ಸನ್ನಿವೇಶಗಳಿಂದ ನೀವು ತುಂಬಾ ಹತಾಶರಾಗುತ್ತೀರಿ, ಒತ್ತಡಕ್ಕೆ ಗುರಿಯಾಗುತ್ತೀರಿ ಎಂಬುದರಲ್ಲಿ ಆಶ್ಚರ್ಯವೇನೂ ಇರುವುದಿಲ್ಲ.

ಆದ್ದರಿಂದಲೇ ನೀವು ಬೇರೆಯೇ ಧೋರಣೆಯೊಂದಿಗೆ ವ್ಯವಹರಿಸಬೇಕಾಗುತ್ತದೆ, ಮತ್ತು ನಿಮ್ಮ ಸಮಯ ಮತ್ತು ಶಕ್ತಿಯನ್ನು ಹೆಚ್ಚು ವೈಜ್ಞಾನಿಕವಾಗಿ ಉಪಯುಕ್ತ ಹಾಗೂ ದಯಾಪೂರ್ಣ ರೀತಿಯಲ್ಲಿ ಸದುಪಯೋಗಪಡಿಸಲು ಲೆಟ್ ದೆಮ್ ಸಿದ್ಧಾಂತವನ್ನು ಬಳಸಬೇಕಾಗುತ್ತದೆ.

ಇದನ್ನು ನೀವು ಸರಿಯಾದ ಕ್ರಮದಲ್ಲಿ ಅಳವಡಿಸಿದ್ದೇ ಆದಲ್ಲಿ, ನೀವು ಬದಲಿಸಲು ಅಪೇಕ್ಷಿಸುವ ವ್ಯಕ್ತಿ ಪ್ರೇರಣೆಗೊಂಡು ತನ್ನಷ್ಟಕ್ಕೇ ಬದಲಾಗುತ್ತಾನೆ.

ಮತ್ತೆ ನನ್ನ ಸ್ನೇಹಿತೆ ಮತ್ತು ಅವಳ ಗಂಡನ ವಿಷಯಕ್ಕೆ ಬರೋಣ. ಅವರ ಪರಿಸ್ಥಿತಿಯನ್ನು ನೀವು ಚಿತ್ರಿಸಿಕೊಳ್ಳಬಲ್ಲಿರಿ.

ದಿನವಿಡೀ ಕೆಲಸದಲ್ಲಿ ತೊಡಗಿಕೊಂಡು ಸುಸ್ತಾದ ನೀವು ಮನೆಯ ಒಳಗಡೆಯೇ ವಾಕ್ ಮಾಡುತ್ತಿದ್ದರೆ, ನಿಮ್ಮ ಗಂಡ ಆರಾಮವಾಗಿ ಮಂಚದಲ್ಲಿ ಮಲಗಿ ಖುಷಿಯಿಂದ ತನಗಿಷ್ಟವಾದ ಚಿಪ್ಸ್‌ನ್ನು ಮೆಲ್ಲುತ್ತ ತನಗೆ ಪ್ರಿಯವಾದ ಬಾಸ್ಕೆಟ್ ಬಾಲ್ ಗೇಮ್‌ನ್ನು ವೀಕ್ಷಿಸುತ್ತಾನೆ ಎಂದಿದ್ದರೆ? ಆತ ನಿಜಕ್ಕೂ ತುಂಬಾ ಖುಷಿಯಿಂದ ಇರುತ್ತಾನೆ. ನಿಜಕ್ಕೂ. ಹಾಗೆಯೇ, "ಹಾಯ್ ಹನಿ!" ಎನ್ನುತ್ತ ತುಂಬು ನಗುವನ್ನು ಬೀರುತ್ತಿದ್ದರೆ?

ನೀವು, ಆತನತ್ತ ಒಂದು ನೋಟವನ್ನು ಬೀರಿ, ನಿಮ್ಮಲ್ಲಿ ಒತ್ತಡ ಹೇರಿ ಬಂದಾಗ, ನಿಮ್ಮ ಅಮಿಗ್ಡಾಲಾ ಎಚ್ಚೆತ್ತುಕೊಳ್ಳುತ್ತದೆ. ನೀವು ತಕ್ಷಣ ಸಿಟ್ಟಿಗೇಳುತ್ತೀರಿ. ಕೋಪ ನಿಮ್ಮೊಳಗೆ ಕುದಿಯುತ್ತ ಮೇಲೇಳುತ್ತದೆ. ನೀವು, "ಓಫ್, ಹಾಯ್" ಎನ್ನುತ್ತ ನಿಟ್ಟುಸಿರು ಬಿಡದೆ ನಿರ್ವಾಹವಿರುವುದಿಲ್ಲ.

ನೀವು ಈಗಷ್ಟೇ ಕಲಿತ ಮನುಷ್ಯನ ಮಿದುಳಿನ ಅವಸ್ಥೆಯನ್ನಾಗಲೀ ಅಥವಾ ಪ್ರೇರಣೆಯ ವಿಜ್ಞಾನವನ್ನಾಗಲೀ ಅಥವಾ ಇದೀಗ ನಾವು ಚರ್ಚಿಸಿದ ವಿಷಯಗಳನ್ನಾಗಲೀ ಯೋಚಿಸುವ ವ್ಯವಧಾನ ನಿಮ್ಮಲ್ಲಿ ಇರುವುದಿಲ್ಲ. ಸುಮ್ಮನೆ ಮಂಚದ ಮೇಲೆ ತಳವೂರಿ ಉದಾಸೀನತೆಯಿಂದ ಕೂರುವ ಬದಲು ಆತ ಅಲ್ಲಿಂದ ಎದ್ದು, ಬೇರೇನಾದರೂ ಕೆಲಸವನ್ನು ಯಾಕಾಗಿ ಮಾಡಬಾರದು ಎಂದು ನೀವು ಯೋಚಿಸುತ್ತಿರುತ್ತೀರಿ.

ನೀವು ತೀರ್ಮಾನದ ಸ್ತರದಿಂದ ಮೇಲೆದ್ದು, ಸ್ವೀಕಾರದ ಬದಲು, ಆತ ಅದೇಕೆ ಜಿಮ್‌ಗೆ ಹೋಗುವಂತಹ ಚಿಕ್ಕ ಕೆಲಸವನ್ನಾದರೂ ಮಾಡಬಾರದು ಎಂದು ಚಡಪಡಿಸುತ್ತಿರುತ್ತೀರಿ. ಆತ ಬೆಡ್‌ರೂಮ್‌ಗೆ ಹೋಗಿ, ವ್ಯಾಯಾಮದ ಉಡುಪನ್ನು ಧರಿಸಿ, ನೀರಿನ ಬಾಟಲಿಯಲ್ಲಿ ನೀರನ್ನು ತುಂಬಿಸಿ, ಕೀಲಿಗಳನ್ನು ಕೈಗೆತ್ತಿಕೊಳ್ಳುತ್ತ, ಜಿಮ್‌ಗೆ ಡ್ರೈವ್ ಮಾಡುತ್ತ ಹೋಗಿ, ಜಿಮ್‌ನ ಒಳಗಡೆಗೆ ಸಾಗಿ, ಅಲ್ಲಿನ ಮೆಷಿನ್‌ನ ಮುಂದೆ ನಿಂತು ನಿಜಕ್ಕೂ ವ್ಯಾಯಾಮ ಮಾಡುವ ಕುರಿತಾದ ಸಕಲ ಕ್ರಿಯೆಗಳ ಬಗೆಗೆ ನೀವು ಯೋಚಿಸುವುದಿಲ್ಲ.

ಬದಲಾಗಿ, ನೀವು ಸಹಜವಾದ ನೆಲೆಯಲ್ಲಿ, ವೈಜ್ಞಾನಿಕವಾಗಿ ಹೇಗೆ ಪ್ರತಿಯೊಬ್ಬರೂ ತಮ್ಮನ್ನು ಬದಲಿಸಿಕೊಳ್ಳಲು ಹೆಣಗಾಡಬೇಕು– ಎಂದುಕೊಂಡು ಕೋಪಗೊಂಡು ಎದಿರೇಟು ಹಾಕುತ್ತೀರಿ. ಆತ ತಕ್ಷಣ ಅದೇನು ಮಾಡಬೇಕು ಎನ್ನುವುದರ ಕಡೆಗೆ ನಿಮ್ಮ ಗಮನವಿರುವುದಿಲ್ಲ.

ವಾಸ್ತವದಲ್ಲಿ, ಆ ಕ್ಷಣದಲ್ಲಿ ಬೇಕಾಗಿರುವುದು ದಯೆಯೇ ಹೊರತು ತಿರಸ್ಕಾರದ ಭಾವನೆಯಲ್ಲ. ನಿಮ್ಮ ತಿರಸ್ಕಾರದ ನಿಟ್ಟುಸಿರು ಮತ್ತು ನಿಮ್ಮ ಅಸಹ್ಯವನ್ನು ಸೂಚಿಸುವಂತಹ ನಡವಳಿಕೆ ಆತ ಮಂಚದಿಂದ ಏಳುವುದಕ್ಕೆ ಸ್ಫೂರ್ತಿಯನ್ನು ನೀಡದು. ಬದಲಾಗಿ ನಿಮ್ಮ ಎದಿರೇಟಿನ ಪ್ರತಿಕ್ರಿಯೆ ನಿಮ್ಮ ಸಂಗಾತಿಯ ಮೇಲೆ ಯಾವುದೇ ಪರಿಣಾಮ ಬೀರುವುದಿಲ್ಲ. ಆತ ಮಂಚದ ಮೇಲೆ ಹಾಗೆಯೇ ಆರಾಮವಾಗಿ ಮಲಗಿ, ದಿಂಬುಗಳ ನಡುವೆ ರಿಮೋಟ್ ಕಳೆದು ಹೋಗುವವರೆಗೆ ವೀಡಿಯೋವನ್ನು ನೋಡುತ್ತಲೇ ಇರುತ್ತಾನೆ.

ನಿಮ್ಮ ಕಾರ್ಯಾಚರಣೆ ಎಷ್ಟೇ ಪ್ರೀತಿಯ ದ್ಯೋತಕವಾಗಿದ್ದರೂ, ನಿಮ್ಮ ಸಂಗಾತಿ ತನ್ನನ್ನು ಈಕೆ ತಿರಸ್ಕಾರದಿಂದ ಪರಿಗಣಿಸುತ್ತಾಳೆ ಎಂಬ ಭಾವನೆಯಿಂದಿರುತ್ತದೆ ಮತ್ತು ಅದರಿಂದ ಆತ ಇನ್ನಷ್ಟು ವೇದನೆಯನ್ನು ಅನುಭವಿಸುವಂತಾಗುತ್ತದೆ. ಫಲಸ್ವರೂಪವಾಗಿ ಆತ ಇದೀಗ ನಿಮ್ಮಿಂದ ಇನ್ನಷ್ಟು ದೂರಕ್ಕೆ ಸರಿಯುವ ಸಾಧ್ಯತೆಗಳೇ ಹೆಚ್ಚಾಗಿರುತ್ತದೆ.

ಪ್ರವೇಶಿಸಿ: ಸರಿದು ನಿಲ್ಲುವ ಪ್ರವೃತ್ತಿ

ಒತ್ತಡ ಬದಲಾವಣೆಗೆ ಕುಮ್ಮಕ್ಕು ನೀಡದು–ಅದು ಪ್ರತಿರೋಧವನ್ನು ಸೃಷ್ಟಿಸುತ್ತದೆ. ಅನ್ಯರ ಸ್ವಭಾವದ ಮೇಲೆ ನೀವು ನಿಯಂತ್ರಣವನ್ನು ಸಾಧಿಸಲು ಯತ್ನಿಸಿದರೆ ನಿಮ್ಮ ಅಂತಹ ನಿಯಂತ್ರಣಕ್ಕೆ ಪ್ರತಿರೋಧವೇ ಉತ್ತರವಾಗಿರುತ್ತದೆ. ಬದಲಾವಣೆಗೆ ಸ್ಫೂರ್ತಿ ನೀಡುವ ಬದಲು, ನೀವು ಒತ್ತಡದಿಂದ ನಿಯಂತ್ರಿಸುವ ಯುದ್ಧವನ್ನು ಸಾರಿದಂತಾಗುತ್ತದೆ.

ನಾನು ಈ ವಿಷಯದಲ್ಲಿ ಡಾ. ಶಾರೋಟ್‌ರವರಲ್ಲಿ ಮಾತಾಡಿದಾಗ, ಅವರೆಂದರು, ನಿಯಂತ್ರಣ ಯಾವಾಗಲೂ ಮನುಷ್ಯನನ್ನು ಉದ್ರೇಕಿಸುವ ಪರಿಸ್ಥಿತಿಗೆ ತಳ್ಳುತ್ತದೆ. ಅದು ಬದುಕುಳಿಯುವ ತಂತ್ರವಾಗಿರುತ್ತದೆ. ನೀವು ನಿಮ್ಮ ಬದುಕನ್ನು ನಿಯಂತ್ರಿಸುತ್ತ ಸುರಕ್ಷಿತವಾಗಿರಿಸಲು ಯತ್ನಿಸುತ್ತೀರಿ. ಇನ್ನೊಬ್ಬರನ್ನು ನಿಯಂತ್ರಿಸುವ ಭಾವನೆ ನೀವು ಸ್ವತಃ ಸುರಕ್ಷಿತತೆಯಿಂದ ಇರುವ ಸಂಚಾಗಿರುತ್ತದೆ.

ಹಾಗೆಂದರೆ, ನಿಮ್ಮ ಸಂಗಾತಿ, ನಿಮ್ಮ ರೂಮ್‌ಮೇಟ್, ನಿಮ್ಮ ತಾಯಿ, ನಿಮ್ಮ ಬಾಸ್, ಮತ್ತು ನಿಮ್ಮ ಫ್ರೆಂಡ್ಸ್ ಎಲ್ಲರಿಗೂ ಒತ್ತಡದಿಂದ ನುಣುಚಿಕೊಂಡು ಸುರಕ್ಷಿತವಾಗಿರಲು ಬಯಸುವ ಪ್ರವೃತ್ತಿ ಇದ್ದಿರುತ್ತದೆ. ಅದು ನಿಮ್ಮಲ್ಲಿಯೂ ಸ್ವತಃ ಇದ್ದಿರುತ್ತದೆ. ನೀವು ಪ್ರೀತಿಸುವ ವ್ಯಕ್ತಿಗಳು ಯಾವಾಗ ಸುರಕ್ಷಿತರೆಂಬ ಭಾವನೆ ಅವರಲ್ಲಿ ಸ್ಫುರಿಸುತ್ತದೆ ಎಂದರೆ ಅವರ ಬದುಕನ್ನು ಸ್ವತಃ ಅವರೇ ನಿಯಂತ್ರಿಸುವ ಪರಿಸ್ಥಿತಿಗೆ ಒಡ್ಡಿದಾಗಷ್ಟೇ.

ಆದ್ದರಿಂದ ನೀವು ಎಂದಾದರೂ ನಿಮ್ಮ ಸುತ್ತಲಿನ ಜನರಿಗೆ ಒತ್ತಡ ಹೇರುವಾಗ, ಅಥವಾ ಅವರಿಗೆ ಏನನ್ನು ಮಾಡಬೇಕೆಂದು ಹೇಳಿದಾಗ, ಅವರಿಗೆ ಬೆದರಿಕೆ ಒಡ್ಡಿದಂತಾಗಿ, ಅದು ಅವರ ಬದುಕಿನ ಮೇಲೆ, ನಿರ್ಧಾರಗಳ ಮೇಲೆ, ಅವರ ಕ್ರಿಯಾಶೀಲತೆಯ ಮೇಲೆ ನಿಯಂತ್ರಣವನ್ನು ಹೇರಿದಂತಾಗುತ್ತದೆ.

ತಮ್ಮದೇ ನಿಯಂತ್ರಣದಲ್ಲಿ ತಾವಿದ್ದೇವೆ, ತಮ್ಮ ಬದುಕು, ತಮ್ಮ ಆಲೋಚನೆಗಳು, ತಮ್ಮ ಸ್ವಭಾವ ಎಲ್ಲವೂ ತಮ್ಮ ಸ್ವಾಧೀನದಲ್ಲೇ ಇರುತ್ತವೆ ಎಂದು ಅವರು ಅಂದುಕೊಳ್ಳುತ್ತಿರುವಾಗ ನೀವು ಅವರ ಹಾದಿಯಲ್ಲಿ ಒಬ್ಬ ಏಜನ್ಸಿಯ ಹಾಗೆ ತಡೆಯನ್ನು ಒಡ್ಡಿದಂತಾಗುತ್ತದೆ. ಯಾರಿಗಾದರೂ ನೀವು ಹೀಗೆ ಹೇಳಿದರೆ, “ಈವೊತ್ತು ಹೊರಗಡೆ ಒಂದು ಓಟವನ್ನು ಓಡಿದರೆ ಚೆನ್ನಾಗಿತ್ತು,” ಎಂದಾಗ ಅವರಿಗೆ ಬೆದರಿಕೆಯನ್ನು ಒಡ್ಡಿದಂತಾಗುತ್ತದೆ.

ನಿಮ್ಮ ಸಲಹೆ–ಅದೆಷ್ಟೇ ನಿಮ್ಮ ದೃಷ್ಟಿಯಲ್ಲಿ ಉಪಯುಕ್ತವೆನಿಸಿದರೂ– ಅವರಿಗೆ ಹಾಗೆ

ಅನಿಸುವುದಿಲ್ಲ. ಅವರ ಪ್ರಕಾರ, ನೀವು ಅವರ ವೈಯಕ್ತಿಕ ಒಳಿತು ಕೆಡುಕುಗಳಲ್ಲಿ ಮೂಗುತೂರಿಸಿದಂತೆ, ತಾವೇನು ಮಾಡಬೇಕೋ ಅದನ್ನು ಮಾಡದಂತೆ ಅಡ್ಡಿಪಡಿಸಿದ ಭಾವನೆ ಉತ್ಪತ್ತಿಯಾಗುತ್ತದೆ.

ಆದ್ದರಿಂದಲೇ ನೀವು ವಯಸ್ಕರನ್ನು ಅವರಷ್ಟಕ್ಕೇ ಬಿಟ್ಟುಬಿಡುವುದು ಒಳಿತು. *ಲೆಟ್ ದೇಮ್.* ಇನ್ನೊಬ್ಬರ ಭಾವನೆಗಳನ್ನು ಸ್ವೀಕರಿಸುವ ಪ್ರವೃತ್ತಿ ನಿಜಕ್ಕೂ ಆರೋಗ್ಯಕರ ಮತ್ತು ಪ್ರೀತಿಪ್ರದವಾದ ಸಂಬಂಧಕ್ಕೆ ತಳಪಾಯವೆನ್ನಬೇಕು. ಇನ್ನೊಬ್ಬರನ್ನು ಅವರು ಹೇಗಿದ್ದಾರೋ ಹಾಗೆಯೇ ನೀವು ಸ್ವೀಕರಿಸಲು ಸಿದ್ಧವಿದ್ದರೆ ಅವರು ನಿಮ್ಮ ಸಂಗಡ ಸುರಕ್ಷತೆಯ ಭಾವನೆಯನ್ನು ಹೊಂದುತ್ತಾರೆ.

ಅದರ ಬದಲಾಗಿ ನೀವು ಅವರಿಗೆ ಒತ್ತಡವನ್ನು ಹೇರಿದಾಗ, ಬದಲಾಗುವಂತೆ ಹೇಳಿದರೆ, ಟೀಕಿಸಿದರೆ, ನೂಕಿದರೆ, ಅಥವಾ ಬೇರೆ ರೀತಿಯಲ್ಲಿ ವ್ಯವಹರಿಸಬೇಕೆಂದು ಅಪೇಕ್ಷಿಸಿದರೆ, ಪ್ರತಿರೋಧವೇ ಫಲಿತಾಂಶವಾಗಿರುತ್ತದೆ. ಇಂತಹ ಒತ್ತಡ ನಿಮ್ಮ ಸಂಗಾತಿಯನ್ನು, ನೀವು ಪ್ರೀತಿಸುವವರನ್ನು ನಿಯಂತ್ರಣದ ಸಮರಕ್ಕೆ ಒಡ್ಡಿದಂತಾಗುತ್ತದೆ.

ಡಾ. ಕೆ.ಯವರ ಸಂಶೋಧನೆಯನ್ನು ನೆನಪಿಡಿ–ಮಿದುಳು ಮೋಜಿನ ಕಡೆಗಷ್ಟೇ ಆಕರ್ಷಿಸಲ್ಪಡುತ್ತದೆಯೇ ಹೊರತು ನೋವಿನ ಕಡೆಗೆ ಅಲ್ಲ. ನಿಮ್ಮ ಒತ್ತಡವು ಯಾತನಾಮಯವಾಗಿರುವುದರಿಂದ ಅವರು ನಿಮ್ಮಿಂದ ದೂರ ಸರಿಯುತ್ತಾರೆ. ಅದರಿಂದ ನೀವು ಇನ್ನಷ್ಟು ಒತ್ತಾಯವನ್ನು ಹೇರಬೇಕಾಗುತ್ತದೆ, ಅದರಿಂದ ಅವರು ಇನ್ನಷ್ಟು ಪ್ರತಿರೋಧವನ್ನು ಸೂಚಿಸುವಂತಾಗುತ್ತದೆ. ಇದೊಂದು ನಿಮ್ಮಿಬ್ಬರ ನಡುವೆ ಯಾವತ್ತೂ ಬಗೆಹರಿಯದ ಸಮಸ್ಯೆಯಾಗಿಯೇ ಉಳಿಯುತ್ತದೆ. ಇದನ್ನು ನಿಲ್ಲಿಸುವ ಶಕ್ತಿ ನಿಮ್ಮಲ್ಲಿರುತ್ತದೆ.

ಆತ ಮಂಚದ ಮೇಲೆಯೇ ಕೂತಿರಲಿ, ಸಮಸ್ಯೆಯನ್ನು ಕೊನೆಗಾಣಿಸಬೇಕಿದ್ದರೆ, ಅದನ್ನು ನೀವೇ ಮಾಡಬೇಕು. ನನ್ನ ಫ್ರೆಂಡ್ ಮತ್ತು ಆಕೆಯ ಗಂಡನ ನಡುವೆಯ ಸಮಸ್ಯೆಯ ಮೇಲೆ ಯಾರಿಗೆ ನಿಯಂತ್ರಣವಿರುತ್ತದೆ ಹೇಳಿ? ಗಂಡನಿಗೆ. ಎಲ್ಲಿಯವರೆಗೆ ಆತ ತನ್ನ ಪತ್ನಿಯನ್ನು ಕಡೆಗಣಿಸುತ್ತಾನೋ ಅಲ್ಲಿಯವರೆಗೆ ಅವನಿಗೆ ತನ್ನ ಬದುಕಿನ ಮೇಲೆ, ತನ್ನ ನಿರ್ಧಾರಗಳ ಮೇಲೆ ಮತ್ತು ತನ್ನ ನಡವಳಿಕೆಯ ಮೇಲೆ ನಿಯಂತ್ರಣವಿರುತ್ತದೆ. ಯಾವ ಕ್ಷಣದಲ್ಲಿ ಆತ ಆಕೆ ಹೇಳಿದಂತೆ ಕೇಳಲು ಶುರು ಮಾಡುತ್ತಾನೋ, ಆ ಕ್ಷಣದಿಂದ ತನ್ನ ಮೇಲಿನ ಹಿಡಿತವನ್ನು ಆತ ಕಳಕೊಳ್ಳುತ್ತಾನೆ ಮತ್ತು ಆಕೆ "ಗೆದ್ದಿರುತ್ತಾಳೆ." ಈ ಹಂತದಲ್ಲಿ ವಾದವಿವಾದ ವ್ಯಾಯಾಮದ ಕುರಿತಾಗಿ ಇರುವುದಿಲ್ಲ ಬದಲಾಗಿ ಯಾರಲ್ಲಿ ಹೆಚ್ಚು ಶಕ್ತಿಯಿದೆ ಎಂಬುದಾಗಿರುತ್ತದೆ.

ಆಕೆ ಅದನ್ನು ಯಾಕಾಗಿ ಸಡಿಲು ಬಿಡಬಾರದು ಎಂಬುದನ್ನೂ ಅದು ವಿವರಿಸುತ್ತದೆ. ಆತನ ಆರೋಗ್ಯ ಆಕೆಗೊಂದು ಅತ್ಯಂತ ಚಿಂತೆಯ ಕಾರಣವಾಗಿರುತ್ತದೆ, ಅದು ಆಕೆಯ ಬದುಕಿನ ಭಾಗವಾಗಿರುತ್ತದೆ.... ಆದ್ದರಿಂದ ಆಕೆ ಆತನನ್ನು ನಿಯಂತ್ರಿಸಲು ಯತ್ನಿಸುತ್ತಾಳೆ, ಆತನಿಗೆ ಬೆದರಿಕೆ ಹಾಕಿದ ಅನುಭವವಾಗುತ್ತದೆ, ಹಾಗಾಗಿ ಆತ ಬಚಾವಾಗಲು ಹಿಂದಕ್ಕೆ ಸರಿಯುತ್ತಾನೆ. ಮತ್ತು ಅದೆಷ್ಟು ಮೊಂಡುತನವನ್ನು ಆತ ಪ್ರದರ್ಶಿಸುತ್ತಾನೋ, ಆಕೆ ಆತನನ್ನು ಅಷ್ಟೇ ನಿರ್ದಾಕ್ಷಿಣ್ಯವಾಗಿ ನೂಕುತ್ತಾಳೆ.

ಇಂತಹ ಪರಿಸ್ಥಿತಿ ಹೇಗೆ ಸನ್ನಿವೇಶವನ್ನು ಬಿಗುಗೊಳಿಸುತ್ತದೆ ಎಂದು ನೀವು ನೋಡುವಿರಿ. ಬಹುಶಃ ಇಂತಹ ಬಿಗುವಿನ ಪರಿಸ್ಥಿತಿ ನಿಮ್ಮ ಮಕ್ಕಳೊಂದಿಗೆ, ಅಥವಾ ನಿಮ್ಮ ಪ್ರಾಯಸ್ಥ ತಂದೆ ತಾಯಿಯೊಂದಿಗೆ ಅಥವಾ ನಿಮ್ಮ ಸಂಗಾತಿಯೊಂದಿಗೆ ಆಗುವ ಸಾಧ್ಯತೆ ಇದೆ. ಅಥವಾ ಅಂತಹ ಬಿಗುವಿನ ಪರಿಸ್ಥಿತಿ ಇನ್ನೊಬ್ಬರ ಒತ್ತಡದ ಕಾರಣದಿಂದ ನಿಮ್ಮ ಮೇಲೂ ಆಗಬಹುದು.

ಇಲ್ಲಿದೆ ವಾಸ್ತವದ ವಿಷಯ: ಯಾರೂ ತಮ್ಮ ಫ್ರೆಂಡ್ಸ್‌ನಿಂದ, ಕುಟುಂಬದ ಸದಸ್ಯರಿಂದ ಅಥವಾ ತಮ್ಮನ್ನು ಪ್ರೀತಿಸುವವರಿಂದ ಒತ್ತಡವನ್ನು ಅಪೇಕ್ಷಿಸುವುದಿಲ್ಲ. ಅವರಿಗೆ ಬೇಕಾಗಿರುವುದು, ಬೇಷರತ್ ಪ್ರೀತಿ, ಸ್ವೀಕಾರ, ಕರುಣೆ ಮತ್ತು ದಯೆ. ನಿಮ್ಮನ್ನು ಯಾರೂ ನಿಯಂತ್ರಿಸುವುದು ನಿಮಗೆ ಬೇಕಿರುವುದಿಲ್ಲ; ನೀವೇನಿದ್ದೀರೋ ಮತ್ತು ನಿಮ್ಮ ಬದುಕು ಹೇಗಿದೆಯೋ ಹಾಗೆಯೇ ನಿಮ್ಮನ್ನು ಸ್ವೀಕರಿಸಲು ಬಯಸುತ್ತೀರಿ. ಅದರಿಂದ ನೀವು ಹೇಗಿದ್ದೀರೋ ಹಾಗೆಯೇ ಇರಲು ಬಯಸುತ್ತೀರಿ ಮತ್ತು ನಿಮ್ಮ ಸಂಬಂಧಗಳು ಚೆನ್ನಾಗಿಯೇ ಇರುತ್ತವೆ.

ನಿಮ್ಮ ಬಾಯ್‌ಫ್ರೆಂಡ್ ಚೆನ್ನಾಗಿಲ್ಲ ಎಂದು ನಿಮ್ಮ ಆತ್ಮೀಯ ಗೆಳತಿ ಹೇಳುವುದನ್ನು ನೀವು ಇಷ್ಟಪಡುವುದಿಲ್ಲ. ಅಥವಾ ನಿಮ್ಮ ಸಂಗಾತಿ ಜಿಮ್‌ನ ದಾಖಲಾತಿ ಕಾರ್ಡ್‌ನ್ನು ತೆಗೆದು ನಿಮ್ಮ ತಲೆಯ ಮೇಲೆ ಕುಟ್ಟುವುದಾಗಲೀ, ಅಥವಾ ಸಾವಯವ ಧವಸ ಧಾನ್ಯಗಳನ್ನೇ ಖರೀದಿಸಬೇಕೆನ್ನುವ ಆಕೆಯ ಇರಾದೆ ನಿಮಗೆ ಇಷ್ಟವಾಗುವುದಿಲ್ಲ.

ಇದರಿಂದ ನನಗೆ ಇನ್ನೊಂದು ವಾಸ್ತವದ ಅರಿವಾಗುತ್ತದೆ.

ಸಾಮನ್ಯವಾಗಿ ಮನುಷ್ಯ ಬದಲಾಗುವುದಕ್ಕೆ ಇಷ್ಟಪಡುತ್ತಾನೆ. ಡಾ. ಕೆ.ಯವರು ಈ ಆಂತರಿಕ ಆತಂಕದ ಬಗೆಗೆ ಸಾಕಷ್ಟು ಮಾತಾಡಿದ್ದಾರೆ. ಜನರು ತಮ್ಮ ಅಂತಹ ಸ್ವಭಾವದಿಂದ ಜೀವನದುದ್ದಕ್ಕೂ ಪರಿತಪಿಸುವ ಪರಿಸ್ಥಿತಿ ಒದಗುತ್ತದೆ ಎಂದಿದ್ದಾರೆ.

ಇದನ್ನೇ ನನ್ನ ಗೆಳತಿಯ ಗಂಡ ಅನುಭವಿಸುತ್ತಿರುವುದು. ಹಾಗಾಗಿಯೇ ಆತ ನಿಂತು ಮುಂದುವರಿಯುತ್ತಿದ್ದಾನೆ. ಬದಲಾವಣೆ ಎಲ್ಲರಿಗೂ ಕಷ್ಟದಾಯಕವೇ. ಅದು ಇನ್ನಷ್ಟು ಕಷ್ಟದಾಯಕವಾಗುವುದು ಯಾರಾದರೂ ನಿಮ್ಮ ಕತ್ತನ್ನು ಹಿಚುಕುವಂತೆ ಬಲವಂತದಲ್ಲಿ ಇದ್ದಾಗ.

ಮತ್ತು ನೀವು ಅವರ ಒತ್ತಡಕ್ಕೆ ಮಣಿಯಬೇಕಾಗುತ್ತದೆ ಮಾತ್ರವಲ್ಲ, ಅವರು ಕಟ್ಟಕಡೆಗೆ ತಮ್ಮ ಕೆಲಸವನ್ನು ಮಾಡಿ ಮುಗಿಸುವಾಗ ಅವರು ಸರಿಯೆಂದು ಒಪ್ಪಿಕೊಳ್ಳಬೇಕಾಗುತ್ತದೆ. ಡಾ.ಕೆ. ಯವರು ಆ ಬದಲಾವಣೆಯ ವಿಷಯ ಅವರ ಕಲ್ಪನೆಯಾಗಿತ್ತೇ ವಿನಾ ನಿಮ್ಮದಾಗಿರಲಿಲ್ಲ ಎಂದಿದ್ದಾರೆ. ಗಂಡ ಆ ಕಠಿಣ ಕೆಲಸವನ್ನು ನಿರ್ವಹಿಸುವುದು ಅನಿವಾರ್ಯವಾಗಿತ್ತು–ತನ್ನ ಪತ್ನಿಯನ್ನು ಸುಮ್ಮಗಾಗಿಸುವುದರ ಜೊತೆಗೆ. ಇಲ್ಲವಾದರೆ ಈ ಬದಲಾವಣೆಯ ಕರಾಮತ್ತು ಯಾವತ್ತೂ ಮುಗಿಯದ ಬಾಬತ್ತಾಗಿರುತ್ತದೆ ಮತ್ತು ಅವರೊಳಗಿನ ಪ್ರತಿರೋಧ ಬೆಳೆಯುತ್ತಲೇ ಹೋಗುತ್ತದೆ.

ಜನರು ತಮಗೆ ಬೇಕೆನಿಸುವುದನ್ನೇ ಮಾಡುತ್ತಾರೆ

ತಾವು ಬದಲಾವಣೆಗೆ ಸಿದ್ಧವಾದಾಗಷ್ಟೇ ಜನರು ಬದಲಾಗುತ್ತಾರೆ. ನಿಮ್ಮ ಸರಿಸಮಕ್ಕೆ

ಅವರು ಬದಲಾಗಿಲ್ಲವೆಂದು ಅವರ ಮೇಲೆ ದೋಷರೋಪಣೆ ಬೇಡ. ತಾವು ಮಾಡಲು ಬಯಸದ ವಿಷಯಗಳನ್ನು ಮಾಡುವಂತೆ ನೀವು "ಪ್ರೇರಣೆ" ನೀಡುವುದು ಸಲ್ಲ, ಯಾಕೆಂದರೆ ತಮಗೆ ಹಿತವಲ್ಲದ ವಿಷಯಗಳನ್ನು ಅವರು ಮಾಡುವುದಿಲ್ಲ.

ಅದು ಸಮಯದ ಪೋಲು. ಅದು ನಿಮ್ಮನ್ನು ಒತ್ತಡಕ್ಕೆ ಬಲಿಯಾಗಿಸುತ್ತದೆ. ಅದು ನಿಮ್ಮ ಸಂಬಂಧವನ್ನು ಹದಗೆಡಿಸುತ್ತದೆ. ಅದು ಪರಿಣಾಮಕಾರಿಯಲ್ಲ. ಅತೀ ಮುಖ್ಯವಾಗಿ, ಅದು ನಿಮ್ಮಿಬ್ಬರ ನಡುವಿನ ಬದುವಿನಲ್ಲಿ ಡ್ರೈವ್ ಮಾಡಿದಂತಾಗುತ್ತದೆ. ಪ್ರೀತಿಸುವ ವಿಧಾನವೆಂದರೆ ಅವರೆಲ್ಲಿ ಇದ್ದಾರೋ ಅಲ್ಲಿಯೇ ಅವರನ್ನು ಸಂದಿಸಬೇಕು. ಹಿರಿಯರು ಹಿರಿಯರ ಹಾಗೇ ಇರುವಂತೆ ಬಿಡಲು ನೀವು ಕಲಿಯಬೇಕು. ಆದ್ದರಿಂದಲೇ ಲೆಟ್ ದೆಮ್ ಸಿದ್ಧಾಂತ ಅಷ್ಟೊಂದು ಪರಿಣಾಮಕಾರಿ.

ನೀವು *ಲೆಟ್ ದೆಮ್* ಎನ್ನುವಾಗ, ಅವರು ಆ ಕ್ಷಣ ಹೇಗಿದ್ದಾರೋ ಹಾಗೆಯೇ ಸ್ವೀಕರಿಸುತ್ತೀರಿ ಎಂದ ಹಾಗಾಗುತ್ತದೆ. ಅವರದೇ ಅಂಕಿತದಲ್ಲಿರಲಿ *ಲೆಟ್ ದೆಮ್*. ಅವರ ಉದ್ಯೋಗದಲ್ಲಿ ಸೋತಿರಲಿ *ಲೆಟ್ ದೆಮ್* . *ಲೆಟ್ ದೆಮ್* ವ್ಯಾಪ್. *ಲೆಟ್ ದೆಮ್* ಬಿಟ್ಟುಬಿಡಲಿ. ಅವರು ಆ ಸಂಕಟಮಯ ಸಂಬಂಧದಲ್ಲಿ ತೊಳಲಾಡುತ್ತಿರಲಿ *ಲೆಟ್ ದೆಮ್*. ಅವರು ಗಲೀಜು ಮಾಡಿಕೊಂಡಿರಲಿ *ಲೆಟ್ ದೆಮ್*. ಡಿನ್ನರ್ ಪಾರ್ಟಿಗೆ ಅವರು ಸ್ವೆಟ್ ಪ್ಯಾಂಟ್‌ನ್ನು ತೊಟ್ಟಿರಲಿ *ಲೆಟ್ ದೆಮ್*. ಅವರು ವಾರಾಂತ್ಯದಲ್ಲಿ ವೀಡಿಯೋ ಗೇಮ್ ಆಡುತ್ತಿರಲಿ *ಲೆಟ್ ದೆಮ್*. ಅವರು ತಮ್ಮ ನಿಷ್ಕ್ರಿಯಿತೆಯ ಫಲಗಳನ್ನು ಅನುಭವಿಸಲಿ *ಲೆಟ್ ದೆಮ್* . ಅವರು ಮಂಚದ ಮೇಲೆಯೇ ಮಲಗಿ, ಯಾವತ್ತೂ ಜಿಮ್‌ಗೆ ಹೋಗದಿರಲಿ *ಲೆಟ್ ದೆಮ್*. ಅವರು ತಮ್ಮ ಬದುಕನ್ನು ಜೀವಿಸುತ್ತಿರಲಿ *ಲೆಟ್ ದೆಮ್*. ಇದು ಸರಳವಾಗಿದೆ. ಆದರೆ ಇದು ಸುಲಭವೆಂದು ನಾನು ಹೇಳಿಲ್ಲ. ಓಹ್! ಎನ್ನುತ್ತ ನೀವಿದನ್ನು ಓದಿರಬಹುದೆಂದು ನಾನು ಊಹಿಸಬಲ್ಲೆ. ಹಾಗಿದ್ದರೆ ನನಗೇನೂ ಮಾಡಲು ಸಾಧ್ಯವಿಲ್ಲವೇ? ಖಂಡಿತವಾಗಿಯೂ ನಿಮಗೆ ಏನನ್ನಾದರೂ ಮಾಡಲು ಸಾಧ್ಯವಿದೆ.

ಯಾಕೆಂದರೆ ಏನಾದರೂ ಒಂದಲ್ಲ ಒಂದು ನಿಮ್ಮ ನಿಯಂತ್ರಣದಲ್ಲಿರುತ್ತದೆ. ವರ್ತನೆಯಲ್ಲಿನ ಒಂದೇ ಒಂದು ವಿಷಯ ನಿಯಂತ್ರಣದಲ್ಲಿ ಇರುವುದೆಂದರೆ ನೀವು ಮಾತ್ರ. ಅಲ್ಲೇ ನಿಮ್ಮ ಶಕ್ತಿ ಇರುತ್ತದೆ. ಮೊತ್ತಮೊದಲ ನಿಮ್ಮ ವರ್ತನೆಯಲ್ಲಿ ಬದಲಿಸಬೇಕಿರುವುದು, ಒತ್ತಡ ಹೇರುವುದನ್ನು ನಿಲ್ಲಿಸಿ, ಸ್ವೀಕರಿಸುವುದನ್ನು ಅಳವಡಿಸಿ. *ಲೆಟ್ ದೆಮ್* ಹಾಗಿರಲಿ. ಅವರು ಹೇಗಿದ್ದಾರೋ ಹಾಗೆಯೇ ನೀವು ಸ್ವೀಕರಿಸಿದರೆ ಅವರನ್ನು ನಿಯಂತ್ರಿಸುವ ನಿಮ್ಮ ಹತಾಶಾಪೂರ್ಣ ಮತ್ತು ನಿಷ್ಕ್ರಿಯವಾದ ಕದನ ಮುಗಿದಂತೆ. ನಂತರ ನೀವು ಕದನದಲ್ಲಿ ಗೆಲ್ಲುವ ನಿಟ್ಟಿನಲ್ಲಿ ಸಕಾರಾತ್ಮಕ ಬದಲಾವಣೆಗೆ ಅಣಿಯಾಗಿ.

ಇದೊಂದು ವಿಜ್ಞಾನ.

ನಿಮಗೆ ಅಚ್ಚರಿಯಾಗಬಹುದು ಒತ್ತಡವೇ ಕೆಲಸ ಮಾಡದಿದ್ದರೆ ಮತ್ತೇನು ಕೆಲಸ ಮಾಡುತ್ತದೆ? ಅವರ ವರ್ತನೆಯನ್ನು ನಿಮಗೆ ಬದಲಿಸಲು ಸಾಧ್ಯವಿಲ್ಲವೆಂದೆ.

ಆದರೆ ನೀವು ಯಾವತ್ತೂ ಬದಲಾವಣೆಗೆ ಪ್ರೇರಣೆಯಾಗುವುದಿಲ್ಲ ಎಂದು ಹೇಳಿಲ್ಲವಲ್ಲ? ಇಲ್ಲೇ ನಿಮ್ಮ *ಲೆಟ್* ಮಿ ಪ್ರಕಟವಾಗಿ ನಿಮ್ಮ ಪ್ರೇರಣೆಯ ಶಕ್ತಿಯನ್ನು ಬಿಡುಗಡ ಮಾಡುತ್ತದೆ.

ನ್ಯೂರೋ ಸಯನ್ಸಿಸ್ಟ್‌ಗಳ ಮತ್ತು ಮನಃಶ್ಯಾಸ್ತ್ರಜ್ಞರ ದಶಕಗಳ ಶೋಧನೆಗಳ ಫಲವಾಗಿ ನೀವು ಅವರನ್ನು ಬದಲಾಗಲು "ಪ್ರೇರಿಸಬಹುದು" ಅಷ್ಟೇ ಅಲ್ಲ ಆ ಬದಲಾವಣೆಯ ಕಲ್ಪನೆ ತಮ್ಮಿಂದಲೇ ಆಯಿತು ಎಂದು ಅವರು ತಿಳಿಯುವರು.

ಮುಂದಿನ ಅಧ್ಯಾಯದಲ್ಲಿ ನಾನು ನಿಮಗೆ ಹೇಗೆ ಅನ್ಯರ ಬದಲಾವಣೆಯ ಅಂತರ್ಗತ ತುಡಿತವನ್ನು ಆಯ್ಕೆ ಮಾಡುವಲ್ಲಿ ಒತ್ತಾಸೆ ಮಾಡಬಹುದೆಂದು ತಿಳಿಸುತ್ತೇನೆ: *ಲೆಟ್ ದೆಮ್*. ನೀವು ನಿಮ್ಮ ಪ್ರಭಾವವನ್ನು ಬಳಸಿ, ಸರಿಯಾದ ಸಮಯದಲ್ಲಿ ಮತ್ತು ಸರಿಯಾದ ವಿಷಯವನ್ನು, ಸಂಶೋಧನೆಯ ಫಲಿತಾಂಶದ ಸಹಾಯದಿಂದ.

ಅಧ್ಯಾಯ 15

ನಿಮ್ಮ ಪ್ರಭಾವದ ಶಕ್ತಿಯನ್ನು ತೆರೆಯಿರಿ

ನೀವು ಮಂದಿಯ ಮೇಲೆ ಬದಲಾವಣೆಗಾಗಿ ಒತ್ತಡ ಹೇರುವುದನು ನಿಲ್ಲಿಸಿದಾಗ, ಮತ್ತು *ಲೆಟ್ ದೆಮ್* ಎಂದಾಗ, ಅದೇನೋ ಪವಾಡ ಸಂಭವಿಸುತ್ತದೆ. ಈಗ ನಿಮ್ಮಲ್ಲಿರುವ ಸಕಾರಾತ್ಮಕ ಪ್ರಭಾವದ ಶಕ್ತಿಯನ್ನು ಬಳಸಲು ಅನುಕೂಲವಾಗಿ ನಿಮ್ಮಲ್ಲಿರುವ ಶಕ್ತಿ ಮತ್ತು ಸಮಯ ಉಪಯೋಗಕ್ಕೆ ಬರುತ್ತವೆ.

ಮನುಷ್ಯ ಸಾಮಾಜಿಕ ಪ್ರಾಣಿಯಾಗಿದ್ದು ಅವನ ಸುತ್ತಮುತ್ತಲಿನ ಜನರಿಂದ ಪ್ರಭಾವಕ್ಕೆ ಒಳಗಾಗುತ್ತಾನೆ. ಮನುಷ್ಯನ ವರ್ತನೆಯ ಮೇಲೆ ದಶಕಗಳ ಶೋಧನೆಯ ಫಲವಾಗಿ ಇದು ದೃಢಪಟ್ಟಿದೆ. ಹಾಗಾಗಿಯೇ ಯಾವುದೇ ಪ್ರೊಟೀನ್ ಪೌಡರ್‌ನ್ನು ಹಿಡಿದು ಆನ್‌ಲೈನ್‌ನಲ್ಲಿ ಯಾರಾದರೂ ಬಂದಾಗ, ಅಥವಾ ಜೀನ್ಸ್‌ನ ಹೊಸ ನಮೂನೆಯನ್ನು ಪ್ರದರ್ಶಿಸಿದಾಗ, ಅಥವಾ ಗಾಲ್ಫ್ ಆಟಗಾರ "ಗಾಲ್ಫ್‌ನ ಸುಧಾರಿತ ಆಟ"ದ ಕ್ಲಬ್ ಜಾಹೀರಾತನ್ನು ಪ್ರದರ್ಶಿಸಿದಾಗ, ನಿಮಗೂ ಅದು ಬೇಕೆನಿಸುತ್ತದೆ.

ಯಾವುದೇ ವಿಷಯ ಯಾರಿಗಾದರೂ ಧನಾತ್ಮಕವಾಗಿ ಕೆಲಸ ಮಾಡುತ್ತಿದೆ ಎಂದು ನಿಮಗೆ ಅನ್ನಿಸಿದರೆ ನೀವು ಕೂಡಾ ಅದರಲ್ಲಿ ಆಸಕ್ತಿಯನ್ನು ತೋರಿಸುತ್ತೀರಿ. ಅದು ಸಂಭವಿಸುತ್ತದೆಯೋ ಇಲ್ಲವೋ ಎಂಬುದು ನಗಣ್ಯ, ಅನ್ಯರ ಮೋಜಿನ ಅಥವಾ ನಿಮಗೆ ಬೇಕಿರುವ ಫಲಿತಾಂಶವನ್ನು ಅವರು ಪಡೆಯುತ್ತಿದ್ದಾರೆ ಅನ್ನಿಸಿದಾಗ, ಅಥವಾ ಯಾವುದೋ

ಸುಲಭವಾಗಿ ದಕ್ಕುತ್ತದೆ, ಮೋಜಿನ ವಿಷಯವಾಗಿದೆ ಎಂದು ನಿಮಗೆ ಗೊತ್ತಾದರೆ ನೀವು ಎಷ್ಟೇ ಕಷ್ಟಪಟ್ಟರೂ ಆ ಕಡೆಗೆ ಸಾಗುತ್ತೀರಿ. ಯಾರೋ ನಿಮ್ಮ ಮಿತ್ರ ಪುಸ್ತಕವೊಂದನ್ನು ಓದಿ ಅದನ್ನು ಹೊಗಳಿದರೆ ನಿಮಗೂ ಅದನ್ನು ಕೊಂಡು ಓದುವ ಪ್ರೇರಣೆಯಾಗುತ್ತದೆ.

ಟ್ರೈನ್‌ನಲ್ಲಿ ಪಯಣಿಸುವಾಗ ಯಾರಾದರೂ ಗರಿಗರಿಯಾದ ಖಾದ್ಯವನ್ನು ತಿನ್ನುತ್ತಿದ್ದರೆ, ರೆಡ್ ಆ್ಯಪಲ್‌ನ್ನು ಕಚ್ಚಿ ಮೆಲ್ಲುತ್ತಿದ್ದರೆ ನಿಮಗೂ ಅದನ್ನು ತಿನ್ನಬೇಕೆಂಬ ಪ್ರೇರಣೆ ಉಂಟಾಗುತ್ತದೆ.

ನಿಮ್ಮ ಸಹೋದ್ಯೋಗಿ ಮಧ್ಯಾಹ್ನ ಊಟದ ಬಳಿಕ ಒಂದು ವಾಕ್‌ಗೆ ಹೋಗುವುದಿದ್ದರೆ ನೀವು ಕೂಡಾ ಅಂತಹ ವಾಕ್‌ಗೆ ಪ್ರೇರಿತರಾಗುತ್ತೀರಿ. ಅದು ಮನುಷ್ಯ ವರ್ತನೆಯ ಭಾಗವಾಗಿದೆ ಎಂದು ದಶಕಗಳ ಸಂಶೋಧನೆಯಿಂದ ದೃಢಪಟ್ಟಿದೆ. ನಾವು ಸಾಮಾಜಿಕ ಜಂತುಗಳಾಗಿರುವುದರಿಂದ ನಮ್ಮ ಸುತ್ತಲಿನ ಪರಿಸರದಿಂದ ಪ್ರೇರಿತರಾಗುತ್ತೇವೆ. ಡಾ. ಶಾರೋಟ್ ಅದನ್ನೇ ಸಾಮಾಜಿಕ ಸಾಂಕ್ರಾಮಿಕವೆಂದು ಕರೆದರು. ಎಂದರೆ ಜನರ ವರ್ತನೆ ಸಾಂಕ್ರಾಮಿಕವಾಗಿರುತ್ತದೆ.

ನಿಮ್ಮ ಬದುಕಿನಲ್ಲಿ ಈ ಸೂತ್ರವನ್ನು ಅಳವಡಿಸುವುದು ಸರಳ: ನಿಮಗೆ ಬೇಕಿರುವ ವರ್ತನೆಯ ಬದಲಾವಣೆಯನ್ನು ಪರಿಗಣಿಸಿ ಮತ್ತು ನಿಮ್ಮ ಆಗ್ರಹಕ್ಕೆ ಅದನ್ನು ಅಳವಡಿಸಿ. ನಿಮಗೆ ಅಂತಹ ಪ್ರೇರಣೆಯನ್ನು ನೀಡುವಲ್ಲಿ ಏನಾದರೂ ಅಡೆತಡೆಗಳಿದ್ದರೆ, ಅದೆಷ್ಟು ಸುಲಭವೆಂದು ನೀವು ತೋರಿಸಿಕೊಡಿ. ನೀವು ಸ್ವತಃ ಬೇಕಾಬಿಟ್ಟಿ ತಿಂದು ಬಂದು, ಬೇರೆಯವರಿಗೆ ಆರೋಗ್ಯಪೂರ್ಣ ಆಹಾರವನ್ನೇ ಸೇವಿಸಿ ಎನ್ನುವ ಹಾಗಿಲ್ಲ. ನೀವು ಯಾವಾಗಲೂ ಆರೋಗ್ಯಪೂರ್ಣ ಆಹಾರವನ್ನೇ ತಿನ್ನುತ್ತಿದ್ದೀರಿ ಎನ್ನುತ್ತ ಅವರ ಮೇಲೆ ಪ್ರಭಾವ ಬೀರಬಹುದು. ಅದು ತುಂಬಾ ಸ್ವಾದಿಷ್ಟವಾಗಿದೆ ಎಂದೂ ಹೇಳಬಹುದು. ಯಾರಾದರೂ ಫೋನ್ ವೀಕ್ಷಿಸುತ್ತಿದ್ದಾಗ, ನಿಮ್ಮ ಫೋನ್‌ನನ್ನು ವೀಕ್ಷಿಸುತ್ತಿರುವ ನೀವು ಫೋನ್ ಹಾಗೆ ವೀಕ್ಷಿಸಬೇಡಿ ಎಂದು ಹೇಳಲಾಗದು. ನಿಮ್ಮ ಫೋನ್‌ನನ್ನು ಬೇರೆ ಕಡೆಯಲ್ಲಿ ಇರಿಸಿ, ನೀವು ಅನ್ಯರಿಗೆ ಉಪದೇಶಿಸಬಹುದು.

ನೀವು ತರಬೇಕಾದ ವರ್ತನೆಯ ಬದಲಾವಣೆಗೆ ಮಾದರಿಯಾಗಿ. ಈ ಸಂಶೋಧನೆಯ ಒಂದು ಮಹತ್ವವೆಂದರೆ ಮಾದರಿಯಾಗುವ ಈ ಪ್ರಕ್ರಿಯೆಯಲ್ಲಿ ನಿಮ್ಮ ಪ್ರೇರಣೆಯೇ ಮೂಲವಾಗಿದ್ದರೂ, ಅವರು ತಮ್ಮಲ್ಲಿ ಅದನ್ನು ಅಳವಡಿಸಿಕೊಂಡೆ ಎಂಬ ಭಾವನೆಯಿಂದ ಅದು ತಮ್ಮದೇ ಆಯ್ಕೆ ಎಂದು ಭಾವಿಸುವಂತಾಗುತ್ತದೆ. ಮಧ್ಯಾಹ್ನ ಸಹೋದ್ಯೋಗಿ ಲಂಚ್ ಬಳಿಕ ವಾಕ್ ಹೋಗುವ ಉದಾಹರಣೆಯನ್ನು ಪರಿಶೀಲಿಸೋಣ. ಆತ ಕೆಲವು ವಾರಗಳ ಮಟ್ಟಿಗಾದರೂ ಹಾಗೆ ಅಭ್ಯಾಸವನ್ನು ರೂಡಿಸಿಕೊಂಡಿದ್ದರೆ ಅದರಿಂದ ನೀವು ಸುಪ್ತ ಪ್ರಜ್ಞೆಯಲ್ಲಿ ಸ್ಫೂರ್ತಿಗೊಳ್ಳುತ್ತೀರಿ. ಪ್ರತಿದಿನ ಅವರು ಲಂಚ್ ಕಳೆದು ಹೋಗುವುದನ್ನು, ಹಿಂದಿರುಗಿ ಬರುವುದನ್ನು, ಅವರ ಲವಲವಿಕೆಯ ಪ್ರಸನ್ನ ಮುಖ, ಹೆಚ್ಚು ಶಕ್ತಿಯನ್ನು ಪಡೆದಂತಹ ಅನುಭವವೆಲ್ಲವೂ ವ್ಯಕ್ತವಾಗುವುದನ್ನು ನೀವು ನೋಡುತ್ತೀರಿ. ಮರುದಿನವೂ ಇದೇ ಪರಿಪಾಠವನ್ನು ನೀವು ನಿಮ್ಮ ಡೆಸ್ಕ್‌ನ ಸಮೀಪ ಕುಳಿತು ಸ್ಯಾಂಡ್‌ವಿಚ್‌ನ್ನು ಮೆಲ್ಲುತ್ತಿರುವಾಗ ವೀಕ್ಷಿಸುತ್ತೀರಿ.

ಒಂದರ್ಧ ತಾಸಿನ ಬಳಿಕ ಅವರು ಹಿಂದಿರುಗಿ ಬರುವಾಗ, ಆಹ್ಲಾದವಾಗಿ ಪುಟಿದೇಳುವಂತೆ ತೋರಿ, ಅವರಲ್ಲಿ ಮೂಡಿದ ಪ್ರಸನ್ನ ಚಿತ್ತತೆಯನ್ನು ವೀಕ್ಷಿಸುತ್ತೀರಿ.

ನೀವು ಪ್ರಜ್ಞಾಪೂರ್ವಕವಾಗಿ ಯೋಚಿಸದೇ ಇದ್ದರೂ ಅವರ ಉದಾಹರಣೆ ನಿಮ್ಮನ್ನು ಪ್ರೇರೇಪಿಸುತ್ತದೆ. ಅದನ್ನು ನೀವು ಪದೇ ಪದೇ ನೋಡುತ್ತಿದ್ದರೆ ಮತ್ತು ಅವರು ಅದನ್ನು ನೋಡಿ ಖುಷಿ ಪಡುತ್ತಿದ್ದಂತೆ ಊಹಿಸಿಕೊಳ್ಳಿ–ಒಂದು ದಿನ ಇದ್ದಕ್ಕಿದ್ದಂತೆ ನೀವು ಲಂಚ್ ಸ್ವೀಕರಿಸಿದ ಬಳಿಕ ಹೊರಗಡೆ ಒಂದು ವಾಕ್ ಮಾಡಲು ಹೊರಟಿರುತ್ತೀರಿ.

ಪ್ರೇರಣೆಯ ಪ್ರಭಾವದಲ್ಲಿ ಒಂದು ವಿಷಯವನ್ನು ನಾನು ಮೆಚ್ಚುತ್ತೇನೆ: ನೀವು ಹೊರಗಡೆ ಕಾಲಿಕ್ಕಿದಾಗ ಇದು ನಿಮ್ಮದೇ ಕಲ್ಪನೆ ಎಂದು ಭಾವಿಸುತ್ತೀರಿ. ಇಲ್ಲ. ಇದು ನಿಮ್ಮ ಸಹೋದ್ಯೋಗಿಗಳ ಪ್ರೇರಣೆಯಾಗಿ ನಿಮ್ಮ ಮಿದುಳಿನಲ್ಲಿ ಮ್ಯಾಜಿಕ್ ಮಾಡಿತ್ತು. ಮತ್ತು ಅದನ್ನು ಅವರು ಮಾಡಬೇಕೆಂದೂ ಇಚ್ಛಿಸುತ್ತಿರಲಿಲ್ಲ! ಅವರು ಸುಮ್ಮನೆ ಒಂದು ವಾಕಿಂಗ್‌ಗೆ ಹೋಗುತ್ತಿದ್ದರು ಮತ್ತು ಅದರಿಂದ ಖುಷಿಪಡುತ್ತಿದ್ದರು. ಇದಕ್ಕೊಂದು ಅರ್ಥವಿಲ್ಲವೇ?

ನಿಮ್ಮ ಪ್ರಭಾವದ ಶಕ್ತಿ ಅಷ್ಟೊಂದು ಇದೆ, ಮತ್ತು ನೀವು ಈ ಸಂಶೋಧನೆಯ ಫಲವನ್ನು ನಿಮ್ಮ ಬದುಕನ್ನು ಬದಲಿಸಲು ಉಪಯೋಗಿಸಬಹುದು. ಹೇಗೆಂಬುದು ಇಲ್ಲಿದೆ:

ಮೊದಲಿಗೆ, *ಲೆಟ್ ದೆಮ್* ಎನ್ನುವುದು.

ಅವರನ್ನು ಬದಲಾಗುವಂತೆ ಒತ್ತಡ ಹೇರುವುದನ್ನು ನಿಲ್ಲಿಸಿ. ಅವರ ಸ್ವಭಾವವನ್ನು ಮತ್ತು ವರ್ತನೆಯನ್ನು ನೀವು ಬದಲಿಸಲು ಸಾಧ್ಯವಿಲ್ಲವೆಂದು ಒಪ್ಪಿಕೊಳ್ಳಿ. ಹಿರಿಯರು ಮಾತ್ರ ತಮಗೆ ತೋಚಿದಂತೆ ಮಾಡುತ್ತಾರೆ. ಅವರು ಹೇಗಿದ್ದಾರೆ ಮತ್ತು ಎಲ್ಲಿದ್ದಾರೆ ಎನ್ನುವುದನ್ನು ಅದೇ ರೀತಿಯಲ್ಲಿ ನೀವು ಸ್ವೀಕರಿಸಿ. ಅಷ್ಟೇ ನಿಮ್ಮ ಕೆಲಸ.

ಲೆಟ್ ದೆಮ್. ನಂತರ, *ಲೆಟ್ ಮಿ*, ಶುರು ಮಾಡಿ.

ನಿಮ್ಮ ಪ್ರಭಾವವನ್ನು ಉಪಯೋಗಿಸಿ.

ನೆನಪಿಡಿ, ನಿಮ್ಮ ಶಕ್ತಿಯಿರುವುದು ನಿಮ್ಮ ಪ್ರಭಾವದಲ್ಲಿಯೇ. ನೀವು ಏನನ್ನು ನಿಯಂತ್ರಿಸಬಲ್ಲಿರಿ ಎಂಬುದರ ಮೇಲೆ ಗಮನ ಕೇಂದ್ರೀಕರಿಸಿ: ಅದು ನಿಮ್ಮ ವರ್ತನೆ. ನಿಮ್ಮ ಬದಲಾವಣೆಯನ್ನು ಮಾದರಿಯಾಗಿಸಿ ಮತ್ತು ಅದು ಮೋಜಿನಿಂದ ಕೂಡಿರಲಿ ಹಾಗೂ ಸುಲಭವಾಗಿರಲಿ.

ಡಾ. ಶಾರೋಟ್‌ರ ಸಂಶೋಧನೆಯ ಪ್ರಕಾರ ಪ್ರಭಾವ ತುಂಬಾ ಪರಿಣಾಮಕಾರಿ, ಆದರೆ ಅದಕ್ಕೆ ಸಾಕಷ್ಟು ಸಂಯಮ ಬೇಕಾಗುತ್ತದೆ ಯಾಕೆಂದರೆ ಅದರ ಪರಿಣಾಮ ಅನ್ಯರ ಮಿದುಳಿನ ಮೇಲೆ ಧನಾತ್ಮಕ ಪ್ರಭಾವ ಬೀರಲು ತುಸು ಸಮಯ ಬೇಕಾಗುತ್ತದೆ.

ಅಂದರೆ ನೀವು ನಿಮ್ಮದೇ ನಡವಳಿಕೆಯ ಮೇಲೆ ನಿಗಾವಹಿಸಬೇಕಿದ್ದರೆ, ಅವರನ್ನು *ಲೆಟ್ ದೆಮ್* ಎನ್ನಬೇಕಾಗುತ್ತದೆ. ಅವರು ಬದಲಾಗುತ್ತಾರೆ ಎಂಬ ನಿರೀಕ್ಷೆಯಲ್ಲಿ ನೀವಿದನ್ನು

ಕಾರ್ಯರೂಪಕ್ಕೆ ತರುವುದಲ್ಲ ಎಂಬುದು ನೆನಪಿರಲಿ. ನೀವು ನಿಮ್ಮ ನಿರೀಕ್ಷೆಯನ್ನು ಯಾತಕ್ಕಾಗಿ ಕಡೆಗಣಿಸಬೇಕೆಂದರೆ, ಅವರು ಬದಲಾಗಬೇಕೆಂಬುದು ನಿಮ್ಮ ನಿರೀಕ್ಷೆಯಾಗಿದ್ದು, ಅವರು ಹಾಗಾಗದಿದ್ದರೆ ನಿಮ್ಮ ಪ್ರತಿಕ್ರಿಯೆ ಪ್ರತಿರೋಧವಾಗಿರುತ್ತದೆ.

ನಿಮ್ಮ ಮೇಲೆಯೇ ಕೇಂದ್ರೀಕರಿಸಿ, ನಿಮ್ಮ ನಡವಳಿಕೆ ಮತ್ತು ಧನಾತ್ಮಕ ನಿಲುವು ಮಾದರಿಯಾಗಿರಲಿ, ಮತ್ತು ನಿಮ್ಮ ಪ್ರೇರಣೆಯ ಮ್ಯಾಜಿಕ್ ಅವರ ಮೇಲೆ ಪ್ರಭಾವಬೀರುವುದೆಂಬ ಭರವಸೆ ನಿಮ್ಮಲ್ಲಿರಲಿ. ಇದಕ್ಕೆ ಆರು ತಿಂಗಳು ಅಥವಾ ಹೆಚ್ಚಿನ ಸಮಯವನ್ನು ನೀಡಿ. ನೀವೇನು ಚಿಂತಿಸುತ್ತೀರಿ ಎಂದು ನಾನು ಬಲ್ಲೆ.

ಆರು ತಿಂಗಳು?!

ಹೌದು. ಆರು ತಿಂಗಳು. ಇದಕ್ಕೆ ಹೆಚ್ಚುಕಮ್ಮಿ ಆರು ತಿಂಗಳು ಅಥವಾ ಹೆಚ್ಚಿನ ಸಮಯ ಬೇಕಾಗುತ್ತದೆ. ನೀವು ಜಿಮ್‌ಗೆ ಹೋಗುವುದು, ಅದು ಸುಲಭವೆಂದು ದೃಢೀಕರಿಸುವುದು, ಅದರಿಂದ ಅದ್ಭುತವಾದ ಫಲಿತಾಂಶ ಸಿಗುತ್ತದೆ ಎಂದು ಸಿದ್ಧಪಡಿಸುವುದು, ಅದರಿಂದ ಒಮ್ಮಿಂದೊಮ್ಮೆಗೇ ಆತ ಪ್ರಭಾವಿತನಾಗಿ ವ್ಯಾಯಾಮಕ್ಕೆ ತೊಡಗುವುದು, ಎಲ್ಲಕ್ಕೂ ಸಮಯ ಬೇಕಾಗುತ್ತದೆ. ಒಂದು ವೇಳೆ ನಿಮಗೆ ಅಷ್ಟು ಕಾಲ ಕಾಯುವ ತಾಳ್ಮೆ ಇಲ್ಲವೆಂದಾದರೆ, ಅಥವಾ ನೀವು ಅದಾಗಲೇ ನಿಮ್ಮ ನಿಗಾದಲ್ಲಿರುವ ವ್ಯಕ್ತಿಯ ಬಗ್ಗೆ ಸಾಕಷ್ಟು ಹತಾಶೆಯನ್ನು ಅನುಭವಿಸಿದ್ದರೆ, ನೀವು ಪ್ರಭಾವದ ವಿಜ್ಞಾನದಲ್ಲಿನ ಮುಂದುವರಿದ ತಂತ್ರಕ್ಕೆ ಮೊರೆಹೋಗುವುದು ಉತ್ತಮ.

ಎಬಿಸಿ ಲೂಪ್

ಎಬಿಸಿ ಲೂಪ್‌ನ್ನು ನಾನೇ ಸೃಷ್ಟಿಸಿದ್ದು. ಅದರಲ್ಲಿ ನುರಿತ ತಜ್ಞರು ಏನು ಹೇಳಿದ್ದಾರೆ ಅದನ್ನು ಒಟ್ಟಿಗೆ ಸೇರಿಸಿ ಒಂದು ಸರಳ ಸೂತ್ರವನ್ನು ನಿರ್ಮಿಸಿದ್ದೇನೆ. ಇದನ್ನು ನಿಮ್ಮ ಬದುಕಿನಲ್ಲಿನ ಯಾರ ಮೇಲೂ ಪ್ರಯೋಗಿಸಬಹುದು.

ಎಬಿಸಿ ಲೂಪ್‌ನಲ್ಲಿ ಮೂರು ಹೆಜ್ಜೆಗಳಿವೆ:

ಎ: ಕ್ಷಮೆ ಯಾಚಿಸುವುದು, ನಂತರ ಮುಕ್ತವಾಗಿ ಪ್ರಶ್ನೆಗಳನ್ನು ಕೇಳುವುದು.

ಬಿ: ಬೆಂಬಲದಿಂದ ಹಿಂದಕ್ಕೆ ಸರಿಯುವುದು ಮತ್ತು ಅವರ ಪ್ರತಿಕ್ರಿಯೆಯನ್ನು ಪರಿಶೀಲಿಸುವುದು.

ಸಿ: ಸಂಭ್ರಮಿಸುವುದು. ನೀವು ಬದಲಾವಣೆಗೆ ಮಾದರಿಯಾಗಿ ನಿಲ್ಲುತ್ತ ಅದರ ಬೆಳವಣಿಗೆಯನ್ನು ಸಂಭ್ರಮಿಸುವುದು.

ಈ ಮೂರು ಹೆಜ್ಜೆಗಳನ್ನು ಒಂದರ ನಂತರ ಒಂದರಂತೆ ಪರಿಶೀಲಿಸೋಣ. ಅದರಿಂದ ಇದು ಹೇಗೆ ಕೆಲಸ ಮಾಡುತ್ತದೆ ಎಂಬುದನ್ನು ವೈಜ್ಞಾನಿಕವಾಗಿ ವಿವರಿಸುತ್ತ ಹೇಗೆ ಲೆಟ್ ದೆಮ್ ಸಿದ್ಧಾಂತವನ್ನು ಅಳವಡಿಸಬಹುದು ಎನ್ನುವುದನ್ನು ತಿಳಿಯೋಣ.

1. ತಳಪಾಯದ ನಿಯಮಗಳು: ಎಬಿಸಿ ಲೂಪ್‌ನ್ನು ಬಳಸುವುದು.

ನೀವು ಮುಂದುವರಿದ ತಂತ್ರಗಳನ್ನು ಬಳಸಬೇಕೆಂದಿದ್ದರೆ, ಸ್ವಲ್ಪ ತಯಾರಿಗಳನ್ನು ನಡೆಸಬೇಕಾಗುತ್ತದೆ.

ಎಬಿಸಿ ಲೂಪ್‌ನ್ನು ಪ್ರಯೋಗಿಸುವಾಗ, ಸಂಭಾಷಣೆಯಲ್ಲಿ ವೈಜ್ಞಾನಿಕ ತಂತ್ರವನ್ನು ಉಪಯೋಗಿಸಬೇಕಾಗುತ್ತದೆ. ಈ ಸಂಭಾಷಣೆ ಸಮಸ್ಯೆಯನ್ನು ನಿವಾರಿಸಲು ಹಿಂದಿನ ಮಿಕ್ಕೆಲ್ಲ ಸಂಭಾಷಣೆಗಳಿಗಿಂತ ಭಿನ್ನವಾಗಿರುತ್ತದೆ. ನೀವು ಸಂಶೋಧನಾಧಾರಿತ ಕ್ರಮವನ್ನು ಅನುಸರಿಬೇಕಾಗುತ್ತದೆ.

ಅದನ್ನು ಸಾಮಾನ್ಯವಾಗಿ ವೈದ್ಯಕೀಯದಲ್ಲಿ ಬಳಸುತ್ತಾರೆ. ಸಂಭಾಷಣೆ ಯಶಸ್ವಿಯಾಗಬೇಕಿದ್ದರೆ, ನೀವು ಅದನ್ನು ವಸ್ತುನಿಷ್ಠವಾಗಿ ಬಳಸಬೇಕಾಗುತ್ತದೆ. ಅದಕ್ಕೂ ತಯಾರಿ ಬೇಕಿದೆ. ಸಮಸ್ಯೆ ಸ್ವಲ್ಪ ಸಮಯದ ಮಟ್ಟಿಗೆ ಇತ್ತೆಂದರೆ, ನಿಮ್ಮಲ್ಲಿ ಹತಾಶೆಯ ಭಾವನೆ ಮತ್ತು ಭಾವನಾತ್ಮಕ ಏರಿಳಿತದ ಸಾಧ್ಯತೆ ಇರುತ್ತದೆ. ಅದು ಸಮಸ್ಯೆಯ ಭಾಗವಾಗಿರುತ್ತದೆ. ಈ ತಯಾರಿ ಮತ್ತು ಸಂಭಾಷಣೆಯನ್ನು ಸರಿಯಾಗಿ ಅಣಿಗೊಳಿಸುವುದು ನಿಮ್ಮ ಭಾವನೆಯನ್ನು ಹದಗೊಳಿಸುವುದಲ್ಲದೆ, ಹಾದಿ ಸುಗಮಗೊಳಿಸುವುದು.

ಸಂಭಾಷಣೆ ವೈಯಕ್ತಿಕವಾಗಿರಬೇಕು, ಮದ್ಯವನ್ನು ಸೇವಿಸರಬಾರದು, ಯಾವುದೇ ಸಮಯದ ಒತ್ತಡವಿಲ್ಲದೆ ನಡೆಯಬೇಕು. ಯಾವುದೇ ಸಾರ್ವಜನಿಕ ಪ್ರದೇಶದಲ್ಲಿ ಅಥವಾ ಫೋನ್‌ನಲ್ಲಿ ಕೇವಲ 20ನಿಮಿಷ ಕಳೆಯುವಂತೆ ಸಂಘಟಿಸಿರಬಾರದು. ಅದು ಹಾಗೆಲ್ಲ ಸಂಭವಿಸುವುದಿಲ್ಲ. ಅದು ನಿಜಕ್ಕೂ ಗಾಢವಾದ ನೆಲೆಯಲ್ಲಿ ನಡೆಯಬೇಕಿರುವುದು, ಅದೂ ನೀವು ಕಾಳಜಿವಹಿಸುವ ವ್ಯಕ್ತಿಯಾದ್ದರಿಂದ ಇನ್ನಷ್ಟು ಪ್ರಾಮುಖ್ಯತೆಯನ್ನು ನೀಡಿ ನಿರ್ವಹಿಸಬೇಕು.

ಈ ಸಮಯದಲ್ಲಿ ಕರುಣೆಯನ್ನು ತೋರಿ ಕುತೂಹಲವನ್ನು ಉದ್ದೀಪಿಸಬೇಕು. ನೀವೆಷ್ಟು ಹತಾಶರಾಗಿದ್ದೀರಿ ಅಥವಾ ಚಿಂತಿತರಾಗಿದ್ದೀರಿ ಎಂದು ತೋರಿಸುವುದಕ್ಕೆ ತಕ್ಕ ಸಮಯವಲ್ಲ. "ಸರಿ" ಎನ್ನುವುದು ನಿಜಕ್ಕೂ ಮುಖ್ಯವಲ್ಲ. ಆತಂಕವನ್ನು ನೀಗಿಸಬೇಕು ಮತ್ತು ಸಕಾರಾತ್ಮಕ ಬದಲಾವಣೆಗೆ ಸೂಕ್ತ ಅವಕಾಶವನ್ನು ಕಲ್ಪಿಸಬೇಕು. ಇದನ್ನು ನಿರ್ವಹಿಸಲಿರುವ ಅತ್ಯುತ್ತಮ ವಿಧಾನವೆಂದರೆ, ವ್ಯಕ್ತಿಯನ್ನು ಯಾವುದೇ ಅಡೆತಡೆಯಿಲ್ಲದೆ ಹೃದಯಪೂರ್ವಕವಾಗಿ ಆಲಿಸಲು ಸನ್ನದ್ಧರಾಗುವುದು.

ಈ ಸೂತ್ರವನ್ನು ಅನುಸರಿಸಿದ್ದೇ ಆದಲ್ಲಿ, ನಿಮಗೇನೂ ಚಿಂತೆ ಇರುವುದಿಲ್ಲ, ಯಾಕೆಂದರೆ ನೀವು ಪ್ರೀತಿಯ (ಮತ್ತು ವಿಜ್ಞಾನದ) ಸೆಲೆಯಿಂದ ಹೊರಹೊಮ್ಮಿರುತ್ತೀರಿ. ನಿಮಗೀಗ ಅರಿವಾಗಿರಬೇಕು.

2. ತಯಾರಿಯ ಕೆಲಸ: 5 ಬಗೆಯ ವಿಧಾನವನ್ನು ಬಳಸುವುದು.

ಸಂಭಾಷಣೆಯನ್ನು ಪ್ರಾರಂಭಿಸುವ ಮುನ್ನ ನೀವು ನಿಜಕ್ಕೂ ಯಾತಕ್ಕಾಗಿ ರೇಗುತ್ತೀರಿ ಮತ್ತು ಅವರು ಯಾಕಾಗಿ ಬದಲಾಗಬೇಕು ಎಂಬುದು ನಿಮಗೆ ಸ್ಪಷ್ಟವಾಗಿರಬೇಕು. ಇದು ಮುಖ್ಯವೆನಿಸುವುದು ಯಾಕೆಂದರೆ ನೀವು ಯಾರೊಂದಿಗಾದರೂ ಪ್ರಾಮಾಣಿಕತೆಯಿಂದ ವ್ಯವಹರಿಸಬೇಕಿದ್ದರೆ ನೀವು ಸ್ವತಃ ಅಪ್ಪಟ ಪ್ರಾಮಾಣಿಕತೆಯನ್ನು ಪ್ರದರ್ಶಿಸಬೇಕಿರುತ್ತದೆ.

ನೀವು ಸ್ವತಃ ಹೇಗೆ ಪ್ರಾಮಾಣಿಕರಾಗುವುದಕ್ಕೆ ಸಾಧ್ಯ? ಒಂದು ಖಾಲಿ ಕಾಗದವನ್ನಾಗಲೀ, ನಿಮ್ಮ ನೋಟ್ಸ್ ಆ್ಯಪ್‌ನ್ನಾಗಲೀ ತೆರೆಯಿರಿ.

ಇದೇಕೆಂದರೆ, ನೀವು ನಿಮ್ಮ ಭಾವನೆಗಳಿಂದ ಮುಕ್ತರಾಗಿರಬೇಕಿದೆ ಮತ್ತು ಈ ಬದಲಾವಣೆ ಯಾಕೆ ಬೇಕಿದೆ ಎಂಬುದು 5 ಯಾಕೆ ವಿಧಾನದ ಮೂಲಕ ದೃಢೀಕರಿಸಿದ ತಂತ್ರದ ಮೂಲಕ ಸ್ಪಷ್ಟವಾಗಬೇಕಿದೆ. 5 ಯಾಕೆ (5ವೈ)ತಂತ್ರ ಟೊಯೋಟಾ ಗುಂಪಿನ ಕಂಪೆನಿಯ ಸ್ಥಾಪಕ ಸಕೀಚಿ ಟೊಯೋಡಾ ಅವರಿಂದ ಶುರುವಾಯಿತು. ಇದರಿಂದ ಕಂಪೆನಿಯ ಇಂಜಿನಿಯರ್‌ಗಳು ಒಂದು ಪ್ರತ್ಯೇಕ ಸಮಸ್ಯೆಯನ್ನು ಬಿಡಿಸಲು ಸುಲಭವಾಗುತ್ತಿತ್ತು. ಅದನ್ನೇ ಇದೀಗ ಜಗತ್ತಿನಾದ್ಯಂತದ ಬಿಸಿನೆಸ್ ಸ್ಕೂಲ್‌ಗಳಲ್ಲಿ ಮತ್ತು ಇಂಜಿನಿಯರಿಂಗ್ ಸ್ಕೂಲ್‌ಗಳ ಪ್ರೋಗ್ರಾಂಗಳಲ್ಲಿ ಕಲಿಸಲಾಗುತ್ತದೆ.

5 ಯಾಕೆ ವಿಧಾನದ ಸೂತ್ರವನ್ನು ನನ್ನ ಬದುಕಿನಲ್ಲೂ, ಬಿಸಿನೆಸ್ ಮತ್ತು ವಿವಾಹ ಸಂಬಂಧದಲ್ಲೂ ಉಪಯೋಗಿಸುತ್ತ ಬಂದಿದ್ದೇನೆ. ನನಗೆ ಯಾವುದೇ ಸಮಸ್ಯೆಯನ್ನು ಬಗೆಹರಿಸಲು ಅಸಾಧ್ಯವೆನಿಸಿದಾಗ ಅದನ್ನು ಉಪಯೋಗಿಸುತ್ತೇನೆ.

ಈ ವಿಧಾನದಲ್ಲಿ, ನೀವು "ಯಾಕೆ?" ಎಂದು ಐದು ಸಲ ಕೇಳುತ್ತೀರಿ ಅದಕ್ಕೆ ಬಹಳಷ್ಟು ಗಹನವಾದ ಉತ್ತರ ನಿಮಗೆ ಸಿಗುವವರೆಗೆ.

5 ಯಾಕೆ ವಿಧಾನವನ್ನು ಹೇಗೆ ಬಳಸುವುದೆಂದು ಇಲ್ಲಿ ವಿವರಿಸಲಾಗಿದೆ:

ನಿಮ್ಮಷ್ಟಕ್ಕೇ ಕೇಳಿಕೊಳ್ಳಿ: ಈ ವ್ಯಕ್ತಿಯ ವರ್ತನೆ (ಅಥವಾ ಪರಿಸ್ಥಿತಿ) ಯಾಕಾಗಿ ನನ್ನ ಜೀವ ಹಿಂಡುತ್ತಿದೆ? ಯೋಚಿಸಿ ಮತ್ತು ಬರೆದುಕೊಳ್ಳಿ ಅಥವಾ ನಿಮ್ಮ ಉತ್ತರವನ್ನು ಹೇಳಿ:

ಯಾಕೆ ಅದು ನನ್ನನ್ನು ಪೀಡಿಸುತ್ತದೆ? ಮತ್ತೆ ಕೇಳಿಕೊಳ್ಳಿ: *ಯಾಕೆ ಅದು ನನ್ನನ್ನು ಪೀಡಿಸುತ್ತದೆ?* ಪುನಃ ಕೇಳಿ, *ಯಾಕೆ ಅದು ನನ್ನನ್ನು ಪೀಡಿಸುತ್ತದೆ?* ಮತ್ತೊಮ್ಮೆ ಕಟ್ಟಕಡೆಯದಾಗಿ ಕೇಳಿ, *ಯಾಕೆ ಅದು ನನ್ನನ್ನು ಪೀಡಿಸುತ್ತದೆ?*

ಇಲ್ಲೊಂದು ಉದಾಹರಣೆಯನ್ನು ಕೊಡಬಹುದು. ನನ್ನ ಸ್ನೇಹಿತೆಯ ಗಂಡನ ಆರೋಗ್ಯ ಹದಗೆಟ್ಟಿರುವ ಹಿನ್ನೆಲೆಯಲ್ಲಿ ಪ್ರಶ್ನೆಯನ್ನು ಹಾಕಿದರೆ ಹೇಗಿರುತ್ತದೆ? ನೋಡೋಣ: ಈ ವರ್ತನೆ ಅಥವಾ ಪರಿಸ್ಥಿತಿ ನಿಮ್ಮನ್ನು ಪೀಡಿಸುತ್ತಿದೆ ಏಕೆ? ಅದು ಪೀಡಿಸುತ್ತಿದೆ ಯಾಕೆಂದರೆ ಆತ ತನ್ನ ಆರೋಗ್ಯದ ಕಾಳಜಿಯನ್ನು ವಹಿಸುತ್ತಿಲ್ಲ.

ನಿಮ್ಮನ್ನು ಅದು ಪೀಡಿಸುತ್ತಿದೆ ಯಾಕೆ? ಪೀಡಿಸುತ್ತಿದೆ ಯಾಕೆಂದರೆ ಆತ ನನ್ನ ಮಕ್ಕಳಿಗೆ ಅನಾರೋಗ್ಯದ ಮಾದರಿಯಾಗಿ ಪರಿಣಮಿಸಬಹುದು ಎಂಬುದಕ್ಕಾಗಿ.

ನಿಮ್ಮನ್ನು ಅದು ಪೀಡಿಸುತ್ತಿದೆ ಯಾಕೆ? ಪೀಡಿಸುತ್ತಿದೆ ಯಾಕೆಂದರೆ, ಅದರಿಂದ ಅತೀ ಮುಖ್ಯವಾದ ವಿಷಯಗಳನ್ನು ಬಿಟ್ಟು, ಹೆಚ್ಚುವರಿ ಬಿಯರ್ ಕುಡಿಯುವುದು, 15ನಿಮಿಷಕ್ಕೂ ಹೆಚ್ಚು ಹೊತ್ತು ಟಿವಿ ನೋಡುವುದು; ಮತ್ತೆ ಐಸ್‌ಕ್ರೀಮ್ ತಿನ್ನುವುದು... ಅದರಿಂದ ಆತ ಅಸಹ್ಯವಾಗಿ ಕಾಣಿಸುತ್ತಾನೆ.

ನಿಮ್ಮನ್ನು ಅದು ಪೀಡಿಸುತ್ತಿದೆ ಯಾಕೆ? ಅವನು ನನ್ನ ಬದುಕಿನ ಪ್ರೀತಿಗೆ ಪಾತ್ರನಾದವನು. ಮತ್ತು ಆತ ತುಂಬಾ ಸ್ವಾರ್ಥಿ ಎಂದು ನನಗೆ ತೋರುತ್ತಿದೆ. ಅವನು ಮಂಚದಿಂದ ಎದ್ದು ವ್ಯಾಯಾಮಕ್ಕೆ ತಿರುಗಿದಾಗ, ಅವನಿಗೆ ಹಾರ್ಟ್ ಅಟ್ಯಾಕ್ ಆಗಬಹುದೆಂಬ ಗುಮಾನಿ ನನಗೆ. ನಿಮ್ಮನ್ನು ಅದು ಪೀಡಿಸುತ್ತಿದೆ ಯಾಕೆ? ಯಾಕೆಂದರೆ ಅವನನ್ನು ಅನಿರೀಕ್ಷಿತವಾಗಿ ಕಳಕೊಳ್ಳಬಹುದು ಎಂಬ ಭೀಕರವಾದ ಭಯವಿರುವುದರಿಂದ.

ಅದು ಹೇಗೆ ಕೆಲಸ ಮಾಡುತ್ತದೆ ಎಂದು ನೋಡಿದಿರಾ? ಈ ಐದು ಪ್ರಶ್ನೆಗಳಿಗೆ ಸಿಕ್ಕ ಉತ್ತರಗಳು ಸಮಸ್ಯೆಯನ್ನು ಇನ್ನೂ ಆಳಕ್ಕೆ ಪರಿಶೀಲಿಸುವಂತೆ ಅನುವಾಗುತ್ತದೆ. ಅದರಿಂದಾಗಿಯೇ ಅದು ಅವಳ ಮೇಲೆ ಅತಿಯಾದ ಒತ್ತಡದಿಂದ ಕಾಡುತ್ತಿದೆ. ಇನ್ನು ಮತ್ತೇನು ನೀವು ತಿಳಿಯಬಯಸುತ್ತೀರಿ: ನಿಮ್ಮ ಉತ್ತರ ಇನ್ನೂ ಖಾಸಗಿಯಾಗಿ ವೈಯಕ್ತಿಕವಾಗಿರುತ್ತವೆ. ಇನ್ನೂ ಆಳವಾದ ಕಾರಣವನ್ನು ನೀವು ಹುಡುಕಬಹುದು ಅದು ನಿಮ್ಮ ಮಟ್ಟಿಗೆ ಅಸಹ್ಯವೆಂದು ಅನ್ನಿಸುತ್ತಿದೆ ಎಂದು ತೋರಿದರೂ. ಸಾವಿರ ಮಂದಿಯಲ್ಲಿ ಈ ಸೂತ್ರವನ್ನು ಅಳವಡಿಸಿದರೂ, ಒಂದಂತೂ ಸತ್ಯ ನಿಮ್ಮ ತೀರ್ಮಾನ ಯಾವನೇ ಅನ್ಯ ವ್ಯಕ್ತಿಯ ವರ್ತನೆಯನ್ನು ತಳಸ್ಪರ್ಶಿಯಾಗಿ ಶೋಧಿಸಲು ಅಸಮರ್ಥವಿದೆ ಎಂದು ತೋರುತ್ತದೆ. (ಹಾಗೆ ನೀವು ಯೋಚಿಸಬಹುದು).

ಉದಾಹರಣೆಗೆ, ನೀವು 5 ಯಾಕೆಗಳನ್ನು ಉತ್ತರಿಸಬಹುದು, ಮತ್ತು ನಿಜವಾದ ಕಾರಣ ನಿಮ್ಮ ಮಗ ಕುಡಿಯುವ ಚಟಕ್ಕೆ ಬೀಳಬಹುದು ಎಂಬ ಗುಮಾನಿಯಾಗಿದ್ದಿರಬಹುದು, ಅಥವಾ ಯಾವನೇ ಅಸಮರ್ಥ ವ್ಯಕ್ತಿಯನ್ನು ನೀವು ವಿವಾಹ ಮಾಡಿಕೊಳ್ಳಲು ನಾಚಿಕೊಳ್ಳುವ ಪ್ರಸಂಗವಾಗಿದ್ದಿರಬಹುದು. ಮತ್ತೆ 5 ಯಾಕೆ ವಿಧಾನದಿಂದ ನೀವು ಏನನ್ನೇ ಕಲಿತಿರಿ, ಅದು ನಿಮ್ಮ ವೈಯಕ್ತಿಕವಾಗಿರುತ್ತವೆ, ಹಾಗೆಯೇ ಅದನ್ನು ಆ ವ್ಯಕ್ತಿಯ ಜೊತೆಗೆ ಹಂಚಿಕೊಳ್ಳುವ ಅಗತ್ಯವಿರುವುದಿಲ್ಲ.

ಆತನ ಮೇಲೆ ಒತ್ತಡವನ್ನು ಹೇರಿರುವುದಕ್ಕೆ ಕ್ಷಮೆ ಯಾಚಿಸಿದರೆ ಸಹಾಯವಾಗಬಹುದೆಂದರೆ, ನಿಮ್ಮ ಮೂಲಭೂತ ಹತಾಶೆಗೆ ಕಾರಣ ಸಿಕ್ಕಂತಾಗುತ್ತದೆ. ಅವರ ಮೇಲೆ ನಿಯಂತ್ರಣ ತಪ್ಪಿದಾಗಷ್ಟೇ ಈ ವಿಧಾನವನ್ನು ಬಳಸಬಹುದೇನೋ.

ನೀವು ಪ್ರಾಮಾಣಿಕವಾಗಿರಲು ಯತ್ನಿಸಿ. ಇಲ್ಲಿಯವರೆಗೆ ನೀವು ಅಂತಹ ಒತ್ತಡವನ್ನು ಹೇರುತ್ತ ಬಂದಿರುವುದರಿಂದ ಆ ಒತ್ತಡವನ್ನು ನೀಗುವಂತೆ ಮಾಡುವುದೂ ಸುಲಭಸಾಧ್ಯ ಮತ್ತು *ಲೆಟ್ ದೆಮ್* ಎನ್ನುವುದೂ ಸುಲಭ. ಅದರಿಂದ ನೀವು ಎಬಿಸಿ ಲೂಪನ್ನು ಬಳಸಿ.

ಸಂಭಾಷಣೆಯನ್ನು ಮುಂದುವರಿಸುವುದಕ್ಕೆ ನಿಮಗೆ ದೃಢ ತಳಪಾಯವನ್ನು ನೀಡುತ್ತದೆ.

ಅದು ಹೀಗೆ ಶುರುವಾಗುತ್ತದೆ:

ಎಬಿಸಿ ಲೂಪ್

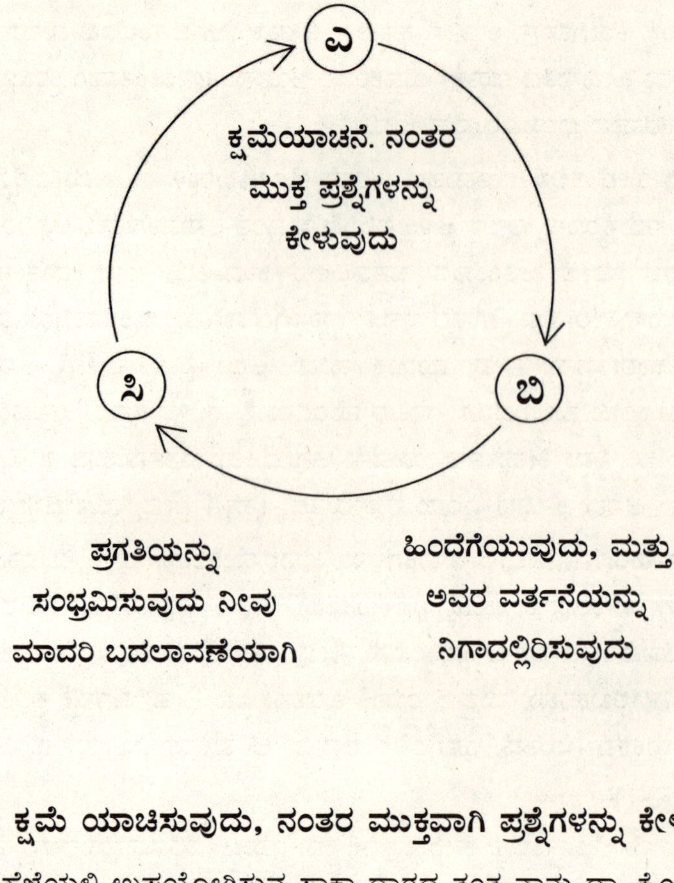

ಹೆಜ್ಜೆ ಎ: ಕ್ಷಮೆ ಯಾಚಿಸುವುದು, ನಂತರ ಮುಕ್ತವಾಗಿ ಪ್ರಶ್ನೆಗಳನ್ನು ಕೇಳುವುದು.

ಮೊದಲ ಹೆಜ್ಜೆಯಲ್ಲಿ ಉಪಯೋಗಿಸುವ ಸಾಕ್ಷ್ಯಾಧಾರದ ತಂತ್ರ ನಾನು ಡಾ. ಕೆ.ಯವರಿಂದ ಕಲಿತೆ. ಅದುವೇ ಪ್ರೇರಣಾತ್ಮಕ ಸಂದರ್ಶನ.

ಡಾ. ಕೆ. ಹೇಳುತ್ತಾರೆ, ಒಬ್ಬ ವ್ಯಕ್ತಿಯ ಪ್ರೇರಣಾತ್ಮಕ ಬದಲಾವಣೆಯನ್ನು ಉದ್ದೀಪಿಸಲು ಇದೊಂದೇ ವಿಧಾನವಂತೆ. ಇದೇ ವಿಧಾನವನ್ನು ಪ್ರೇರಣಾತ್ಮಕ ಬದಲಾವಣೆಗೆ ಹೆಣಗಾಡುವ ತಮ್ಮ ರೋಗಿಗಳಲ್ಲಿ ಅವರು ಬಳಸುತ್ತಾರೆಂದು ಹೇಳಿದರು.

ಈ ತಂತ್ರವನ್ನು ಬಳಸುವ ನನ್ನ ವಿಧಾನದಲ್ಲಿ, ನಾನು ಮುಕ್ತವಾದ ಪ್ರಶ್ನೆಗಳನ್ನು ಕೇಳುತ್ತೇನೆ. ಈ ಬಗೆಯ ತಂತ್ರದ ಬಳಕೆಯ ಔಚಿತ್ಯವೆಂದರೆ, ಅದರಿಂದ ಅವರಿಗೇನು ಬೇಕು ಮತ್ತು ಪ್ರಸ್ತುತ ಅವರ ವರ್ತನೆಯ ರೀತಿಯಿಂದ ಪರಸ್ಪರ ಬೇರ್ಪಡಿಸುವುದಾಗಿದೆ.

ಇದು ಒತ್ತಡ ಹೇರುವುದರ ವಿರುದ್ಧದ ವಿಧಾನವಾಗಿದೆ. ಅವರು ಏನನ್ನು ಮಾಡಬೇಕೆಂದು ನೀವು ಬಯಸುವಿರೋ ಅದಕ್ಕೆ ಬದಲಾಗಿ ನಿಮ್ಮ ಮುಕ್ತವಾದ ಪ್ರಶ್ನೆಗಳಿಂದಾಗಿ ಅವರ ವರ್ತನೆಗಿರುವ ನಿಜವಾದ ಕಾರಣವನ್ನು ಕಂಡುಕೊಳ್ಳಲು ಇದರಿಂದ ಸಾಧ್ಯ.

ನೀವು ಹೀಗೆ ಶುರು ಮಾಡಬಹುದು: "ನಿಮ್ಮ ಮೇಲೆ ಒತ್ತಡವನ್ನು ಹೇರಿದ್ದಕ್ಕಾಗಿ ಮತ್ತು ತಪ್ಪಾಗಿ ತೀರ್ಮಾನ ಕೈಗೊಂಡಿರುವುದಕ್ಕಾಗಿ ಕ್ಷಮೆ ಯಾಚಿಸುತ್ತೇನೆ. ನಾನು ಯಾವತ್ತೂ ನಿಮ್ಮ ...... ಕುರಿತಂತೆ ಕೇಳಲೇ ಇಲ್ಲ"

ಮೊದಲಿಗೆ ಕ್ಷಮೆ ಯಾಚಿಸುವುದರಿಂದ ನಿಮ್ಮ ಸಂಭಾಷಣೆಯನ್ನು ಮೊದಲು ಮಾಡುವುದೇ ಅತ್ಯುತ್ತಮ ಆರಂಭವಾಗಿರುತ್ತದೆ. ಆರೋಗ್ಯ

ಗ್ರೇಡ್
ಉದ್ಯೋಗದ ಬೇಟೆ
ಏಕಾಕಿತನ
ಜೀವನದ ಪರಿಸ್ಥಿತಿ
ವಿವಾಹ
ಕುಡಿತ
ಆರ್ಥಿಕತೆ

ಕ್ಷಮೆ ಯಾಚಿಸುವುದರಿಂದ ಪ್ರಾರಂಭವಾಗುವ ಸಂಭಾಷಣೆಯು ಕರುಣೆ ಮತ್ತು ಬೆಂಬಲಿಸುವ ಧ್ವನಿಯಿಂದ ಕೂಡಿರುತ್ತದೆ. ಸಹಜವಾಗಿಯೇ ಅವರತ್ತ ಬಾಗಿ, ಆಲಿಸಿ, ಮತ್ತು ಸಮಸ್ಯೆಯ ಕುರಿತು ನಿಜವಾದ ಕಾರಣವನ್ನು ತಿಳಿಯಲು ಯತ್ನಿಸಿ.

ಅವರೇನು ಹೇಳುತ್ತಾರೋ, ಅದಕ್ಕೆ ಮುಕ್ತವಾದ ಪ್ರಶ್ನೆಗಳನ್ನೇ ಕೇಳಿ, ಅದರಿಂದ ಅವರು ನೀಡಿದ ಉತ್ತರದಿಂದಲೇ ಪ್ರತಿಫಲಿತವಾದಂತಾಗುತ್ತದೆ.

ನನ್ನ ಸ್ನೇಹಿತೆಯ ವಿಚಾರಕ್ಕೆ ಬಂದರೆ ಅದು ಹೀಗಿರುತ್ತದೆ: "ಈಗ ನಿಮ್ಮ ಆರೋಗ್ಯ ಹೇಗಿದೆ?"

ಡಾ. ಕೆ.ಯವರ ಪ್ರಕಾರ, ಈ ಪ್ರಶ್ನೆಯಿಂದ ಆ ವ್ಯಕ್ತಿ ಸದ್ಯ ಯಾವ ಸ್ಥಿತಿಯಲ್ಲಿ ಇದ್ದಾರೆ ಎಂಬುದಕ್ಕೂ ಆ ಬಗ್ಗೆ ಅವರು ಏನೂ ಕಾಳಜಿ ವಹಿಸುತ್ತಿಲ್ಲ ಎಂಬ ವಿಚಾರಕ್ಕೂ ನಡುವೆ ಇರುವ ಆತಂಕದ ಅನುಭವವನ್ನು ವಿಶದಪಡಿಸುತ್ತದೆ.

ಅವರು ಹೇಳುತ್ತಾರೆ, "ಬದುಕಿನಲ್ಲಿ ನೀವು ಕೈಗೊಳ್ಳುವ ಪ್ರತಿಯೊಂದು ಕ್ರಿಯೆಯೂ ವೈಯಕ್ತಿಕವಾಗಿರುತ್ತದೆ." ಹಾಗೆಯೇ, "ಪ್ರೇರಣಾತ್ಮಕ ಸಂದರ್ಶನದಲ್ಲಿ ಈ ಸಿದ್ಧಾಂತವನ್ನು ತಿಳಿಯಲು ಜನರಿಗೆ ಸಹಾಯ ಒದಗಿಸುತ್ತೇವೆ. ಅವರು ತಮ್ಮ ಪರಿಸ್ಥಿತಿಯನ್ನು ಅರ್ಥ ಮಾಡಿಕೊಳ್ಳಲು ಇದು ಸೂಕ್ತವಾಗಿ ಸಹಕರಿಸುತ್ತದೆ." ಹೀಗಿರುವಾಗ, ನಿಮ್ಮ ಮೊದಲ ಪ್ರಶ್ನೆಗೆ ಉತ್ತರ ಏನೇ ಇರಲಿ ಅದು ನಗಣ್ಯ. ಅದಕ್ಕೆ ಸಂಬಂಧಿಸಿದ ಭಾವನೆಗಳನ್ನು ನೀವು ಹಂಚಿಕೊಳ್ಳುವುದಿಲ್ಲ. ನೀವು ಅವರದೇ ಉತ್ತರವನ್ನು ತಿರುಗಿ ಪುನರಾವರ್ತಿಸುತ್ತೀರಿ. "ಅಂದರೆ ನಿಮಗೆ...."

ಅಂದರೆ ನಿಮ್ಮ ಆರೋಗ್ಯ ಚೆನ್ನಾಗಿಯೇ ಇದೆ ಎಂದು ನಿಮಗನಿಸುತ್ತಿದೆ?

ಅವರು ಒಂದು ಶಬ್ದದ ಉತ್ತರ, "ಓಕೆ" ಎಂದು ನೀಡಿದರೆ ಪರವಾಗಿಲ್ಲ. ನಂತರ ಮುಂದಿನ ಮುಕ್ತ ಪ್ರಶ್ನೆಯತ್ತ ತಿರುಗಿ.

"ನಿಮಗೆ ಇದು 'ಓಕೆ' ಎಂದು ಹೇಳಲು ಹೇಗೆ ಸಾಧ್ಯವಾಯಿತು?" ಕುತೂಹಲದಿಂದ ಮತ್ತು ಸ್ವೀಕೃತಿಯೊಂದಿಗೆ ಆಲಿಸುತ್ತ ಮುಂದುವರಿಯಿರಿ ಮತ್ತು ಅದಕ್ಕೆ ಮುಕ್ತವಾದ ಪ್ರಶ್ನೆಯಿಂದಲೇ ಪ್ರತಿಕ್ರಿಯಿಸಿ.

ಅಂದರೆ ಅವರೀಗ ಅದೇನು ಉತ್ತರವನ್ನು ಕೊಟ್ಟಿರುವರೋ ಅದನ್ನೇ ಪುನರಾವರ್ತಿಸಿ.

ಅಂದರೆ ಬಹಳಷ್ಟು ಕಾಲದಿಂದ ನೀವು ಇದೇ ಸ್ಥಿತಿಯಲ್ಲಿ ಇರುವುದರಿಂದ ನಿಮಗೆ ನಿಮ್ಮ ಆರೋಗ್ಯ ಓಕೆ ಎಂದು ಅನ್ನಿಸುತ್ತಿರಬೇಕು.

ಇಲ್ಲಿ ಡಾ. ಕೆ.ಯವರು ಕೆಲವೊಂದು ಪರ್ಯಾಯ ಪ್ರಶ್ನೆಗಳನ್ನು ಕೇಳಬೇಕೆಂದು ಹೇಳಿದ್ದಾರೆ: ಇದರ ಬಗ್ಗೆ ನಿಮಗೆ ಏನನ್ನಿಸುತ್ತಿದೆ?

ಅಂದರೆ ಈ ಸ್ಥಿತಿ ನಿಮಗೆ ಮಾಮೂಲಾಗಿದೆ ಎಂದೆನಿಸುತ್ತಿದೆ.

ನನ್ನ ಅಭಿಪ್ರಾಯವೆಂದರೆ, ನೀವು ಈ ಪರಿಸ್ಥಿತಿಯಲ್ಲಿ ಸುಖವಾಗಿಯೇ ಇದ್ದೀರಿ ಎಂದ ಹಾಗಾಯ್ತು.

ಇದೊಂದು ಸಮಾಧಾನದ ವಿಷಯಕ್ಕೂ ಮಿಗಿಲಾಗಿದೆ ಎಂದೆನಿಸುತ್ತಿದೆ ನನಗೆ. ಅಂದರೆ ಬದಲಾವಣೆಗೆ ಯತ್ನಿಸುವಾಗ ಬಹಳಷ್ಟು ಶ್ರಮವಿದೆ ಎಂದು ನಿಮಗೆ ಅನ್ನಿಸುತ್ತಿದೆಯೇ?

ಇದರಲ್ಲಿನ ತೊಡಕುಗಳೇನೆಂದು ನಿಮಗನ್ನಿಸುತ್ತಿದೆ? ನಿಮ್ಮಿಂದ ಹೆಚ್ಚಿನದನ್ನು ನಾನು ಅಪೇಕ್ಷಿಸುತ್ತಿರುವುದರಿಂದ ನಾನೇನೋ ಹತಾಶೆಯಿಂದ ಅತಿಯಾಗಿ ವರ್ತಿಸುತ್ತಿದ್ದೇನೆ ಎಂದು ನಿಮಗೆ ಅನ್ನಿಸಬಹುದು.

ಹೀಗೆ ನಿಮಗೆ ಎಷ್ಟು ಕಾಲದಿಂದ ಅನ್ನಿಸುತ್ತಿದೆ ಎಂದಾದರೂ ನೀವು ತುಸು ಹೇಳಬಹುದೇ?

ಅಂದರೆ ನಿಮ್ಮ ಬಗ್ಗೆ ನಾನೇನೂ ಮಾಡಬೇಕಾಗಿಲ್ಲ ಎಂಬುದು ನಿಮ್ಮ ಅಭಿಪ್ರಾಯವೇ? ನಾನು ಮತ್ತೊಮ್ಮೆ ನಿಮಗೆ ನೆನಪಿಸಬೇಕಾಗಿದೆ: ನೀವು ಬರೀ ಪ್ರಶ್ನೆಗಳನ್ನಷ್ಟೇ ಕೇಳುತ್ತಿದ್ದೀರಿ. ನಿಮ್ಮ ಅಭಿಪ್ರಾಯಗಳು ಮುಖ್ಯವಲ್ಲ. ಮತ್ತು ಅವು ಈ ಸಂಭಾಷಣೆಗೆ ಸಂಬಂಧಿಸಿದ್ದಲ್ಲ.

ನೀವು ಯಾವ ಕ್ಷಣದಲ್ಲಿ ನಿಮ್ಮ ಅಭಿಪ್ರಾಯವನ್ನು ನೀಡುವಿರೋ, ಆ ಕ್ಷಣವೇ ವ್ಯಕ್ತಿಯ ಮೇಲೆ ಒತ್ತಡವನ್ನು ಹೇರಿದಂತಾಗುತ್ತದೆ ಮತ್ತು ಈ ತಂತ್ರದ ಪೂರ್ತಿ ಪರಿಣಾಮ ನಿಷ್ಕ್ರಿಯವಾಗಿಬಿಡುತ್ತದೆ.

ಈ ತಂತ್ರ ಸಂಶೋಧನೆಗಳಲ್ಲಿ ಮತ್ತು ಚಿಕಿತ್ಸೆಯ ಕ್ರಮಗಳಲ್ಲಿ ದೃಢಪಟ್ಟಿದವುಗಳಾಗಿದ್ದು, ಜನರು ತಮಗೇನು ಬೇಕಿದೆ ಮತ್ತು ಸದ್ಯ ಅವರಲ್ಲೇನಿದೆ ಅಥವಾ ಅವರೇನು ಮಾಡುತ್ತಿದ್ದಾರೆ ಎನ್ನುವ ನಡುವಿನ ದೊಡ್ಡ ಅಸಮರ್ಪಕತೆಯ ಕಂದಕದ ಕುರಿತು ವಿಶದಪಡಿಸುತ್ತದೆ.

ಅದೇ ನಿಮ್ಮ ಗುರಿಯೂ ಆಗಿರುತ್ತದೆ: ಇವೆರಡು ವಿಷಯಗಳ ನಡುವಿನ ಆತಂಕವನ್ನು ನಿವಾರಿಸುವುದು.

ನಾನು ಇನ್ನಷ್ಟು ಒತ್ತಿ ಹೇಳುತ್ತೇನೆ: ನಿಮಗೆ ಉತ್ತರಗಳು ಒಂದು ಶಬ್ದದಲ್ಲಿ ಸಿಕ್ಕರೆ ನಿರಾಶರಾಗಬೇಡಿ. ಅಥವಾ ಅವರು ವಿಷಯವನ್ನು ಬದಲಿಸಲು ನೋಡಿದರೂ ಹಿಂದೆಗೆಯಬೇಡಿ. ಅವರು ನಿಮಗೆ ಸತ್ಯವನ್ನೇ ಹೇಳಬೇಕೆಂಬುದು ಈ ತಂತ್ರದ ಉದ್ದೇಶವಲ್ಲ. ಇದು ಅವರು ಆಂತರಿಕವಾಗಿ ಅನುಭವಿಸುವ ಕ್ಲೇಶವನ್ನು ನಿವಾರಿಸುವುದಕ್ಕಾಗಿದೆ. ಅವರು ಅದನ್ನು ಪ್ರಕಟಿಸದೆ ಇದ್ದಿರಬಹುದು.

ಅಂತಹ ಆತಂಕ ನಿರ್ಣಾಯಕವಾಗಿರುತ್ತದೆ, ಯಾಕೆಂದರೆ ಅದುವೇ ಅವರ ಬದಲಾವಣೆಗಿರುವ ಅಂತಿಮ ಪ್ರೇರಣೆಯ ಸ್ರೋತವಾಗಿರುತ್ತದೆ. ತಾವು ಏನನ್ನು ಬಯಸುತ್ತಾರೆ ಮತ್ತು ಅವರ ಪ್ರಸ್ತುತ ಸ್ಥಿತಿಯ ನಡುವಿನ ಸಂಪರ್ಕವನ್ನು ಮುರಿಯುವುದೇ ಈ ಪ್ರಕ್ರಿಯೆಯ ಉದ್ಧೇಶವಾಗಿರುವುದರಿಂದ ಅವರಲ್ಲಿ ಬದಲಾವಣೆಯ ಭಾವ ಸ್ಫುರಿಸಲು ಸಾಧ್ಯ.

ಅದಕ್ಕೋಸ್ಕರವೇ ನೀವು ಮಧ್ಯೆ ಏನನ್ನೂ ತುರುಕಿಸುವ ಪ್ರಮೇಯವಿಲ್ಲ. ಸಂಪರ್ಕವನ್ನು ಕಡಿದುಕೊಳ್ಳುವ ಪ್ರಕ್ರಿಯೆಯಲ್ಲಿ ನೀವೊಂದು ವಾಹಕವಾಗಿದ್ದರಷ್ಟೇ ಸಾಕು. ಅದನ್ನು ನೀವು ಪ್ರೀತಿಯಿಂದ, ಕರುಣೆಯಿಂದ ಮತ್ತು ಕತೂಹಲದಿಂದ ನಿರ್ವಹಿಸಬೇಕಾಗುತ್ತದೆ. ಈ ವಿಷಯದ ಬಗ್ಗೆ ಅವರ ಅನಿಸಿಕೆ ಏನು ಎಂಬುದನ್ನು ನೀವು ತಿಳಿಯಬೇಕಿದೆ.

ಈ ಸಂಭಾಷಣೆ ಅವರಲ್ಲಿನ ಪ್ರೇರಣಾತ್ಮಕ ಬದಲಾವಣೆಯನ್ನು ಜಾಗೃತಗೊಳಿಸಲು ಇರುವಂಥದ್ದು. ಆದ್ದರಿಂದ ಅವರು *ಲೆಟ್‌ದೆಮ್* ಮಾತಾಡಲಿ. ಮತ್ತು *ಲೆಟ್* ಮಿ ಕೇಳುವೆ.

ಹೆಜ್ಜೆ ಬಿ: ಹಿಂದೆಗೆಯಿರಿ, ಮತ್ತು ಅವರ ವರ್ತನೆಯನ್ನು ಪರಿಶೀಲಿಸಿ.

ನೀವು ಇದೀಗ ಕ್ಷಮೆಯನ್ನು ಯಾಚಿಸಿದ್ದೀರಿ ಮತ್ತು ಮುಕ್ತವಾಗಿ ಪ್ರಶ್ನೆಗಳನ್ನು ಕೇಳಿದ್ದೀರಿ, ಈಗ ನೀವು ಹಿಂದೆಗೆಯಬೇಕು ಮತ್ತು ಒತ್ತಡವನ್ನು ನಿಲ್ಲಿಸಬೇಕು. ಅವರು ಕ್ರಿಯಾತ್ಮಕರಾಗಿರಲು ಅಪೇಕ್ಷಿಸದಿರಿ.

ಅವರು ಅದರ ಮೇಲೆ ಕೊಂಚ ತೇಲಾಡಲಿ. ಬದಲಾವಣೆಗೆ ಮಾದರಿಯಾಗುವ ನಿರ್ಣಾಯಕ ವಿಷಯವಿದು. ಮತ್ತು ಇದು ಸುಲಭ ಮತ್ತು ಮಜಾ ಕೊಡುವಂಥದ್ದು.

ತಮ್ಮ ಸಮಸ್ಯೆಯನ್ನು ತಾವೇ ಕಂಡುಕೊಳ್ಳಲು ಅವರಿಗೆ ಸ್ವಾತಂತ್ರ್ಯವನ್ನು ನೀಡುವುದೆಂದರೆ ಹಾಗಾಗುತ್ತದೆ.

ಸಹೋದ್ಯೋಗಿ ವಾಕ್‌ಗೆ ಹೋಗುವ ಉದಾಹರಣೆಯನ್ನು ತೆಗೆದುಕೊಳ್ಳಿ. ಸುಮಾರು ಒಂದು ತಿಂಗಳ ಕಾಲ ಹಾಗೆ ನೋಡುತ್ತಲೇ ಇದ್ದರೆ ಯಾರೂ ಪ್ರೇರಿತರಾಗಿಯೇ ಆಗುತ್ತಾರೆ. ನೀವು ಲಂಚ್ ಸಮಯದಲ್ಲಿ ಕೆಲಸ ಮಾಡುತ್ತಿದ್ದು, ನಿಮ್ಮ ಸಹೋದ್ಯೋಗಿ ವಾಕ್‌ಗೆ ಹೋಗುವುದೆಂದರೆ ನಿಮಗೂ ಹಾಗೆ ಅನ್ನಿಸುವ ಸಾಧ್ಯತೆ ಇಲ್ಲದಿಲ್ಲ. ನಿಮ್ಮೊಳಗೆ ಒಂದು ವಿಧವಾದ ಆತಂಕ ಒಡಮೂಡಲು ಅಷ್ಟು ಸಾಕಾಗುತ್ತದೆ. ನಿಜವೆಂದರೆ ಅದೇ ಆತಂಕ ಪ್ರೇರಣೆಯಾಗಿ ಮಾರ್ಪಟ್ಟು ನೀವು ಮರುಕ್ಷಣದಲ್ಲೇ ಬಾಗಿಲ ಹೊರಗೆ ಕಾಲಿಕ್ಕಿರುತ್ತೀರಿ.

ಆದ್ದರಿಂದಲೇ ನೀವು ಸಮಯ ನೀಡಬೇಕಾಗುತ್ತದೆ. ಆತಂಕ ಪ್ರೇರಣೆಯಾಗಿ ಮಾರ್ಪಡಲು ಸಮಯ ಬೇಕಾಗುತ್ತದೆ. *ಲೆಟ್ ದೆಮ್.*

ನೀವು ಮುಕ್ತವಾದ ಪ್ರಶ್ನೆಗಳನ್ನು ಕೇಳಿದ ಬಳಿಕ ಅವರ ವರ್ತನೆಯನ್ನು ನಿಕಟವಾಗಿ ಅವಲೋಕಿಸಿ. ಅಂತೆಯೇ ಅದನ್ನು ಬದಲಿಸಲು ಪ್ರಯತ್ನಿಸುವುದನ್ನು ನಿಲ್ಲಿಸಿ. ಅವರು ಬದಲಾಗುತ್ತಿದ್ದರೆ, ಅಚ್ಚರಿದಾಯಕ. ಬದಲಾಗದಿದ್ದರೆ, *ಲೆಟ್ ದೆಮ್.*

ಇದಕ್ಕೆ ಸಮಯ ತೆಗೆದುಕೊಳ್ಳುತ್ತದೆ. ಅದು ಕೂಡಾ ನೀವು ಅವರನ್ನು ಪ್ರೀತಿಸುತ್ತಿದ್ದರೆ. ಹಿಂದಕ್ಕೆ ಉಳಿಯಿರಿ. "ನಾನು ಹಾಗೆ ಸಂಭಾಷಣೆ ಮಾಡಿದ್ದರಿಂದ ಹೀಗೆ ಆಗಿದೆ" ಎಂಬುದರಿಂದ ದೂರ ಉಳಿಯಲು ಅವರಿಗೆ ಸಮಯ, ಸ್ಥಳಾವಕಾಶ ಬೇಕಾಗುತ್ತದೆ. ದೂರ ಉಳಿಯುವುದರ ಮೂಲಕ ಅವರು ಆ ಕಲ್ಪನೆ ತಮ್ಮಿಂದಲೇ ಆಯಿತು ಎಂದು ತಿಳಿಯುತ್ತಾರೆ. ಆತಂಕ ಪ್ರೇರಣೆಯಾಗಿ ಪರಿವರ್ತನೆಗೊಳ್ಳಲು ಸಮಯ ಸಹಕರಿಸುತ್ತದೆ.

ಹೆಜ್ಜೆ ಸಿ: ನೀವು ಬದಲಾವಣೆಗಾಗಿ ಮಾದರಿಯಾಗಿ ನಿರ್ವಹಿಸಿರುವುದರಿಂದ ಆ ಪ್ರಗತಿಯನ್ನು ಸಂಭ್ರಮಿಸುವಿರಿ.

ನೀವು ಮುಕ್ತವಾಗಿ ಪ್ರಶ್ನೆಗಳನ್ನು ಕೇಳಿದ ಬಳಿಕ ನಿಮ್ಮ ಮಾದರಿಯನ್ನು ವರ್ತನೆಯ ಬದಲಾವಣೆಗೆ ನೀಡುವುದನ್ನು ನಿಲ್ಲಿಸಿದಿರಿ ಎಂದರೆ, ಏನಾದರೂ ಪ್ರಗತಿ ಕಂಡರೆ ನೀವು ಸಂಭ್ರಮಿಸಬೇಕು.

ಯಾವುದೇ ಸಣ್ಣ ಬೆಳವಣಿಗೆಯನ್ನೂ ಸಂಭ್ರಮಿಸಿ. ಡಾ. ಶಾರೋಟ್‌ರ ಸಂಶೋಧನೆಯ ಪ್ರಕಾರ ವರ್ತನೆಯಲ್ಲಿ ಯಾವುದೇ ಧನಾತ್ಮಕ ಬದಲಾವಣೆ ಕಂಡಾಗ ಅದಕ್ಕೆ ಅಭಿನಂದನೆ ಹೇಳಿದರೆ ಅದೊಂದು ದೊಡ್ಡ ಸಂಗತಿಯಾಗುತ್ತದೆ. ಉದಾಹರಣೆಗೆ, ನಿಮ್ಮ ಸಂಗಾತಿ ಒಂದು ದಿನ ಕಟ್ಟಡದ ನೆಲಮಾಳಿಗೆಗೆ ತೆರಳಿ, ತುಸು ವ್ಯಾಯಾಮ ಮಾಡಿದನೆಂದರೆ ಅದು ಬಹಳ ಅದ್ಭುತ ಬದಲಾವಣೆಯಾಗಿರುತ್ತದೆ. ಆತ ಮೇಲಕ್ಕೆ ಬಂದಾಗ ಆತನನ್ನು ಅಪ್ಪಿಕೊಳ್ಳಿ. ಆತನನ್ನು ಕಂಡಾಗ ತನಗೆ ಹೆಮ್ಮೆಯಾಗುತ್ತದೆ ಎಂದು ಹೇಳಿ.

ಬಹಳಷ್ಟು ಪರಿಣಾಮಕಾರಿ ಸಂಗತಿಯೆಂದರೆ, ಡಾ. ಶಾರೋಟ್‌ರ ಪ್ರಕಾರ, ಆತ ತುಂಬಾ ಆಕರ್ಷಣೀಯವಾಗಿ ಕಾಣುತ್ತಾನೆ ಎಂದು ಹೇಳುವುದು. ಅಥವಾ ಆತನ ಕೆನ್ನೆಯ ಮೇಲೆ ಒಂದು ಮುತ್ತನ್ನು ನೀಡುವುದು ಅಥವಾ ನಿಮಗನ್ನಿಸಿದ್ದನ್ನು ನೀವು ಮಾಡಬಹುದು.

ಇದೊಂದು ಬರೀ ಬನಾವಟೆಂದು ನಿಮಗೆ ಅನ್ನಿಸಿದರೂ, ಇದು ಕೆಲಸ ಮಾಡುತ್ತದೆ.

ಇದು ಸರಳ. ಜನರು ಉತ್ತಮವಾಗಿ ಕಾಣಿಸಿಕೊಳ್ಳಲು ಇಷ್ಟಪಡುತ್ತಾರೆ.

ಸಂಶೋಧನೆಯ ಪ್ರಕಾರ, ತಕ್ಷಣದ ಧನಾತ್ಮಕ ಪ್ರತಿಫಲದಿಂದ ವ್ಯಕ್ತಿಯಲ್ಲಿನ ಆಂತರಿಕ ಪ್ರೇರಣೆ ಉದ್ದೀಪನಗೊಳ್ಳುತ್ತದೆ ಅಥವಾ ಆತ ಅದನ್ನು ಮತ್ತೆ ಪುನರಾವರ್ತಿಸಲು ಪ್ರೇರೇಪಿಸುತ್ತದೆ. ಅವರು ಹಾಗೆಯೇ ಮುಂದುವರಿಯಲು ಅವರ ಪ್ರಯತ್ನಕ್ಕೆ ಅದೊಂದು ಇಂಧನವಾಗಿ ಪರಿಣಮಿಸುತ್ತದೆ. ಕಠಿಣವಾಗಿದ್ದ ವಿಷಯ ಒಮ್ಮೆಲೆ ಮೋಜಿನ ಸಂಗತಿಯಾಗಿ ಮಾರ್ಪಡುತ್ತದೆ: ಅದು ನಿಮ್ಮ ಪ್ರತಿಕ್ರಿಯೆಯಿಂದ ಸಾಧ್ಯವಾಗುತ್ತದೆ. ಡಾ. ಕೆ.ಯವರು ನಿಮಗೆ ಮಾನವ ಮಿದುಳಿನ ಬಗ್ಗೆ ಕಲಿಸಿರುವುದನ್ನು ನೆನಪಿಡಿ: ಉದ್ವಿಗ್ನ ಸ್ಥಿತಿಯಿಂದ ನಾವು ಯಾವತ್ತೂ ಮೋಜಿನ, ಸುಲಭವಾದ ಮತ್ತು ಮಜಾಕೊಡುವ ವಿಷಯಗಳತ್ತ ಸಾಗಲು ಬಯಸುತ್ತೇವೆ.

ನನ್ನ ಗೆಳತಿ ವ್ಯಾಯಾಮದ ಬಳಿಕ ಎಷ್ಟು ತನ್ನ ಗಂಡನಿಗೆ ಹೊಗಳುತ್ತಾಳೋ, ಅಷ್ಟು ಆತ ಬೇಗನೇ ತನ್ನ ವರ್ತನೆಯಲ್ಲಿ ಬದಲಾವಣೆ ಹೊಂದಿ, ನೀವು ಚೆಂದವಾಗಿ ಕಾಣಿಸುತ್ತೀರಿ ಎಂಬ ಪತ್ನಿಯ ಮಾತಿನ ಅನುಸಾರವಾಗಿ ವರ್ತಿಸಲು ತೊಡಗುತ್ತಾನೆ. ಆಕೆಯ ಧನಾತ್ಮಕ ಪ್ರತಿಕ್ರಿಯೆ ಆತನನ್ನು ಇನ್ನಷ್ಟು ತನ್ನ ಪರಿಶ್ರಮದಲ್ಲಿ ಮುಂದುವರಿಯುವಂತೆ ಮಾಡುತ್ತದೆ.

ಇದು ಸುಮ್ಮನೆ ಸಾಮಾನ್ಯ ಜ್ಞಾನ ಎನ್ನಬೇಡಿ. ಇದು ನ್ಯೂರೋ ಸಯನ್ಸ್. ಮನುಷ್ಯ ಉದ್ವಿಗ್ನತೆಯಿಂದ ಮೋಜಿನ ಸ್ಥಿತಿಗೆ ಸಾಗಿ ಧನಾತ್ಮಕ ಪ್ರತಿಫಲವನ್ನು ಪಡೆಯಲು ಪ್ರಯತ್ನಿಸುತ್ತಿರುತ್ತಾನೆ. ಒಳ್ಳೆಯ ಪ್ರವರ್ತನೆಯೇ. ಸಂಭ್ರಮಿಸುವುದು. ಸಾಮಾನ್ಯವಾಗಿ ನಾವು ಬದಲಾವಣೆಗಾಗಿ ಋಣಾತ್ಮಕ ವಿಧಾನಗಳಾದ, ಬೆದರಿಕೆ, ಒತ್ತಡ ಮತ್ತು ಭಯ ಹುಟ್ಟಿಸುವಂತೆ ವರ್ತಿಸುತ್ತೇವೆ. ಆದರೆ ನಿಜವಾದ ಯಶಸ್ಸು ಸ್ವೀಕರಣೆ, ಕರುಣೆ ಮತ್ತು ಪರಿಣಾಮಕಾರಿಯಾದ ವಿಧದಲ್ಲಿ ಬೆಂಬಲವನ್ನು ನೀಡುವುದರಲ್ಲಿ ಅಡಗಿದೆ.

ಇದು ಅರ್ಥಪೂರ್ಣ, ಅಲ್ಲವೇ? ಹೌದು ನಿಜಕ್ಕೂ.

ವಯಸ್ಕರು ತಮಗೆ ತೋಚಿದಂತೆ ವರ್ತಿಸುತ್ತಾರೆ. ನಿಮ್ಮ ಶಕ್ತಿಯಿರುವುದು ಧನಾತ್ಮಕ ಪ್ರೇರಣೆಯಲ್ಲಿ.

ಲೆಟ್ ದೆಮ್. ಮತ್ತು *ಲೆಟ್* ಮಿ ಬದಲಾವಣೆಗೆ ವಿಜ್ಞಾನವನ್ನು ಬಳಸುವೆ. *ಲೆಟ್ ದೆಮ್* ನಿಮಗೆ ಭಾವನೆಗಳಿಂದ ಮತ್ತು ಮುರಿದು ಹೋದ ಸಂಪರ್ಕವನ್ನು ಬೆಸೆಯಲು ಸಹಕರಿಸುತ್ತದೆ.

ಅದೇ ವೇಳೆ *ಲೆಟ್* ಮಿ ನೀವು ಪ್ರೀತಿಸುವ ಮಂದಿಯಲ್ಲಿ ಧನಾತ್ಮಕ ಬದಲಾವಣೆಗೆ ಕಾರಣವಾಗುತ್ತದೆ.

ಅವರು ತಕ್ಷಣವೇ ಬದಲಾಗಬಹುದು. ಒಂದು ವಾರದಲ್ಲಿ ಬದಲಾಗಬಹುದು. ಕೆಲವು ತಿಂಗಳುಗಳೇ ಬೇಕಾಗಬಹುದು. ವರ್ಷಗಟ್ಟಲೆ ಸಮಯವೂ ಬೇಕಾಗುವ ಸಾಧ್ಯತೆ ಇಲ್ಲದಿಲ್ಲ. ಯಾವತ್ತೂ ಅವರು ಬದಲಾಗದೇ ಉಳಿಯುವ ಸಾಧ್ಯತೆಯೂ ಇರುತ್ತದೆ.

ಅದು ಸಮಂಜಸವೇ ಬಿಡಿ.

ಈ ಪುಸ್ತಕದಲ್ಲಿ ನೀವು ಎಬಿಸಿ ಲೂಪ್‌ನ್ನು ಬಳಸುವಾಗ ಆರು ತಿಂಗಳ ಕಾಲ ದೂರಕ್ಕೆ ಉಳಿಯುವಾಗ ಧನಾತ್ಮಕ ಬದಲಾವಣೆ ಕಾಣಿಸದಿರುವ ಬಗೆಗೆ ವಿಶ್ಲೇಷಣೆ ನಡೆಸಿದ್ದೇವೆ. ಹಾಗಿದ್ದಾಗ ಇದೊಂದು ಪರಿಣಾಮಕಾರಿ ವಿಧಾನವೇ ಅಲ್ಲವೇ ಎಂಬುದನ್ನು ನಿರ್ಧರಿಸಲು ಅವಕಾಶ ಆಗುತ್ತದೆ. ನೀವು ಸದಾ ಆ ವ್ಯಕ್ತಿಯ ಬಗೆಗೆ ಸದಾ ದೂರುತ್ತಿರುವ ಪ್ರಮೇಯವಿದ್ದರೆ, ಅಂತಹ ಸಂಬಂಧದಲ್ಲಿ ಮುಂದುವರಿಯುವುದು ದುಸ್ತರವೇ ಸರಿ. ಯಾವುದೇ ಉತ್ತಮ ಮಜಲಿಗೆ ಸಾಗುವ ಬಲವನ್ನು ನೀವೇ ಇಟ್ಟುಕೊಂಡಿರುತ್ತೀರಿ. ಅಥವಾ ಅದು ಹೇಗಿದೆಯೋ ಹಾಗೆಯೇ ಮುಂದುವರಿಯಲಿ ಎಂದೂ ತೀರ್ಮಾನಿಸಬಹುದು. ಸಂಬಂಧಗಳಲ್ಲಿ ನೀವು ಮಾಡಬಹುದಾದ ಅತ್ಯಂತ ಮುಖ್ಯವಾದ ಬದಲಾವಣೆಯೊಂದಿದೆ, ಅದುವೇ: ನೀವು. ನೀವು ಪರಿಸ್ಥಿತಿಗೆ ಅನುಗುಣವಾಗಿ ಬದಲಾಗಬಹುದು. ನೀವು ಪ್ರೀತಿಸುವ ವ್ಯಕ್ತಿಯ ಮೇಲಿನ ಒತ್ತಡವನ್ನು ನಿಲ್ಲಿಸಿ ಹೆಚ್ಚು ಪ್ರೀತಿಯನ್ನು ನೀಡಬಹುದು.

ಅದರಿಂದ ನೀವು ಪ್ರೇರಣಾತ್ಮಕವಾಗಬಹುದು.

ಅಂತಹ ಸ್ಥಿತಿಯಲ್ಲಿ ನೀವು ಸುಗಮವಾಗಿ ನಿರ್ವಹಿಸಿದರೆ, ನೀವು ಪ್ರೀತಿಸುವ ವ್ಯಕ್ತಿಯ ಜೊತೆಗಿನ ಘರ್ಷಣೆಯನ್ನು ನಿವಾರಿಸಬಹುದು. ನಿಮ್ಮ ಸಂಬಂಧ ಇನ್ನಷ್ಟು ಶಕ್ತಿಯುತವಾಗಿ ಪರಿಣಮಿಸಬಹುದು.

ಆದರೆ ನಿಮ್ಮ ಪ್ರೀತಿ ಏರುಪೇರಾಗುವ ಸ್ಥಿತಿಯಲ್ಲಿದ್ದರೆ ಏನಾಗಬಹುದು? ಲೆಟ್ ದೆಮ್ ಎನ್ನುತ್ತ ನೀವು ಆತನಿಗೆ ಕುಡಿಯಲು ಬಿಡುವುದು ತರವೇ? ಉದ್ವಿಗ್ನ ಮನಃಸ್ಥಿತಯಲ್ಲೇ ಆತ ಹಾಸಿಗೆಯಲ್ಲಿ ಬಿದ್ದುಕೊಂಡಿರುವಂತೆ ಬಿಟ್ಟುಬಿಡುವುದು ಸರಿಯೇ? ಲೆಟ್ ದೆಮ್ ಎನ್ನುತ್ತ ನೀವು ಅವರಿಂದ ದೂರಕ್ಕೆ ಉಳಿಯುವುದು ಸರಿಯೇ?

ಈ ಪುಸ್ತಕದ ಸಂಶೋಧನೆಯ ಸಮಯದಲ್ಲಿ ಈ ವಿಚಾರವಾಗಿ ಮತ್ತೆ ಮತ್ತೆ ನಾನು ಪರಿಶೀಲಿಸಿದ್ದೇನೆ.

ಮುಂದಿನ ಅಧ್ಯಾಯದಲ್ಲಿ ಒದ್ದಾಡುತ್ತಿರುವ ವ್ಯಕ್ತಿಗೆ ನೀವು ಬೆಂಬಲವಾಗಿ ಹೇಗೆ ನಿಲ್ಲಬಹುದು, ಲೆಟ್ ದೆಮ್ ಸಿದ್ಧಾಂತದಲ್ಲಿ ಹೊಸ ಆವಿಷ್ಕಾರಗಳನ್ನು ಬಳಸಿ ಹೇಗೆ ನೀವು ಸಮಸ್ಯೆಯನ್ನು ಬಗೆಹರಿಸಬಹುದೆಂಬುದನ್ನು ನೀವು ಕಲಿಯುವಿರಿ.

ಆದರೆ ಮೊದಲಿಗೆ ಅನ್ಯ ಜನರನ್ನು ಹೇಗೆ ಬದಲಾಯಿಸಲು ಪ್ರೇರಣೆ ನೀಡುವುದೆಂದು ಸಂಕ್ಷಿಪ್ತವಾಗಿ ನೋಡೋಣ. ಹೌದು, ನಿಮ್ಮ ಬದುಕಿನಲ್ಲಿರುವ ವ್ಯಕ್ತಿಗಳನ್ನು ನೀವು ಬದಲಿಸಬೇಕಿದೆ.

ಆದರೆ ಒತ್ತಡವನ್ನು ಹೇರಿದರೆ ಅದಕ್ಕೆ ಪ್ರತಿರೋಧ ಬರುತ್ತದೆ. ಲೆಟ್ ದೆಮ್ ಸಿದ್ಧಾಂತ ನಿಮಗೆ ಇತರರನ್ನು ಸ್ವೀಕರಿಸಲು ಪ್ರೇರೇಪಿಸುತ್ತದೆ. ನಿಮ್ಮದೇ ಬೆಳವಣಿಗೆಯ ಮೇಲೆ ಗಮನ ಕೇಂದ್ರೀಕರಿಸಿ. ನಂತರ ಒತ್ತಡದ ಬದಲು ನಿಮ್ಮ ಧನಾತ್ಮಕ ಪ್ರೇರಣೆಯ ಮೂಲಕ ಬದಲಾವಣೆಗೆ ಅನುವು ಮಾಡಿಕೊಡಿ.

1. **ಸಮಸ್ಯೆ:** ಒತ್ತಡ ಬದಲಾವಣೆಗೆ ಅನುವಾಗುವುದಿಲ್ಲ; ಅದು ಪ್ರತಿರೋಧವನ್ನು ಉಂಟುಮಾಡುತ್ತದೆ. ನೀವು ಉತ್ತಮ ಇರಾದೆಯಿಂದ ಕಾರ್ಯಪ್ರವೃತ್ತರಾದರೂ ಫಲಿತಾಂಶ ಕೆಟ್ಟದಾಗಿ ಪರಿಣಮಿಸುತ್ತದೆ. ನೀವು ನಿಮ್ಮ ಸಂಬಂಧವನ್ನು ಹದಗೆಡಿಸುವುದಷ್ಟೇ ಅಲ್ಲ, ಆ ಇನ್ನೊಬ್ಬನ ಆಂತರಿಕ ಜಂಜಾಟದ ಮೂಲಕ ಆತನ ಮಿದುಳು ಮತ್ತು ಶರೀರಕ್ಕೆ ಧಕ್ಕೆಯುಂಟು ಮಾಡುತ್ತೀರಿ. ನಿಮ್ಮ ಅಣತಿಯಂತೆ, ನೀವು ಹೇಳಿದಂತೆ ಆತ ಕೇಳದಿರುವುದರಿಂದಲೇ ಅಷ್ಟೆಲ್ಲ ಹತಾಶೆಯೂ ಆತಂಕವೂ ಉಂಟಾಗುತ್ತಿದೆ ಎಂದು ನೀವು ಭಾವಿಸುತ್ತೀರಿ. ಅದು ಶುದ್ಧ ತಪ್ಪು. ನಿಮ್ಮ ಒತ್ತಡದಿಂದಾಗಿಯೇ ಆತಂಕ ಮತ್ತು ಅಸಮರ್ಪಕ ಸಂಪರ್ಕ ಉಂಟಾಗುತ್ತದೆ.

2. **ಸತ್ಯ:** ವಯಸ್ಕರು ತಮಗೆ ತೋಚಿದಾಗ ಮಾತ್ರವೇ ಬದಲಾಗುತ್ತಾರೆ. ಮನುಷ್ಯನ ಪ್ರವೃತ್ತಿಯಲ್ಲಿ ಬದುಕುಳಿಯುವ ಒಂದು ಸುಸ್ಥಿರತೆ ಯಾವತ್ತೂ ಇದ್ದಿರುತ್ತದೆ. ಅದರಿಂದ ಅವನ ಪ್ರತಿಯೊಂದು ಕ್ರಿಯೆಯೂ ಸ್ವತಂತ್ರವಾಗಿ ನಿಯಂತ್ರಿತವಾಗಿರುತ್ತದೆ. ಯಾರಾದರೂ ತಮಗೆ ಒತ್ತಡ ಹೇರಿ ಏನನ್ನಾದರೂ ಮಾಡಲು ಒತ್ತಾಸೆ ಮಾಡಿದರೆ, ಅದು ಹಿಂದಕ್ಕೆ ಹೊಡೆಯುವಂತಾಗುತ್ತದೆ– ಆಗ ನೀವು ನಿಯಂತ್ರಣದ ಒಂದು ಸಮರದಲ್ಲಿ ಬಂಧಿಯಾದಂತೆ ತೋರುತ್ತದೆ. ಮನುಷ್ಯ ಜೀವಿ ಪ್ರೀತಿ ಮತ್ತು ಸ್ವೀಕೃತಿಗೆ ಹಾತೊರೆಯುತ್ತಾನೆ. ಅವರು ತಮ್ಮಷ್ಟಕ್ಕೇ ತಮ್ಮ ಯೋಚನೆಗಳನ್ನು, ಕಾರ್ಯಗಳನ್ನು ಮತ್ತು ನಿರ್ಧಾರಗಳನ್ನು ನಿಯಂತ್ರಿಸಲು ಬಯಸುತ್ತಾರೆ. ನಿಮ್ಮ ಪ್ರೇರಣೆಯಲ್ಲಿಯೇ ನಿಮ್ಮ ಶಕ್ತಿಯಿರುವುದು.

3. **ಪರಿಹಾರ:** ಲೆಟ್ ದೆಮ್ ಸಿದ್ಧಾಂತವನ್ನು ಬಳಸಿ, ಪ್ರೇರಣೆಯ ನಿಯಮವನ್ನು ಅದರಷ್ಟಕ್ಕೇ ಸ್ವಯಂಪ್ರೇರಿತವಾಗಿ ಕಾರ್ಯರೂಪಕ್ಕೆ ಬಂದು ಸೂಕ್ತ ಬದಲಾವಣೆಗೆ ಅನುವಾಗುತ್ತದೆ. ಮುಕ್ತವಾಗಿ ಪ್ರಶ್ನೆಗಳನ್ನು ಕೇಳುತ್ತ, ಎಬಿಸಿ ಲೂಪ್‌ನ್ನು ಬಳಸಿ, ಬದಲಾವಣೆಗೆ ವರ್ತನೆಯ ಮಾದರಿಯಾಗಿ, ಪ್ರಗತಿಯನ್ನು ಸಂಭ್ರಮಿಸುತ್ತ ನೀವು ನಿಮ್ಮ ಶಕ್ತಿಯನ್ನು ಉಪಯೋಗಿಸಿ ಅನ್ಯರನ್ನು ಬದಲಾಯಿಸಲು ಯತ್ನಿಸಿದ್ಧೀರಿ. ಈ ಅಭ್ಯಾಸದ ಮುಖ್ಯ ಉದ್ಧೇಶವೆಂದರೆ, ಬದಲಾವಣೆ ತಯಾರಾಗಿದ್ದು ಆ ವ್ಯಕ್ತಿಯ ಕಲ್ಪನೆಯೇ ಆಗಿತ್ತು ಎಂಬುದನ್ನು ಸಾಬೀತು ಪಡಿಸುವುದು. ನಿಮ್ಮ ಪ್ರಯತ್ನವಲ್ಲ.

ನೀವು *ಲೆಟ್ ದೆಮ್* ಹೇಳುವಾಗ, ಅನ್ಯ ವ್ಯಕ್ತಿಯನ್ನು ಅವರು ಹೇಗಿದ್ದಾರೆ ಹಾಗೆಯೇ ಸ್ವೀಕರಿಸುತ್ತೀರಿ ಎಂದರ್ಥ, ಮತ್ತು ಆತಂಕವನ್ನು ಮತ್ತು ಒತ್ತಡವನ್ನು ನೀಗಿಸಿರುತ್ತೀರಿ, ಮತ್ತು ಅವರು ತಾವು ಹೇಗೆ ಜೀವಿಸಿದ್ದರೋ ಹಾಗೆಯೇ ಜೀವನ ನಡೆಸುವುದರ ಮೇಲೆ ಅವರಿಗೆ ನಿಯಂತ್ರಣವಿರಲಿ ಎಂದ ಹಾಗಾಗುತ್ತದೆ. ನೀವು *ಲೆಟ್ ಮಿ* ಎನ್ನುವಾಗ, ನೀವು ನಿಮ್ಮ ಅನುಕೂಲಕ್ಕಾಗಿ ನ್ಯೂರೋ ಸಯನ್ಸ್‌ನ್ನು ಉಪಯೋಗಿಸುತ್ತೀರಿ. ಹಾಗೆಯೇ ನಿಮ್ಮ ಪ್ರೇರಣೆಯ ಶಕ್ತಿಯನ್ನು ಬಳಸಿ ಇನ್ನೊಬ್ಬರನ್ನು ಬದಲಿಸಲು ಯತ್ನಿಸುತ್ತೀರಿ.

ವಯಸ್ಕರು ವಯಸ್ಕರಾಗೇ ಇರಲಿ, ಮತ್ತು ನಿಮ್ಮ ಪ್ರಭಾವ ಅವರನ್ನು ಬದಲಾಗುವಂತೆ ಮಾಡಲಿ.

ಹೋರಾಡುವ ಮಂದಿಗೆ ಸಹಾಯ ನೀಡುವುದು

ಅಧ್ಯಾಯ 16

ನೀವೆಷ್ಟು ರಕ್ಷಿಸಲು ಯತ್ನಿಸುವಿರೋ, ಅಷ್ಟೇ ಅವರು ಮುಳುಗುತ್ತಾರೆ

ನೀವೇನು ಯೋಚಿಸುತ್ತಿದ್ದೀರಿ ಎಂದು ನಾನು ಬಲ್ಲೆ: ವಯಸ್ಕರು ವಯಸ್ಕರಾಗೇ ಇರಲಿ ಎಂದೇ? ಆದರೆ ಬದಲಾಗಬೇಕೆಂದು ನೀವೆಣಿಸುವ ವ್ಯಕ್ತಿ ಗಂಭೀರವಾದ ತೊಂದರೆಯಲ್ಲಿ ಸಿಲುಕಿಕೊಂಡಿದ್ದರೆ? ನಾನೇನು ಮಾಡಲಿ, ಅವರನ್ನು ಒದ್ದಾಡಲು ಬಿಡಲೇ? ಅವರು ಕುಡಿದು ಡ್ರೈವ್ ಮಾಡುತ್ತಿರಲೇ?

ಹಾಗಲ್ಲ.

ಯಾರಾದರೂ ಅಪಾಯಕಾರಿಯಾದ ಅಥವಾ ಸ್ವಯಂ ವಿನಾಶಕಾರಿ ಕಾರ್ಯದಲ್ಲಿ ತೊಡಗಿದ್ದರೆ, ಅವರನ್ನು *ಲೆಟ್ ದೆಮ್* ಎನ್ನುತ್ತ ಹಾಗೆಯೇ ಬಿಡಲಾದೀತೇ? ನೀವು ಮುಂದಕ್ಕೆ ನುಗ್ಗಿ, ಕೀಲಿಕೈಯನ್ನು ಕೈಗೆ ತೆಗೆದುಕೊಳ್ಳಿ, ಅಥವಾ ಏನು ಸಹಾಯ ಮಾಡಬೇಕೋ ಅದನ್ನೆಲ್ಲಾ ಮಾಡಿ. ಯಾಕೆಂದರೆ ನೀವು ಮಾಡುವ ಸಹಾಯ ಅವರ ಜೀವವನ್ನು ಉಳಿಸಬಹುದು. ಅದು ಸಹಾಯಕ್ಕೆ ಕರೆ ಇರಬಹುದು, ಪೊಲೀಸ್‌ಗೆ ಕರೆಯಬಹುದು, ಡ್ರೈವ್ ನೀವೇ ಮಾಡಿ ಗಾಡಿ ಓಡಿಸಬಹುದು, ಅಥವಾ ಆ ಸಂದಿಗ್ಧ ಪರಿಸ್ಥಿತಿಯಲ್ಲಿ ಅವರು ಸುರಕ್ಷಿತರೆಂದು ತಿಳಿಯುವವರೆಗೆ ಅವರೊಂದಿಗೆ ಇರಬಹುದು.

ಸಮಸ್ಯೆ ಎಂದರೆ ಬಹುತೇಕ ತೊಂದರೆಯಲ್ಲಿರುವ ಜನರು ಅದನ್ನು ನಿಮ್ಮಿಂದ ಮರೆಮಾಚುವರು. ಡ್ರಗ್ಸ್‌ನ್ನು ಅವರು ನಿಮ್ಮ ಮುಂದೆ ಸೇವಿಸಲಾರರು, ಅವರು ನಿಮಗೆ ಸುಳ್ಳು ಹೇಳಬಹುದು. ನಿಮ್ಮೆದುರು ಧೈರ್ಯದ ಮುಖವಾಡವನ್ನು ಹಾಕಿಕೊಂಡು ರಹಸ್ಯವಾಗಿ ಖಿನ್ನತೆಯಿಂದ ಒದ್ದಾಡುತ್ತಿರಬಹುದು.

ಅಂತಹ ವ್ಯಕ್ತಿಗಳ ಜೊತೆಗಿನ ಸಮಸ್ಯೆ ಎಂದರೆ, ಅವರೆಷ್ಟು ಪ್ರಮಾಣದಲ್ಲಿ ತೊಂದರೆಯನ್ನು ಅನುಭವಿಸುತ್ತಿದ್ದಾರೆ ಎಂಬುದನ್ನು ತಿಳಿಯುವುದು, ಅದು ಗಂಭೀರ ಪರಿಸ್ಥಿತಿಗೆ ಹೋಗುವ ಮುನ್ನ, ಅಥವಾ ಅದು ತುಂಬ ವಿಳಂಬವಾಗಿರುವ ಸಾಧ್ಯತೆ ಇರುವಾಗ. ನನಗೆ ಗೊತ್ತು, ಕನಿಷ್ಠ ಒಬ್ಬ ವ್ಯಕ್ತಿಯಾದರೂ ನಿಮ್ಮ ಬದುಕಿನಲ್ಲಿ ಒದ್ದಾಡುತ್ತಿರಬಹುದು, ಮತ್ತು ಅವರ

ಕುರಿತಂತೆ ನಿಮಗೆ ಯಾವುದೇ ಮಾಹಿತಿ ಇದ್ದಿರುವುದಿಲ್ಲ. ಜನರು ಒದ್ದಾಡುತ್ತಿರುವಾಗ, ಅವರು ನಾಚಿಕೆಪಟ್ಟುಕೊಳ್ಳುತ್ತಾರೆ ಮತ್ತು ಹಾಗಿಲ್ಲವೆಂದು ನಿರಾಕರಿಸುತ್ತಾರೆ. ಅವರು ತಾನೊಂದು ಹೊರೆ ಎಂಬುದಾಗಿ ಭಾವಿಸುತ್ತಾರೆ ಮತ್ತು ತಾವು ಎಲ್ಲರನ್ನೂ ಕೈಬಿಡುತ್ತಿದ್ದೇವೆ ಎಂದು ಅವರು ತಿಳಿಯುತ್ತಾರೆ. ಅದರಿಂದಾಗಿಯೇ ಜನರು ಸಹಾಯವನ್ನು ಯಾಚಿಸುವುದಿಲ್ಲ ಅಥವಾ ತಮ್ಮ ಗುಟ್ಟನ್ನು ಯಾರಿಗೂ ಬಿಟ್ಟುಕೊಡುವುದಿಲ್ಲ. ಪ್ರೇಮಪಾಶದಲ್ಲಿ ಬಿದ್ದು ಮಾನಸಿಕವಾಗಿ ಬಳಲುವವರು, ಅಥವಾ ವ್ಯಥೆಯಲ್ಲಿ ಮುಳುಗಿರುವವರು, ಅಥವಾ ಮಾದಕ ವಸ್ತುಗಳ ವ್ಯಸನಿಗಳು ನಿಮ್ಮ ಬದುಕಿನಲ್ಲಿ ಎದುರಿಸಬಹುದಾದ ಅತ್ಯಂತ ದುಸ್ತರ ಉದಾಹರಣೆಗಳು. ಇನ್ನೂ ದುಸ್ತರವಾದ ಸತ್ಯವೆಂದರೆ: ಅವರ್‍ಯಾರೂ ಸುಸ್ಥಿತಿಗೆ ಬರಲು, ವಿಧೇಯರಾಗಲು, ಕೆಲಸ ಮಾಡಲು, ತಮ್ಮ ಸಲಕರಣೆಗಳನ್ನು ಉಪಯೋಗಿಸಲು ಸಿದ್ಧರಿರುವುದಿಲ್ಲ. ಎಲ್ಲರಿಗೆ ಹಾಗಿರಲು ಸಾಧ್ಯವಿಲ್ಲ. ಎಲ್ಲಿಯವರೆಗೆ ನೀವು ಯಾರನ್ನಾದರೂ ಪ್ರೀತಿಸುತ್ತೀರಿ ಮತ್ತು ಅವರಲ್ಲಿ ನಿಮಗೆ ಭರವಸೆ ಇದ್ದಿರುತ್ತದೆಯೋ, ಮತ್ತು ಜಗತ್ತಿನಲ್ಲಿ ನೀವು ಅವರಿಗಾಗಿ ಏನು ಮಾಡಲೂ ಸಿದ್ಧರಿರುತ್ತೀರೋ, ಅಲ್ಲಿಯವರೆಗೆ ನೀವು ಅವರ ಆರೋಗ್ಯವನ್ನು ಕಾಪಾಡಲು ಹೆಣಗಾಡುವಿರಿ.

ಪುಸ್ತಕದ ಈ ವಿಭಾಗದಲ್ಲಿ ನೀವು ಸಹಾಯ ಮಾಡುವ ನಿಟ್ಟಿನಲ್ಲಿ ಕಾರ್ಯತತ್ಪರ-ರಾಗುವುದರಿಂದ, ಇತರ ವಯಸ್ಕರು ತಮ್ಮ ಜಂಜಾಟವನ್ನು ಎದುರಿಸಲು ಬೇಕಾದ ಶಕ್ತಿಯನ್ನು ತಡೆಗಟ್ಟಿದಂತಾಗುತ್ತದೆ. ಯಾರದೇ ಸಮಸ್ಯೆಯನ್ನು ನೀವು ಪರಿಹರಿಸಲು ಯತ್ನಿಸಿದಷ್ಟೂ ಸಮಯ, ಆ ಸಮಸ್ಯೆಯಲ್ಲಿ ಅವರು ಇನ್ನಷ್ಟೂ ಮುಳುಗಿಹೋಗುವ ಸಾಧ್ಯತೆಯೇ ಹೆಚ್ಚು. ಅವರ ಕ್ರಿಯೆಗಳ ಪರಿಣಾಮದಿಂದಾಗಿರುವ ಸ್ವಾಭಾವಿಕ ರೀತಿಯ ಪರಿಣಾಮಗಗಳನ್ನು ಅವರೇ ಎದುರಿಸಲಿ ಎಂದು ಬಿಟ್ಟರೆ ಅದು ಗುಣವಾಗುವ ಸಾಧ್ಯತೆಯೇ ಹೆಚ್ಚು. ನಿಜವೆಂದರೆ, ವಯಸ್ಕರು ತಮಗೇ ಕೆಲಸಕ್ಕೆ ಬಿಟ್ಟರೆ ಉತ್ತಮ ಸ್ಥಿತಿಯನ್ನು ಅನುಭವಿಸುತ್ತಾರೆ ಮತ್ತು ಅವರಿಗಿಂತಲೂ ಮೊದಲೇ ನೀವಲ್ಲಿ ಸಹಾಯಕ್ಕೆ ಹಾಜರಿರುತ್ತೀರಿ. ಇದು ತುಸು ಕಟುವಾಗಿದೆ ಎಂದೆನಿಸಿದರೂ ಸತ್ಯವೇ.

ನೀವು ಮತ್ತು ನಾನು ಸಂಬಂಧಗಳ ಕುರಿತು, ಮನುಷ್ಯ ಸ್ವಭಾವದ ಬಗೆಗೆ ಮತ್ತು ಗೆಳೆತನದ ಬಗೆಗೆ ಈವರೆಗೆ ಕಲಿತ ಎಲ್ಲಾ ಜಾಣ್ಮೆಯನ್ನು ಉಪಯೋಗಿಸಲು ಯತ್ನಿಸುತ್ತೇವೆ, ಅದೂ ಅತ್ಯಂತ ಕ್ಲಿಷ್ಟ ಸನ್ನಿವೇಶಗಳಲ್ಲಿ.

ಅವರು ಸ್ವತಃ ಕ್ರಿಯಾತ್ಮಕವಾಗಿದ್ದರೆ ಚೆನ್ನಾಗಿರುತ್ತಾರೆ ಎಂದು ತಿಳಿದಿರುವಾಗಲೂ, ನೀವು ಅವರಿಗೆ ಬೆಂಬಲ ನೀಡುವಲ್ಲಿ ಹಿಂದೇಟು ಹಾಕಲಾರಿರಿ.

ನಾವು ತೀರ್ಮಾನಕ್ಕೆ ಬರುವ ಮುನ್ನ ಒಂದು ವಿಚಾರವನ್ನು ಜ್ಞಾಪಕದಲ್ಲಿ ಇಟ್ಟುಕೊಳ್ಳುವುದು ವಿಹಿತ: ಹೆಣಗಾಡುವ ವಯಸ್ಕರಿಗೂ ಹೆಣಗಾಡುವ ಮಕ್ಕಳಿಗೂ ಬಹಳಷ್ಟು ವ್ಯತ್ಯಾಸಗಳಿರುತ್ತವೆ. ನೀವು ಒಂದು ಮಗುವಿನ ವಿಷಯದಲ್ಲಿ ಕಾಳಜಿ ವಹಿಸುವಾಗ, ಅದರ ಭಾವನಾತ್ಮಕ, ಆರ್ಥಿಕ ಮತ್ತು ದೈಹಿಕ ಆಶ್ರಯಕ್ಕೆ ಬಾಧ್ಯರಾಗಿರುತ್ತೀರಿ.

ಆದರೆ ವಯಸ್ಕರಲ್ಲಿ ಅದು ಬೇಕಿಲ್ಲ.

ಗುಣಪಡಿಸುವಿಕೆಯ ದುಸ್ತರ ಸತ್ಯ

ಈಗಾಗಲೇ ನೀವು ಕಲಿತಿರುವಂತೆ, ಬದಲಾವಣೆಗಾಗಿ ಒತ್ತಡ ಹೇರುವುದರಿಂದ ಮತ್ತು ನಿಮ್ಮ ಹತಾಶೆ ಹಾಗೂ ತೀರ್ಮಾನಗಳು ಪರಿಸ್ಥಿತಿಯನ್ನು ಇನ್ನಷ್ಟು ಹದಗೆಡಿಸುವಂತಾಗುತ್ತದೆ. ನೀವೆಷ್ಟು ಬಲವಂತದಿಂದ ಕಾರ್ಯವೆಸಗುವಿರೋ ಅಷ್ಟೇ ಅವಮಾನ ಮತ್ತು ದೌರ್ಬಲ್ಯವನ್ನು ಆ ವ್ಯಕ್ತಿ ಅನುಭವಿಸುತ್ತಾನೆ.

ಜನರು ಸಿದ್ಧರಿರುವಾಗಷ್ಟೇ ಗುಣಮುಖರಾಗುತ್ತಾರೆ. ಅವರು ಗುಣಮುಖರಾಗಿಲ್ಲ ಎಂದೆನಿಸಿದರೆ ಅವರು ಸಿದ್ಧರಿಲ್ಲ ಎಂದರ್ಥ. ನೀವು ಪ್ರೀತಿಸುವ ವ್ಯಕ್ತಿ ಆಂತರಿಕ ಜಂಜಾಟದಲ್ಲಿ ಬಳಲುತ್ತಿದ್ದರೆ, ಅವರು ನಿಮ್ಮಲ್ಲಾಗಲೀ, ಮಕ್ಕಳಲ್ಲಾಗಲೀ ಅಥವಾ ಕುಟುಂಬದಲ್ಲಾಗಲೀ ಉತ್ತಮ ರೀತಿಯಿಂದ ವರ್ತಿಸಲಾರರು. ಇದು ನಿಮಗೆ ಅರ್ಥವಾಗದು. ನಿಮಗನಿಸಬಹುದು ನೀವು ಅದೇ ಪರಿಸ್ಥಿತಿಯಲ್ಲಿದ್ದರೆ ಬೇರೆಯೇ ರೀತಿಯಲ್ಲಿ ವರ್ತಿಸುತ್ತಿದ್ದಿರಿ ಅಂತ. ಅದೇನು ಅಷ್ಟು ಮುಖ್ಯವಲ್ಲ. ನಿಮ್ಮೆಲ್ಲ ಅಭಿಪ್ರಾಯಗಳು ತೀರ್ಮಾನಗಳಾಗಿರುತ್ತವೆ. ಮತ್ತು ಅವರ ಕುರಿತಾದ ಆ ತೀರ್ಮಾನ ಮತ್ತು ಸಮಸ್ಯೆಗೆ ಅವರೇನು ಮಾಡಬೇಕೆಂದು ನೀವು ಗ್ರಹಿಸುತ್ತೀರೋ, ಅವೆಲ್ಲ ಒಂದು ವಿಧದಲ್ಲಿ ಒತ್ತಡವಾಗಿಯೇ ಪರಿಣಮಿಸುತ್ತದೆ.

ನಿಮ್ಮ ತೀರ್ಮಾನಕ್ಕೆ ಒಂದು ರಹದಾರಿ ಬೇಕಿದೆ–ಓರ್ವ ಥೆರಾಪಿಸ್ಟ್ ರೂಪದಲ್ಲಿ ಅಥವಾ ಒಬ್ಬ ಗೆಳೆಯನ ತಳಹದಿಯಲ್ಲಿ– ಇಲ್ಲವಾದರೆ ಅದು ಪರಿಣಾಮವನ್ನು ಕಳಕೊಳ್ಳುತ್ತದೆ. ಒದ್ದಾಟದ ಸಮಯದಲ್ಲಿ ಆ ವ್ಯಕ್ತಿಗೆ ಸ್ವೀಕರಣೆಯ ಬೆಂಬಲ ಬೇಕಿರುತ್ತದೆ. *ಲೆಟ್ ದೆಮ್* ಹೋರಾಡಲಿ ಎನ್ನುವಂತೆ.

ಜನರು ಸಿದ್ಧರಿರುವಾಗಷ್ಟೇ ಗುಣಮುಖರಾಗುತ್ತಾರೆ. ಇವೆಲ್ಲ ಗಾಢವಾಗಿ ವೈಯಕ್ತಿಕ, ಕಷ್ಟಕರ ಸಮರಗಳು... ಮತ್ತು ಅವುಗಳ ವಿರುದ್ಧವಾಗಿ ಹೋರಾಡಬೇಕೆಂದರೆ ಅವರು ಅದಕ್ಕೆ ತಯಾರಾಗಿರಬೇಕು. ನೀವು ಅವರನ್ನು ಸಮರಕ್ಕೆ ಅಣಿಗೊಳಿಸಲಾರಿರಿ. ಅವರು ಮೃದುವಾಗುವಂತೆ ನಿಮಗೆ ಮಾಡಲಾಗದು. ಅವರನ್ನು ಆರ್ಥಿಕವಾಗಿ ಸಬಲರಾಗುವಂತೆ ಮಾಡಲು ನಿಮ್ಮಿಂದ ಆಗದು. ನಿಮ್ಮಿಂದ ಅವರನ್ನು ಗುಣಮುಖರಾಗಿಸಲು ಸಾಧ್ಯವಿಲ್ಲ.

ಹೌದು, ಅವರಿಗೆ ನಿಮ್ಮ ಪ್ರೀತಿ ಮತ್ತು ಆಸರೆಯ ಅಗತ್ಯವಿದೆ. ಆದರೆ ಇಲ್ಲಿದೆ ನೋಡಿ ಜಟಿಲ ಸಮಸ್ಯೆ: ಅವರನ್ನು ನೀವು "ಪಾರು" ಮಾಡಿದಿರಿ ಎಂದು ಅವರಿಗೆ ಅನ್ನಿಸಬಾರದು. ನೀವೆಷ್ಟು ಅವರನ್ನು ಸಮಸ್ಯೆಯಿಂದ ಪಾರು ಮಾಡಿದಿರಿ ಎಂದು ಅವರಿಗೆ ಅನ್ನಿಸುತ್ತದೆಯೋ ಅಷ್ಟೇ ಅವರು ಆ ಹೋರಾಟದಲ್ಲಿ ಆಳಕ್ಕೆ ಮುಳುಗಿಹೋಗುತ್ತಾರೆ. ಅವರ ಸ್ವಭಾವದ ಕುರಿತಂತೆ ನೀವೆಷ್ಟು ನಿಮ್ಮ ತೀರ್ಮಾನವನ್ನು ಕೈಗೊಳ್ಳುವಿರೋ, ಅಷ್ಟೇ ಅವರು ಸುಳ್ಳುಗಳನ್ನು ಹೇಳುತ್ತ ಹೋಗುತ್ತಾರೆ. ತಿಳಿದುಕೊಳ್ಳಿ, ಪಾರು ಮಾಡುವುದರಿಂದ ನೀವು ಅವರಿಗೆ ಆಶ್ರಯ ನೀಡಿದಿರೆಂದು ತಿಳಿಯಬೇಡಿ, ಮತ್ತು ಸ್ವಯಂ ಹಾನಿಕರ ಎನಿಸುವ ಕೆಲವರ ವರ್ತನೆ ಅವರನ್ನು ಪ್ರೀತಿಸದೆ

ಇರುವುದರಿಂದಾಗಿರುತ್ತದೆ. ಆಸರೆ ಮತ್ತು ಅವರನ್ನು ಸಶಕ್ತರನ್ನಾಗಿಸುವ ಪ್ರಕ್ರಿಯೆಯ ನಡುವೆ ಕೇವಲ ತೆಳುವಾದ ಒಂದು ಗೆರೆಯಷ್ಟೇ ಇದ್ದಿರುತ್ತದೆ.

ಸಶಕ್ತರನ್ನಾಗಿಸುವುದೆಂದರೆ ನೀವು ಯಾರದೇ ಸಮಸ್ಯಾತ್ಮಕ ವರ್ತನೆಯನ್ನು ಸಮರ್ಥಿಸುವುದು ಅಥವಾ ಅವರಿಗೆ ಸಹಾಯ ಒದಗಿಸಿ ಆಸರೆ ನೀಡುವುದು ಎಂದಾಗುತ್ತದೆ. ಉದಾಹರಣೆಗೆ, ಒಬ್ಬ ಪ್ರೌಢ ಹದಿಹರೆಯದ ಯುವಕನಿಗೆ ನೀವು ಹಣವನ್ನು ನೀಡುವಾಗ, ಆತ ತನ್ನ ಜವಾಬ್ದಾರಿಯಾದ ಉದ್ಯೋಗವನ್ನು ಅರಸದೆ ಇದ್ದರೆ ಹೇಗೆ. ರಾತ್ರಿ ಕುಡಿದು ಬಂದ ವ್ಯಕ್ತಿಯನ್ನು ಅಡಗಿಸಿ ಕೂರಿಸುವುದು, ನಿಮ್ಮ ಸಂಗಾತಿಯ ಕೋಪಕ್ಕೆ ಕ್ಷಮೆ ಯಾಚಿಸುವುದು, ಅಥವಾ ಘರ್ಷಣೆಯನ್ನು ಮರೆಮಾಚಲು ಸಮಸ್ಯೆಯನ್ನು ಕಡೆಗಣಿಸುವುದು, ಇತ್ಯಾದಿಗಳಿರುತ್ತವೆ.

ಇನ್ನೊಬ್ಬರನ್ನು ಪ್ರೀತಿಸುವುದೆಂದರೆ, ಅವರು *ಲೆಟ್ ದೆಮ್*‌ನ್ನು ಕಷ್ಟದಾಯಕ ಕ್ರಮದಿಂದ ನಿಭಾಯಿಸಬೇಕು, ಕೆಲವೊಮ್ಮೆ, ನಿಮ್ಮ ಅಧಿಕಾರವನ್ನು ಸ್ಥಾಪಿಸುವುದೆಂದರೆ, ಪ್ರತಿಯೊಬ್ಬರ ಸಮಸ್ಯೆಯನ್ನು ದೃಢೀಕರಿಸುವುದಲ್ಲ ಅಥವಾ ಅವರ ವರ್ತನೆಗೆ ನೆಪ ಹೇಳುವುದಲ್ಲ.

ನಿಮ್ಮ ಹಣ, ಮಾತು ಮತ್ತು ಕ್ರಿಯೆಗಳಿಂದ ಇನ್ನೊಬ್ಬರನ್ನು ನೀವು ಸಶಕ್ತರನ್ನಾಗಿಸಿದಾಗ, ನೀವು ಅವರಿಗೆ ಸ್ವಾತಂತ್ರ್ಯವನ್ನು ನೀಡುವ ಬದಲು ಅವರ ಗುಣಮುಖರಾಗುವ ಸಾಧ್ಯತೆಯನ್ನು ತಡೆದಂತಾಗುತ್ತದೆ. ನೀವು ಅವರ ಕಾಹಿಲೆಯನ್ನು, ಸಾಲವನ್ನು, ಅವರ ಕುಸಿತವನ್ನು, ಮುಂದುವರಿಯುವಂತೆ ಮಾಡಿದಂತಾಗುತ್ತದೆ. ನೀವು ಅವರಿಗೆ ಸುಲಭವಾಗಲಿ ಎಂದುಕೊಂಡಿರುತ್ತೀರಿ, ಆದರೆ ಅದು ನಿಜಕ್ಕೂ ಅವರಿಗೆ ದುಸ್ತರವಾಗಿ ಪರಿಣಮಿಸುವಂತಾಗುತ್ತದೆ. ಇತರ ವಯಸ್ಕರನ್ನು ಸ್ವಾಭಾವಿಕ ಪರಿಣಾಮಗಳನ್ನು ಎದುರಿಸುವಂತೆ ಮಾಡುವುದು ರೋಗ ವಾಸಿಯಾಗುವಲ್ಲಿ ಒಂದು ಮಹತ್ವದ ಬೆಳವಣಿಗೆ.

ಇತರರಿಗೆ ಸಹಾಯ ಮಾಡುವುದೆಂದರೆ ಅವರ ಸಮಸ್ಯೆಯನ್ನು ಪರಿಹರಿಸುವುದಲ್ಲ ಎಂದು *ಲೆಟ್ ದೆಮ್* ಕಲಿಸುತ್ತದೆ. *ಲೆಟ್ ದೆಮ್* ಮೂಲಕ ನೀವು ಅವರಿಗೆ ಅವಕಾಶ, ಆಶ್ರಯ ಮತ್ತು ವಾಸಿಯಾಗಲು ಬೇಕಾದ ಸಲಕರಣೆಗಳನ್ನು ಒದಗಿಸುವುದಷ್ಟೇ.

ನೀವು ಅತ್ಯಂತ ಪ್ರೀತಿಸುವ ವ್ಯಕ್ತಿಯ ಜೊತೆಗೆ ಆಟ ಆಡುವುದೆಂದು ಬಗೆಯಿರಿ. ಆಶ್ರಯ ನೀಡುವುದೆಂದರೆ ಅವರಿಗೆ ಮತ್ತೆ ಮತ್ತೆ ಚೆಂಡನ್ನು ಎಸೆಯುವುದು. ಆದರೆ ಅವರು ಅದನ್ನು ಹಿಡಿಯಲು ಯತ್ನಿಸಬೇಕು ಮತ್ತು ಮೈದಾನದ ಕೆಳಕ್ಕೆ ಓಡಿಹೋಗಬೇಕು. ಸಶಕ್ತರಾಗಿಸುವುದೆಂದರೆ ನೀವೇ ಚೆಂಡನ್ನು ಬಾಚಿ ಹಿಡಿದುಕೊಂಡು ಮೈದಾನದ ಕೆಳಕ್ಕೆ ಓಡಿಹೋಗುವುದು, ಅವರಿಗೆ ಅದು ಸಾಧ್ಯವಾಗದೆ ಇರುವ ಸಂದರ್ಭದಲ್ಲಿ.

ಅವರು ಚೆಂಡನ್ನು ಕೆಳಕ್ಕೆ ಬೀಳಿಸಲಿ, *ಲೆಟ್ ದೆಮ್*. ಚೆಂಡನ್ನು ನಾನು ಎಸೆಯುವುದನ್ನು ನಿಲ್ಲಿಸುವೆ, *ಲೆಟ್ ಮಿ*. ನಾನು ಉರುಳಿದ ಚೆಂಡನ್ನು ಮೈದಾನದ ಕೆಳಕ್ಕೆ ಓಡಿಹೋಗಿ ಹೆಕ್ಕಿಕೊಳ್ಳುವುದನ್ನು ನಿಲ್ಲಿಸುವೆ, *ಲೆಟ್ ಮಿ*. ಏನು ಸಂಭವಿಸುತ್ತಿದೆಯೋ, ಆ ಬಗ್ಗೆ ಸುಳ್ಳು ಹೇಳುವುದನ್ನು ನಿಲ್ಲಿಸುವೆ, *ಲೆಟ್ ಮಿ*. ಅವರು ಬದಲಾಗಲು ಸಿದ್ಧರಿಲ್ಲ ಎಂಬ ವಸ್ತುಸ್ಥಿತಿಯನ್ನು ಸ್ವೀಕರಿಸುವೆ, *ಲೆಟ್ ಮಿ*.

ನನಗೆ ವೇದ್ಯವಾಯ್ತು: ಜಗತ್ತಿನಲ್ಲಿ ಅತ್ಯಂತ ದುಸ್ತರವಾದ ಸಂಗತಿಯೆಂದರೆ ತಮ್ಮ ಪ್ರೀತಿಗೆ ಪಾತ್ರರಾದವರು ಹೋರಾಡುವುದನ್ನು ನೋಡುವುದು. ನಾನು ಹೃದಯಹೀನ ವ್ಯಕ್ತಿಯಲ್ಲ. ರೋಗಗಳಿಂದ ಪೀಡಿತರಾಗಿಯೂ, ಮಾದಕ ವಸ್ತುಗಳ ಚಟಕ್ಕೆ ಬಲಿಯಾಗಿಯೂ ಹಲವಾರು ಮಂದಿಯನ್ನು ನಾನು ಕಳಕೊಂಡಿದ್ದೇನೆ. ಅವರೆಲ್ಲ ಚೆಂಡನ್ನು ಹಿಡಿಯಲು ಶಕ್ತರಾಗಿದ್ದರೆ ಬದುಕಿ ಉಳಿಯುತ್ತಿದ್ದರೇನೋ. ಆದರೆ ಎಷ್ಟೇ ಸಹೃದಯ ಆಶಯವನ್ನು ವ್ಯಕ್ತಪಡಿಸಿದರೂ ಅವರೆಲ್ಲ ಹಿಂದಿರುಗಿ ಬರಲಾರರು.

ಒಂದೇನೆಂದರೆ ನೀವು ಯಾವ ಸನ್ನಿವೇಶದಲ್ಲಿರುವಿರೋ ಅದನ್ನು ಗುರುತಿಸಲು ಶಕ್ತರಾಗುವಿರಿ. ಅವರು ಚೆಂಡನ್ನು ಹಿಡಿಯಲು ನಿರಾಸಕ್ತರಾದರೆ, ನೀವು ಚೆಂಡನ್ನು ಎಸೆಯುವುದನ್ನೇ ನಿಲ್ಲಿಸುವುದು ಕ್ಷೇಮ. ನಮಗೆಲ್ಲರಿಗೂ ನಮ್ಮ ಹೃದಯದಾಳದಲ್ಲಿ ಗೊತ್ತು, ಯಾವ ಕ್ಷಣ ಅವರು ಚೆಂಡನ್ನು ಹಿಡಿಯಲು ಆಸಕ್ತಿ ತೋರಿಸುತ್ತಾರೋ ಅದೇ ಕ್ಷಣದಲ್ಲಿ ನೀವು ಚೆಂಡನ್ನು ಎಸೆಯಲು ಸಿದ್ಧರಾಗುತ್ತೀರಿ.

ಯಾವಾಗ ವಯಸ್ಕರು ಕಠಿಣವಾದ ಕೆಲಸಗಳನ್ನು ಕೈಗೊಳ್ಳಲು ಸಿದ್ಧರಾಗುವರೋ ಆಗ ಅವರು ಗುಣಮುಖರಾಗುತ್ತಾರೆ

ನೀವು ಯಾರದೇ ಸಮಚಿತ್ತತೆ ಅಥವಾ ಗುಣವಾಗುವಿಕೆ ಅಥವಾ ಅವರ ಆರ್ಥಿಕ ಸ್ವಾತಂತ್ರ್ಯ ಅಥವಾ ಅವರ ಆಕಾಂಕ್ಷೆ ಅಥವಾ ಅವರ ಸಂತೋಷ ಹದಗೆಡುವುದನ್ನು ಸಹಿಸಲಾರಿರಿ. ನಿಮ್ಮ ಪ್ರೀತಿಗೆ ಪಾತ್ರರಾದವರು ಸುಧಾರಿಸಲು ಸ್ವತಃ ಅವರಿಗಿಂತಲೂ ಮೊದಲೇ ನೀವು ಯತ್ನಿಸುವಿರಿ. ಹಾಗಿರುವುದರಿಂದಲೇ, ನೀವು ಸನ್ನಿವೇಶದ ಸ್ಪಂದನಕ್ಕೆ ಸದಾ ಸಿದ್ಧರಿರಬೇಕು. ನಿರ್ಧಾರವನ್ನು ತೆಗೆದುಕೊಳ್ಳುವುದರಲ್ಲೋ, ಸಮಂಜಸ ತೀರ್ಮಾನಗಳನ್ನು ಕೈಗೊಳ್ಳುವಲ್ಲಿ ಶಕ್ತರಾದವರನ್ನೋ ನೀವು ನಿಭಾಯಿಸುತ್ತಿಲ್ಲವಲ್ಲ. ಮಿದುಳು ಪೂರ್ತಿಯಾಗಿ ಬೆಳೆದಿರದ ಮಕ್ಕಳ ವಿಷಯದಲ್ಲಂತೂ ಇದು ಅಕ್ಷರಶಃ ಸತ್ಯವಲ್ಲವೇ? ಆದ್ದರಿಂದ ಮಕ್ಕಳು ಗುಣಮುಖರಾಗಲು ಅವರಷ್ಟಕ್ಕೇ ಶ್ರಮಿಸಲು ಆಗುವುದಿಲ್ಲ. ಸಂಶೋಧನೆಗಳ ಪ್ರಕಾರ ಮನುಷ್ಯನ ಮಿದುಳು ಆತನಿಗೆ 25ವರ್ಷಗಳು ತುಂಬುವ ತನಕ ಸಂಪೂರ್ಣ ಬೆಳೆದಿರುವುದಿಲ್ಲ. ನಿಯಮ ಪ್ರಕಾರ 18 ವರ್ಷ ಪ್ರಾಯದಲ್ಲಿ ನೀವು ಒಬ್ಬ ಪ್ರೌಢನೆಂದು ಪರಿಗಣಿತರಾದರೂ, ನ್ಯೂರೋ ವಿಜ್ಞಾನದ ಪ್ರಕಾರ 18ರಿಂದ 25ರ ತನಕದ ಪ್ರಾಯದ ವರೆಗೆ ಸೂಕ್ತ ಮಾರ್ಗದರ್ಶನ ಬೇಕಿರುತ್ತದೆ.

ಹಾಗಿರುವಾಗ ನಿಮಗೆ ಔದ್ಯೋಗಿಕ ಸಹಾಯ ಬೇಕಿರುತ್ತದೆ. 25 ವರ್ಷಕ್ಕೂ ಮೇಲ್ಪಟ್ಟವರಿಗೆ ಅದು ಅನ್ವಯಿಸದು. ಪ್ರೌಢಾವಸ್ಥೆಯಲ್ಲಿರುವವರಿಗೆ ತಮ್ಮನ್ನು ಗುಣಪಡಿಸಿಕೊಳ್ಳುವ ತಾಕತ್ತು ಇದ್ದಿರುತ್ತದೆ.

ನ್ಯೂರೋಲಾಜಿಕಲ್ ದೃಷ್ಟಿಕೋನದ ಪ್ರಕಾರ, ವಯಸ್ಸನ್ನು ಹೊರತುಪಡಿಸಿ, ಯಾರು ಹೆಣಗಾಡುತ್ತಾರೋ ಅವರು ಬದುಕುಳಿಯುವ ಸ್ಥಿತಿಯಲ್ಲಿ ಇದ್ದಿರುತ್ತಾರೆ. ನಿರ್ದಿಷ್ಟವಾಗಿ

ಹೇಳುವುದಿದ್ದರೆ, ಯಾರು ಖಿನ್ನತೆಯಿಂದ, ಅಥವಾ ಚಟದಿಂದ, ಅಥವಾ ದುರಂತವನ್ನು ಎದುರಿಸಿದ ಸ್ಥಿತಿಯಲ್ಲೋ, ಇದ್ದಾರೆಂದರೆ, ಅವರು ಹೋರಾಟಕ್ಕೆ ಬದ್ಧರೆಂದೇ ತಿಳಿಯಬೇಕು. ಹಾಗಿರುವುದರಿಂಲೇ ವಿಷಯಗಳು ಯಾತನಾಮಯವಾಗಿ ಪರಿಣಮಿಸುತ್ತವೆ. ಅಂತಹ ಸನ್ನಿವೇಶದಲ್ಲಿ ನೀವೊಂದು ಅಪ್ಪುಗೆ ನೀಡಿ, ಅಥವಾ ಅವರ ಜೊತೆಗೆ ಕುಳಿತು ಅವರ ಅಳುವನ್ನು ಸಾಂತ್ವನದ ಮೂಲಕ ಸಮಾಧಾನಪಡಿಸಬಹುದು. ಅವರು ಶಾಂತವಾಗುವ ತನಕ ಅವರ ಜೊತೆಗಿದ್ದು ಸಮಾಧಾನ ಹೇಳಬಹುದು. ಆದರೆ ಆ ಉದ್ವಿಗ್ನ ಪರಿಸ್ಥಿತಿಯಿಂದ ಅವರನ್ನು ಹೊರಕ್ಕೆ ತರಲು ನಿಮ್ಮಿಂದ ಆಗದು. ಅದನ್ನು ಅವರು ಸ್ವತಃ ನಿಭಾಯಿಸಬೇಕಾಗುತ್ತದೆ. ಈವರೆಗಿನ ಅಧ್ಯಾಯಗಳಲ್ಲಿ ನೀವು ಕಲಿತಿರುವ ಒತ್ತಡವನ್ನು ನಿರ್ವಹಿಸುವುದು, ಅನ್ಯರನ್ನು ಬದಲಾಗಲು ಪ್ರೇರೇಪಿಸುವುದು, ಮತ್ತು ಮಿದುಳಿನ ಸ್ಥಿತಿಯ ನಿಭಾವಣೆ ಎಲ್ಲವನ್ನೂ ನೀವಿಲ್ಲಿ ಅಳವಡಿಸಬಹುದು. ಯಾವುದು ಸುಲಭವೋ, ಯಾವುದು ಆಹ್ಲಾದಕ್ಕೆ ಕಾರಣವಾಗುತ್ತದೆಯೋ ಅತ್ತ ಮನುಷ್ಯನ ಪ್ರವೃತ್ತಿ ಸೆಳೆಯಲ್ಪಡುತ್ತದೆ ಹೊರತು ಯಾವುದು ಯಾತನಾಮಯ, ಯಾವುದು ದುಸ್ತರ ಆ ಕಡೆಗೆ ಅವನು ಸೆಳೆಯಲ್ಪಡುವುದಿಲ್ಲವೆಂದು ಡಾ. ಕೆ. ನಿಮಗೆ ಈಗಾಗಲೇ ಕಲಿಸಿದ್ದಾರೆ. ನೀವು ಖಿನ್ನತೆಯನ್ನು ಅನುಭವಿಸುವಾಗ, ಹಾಸಿಗೆಯಲ್ಲಿ ಮಲಗಿಕೊಂಡಿದ್ದರೆ ಹಾಯೆನಿಸುತ್ತದೆ. ನೀವು ಪರಿತಪಿಸುವ ಸಮಯ ತಾನೆಂದೂ ಇದರಿಂದ ಹೊರಬರಲಾರೆನೆಂದು ಯೋಚಿಸುವುದು ಸುಲಭ. ನೀವು ಹೆಣಗಾಡುತ್ತಿರುವಾಗ ಒಂದು ಡ್ರಿಂಕ್‌ಗೆ ಮರೆಹೋಗುವುದರಿಂದ ನೋವಿನ ಶಮನಕ್ಕೆ ಅಪ್ಯಾಯವೆನಿಸುತ್ತದೆ.

ಆದ್ದರಿಂದಲೇ ನೀವು ಪ್ರೀತಿಸುವವರು ಒದ್ದಾಟದಲ್ಲಿದ್ದರೂ ವರ್ಷಾನುಗಟ್ಟಲೆ ಅದೇ ಮಾರಕ ಸ್ಥಿತಿಯಲ್ಲಿ ಮುಂದುವರಿಯುತ್ತ ಸಾಗುತ್ತಾರೆ. ಸುಧಾರಿಸಲು ಅವರು ಬಯಸುತ್ತಿರಬಹುದು. ಆದರೆ ಸುಧಾರಣೆ ಸಾಧ್ಯವೇ ಎಂಬ ಸಂದೇಹ ಅವರನ್ನು ಕಾಡುತ್ತಲೇ ಇರುತ್ತದೆ.

ನನ್ನ ಬದುಕಿನ ಹೋರಾಟದ ಪರಿಸ್ಥಿತಿಗಳಲ್ಲಿ, ಖಿನ್ನತೆಯನ್ನು ಅನುಭವಿಸಿ ಹೊರಬಂದ ಸಮಯ ಅಥವಾ ಆತಂಕದಲ್ಲಿ ಒದ್ದಾಡುತ್ತಿದ್ದಾಗ, ನನಗಿದ್ದ ಭಯವೆಂದರೆ: ನಾನು ಅದರಿಂದ ಎಂದಿಗೂ ಹೊರಬರಲಾರೆ ಎಂಬುದು.

ಹಾಗಾಗಿಯೇ ಸುಧಾರಿಸುವ ಹಂತದಲ್ಲಿರುವಾಗ ಯಾವಾಗಲೂ ಆರಂಭದಲ್ಲಿ ನಾವು ಅತ್ಯಂತ ಹೀನಾಯ ಸ್ಥಿತಿಯನ್ನೇ ಅನುಭವಿಸುವುದು. ಆದ್ದರಿಂದಲೇ ಜನರು ಅದರಿಂದ ಪಾರಾಗಲು ಅಸಮಂಜಸ ವಿಧಾನಗಳಿಗೆ ಮರೆಹೋಗುವುದು.

ಯಾವ ವಿಷಯದಿಂದ ನೀವು ಪಲಾಯನ ಮಾಡಲು ಬಯಸುವಿರೋ, ಅದಕ್ಕೂ ಮಿಗಿಲಾಗಿ ಕುಡಿತಕ್ಕೆ ಮರೆಹೋಗುವುದು ಹೆಚ್ಚು ಯಾತನಾಮಯವಾಗಿರುತ್ತದೆ ಎಂದು ಓರ್ವ ಚಟದ ವಿಶೇಷಜ್ಞ ಹೇಳುವುದನ್ನು ನಾನು ಕೇಳಿದ್ದೇನೆ. ಇದನ್ನು ಕೇಳಿದಾಗ ನನಗೆಷ್ಟು ವಿಶದವಾಯಿತೆಂದರೆ, ತೀರ್ಮಾನಕ್ಕೆ ಬರುವುದಕ್ಕಿಂತ ಪರಸ್ಪರ ತಿಳುವಳಿಕೆಯಿಂದ ಮತ್ತು ಕರುಣೆಯಿಂದ ವ್ಯವಹರಿಸುವುದೇ ಹೆಚ್ಚು ಒಳಿತೆಂದು ಅನ್ನಿಸಿತು.

ಆ ಮನುಷ್ಯ ಬದಲಾಗುವುದಕ್ಕೆ ನೋವನ್ನು ಬ ಯಸುತ್ತಾನೆ. ಅದು ಯಾವುದೇ ಹೋರಾಟಕ್ಕೂ ಅನ್ವಯಿಸುತ್ತದೆ. ಆಹಾರದಲ್ಲಿನ ಏರುಪೇರನ್ನು ಪರಿಹರಿಸಲು ಆಹಾರದಲ್ಲಿ ನಿಯಂತ್ರಣ ಇರಬೇಕಾಗುತ್ತದೆ, ಹಾಗಿರುವ ಪಥ್ಯ ನೋವುಕಾರಕವೇ. ಮೈಥುನದಲ್ಲಿನ ಚಟವನ್ನು ಮರೆಮಾಚಿ ಅದಕ್ಕೆ ಅಂಕಿತ ಹಾಕುವುದು ನೋವಿನ ವಿಷಯವೇ.

ಹೊರಾಟ ಮನುಷ್ಯನ ಅನುಭವದ ಒಂದು ಅವಿಭಾಜ್ಯ ಅಂಗವೆಂದು ನಾನು ಈ ಪುಸ್ತಕಕ್ಕಾಗಿ ಸಂದರ್ಶಿಸಿದ ಎಲ್ಲಾ ಪರಿಣಿತರು ಹೇಳಿದ್ದಾರೆ. ಅದೂ ತಾನು ಪ್ರಗತಿ ಹೊಂದಬೇಕೆನ್ನುವ ಆಯ್ಕೆಯನ್ನು ಮಾಡಿಕೊಳ್ಳುವ ವ್ಯಕ್ತಿಯಲ್ಲಿ ಅದು ಅತ್ಯಂತ ಅವಶ್ಯಕ ಅಂಶವಾಗಿರುತ್ತದೆ.

ಆಯ್ಕೆ ಶಬ್ದವನ್ನು ಗಮನಿಸಿ.

ಯಾರು ಹೆಣಗಾಡುವರೋ ಅವರು ತಮ್ಮ ಸಮಸ್ಯೆಗಳಿಂದ ಪಲಾಯನ ಮಾಡಲು ಹಾತೊರೆಯುತ್ತಾರೆ ಮತ್ತು ತಮ್ಮ ನೋವನ್ನು ಅದುಮಿಹಿಡಿಯುತ್ತಾರೆ. ವಾಸಿ ಮಾಡಿಕೊಳ್ಳುವುದು ಒಂದು ಆಯ್ಕೆಯಾಗಿರುತ್ತದೆ. ಈ ವಿಷಯ ನನಗೂ ನಿಮಗೂ ಒಂದು ಸಮಸ್ಯೆಯಾಗಿ ಕಾಣುತ್ತದೆ, ಯಾಕೆಂದರೆ ಒಬ್ಬನನ್ನು ಒದ್ದಾಡುವುದಕ್ಕೆ ಬಿಟ್ಟು ಅದೇ ವೇಳೆ ಒಬ್ಬನ ನೋವನ್ನು ಹೋಗಲಾಡಿಸಲು ಪ್ರಯತ್ನಿಸುವುದು ವಿಪರ್ಯಾಸವೇ ಎನ್ನಬಹುದು. ನಾನು ಈ ತಪ್ಪನ್ನು ಎಸಗಿದ್ದೇನೆ. ಅವರ ಬದುಕನ್ನು ಸುಲಭವಾಗಿಸಿದರೆ ಅವರು ಸುಲಭವಾಗಿ ಬದಲಾಹಬಹುದು ಎಂದು ನಾನಂದುಕೊಂಡಿದ್ದೆ. ತಪ್ಪು.

ಒಬ್ಬನ ನೋವನ್ನು ಹೋಗಲಾಡಿಸುವುದಕ್ಕೂ, ಆತ ತನ್ನ ಕೆಲಸಗಳನ್ನು ತಾನೇ ನಿರ್ವಹಿಸಲು ಅನುವು ಮಾಡಿಕೊಡುವುದರಲ್ಲಿ ಸಾಕಷ್ಟು ವ್ಯತ್ಯಾಸವಿದೆ. ಮತ್ತು ನೀವು ನೀಡುವ ಆಶ್ರಯ ಯಾವ ಪರಿಯಲ್ಲಿರಬೇಕಾಗುತ್ತದೆ ಎಂದು ಯೋಚಿಸಬೇಕಾಗುತ್ತದೆ.

ಅಂತಹ ನೋವಿನ ಅನುಭವಗಳು ಪ್ರೇರೇಪಿಸುವ ವರ್ತುಲದ ಭಾಗವಾಗಿರುತ್ತದೆ ಎಂದು ಡಾ.ಕೆ. ಮಾತಾಡಿದ್ದಾರೆ. ಬೇರೆ ಶಬ್ದಗಳಲ್ಲಿ ಹೇಳುವುದಾದರೆ, ನೀವು ಸಮಸ್ಯೆಯನ್ನು ಎದುರಿಸುವುದು ಸುಲಭವಾಗಿದ್ದರೆ, ಅವರು ಅದನ್ನು ಯಾವತ್ತೂ ಎದುರಿಸಲು ಸಿದ್ಧರಿರುವುದಿಲ್ಲ.

"ಜನರು ಬದುಕಿನ ಅನುಭವಗಳಿಂದಲೇ ಕಲಿಯಲಿ."

ಡಾ. ರಾಬರ್ಟ್ ವಾಲ್ಡಿಂಗರ್ ಹಾರ್ವರ್ಡ್ ಮೆಡಿಕಲ್ ಸ್ಕೂಲಿನ ಸೈಕ್ಯಾಟ್ರಿಯ ಪ್ರೊಫೆಸರ್ ಮಾತ್ರವಲ್ಲ, ಒಬ್ಬ ನುರಿತ ಸೈಕೋ ಅನಲಿಸ್ಟ್ ಕೂಡಾ ಹೌದು.ಅಷ್ಟೇ ಅಲ್ಲದೆ ಅವರು ಪ್ರೌಢರ ಪ್ರಗತಿಯ ಕುರಿತಾಗಿರುವ ಹಾವರ್ಡ್ ಸ್ಟಡಿಯ ಅತ್ಯಂತ ಮುಂಛೂಣಿಯಲ್ಲಿರುವ ಸಂಶೋಧನಾ ಯೋಜನೆಯ ಮಾರ್ಗದರ್ಶಕರಾಗಿದ್ದಾರೆ. ಪ್ರೊ. ಡಾ. ವಾಲ್ಡಿಂಗರ್ ಈ ವಿಷಯವನ್ನು ಪರಾಮರ್ಶೆಮಾಡಿದರು:

ಜನರು ತಮ್ಮ ಬದುಕಿನಿಂದ ಕಲಿಯಲಿ ಏನಂತೆ. ಅವರ ಆಯ್ಕೆಯಿಂದ ಉಂಟಾಗುವ ಪರಿಣಾಮಗಳನ್ನು ಅವರಿಂದ ತಡೆಗಟ್ಟಬೇಕಿಲ್ಲ. ಯಾರಾದರೂ ಹೀಗೆ ಹೇಳುತ್ತಾರೆಂದರೆ, "ನನಗೆ ನಿಜಕ್ಕೂ ಉದ್ಯೋಗ ಮಾಡಲು ಇಷ್ಟವಿಲ್ಲ." ಎಂದಾಗ, "ನೀವು ನಿಮ್ಮ ಮನೆಯ ಬಾಡಿಗೆಯನ್ನು ಹೇಗೆ ಭರಿಸುತ್ತೀರಿ?" ಎಂಬ ಪ್ರಶ್ನೆ ಬರುತ್ತದೆ. ಬದುಕಿನ ಪಂಥಾಹ್ವಾನವನ್ನು ಎದುರಿಸುವ ಮಂದಿಯನ್ನು ನಾವು ಹಲವು ವಿಧವಾಗಿ ಸಹಾಯ ನೀಡಿ ಉಳಿಸಬಹುದು. ಇದು ಹೆಚ್ಚಾಗಿ ಮಾದಕ ಚಟಕ್ಕೆ ಬಲಿಯಾಗಿರುವ ಪ್ರೀತಿಗೆ ಪಾತ್ರರಾದವರಲ್ಲಿ ಕಂಡುಬರುತ್ತದೆ. ಉದ್ಯೋಗವನ್ನು ಕಳಕೊಳ್ಳುವ ನೋವನ್ನು ಅವರು ಸ್ವತಃ ಅನುಭವಿಸಲು ನಾವು ಬಿಟ್ಟುಬಿಡಬೇಕು, ಅಥವಾ ಅವರು ತಮ್ಮ ಸಂಗಾತಿಯನ್ನು ಕಳಕೊಳ್ಳುವ ಸಂದರ್ಭ ಅವರು ಯಾವುದೋ ಚಟಕ್ಕೆ ಗುರಿಯಾಗಿರುತ್ತಾರೆ. ಓಡಿಹೋಗಿ ಅದನ್ನು ಸರಿಪಡಿಸಲು ಯತ್ನಿಸಬೇಡಿ. ಜನರು ನೈಜವಾಗಿ ಜಗತ್ತಿನಲ್ಲಿ ತಾವು ಮಾಡಿದ ಆಯ್ಕೆಯ ನಿಮತ್ತ ಅನುಭವಿಸಬೇಕಾಗಿ ಬರುವ ಪರಿಣಾಮಗಳನ್ನು ಅನುಭವಿಸಲು ಬಿಡಬೇಕು, ಯಾಕೆಂದರೆ ಅವರು ಅದರಿಂದ ಸಾಕಷ್ಟು ಕಲಿಯುವುದು ಇದ್ದಿರುತ್ತದೆ.

ಅವರು ಒಂದು ದಿನ ಸೆರೆಮನೆವಾಸ ಮಾಡಲು ಬಂದಿರಬಹುದು.

ಅವರು ತಮ್ಮ ಉದ್ಯೋಗವನ್ನು ಅಥವಾ ಕುಟುಂಬವನ್ನು ಕಳಕೊಂಡಿರಬಹುದು.

ಅವರು ತಮ್ಮ ಕಾಲೇಜಿನಿಂದ ಹೊರಹಕಲ್ಪಟ್ಟಿರಬಹುದು.

ಅವರು ನಿಮ್ಮ ಜೊತೆಗೆ ಜೀವಿಸುವ ಪ್ರಮೇಯ ಒದಗಿರಬಹುದು, ಹೇಗೆಂದರೆ ಅವರ ಸುತ್ತ ಕೌಟುಂಬಿಕ ವತಾವರಣ ಅವರಿಗೆ ಬೇಕಿದೆ ಎಂಬುದರಿಂದ. ಅವರು ಅಷ್ಟು ದೂರಕ್ಕೆ ಹೋದ ಬಳಿಕ, ಮನೆ ಕಳಕೊಳ್ಳುವ ಸಾಧ್ಯತೆ ಇರುತ್ತದೆ.

ಅದು ಅತೀವ ಮಾನಸಿಕ ಅಸ್ವಸ್ಥತೆ ಮತ್ತು ಮಾದಕ ದ್ರವ್ಯ ಸೇವನೆಗಷ್ಟೇ ಸೀಮಿತವಾಗಿರುವುದಿಲ್ಲ. ಹೋಮ್ ಸಿಕ್ನೆಸ್, ಖಿನ್ನತೆ ಮತ್ತು ಸ್ವ–ಸಂದೇಹಗಳಿಂದ ಬಳಲುವವರಿಗೂ ಅನ್ವಯವಾಗುತ್ತದೆ.

ಹಾರ್ವರ್ಡ್ ಮೆಡಿಕಲ್ ಸ್ಕೂಲ್‌ನ ಕ್ಲಿನಿಕಲ್ ಸೈಕಾಲಜಿಸ್ಟ್ ಹಾಗೂ ಉಪನ್ಯಾಸಕಿಯಾಗಿರುವ ಡಾ. ಲೌನಾ ಮಾರ್ಕ್ಯುಸ್ ನನಗೊಂದು ಮಾತು ಹೇಳಿದರು, ತಪ್ಪಿಸಿಕೊಳ್ಳುವುದು ಒಂದು ಅಭ್ಯಾಸವಾಗಿದ್ದು, ಕಷ್ಟವನ್ನು ಎದುರಿಸುವ ಸಮಯ ಅದು ವ್ಯಕ್ತವಾಗುವುದು ಸಹಜವೇ.

ನಿಮ್ಮ ಪ್ರೀತಿಗೆ ಪಾತ್ರರಾದವರು ಸನ್ನಿವೇಶಗಳನ್ನು, ಸಂಭಾಷಣೆಗಳನ್ನು, ಅಥವಾ ಸ್ವಭಾವದಲ್ಲಿನ ಬದಲಾವಣೆಗಳನ್ನು ತಪ್ಪಿಸಿಕೊಳ್ಳುವುದೆಂದರೆ ಅದು ವೇದನಾಪೂರ್ಣ ಪರಿಸ್ಥಿತಿಯೇ. ಯಾವುದು ಸುಲಭವೋ ಅದನ್ನು ಸಮೀಪಿಸುವುದು ಮತ್ತು ಯಾವುದು ಕಠಿಣವೋ ಅದರಿಂದ ದೂರವಿರುವುದು ಮನುಷ್ಯನ ಸ್ವಭಾವ. ಇಲ್ಲಿನ ಪರಿಸ್ಥಿತಿಯಲ್ಲಿ ನೀವು ತರ್ಕಬದ್ಧ ಮತ್ತು ವೈಜ್ಞಾನಿಕ ದೃಷ್ಟಿಕೋನದಿಂದ ವ್ಯವಹರಿಸುವುದು ಮುಖ್ಯವೆನಿಸುತ್ತದೆ.

ಸಮಸ್ಯೆಯನ್ನು ತಡೆಗಟ್ಟುವುದನ್ನು ನಿಲ್ಲಿಸಿ

ನನ್ನ ಮಗಳೊಬ್ಬಳ ಒದ್ದಾಡುವ ಸ್ಥಿತಿಯಲ್ಲಿನ ಉದಾಹರಣೆಯನ್ನು ನಾನು ನನ್ನ ಬದುಕಿನಿಂದಲೇ ನೀಡಬಲ್ಲೆ. ನಾನು ಅದನ್ನು ಸರಿಯಾದ ಕ್ರಮದಲ್ಲಿ ನಿರ್ವಹಿಸಲಿಲ್ಲ. ನನ್ನ ಮಗಳ ಆತಂಕವನ್ನು ಕಡಿಮೆ ಮಾಡುವ ಆತುರದಲ್ಲಿ, ನಿಜಕ್ಕೂ ಪರಿಸ್ಥಿತಿ ಇನ್ನಷ್ಟು ಬಿಗಡಾಯಿಸಿತು.

ಈ ಪುಸ್ತಕ ವಯಸ್ಕರ ಸಂಬಂಧಗಳಿಗೆ ಅನ್ವಯಿಸುವಂತಿದ್ದರೂ, ಮಾನವ ಸ್ವಭಾವದ ನಿಯಮ ಯುವಾವಸ್ಥೆಯಲ್ಲಿರುವ ಹದಿಹರೆಯವರ ಹೆತ್ತವರಿಗೂ ಅನ್ವಯಿಸುತ್ತದೆ. ನೆನಪಿಡಿ: ನೀವು ಹೆತ್ತವರಿರುವಾಗ ನಿಮ್ಮ ಮಕ್ಕಳ ದೈಹಿಕ, ಮಾನಸಿಕ ಮತ್ತು ಭಾವನಾತ್ಮಕ ಅವಶ್ಯಕತೆಗಳಿಗೆ ಬಾಧ್ಯರಾಗಿರುತ್ತೀರಿ.

ನನ್ನ ಮಗಳು ಮಿಡ್ಲ್ ಸ್ಕೂಲ್‌ನಲ್ಲಿ ಇದ್ದಾಗ ಅವಳು ಭಯಪಡುವಂತಹ ಅದಾವುದೋ ಆತಂಕದಲ್ಲಿ ಸಿಲುಕಿಕೊಂಡಿದ್ದಳು. ದಿನವಿಡೀ ಅದು ಅವಳನ್ನು ಕಾಡುತ್ತಿತ್ತಲ್ಲದೆ, ಮಧ್ಯ ರಾತ್ರಿಯ ಸಮಯ ಅವಳು ಎಚ್ಚರಗೊಳ್ಳುತ್ತಿದ್ದಳು ಮತ್ತು ತನ್ನ ಕೋಣೆಯಲ್ಲಿ ಒಬ್ಬಂಟಿಗಳಾಗಿ ಮಲಗಲು ಒಪ್ಪುತ್ತಿರಲಿಲ್ಲ.

ಮೊದಲ ಕೆಲವು ದಿನಗಳ ಮಟ್ಟಿಗೆ ನಾನು ಅವಳನ್ನು ನಮ್ಮ ಹಾಸಿಗೆಗೆ ಬರುವಂತೆ ಹೇಳಿ ದೊಡ್ಡ ತಪ್ಪು ಮಾಡಿದೆ.

ನಮ್ಮ ರೂಮ್‌ನಲ್ಲಿ ಮಲಗುವುದು ಅವಳಿಗೆ ಸುರಕ್ಷಿತವಾಗಿರುತ್ತದೆ ಮತ್ತು ನಾನು ಅವಳಿಗೆ ಯಾವುದೇ ಆತಂಕವಾಗದಂತೆ ಜಾಗ್ರತೆವಹಿಸತೊಡಗಿದೆ. ಇವೆಲ್ಲ ಅವಳ ವಿಷಯ ಸುಲಭವಾಗಿಸುವುದಕ್ಕೆ ಮಾಡಿದ್ದೆ. ಆದರೆ ನಿಜಕ್ಕೂ ನಾನು ಅವಳಿಗೆ ಅವನ್ನೆಲ್ಲ ಇನ್ನಷ್ಟು ಕಷ್ಟಕ್ಕೆ ನೂಕಿದಂತಾಯಿತು, ಯಾಕೆಂದರೆ ಅವಳ ಆತಂಕದ ಹಿಂದೆ ಅದೇನೋ ಗಹನವಾದ ವಿಷಯಗಳು ಇದ್ದಂತೆ ತೋರಿತು.

ಪ್ರತಿದಿನ ರಾತ್ರಿ ಮಧ್ಯರಾತ್ರಿಯ ಮೊದಲು, ಅವಳು ಎದ್ದು ಅತ್ತಿತ್ತ ಓಡಾಡುತ್ತಿದ್ದಳು. ನಾನು ಅವಳಿಗೆ ಸಾಂತ್ವನ ಹೇಳುತ್ತ, ಮಲಗಲು ಹೇಳಿದರೆ ಅವಳು ಮೇಲಿನ ಮಹಡಿಗೆ ಹೋಗಲು ಒಪ್ಪುತ್ತಿರಲಿಲ್ಲ. ಈ ನಡುವೆ ಅವಳು ನನ್ನ ಬೆಡ್‌ನಲ್ಲೇ ಮಲಗಲು ಶುರು ಮಾಡಿದ್ದರಿಂದ ನಾನೊಂದು ಚಿಕ್ಕ ಬೆಡ್ ತಯಾರಿಸಿ ಮಂಚದ ಕೆಳಗಡೆ ಮಲಗಲು ಆರಂಭಿಸಿದೆ.

ಇದು ಪ್ರತಿರಾತ್ರಿ ಆರು ತಿಂಗಳ ಕಾಲ ನಡೆಯಿತು.

ಇದು ಡಾ. ಮಾರ್ಕ್ಯುಸ್ ಮಾತಿಗೆ ಅನುಗುಣವಾಗಿತ್ತು: "ಯಾರಾದರೂ ಒದ್ದಾಡುವ ಸ್ಥಿತಿಯಲ್ಲಿದ್ದಾಗ ತಪ್ಪಿಸುವುದು ಒಂದು ನಕಲು ಮಾಡುವ ವಿಧಾನವಾಗಿರುತ್ತದೆ." ನಮ್ಮ ಮಗಳು ತನ್ನ ರೂಮ್‌ನಲ್ಲಿ ಮಲಗಲು ಹೆದರುತ್ತಿದ್ದಳು, ಅಂದರೆ ಅವಳು ಅದನ್ನು ತಪ್ಪಿಸಿಕೊಳ್ಳಲು ಯತ್ನಿಸುತ್ತಿದ್ದಳು ಎಂದ ಹಾಗಾಯ್ತು. ಅವಳನ್ನು ನಮ್ಮ ರೂಮ್‌ಗೆ ಕರೆತಂದು ಮಲಗಲು ವ್ಯವಸ್ಥೆ ಮಾಡಿದ್ದರಿಂದ ನಾನು ಅವಳ ಆತಂಕವನ್ನು ಇನ್ನಷ್ಟು ಉಲ್ಬಣಗೊಳ್ಳುವಂತೆ ಮಾಡಿದ್ದೆ. ಪ್ರತಿದಿನ ನಾನು ಅವಳಿಗೆ ಹೀಗೆ ಹೇಳುತ್ತಿದ್ದೆ, "ನಮ್ಮ ರೂಮ್‌ನಲ್ಲೇ ನೀನು ಮಲಗಬಹುದು,"

ಎಂದಾಗ ನಾನು ಅವಳ ನಿರ್ವಹಣೆಗೆ ಕುತ್ತು ತಂದ ಹಾಗಾಗುತ್ತಿದ್ದಿತು. “ನನ್ನ ಅಭಿಪ್ರಾಯದಲ್ಲಿ ನಿನ್ನ ಆತಂಕವನ್ನು ನೀನು ಎದುರಿಸಲು ಶಕ್ತಳಲ್ಲ,” ಎಂದ ಹಾಗಾಗುತ್ತಿತ್ತು.

ಇದೊಂದು ದೊಡ್ಡ ವಿಷಯದಂತೆ ತೋರುತ್ತಿಲ್ಲವಾದರೂ, ಇದು ದೊಡ್ಡ ವಿಷಯವೇ. ಮುಂದಿನ ಕೆಲವು ವರ್ಷಗಳ ಕಾಲ ಅವಳ ಆತಂಕ ಇನ್ನಷ್ಟು ಬಿಗಡಾಯಿಸುತ್ತ ಹೋಯಿತು, ಯಾಕೆಂದರೆ ನಾನು ಅದನ್ನು ತಪ್ಪಿಸಿಕೊಳ್ಳಲು ಅವಳಿಗೆ ಹೇಳುತ್ತಿದ್ದೆನಷ್ಟೇ? ಆತಂಕದ ಸಮಸ್ಯೆಯಿಂದ ಪಾರಾಗಬೇಕಿದ್ದರೆ ಅದರಿಂದ ತಪ್ಪಿಸಿಕೊಳ್ಳುವುದೇ ಸುಲಭೋಪಾಯವೆಂದು ನಾನವಳಿಗೆ ಕಲಿಸಿಕೊಡುತ್ತಿದ್ದೆ. ಅದರಿಂದಾಗಿಯೇ ಅವಳ ಆತಂಕ ಇನ್ನಷ್ಟು ತೀವ್ರವಾಗುತ್ತ ಅವಳಿಗೆ ಅದನ್ನು ಸಹಿಸಲಾಗುತ್ತಿರಲಿಲ್ಲ.

ಅವಳಿಗೆ ಪ್ರತಿಯೊಂದು ವಿಷಯದಲ್ಲೂ ಆತಂಕ ಶುರುವಾಯಿತು: ಸ್ಕೂಲ್‌ಗೆ ಹೋಗುವಾಗ, ಕಾರಿನಲ್ಲಿ ಒಬ್ಬಂಟಿಯಾಗಿ ಕುಳಿತಿರುವಾಗ, ಸ್ನೇಹಿತೆ ಮನೆಯಲ್ಲಿ ಮಲಗಿರುವಾಗ, ಗಿಟಾರ್ ಕಲಿಯಲು ಹೋದಾಗ, ಎಲ್ಲಾ ಕಡೆಯೂ. ಒಂದು ಸಣ್ಣ ವಿಷಯವೂ, ಅವಳ ನರಗಳಲ್ಲಿ ಆತಂಕದ ಆಕ್ರಮಣಕ್ಕೆ ಇಂಬುಕೊಡುವಂತಾಯಿತು. ನಾನು ನನ್ನ ಗಂಡನೊಂದಿಗೆ ರಜಾಕಾಲದಲ್ಲಿ ಮನೆಗೆ ಬಂದೆ, ಯಾಕೆಂದರೆ ಅವಳ ಬೇಬಿ ಸಿಟ್ಟರ್‌ಗೆ ಅವಳನ್ನು ಸಂಭಾಳಿಸುವುದು ಕಷ್ಟವಾಗತೊಡಗಿತು. ನನಗೂ ಹೇಗೆಂದು ತಿಳಿಯಲಿಲ್ಲ. ನಾನು ನನ್ನನ್ನೇ ಹಳಿದುಕೊಂಡೆ. ನಾನು ಅವಳ ಹೆತ್ತವಳು. ಮತ್ತು ನಾವಿಬ್ಬರೂ ಈ ಕಷ್ಟದ ಪರಿಸ್ಥಿತಿಯನ್ನು ತಪ್ಪಿಸಿಕೊಳ್ಳಲು ಯತ್ನಿಸಿದೆವು. ಅವಳಲ್ಲಿ ಆತಂಕವನ್ನು ಭಯವನ್ನು ಗೆಲ್ಲುವ ಚೈತನ್ಯವಿದ್ದಾಗ್ಯೂ ನಾನು ಅವಳನ್ನು ಕಾಪಾಡುತ್ತಿದ್ದೆ. ತಾನು ಆತಂಕಗೊಂಡಾಗ ಹೇಗೆ ಅದನ್ನು ನಿಭಾಯಿಸಬೇಕೆಂಬುದು ಅವಳಿಗೆ ಗೊತ್ತಿದ್ದರೂ ನಾನು ಅವಳನ್ನು ರಕ್ಷಿಸುತ್ತ ತಪ್ಪು ಮಾಡಿದ್ದೆ.

ಇದು ಎಲ್ಲಿಯವರೆಗೆ ನಡೆಯಿತೆಂದರೆ, ಕ್ರಿಸ್ ಅವಳನ್ನು ಓರ್ವ ಥೆರಾಪಿಸ್ಟ್‌ಗೆ ತೋರಿಸಲು ಕೊಂಡೊಯ್ದ. ಯಾರೇ ಹೆಚ್ಚು ಬಲಯುತರಾಗಬೇಕಿದ್ದರೆ ಯಾವ ವಿಷಯದಲ್ಲಿ ಅವರು ದುರ್ಬಲರಿರುತ್ತಾರೋ ಅದನ್ನು ಧೈರ್ಯದಿಂದ ಎದುರಿಸಲು ಪ್ರಯತ್ನಿಸಬೇಕೆಂದು ತಿಳಿಯಲಾಯಿತು. ಇದನ್ನೇ ಲೆಟ್ ದೆಮ್ ಸಿದ್ಧಾಂತ ನಿಮಗೆ ಕಲಿಸಲು ಯತ್ನಿಸುವಂಥದ್ದು.

ನಿಜವೆಂದರೆ, ಮಧ್ಯರಾತ್ರಿಯಲ್ಲಿ ಎದ್ದು ಆತಂಕಪಡುವುದು ಸಹಜವೇ. ಅದೊಂದು ಆರು ತಿಂಗಳ ಅಗ್ನಿಪರೀಕ್ಷೆಗೆ ಒಡ್ಡುವ ಅಗತ್ಯವಿರಲಿಲ್ಲ. ಆತಂಕದ ವಿಷಯ ನನ್ನ ಮಗಳಲ್ಲಿ ಮುಂದಿನ ಪೂರ್ತಿ ದಶಕದ ಸಮಯ ಅವಳನ್ನು ಸತಾಯಿಸುವಂತಿರಲಿಲ್ಲ. ನಿಮ್ಮಲ್ಲಿ ನೀವಂದುಕೊಂಡಿರುವುದಕ್ಕೂ ಮಿಗಿಲಾಗಿ ಕ್ಷಮತೆ ಇದ್ದೇ ಇದೆ, ಮತ್ತು ಅದನ್ನು ನಿಮ್ಮ ಪ್ರೀತಿಪಾತ್ರರಿಗೂ ನೀಡಲು ಶಕ್ತರಿರುವಿರಿ. ಆದರೆ ಇನ್ನೊಬ್ಬರ ಆತಂಕವನ್ನು ನೀವು ನಿಯಂತ್ರಿಸಲು ಬರುವುದಿಲ್ಲ. ಮಧ್ಯರಾತ್ರಿ ಎದ್ದು ನಿಮ್ಮ ಕೊಠಡಿಗೆ ಬರುವುದನ್ನು ನೀವು ನಿಯಂತ್ರಿಸಲು ಆಗದು. ಆದರೆ ನೀವು ಮಾಡುವುದನ್ನು, ನೀವು ಯೋಚಿಸುವುದನ್ನು ನಿಮಗೆ ನಿಯಂತ್ರಣದಲ್ಲಿ ಇರಿಸಲು ನಿಮಗೆ ಸಾಧ್ಯವಿದೆ.

ನೀವು ಪ್ರೀತಿಸುವ ಯಾರಾದರೂ ಒದ್ದಾಡುವಾಗ, ನೀವು ಅವರನ್ನು ಎದೆಗವಚಿಕೊಂಡು ಸಾಂತ್ವನ ನೀಡುವ ದೃಶ್ಯವನ್ನು ನಾನು ಕಲ್ಪಿಸಿಕೊಳ್ಳುತ್ತೇನೆ. ಅವರಿಗೆ ಸನ್ನಿವೇಶವನ್ನು ಎದುರಿಸಲು ನೀವು ಬೆಂಬಲ ನೀಡುವಂತಹ ಸನ್ನಿವೇಶವದು. ಅವರ ಆತಂಕದ ಪ್ರತಿಕ್ರಿಯೆಗಳನ್ನು ನೀವು ನಿಯಂತ್ರಿಸಲಾರಿರಿ. ನಿಮ್ಮ ಪ್ರತಿಕ್ರಿಯೆ ಏನಿದೆಯೋ ಅದು ನಿಮ್ಮ ಶಕ್ತಿಯಾಗಿರುತ್ತದೆ. ಅಂತಹ ಬೆಂಬಲವನ್ನು ನೀವು ನೀಡುವಾಗ *ಲೆಟ್* ಮಿಯನ್ನು ಹೇಗೆ ಬಳಸಬಹುದೆಂದು ಹೇಳಬಹುದು:

ಅವರೇನು ಅನುಭವಿಸುತ್ತಾರೋ ನಾನು ಅಂದಾಜಿಸಲು ಶ್ರಮಿಸುತ್ತೇನೆ, *ಲೆಟ್* ಮಿ: "ಹಾಯ್ ಚಿನ್ನಾ, ನೀನು ಅಷ್ಟೊಂದು ಹೆದರಿರುವುದನ್ನು ಕಂಡಾಗ ನನಗೆ ತುಂಬಾ ಬೇಸರವಾಗ್ತಿದೆ."

ಅವರ ಭಾವನೆಗಳಿಂದ ನನ್ನ ಭಾವನೆಗಳನ್ನು ಪ್ರತ್ಯೇಕಿಸುತ್ತೇನೆ, *ಲೆಟ್* ಮಿ: "ನೀನು ಇಷ್ಟೊಂದು ಬೇಸರಿಸುವುದನ್ನು ಕಂಡಾಗ ನನಗೂ ಬಹಳ ಕಷ್ಟವಾಗ್ತಿದೆ."

ಒದ್ದಾಡುವ ನನ್ನ ಪ್ರೀತಿಯ ಅವರನ್ನು ಒಂದು ಅಪ್ಪುಗೆಯನ್ನು ನೀಡಿ ಸಂತೈಸಬಹುದು, ಅದು ಅದ್ಭುತ ಪರಿಣಾಮ ಬೀರುತ್ತದೆ. *ಲೆಟ್* ಮಿ. ಆಮೇಲೆ ನಾನು *ಲೆಟ್* ಮಿಯಿಂದ ಅವರಿಗೆ ಆಶ್ರಯ ನೀಡುವ ರೀತಿಯಲ್ಲಿ ಏನನ್ನೇ ಎದುರಿಸಲು ಅವರಲ್ಲಿ ಸಾಕಷ್ಟು ಚೈತನ್ಯವಿದೆ ಎಂದು ದೃಢೀಕರಿಸಲು ಯತ್ನಿಸುವೆ.

ನಂತರ, ಅವರ ಪಕ್ಕದಲ್ಲಿ ನಿಂತುಕೊಂಡು ಅವರ ದುಸ್ತರ ಕಾರ್ಯಕ್ಕೆ ಸಹಾಯ ಒದಗಿಸುವಂತೆ ವರ್ತಿಸುತ್ತೇನೆ– ನನಗಾದರೆ, ಮಗಳು ಪ್ರತಿ ಮಧ್ಯರಾತ್ರಿ ಎದ್ದು ನನ್ನ ಬಳಿಗೆ ಬಂದಾಗ ಅವಳಿಗೆ ಆಸರೆ ನೀಡುತ್ತ ಜೊತೆಗೆ ನಡೆದುಹೋಗಿ ಅವಳ ಬೆಡ್‌ನಲ್ಲಿ ಮಲಗಿಸಿ ಬರುತ್ತೇನೆ. ನಾನು ಸುಳ್ಳು ಹೇಳುತ್ತಿಲ್ಲ, ಮೊದಲ ಕೆಲವು ರಾತ್ರಿಗಳಲ್ಲಿ ಅವಳು ಅಳುತ್ತಿರುವಾಗ, ಯಾಚಿಸುತ್ತಿರುವಾಗ, ನಾನೊಂದು ಪೆಡಂಭೂತದ ತೆರನಾಗಿ ವರ್ತಿಸಿದ್ದೆ. ನಾನು ಥೆರಾಪಿಸ್ಟ್‌ನ್ನು ಓಡಿಸಿ, ಆ ಯೋಜನೆಗೆ ತಿಲಾಂಜಲಿಯನ್ನು ಅರ್ಪಿಸಿ, ಅವಳನ್ನು ನೆಲದಲ್ಲಿ ಮಲಗುವಂತೆ ಮಾಡಲು ಬಯಸಿದ್ದೆ. ನಿಜವೆಂದರೆ ಅವಳಿಗೆ ಅವಳದೇ ಆದ ಬೆಡ್ ಬೇಕಿತ್ತು ತಾನೇ?!

ಆದರೆ ನಾನು ಹಾಗೆ ಮಾಡಲಿಲ್ಲ. ನನಗೆ ಕನಿಷ್ಠ ಐದು ದಿನವಾದರೂ ಬೇಕಾಯಿತು, ಅವಳ ರೋದನ, ಯಾಚನೆ ನನಗ್ಯಾಕೋ ಸುಲಭದಲ್ಲಿ ಬಗೆಹರಿಯುವ ಲಕ್ಷಣ ತೋರಲಿಲ್ಲ. ಅವಳನ್ನು ಹಾಸಿಗೆಯಲ್ಲಿ ಮಲಗಿಸಿ, ಹೊರಗಡೆ ನಿಂತು ಅವಳು ನಿದ್ದೆ ಹೋದಳೇ ಎಂದು ಪರೀಕ್ಷಿಸುತ್ತಿದ್ದೆ. ಕೆಲವು ಸಲ ಅವಳು ನಡುವೆ ಎಚ್ಚೆತ್ತು ಕೆಳಗಡೆ ಬಂದು ನಿಲ್ಲುತ್ತಿದ್ದಳು, ಇದು ಸಾಕಷ್ಟು ಸಲ ನಡೆಯುತ್ತಿತ್ತು. ಮತ್ತೆ ಅವಳನ್ನು ಸಮಾಧಾನಪಡಿಸಲು ನನಗೆ ಸಮಯ ಹಿಡಿಯುತ್ತಿತ್ತು. ಅವಳ ಹೆಗಲ ಸುತ್ತ ಕೈಯಿರಿಸಿ, ಅವಳ ಜೊತೆಗೆ ಮತ್ತೆ ಮಹಡಿಯೇರಿ ಅದೇನನ್ನು ಅವಳು ಎದುರಿಸುವುದನ್ನು ನಿರಾಕರಿಸುತ್ತಿದ್ದಳೋ, ಅದನ್ನೇ ಅನುಭವಿಸುವಂತೆ ಅವಳನ್ನು ಬಿಟ್ಟುಬರುತ್ತಿದ್ದೆ. ಜನರ ಒದ್ದಾಟದಿಂದ ಅವರು ತಮ್ಮ ಶಕ್ತಿಯನ್ನು ಪತ್ತೆ ಹಚ್ಚಲು ಒಂದು ಅವಕಾಶವಾಗುತ್ತಿದೆ ಎಂದು ಪರಿಗಣಿಸಿ. ಯಾರಾದರೂ ತಮ್ಮ ಒದ್ದಾಟವನ್ನು ಎದುರಿಸಲು ತೀರಾ ದುರ್ಬಲರು ಎಂದು ಭಾವಿಸುತ್ತಿದ್ದರೆ, ಅವರೆಂದಿಗೂ ತಮಗೇನು ಸಾಧ್ಯವಿದೆ ಎಂಬುದನ್ನು ಅರಿಯಲು ಆಗುವುದಿಲ್ಲ.

ಅಷ್ಟೇ ಅಲ್ಲ ನೀವೆಂದಾದರೂ ಹಾಗೆ ಅವರು ಕಷ್ಟವನ್ನು ಎದುರಿಸುತ್ತಿರುವ ಸಮಯ ಓಡಿಹೋಗಿ ಆಶ್ರಯ ನೀಡುತ್ತಿದ್ದರೆ, ಮುಂದಿನ ಸಲವೂ ಅವರು ನಿಮ್ಮ ಸಹಾಯವನ್ನು ನಿರೀಕ್ಷಿಸುವಂತಾಗುತ್ತದೆ. ಆದರೆ ನೀವು ಅವರ ಪಕ್ಕದಲ್ಲಿ ನಿಂತು ಅವರು ಎದುರಿಸುವ ಕಷ್ಟಗಳನ್ನು ಅವರ ಜೊತೆಗೇ ನೋಡುತ್ತಿದ್ದರೆ, ಅದರಿಂದ ಅವರು ಪರೋಕ್ಷವಾಗಿ ಅದನ್ನು ಎದುರಿಸಲು ಸಾಧ್ಯವಾಗುವಂತೆ ಕಲಿಸಿದಂತಾಗುತ್ತದೆ.

ಸಮಸ್ಯೆಗಳಿಂದ ಜನರನ್ನು ಕಾಪಾಡುವುದನ್ನು ನಿಲ್ಲಿಸಿ, ಮತ್ತು ಅವರು ಸ್ವತಃ ಅವನ್ನು ಎದುರಿಸಲು ಶಕ್ತರೆಂದು ತೋರಿಸುವ ನಾಟಕವಾಡಿ. ನಿಮ್ಮ ಕಾರ್ಯಾಚರಣೆ ಹೆಚ್ಚುಕಮ್ಮಿ ಸಶಕ್ತವೂ ನಿಜತ್ವದ ಸಂಪರ್ಕ ಸಾಧನವಾಗಿ ಪರಿಣಮಿಸಿರುತ್ತದೆ. ಆದ್ದರಿಂದ ಯಾರನ್ನಾದರೂ ತಾವು ಭಯಪಡುವ ವಿಷಯದಲ್ಲಿ ನೀವು ಬೆಂಬಲಿಸುವ ಹಾಗೆ ನಟಿಸುತ್ತಿದ್ದರೆ, ನಿಮ್ಮ ವರ್ತನೆಯ ಸ್ವರೂಪವೇನಿರುತ್ತದೆ ಎಂದರೆ, "ನಿಮ್ಮಲ್ಲಿ ನನಗೆ ಭರವಸೆ ಇದೆ. ನೀವು ಇದನ್ನು ಮಾಡಬಲ್ಲಿರಿ. ಮತ್ತು ನೀವು ಅದನ್ನು ಎದುರಿಸುವಾಗ ನಾನು ನಿಮ್ಮ ಪಕ್ಕದಲ್ಲೇ ಇರುತ್ತೇನೆ." ಹೋರಾಟದಲ್ಲಿರುವವರಿಗೆ ಆಶ್ರಯ ನೀಡುವ ಪ್ರಕ್ರಿಯೆ ಸುಲಭವಲ್ಲ. ಅದು ನಿಮ್ಮನ್ನು ಒಣಕಲಾಗಿಸುತ್ತದೆ. ಅದಕ್ಕೆ ಸಾಕಷ್ಟು ಸಮಯ ಮತ್ತು ತಾಳ್ಮೆಯ ಅಗತ್ಯವಿದೆ. ಹತಾಶೆ ಕಟ್ಟಿಟ್ಟ ಬುತ್ತಿ. ಹಾಗಾಗಿಯೇ ನಮ್ಮಲ್ಲಿ ಅನೇಕರು ಜನರನ್ನು ರಕ್ಷಿಸಲು ಯತ್ನಿಸುತ್ತಿರುತ್ತೇವೆ. ಅವರು ನೆಲದ ಮೇಲೆ ಮಲಗುವಂತೆ ಮಾಡುವುದು ಸುಲಭ. ಸ್ಕೂಲನ್ನು ಬದಲಾಯಿಸುವುದು ಸುಲಭ. ಕೆಲಸ ಬಿಡುವುದು ಸುಲಭ. ಅದನ್ನು ಕಡೆಗಣಿಸಿ ಮುಂದಕ್ಕೊಯ್ಯುವುದಷ್ಟೇ. ಅಥವಾ ಬಹುತೇಕ ಜನರು ಮಾಡುವುದೆಂದರೆ ಅದಕ್ಕೆ ಬೇಕಾದಷ್ಟು ಹಣವನ್ನು ವ್ಯಯಿಸುವುದು.

ಹಾಗಾಗಿ ಪ್ರಶ್ನೆ ಹೀಗಿರುತ್ತದೆ: ಯಾರಿಗಾದರೂ ನೀವು ಸಶಕ್ತವಾಗಿ ಆಶ್ರಯವನ್ನು ಹೇಗೆ ನೀಡುವಿರಿ?

ಅಧ್ಯಾಯ 17

ಆಶ್ರಯವನ್ನು ನೀಡುವ ಸರಿಯಾದ ಕ್ರಮ

ಆಶ್ರಯವನ್ನು ತೊಳಲಾಡುತ್ತಿರುವ ಯಾರಿಗೇ ನೀಡುವಾಗ ಹೇಗೆ ಸಮತೋಲನದ ನಿಲುವನ್ನು ಹೊಂದಬಹುದು ಎಂಬುದಕ್ಕೆ ನಾನು ಯಾರೆಲ್ಲೆಲ್ಲ ಈ ಕುರಿತಂತೆ ಚರ್ಚಿಸಿದ್ದೇನೆಯೋ ಅವರಿಗೆಲ್ಲ ಒಂದು ಸಮಜಾಯಿಷಿಯನ್ನು ನೀಡಲು ಬಯಸುತ್ತೇನೆ.

ಓರ್ವ ತೊಳಲಾಡುವ ವಯಸ್ಕರಿಗೆ ನೀವು ಆಶ್ರಯ ನೀಡುವ ಸಮಯ ನೀವೆಷ್ಟು ಹಣವನ್ನು ವಿನಿಯೋಗಿಸುವಿರಿ ಮತ್ತು ಎಷ್ಟು ವಿನಿಯೋಗಿಸಲಾರಿರಿ ಎಂಬುದು ಸ್ಪಷ್ಟವಾಗಬೇಕಿದೆ.

ಒಂದು ವೇಳೆ ಕಷ್ಟದ ಸಮಯದಲ್ಲಿ ಒದ್ದಾಡುವ ಒಬ್ಬ ವ್ಯಕ್ತಿಗೆ ನೀವು ಆರ್ಥಿಕ ಬೆಂಬಲವನ್ನು ನೀಡುತ್ತಿದ್ದರೆ, ಆ ಬೆಂಬಲವನ್ನು ಯಾವ ಷರತ್ತಿನ ಮೇಲೆ ನೀಡುವಿರಿ ಎಂಬುದು ಸ್ಪಷ್ಟವಾಗಿರಬೇಕು. ನೀವು ಷರತ್ತು ರಹಿತವಾಗಿ ನೀಡಿದರೆ ಅದು ನಿಮ್ಮ ಮೇಲೆ ಬಹುದೊಡ್ಡ ಪ್ರತಿರೋಧಕ್ಕೆ ಕಾರಣವಾಗಬಹುದು. ಹಣವೊಂದು ಉಡುಗೊರೆಯಲ್ಲ. ಷರತ್ತುರಹಿತ ಪ್ರೀತಿಯೆಂದರೆ ಷರತ್ತುರಹಿತ ಆರ್ಥಿಕ ಸಹಾಯವಲ್ಲ.

ಸಾಮಾನ್ಯವಾಗಿ ಷರತ್ತುರಹಿತ ಪ್ರೀತಿಯೆಂದರೆ ಆರ್ಥಿಕ ಬೆಂಬಲವನ್ನು ಹಿಂತೆಗೆದುಕೊಳ್ಳುವುದು. ಇದು ಬಹಳ ಕಷ್ಟದಾಯಕ ಪರಿಸ್ಥಿತಿ, ಮುಖ್ಯವಾಗಿ ಪ್ರೌಢ ಪ್ರಾಯದ ಮಕ್ಕಳು ಯಾತನೆಯನ್ನು ಅನುಭವಿಸುವ ಸಂದರ್ಭಗಳಲ್ಲಿ. ಹಣ ವಸೂಲಿಯ ಸಂದರ್ಭಗಳಲ್ಲಿ ರಾಕ್ ಬಾಟಮ್ ಎಂಬ ಪದವನ್ನು ಬಳಸುವುದಿದೆ. ಒದ್ದಾಡುವ ವ್ಯಕ್ತಿಯ ಸಂದರ್ಭದಲ್ಲಿ ರಾಕ್ ಬಾಟಮ್ ಕ್ಷಣಗಳು ಎಂದು ನಾವು ಹೇಳುವುದಿದೆ.

ಆದರೆ ನಾವು ಚರ್ಚಿಸದೆ ಇರುವ ವಿಷಯವೆಂದರೆ, ನೀವೊಬ್ಬ ಪ್ರೀತಿಸುವ ವ್ಯಕ್ತಿಯಾಗಿ ನಿಮಗೂ ರಾಕ್ ಬಾಟಮ್ ಸ್ಥಿತಿ ಬರಬಹುದು ಎಂಬುದು.

ನೀವು "ಎಲ್ಲವನ್ನೂ ಪ್ರಯತ್ನಿಸಿ"ದ ಬಳಿಕ ಇದು ನಿಮಗೆ ಸಂಭವಿಸುತ್ತದೆ. ಏನೂ ಕೆಲಸ ಮಾಡದು. ನೀವು ಕಷ್ಟಪಡುವಿರಿ. ಆಮೇಲೆ ಅದು ನಿಮಗೆ ಹಿಂದಕ್ಕೆ ಬಡಿಯಬಹುದು: ನಾನು ಒಂದನ್ನು ಪ್ರಯತ್ನಿಸಲಿಲ್ಲ: ಅವರ ಬದುಕಿಗೆ ಸಹಾಯಧನ ಒದಗಿಸುವುದನ್ನು ನಿಲ್ಲಿಸಿರಲಿಲ್ಲ.

ಯಾವುದೋ ಒಂದು ಹಂತದಲ್ಲಿ ನಿಮಗೆ ಅನ್ನಿಸಬಹುದು, ಅವರ ಮನೆಯ ಬಾಡಿಗೆ, ಬಿಲ್‌ಗಳು, ಟ್ಯೂಷನ್ ಫೀಸು, ಅಥವಾ ಯಾವುದೇ ಷರತ್ತಿಲ್ಲದೆ ವಾಸಯೋಗ್ಯ ಸ್ಥಳವನ್ನು ನೀಡುವುದು ಅವರ ಸ್ವಯಂ ವಿನಾಶಕಾರಿ ಸ್ವಭಾವವನ್ನು ಪ್ರಚೋದಿಸಿದಂತಾಗುತ್ತದೆ ಎಂದು ನೀವು ಮನಗಾಣಬಹುದು.

ಡಾ. ವಾಲ್ಡಿಂಗರ್, ಮತ್ತು ನಾನು ಯಾರನ್ನೆಲ್ಲ ಅಭಿಪ್ರಾಯಕ್ಕಾಗಿ ಸಂಪರ್ಕಿಸಿದ್ದೇನೆ ಅವರೆಲ್ಲ ಈ ವಿಷಯದಲ್ಲಿ ಅಚಲರಾಗಿದ್ದರು: ನೀವು ಮಂದಿಯ ಪ್ರೀತಿಯನ್ನು, ಸ್ವೀಕೃತಿಯನ್ನು, ಕನಿಕರಕ್ಕೆ ಬಾಧ್ಯರಿದ್ದೀರಿ. ಅವರಿಗೆ ನೀವೇನೂ ಹಣದ ಋಣಭಾರದಲ್ಲಿ ಇಲ್ಲ. ಯಾಕೆಂದರೆ ನೀವು ಯಾರದ್ದಾದರೂ ಜೀವನ ನಿರ್ವಹಣೆಗೆ, ಚಿಕಿತ್ಸೆಗೆ, ಅಥವಾ ಉದ್ಯೋಗವಿಲ್ಲದಿರುವಾಗ, ಅಥವಾ ಸ್ಕೂಲಿಗೆ ಹೋಗದಿರುವಾಗ, ಅಥವಾ ಸುಳ್ಳು ಹೇಳುತ್ತಿರುವಾಗ, ಅಥವಾ ಕದಿಯುತ್ತಿರುವಾಗ, ಅಥವಾ ಕತ್ತಲೆ ವಹಿವಾಟು ಮಾಡುತ್ತಿರುವಾಗ, ವರ್ತನೆಯಲ್ಲಿ ಏರುಪೇರಾದಾಗ ಹಣವನ್ನು ನೀಡಿ ಸಹಾಯ ಒದಗಿಸಿದ್ದೀರಿ- ಎಂದಾಗ ನೀವು ಅವರ ಸಮಸ್ಯೆಯ ಭಾಗವಾಗುತ್ತೀರಿ. ಷರತ್ತಿಲ್ಲದ ಹಣ ಅವರನ್ನು ಸಕ್ರಿಯಗೊಳಿಸುತ್ತದೆ.

ನಿರ್ದಿಷ್ಟ ಷರತ್ತಿನೊಂದಿಗೆ ಹಣವನ್ನು ಒದಗಿಸುವುದು ಬೆಂಬಲವೆನ್ನಬಹುದು. ಅದನ್ನು ಹೀಗೆ ಪರಿಗಣಿಸಬಹುದು: ನೀನು ವಿನೀತವಾಗಿ ವರ್ತಿಸುವುದಿದ್ದರೆ ಇಲ್ಲಿ ವಾಸ್ತವ್ಯಕ್ಕಿರಬಹುದು. ನಿನ್ನ ಥೆರಪಿಗೆ ನಾನು ಖರ್ಚು ಮಾಡುತ್ತೇನೆ, ನಿನ್ನ ಥೆರಾಪಿಸ್ಟ್ ಮತ್ತು ನೀನು ನನ್ನಲ್ಲಿಗೆ ಬಂದು ಪ್ರತಿ ತಿಂಗಳು ಪರೀಕ್ಷಿಸಿಕೊಳ್ಳುವುದಾದರೆ. ನಾನು ನಿನ್ನ ಟ್ಯೂಷನ್‌ಗೆ, ಬಾಡಿಗೆಗೆ, ಫೋನ್ ಬಿಲ್‌ಗೆ ಮತ್ತು ಕಾರಿನ ಬಾಬ್ತು ಪಾವತಿಗಳನ್ನು ಮಾಡುತ್ತೇನೆ. ಇದು ನಿನ್ನ ಹದಗೆಟ್ಟು ತಿನ್ನುವ ರೋಗದ ಇನ್‌ಪೇಷೆಂಟ್ ಚಿಕಿತ್ಸೆಗಾಗಿ ನೀಡುತ್ತೇನೆ.

ಈ ಷರತ್ತಿಗೆಲ್ಲ ಅವರು ಸಮ್ಮತಿಸದೆ ಇದ್ದರೆ ಅದು ಕಷ್ಟದಾಯಕವೇ ಸರಿ. ಯಾಕೆಂದರೆ ಅವರು ಒಳರೋಗಿಯ ಚಿಕಿತ್ಸೆಯನ್ನು ಪಡೆಯದಿದ್ದರೆ, ಅಥವಾ ಉದ್ಯೋಗವನ್ನು ಪಡೆಯಲು ನಿರಾಕರಿಸಿದರೆ, ನೀವು ಅವರಿಗೆ ನೀಡುವ ವಿತ್ತೀಯ ಬೆಂಬಲವನ್ನು ಹಿಂತೆಗೆದುಕೊಳ್ಳಬೇಕಾಗುತ್ತದೆ. ಹಾಗೆಂದಾಗ ನೀವು ಅವರಿಗೆ ನೀಡುವ ಆರ್ಥಿಕ ನೆರವನ್ನು ನಿಲ್ಲಿಸಿ, ಅವರನ್ನು ಮನೆಯಿಂದ ಹೊರಗೆ ದಬ್ಬಬೇಕಾಗುತ್ತದೆ.

ಅಂದರೆ ಎಲ್ಲಾ ಆರ್ಥಿಕ ನೆರವನ್ನು ನಿಲ್ಲಿಸಬೇಕಾಗುತ್ತದೆ. ನಿಮ್ಮ ಫೋನ್ ಬಿಲ್‌ನಲ್ಲಿ ಅವರದ್ದು ಸೇರಿರುವುದಿಲ್ಲ. ಅವರ ಮನೆ ಬಾಡಿಗೆಯನ್ನು ನೀವು ನೀಡಲಾರಿರಿ. ನಿಮ್ಮ ಲೆಕ್ಕಾಚಾರದಲ್ಲಿ

ಅವರಿಗೆ ಸ್ಥಾನವಿರುವುದಿಲ್ಲ. ಅವರ ದಿನಸಿ ಖರ್ಚನ್ನಾಗಲೀ, ಕಾರಿನ ಬಾಡಿಗೆಯನ್ನಾಗಲೀ ನೀವು ಪಾವತಿಸುವುದಿಲ್ಲ. ಮತ್ತೆ ಹೌದು ನೀವು ಅಪಾರ್ಟ್‌ಮೆಂಟ್‌ನ ಲೀಸ್ ಅಗ್ರಿಮೆಂಟ್‌ನಲ್ಲಿ ಅವರ ಗ್ಯಾರಂಟಿಯನ್ನು ತೆಗೆದುಕೊಂಡಿರುತ್ತೀರಿ. ಅದು ನಿಮ್ಮ ಸಾಲಕ್ಕೆ ಕುತ್ತು ತರಬಹುದು. ಅವರು ನಿಮ್ಮನ್ನು ದ್ವೇಷಿಸಲು ಶುರು ಮಾಡಬಹುದು. ಮೊದಲು ಅವರು ರೊಚ್ಚಿಗೇಳಬಹುದು. ಆದರೆ ಯಾವಾಗ ನಿಮ್ಮ ಬೆಂಬಲವನ್ನು ಪಡೆಯುವ ನಿಮಿತ್ತ ಅವರು ನಿಮ್ಮ ಷರತ್ತುಗಳಿಗೆ ಒಪ್ಪಿಕೊಳ್ಳಲು ಸಿದ್ಧರಿರುವುದಿಲ್ಲವೋ, ನೀವು ನಿಮ್ಮ ಹಿರಿತನವನ್ನು ಪ್ರದರ್ಶಿಸಬೇಕಾಗುತ್ತದೆ. ಬಹಳಷ್ಟು ಮಂದಿ ಹೆತ್ತವರು ತಮ್ಮ ಪ್ರೌಢ ಮಕ್ಕಳ ಯಾತನಾಮಯ ಒದ್ದಾಟಕ್ಕೆ ಬೆಂಬಲವಾಗಿ ನಿಂತು ಅವರಿಗೆ ಹಣಕಾಸಿನ ನೆರವು ನೀಡುತ್ತಿದ್ದಾರೆ ಎಂಬುದನ್ನು ಕಂಡು ನನಗೆ ದಿಗ್ಭ್ರಮೆಯಾಗಿದೆ.

ಲೆಟ್ ದೆಮ್ ಹೋರಾಡಲಿ. *ಲೆಟ್ ದೆಮ್* ಅವರು ನಿಮ್ಮ ಬೆಂಬಲದ ನಿಯಮಗಳನ್ನು ಧೂಳೀಪಟ ಮಾಡಲಿ. ಆಮೇಲೆ *ಲೆಟ್* ಮಿ, ಅವರ ಆರ್ಥಿಕ ನೆರವನ್ನು ನಿಲ್ಲಿಸುತ್ತೇನೆ. ಬಹಳಷ್ಟು ಕಡಿಮೆ ಮಂದಿ ಹೀಗೆ ನಡೆದುಕೊಳ್ಳುತ್ತಾರೆ, ಯಾಕೆಂದರೆ ಇದು ಕ್ರೂರ ಪ್ರಕ್ರಿಯೆಯಾಗಿರುತ್ತದೆ. ಆದ್ದರಿಂದ ಯಾವುದೇ ಸನ್ನಿವೇಶದಲ್ಲಿ ಹಣವನ್ನು ಬಿಸಾಡುವುದು ಸಾಮಾನ್ಯವಾಗಿರುತ್ತದೆ.

ಆದರೆ ನಿಮ್ಮ ಆರ್ಥಿಕ ನೆರವನ್ನು ಮೊಟಕುಗೊಳಿಸುವುದೇ ಸರಿಯಾದ ಮಾರ್ಗ. ಯಾವುದೂ ಕೆಲಸಕ್ಕೆ ಬಾರದಿರುವಾಗ ನಿಮಗೆ ಉಳಿದಿರುವ ಒಂದೇ ಸೂತ್ರವದು. ನಿಮ್ಮ ಶಕ್ತಿಯಿದ್ದಿರುತ್ತದೆ. ಹಾಗಿರುವಾಗ, ಇದರಿಂದಷ್ಟೇ ನೀವು ಎಚ್ಚರಿಕೆಯ ಗಂಟೆಯನ್ನು ಬಾರಿಸಲು ಸಾಧ್ಯವಾಗುತ್ತದೆ. ಮತ್ತು ನೀವಿದನ್ನು ಓದುತ್ತಿದ್ದರೆ, ಮತ್ತು ನಿಮ್ಮ ಹೆತ್ತವರು ನಿಮ್ಮ ಥೆರಪಿಗೆ ಪಾವತಿಸುತ್ತಿದ್ದರೆ, ಅಥವಾ ಬಾಡಿಗೆಗೆ, ಅಥವಾ ನಿಮ್ಮ ಶಿಕ್ಷಣಕ್ಕೆ, ಅಥವಾ ಫೋನ್ ಬಿಲ್‌ಗೆ ಪಾವತಿಸುತ್ತಿದ್ದರೆ, ನಿಮಗೊಂದು ಸುದ್ದಿ ಹೇಳುವುದಿದೆ: ನೀವು ಸುಖವಾಗಿ ಜೀವನ ಸಾಗಿಸಬೇಕೆಂಬುದು ಅವರ ಇರಾದೆಯಾಗಿರುತ್ತದೆ.

ನಿಮ್ಮ ಬದುಕಿಗೆ ಇನ್ನೊಬ್ಬರು ಹಣಕಾಸು ನೆರವು ನೀಡುವುದು ಬೇಕಿಲ್ಲವೆಂದಾಗ, ಅದರ ಹಿಂದೆ ನಿಮ್ಮದೊಂದು ಭಾವನೆ ಇದ್ದಿರುತ್ತದೆ, ನೀವು ಹೇಗೆ ಅವರ ಹಣವನ್ನು ವಿನಿಯೋಗಿಸುತ್ತಿದ್ದೀರಿ ಎಂಬ ಆಶಂಕೆ. ನಿಮ್ಮ ಥೆರಾಪಿಸ್ಟ್‌ನ ಖರ್ಚಿಗಾಗಿ ಹಣವನ್ನು ನೀಡುವ ನಿಮ್ಮ ಹೆತ್ತವರು ಥೆರಾಪಿಸ್ಟ್‌ನ ಜೊತೆಗೆ ಮಾತಾಡುವುದಿಲ್ಲವೆಂದರೆ ಅದೊಂದು ಧರ್ಮಸಂಕಟದ ಪರಿಸ್ಥಿತಿಯಾಗಿರುತ್ತದೆ.

ನೀವು ರೋಗಗ್ರಸ್ತರಾದರೆ, ನೀವೇನು ಮಾಡುತ್ತೀರಿ ಎಂದು ನಿಮ್ಮ ಪರಿಸ್ಥಿತಿಯನ್ನು ಕಂಡು ಬಿಲ್‌ಗಳ ಹಣವನ್ನು ಅವರು ಪಾವತಿಸುತ್ತಾರೆ. ನೀವು ಆರ್ಥಿಕವಾಗಿ ಇನ್ನೊಬ್ಬರೊಂದಿಗೆ ಕಟ್ಟಿಹಾಕಲ್ಪಟ್ಟಿದ್ದರೆ, *ಲೆಟ್ ದೆಮ್* ಎನ್ನಿ, ಆದರೆ ಅವರ ಹಣ ನಿಮ್ಮ ಬದುಕಿಗೆ ಆಸರೆಯಾಗಿರುತ್ತದೆ, ನಿಮಗದು ಇಷ್ಟವಾಗಲಿ ಆಗದಿರಲಿ.

ನಿಮಗೆ ಸ್ವಾತಂತ್ರ್ಯ ಬೇಕಿದ್ದರೆ, ಅದನ್ನು ದೃಢೀಕರಿಸಿ, ಮತ್ತು ನಿಜವಾಗಿಯೂ ಆರ್ಥಿಕವಾಗಿ ಸ್ವತಂತ್ರರಿದ್ದೀರಿ ಎಂದು ತೋರಿಸಿ. ಪ್ರಾಮಾಣಿಕವಾಗಿರೋಣ: ನಿಮ್ಮ ಹೆತ್ತವರ ಅಭಿಪ್ರಾಯಗಳು ನಿಜಕ್ಕೂ ನಿಮಗೆ ಹತಾಶೆಯನ್ನು ಉಂಟು ಮಾಡುತ್ತದೆ ಎಂದರೆ ನಿಮಗೆ ಅವರ ಹಣದ ಅವಶ್ಯವಿರುತ್ತದೆ. ಅದು ನಿಮಗೂ ಗೊತ್ತು. ಅವರ ಬಗ್ಗೆ ನಿಮಗೇನೂ ಹಗೆಯಿರುವುದಿಲ್ಲ. ನೀವು ಸ್ವತಃ ಆರ್ಥಿಕವಾಗಿ ಸಬಲರಲ್ಲ ಎನ್ನುವುದರ ಬಗ್ಗೆ ನಿಮಗೆ ನಿಮ್ಮ ಬಗೆಗೇ ತಿರಸ್ಕಾರವಿದೆ.

ಇತರ ವಯಸ್ಕರಿಗೆ ಜಾಮೀನು ನೀಡುವುದನ್ನು ನಿಲ್ಲಿಸಿ

ಯಾವುದೇ ಷರತ್ತುಗಳಿಲ್ಲದೆ ಯಾಕಾಗಿ ನೀವು ಜನರಿಗೆ ಜಾಮೀನು ನೀಡಬಾರದು ಎಂಬುದಕ್ಕೆ ನನ್ನಲ್ಲೊಂದು ಉದಾಹರಣೆಯಿದೆ. ನಾನು ಮೊದಲೇ ಹೇಳಿದ ಹಾಗೆ 40ರಲ್ಲಿ ನಾನು ಮತ್ತು ಕ್ರಿಸ್ ಬಹಳಷ್ಟು ಸಾಲದಲ್ಲಿ ಮುಳುಗಿದ್ದೆವು.

ನಮ್ಮ ಮನೆ ಲೀನ್ ಮೇಲಿದ್ದರೆ, ನಮಗೆ $800,000 ಸಾಲದ ಹೊರೆಯಿತ್ತು. ಕ್ರಿಸ್‌ನ ರೆಸ್ಟೋರೆಂಟ್‌ನ ವ್ಯಾಪಾರ ಹದಗೆಟ್ಟಿತ್ತು. ನೌಕರರಿಗೆ ವೇತನ ಕೊಡಲಾಗದ ಸ್ಥಿತಿಯಿತ್ತು. ನಾನು ನನ್ನ ಉದ್ಯೋಗವನ್ನು ಕಳಕೊಂಡಿದ್ದೆ.

ದಿನಸಿಗಳಿಗೆ ಖರ್ಚು ಮಾಡುವುದಿರಲಿ, ನಮ್ಮ ಗ್ಯಾಸ್ ಟ್ಯಾಂಕ್‌ನ್ನು ತುಂಬಿಸಲೂ ನಮಗೆ ಹಣವಿರಲಿಲ್ಲ. ಅದೊಂದು ಭಯ ಹುಟ್ಟಿಸುವ ಸಮಯವಾಗಿತ್ತು. ವ್ಯಾಪಾರವನ್ನು ಹೇಗಾದರೂ ಉಳಿಸಿಕೊಳ್ಳಲು ಕ್ರಿಸ್ ಮತ್ತು ಅವನ ಪಾರ್ಟ್ನರ್ ಹಣವನ್ನು ಕೂಡಿಸಲು ಹೆಣಗಾಡುತ್ತಿದ್ದರು. ವ್ಯಾಪಾರಕ್ಕಾಗಿ ಸ್ವಲ್ಪ ಸಾಲವನ್ನು ನೀಡುವಂತೆ ಕ್ರಿಸ್ ತನ್ನ ಸಹೋದರನನ್ನು ಕೇಳಿದ್ದು ನನಗೆ ನೆನಪಿದೆ.

ಅವನ ಸಹೋದರ, ಇಲ್ಲ ಎಂದ, ಮತ್ತು ಅದಕ್ಕೆ ಸೇರಿಸುತ್ತ ಹೇಳಿದ್ದ, "ನಿನ್ನ ವ್ಯಾಪಾರ ಸೋಲುತ್ತದೆ ಎಂದು ನಾನು ಹಣವನ್ನು ಕೊಡುವುದಿಲ್ಲ ಎನ್ನುವುದಲ್ಲ, ನೀನು ಸಾಲದಲ್ಲಿ ಮುಳುಗಿದಾಗ ನಾನು ನಿನ್ನನ್ನು ಜಾಮೀನಿನಿಂದ ಬಿಡಿಸಲಾರೆ ಎಂಬ ಕಾರಣಕ್ಕೆ ಸಾಲ ನೀಡುವುದಿಲ್ಲ. ನೀನು ನಿನ್ನಷ್ಟಕ್ಕೆ ಹೇಗಾದರೂ ಹೊಂದಿಸಿಕೋ."

ಅದು ತೀರಾ ಕಠೋರ ಮಾತಾಗಿರಲಿಲ್ಲವೇ? ಇಲ್ಲ. ಅದು ಪ್ರಾಮಾಣಿಕವಾಗಿತ್ತು. ಆತ ಕ್ರಿಸ್‌ನ ವ್ಯಾಪಾರದ ಸಮಸ್ಯೆಗಳಿಗೆ ಬಾದ್ಯನಾಗುವುಇದಕ್ಕೆ ಸಿದ್ಧನಿರಲಿಲ್ಲ. ಕ್ರಿಸ್ ಹಾಗಲ್ಲ. ಒಂದು ಸೋಲುತ್ತಿರುವ ವ್ಯಾಪಾರವನ್ನು ಮೇಲೆತ್ತಲು ಸಹೋದರ ಉತ್ಸುಕನಾಗಿರಲಿಲ್ಲ ಅಥವಾ ಕ್ರಿಸ್‌ನ ಆರ್ಥಿಕ ತೊಂದರೆಗಳಿಂದ ರಕ್ಷಿಸಲೂ ಇಲ್ಲ. ಕ್ರಿಸ್‌ಗೆ ಇದನ್ನು ಕೇಳಲು ಮರ್ಮಾಘಾತವಾದಂತಾಯಿತು. ಆದರೆ ವಸ್ತುಸ್ಥಿತಿ ವಾಸ್ತವವೇ. ಕೆಲವು ವ ಆರಗಳ ನಂತರ ಕ್ರಿಸ್ ಪೂರ್ತಿ ಮುಳುಗಿ ತಳಮುಟ್ಟಿದ.

ವ್ಯಾಪಾರದಿಂದ ಅವನಿಗೆ ಆರು ತಿಂಗಳ ಸಂಬಳವೂ ಬರಲಿಲ್ಲ, ಒಟ್ಟಂದದಲ್ಲಿ ವ ಯಪಾರವೇ ನೆಲಕಚ್ಚಿತ್ತು.

ಈ ವ್ಯಾಪಾರವನ್ನು ಯಶಸ್ಸಿಗೆ ಒಯ್ಯಲು ಅವನು ಮತ್ತು ಅವನ ಪಾರ್ಟ್ನರ್ ಸತತವಾಗಿ ವರ್ಷಗಳ ಕಾಲ ಹೆಣಗಾಡಿದ್ದರು. ಕ್ರಿಸ್ ತನ್ನ ಸಹೋದರನೊಂದಿಗೆ ನಡೆಸಿದ ಸಂಭಾಷಣೆ ಅವನಿಗೆ ವ್ಯಾಪರದಿಂದ ಹೊರಕ್ಕೆ ಬರುವಂತೆ ಮಾಡಿತು. ಉಭಯ ಮಾಲೀಕರಿಗೂ ವ್ಯಾಪಾರ ಕೈಹಿಡಯಲಿಲ್ಲ. ಜೊತೆಗೆ ಕ್ರಿಸ್ ಮದ್ಯಪಾನಕ್ಕೆ ಶರಣಾಗಿ ಅದು ಇನ್ನೊಂದು ದೊಡ್ಡ ಸಮಸ್ಯೆಯಾಗಿ ಪರಿಣಮಿಸಿತು.

ಅವನು ಒತ್ತಡವನ್ನು ಮರೆಯುವುದಕ್ಕಾಗಿ ಕುಡಿಯುತ್ತಿದ್ದ ಮತ್ತು ಇತರ ಅನಾಚಾರಗಳಲ್ಲಿ ತೊಡಗಿಕೊಂಡ. ಅವನು ಖಿನ್ನತೆಯನ್ನು ಒತ್ತಡವನ್ನು ಅನುಭವಿಸುತ್ತ, ಇನ್ನು ಮುಂದೆ ಹೀಗೆ ತಾನು ಜೀವಿಸಲು ಆಗುವುದಿಲ್ಲವೆಂಬ ತೀರ್ಮಾನಕ್ಕೆ ಬಂದಿದ್ದ. ಅದು ಅವನು ತಳಕಂಡ ಕ್ಷಣಗಳಾಗಿದ್ದವು. ಅವನ ಸಹೋದರ ಸಾಲವನ್ನು ನೀಡಿರುತ್ತಿದ್ದರೆ ಸನ್ನಿವೇಶ ಇನ್ನಷ್ಟು ಕಾಲ ಮುಂದುವರಿಯುತ್ತಿತ್ತು. ಸಹೋದರ ಇಲ್ಲವೆಂದಾಗ ತನ್ನನ್ನು ರಕ್ಷಿಸಿಕೊಳ್ಳುವ ದಾರಿಯಲ್ಲದೆ ಬೇರೇನೂ ಅವನಿಗೆ ತೋಚಲಿಲ್ಲ. ನೀವು ತಳಕಾಣುವ ಸ್ಥಿತಿಯಲ್ಲಿದ್ದಾಗ ನಿಮ್ಮ ಬದುಕು ಉತ್ತಮವಾಗಿ ಬದಲಾಗುವುದಕ್ಕೆ ಸಾಧ್ಯ. ಅಂತಿಮವಾಗಿ ಅದು ನಿಮಗೆ ತಟ್ಟಿದಾಗ, ನೀವು ಬದಲಾವಣೆಗೆ ಮೊರೆಹೋಗುವುದಷ್ಟೇ ಉಳಿದಿರುತ್ತದೆ. ಕ್ರಿಸ್‌ನ ಸಹೋದರ ಹಣ ಕೊಡಲಾರೆ ಎಂದಾಗ ಆತ ಬೆಂಬಲಕ್ಕಿಲ್ಲ ಎಂದರ್ಥವಲ್ಲ. ಆತ ಕ್ರಿಸ್‌ನ ಮಾತನ್ನು ಆಲಿಸಿದ, ಅವನ ಭಾವನೆಗಳನ್ನು ಅರಿತುಕೊಂಡ, ತುಂಬಾ ಕರುಣೆಯನ್ನು ತೋರಿದ, ಮತ್ತು ಕೊನೆಯಲ್ಲಿ, ಸಾಲಕೊಡುವುದಕ್ಕೆ ಸಾಧ್ಯವಿಲ್ಲವೆನ್ನುತ್ತ ಹೀಗೆಂದ, "ನಿನ್ನ ಸಮಸ್ಯೆಯನ್ನು ಪರಿಹರಿಸಲು ನಿನ್ನಲ್ಲೇ ಸಾಕಷ್ಟು ತಾಕತ್ತು ಇದೆ ಎಂದು ನನಗೆ ಗೊತ್ತು."

ನಿಮಗೆ ಗೊತ್ತಾ ಏನಾಯ್ತೂಂತ? ಕ್ರಿಸ್ ಮೂಲ ಕಾರಣವನ್ನು ಕಂಡುಕೊಂಡ. ರೆಸ್ಟೋರೆಂಟ್‌ನ್ನು ಮೇಲೆಬ್ಬಿಸುವುದಲ್ಲ, ಸನ್ನಿವೇಶದಿಂದ ಪಲಾಯನ ಮಾಡುವುದಾಗಿತ್ತು. ಸರಿಯಾದ ಉತ್ತರ ಹೀಗಿದ್ದಿತು, "ಇದನ್ನು ಇನ್ನು ಮುಂದೆ ನಾನು ನಿರ್ವಹಿಸಲಾರೆ. ಇದೀಗ ಬಿಟ್ಟಿದ್ದೇನೆ."

ನಿಮ್ಮ ಬದುಕು ಸುಸ್ಥಿತಿಯಲ್ಲಿ ನಡೆಯುತ್ತಿಲ್ಲವೆಂದಾದರೆ, ಮೊದಲ ಹೆಜ್ಜೆಯಾಗಿ ಬದುಕನ್ನು ಬದಲಿಸುವುದು. ಇದಕ್ಕೋಸ್ಕರವೇ ನೀವು ಪ್ರೀತಿಸುವವರು ನಿಜವನ್ನು ಮೊದಲು ಎದುರಿಸಲಿ, ಅವರಿಗೆ ಸಹಾಯ ಮಾಡದೆ ಅವರು ಅದರಿಂದ ಓಡಿಹೋಗದಂತೆ ತಡೆಯಬೇಕು. ನಿಮ್ಮ ಕೆಲಸವಿಷ್ಟೇ, ಅವರನ್ನು ಪ್ರೀತಿಸುವುದು ಮತ್ತು ಅವರು ತಮ್ಮ ಕೆಲಸವನ್ನು ನಿರ್ವಹಿಸಲು ಶಕ್ತರೆಂದು ಮನದಟ್ಟು ಮಾಡುವುದು, ಹಾಗೆಯೇ ಅವರಿಂದ ದೂರ ನಿಂತು ಅವರಿಗೆ ಬೆಂಬಲ ನೀಡುವುದು. ಇದನ್ನೇ ಕ್ರಿಸ್‌ನ ಸಹೋದರ ಮಾಡಿದ್ದು. ಹೇಗೆ ಸಮಸ್ಯೆಯೊಂದನ್ನು ಪರಿಹರಿಸಲು ಮಿಲಿಯನ್ ವಿಧಾನಗಳಿರುತ್ತವೆಯೋ, ಹಾಗೆಯೇ ಆಶ್ರಯವನ್ನು ನೀಡುವುದಕ್ಕೂ ಮಿಲಿಯನ್ ವಿಧಾನಗಳಿರುತ್ತವೆ.

ಗುಣಪಡಿಸುವುದಕ್ಕೆ ಅತ್ಯಂತ ಉತ್ತಮ ಪರಿಸರವನ್ನು ಹೇಗೆ ಸೃಷ್ಟಿಸುವುದು

ಒದ್ದಾಡುತ್ತಿರುವ ಮಂದಿಗೆ ಆಶ್ರಯವನ್ನು ನೀಡುವ ನಿಟ್ಟಿನಲ್ಲಿ ನನ್ನ ಅತ್ಯಂತ ಪ್ರಿಯವಾದ ವಿಧಾನಗಳಲ್ಲಿ ಒಂದೆಂದರೆ ಉತ್ತಮ ಪರಿಸರವನ್ನು ಸೃಷ್ಟಿಸುವುದು. ಹಾಗೆಂದರೇನು? ನಿಮ್ಮ ಭೌತಿಕ ಪರಿಸರ ನಿಮ್ಮ ಮಾನಸಿಕ, ಆಧ್ಯಾತ್ಮಿಕ, ಮತ್ತು ಶಾರೀರಿಕ ಸ್ವಾಸ್ಥ್ಯದಲ್ಲಿ ತುಂಬಾ ಪ್ರಭಾವವನ್ನು ಬೀರುತ್ತದೆ ಎಂದು ಬಹಳಷ್ಟು ಸಂಶೋಧನೆಗಳಿಂದ ದೃಢಪಟ್ಟಿದೆ. ಅದರಲ್ಲಿ ಎಲ್ಲವೂ ಸೇರಿರುತ್ತವೆ: ನೀವು ಜೀವಿಸುವ ವಾತಾವರಣ, ನಿಮ್ಮ ಸುಮುತ್ತಲಿನ ಕಸಕಡ್ಡಿಗಳ ಸಹಿತವಾದ ಪರಿಸರ, ನಿಮ್ಮ ಫ್ರಿಜ್‌ನಲ್ಲಿರುವ ಆಹಾರ, ಯಾರ ಜೊತೆಗೆ ನೀವು ನಿಮ್ಮ ಹೆಚ್ಚಿನ ಸಮಯವನ್ನು ಕಳೆಯುತ್ತಿದ್ದೀರಿ, ನಿಮ್ಮ ಕ್ಯಾಲೆಂಡರ್‌ನಲ್ಲಿ ನಮೂದಿಸಲಾಗಿರುವ ನಿಮ್ಮ ದೈನಂದಿನ ಚಟುವಟಿಕೆಗಳ ಯಾದಿ, ಇತ್ಯಾದಿ.

ನಿಮ್ಮನ್ನೇ ಕೇಳಿಕೊಳ್ಳಿ, ಸುಗಮವಾಗಿ ನಾನು ಸುಧಾರಿಸಿ ಬದಲಾಗಲು ನನ್ನ ಪರಿಸರವನ್ನು ಹೇಗೆ ಸೃಷ್ಟಿಸಬಲ್ಲೆ? ಇದನ್ನು ನೀವು ಮಿಲಿಯನ್ ಬಗೆಯಲ್ಲಿ ಮಾಡಬಹುದು. ಆದರೆ ನಾನು ನನ್ನ ಒಂದು ಉದಾಹರಣೆಯ ಮೂಲಕ ಶುರು ಮಾಡಲು ಬಯಸುತ್ತೇನೆ. ನಮ್ಮ ಮೊದಲ ಮಗಳು ಜನಿಸಿದಾಗ, ನನಗೆ ತುಂಬಾ ಕಷ್ಟಕರವಾದ ಹೆರಿಗೆಯಾಗಿತ್ತು. ಬಹಳಷ್ಟು ರಕ್ತ ಕಳೆದುಕೊಂಡಿದ್ದೆ. ಕೊನೆಯಲ್ಲಿ ಆಸ್ಪತ್ರೆಯಿಂದ ಡಿಸ್ಚಾರ್ಜ್ ಆದಾಗ, ನನ್ನ ಶಾರೀರಿಕ ಸಮತೋಲನಕ್ಕೆ ಬಹಳಷ್ಟು ಹಾನಿಯಾಗಿತ್ತು ಮಾತ್ರವಲ್ಲ, ಮಾನಸಿಕವಾಗಿ ತೀವ್ರವಾದ ಖಿನ್ನತೆಯನ್ನು ಅನುಭವಿಸುತ್ತಿದ್ದೆ.

ಪರಿಸ್ಥಿತಿ ಅದೆಷ್ಟು ಜಟಿಲ ಮತ್ತು ಹದಗೆಟ್ಟಿತ್ತು ಅಂದರೆ, ಮೊದಲ ನಾಲ್ಕು ತಿಂಗಳ ಕಾಲ ನಾನು ಮಗುವನ್ನು ಒಂದು ಕ್ಷಣವೂ ಬಿಟ್ಟಿರಲಾರೆ ಎನ್ನುವಂತಾಗಿತ್ತು. ಔಷಧಗಳ ಸೇವನೆಯ ಕಾರಣ ನಾನು ಮಗುವಿಗೆ ಎದೆಹಾಲನ್ನು ನೀಡುವಂತಿರಲಿಲ್ಲ. ನನ್ನ ಪರಿಸ್ಥಿತಿ ಎಷ್ಟೊಂದು ಹೀನಾಯ ಮಟ್ಟಕ್ಕೆ ತಲುಪಿತ್ತೆಂದರೆ ನಾನು ದಿನವಿಡೀ ಮಲಗಿರುತ್ತಿದ್ದೆ ಅಥವಾ ಮಂಚದ ಮೇಲೆ ಪ್ರೇತದ ಹಾಗೆ ಕುಳಿತಿರುತ್ತಿದ್ದೆ.

ನನಗೆ ನೆನಪಿರುವ ಹಾಗೆ ನನಗೆ ಯಾರು ಹೇಗೆ ಸಹಾಯ ಮಾಡಬಹುದು ಎಂದು ಕೇಳಿರಲಿಲ್ಲ. ಅವರು ಸುಮ್ಮನೆ ಬಂದು ಹೋಗುತ್ತಿದ್ದರು ಮತ್ತು ನಾನು ಸುಧಾರಿಸಲು ಒಂದು ಸೂಕ್ತ ಪರಿಸರವನ್ನು ಸೃಷ್ಟಿಸುತ್ತಿದ್ದರು. ನನ್ನ ಹತ್ತಿರದ ಸಂಬಂಧಿ ಸ್ವಚ್ಛಗೊಳಿಸಲು ಬರುತ್ತಿದ್ದಳು. ನನ್ನ ಹೆತ್ತವರು ತಮ್ಮ ಹಳ್ಳಿಯಿಂದ ಕಾರಿನಲ್ಲಿ ಬಂದು ವಾರಗಟ್ಟಲೆ ನನ್ನ ಜೊತೆಗೆ ಸಮಯ ಕಳೆಯುತ್ತಿದ್ದರು. ಓರ್ವ ಹೊಸ ಗೆಳತಿ ಜೋನೀ, ಆ ಸಮಯದಲ್ಲಿ ಗರ್ಭಿಣಿಯಾಗಿದ್ದಳು, ನನ್ನ ಬಳಿಯಲ್ಲಿ ಬಂದು ಕುಳಿತು, ನನಗೆ ಜೊತೆಯನ್ನು ನೀಡುತ್ತಿದ್ದಳು, ಅದರಿಂದ ಕ್ರಿಸ್ ತನ್ನ ಕೆಲಸಕ್ಕೆ ಹೋಗಲು ಅನುಕೂಲವಾಗುತ್ತಿತ್ತು. ನಾನು ನಿದ್ದೆಗೆ ಹೋದ ಸಮಯದಲ್ಲಿ ನನ್ನ

ಗೆಳತಿ ಲಾಂಡ್ರಿಗೆ ಬಟ್ಟೆಯನ್ನು ಸೇರಿಸುತ್ತಿದ್ದಳು ಅಥವಾ ಸರಳವಾದ ಮಧ್ಯಾಹ್ನದ ಊಟವನ್ನು ತಯಾರಿಸುತ್ತಿದ್ದಳು.

ನನ್ನ ಅತ್ತೆಮಾವ ಒಂದು ವಾರದ ಮಟ್ಟಿಗೆ ಬಂದು ಪ್ರತಿದಿನ ಅದೇನೋ ಯೋಜನೆ ಹಾಕಿಕೊಳ್ಳುತ್ತಿದ್ದರು. ನನ್ನನ್ನು ಕೇಳದೆಯೇ ಅವರು ಹೇಳುತ್ತಿದ್ದರು, "ಬಾ, ಈಗಲೇ ನಾವು ಬೋಸ್ಟನ್ ಫ್ಲವರ್ ಷೋಗೆ ಹೋಗಬೇಕು." ಆಮೇಲೆ ಅವರು ನನ್ನನ್ನೂ ಮಗುವನ್ನೂ ಕಾರಿನಲ್ಲಿ ಕೂರಿಸಿ ಒಯ್ಯುತ್ತಿದ್ದರು. ನಾನು ಇನ್ನೂ ಸುಸ್ಥಿತಿಗೆ ಮರಳದೇ ಇದ್ದರೂ, ಇನ್ನೂ ಖಿನ್ನತೆಯಿಂದ ಹೊರಬಂದಿರದಿದ್ದರೂ, ನಾನು ಮತ್ತೆ ನನ್ನ ಸಾಮಾನ್ಯ ಬದುಕಿನ ಸ್ಥಿತಿಗೆ ಮರಳಲು ಪರಿಸರವನ್ನು ಸೃಷ್ಟಿಸುತ್ತಿದ್ದರು. ಯಾರೂ ನನಗೆ ಹೀಗೆ ಕೇಳಿದವರಲ್ಲ, "ನಿನಗೇನು ಸಹಾಯ ಬೇಕು?" ಯಾರೂ ನನಗೆ ಕೇಳಲಿಲ್ಲ, "ಲಾಂಡ್ರಿಗೆ ಬಟ್ಟೆಯನ್ನು ಹಾಕಲೇ?" ಯಾರೂ ನನಗೆ ಕೇಳಿಲ್ಲ, "ಈವೊತ್ತಿನ ಡಿನ್ನರ್‌ನ್ನು ತಂದುಕೊಡಲೇ?" ಅವರು ಅವರಷ್ಟಕ್ಕೇ ಮಾಡುತ್ತ ಹೋದರು. ಒದ್ದಾಡುವ ಸ್ಥಿತಿಯಲ್ಲಿರುವ ಜನರಿಗೆ ಇದೊಂದು ಮುಖ್ಯವಾದ ಅಂಶವಾಗಿರುತ್ತದೆ. *ಲೆಟ್ ದೆಮ್* ಎನ್ನುವಾಗ ಅವರನ್ನು ಹಾಗೆಯೇ ಅವರಷ್ಟಕ್ಕೇ ಬಿಟ್ಟುಬಿಡುವುದು ಎಂದರ್ಥವಲ್ಲ.

ನೀವು ಹೋರಾಟದಲ್ಲಿರುವಾಗ, ನಿಮಗೇನು ಬೇಕು, ನಿಮ್ಮ ಅಗತ್ಯಗಳೇನು ಎಂದು ನಿಮಗೆ ತಿಳಿದಿರುವುದಿಲ್ಲ. ಕೆಲವೊಮ್ಮೆ ನಿಮಗೆ ಅದು ಯಾವ ದಿವಸ ಎಂದೂ ತಿಳಿಯುವುದಿಲ್ಲ. ನಿಮ್ಮ ಫ್ರೆಂಡ್‌ಗೆ ನೀವು ಹೀಗೆ ಕೇಳಿದಾಗ ಅವರ ಉತ್ತರ ಏನಿರುತ್ತದೆ ಎಂದು ನಿಮಗೆ ಗೊತ್ತೇ? ಯಾರು ಸಂಕಟದಲ್ಲಿದ್ದಾರೆ? ಯಾರು ವಿಚ್ಛೇದನ ಪಡೆದರು? ಆಸ್ಪತ್ರೆಯಿಂದ ಹೊರಕ್ಕೆ ಹೋಗುವಾಗ, ನಾನು ಹೇಗೆ ಸಹಾಯ ಮಾಡಲಿ, ಇತ್ಯಾದಿ ಪ್ರಶ್ನೆಗಳಿಗೆ ಸಾಮಾನ್ಯ ಉತ್ತರಗಳು ಹೀಗಿರುತ್ತವೆ, "ಎಲ್ಲವೂ ಚೆನ್ನಾಗಿದೆ, ಯಾವುದೇ ತಾಪತ್ರಯವಿಲ್ಲ," "ಏನೂ ಇಲ್ಲ," ಅಥವಾ "ನನಗೇನೂ ಅಗತ್ಯವಿಲ್ಲ."

ನೀವು ಸಂಕಟದಲ್ಲಿರುವಾಗ, ನೀವು ಯಾರಿಗೂ ಹೊರೆಯಾಗಿ ಜೀವಿಸಲು ಬಯಸುವುದಿಲ್ಲ, ಯಾಕೆಂದರೆ ನೀವು ಅದಾಗಲೇ ಒಂದು ಹೊರೆಯಾಗಿರುತ್ತೀರಿ. ಅವರು ಸುಧಾರಿಸಲು ನಾನೊಂದು ಪರಿಸರವನ್ನು ನಿರ್ಮಿಸಲು ಬಯಸುವೆ, *ಲೆಟ್* ಮಿ.

ನೀವು ಮಾಡಬಹುದಾದ ಕೆಲವು ಉದಾಹರಣೆಗಳು ಇಲ್ಲಿವೆ: ಅವರ ಮನೆ ಬಾಗಿಲಿನಲ್ಲಿ ಕಾಣಿಸಿಕೊಳ್ಳಿ. ಊಟವನ್ನು ನೀಡಿ, ಅವರ ವಸತಿಯ ಸ್ಥಳವನ್ನು ಸ್ವಚ್ಛಗೊಳಿಸಲು ಸಹಾಯ ಮಾಡಿ. ಅವರ ಫ್ರಿಜ್‌ನಲ್ಲಿ ಆರೋಗ್ಯಕರ ವಸ್ತುಗಳನ್ನು ತುಂಬಿಸಿ, ಅವರ ಬೆಡ್‌ರೂಮ್‌ಗೆ ಸಾಗಿ ಶೇಡ್‌ಗಳನ್ನು ತೆರೆದು ಕಿಟಕಿಗಳನ್ನು ತೆರೆಯಿರಿ. ಲಾಂಡ್ರಿಗೆ ಬಟ್ಟೆಗಳನ್ನು ಹಾಕಿ. ಒಳ್ಳೆಯ ಹಾಡುಗಳ ಒಂದು ಪಟ್ಟಿಯನ್ನು ತಯಾರಿಸಿ ನೀಡಿ. ಭರವಸೆಯನ್ನು ಉದ್ದೀಪಿಸುವ ಪೋಡ್‌ಕಾಸ್ಟ್‌ಗಳ ಯಾದಿಯನ್ನು ತಯಾರಿಸಿ ನೀಡಿ. ಸುಧಾರಿಸುವ ನಿಟ್ಟಿನಲ್ಲಿನಲ್ಲಿರುವ ಕ್ಯಾರ್ ಪ್ಯಾಕ್‌ಗಳನ್ನು ಕೈಗೆಟಕುವಂತೆ ಮಾಡಿ. ಅಥವಾ ಅವರಿಗೊಂದು ಡಿಜಿಟಲ್ ಪಿಕ್ಚರ್ ಫ್ರೇಮ್‌ನ್ನು ಕೊಂಡು ಅದರಲ್ಲಿ ಅವರಿಗೆ ಸಂಬಂಧಿಸಿದ ಫೋಟೋಗಳನ್ನು ಹಾಕಿ, ದಿನವೂ ಅವರು ಅವನ್ನು ಕಾಣುತ್ತಲೇ ಮನದಣಿಯೆ ಹಿಗ್ಗಿ ಹೆಮ್ಮೆ ಪಡುವ ಪರಿಸರವನ್ನು ಹುಟ್ಟುಹಾಕಿ.

ಹೊಸದಾಗಿ ಮಗುವಿಗೆ ಜನ್ಮ ನೀಡಿದ ತಾಯಿಗೆ ಥೆರಾಪಿಸ್ಟ್ ಕೆ.ಸಿ. ಡೇವಿಸ್ ಅವರು ಶಿಫಾರಸ್ಸು ಮಾಡಿದ ವಿಷಯ ನನಗೆ ಅತ್ಯಂತ ಇಷ್ಟವಾದ ಸಂಗತಿ: ಪೇಪರ್ ಪ್ಲೇಟ್‌ಗಳ ಮತ್ತು ಕಪ್‌ಗಳ ದೊಡ್ಡ ಬಂಡಲ್‌ನ್ನೇ ಅವರ ಬಳಿಯಲ್ಲಿ ಇಟ್ಟಿರಿ, ಅದರಿಂದ ಎಳೆಯ ಕಂದಮ್ಮನಿಗೆ ಆಹಾರ ತಯಾರಿಸಲು ಸುಲಭವಾಗುತ್ತದೆ. ಪಾತ್ರೆಪಗಡಿಯನ್ನು ತೊಳೆಯುವ ಉಸಾಬರಿ ಇರುವುದಿಲ್ಲ. ಈ ವಿಷಯದಲ್ಲಿ ತೊಡಗಿರುವಾಗಲೇ, ಫ್ರೆಂಡ್ ಒಬ್ಬಳಿಗೆ, "ನಾನು ಶನಿವಾರ ಬರುತ್ತಿದ್ದೇನೆ, ಪಾರ್ಕ್‌ಗೆ ಮಕ್ಕಳು ಅಥವಾ ನಾಯಿಯನ್ನು ತರುವವಳಿದ್ದೇನೆ, ಆರಾಮವಾಗಿ ಸಮಯ ಕಳೆಯೋಣ," ಎಂದು ಮೆಸೇಜ್ ಮಾಡಿ. ನಿಮ್ಮ ರೂಮ್‌ಮೇಟ್‌ನ್ನು ಆಕೆಯ ವಿಚ್ಛೇದನದ ಬಳಿಕ ಮ್ಯಾನಿಕ್ಯೂರಿಗೆ ಕರೆದೊಯ್ಯಿರಿ ಅಥವಾ ಮ್ಯೂಸಿಯಂನಲ್ಲಿ ನಡೆಯುತ್ತಿರುವ ಹೊಸ ವಸ್ತು ಪ್ರದರ್ಶನಕ್ಕೆ ಒಯ್ಯಿರಿ. ಯಾರಿಗಾದರೂ ನಿಮ್ಮ ಆಪ್ತರಿಗೆ ಹೀಗೆ ಸಂದೇಶ ಕಳಿಸಿ, "ನಾನು ನಿಮ್ಮನ್ನು ನೆನಪು ಮಾಡಿಕೊಂಡೆ. ನೀವು ನನಗೆ ಸಂದೇಶ ಕಳಿಸುವುದೇನೂ ಬೇಡ. ನೀವು ಹೇಗಿದ್ದೀರಿ ಎಂದು ತಿಳಿಯಲಷ್ಟೇ ಇದನ್ನು ಮಾಡಿದೆ." ಅದೇನೋ ಚಿಕಿತ್ಸೆ ಪಡೆಯುತ್ತಿದ್ದ ನಿಮ್ಮ ಸ್ನೇಹಿತೆಯನ್ನು ಪ್ರತಿ ಬುಧವಾರದ ಬೆಳಿಗ್ಗೆ ಯೋಗ ಕ್ಲಾಸಿಗೆ ಕರೆದೊಯ್ಯಿ. ಸಾಧ್ಯವಾದರೆ ಆಕೆಯನ್ನು ಕಾರಿನಲ್ಲಿ ನೀವೇ ಒಯ್ದರೆ ಇನ್ನೂ ಉತ್ತಮ. ನೀವು ಸಕಾರಾತ್ಮಕ ಬದಲಾವಣೆಯನ್ನು ತರಲು ಪರಿಸರವನ್ನು ನಿರ್ಮಿಸಲು ಸಾಧ್ಯ. ಆರೋಗ್ಯಕರ ಊಟವನ್ನು ತಯಾರಿಸಿ ನೀಡಿ, ಅಥವಾ ಸೌಹಾರ್ದಯುತ ಸಂಭಾಷಣೆಯನ್ನು ಮಾಡಿ, ಮುಕ್ತವಾದ ಪ್ರಶ್ನೆಗಳನ್ನು ಕೇಳಿ-ಹೀಗೆ. ಇಂತಹ ಉದಾಹರಣೆಗಳು, ಸನ್ನಿವೇಶವನ್ನು ನಿಭಾಯಿಸಲು ಹಣವನ್ನು ಸುಮ್ಮನೆ ಎಸೆಯುವುದು, ಅಥವಾ ಸಮಸ್ಯೆಯಿಂದ ಪಾರು ಮಾಡುವುದಕ್ಕಿಂತ ಇದೇ ಮೇಲು ಅಲ್ಲವೇ? ಬದುಕಿಗೆ ಮತ್ತೆ ಹಿಂದಿರುಗಲು ಇವೇ ಸುಲಭ ಮಾರ್ಗಗಳು.

ಯಾರಾದರೂ ಯಾವ ಬಗೆಯ ಬವಣೆಯನ್ನು ಅನುಭವಿಸುತ್ತಿದ್ದಾರೆ ಎಂಬುದು ನಿಮಗೆ ತಿಳಿದಿರಲಾರದು. ಯಾವ ಬಗೆಯ ಸ್ನೇಹಿತೆ, ಯಾವ ಬಗೆಯ ಪ್ರೀತಿಯ ವ್ಯಕ್ತಿ, ಅಥವಾ ಯಾವ ಬಗೆಯ ಕೌಟುಂಬಿಕ ಸದಸ್ಯನೆಂದು ಆಯ್ಕೆ ಮಾಡುವುದು ನಿಮಗೆ ಸೇರಿದ್ದು. ಈ ಪುಸ್ತಕದಲ್ಲಿ ಹೇಗೆ ನೀವು ನಿಮ್ಮನ್ನು ಗೌರವಯುತರಾಗಿ ಕಾಣಲು ಹೇಗೆ ಪ್ರತಿಕ್ರಿಯಿಸಬಹುದು ಎಂಬುದರ ಕುರಿತು ಮಾತಾಡಿದ್ದೇವೆ.

ಯಾವುದೇ ನಿರೀಕ್ಷೆಯಿಲ್ಲದೆ ನೀವು ಇನ್ನೊಬ್ಬರಿಗೆ ಸಹಾಯ ಮಾಡಬೇಕು. ಆಸ್ಪತ್ರೆಯಲ್ಲಿರುವ ಸ್ನೇಹಿತೆಯನ್ನು ನೋಡಲು ನೀವು ತಲುಪಿದಾಗ ನಿಮಗೇ ನೆಮ್ಮದಿಯ ಭಾವನೆ ಬರುತ್ತದೆ. ನಿಮಗೆ ಅದೇನೋ ದೊಡ್ಡದೊಂದು ಸಂದೇಶ ಹಿಂದಿರುಗಿ ಬರುತ್ತದೆ ಎಂಬ ನಿರೀಕ್ಷೆಯೊಂದಿಗೆ ಅದನ್ನು ನೀವು ಮಾಡದಿರಿ. ಇದೀಗ ತಾನೆ ಮಗುವನ್ನು ಹೆತ್ತಿರುವ ತಾಯಿಗೆ ಡಿನ್ನರ್‌ನ್ನು ಕೊಂಡೊಯ್ದು ಕೊಡಿ, ಅದರಿಂದ ನಿಮಗೆ ಧನ್ಯವಾದಗಳು ಸಿಗುತ್ತ ಎಂಬ ನಿರೀಕ್ಷೆ ಬೇಡ, ನಿಮ್ಮಲ್ಲೇ ಧನ್ಯತಾ ಭಾವ ಮೂಡಿದರಷ್ಟೇ ಸಾಕು. ಯಾರಾದರೂ ಒದ್ದಾಡುತ್ತಿರುವ ಸ್ಥಿತಿಯಲ್ಲಿದ್ದಾಗ ಅವರಿಗೆ ನೀವು ಸಹಾಯ ಮಾಡಿದರೆ, ಅವರು ನಿಮಗೆ ಕೃತಜ್ಞತೆ ಹೇಳುವಷ್ಟು ಚೈತನ್ಯ ಅವರಲ್ಲಿ ಇರುವುದಿಲ್ಲ ಎಂಬುದನ್ನು ನೆನಪಿಟ್ಟುಕೊಳ್ಳಿ.

ಆದರೆ ನಿಮ್ಮ ಕನಿಕರದ ವರ್ತನೆ ಬಹಳಷ್ಟು ವ್ಯತ್ಯಾಸವನ್ನು ಉಂಟು ಮಾಡುತ್ತದೆ, ನಿಮಗೆ ಕೃತಜ್ಞತೆ ಸಿಗಲಿ, ಬಿಡಲಿ. ನಿಮ್ಮ ಕೆಲಸವೆಂದರೆ ನೀವು ಅವರ ಪಕ್ಕದಲ್ಲಿ ನಿಂತು ಬೆಳಕನ್ನು ಉತ್ತುಂಗದಲ್ಲಿ ಬೆಳಗುವುದು. ಭರವಸೆಯ ಶಿಖೆಯಾಗಿರಿ. ಅವರ ಸಾಮರ್ಥ್ಯದಲ್ಲಿ ನಂಬಿಕೆಯಿರಲಿ.

ಜನರು ವಾಸಿಯಾಗುವುದರಿಂದ ಹಿಂದೇಟು ಯಾಕೆ ಹಾಕುತ್ತಾರೆಂದರೆ, ಅವರಿಗೆ ಆ ನೋವನ್ನು ಸಹಿಸಲಾಗದು ಎನ್ನುವ ಭಾವನೆಯಿಂದ. ಆದ್ದರಿಂದ ಅವರು ನಿಮ್ಮಿಂದ ಭರವಸೆಯನ್ನು ಸಾಲ ಪಡೆಯಲಿ, *ಲೆಟ್ ದೆಮ್*. ಯಾಕೆಂದರೆ ಯಾರಿಗಾದರೂ ತಾವು ಸ್ವೀಕೃತರಿದ್ದೇವೆ, ಪ್ರೀತಿಸಲ್ಪಡುತ್ತಿದ್ದೇವೆ, ಆಶ್ರಯಿಸಲ್ಪಡುತ್ತಿದ್ದೇವೆ ಎಂದು ಕಂಡಾಗ, ಅವರು ತಮ್ಮ ಬದುಕಿನಲ್ಲೂ ಹಿಂದಕ್ಕೆ ಹೆಜ್ಜೆ ಹಾಕುವುದರಲ್ಲಿ ನಂಬಿಕೆಯಿಡುತ್ತಾರೆ.

ಆದ್ದರಿಂದ ಯಾರಾದರೂ ಒದ್ದಾಡುವ ಸ್ಥಿತಿಯಲ್ಲಿರುವಾಗ ಹೇಗೆ ಅವರಿಗೆ ಸಹಾಯ ಒದಗಿಸಬಹುದೆಂಬುದನ್ನು ಸಂಕ್ಷಿಪ್ತವಾಗಿ ತಿಳಿಯೋಣ. ಈ ವಿಭಾಗದಲ್ಲಿ ಹೇಗೆ ಇತರ ಪ್ರೌಢರು ಹೋರಾಟವನ್ನು ಎದುರಿಸುವುದನ್ನು ತಡೆಯಲು ಸಾಧ್ಯ ಎಂಬುದನ್ನು ನೀವು ಕಲಿತಿದ್ದೀರಿ. ಲೆಟ್ ದೆಮ್ ಸಿದ್ಧಾಂತ ನಿಮಗೆ ಕಲಿಸುವುದೇನೆಂದರೆ, ಅನ್ಯರಿಗೆ ಸಹಾಯ ಮಾಡುವುದೆಂದರೆ ಅವರ ಸಮಸ್ಯೆಯನ್ನು ಬಗೆಹರಿಸುವುದಲ್ಲ-ಹಾಗೆಂದರೆ, ಅವರೇ ತಮ್ಮ ಸಮಸ್ಯೆಯನ್ನು ಬಗೆಹರಿಸಿಕೊಳ್ಳಲು ತಕ್ಕ ಸಲಕರಣೆಗಳನ್ನು ಮತ್ತು ಅವಕಾಶವನ್ನು ನೀವು ಒದಗಿಸಿ ಕೊಡುತ್ತೀರಿ ಎಂದರ್ಥ.

1. **ಸಮಸ್ಯೆ:** ಜನರನ್ನು ಸಮಸ್ಯೆಯಿಂದ ಪಾರು ಮಾಡುವುದೆಂದರೆ ಅವರು ಅದರಲ್ಲೇ ಮುಳುಗಿಹೋಗುತ್ತಾರೆ. ನೀವು ಅನ್ಯರಿಗೆ ನಿಮ್ಮ ಹಣ, ಮಾತು ಮತ್ತು ಕ್ರಿಯೆಗಳಿಂದ ಅವರಿಗೆ ಸ್ವಾತಂತ್ರ್ಯ ಒದಗಿಸಲು ಹೊರಟರೆ-ನೀವು ಅವರನ್ನು ವಾಸಿಯಾಗುವುದರಿಂದ ತಡೆದಂತಾಗುತ್ತದೆ. ನೀವು ಅವರ ಕಷ್ಟವನ್ನು ಅವರ ಸಾಲವನ್ನು, ಅವರ ಕುಸಿತವನ್ನು ಮುಂದಕ್ಕೆ ಹೋಗುವಂತೆ ಮಾಡಿದಾಗ ಅದು ನಿಮಗೇ ತಿರುಗಿ ಬೀಳುವಂತಾಗುತ್ತದೆ.

2. **ಸತ್ಯ:** ಕೆಲಸ ಮಾಡಲು ತತ್ಪರರಾದಾಗ ಮಾತ್ರ ಜನರು ಗುಣಮುಖರಾಗುತ್ತಾರೆ. ಅವರು ಗುಣಮುಖರಾಗುವುದಕ್ಕೂ ಮೊದಲೇ ನೀವು ಅದಕ್ಕೆ ಸಿದ್ಧರಾಗಿರುತ್ತೀರಿ. ನಿಮ್ಮ ಉದ್ದೇಶ ಉತ್ತಮವೆಂದಾದರೂ, ಇತರರ ಸಮಸ್ಯೆಯನ್ನು ಬಗೆಹರಿಸಲು ನೀವು ನಿರಂತರವಾಗಿ ಶ್ರಮಿಸುತ್ತಿದ್ದರೆ, ಅದರಿಂದ ಅವರು ನಿಮ್ಮ ಮೇಲೆಯೇ ಅವಲಂಬಿತರಾಗಿ ಇನ್ನಷ್ಟು ಹತಾಶೆಯನ್ನು ಅನುಭವಿಸುತ್ತ, ಸ್ವತಃ

ಜವಾಬ್ದಾರಿಯನ್ನು ಹೊರಲು ಹಿಂದೇಟು ಹಾಕುತ್ತಾರೆ. ಗುಣಪಡಿಸಿ-ಕೊಳ್ಳುವುದಕ್ಕಿಂತ ಹೆಚ್ಚಿನದೇನನ್ನೂ ನೀವು ಮಾಡಲಾರಿರಿ.

3. **ಪರಿಹಾರ:** ಲೆಟ್ ದೇಮ್ ಸಿದ್ಧಾಂತವನ್ನು ಉಪಯೋಗಿಸಿ, ನೀವು ಹಿಂದಕ್ಕೆ ಹೆಜ್ಜೆಯಿರಿಸಿ ಮತ್ತು ಆ ಪ್ರೌಢರು ತಮ್ಮ ಕ್ರಿಯೆಗಳಿಂದ ಸಂಭವಿಸಿದ ಪರಿಣಾಮಗಳನ್ನು ಸ್ವಾಭಾವಿಕ ನೆಲೆಯಲ್ಲಿ ಎದುರಿಸುವಂತೆ ಮಾಡಬೇಕು. ಪಾರು ಮಾಡುವ ಬದಲು, ಷರತ್ತುಬದ್ಧವಾಗಿ ಅವರಿಗೆ ಆಶ್ರಯವನ್ನು ನೀಡಬೇಕು.

ಈ ಅನುಸಂಧಾನ ಅವರಿಗೆ ತಮ್ಮನ್ನು ಗುಣಪಡಿಸಿಕೊಳ್ಳುವಲ್ಲಿ ಮತ್ತು ತಮ್ಮ ಬೆಳವಣಿಗೆಯಲ್ಲಿ ಸ್ವತಃ ಜವಾಬ್ದಾರಿಯನ್ನು ವಹಿಸುವಂತೆ ಮಾಡುತ್ತದೆ. ಜೊತೆಗೆ ಅವರಲ್ಲಿನ ಆಂತರಿಕ ಕ್ಷಮತೆಯನ್ನು ನೀವು ಮನವರಿಕೆ ಮಾಡಿಕೊಳ್ಳಲು ಸಾಧ್ಯವಾಗುತ್ತದೆ.

ನೀವು ಅವರಿಗೆ *ಲೆಟ್ ದೇಮ್* ಎಂದಾಗ, ಅವರಿಗೆ ತಮ್ಮ ಕಷ್ಟಗಳನ್ನು ಮತ್ತು ಬೆಳವಣಿಗೆಯನ್ನು ವಹಿಸಿಕೊಳ್ಳಲು ಅವಕಾಶವನ್ನು ನೀಡಿದಂತಾಗಿ, ಬೆಳವಣಿಗೆಗೆ ಕಷ್ಟಗಳನ್ನು ಎದುರಿಸುವುದು ಅನಿವಾರ್ಯವೆಂದು ತಿಳಿಸಿದಂತಾಗುತ್ತದೆ. ನೀವು *ಲೆಟ್ ದೇಮ್* ಎಂದಾಗ, ಅನ್ಯರಿಗೆ ಸಹಾಯ ಒದಗಿಸುವುದರ ಮೇಲೆ ನೀವು ಗಮನವನ್ನು ಕೇಂದ್ರೀಕರಿಸುವ, ಅವರಿಗೆ ಸೂಕ್ತವಾದ ಪರಿಸರವನ್ನು ನಿರ್ಮಿಸಿಕೊಡುವಲ್ಲಿ ಪ್ರಯತ್ನಿಸುವುದು ಹಾಗೂ ಬೇಕಾದ ಸಲಕರಣೆಗಳನ್ನು ಒದಗಿಸಿಕೊಡುವುದು ಮುಂತಾಗಿ ನೀವು ವಹಿಸಿಕೊಂಡಂತಾಗುತ್ತದೆ.

ಗುಣವಾಗುವುದರಲ್ಲಿನ ಅವರ ಕ್ಷಮತೆಯಲ್ಲಿ ನಂಬಿಕೆಯಿರಲಿ, ಹಾಗೂ ಅವರಿಗೆ ಬದಲಾಗುವಂತೆ ಪರಿಸರವನ್ನು ನಿರ್ಮಿಸಿಕೊಡಿ.

ನಿಮ್ಮ ಅರ್ಹತೆಗೆ ತಕ್ಕ ಪ್ರೀತಿಯನ್ನು ಆಯ್ಕೆ ಮಾಡುವುದು

ಅಧ್ಯಾಯ 18

ಅವರು ಯಾರು ಎಂಬುದನ್ನು ನಿಮಗೆ ತೋರಿಸಲಿ

ನಿಮ್ಮ ಬದುಕಿನ ಕೊನೆಯಲ್ಲಿ ಯಾರಾದರೂ ನಿಮಗೆ ಯಾವ ಶಬ್ದಗಳನ್ನು ಉಸಿರಲು ಬಯಸುತ್ತೀರಿ ಎಂದು ಕೇಳಿದರೆ ಯಾವ ಶಬ್ದಗಳನ್ನು ಉಸುರುತ್ತೀರಿ?

"ನಾನು ನಿಮ್ಮನ್ನು ಪ್ರೀತಿಸುತ್ತೇನೆ."

ಪ್ರೀತಿಯೇ ಜಗತ್ತಿನಲ್ಲಿನ ಅತ್ಯಂತ ಪ್ರಬಲ ಶಕ್ತಿ. ನೀವು ಪ್ರೀತಿಸಲ್ಪಡುವಾಗ, ನೀವು ಪ್ರೀತಿಸುವಾಗ, ನೀವು ಪ್ರೇಮಪಾಶದಲ್ಲಿ ಬಿದ್ದಾಗ, ನೀವು ಬದುಕಿನ ಅತ್ಯಂತ ಸಂತೋಷದ ಕ್ಷಣಗಳನ್ನು ಕಳೆಯುವಂತಾಗುತ್ತೀರಿ: ಪ್ರೀತಿಯ ಸಂಬಂಧದಲ್ಲಿ ಅಂತಹ ಶಕ್ತಿಯಿದೆ.

ನೀವು ಒಂಟಿಯಾಗಿದ್ದಿರಿ, ವಿಚ್ಛೇದಿತರಾಗಿರಿ, ಡೇಟಿಂಗ್ ಮಾಡುತ್ತಿರಿ, ಎಂಗೇಜ್‌ಮೆಂಟ್‌ನಲ್ಲಿರಿ, ಒಂದು ಸಿಟ್ವೇಶನ್-ಶಿಪ್‌ನಲ್ಲಿರಿ, ಅಥವಾ ಬಹಳ ವರ್ಷಗಳಿಂದ ವೈವಾಹಿಕ ಸಂಬಂಧದಲ್ಲಿರಿ, ನನ್ನ ಪ್ರಕಾರ ಬಹುದೊಡ್ಡ ಪ್ರೀತಿಯ ಸಮಯ ಇನ್ನಷ್ಟೇ ಮುಂದಕ್ಕೆ ಬರಲಿದೆ. ತುಂಬಾ ಉತ್ತಮ ಸಂಬಂಧವೂ ಅರ್ಥಪೂರ್ಣವಾಗಿರುತ್ತದೆ, ಮತ್ತು ಆ ಸಂಪರ್ಕ ಇನ್ನಷ್ಟು ಆಳಕ್ಕೆ ಇಳಿಯುವ ಸಂಭವವೂ ಇಲ್ಲದಿಲ್ಲ.

ನೀವು ಏಕಾಂಗಿಯಾಗಿದ್ದರೆ, ನಿಮ್ಮ ಪ್ರೇಮಕಥೆ ಮುಗಿಯುವುದೇ ಇಲ್ಲ. ನಿಮ್ಮ ಪ್ರೇಮದ ಬದುಕು ನಿಮ್ಮ ಗತಕಾಲದಲ್ಲಿ ಇಲ್ಲ. ಅದು ನಿಮಗಾಗಿ ಮುಂದೆ ಕಾದುಕೊಂಡಿದೆ ಮತ್ತು ಏನೆಲ್ಲ ಸಂಭವಿಸಿದೆಯೋ, ಹಾಗೂ ಪ್ರತಿಯೊಂದು ಸಂಬಂಧವೂ ಮುಂದೇನಾಗುತ್ತದೆ ಎಂಬುದಕ್ಕೆ ಸಿದ್ಧವಾಗುವಂತೆ ಮಾಡಿರುತ್ತದೆ.

ಈ ಪುಸ್ತಕಕ್ಕೆ ನಾನು ಸಂಶೋಧನೆಯನ್ನು ಮಾಡುತ್ತಿರುವಾಗ, ಪ್ರೀತಿಗೆ ಸಂಬಂಧಿಸಿದಂತೆ *ಲೆಟ್ ದೆಮ್‌*ನ್ನು ಹೇಗೆ ಬಳಸಬಹುದು ಎಂಬ ಅಸಂಖ್ಯ ಪ್ರಶ್ನೆಗಳು ನನ್ನ ಮುಂದೆ ಬಂದವು.

ಹಾಗಾಗಿ ಮುಂದಿನ ಮೂರು ಅಧ್ಯಾಯಗಳಲ್ಲಿ ನಾನು ಮತ್ತು ನೀವು ಡೇಟಿಂಗ್ ಹಾಗೂ ಬದ್ಧತೆಯ ಕುರಿತು, ಸಂಬಂಧ ನಿಮಗೆ ಸೂಕ್ತವೇ ಎಂದು ಹೇಗೆ ತಿಳಿಯುವುದು, ಕಟ್ಟಕಡೆಯ ಪ್ರೀತಿಯನ್ನು ಹೇಗೆ ಗುರುತಿಸುವುದು, ಮತ್ತು ವಿಚ್ಛೇದನಗಳಿಂದ ಹೇಗೆ ಬದುಕಿ ಉಳಿಯುವುದು ಎನ್ನುವುದರ ಕುರಿತು ತಿಳಿಯೋಣ.

ಕೊನೆಯಲ್ಲಿ, ನೀವು ನಿಮ್ಮ ಅರ್ಹತೆಗಿಂತ ಕಡಿಮೆ ದರ್ಜೆಯ ಪ್ರೀತಿಯನ್ನು ಹೇಗೆ ಸ್ವೀಕರಿಸುವುದು ಎಂಬ ಕುರಿತು ಮಾತಾಡಲಿದ್ದೇವೆ. ನಿಜವೆಂದರೆ ಪ್ರೌಢರು ತಮಗಿಷ್ಟವಾದ ಪ್ರೇಮದ ಆಯ್ಕೆಯನ್ನು ಹೇಗೆ ಮಾಡಬೇಕೆಂದು ಬಲ್ಲರು, ಅಷ್ಟೇ ಅಲ್ಲ, ಅವರು ನಿಮ್ಮನ್ನು ಆಯ್ಕೆ ಮಾಡದೇ ಇರಬಹುದು. ನಿಮ್ಮ ಬಗ್ಗೆ ಜನರಿಗಿರುವ ಅಭಿಪ್ರಾಯ ಅವರ ವರ್ತನೆಯಿಂದ ವ್ಯಕ್ತವಾಗುತ್ತದೆ. ಕೆಲವೊಮ್ಮೆ ನೀವು ಪ್ರೀತಿಯನ್ನು ಅರಸಿಕೊಂಡು ಹೋಗುವಿರಿ– ಮತ್ತೆ ನಿಮ್ಮ ಮೌಲ್ಯಗಳಿಗೆ ಅನುಸಾರವಾಗಿ ಸಮಜಾಯಿಷಿ ಹೇಳಿಕೊಳ್ಳುವಿರಿ. ಪ್ರೀತಿಯ ಹಿಂದೆ ಓಡುತ್ತಿರುವಾಗ, ನಿಮ್ಮ ಅರ್ಹತೆಗೆ ಸಲ್ಲದಿರುವ ಗಹನವಾದ ಮತ್ತು ಅರ್ಥಪೂರ್ಣವಾದ ಪ್ರೀತಿ ನಿಮಗೆ ಸಿಗದಿರಬಹುದು.

ಪ್ರೀತಿ ಎಷ್ಟೊಂದು ಅನನ್ಯವೋ ಅಷ್ಟೇ ನೋವಿನ ಮೂಲವೂ ಹೌದು. ನೀವು ಅತಿಯಾಗಿ ಪ್ರೀತಿಸುವ ಸಮಯ ನಿಮ್ಮ ಬಲವನ್ನು ಆ ಅನ್ಯ ವ್ಯಕ್ತಿಗೆ ಧಾರೆಯೆರೆಯುತ್ತೀರಿ. ಉದಾಹರಣೆಗೆ, ಆನ್‌ಲೈನ್‌ನಲ್ಲಿ ನೀವು ಯಾರೋ ಅಪರಿಚಿತರನ್ನು ಭೇಟಿ ಮಾಡಿ ಅವರು ಈಗ ನಿಮ್ಮ ಮನಃಸ್ಥಿತಿಯನ್ನು ಆಳುತ್ತಿದ್ದಾರೆ ಎಂದಿರಲಿ.

ನಿಮ್ಮ ಸ್ವಾಭಿಮಾನವನ್ನೂ ಈ ಪ್ರಕರಣವನ್ನು ಹಾಳುಗೆಡಹಬಹುದು. ಅಥವಾ ನಿಮ್ಮ ಸಂಗಾತಿ ತುಂಬಾ ವಿಸರ್ಜನಾತ್ಮಕವಿದ್ದು, ನಿಮ್ಮನ್ನು ತನ್ನ ರೂಮ್‌ಮೇಟ್‌ನ ತರಹ ಕಾಣಬಹುದು, ಅದನ್ನು ನೀವು ಈಗಷ್ಟೇ ಅರಿಯುತ್ತಿದ್ದೀರಿ.

ನಿಮ್ಮ ಪ್ರೇಮದ ಬದುಕಿನಲ್ಲಿ, ಅನ್ಯರ ಬಲೆಗೆ ಬೀಳಬಹುದು– ಮತ್ತೆ ಅವರದೇ ಆದ ಮಾನಸಿಕ ಅಸ್ವಸ್ಥತೆಗೆ, ಮತ್ತು ಸಮಸ್ಯೆಗಳಿಗೆ ಹೊಣೆಗಾರರಾಗಬಹುದು– ಆಗ ನಿಮ್ಮದೇ ಜೀವನ ಮಟ್ಟಕ್ಕೆ ಹೊಂದಾಣಿಕೆ ಮಾಡಿಕೊಳ್ಳುವ ಪ್ರಮೇಯ ಒದಗಿ ಬರುತ್ತದೆ, ಅದು ನಿಮ್ಮ ನಿಜವಾದ ನಿರೀಕ್ಷೆಗಿಂತ ಕೆಳಗಿನ ಮಟ್ಟದಲ್ಲಿ ಇದ್ದಿರುತ್ತದೆ.

ಹೃದಯದಿಂದ ತೊಡಗಿರುವಾಗ, ತರ್ಕ ಕಿಟಕಿಯಿಂದ ಗಾಳಿಗೆ ತೂರಿಹೋಗುತ್ತದೆ. ನೀವು ಕೆಟ್ಟ ವರ್ತನೆಯನ್ನು ಅಥವಾ ಅದೇನೋ ಕಾಲ್ಪನಿಕ ವಿಹಾರದಲ್ಲಿ ತೊಡಗಿದಂತಾಗುತ್ತದೆ, ನಿಜವಾದ ಸ್ಥಿತಿಯಿದ್ದಿರುವುದಿಲ್ಲ. ನೀವು ಯಾವುದೇ ಸಂಬಂಧದಲ್ಲಿ ವಿಚ್ಛೇದನ ಪಡೆಯುವುದಕ್ಕಿಂತ ಯಾವುದೋ ಕಣ್ಣಿಗೆ ಕಾಣದಿರುವುದಕ್ಕೆ ಕೈಚಾಚುವ ಬದಲು, ಅದರಲ್ಲೇ ಉಳಿಯುವುದು ಕ್ಷೇಮವೆಂದು ನಿಮ್ಮನ್ನು ಮನವರಿಕೆ ಮಾಡಿಕೊಳ್ಳುವ ಪ್ರಮೇಯ ಇಲ್ಲದಿಲ್ಲ. ನೀವೊಂದು ಅದ್ಭುತ ಪ್ರೇಮ ಕಥೆಗೆ ಅರ್ಹರಿದ್ದೀರಿ, ಮತ್ತು ಅದಕ್ಕೂ ಕಡಿಮೆಯ ಪ್ರೇಮಕ್ಕೆ ನೀವು ಸಂಧಾನ ಮಾಡಿಕೊಳ್ಳುವ ಹಾಗಿಲ್ಲ.

ಲೆಟ್ ದೆಮ್ ಸಿದ್ಧಾಂತವನ್ನು ಬಳಸಿ, ಪ್ರೇಮದ ಹಿಂದೆ ಓಡುವುದಕ್ಕೂ ಪ್ರೇಮವನ್ನು ಆಯ್ದುಕೊಳ್ಳುವುದಕ್ಕೂ ಇರುವ ವ್ಯತ್ಯಾಸವನ್ನು ಅರಿಯುವಿರಿ.

ಯಾರು ಬದ್ಧರಾಗಲು ಅರ್ಹರು ಮತ್ತು ಯಾರಲ್ಲ ಎಂಬುದನ್ನು ನೀವು ಕಲಿಯುವಿರಿ. ಅಷ್ಟೇ ಅಲ್ಲ ಈ ಸಿದ್ಧಾಂತ ಅತ್ಯಂತ ಪ್ರೀತಿಸುವವರು ಯಾರು, ಯಾರು ಬೆಂಬಲ ನೀಡುವವರು ಮತ್ತು ಬದ್ಧರಾಗಿರುತ್ತಾರೆ ಎಂಬುದನ್ನೂ ಕಲಿಸಿಕೊಡುತ್ತದೆ. ನಿಜವೆಂದರೆ ತುಂಬಾ ಉತ್ತಮ ಸಂಬಂಧ ಬೆಳೆಯುತ್ತದೆ ಮತ್ತು ಕಾಲಕ್ರಮದಲ್ಲಿ ಬದಲಾಗುತ್ತದೆ ಕೂಡಾ. ಬದಲಾಗುವುದು ನಿಮ್ಮ ಧೋರಣೆಗೆ ಅನುಸಾರವಾಗಿರುತ್ತದೆ ಮತ್ತು ನಿಮ್ಮ ಪ್ರೀತಿಯ ಸಾಂಗತ್ಯಕ್ಕೆ ಅನುಗುಣವಾಗಿರುತ್ತದೆ.

ಆದ್ದರಿಂದ, ಪ್ರಾರಂಭದಿಂದಲೇ ಶುರು ಮಾಡೋಣ... ಪ್ರೀತಿಯನ್ನು ಕಾಣುವುದು ಹೇಗೆ

ಇಂದಿನ ದಿನಗಳಲ್ಲಿ ಡೇಟಿಂಗ್ ನಿಜಕ್ಕೂ ಕಷ್ಟಕರವೇ. ಡೇಟಿಂಗ್ ಸುಲಭ ಮತ್ತು ಮಜಾಕೊಡುವಂಥದ್ದು ಎಂದು ಯಾರೊಬ್ಬರೂ ನನಗೆ ಈವರೆಗೆ ಹೇಳಿದ್ದಿಲ್ಲ. "ತಮ್ಮನ್ನು ತಾವೇ ಒಪ್ಪಿಸಿಕೊಳ್ಳುವ" ಪ್ರಕ್ರಿಯೆಗೆ ಎಲ್ಲರೂ ಅತೀವ ಭಯಪಡುತ್ತಾರೆ. ಅದು ಪೇಲವ, ಹೆದರಿಕೆ ಹುಟ್ಟಿಸುವ ಪ್ರಕ್ರಿಯೆ ಎಂದು ಮನಗಂಡರೆ ಅದು ಹಾಗಿಲ್ಲ, ಡೇಟಿಂಗ್ ಆ್ಯಪ್ಸ್ ಮತ್ತು ಸಾಮಾಜಿಕ ಜಾಲತಾಣಗಳು ಪ್ರೇಮವನ್ನು ಮತ್ತು ಸಂಬಂಧಗಳನ್ನು ಬೆಸೆಯುವ ಮಾಧ್ಯಮವಾಗಿ ಬೆಳೆದಿದೆ ಎನ್ನಬಹುದು. ಅಲ್ಲಿ ನೀವು ಒಬ್ಬರಾಗಿಯೇ ಉಳಿದಿರುವುದಿಲ್ಲ, ಏಕಾಂಗಿಯಲ್ಲ, ಸುರಕ್ಷಿತರಿರುತ್ತೀರಿ. ಅದೊಂದು ಆಟ, ಒಂದು ಉದ್ಯಮ ಮತ್ತು ಒಂದು ಸ್ಪರ್ಧೆಯಾಗಿರುತ್ತದೆ.

ಹತಾಶೆಗೆ ಇನ್ನೊಂದು ಕಾರಣವೆಂದರೆ, ಸಂಚಿನ ವಿಷಯಗಳಿರುತ್ತವೆ, ಎಂಬ ಬೋಧನೆ, ಕಿವಿಮಾತು, ಮತ್ತು ನಿಯಮಗಳು, ಮುಂದಿನ ದಿನಾಂಕ, ಅಥವಾ ಎಷ್ಟು ಸಾಧ್ಯವೋ ಅಷ್ಟು ಲೈಕ್‌ಗಳನ್ನು ಆ್ಯಪ್ಸ್‌ಗಳ ಮೇಲೆ ಪಡೆಯುವುದು. ನನ್ನ ದೃಷ್ಟಿಯಲ್ಲಿ ಡೇಟಿಂಗ್ ಇಂದಿನ ದಿನಗಳಲ್ಲಿ ಸ್ಪರ್ಧೆಯಂತೆ ಆಗಿಬಿಟ್ಟಿದೆ. ಹಾಗಿದ್ದಾಗ, ಪ್ರೇಮದ ವಿಷಯ ಬಂದಾಗ ಅದು ತೀರಾ ಕುತ್ಸಿತ ವಿಧಾನವೆಂದು ಪರಿಗಣಿತವಾಗುತ್ತಿದೆ. ನೀವು ಯಾರನ್ನಾದರೂ ವಂಚಿಸುತ್ತ ಲೈಕಿಂಗ್ ಕಳಿಸಬಾರದು. ನೀವು ಸಂದೇಶವನ್ನು ಕಳಿಸುವಾಗ ನಿಯಮಗಳನ್ನು ಪಾಲಿಸಬೇಕೆಂದು ಏನಿಲ್ಲ. ನೀವು ಹೇಗಿದ್ದೀರೋ ಹಾಗೆಯೇ ಕಾಣಿಸಿಕೊಂಡರೆ, ಮತ್ತು ಅದು ನಿಮ್ಮ ಪರಿಪೂರ್ಣತೆಯನ್ನು ದರ್ಶಿಸುವಂತೆ ತೋರಿದರೆ, ಯಾರಾದರೂ ನಿಮ್ಮನ್ನು ಗಮನಿಸಿದಾಗ ಉದ್ಗರಿಸುವುದರಲ್ಲಿ ಸಂದೇಹವೇ ಇಲ್ಲ. ಯಾರಾದರೂ ನಿಮಗೆ "ಲ್ಯಾಂಡಿಂಗ್ ದೆಮ್" ಎಂದಾಗ, ನಿಮ್ಮನ್ನು ನೀವೇ ದೂರಕ್ಕೆ ಸರಿಸಿಕೊಂಡಂತಾಗುತ್ತದೆ ಮತ್ತು ನೀರಿನಲ್ಲಿ ನೀವು ಬಿದ್ದಂತಾಗಿ ಅಲ್ಲಿ ನೀವು ಬೇರೆಯೇ ಕೆಟ್ಟ ಮಂದಿಯನ್ನು ಭೇಟಿಯಾಗುತ್ತೀರಿ.

ನೀವು ಬದಲಾಗಬೇಕೆಂದು ಯೋಚಿಸುವ ಬದಲು ಮತ್ತು ಬೇರೇನಾದರೂ ಮಾಡಬೇಕೆಂದು ಬಗೆದರೆ, ನೀವೇನು ಮಾಡುವುದನ್ನು ನಿಲ್ಲಿಸಬೇಕೆಂದು ನಾನು ಕಲಿಸುತ್ತೇನೆ. ಪ್ರೀತಿಯನ್ನು ಅರಸುವ ಸಮಯ ಸರಿ ಎನ್ನುವುದಕ್ಕಿಂತ ಹೆಚ್ಚಾಗಿ ಇಲ್ಲ ಎನ್ನುವುದೇ ಹೆಚ್ಚು. ನೀವು ಉನ್ನತ ಮಟ್ಟದಲ್ಲಿದ್ದರೆ, ನಿಮಗೆ ಸಂಬಂಧ ಕುದುರಿಸಬೇಕಿದ್ದರೆ, ಡೇಟಿಂಗ್‌ನಿಂದ ನೀವು ತ್ಯಜಿಸುತ್ತ ಹೋಗುವ ಪ್ರಕ್ರಿಯೆಯಲ್ಲಿ ಇರುತ್ತೀರಿ. ಲೆಟ್ ದೆಮ್ ಸಿದ್ಧಾಂತ ನಿಮ್ಮನ್ನು ಪ್ರಾಮಾಣಿಕವಾಗಿ ಇರಲು ಪ್ರೇರೇಪಿಸುತ್ತ, ಆ ಇನ್ನೊಬ್ಬ ವ್ಯಕ್ತಿ ತನ್ನ ನಿಜ ವ್ಯಕ್ತಿತ್ವವನ್ನು ಬಿಚ್ಚಿಕೊಳ್ಳಲು ಯತ್ನಿಸುವಂತಾಗುತ್ತದೆ.

ನೀವು ಯಥಾರ್ಥವನ್ನು ಧೈರ್ಯವಾಗಿ ತೋರಿಸಲು ಉದ್ಯುಕ್ತರಾದರೆ, ನೀವು ನಿಮ್ಮ ನಿಯಂತ್ರಣದಲ್ಲೇ ಇರುತ್ತೀರಿ–ಯಾಕೆಂದರೆ ನೀವೇ ಆಯ್ಕೆ ಮಾಡುವವರಿದ್ದೀರಿ ಅದರಿಂದ ನಿಮ್ಮಲ್ಲಿ ಸಮಯ ಮತ್ತು ಶಕ್ತಿ ವರ್ಧಿಸುತ್ತದೆ.

ಆ ಇನ್ನೊಬ್ಬರು ನಿಮ್ಮಲ್ಲಿ ಆಸಕ್ತರಲ್ಲ ಎಂಬುದನ್ನು ಎದುರಿಸಲು ನಿಮ್ಮಲ್ಲಿ ತಕ್ಕ ಧೈರ್ಯ ಬೇಕಾಗುತ್ತದೆ. ಸಂದೇಶ ಕಳುಹಿಸುವುದು ಸುಲಭ ಎಂಬ ವಿಷಯ ನಿಮಗೆ ಅದನ್ನು ನೆನಪಿಸುವಂತಾಗುತ್ತದೆ. ಆದರೆ ಯಾರು ನಿಜಕ್ಕೂ ನಿಮ್ಮನ್ನು ಕಾಣಲು ಹಾತೊರೆಯುತ್ತಾರೋ, ಅವರು ಸೂಕ್ತ ಯೋಜನೆಗಳನ್ನು ಹಾಕಿಕೊಳ್ಳುತ್ತಾರೆ.

ನೀವು ನಿಮ್ಮ ಮನಸ್ಸಿನಲ್ಲಿ ನೆಪಗಳನ್ನೋ, ತಕ್ಕ ದೃಶ್ಯಗಳನ್ನೋ ಸೃಷ್ಟಿಸಿಕೊಳ್ಳುವ ಸಮಯ ನೀವು ನಿಮ್ಮ ಶಕ್ತಿಯನ್ನು ಆ ಇನ್ನೊಬ್ಬರಿಗೆ ನೀಡಿದಂತಾಗುತ್ತದೆ. ಡೇಟಿಂಗ್‌ನಲ್ಲಿ ನೀವು ತುಂಬಾ ಕಪ್ಪು–ಬಿಳುಪು ಆಗಿರಬೇಕು. ಅದು ಆ ಇನ್ನೊಬ್ಬರ ಸ್ವಭಾವದ ಮೇಲೆ ಅವಲಂಬಿತವಾಗಿರುತ್ತದೆ. ಅದುವೇ ಕಷ್ಟಕರವಾದ ಭಾಗ. ಲೆಟ್ ದೆಮ್ ಸಿದ್ಧಾಂತವನ್ನು ಬಳಸಿ, ನೀವು ಹೇಗೆ ಒಳ್ಳೆಯ ಸಂಬಂಧವನ್ನು ಆಯ್ಕೆ ಮಾಡಲು ಶಕ್ತರಾಗುವಿರಿ ಎಂಬುದು ತಿಳಿಯುತ್ತದೆ.

ಡೇಟಿಂಗ್‌ನ ಉದ್ದೇಶ ಕೇವಲ "ಒಬ್ಬರನ್ನು" ತಲಾಶ್ ಮಾಡುವುದಷ್ಟೇ ಆಗಿರುವುದಿಲ್ಲ

ಡೇಟಿಂಗ್ ಯಾಕೆ ಕಷ್ಟಕರವೆನಿಸುತ್ತದೆ ಎಂದರೆ, ಅದರ ನಿಜವಾದ ಉದ್ಧೇಶ ನಿಮಗೆ ತಿಳಿದಿರುವುದಿಲ್ಲ. "ಆ ಒಬ್ಬನನ್ನು" ತಲಾಶ್ ಮಾಡುವುದಷ್ಟೇ ಡೇಟಿಂಗ್‌ನ ಉದ್ಧೇಶವಲ್ಲ. ಒಬ್ಬ ವ್ಯಕ್ತಿ ಒಮ್ಮೆಗೆ. ಆತನಲ್ಲಿ ನೀವು ಏನನ್ನು ಇಷ್ಟಪಡುವಿರಿ ಯಾವುದನ್ನೆಲ್ಲ ಇಷ್ಟಪಡುವುದಿಲ್ಲ ಎಂಬುದು ವ್ಯಕ್ತವಾಗುತ್ತದೆ. ಹಾಗಾಗಿಯೇ ಪ್ರತಿಯೊಂದು ಭೇಟಿಯೂ–ಅದು ಹೀನಾಯ ಸ್ಥಿತಿಯದ್ದೇ ಯಾಕಿರಬಾರದು– ನಿಮಗೆ ಮುಖ್ಯವಾದ ವಿಷಯವನ್ನು ಮನದಟ್ಟಾಗುವಂತೆ ಮಾಡುತ್ತದೆ.

ಅತ್ಯಂತ ಮುಖ್ಯವಾದ ಪಾಠಗಳಲ್ಲಿ ನೀವು ಕಲಿಯುವಂತಹುದು ಏನೆಂದರೆ ಯಾವ ಬಗೆಯ ಸ್ವಭಾವ ನಿಮಗೆ ಹಿಡಿಸುತ್ತದೆ ಮತ್ತು ಯಾವುದು ಹಿಡಿಸುವುದಿಲ್ಲ ಎಂಬುದು ವ್ಯಕ್ತವಾಗುತ್ತ ಹೋಗುತ್ತದೆ. ನೀವು ಒಬ್ಬಾತನನ್ನು ಹೇಗಾದರೂ ಹೊಂದಿಸಿಕೊಳ್ಳಲೇಬೇಕೆಂದು ಹೊರಟರೆ, ನೀವು ನಿಮ್ಮ ಬದುಕಿನ ಪ್ರೇಮದಲ್ಲಿ ಕಲಿಯಬೇಕಿರುವ ಮುಖ್ಯವಾದ ಪಾಠಗಳನ್ನು ಕಳೆದುಕೊಳ್ಳುವಿರಿ. ನಿಮ್ಮನ್ನು ಈ ಭೂಮಿಯ ಮೇಲೆ ಒಬ್ಬರ ಹೆಂಡತಿಯಾಗಬೇಕು ಅಥವಾ ಒಬ್ಬರ ಗಂಡನಾಗಬೇಕೆಂದು ಹುಟ್ಟಿಸಿರುವುದಿಲ್ಲ. ನೀವಿಲ್ಲಿರುವುದು ನಿಮ್ಮ ಕನಸುಗಳನ್ನು ಸಾಕಾರಗೊಳಿಸುವುದಕ್ಕೆ; ನಿಮ್ಮ ಕಥೆಗಳನ್ನು ಹಂಚಿಕೊಳ್ಳುವುದಕ್ಕೆ; ಸುಂದರವಾದ, ಅಚ್ಚರಿದಾಯಕ ಬದುಕನ್ನು ಜೀವಿಸುವುದಕ್ಕೆ. ಆ ರಂಗಿನ ಬದುಕನ್ನು ನಿಮಗಾಗಿ ಯಾರೂ ನಿರ್ಮಿಸಿಕೊಡುವುದಿಲ್ಲ. ಯಾವ ವ್ಯಕ್ತಿ ನಿಮ್ಮ ಪ್ರೀತಿಯನ್ನು ಹಂಚಿಕೊಳ್ಳಲು ಸಿದ್ಧರಿರುವರೋ ಅವರೇ ನಿಮ್ಮ ಬದುಕಿನಲ್ಲಿ ಬಂದು ಬದುಕನ್ನು ಹಂಚಿಕೊಳ್ಳುವರು. ಆದ್ದರಿಂದಲೇ ನಿಮ್ಮ ಆಯ್ಕೆ ನಿಶ್ಚಿತವಾಗಿರಬೇಕೆಂದು ನಾನು ಬಯಸುತ್ತೇನೆ.

ನೀವು ಡೇಟಿಂಗ್ ನಡೆಸುವಾಗ, ಮಜವಾಗಿ ಕಳೆಯಿರಿ ಮತ್ತು ಒಂದಷ್ಟು ಜನರನ್ನು ಭೇಟಿ ಮಾಡಿ. ಆದರೆ ಯಾವತ್ತೂ ಮರೆಯದಿರಿ: ನಿಮಗೆ ಸಹಾಯ ಹಸ್ತ ಚಾಚುವ, ನಿಮ್ಮ ಅತ್ಯುತ್ತಮ ಭಾಗವಾಗಿರಲು ಹವಣಿಸುವ ಒಂದು ಸುಂದರ ಬದುಕನ್ನು ಕಟ್ಟಿಕೊಳ್ಳಲು ಯುಕ್ತವಾದ ಸಂಗಾತಿಯನ್ನು ಅರಸಿ, ಆರಿಸಿ. ಅಂದರೆ, ಹಾಗಲ್ಲ. ಡೇಟಿಂಗ್‌ನ ಉದ್ದೇಶ ಕೇವಲ "ಒಬ್ಬನನ್ನು" ಕಂಡುಕೊಳ್ಳುವುದಷ್ಟೇ ಅಲ್ಲ.

ಡೇಟಿಂಗ್‌ನಿಂದ ನಿಮ್ಮಷ್ಟಕ್ಕೇ ನೀವು ಯಾರೆಂದು ಕಲಿಯಲು ಆಸ್ಪದವಿರುತ್ತದೆ. ಹಲವು ಅನುಭವಗಳಿಗೆ ನೀವು ತೆರೆದುಕೊಳ್ಳುವಿರಿ. ಅದರಿಂದ ನಿಮಗೆ ಅಚ್ಚರಿಪಡುವ ರೀತಿಯ ಸಂಗಾತಿಯೊಬ್ಬರು ಸಿಕ್ಕೇ ಸಿಗುತ್ತಾರೆ.

ಇಲ್ಲೊಂದು ಕಷ್ಟಕರ ಮಜಲು ಎಂದರೆ ಆ ಇನ್ನೊಬ್ಬರು ನಿಮ್ಮನ್ನು ಆಯ್ಕೆ ಮಾಡುತ್ತಾರೋ ಇಲ್ಲವೋ ಎಂಬ ಜಿಜ್ಞಾಸೆ. ನಿಮ್ಮ ನಿಲುವು ಆ ಇನ್ನೊಬ್ಬರ ನಿಲುವಿನೊಂದಿಗೆ ಸರಿಬೀಳುತ್ತದೆಯೋ ಎಂಬುದನ್ನು ಯಾರೊಬ್ಬರೂ ನಿಯಂತ್ರಿಸುವ ಹಾಗಿಲ್ಲ. ಮಂದಿ ಹೇಗಿರುತ್ತಾರೆ ಎಂದರೆ ಅವರು ಯಾರನ್ನು ಮತ್ತು ಹೇಗೆ ಪ್ರೀತಿಸಬೇಕು ಎಂದು ನಿರ್ಧರಿಸುತ್ತಾರೆ, ಮತ್ತು ಆ ನಿರ್ಧಾರದಲ್ಲಿ ನೀವಿರದಿದ್ದರೆ ಹೇಗೆ? ಆದರೆ ಎಂದಿಗೂ ಮರೆಯದಿರಿ: ನೀವು ಯಾರನ್ನು ಆಯ್ಕೆ ಮಾಡಬೇಕೆಂದು ನಿಮಗೆ ತಿಳಿದಿದೆ ಮತ್ತು ಹೇಗೆ ಪ್ರೀತಿಸಬೇಕೆಂದೂ ತಿಳಿದಿದೆ. ನಿಮ್ಮ ಸಮಯ ಮತ್ತು ಶಕ್ತಿಗೆ ಅನುಗುಣವಾಗಿ ನೀವು ಆಯ್ಕೆ ಮಾಡುತ್ತೀರಿ. ಸಾಮಾನ್ಯವಾಗಿ ಡೇಟಿಂಗ್ ಸಮಯದಲ್ಲಿ ನಿಮ್ಮನ್ನು ಸೂಕ್ತ ರೀತಿಯಲ್ಲಿ ನಡೆಸಿಕೊಳ್ಳದಿದ್ದರೆ ನೀವು ಅಲ್ಲಿಂದ ಪಲಾಯನ ಮಾಡುವುದು ಖಚಿತ. ಅದರಿಂದ ವ್ಯಕ್ತವಾಗುವ ವಿಷಯವೆಂದರೆ: ಜನರ ವರ್ತನೆ ನೀವು ಹೇಗಿರುವವರು ಎಂಬುದನ್ನು ತಕ್ಕ ರೀತಿಯಲ್ಲಿ ತೋರಿಸುತ್ತದೆ. ಅದನ್ನು ನೀವು ತಡೆಯುವುದಾಗಲೀ, ಊಹೆ ಊಹೆ ಮಾಡುವುದಾಗಲೀ ಆಗುವುದಿಲ್ಲ. ನಿಮ್ಮ ಕೆಲಸವೆಂದರೆ ಮಂದಿ ತಮ್ಮನ್ನು ಬಿಚ್ಚು

ಮನಸ್ಸಿನಿಂದ ತೆರೆದುಕೊಳ್ಳಲು ಅನುವು ಮಾಡಿಕೊಡುವುದು. ಅದನ್ನು ನೀವು ಸ್ವೀಕರಿಸುತ್ತೀರಾ. ನಿಜ ಹೇಳಬೇಕೆಂದರೆ ಪ್ರತಿಯೊಂದು ಸಂಬಂಧದ ಪ್ರತಿ ಹಂತದಲ್ಲಿಯೂ ಇದು ಸತ್ಯವೆಂದೇ ಪರಿಗಣಿತವಾಗುತ್ತದೆ.

ಪ್ರಾರಂಭಿಕ ದಿನಗಳು

ನೀವು ಹಾಗೆ ಹೊರಗಡೆಗೆ ಹೋದಾಗ, ಜನರನ್ನು ಭೇಟಿ ಮಾಡಲು ತೊಡಗಿದಾಗ, ಬಹಳಷ್ಟು ಮಂದಿಯನ್ನು ನೀವು "ಇಷ್ಟ"ಪಡುತ್ತಿರಬಹುದು, ಅವರಲ್ಲಿ ಆಸಕ್ತಿಯನ್ನೂ ಹೊಂದುವ ಸಾಧ್ಯತೆ ಇರುತ್ತದೆ. ಅವರಲ್ಲಿ ಸಾಕಷ್ಟು ಮಂದಿ ಮೋಜಿನೊಂದಿಗೆ ಬರೆಯುವ ಆಕರ್ಷಕ, ಹೃದಯವಂತಿಕೆಯ ಮಂದಿ ಇದ್ದಿರುತ್ತಾರೆ.

ಆರಂಭದ ದಿನಗಳು ಬಲ ಸಂವರ್ಧನೆಯ ಮತ್ತು ಉತ್ಸಾಹ ನೀಡುವ ಕಾಲವಾಗಿರುತ್ತದೆ. ಹಾಗಾಗಿ ನೀವು ಹಲವು ಮಂದಿಗೆ "ಯಸ್" ಎನ್ನುವ ಸಾಧ್ಯತೆ ಇದ್ದಿರುತ್ತದೆ. ಯಾರಾದರೂ ಆಕರ್ಷಕವಾಗಿ ಕಂಡಾಗ ಅವರಿಗೆ ಯಸ್ ಎನ್ನುವುದು ಸುಲಭ. ಅಥವಾ ನಿಮ್ಮಲ್ಲಿ ಅಂತಹ ಭಾವನೆ ಬರಬಹುದು, ಅಥವಾ ಆ ವಾರಾಂತ್ಯದಲ್ಲಿ ಏನಾದರೊಂದನ್ನು ಮಾಡಿಬಿಡುವ ತವಕವೂ ಇದ್ದಿರುತ್ತದೆ. ಅಥವಾ ಏಕಾಂಗಿಯಾಗಿದ್ದು ಬೇಸರದ ದಿನಗಳನ್ನು ಮುಗಿಸುವ ಆತುರವಿದ್ದಿರಬಹುದು, ಅಥವಾ ನೀವು ಮತ್ತೆಂದೂ ಯಾರನ್ನೂ ಹೀಗೆ ಭೇಟಿಯಾಗುವ ಅವಕಾಶ ಸಿಗಲಾರದು ಎಂಬ ಭೀತಿಯೂ ಇದ್ದಿರಬಹುದು.

ಡೇಟಿಂಗ್ ಯಾಕಾಗಿ ಕಷ್ಟಕರವೆಂದರೆ ಹೆಚ್ಚಿನವರು ಏಕಾಂಗಿಯಾಗಿದ್ದು ಬಹಳಷ್ಟು ಭಯವನ್ನು ಹೊಂದಿರುತ್ತಾರೆ, ಮತ್ತು ಹತಾಶೆಯಿಂದ ಯಾರನ್ನಾದರೂ ಪಡೆದರೆ ಸಾಕೆಂದು ಎಣಿಸಿರುತ್ತಾರೆ. ಅಂತಿರುವಾಗ ಅದೊಂದು ಮಾಯಾಲೋಕದಲ್ಲಿ ವಿಹರಿಸಿದಂತೆ ನೀವು ನಿಜದ ಸನ್ನಿವೇಶವನ್ನು ಮರೆತುಬಿಡುವ ಸಂಭವವಿರುತ್ತದೆ.

ನೀವು ಎಷ್ಟು ಸಲ ನಿಮ್ಮನ್ನು ಸಮಾಧಾನ ಪಡಿಸಿಕೊಂಡಿರುವುದಿಲ್ಲ, ಇದು ನಾನೆಂದುಕೊಂಡಿರುವುದಕ್ಕಿಂತ ಹೆಚ್ಚು ಮಹತ್ವದ ವಿಷಯ, ಅಥವಾ ಆ ಕುಡಿತದ ಅಮಲಿನಲ್ಲಿ, ನಾನೆಷ್ಟು ಅವರನ್ನು ಇಷ್ಟಪಡುತ್ತೇನೋ ಅವರೂ ನನ್ನನ್ನು ಇಷ್ಟಪಡುತ್ತಾರೆ ಎಂದು ಬಗೆದಿರುವುದಿಲ್ಲ? ಅಥವಾ ಜೊತೆಯಲ್ಲೇ ನಮಗೊಂದು ಬದುಕುವ ಸಮಯ ಕಾದಿದೆ ಎಂಬುದಾಗಿ? ಅದೊಂದು ಪ್ರಖ್ಯಾತ ಮಾತಿದೆ, "ಯಾರಾದರೂ ನಿಮ್ಮನ್ನು ಇಷ್ಟಪಡುತ್ತಿದ್ದರೆ ನಿಮಗದು ತಿಳಿಯುತ್ತದೆ, ಮತ್ತು ಅವರು ಇಷ್ಟಪಡದೇ ಇದ್ದರೆ, ನೀವು ಗೊಂದಲದಲ್ಲಿರುತ್ತೀರಿ." ಗೊಂದಲ ಹೊಂದುವುದು ಬಹಳ ಅಪಾಯದ ಸ್ಥಿತಿ, ಯಾಕೆಂದರೆ ನೀವು ಯಾರೊಂದಿಗಾದರೂ ಡೇಟಿಂಗ್ ಮಾಡುತ್ತಿದ್ದರೆ, ಅವರು ನಿಮ್ಮನ್ನು ಇಷ್ಟಪಡುತ್ತಿದ್ದಾರೆ ಎಂದರ್ಥ. ನೀವು ಮೊಣಕಾಲನ್ನು ತಾಗಿಸಲು ಯತ್ನಿಸುವಿರಿ. ಹಾಗೆ ಮಾಡದಿರಿ. *ಲೆಟ್ ದೆಮ್* ನಿಮ್ಮನ್ನು ಗೊಂದಲದಲ್ಲಿ ಬೀಳಿಸಲಿ.

ನಿಮ್ಮನ್ನು ಇಷ್ಟಪಡದವರಷ್ಟೇ ತುಸು ಗಲಿಬಿಲಿಗೊಂಡು ಗೊಂದಲದಲ್ಲಿ ಬಿದ್ದಂತೆ ತೋರುತ್ತಾರೆ ಎಂಬುದನ್ನು ನೀವು ಗಮನಿಸಿದ್ದೀರಾ? ಆ ಗೊಂದಲ ಏನಿರುತ್ತದೆ ಎಂಬುದೂ ನಿಮಗೆ ತಿಳಿದಿರಲಿ. ಅದೇನೆಂದರೆ ಅವರಿಗೆ ಸರಿಯೆನಿಸುವ ರೀತಿಯಲ್ಲಿ ನೀವಿಲ್ಲವೆಂದು ಕಂಡು ಅವರು ಗೊಂದಲಕ್ಕೀಡಾಗಿರುತ್ತಾರೆ. ಅದೇನೋ ಸರಿಯಾಗಿ ನಡೆಯುತ್ತಿಲ್ಲವೆಂದು ನಿಮಗೆ ಅನ್ನಿಸಿದಾಗಷ್ಟೇ ನೀವು ಪ್ರೇಮದ ಹಿಂದೆ ಓಡುವಂತಾಗುತ್ತದೆ. ನೀವೆಷ್ಟು ಪ್ರೇಮದ ಹಿಂದೆ ಬೆನ್ನಟ್ಟಿ ಓಡುವಿರೋ ಅದು ಅಷ್ಟೇ ದೂರಕ್ಕೆ ಓಡಿಹೋಗುತ್ತದೆ. ಸರಿಯಿಲ್ಲದ ವ್ಯಕ್ತಿಯನ್ನು ಬೆನ್ನಟ್ಟಿ ಹೋಗುವುದೆಂದರೆ ನೀವು ಸರಿಯಾಗಿರದ ಜಾಗದಲ್ಲಿ ತಂಗುವ ಪ್ರಮೇಯ ಒದಗುತ್ತದೆ. ನೀವು ಬೆನ್ನಟ್ಟಿ ಹೋಗುತ್ತಿದ್ದೀರಿ ಎಂಬುದಕ್ಕೆ ಇಲ್ಲಿದೆ ನೋಡಿ ಪುರಾವೆ:

ನೀವೇ ಸದಾ ಸಂದೇಶ ಕಳಿಸುವುದು, ಕರೆ ಮಾಡುವುದು, ಮತ್ತು ಅವರನ್ನು ಕಾಣಲು ಬಯಸುವುದು. ನೀವು ಯಾವಾಗಲೂ ಅವರೊಂದಿಗೇ ಇರಲು ಯತ್ನಿಸುತ್ತೀರಿ, ಅದರಿಂದ ಅವರು ನಿಮ್ಮ ಹಿಂದೆ ಬೀಳುತ್ತಾರೆ ಎಂಬ ಕಲ್ಪನೆ ನಿಮ್ಮಲ್ಲಿ ಇರುತ್ತದೆ.

ಅವರೇನನ್ನು ಹೇಳುತ್ತಾರೋ ಅದನ್ನು ನೀವು ನಂಬುತ್ತೀರಿ, ಅವರ ವರ್ತನೆ ಅದಕ್ಕೆ ವಿರುದ್ಧವಾಗಿದ್ದರೂ ಕೂಡಾ. ಸಮಯ ಕಳೆದಂತೆ ಎಲ್ಲವೂ ಸರಿಯಾಗುತ್ತದೆ ಎಂಬ ಭರವಸೆ ನಿಮ್ಮಲ್ಲಿರುತ್ತದೆ. ಅವರಿಗೇನು ಅತ್ಯುತ್ತಮವೆನ್ನುವುದೆಂದು ನೀವು ಬಲ್ಲಿರಿ, ಅದು ನೀವೇ ಎಂದು ಪರಿಗಣಿಸಿರುತ್ತೀರಿ. ನೀವು ಬಾರ್‌ನಿಂದ ಹೊರಗಡೆ ಹೋದಾಗ ಮಾತ್ರ ಅವರನ್ನು ಕಾಣುತ್ತೀರಿ. ಅವರೊಂದಿಗೆ ಹೊಂದಾಣಿಕೆ ಆಗಬಹುದೆಂದು ನಿಮ್ಮ ಅನಿಸಿಕೆ. ನೀವು ಸಂದೇಶವೊಂದನ್ನು ಕಳಿಸಿದರೆ ಸಾಕು ಅವರು ನಿಮ್ಮತ್ತ ಬರುತ್ತಾರೆ ಎಂದು ಅನಿಸುತ್ತಿದೆ ನಿಮಗೆ.

ಇವೆಲ್ಲ ಬೆನ್ನಟ್ಟಿ ಹೋಗುವಾಗಿನ ಉದಾಹರಣೆಗಳು. ಆದರೆ ವಾಸ್ತವವನ್ನು ನೀವು ತಿಳಿಯಲು ಬಯಸುವುದಿಲ್ಲ. ನಿಮಗದು ಕೈಗೆಟುವಂಥದ್ದಲ್ಲವೆಂದು ಎಂದು ತಿಳಿದರೂ, ನೀವು "ಅದು ನಡೆಯುವಂತೆ" ಬೆನ್ನಟ್ಟುತ್ತಲೇ ಹೋಗುವಿರಿ. ಇದು ಹೇಗಿದೆ ಎಂದರೆ ನೀವು ಚಂದವಾಗಿರುವ ಒಂದು ಜತೆ ಷೂವನ್ನು ಕೊಂಡು ಅದರ ಒಳಗೆ ಕಾಲನ್ನು ತೂರಿಸಲು ಯತ್ನಿಸಿದಂತೆ, ಷೂ ನಿಮ್ಮ ಅಳತೆಗಿಂತ ಎರಡು ಸೈಜ಼್ ಕಡಿಮೆಯಿದ್ದರೂ ಕೂಡಾ. ನಿಮ್ಮ ಪಾದಗಳು ಪವಾಡದಿಂದ ಮುದುಡುವಂಥದ್ದಲ್ಲ ಅಥವಾ ಷೂ ನಿಮ್ಮ ಅಳತೆಗೆ ತಕ್ಕಂತೆ ದೊಡ್ಡದಾಗಿ ಬೆಳೆಯಲೂ ಸಾಧ್ಯವಿಲ್ಲ ಎಂದಾಗ, ಈ ವ್ಯಕ್ತಿ ನಿಮಗೆ ಅನುಗುಣವಾಗಿ ಸರಿಹೊಂದಬಹುದೆಂಬ ಭರವಸೆ ಬೇಡ. ಆದ್ದರಿಂದಲೇ ನೀವು ಬೆನ್ನಟ್ಟುವುದನ್ನು ನಿಲ್ಲಿಸುವುದು ಕ್ಷೇಮ.

ನೀವೆಷ್ಟು ಸಮಯ ತಪ್ಪಾದ ವ್ಯಕ್ತಿಯನ್ನು ಬೆನ್ನಟ್ಟಿ ಹೋಗುವಿರೋ, ಆ ಸಮಯವೆಲ್ಲಾ ನಷ್ಟವಾಗಿ ನಿಮಗೆ ಯೋಗ್ಯವಾದ ವ್ಯಕ್ತಿಯನ್ನು ಪಡೆಯುವಲ್ಲಿ ತಡವಾಗಿ ಹೋಗುತ್ತದೆ. ಅವರನ್ನು ಬಿಟ್ಟುಬಿಡೋಣ, *ಲೆಟ್ ದೆಮ್*. ನಾವು ಮುಂದುವರಿಯೋಣ, *ಲೆಟ್ ಮಿ*. ಬೆನ್ನಟ್ಟಿ ಹೋಗುವುದರಲ್ಲಿ ಅರ್ಥವಿಲ್ಲ. ನಿಮ್ಮ ಸಮಯವನ್ನು ಮತ್ತು ಶಕ್ತಿಯನ್ನು ಸುಮ್ಮನೆ ಎರೆಯುವುದರಲ್ಲಿ ಅರ್ಥವಿಲ್ಲ, ಅದು ನಿಮಗೆ ತಿರುಗಿ ಬರುವುದಿಲ್ಲ. ಅಂತಹ ಪ್ರವೃತ್ತಿಯನ್ನು ನಿಲ್ಲಿಸಿ.

ಅವರ ಅನಾದರದ ವರ್ತನೆಯನ್ನು ವಿವರಿಸಲು ಹೋಗಬೇಡಿ. ಯಾರು ನಿಮಗೆ ಪ್ರೀತಿಯನ್ನು ಹಿಂದಿರುಗಿ ಕೊಡುವುದಿಲ್ಲವೋ ಅಂಥವರನ್ನು ಪ್ರೀತಿಸಲು ಹೋಗದಿರಿ. ನಿಮ್ಮಲ್ಲಿ ಸ್ಪಷ್ಟವಾಗಿ ಆಸಕ್ತರಲ್ಲದವರನ್ನು ನೆಪಗಳನ್ನು ಮುಂದಿಟ್ಟು ಬೆನ್ನಟ್ಟದಿರಿ. ಆಟ ಆಡುವುದನ್ನು ನಿಲ್ಲಿಸಿ. ಹೌದು ಡೇಟಿಂಗ್ ಕಷ್ಟವೇ. ಹೌದು, ನಿಮ್ಮ ಭಾವನೆಗಳೆಲ್ಲ ವ್ಯರ್ಥಾಲಾಪವೆಂದು ತಿಳಿಯಿರಿ. ಹೌದು, ನಿರಾಕರಣೆ ಯಾತನಾಮಯ.

ಹೌದು, ಮೈಥುನ ಅದ್ಭುತ. ಹೌದು ಅವರು ಹರ್ಷದಾಯಕರು. ಹೌದು, ನಿಮ್ಮ ಫ್ರೆಂಡ್ ಬಳಗದಲ್ಲಿ ನೀವೊಬ್ಬರೇ ಒಬ್ಬಂಟಿ ಎಂದಿರಬಾರದು. ಹೌದು, ಯಾರಾದರೂ ನಿಮ್ಮಲ್ಲಿ ಆಸಕ್ತರಿದ್ದರೆ ಅದು ಮುದ ನೀಡುವ ವಿಷಯವೇ. ಹೌದು, ಈ ವಾರಾಂತ್ಯದಲ್ಲಿ ಏನಾದರೊಂದು ಯೋಜನೆ ಹಾಕಿ ತಿರುಗಾಡುವುದು ಆಹ್ಲಾದಕರ. ಹೌದು, ವ್ಯಕ್ತಿ ನಿಮಗೆ ಯೋಗ್ಯರೆಂದು ಕಂಡಾಗ ಸಮಯ ಸರಿಹೊಂದದೆ ಇರುವುದೂ ಸಾಧ್ಯ. ನೆನಪಿರಲಿ: ನಿಮಗೆ ಸರಿಯಾದ ಸಂಬಂಧ ಯಾವಾಗ ಕೂಡಿಬರುತ್ತದೆ ಎಂದರೆ, ಸರಿಯಿಲ್ಲದ ಸಂಬಂಧವನ್ನು ನೀವು ಬೇಡವೆಂದು ಹೇಳಿದಾಗ. ನೀವೆಷ್ಟು ಬೇಗನೇ ಬೇಡವೆನ್ನುವಿರಿ, ಅಷ್ಟು ಬೇಗನೇ ನಿಮ್ಮ ಪ್ರೇಮಿ ನಿಮಗೆ ಒದಗುತ್ತಾರೆ. ನಿಮಗೆ ಅರ್ಹವಾದ ಸಂಗಾತಿ ನಿಮಗೆ ದೊರಕುವ ಹಂತದಲ್ಲಿ *ಲೆಟ್ ದೆಮ್* ಕ್ರಾಂತಿಕಾರಿ ಸೂತ್ರವೆಂದು ನಿಮಗೆ ಮನವರಿಕೆಯಾಗದಿರದು. ಯಾಕೆಂದರೆ ನೀವು ಸನ್ನಿವೇಶವನ್ನು ಪ್ರಾಮಾಣಿಕವಾಗಿ ನಿಭಾಯಿಸುತ್ತೀರಿ, ಅದನ್ನು ನೀವೇ ನಿರ್ವಹಿಸುವವರು ಎಂದಾಗ, ನಿಮ್ಮ ಬಗೆಗಿನ ವರ್ತನೆ ಸುಧಾರಿಸುತ್ತದೆ.

ಅವರು ನಿಮ್ಮನ್ನು ಇಷ್ಟಪಡುತ್ತಿಲ್ಲ. ಎಚ್ಚರಗೊಳ್ಳಿ.

ಯಾರೊಬ್ಬರ ಬಗೆಗೆ ತಿಳಿಯುವ ಬಗೆ ಹೇಗೆಂದರೆ ಮತ್ತು ನೀವು ಅವರ ಬದುಕಿನಲ್ಲಿ ಯಾವ ಸ್ಥಾನದಲ್ಲಿದ್ದೀರಿ ಎಂಬುದನ್ನು ತಿಳಿಯಬೇಕಿದ್ದರೆ, ಅವರ ವರ್ತನೆಯನ್ನು ನಿಕಟವಾಗಿ ನಿರುಕಿಸಬೇಕು. ಅವರು ಏನನ್ನು ಹೇಳಿದ್ದಾರೆ ಎಂಬುದನ್ನು ಮರೆತುಬಿಡಿ. ಅವರೇನು ಮಾಡುತ್ತಾರೆ ಎಂಬುದನ್ನು ಗಮನಿಸಿ. ಇದು ತುಸು ಕಷ್ಟಸಾಧ್ಯವಾದ ಕೆಲಸವೇ. ಯಾಕೆಂದರೆ, ಆರಂಭದಲ್ಲಿ ಇವೆಲ್ಲವೂ ಸ್ವಲ್ಪ ಭಾವನೆಗಳಿಂದ ಮತ್ತು ಹಾರ್ಮೋನ್‌ಗಳ ವ್ಯತ್ಯಯಗಳೊಂದಿಗೆ ಕೂಡಿರುತ್ತವೆ. ನಿಮ್ಮ ಸಾಮರ್ಥ್ಯವನ್ನು ಅವರು ಕಡೆಗಣಿಸಬಹುದಾದ ಸಾಧ್ಯತೆಯೂ ಇರುತ್ತದೆ.

ಡೇಟಿಂಗ್‌ನ ಮುಸುಕಿನಿಂದ ಹೊರಬರಲು ನೀವು ನಿಮ್ಮಷ್ಟಕ್ಕೆ ಒಂದು ಪ್ರಶ್ನೆಯನ್ನು ಕೇಳಬಹುದು ಯಾವಾಗಲೂ: *ಒಂದು ವೇಳೆ ನಿಮ್ಮ ಅತ್ಯಂತ ನೆಚ್ಚಿನ ಸ್ನೇಹಿತರನ್ನು ಹೀಗೆ ನಡೆಸಿಕೊಂಡಿದ್ದರೆ, ಅವರಿಗೆ ನೀವೇನು ಹೇಳುವಿರಿ?*

ಲೆಟ್ ದೆಮ್ ಸಿದ್ಧಾಂತದ ಮೂಲಭೂತವಾದ ಒಳತಿರುಳು ಏನೆಂದರೆ, ವ್ಯಕ್ತಿಗಳ ವರ್ತನೆಯೇ. ನೀವು ಅವರ ಬದುಕಿನಲ್ಲಿ ಯಾವ ಸ್ಥಾನವನ್ನು ಪಡೆದಿದ್ದೀರಿ ಎಂಬುದನ್ನು ವಿಶದಪಡಿಸುತ್ತದೆ ಎನ್ನುವುದು.

ನೀವಿದನ್ನು ತಿಳಿಯಬೇಕು: ಇದು ತೀರಾ ಕಪ್ಪು–ಬಿಳುಪು. ನೀವೊಬ್ಬ ಆದ್ಯತೆಯ ವ್ಯಕ್ತಿಯೋ ಅಲ್ಲವೋ ಎನ್ನುವುದು. ಅದರಲ್ಲಿ ಮಧ್ಯಮ ಮಾರ್ಗಕ್ಕೆ ಅವಕಾಶವಿಲ್ಲ. ಅವರು ನೀವ್ಯಾರೆಂದು ತೋರಿಸಲಿ, *ಲೆಟ್ ದೆಮ್.*

ನೀವು ಯಾರನ್ನಾದರೂ ಬೆನ್ನಟ್ಟಿ ಹೋಗುವುದಿದ್ದರೆ, ಇತರರು ನಿಮ್ಮ ಆ ವರ್ತನೆಯನ್ನು ಇಷ್ಟಪಡಲಾರರು ಮತ್ತು ಆ ನಿಜವನ್ನು ನೀವು ಮನವರಿಕೆ ಮಾಡಿಕೊಳ್ಳುವ ಅಗತ್ಯವಿರುತ್ತದೆ. ನಿಮಗೆ ಯಾರಾದರೂ ಗೊಂದಲದ ಸಂಕೇತಗಳನ್ನು ಕಳುಹಿಸುತ್ತಿದ್ದರೆ ಅವರು ನಿಜಕ್ಕೂ ಆಸಕ್ತರಲ್ಲ ಎಂಬುದು ನಿಮಗೆ ವೇದ್ಯವಾಗಬೇಕು. "ಗೊಂದಲ"ದ ಸಂಕೇತಗಳು ನಿಜಕ್ಕೂ ಗೊಂದಲದ್ದಾಗಿರುವುದಿಲ್ಲ. ನೀವು ಅವರಿಗೆ ಹೊಂದುವುದಿಲ್ಲವೆಂಬ ಸ್ಪಷ್ಟವಾದ ನಿದರ್ಶನವದು.

ಉದಾಹರಣೆಗೆ, ಅವರು ನಿಮಗೆ ಎಡೆಬಿಡದೆ ಸಂದೇಶಗಳನ್ನು ಕಳುಹಿಸುತ್ತಿದ್ದರೆ, ಮತ್ತು ಎಂದಾದರೂ ಸಂಧಿಸುವ ಯೋಜನೆಯನ್ನು ಹಾಕದಿದ್ದರೆ, ಅವರು ನಿಜಕ್ಕೂ ನಿಮ್ಮಲ್ಲಿ ಆಸಕ್ತರಲ್ಲ ಎಂಬುದು ಸ್ಪಷ್ಟವಾಗಿರುತ್ತದೆ. ಅವರು ಎಡೆಬಿಡದೆ ಸಂದೇಶವನ್ನು ಕಳುಹಿಸುತ್ತಿರಲಿ, *ಲೆಟ್ ದೆಮ್.* ಅವರು ನಗರಕ್ಕೆ ಬಂದಿರುವಾಗ ನಿಮ್ಮನ್ನು ಕಾಣಬೇಕೆಂದು ಹೇಳಿ, ನಿಮಗೆ ಗೊತ್ತಿಲ್ಲದೇ ನಗರವನ್ನು ಬಿಟ್ಟು ಹೊರಟಿದ್ದರೆ ಅವರಿಗೆ ಆಸಕ್ತಿಯಿಲ್ಲವೆಂದೇ ಅರ್ಥ. *ಲೆಟ್ ದೆಮ್.* ಅದೊಂದು ಸಮಸ್ಯೆಯೇ ಅಲ್ಲ. ನೀವೇ ಸಮಸ್ಯೆಯಾಗಿರುತ್ತೀರಿ. ನೀವು ನಿಮ್ಮ ಸಮಯಕ್ಕೆ ಬೆಲೆ ಕಟ್ಟುತ್ತಿಲ್ಲವೆಂದೇ ತಿಳಿಯಿರಿ. ಅದು ನಿಮ್ಮನ್ನು ಎಲ್ಲಿಗೂ ಒಯ್ಯುವುದಿಲ್ಲ.

ನಿಮಗೆ ಸಿದ್ಧಾಂತದ *ಲೆಟ್ ಮಿ* ಭಾಗ ಬೇಕಾಗುತ್ತದೆ: ನಾನು ಎಚ್ಚರಗೊಳ್ಳುವುದು ವಿಹಿತ. *ಲೆಟ್ ಮಿ.* ಮತ್ತು ನನ್ನಷ್ಟಕ್ಕೇ ಪ್ರಾಮಾಣಿಕನಾಗಿರಬೇಕು. ಈ ವ್ಯಕ್ತಿಯನ್ನು ನಾನು ಬೆನ್ನಟ್ಟಿ ಹೋದಂತೆ, ನನ್ನ ಸಮಯವನ್ನೆಲ್ಲ ಈತನಿಗೆ ಸಂದೇಶಗಳನ್ನು ಕಳುಹಿಸುತ್ತಾ ಕಳೆದಂತೆ, ನನ್ನ ತಲೆಯಲ್ಲಿ ಸುಮ್ಮನೆ ಕಲ್ಪನೆಗಳನ್ನು ಮಾಡುತ್ತ ಅವೆಲ್ಲ ವ್ಯರ್ಥವಾಗಿ ನನ್ನ ಸುತ್ತ ತಿರುಗುತ್ತವೆಯೇ ಹೊರತು ನನಗೆ ಯೋಗ್ಯವಾದ ವ್ಯಕ್ತಿಯನ್ನು ಸಂದಿಸಿ ನಿಜವಾದ ಸಂಬಂಧವನ್ನು ಕುದುರಿಸುವುದು ದೂರವೇ ಉಳಿಯುತ್ತದೆ.

ನಾನು ಗೌರವಯುತವಾಗಿ ಅಂಗೀಕರಿಸುತ್ತೇನೆ, ಇದು ನನ್ನನ್ನು ಎಲ್ಲಿಗೂ ಒಯ್ಯುವುದಿಲ್ಲ. ಯಾರಾದರೂ ನಿಮ್ಮ ಜೊತೆಗೆ ಜೋಡಿಸಿಕೊಳ್ಳಲು ಯತ್ನಿಸಿದರೆ *ಲೆಟ್ ದೆಮ್.* ನಿಮ್ಮಲ್ಲಿ ಯಾವಾಗಲೂ ಆ ಜೋಡಣೆಯ ತಂತಿಯನ್ನು ಕಡಿದು ಹಾಕುವ ಶಕ್ತಿ ಇದ್ದಿರುತ್ತದೆ. ಜೋಡಣೆಯ ವಿಚಾರದಲ್ಲಿ ನೀವು ಸಕ್ರಿಯವಾಗಿದ್ದೀರಿ ಮತ್ತು ಅದಕ್ಕೆ ಸದಾ ಸಿದ್ಧರೂ ಇರುತ್ತೀರಿ. ನೀವು ಈಗಾಗಲೇ ಒಂದು ಸಕಾರಾತ್ಮಕ, ಪ್ರೀತಿಯ ಸಂಬಂಧದಲ್ಲಿ ಇದ್ದರೆ, ನಿಮಗೆ ಸಂದೇಶ ಕಳುಹಿಸುತ್ತಿರುವವರ ಬಗ್ಗೆ ಕಣ್ಣರಳಿಸಿ ನೋಡುವ ಹಾಗಾಗುತ್ತದೆ.

ಯಾರು ನನ್ನನ್ನು ಆಯ್ಕೆ ಮಾಡುವುದಿಲ್ಲವೋ ಅವರನ್ನು ಬೆನ್ನಟ್ಟಲು ನನಗೆ ಇಷ್ಟವಿಲ್ಲವೆಂದು ನಾನು ನೆನಪಿಸಿಕೊಳ್ಳುತ್ತೇನೆ, *ಲೆಟ್ ಮಿ.* ಯಾವಾಗ ಸಂಬಂಧಗಳು ಪರಸ್ಪರ ಹೊಂದಾಣಿಕೆಯಿಂದ

ಇರುತ್ತದೆಯೋ ಅದುವೆ ಆರೋಗ್ಯವಂತ ಸಂಬಂಧಕ್ಕೆ ಅತ್ಯಂತ ಮುಖ್ಯವಾದ ಅಂಶವಾಗಿರುತ್ತದೆ. ಪರಸ್ಪರ ಗೌರವ. ಪರಸ್ಪರ ಪ್ರಯತ್ನ. ಪರಸ್ಪರ ಭಾವನೆ. ಪರಸ್ಪರ ಆಕರ್ಷಣೆ. ಪರಸ್ಪರ ಆಸಕ್ತಿ. ಒಂದು ವೇಳೆ ನೀವು ಇನ್ನೊಬ್ಬರ ವರ್ತನೆಗೆ ನೆಪಗಳನ್ನು ಹೇಳಿ ನುಣುಚಿಕೊಳ್ಳುವುದಿದ್ದರೆ, ನಿಲ್ಲಿಸಿ. ಅವರ ಹೇಗಿರುವವರೆಂದು ಹೊರಕ್ಕೆ ತೋರಲಿ, *ಲೆಟ್ ದೆಮ್*. ಅಥವಾ ಅವರು ಯಾವುದೇ ಪ್ರಯತ್ನ ಮಾಡದಿರಲಿ, *ಲೆಟ್ ದೆಮ್*. ಅವರು ಕಾಳಜಿ ವಹಿಸುವವರೋ ಅಲ್ಲವೋ ಎಂಬುದನ್ನು ತೋರಲಿ, *ಲೆಟ್ ದೆಮ್*.

ಡೇಟಿಂಗ್‌ನಲ್ಲಿ ದೊಡ್ಡ ಗೊಂದಲಕ್ಕೆ ಕಾರಣವೆಂದರೆ ಅವರು ಕಾಳಜಿ ವಹಿಸದ ವಿಷಯಕ್ಕೆ ನೀವು ಕಾಳಜಿ ವಹಿಸುವಂತೆ ಮಾಡುವ ಪ್ರಕ್ರಿಯೆ. ನಾವೆಲ್ಲರೂ ಇದರಲ್ಲಿ ಇದ್ದವರೇ. ನೀವು ಯಾರಲ್ಲೋ ಆಸಕ್ತರಿರುತ್ತೀರಿ ಆದರೆ ಆ ಭಾವನೆಗಳಿಗೆ ನಿಮಗೆ ಪ್ರತಿಕ್ರಿಯೆ ಸಿಗದಿರುವಾಗ ತುಂಬಾ ನೋವನ್ನು ಅನುಭವಿಸಬೇಕಾಗುತ್ತದೆ. ಆದರೆ ಆ ಇನ್ನೊಬ್ಬ ವ್ಯಕ್ತಿ ನಿಮ್ಮೆಡೆಗೆ ಭಾವನೆಯನ್ನು ವ್ಯಕ್ತಪಡಿಸಿದಾಗ ನೀವು ಅದಕ್ಕೆ ಪ್ರತಿಕ್ರಿಯಿಸದೇನೇ ಇರಬಹುದು. ಅದನ್ನು ನೀವು ನಿಯಂತ್ರಿಸಲಾಗದು. ನೀವು ಕುಬ್ಜರಾಗಿ ಚಿಕ್ಕ ಕರಂಡಕವೊಂದರಲ್ಲಿ ತುರುಕಿಕೊಳ್ಳಲು ಯತ್ನಿಸಬೇಡಿ. ಅಥವಾ ಹೊಸದಾಗಿ ಕಾಣಲು, ಅಥವಾ ನಿಮ್ಮನ್ನು ಬದಲಿಸಿಕೊಳ್ಳದಿರಿ, ನಿಮಗೆ ಪ್ರೀತಿಯನ್ನು ಹಿಂದಿರುಗಿಸದ ವ್ಯಕ್ತಿಗಾಗಿ ಇವನ್ನೆಲ್ಲ ಮಾಡಲು ಹೋಗದಿರಿ.

ಸಂಬಂಧಗಳ ಶುರುವಿನಲ್ಲಿ, ಬೋನಿನಲ್ಲಿ ಬೀಳುವುದು ಸುಲಭ. ಈ ವ್ಯಕ್ತಿ ನನಗೆ ಸೂಕ್ತನೆಂದು ನೇರ ತೀರ್ಮಾನಕ್ಕೆ ಬಂದುಬಿಡುವುದೂ ಅಷ್ಟೇ ಸುಲಭ. (ನಿಮ್ಮ ತಲೆಯಲ್ಲಿ ಎಚ್ಚರಿಕೆಯ ಗಂಟೆ ಬಾರಿಸುತ್ತಿದ್ದರೂ). ನೀವು ಭಾವಿಸುವಂತೆಯೇ ಇತರರೂ ಯೋಚಿಸುತ್ತಾರೆ ಎಂದು ಕುರುಡಾಗಿ ನಂಬುವುದು ತರವಲ್ಲ. ನೀವು ತುಸುವೇ ಬದಲಾಗಿ ಕಾಣಿಸಿಕೊಂಡರೆ ಆ ಇನ್ನೊಬ್ಬರು ನಿಮ್ಮನ್ನು ಪ್ರೀತಿಸಬಹುದೆಂದು ತಿಳಿಯುವುದು ಸುಲಭವೇ. ಪ್ರೀತಿಯನ್ನು ಮಾಡುವುದು ಮತ್ತು ನಿಮಗೆ ಸರಿಕಂಡಂತೆ ಅದಕ್ಕೆ ಅಂಟಿಕೊಳ್ಳುವುದು ಅದೇನು ಮಾಯಾಜಾಲವೇನೂ ಅಲ್ಲ. ಅವರು ಇತರರನ್ನು ನೋಡುವುದಿಲ್ಲ ಎಂಬುದು ನಿಮ್ಮ ಭ್ರಮೆಯಾಗಿರುತ್ತದೆ, ಮತ್ತು ಅವರು ನಿಮಗೇ ಬದ್ಧರಾಗಿರುತ್ತಾರೆ ಎಂಬ ಭಾವನೆಯೂ ಸುಳ್ಳು, ಅಥವಾ ಅವರಿಗೊಂದು "ಲೇಬಲ್ ಅಂಟಿಸುವುದನ್ನು" ಅವರು ಇಷ್ಟಪಡಲಾರರು. "ನೀವೊಬ್ಬರೇ ಫ್ರೆಂಡ್" ಎನ್ನುತ್ತ ಸುಲಭವಾಗಿ ನೀವು ಪ್ರೇಮದಲ್ಲಿ ಬೀಳುವುದು ಸುಲಭ.

ಅದು ತಕ್ಷಣಕ್ಕೆ ಸುಲಭವೆನಿಸಬಹುದು ಆದರೆ ದೀರ್ಘಕಾಲದ ಸಂಬಂಧದಲ್ಲಿ ಹೃದಯ ಒಡೆಯುವುದಂತೂ ಶತಸಿದ್ಧ. ಭಾವನಾತ್ಮಕ ಆತಂಕ, ನಷ್ಟ, ನಿಮ್ಮ ಸ್ಥಿತಿ ಏನೆಂಬ ಸತತವಾದ ಪ್ರಶ್ನೆಗಳು, ಅವರು ಯಾವತ್ತೂ ಬಿಟ್ಟುಹೋಗರು ಎನ್ನುವ ವಸ್ತುಸ್ಥಿತಿ... ಇವೆಲ್ಲವೂ ಅರ್ಥವಿಲ್ಲದ್ದು. ನಾನು ಇದನ್ನು ಮತ್ತೆ ಹೇಳ ಬಯಸುತ್ತೇನೆ: ಅವರು ನಿಮ್ಮನ್ನು ಇಷ್ಟಪಡುವುದಿದ್ದರೆ ನಿಮಗೆ ತಿಳಿಯುತ್ತದೆ.

ಇಷ್ಟಪಡದೆ ಇದ್ದರೆ ನಿಮಗೆ ಗೊಂದಲವಾಗುತ್ತದೆ. ಅವರು ನಿಮಗೆ ಸಂದೇಶ ಕಳುಹಿಸದಿರಲಿ, *ಲೆಟ್ ದೆಮ್*. ಅವರು ಕುಡಿಯುವುದಿಲ್ಲವೆಲ್ಲ ಭರವಸೆ ನೀಡಲಿ, *ಲೆಟ್ ದೆಮ್*. ಅವರು

ಇದ್ದಕ್ಕಿದ್ದ ಹಾಗೆ ಬೆಳಗ್ಗಿನ ಜಾವ ಹೊರಟುಹೋಗಿ ಮತ್ತೆಂದೂ ಹಿಂದಿರುಗದೆ, "ನಿಮ್ಮನ್ನು ಕಾಣಲು ತುಡಿಯುತ್ತಿದ್ದೇನೆ," ಎನ್ನದಿರಲಿ, *ಲೆಟ್ ದೆಮ್.* ಅವರು ನಿಮಗೆ ಗೊಂದಲದಲ್ಲಿರಿಸಲಿ, ನಿಮ್ಮನ್ನು ಕೆರಳಿಸಲಿ, ಮತ್ತು ಸಂಕೀರ್ಣ ಸಂಕೇತಗಳನ್ನು ಕಳುಹಿಸಲಿ, *ಲೆಟ್ ದೆಮ್.*

ಅವರ ವರ್ತನೆಯೇ ನಿಮಗೆ ಸ್ಪಷ್ಟ ಸಂದೇಶವಾಗಿರುತ್ತದೆ. ಅವರನ್ನು ಬಿಟ್ಟುಬಿಡುವುದೇ ಸುಲಭ ನಡೆ. ನೀವು ಸತ್ಯದ ಮುಖವನ್ನು ನೋಡಲು ಬಯಸದಿರುವುದರಿಂದ *ಲೆಟ್* ಮಿ ಕಠಿಣವಾಗುತ್ತದೆ. ಅವರು ಯಾರಿದ್ದಾರೆ ಎಂದು ತಿಳಿಯೋಣವೆನ್ನುವುದು *ಲೆಟ್* ಮಿ. ಅವರ ವರ್ತನೆಯಲ್ಲಿನ ಸತ್ಯವನ್ನು ಸ್ವೀಕರಿಸುವೆ –ನಾನು ಅವರ ಆದ್ಯತೆಯಲ್ಲ, *ಲೆಟ್* ಮಿ. ನಿಮ್ಮ ಜೊತೆಗೆ ಇರಲು ಬಯಸದ ವ್ಯಕ್ತಿಯನ್ನು ಬೆನ್ನಟ್ಟುವುದನ್ನು ನಿಲ್ಲಿಸಿ.

ಅವರೇನೂ ಕ್ರಿಯಾತ್ಮಕವಾಗಿ ಯತ್ನಿಸದಿದ್ದರೆ, ಅವರು ನಿಮಗೆ ಹೇಳಿಸಿದವರಲ್ಲ ಎಂದು ತಿಳಿಯಿರಿ.

ಅಧ್ಯಾಯ 19

ನಿಮ್ಮ ಸಂಬಂಧವನ್ನು ಮುಂದಿನ ಹಂತಕ್ಕೆ ಒಯ್ಯುವುದು ಹೇಗೆ

ಆದರೆ ಮೆಲ್... ನನ್ನ ಅರ್ಹತೆಗೆ ತಕ್ಕ ಕಾಳಜಿಯನ್ನು ಅವರು ವಹಿಸುತ್ತಾರೆ. ಅವರು ನನ್ನನ್ನು ಇಷ್ಟಪಡುತ್ತಾರೆ ಎಂದು ನನಗೆ ಹೇಳಿದ್ದಾರೆ. ಅವರ ವರ್ತನೆಯೆಲ್ಲ ಸರಿಯಾದ ಕ್ರಮದಲ್ಲಿದೆ. ಒಂದೇ ಒಂದೆಂದರೆ ಅವರು ಈ ಸಂಬಂಧಕ್ಕೆ ಬದ್ಧರಾಗಲು ಒಪ್ಪುವುದಿಲ್ಲ." ಇದು ಸಾಮಾನ್ಯವಾಗಿರುತ್ತದೆ ಮತ್ತು ಇದನ್ನು ನಾನಾ ವಿಧದಲ್ಲಿ ವ್ಯಾಖ್ಯಾನಿಸಬಹುದು: ಅವರು ಅದಕ್ಕೊಂದು "ಲೇಬಲ್" ಹಾಕುವುದಕ್ಕೆ ಇಷ್ಟಪಡದೆ ಇರಬಹುದು, ಪ್ರತ್ಯೇಕ, ಅಧಿಕೃತವಾಗಿ ಸಂಬಂಧ ಕುದುರಿದೆ, ಜತೆಯಲ್ಲೇ ಓಡಾಡುತ್ತಾರೆ, ನಿಶ್ಚಿತಾರ್ಥ ನಡೆಯಲಿದೆ ಅಥವಾ ಮದುವೆಯಾಗಲಿದ್ದಾರೆ.

ಮೊದಲಿಗೆ ನೀವು ನಿಮ್ಮನ್ನೇ ಕೇಳಿಕೊಳ್ಳಿ, *ಯಾರು ಬದ್ಧರಾಗಲು ಇಷ್ಟಪಡುವುದಿಲ್ಲವೋ ನನ್ನ ಬೆನ್ನಟ್ಟುವ ಮಾದರಿ ಹೀಗಿರುತ್ತದೆಯೇ?* ಅಥವಾ ಇದೊಂದು ಈತನೊಬ್ಬನಲ್ಲಿಯೇ ಇರುವಂತಹ ಒಂದು ಸಮಸ್ಯೆಯೇ? ನಾನು ಈ ವಿಷಯಗಳನ್ನು ಪ್ರತ್ಯೇಕವಾಗಿ ವ್ಯವಹರಿಸುತ್ತೇನೆ, ಯಾಕೆಂದರೆ ಅವರೆಡು ವಿಭಿನ್ನ ವಿಷಯಗಳು.

ನೀವು ಸರಿಯಿಲ್ಲದ ವ್ಯಕ್ತಿಯನ್ನೇ ಆಯ್ಕೆ ಮಾಡುತ್ತಿದ್ದರೆ

ನೀವು ಯಾವಾಗಲೂ ಡೇಟಿಂಗ್ ಮಾಡುವ ವ್ಯಕ್ತಿ ಸಿಗದಂತಿರುವವರಾಗಿದ್ದರೆ, ಅಥವಾ ಬದ್ಧತೆಯಿಲ್ಲದಿದ್ದರೆ, ಅದು ನೀವೆಂದುಕೊಂಡಂತೆ ಕಾಕತಾಳೀಯವಾಗಿರದ ಸಾಧ್ಯತೆಯೇ ಹೆಚ್ಚು.

ನೀವು ಆಕರ್ಷಣೆಗೆ ಒಳಗಾದ ವ್ಯಕ್ತಿ ನೀವಂದುಕೊಂಡಂತೆ, ಬದಲಾಗಬಹುದು, ಅಥವಾ ನೀವು ಅವರನ್ನು ಗೆಲ್ಲಬಹುದು, ಅಥವಾ ಅವರು ಇನ್ನೊಬ್ಬರ ಜೊತೆಗೆ ಸೇರಿರುವುದರಿಂದ ಸದ್ಯ ಉಪಲಭ್ಯವಿಲ್ಲದೆ ಇರಬಹುದು, ಅಥವಾ ಭಾವನಾತ್ಮಕವಾಗಿ ಉಪಲಭ್ಯವಿಲ್ಲದೆ ಇರಬಹುದು. ನಿಮ್ಮನ್ನೇ ಕೇಳಿಕೊಳ್ಳಿ: ಯಾವತ್ತೂ ಬದ್ಧರಾಗದ ವ್ಯಕ್ತಿಯೊಂದಿಗೆ ನೀವು ಡೇಟಿಂಗ್ ಮಾಡುತ್ತಿದ್ದೀರಾ? ಅವರು ತನ್ನ ಹೆಂಡತಿಯನ್ನು ಭೇಟಿಯಾಗುವ ಮುನ್ನ ಇರುವ ಕೇವಲ ಬಾಯ್ ಫ್ರೆಂಡ್ ನೀವಿರಬಹುದೇ? ನೀವು ಪೂರ್ತಿಯಾಗಿ ವಿಶ್ವಾಸವಿಡದ ವ್ಯಕ್ತಿಯೊಂದಿಗೆ ಡೇಟಿಂಗ್ ಮಾಡುತ್ತಿದ್ದೀರಾ? ನಿಯಂತ್ರಿಸುವ ಅಥವಾ ಅಸೂಯೆ ಪಡುವವರ ಜೊತೆಗೆ ನೀವು ಡೇಟಿಂಗ್ ಮಾಡುತ್ತಿದ್ದೀರಾ? ನೀವು ಅಂದುಕೊಂಡಂತೆ ಆಗಬಹುದೆಂದು ಮಂದಿಯ ಜೊತೆಗೆ ಮಲಗುತ್ತೀರಾ? ಬಹಳಷ್ಟು ತೊಂದರೆಯಲ್ಲಿ ಸಿಲುಕಿ ನೀವು ಅವರನ್ನು ರಕ್ಷಣೆ ಮಾಡಬಹುದೆಂದು ಬಗೆದಿರುವ ವ್ಯಕ್ತಿಯ ಜೊತೆಗೆ ನೀವು ಡೇಟಿಂಗ್ ಮಾಡುತ್ತಿದ್ದೀರಾ?

ನಿಮಗೆ ಮೋಸ ಮಾಡುವ ವ್ಯಕ್ತಿಯ ಜೊತೆಗೆ ನೀವು ಡೇಟಿಂಗ್ ಮಾಡುತ್ತಿರುವಿರಾ? ಅಥವಾ ನೀವು ಮೋಸದಿಂದಲೇ ಅವರನ್ನು ಸಂಧಿಸಿದ್ದೀರಾ? ನಿಮ್ಮ ಸಂಬಂಧ ಕಟ್ಟಕಡೆಗೆ ಮುರಿದು ಬೀಳುವಾಗ, ಅದು ಸುಮ್ಮನೆ ಒಂದು "ಹುಚ್ಚಾಟ"ವೆಂದು ನಿಮ್ಮ ಸ್ನೇಹಿತೆಯರಿಗೆ ಹೇಳುವಿಯಾ?

ಇವುಗಳಲ್ಲಿ ಯಾವುದಾದರೂ ನಿಮಗೆ ಸರಿ ಎಂದು ಕಂಡರೆ, ಪ್ರಾಮಾಣಿಕತೆಗೆ ಈಗ ಸಮಯ ಬಂದಿದೆ: ಬೆನ್ನಟ್ಟುವುದನ್ನು ನೀವು ಇಷ್ಟಪಡುತ್ತೀರಿ. ಇದು ನಿಮ್ಮ ಮಾದರಿಯಾಗಿದ್ದು, ಅದೇ ನಿಮ್ಮ ಸಮಸ್ಯೆಯೂ ಹೌದು. ಸಂಬಂಧ ಯಾವಾಗಲೂ ನಿಮ್ಮ ಮನಸ್ಸಿನ ಕಲ್ಪನೆಯಲ್ಲಿ ಆವಿರ್ಭವಿಸುತ್ತದೆ, ಯಾಕೆಂದರೆ ನೀವು ಸದಾ ಹೇಗಾಗಬಹುದು ಎಂಬ ಭ್ರಮೆಯಲ್ಲಿ ಕಳೆಯುತ್ತೀರಿ ಹೊರತು ನಿಜವಾಗಿಯೂ ಹೇಗಿದೆ ಎಂದಲ್ಲ.

ನೀವು ಈ ಮಾದರಿಯನ್ನು ತಳ್ಳಿಹಾಕದಿದ್ದರೆ ನಿಮ್ಮ ಜೀವನಪೂರ್ತಿ ಇದು ಪುನರಾವರ್ತಿಸುತ್ತಲೇ ಇರುತ್ತದೆ. ಸಂಶೋಧನೆಯ ಪ್ರಕಾರ, ಜನರು ಸುಪ್ತಪ್ರಜ್ಞಾ ನೆಲೆಯಲ್ಲಿ ಒಂದೇ ಬಗೆಯ ವ್ಯಕ್ತಿಗಳನ್ನು ಮತ್ತೆ ಮತ್ತೆ ಆಯ್ಕೆ ಮಾಡುತ್ತಾರೆ, ಅದು ಹಿಂದಿನ ಅನುಭವಗಳ ಮೇಲೆ ಮತ್ತು ಬಾಲ್ಯದ ಅನುಭವಗಳ ಮೇಲೆ ಹೊಂದಿಕೊಂಡಿರುತ್ತದೆ.

ಅಲ್ಬರ್ಟಾ ವಿಶ್ವವಿದ್ಯಾಲಯದ ಒಂದು ಅಧ್ಯಯನದ ಪ್ರಕಾರ, ಆರಂಭದ "ಹನಿಮೂನ್" ಬಳಿಕ ಸಂಬಂಧ ಹಳೆಯ ಮಾದರಿಯನ್ನೇ ಅನುಸರಿಸುತ್ತದೆ ಎನ್ನಲಾಗಿದೆ. ಒಂದು ಎಂಟು ವರ್ಷಗಳ ಅಧ್ಯಯನದ ಪ್ರಕಾರ, ಮಂದಿ ತಮ್ಮ ಸಂಬಂಧದಲ್ಲಿ ಆ ಹಳೆಯ ಮಾದರಿಯನ್ನೇ ಅನುಸರಿಸುತ್ತಾರೆ, ಮತ್ತು ಅದು ಕಳಚಿದ ಹಳೆಯ ಸಂಬಂಧದ ರೀತಿಯಲ್ಲೇ ಮುಂದುವರಿಯುತ್ತದೆ. ಇದು ನಿಮ್ಮ ಬದುಕಿನಲ್ಲಿ ಸತ್ಯವೆನಿಸಿದರೆ, ನೀವೊಬ್ಬ ಥೆರಾಪಿಸ್ಟ್‌ನ್ನು ಕಾಣುವುದು ಉಚಿತ, ಮತ್ತು ನಿಮ್ಮ ಹಿಂದಿನ ಬದುಕಿನ ಬಗೆಗೆ ಅವರಲ್ಲಿ ಚರ್ಚಿಸುವುದು ಕ್ಷೇಮ–ಯಾಕೆಂದರೆ, ಈ ಸಮಸ್ಯೆ ಇನ್ನೊಬ್ಬರ ಸಂಬಂಧದಲ್ಲಿ ಇರುವಾಗ ಪರಿಹಾರವಾಗುವುದು ದುಸ್ತರ. ನೀವು

ಇನ್ನೊಂದು ಸಂಬಂಧದ ಹಿಂದೆ ಓಡುವಾಗ, ನೀವು ನಿಜಕ್ಕೂ ಒಂದು ಆರೋಗ್ಯಕರ ಸಂಬಂಧವನ್ನು ಬಿಟ್ಟು ಓಡಿದಂತಾಗುತ್ತದೆ. ಇನ್ನೊಂದು ಸಂಬಂಧ ಉತ್ತರವಾಗುವುದಿಲ್ಲ. ಸದ್ಯದ ಪರಿಸ್ಥಿತಿಯಲ್ಲಿ ಇನ್ನೊಂದು ಸಂಬಂಧ ಸ್ಥಿತಿಯನ್ನು ಮತ್ತಷ್ಟು ಬಿಗಡಾಯಿಸಬಹುದು. ನೀವು ಏಕಾಂಗಿಯಾಗಿಬಿಡುತ್ತೀರಿ.

ನಾನದನ್ನು ಮತ್ತೆ ಪುನರುಚ್ಚರಿಸಲು ಬಯಸುತ್ತೇನೆ. ನೀವು ಒಬ್ಬಂಟಿಗರಾಗಿರಲೇ ಬಯಸುತ್ತೀರಾ. ನೀವು ನಿಜಕ್ಕೂ ಒಂದು ಆರೋಗ್ಯಕರ ಪ್ರೀತಿಗೆ ಪಾತ್ರರಾದ ಸಂಬಂಧವನ್ನು ಕುದುರಿಸಲು ಬಯಸುತ್ತೀರಿ ಎಂದಾದರೆ, ನಿಮ್ಮ ಕನಸಿನ ಕನ್ಯೆಯನ್ನು ವರಿಸಬೇಕಿದ್ದರೆ, ನೀವು ಮುಂದಿನ ಒಂದು ವರ್ಷ ಒಬ್ಬಂಟಿಯಾಗಿಯೇ ಇದ್ದು, ನಿಮ್ಮಷ್ಟಕ್ಕೆ ಹೇಗೆ ಸಂತೋಷದಿಂದ ಮತ್ತು ಆರೋಗ್ಯವಂತರಾಗಿ ಇರಲು ಸಾಧ್ಯ ಎಂಬುದರ ಕುರಿತು ಗಮನ ಕೇಂದ್ರೀಕರಿಸಬೇಕು.

"ಆದರೆ, ಮೆಲ್... ನಾನು ಒಬ್ಬಂಟಿಯಾಗಿರಲು ಬಯಸುವುದಿಲ್ಲ, ಮತ್ತು ಅದೊಂದು ಅಷ್ಟು ದೊಡ್ಡ ಸಮಸ್ಯೆಯಲ್ಲ ಎಂದು ನನಗನಿಸುತ್ತಿದೆ. ನಾನು ಸರಿಯಾಗಿರದ ವ್ಯಕ್ತಿಗಳನ್ನು ಸಂಧಿಸಿದ್ದೇನೆ. ಅದು ನನ್ನಿಂದಾದುದು ಅಲ್ಲ, ಅವರಿಂದ. ಬೇರೆಯವರನ್ನು ನಾನು ಆರಿಸಿಕೊಳ್ಳಬೇಕಷ್ಟೇ."

ಇಲ್ಲ! ಸಮಸ್ಯೆ ನೀನೇ ಇದ್ದೀಯಾ. ನಿನಗೆ ಇದನ್ನು ಹೇಳುವ ಸಮಯ ಅದನ್ನು ನಾನು ಮನಗಂಡೆ. ನೀವು ಈ ಸಂಶೋಧನೆಗೆ ಹೊರತು ಎನ್ನುವ ರೀತಿಯಲ್ಲಿ ಆಡುವುದನ್ನು ನಾನು ಗಮನಿಸಿದೆ.

ಈ ಪುಸ್ತಕದ ಪ್ರಾರಂಭದಲ್ಲಿ ನೀನು ಎಂಐಟಿಯ ಡಾ. ಶಾರೋಟ್‌ನ್ನು ಸಂಧಿಸಿದಾಗ ಅವರೇನು ಹೇಳಿದರು, ನೀನು ಇತರ ವ್ಯಕ್ತಿಗಳನ್ನು ಬದಲಾಯಿಸಲು ಸಾಧ್ಯವಿಲ್ಲ ಅಂತ, ಅಲ್ಲವೇ? ನೆನಪು ಮಾಡಿಕೋ. ಯಾಕೆಂದರೆ, ಪ್ರತಿಯೊಬ್ಬರು ತಾವು ಇದಕ್ಕೆ ಹೊರತಾಗಿದ್ದೇವೆ ಎಂದು ತಿಳಿಯುತ್ತಾರೆ, ಅದೇ ನಿನಗೂ ಈಗ ಸಂಭವಿಸುತ್ತಿದೆ ನೋಡು.

ನೀವು ಹೀಗೆಯೇ ಪ್ರೀತಿಯ ಹಿಂದೆ ಬೆನ್ನಟ್ಟುವ ಮಾದರಿಯನ್ನು ಅನುಸರಿದರೆ, ಯಾವತ್ತೂ ಒಂದು ಆರೋಗ್ಯಕರ ಸಂಬಂಧ ಕೂಡಿಬರದಿದ್ದರೆ, ನೀವು ಇದಕ್ಕೆ ಹೊರತಾಗಿರುವುದಿಲ್ಲ. ನೀವೇ ಸಮಸ್ಯೆಯಾಗಿರುತ್ತೀರಿ. ನೀವು ನಿಮ್ಮದೇ ಆದ ಮಾದರಿಯನ್ನೋ ನಮೂನೆಯನ್ನೋ ನಿರ್ಮಿಸಿಕೊಂಡು ನಿಮ್ಮ ಪ್ರೇಮವನ್ನು ನಿರ್ಧರಿಸಬೇಕಾದುದು ಅವಶ್ಯ, ಅದರಿಂದ ನಿಮ್ಮ ಸಮಸ್ಯೆ ಆ ಇನ್ನೊಂದು ಸಂಬಂಧದಿಂದಲೇ ಬಗೆಹರಿಯುತ್ತದೆ.

ನಿಮಗೊಂದು ಅದ್ಭುತವಾದ ಪ್ರೇಮ ಕಥೆ ಕಾದಿದೆ. ಅದನ್ನು ಸಾಕಾರಗೊಳಿಸಲು, ನಿಮ್ಮ ಆಯ್ಕೆ ಮಾಡುವ ವಿಧಾನದಲ್ಲಿನ ತೊಡಕಿಗಿರುವ ಕಾರಣವನ್ನು ಮೂಲಭೂತವಾಗಿ ಕಂಡುಕೊಳ್ಳಬೇಕು. ಅಲ್ಲಿಗೆ ಸಮಸ್ಯೆ ನಿವಾರಣೆಯಾದಂತೆಯೇ. ಮತ್ತು ನಾನಿದನ್ನು ನಿಮಗೆ ಪ್ರೀತಿಯಿಂದ ಹೇಳುತ್ತಿದ್ದೇನೆ.

ಇದೀಗ, ನಾವು ಲೆಟ್ ದೆಮ್ ಸಿದ್ಧಾಂತದ ಕುರಿತು ಚರ್ಚಿಸುತ್ತ, ನೀವು ಹೇಗೆ ಯಾರನ್ನಾದರೂ

ಕಾಣುತ್ತೀರಿ ಮತ್ತು ಸಂಬಂಧವನ್ನು ಕುದುರಿಸಲು ಯತ್ನಿಸುತ್ತೀರಿ, ಎಂಬ ಈ ನಿಟ್ಟಿನಲ್ಲಿ ನಾವು ಮುಂದಿನ ಹಂತಕ್ಕೆ ತೆರಳೋಣ. ಆದರೆ ಆ ವ್ಯಕ್ತಿ ಎಲ್ಲಿದ್ದಾರೆ ಎನ್ನುವುದು ಖಾತ್ರಿಯಿಲ್ಲ ಅಥವಾ ನಿಮ್ಮ ಶಕ್ತಿಯನ್ನು ಕಳಕೊಳ್ಳದೆ ಅವರಿಂದ ಬದ್ಧತೆಯನ್ನು ಹೇಗೆ ಪಡೆಯುವುದು ಎನ್ನುವುದನ್ನೂ ನೀವು ಪರಿಗಣಿಸಬೇಕಿದೆ.

ಬದ್ಧತೆಯ ಸಂಭಾಷಣೆ

ಸಂಬಂಧಗಳಲ್ಲಿ ಹೇಗೆ ತಿರುವುಗಳು ಸಂಭವಿಸುತ್ತವೆ ಅಥವಾ ನೀವು ಅವರದೇ ಸಮಮಟ್ಟಕ್ಕೆ ಇರುತ್ತೀರೇನು ಎನ್ನುವ ಪ್ರಶ್ನೆ ನಿಮ್ಮನ್ನು ದಂಗಾಗುವಂತೆ ಮಾಡುತ್ತದೆ. ಎರಡನೆಯದಾಗಿ ನೀವು ಆ ರೀತಿಯಿಂದ ತೊಡಗಿದ ಸಮಯದಲ್ಲೇ ಸಂಭಾಷಣೆಯನ್ನು ಶುರುಮಾಡುತ್ತೀರಿ.

ನಿಮ್ಮಲ್ಲಿರುವ ಅರ್ಹತೆಗೆ ತಕ್ಕ ಹಾಗೆ ಇರಬೇಕು ಎನ್ನುವುದನ್ನು ಕೇಳಲು ಹಿಂದೇಟು ಹಾಕದಿರಿ. ಬದ್ಧತೆಯೇ ಮುಖ್ಯ ಎನ್ನುವ ರೀತಿಯಲ್ಲಿ ಯಾವತ್ತೂ ಆಡದಿರಿ. ಪ್ರಾಮಾಣಿಕವಾದ ಸಂಭಾಷಣೆಯೇ ಒಂದು ಪ್ರೀತಿಯ ಆರೋಗ್ಯಕರ ತಳಪಾಯವಾಗಿರುತ್ತದೆ.

ಆದ್ದರಿಂದ ಇಲ್ಲಿ ಭಯವಿಲ್ಲ, ಅಪ್ಪಿಕೊಳ್ಳಿ. ಸಂಬಂಧ ಕುದುರುವ ಸ್ಥಿತಿಯಲ್ಲಿದ್ದರೆ, ಸಂಭಾಷಣೆ ಅದನ್ನು ಇನ್ನಷ್ಟು ಶಕ್ತಿಯುತವನ್ನಾಗಿ ಮಾಡುತ್ತದೆ. ಸಂಬಂಧ ಸುಳ್ಳು ಎಂದಾದರೆ ಅದು ನಿಜವಾದ ಸಂಭಾಷಣೆಯ ಮೂಲಕವೇ ಹೊರಹೊಮ್ಮುತ್ತದೆ.

ನೀವು ಸಂಭಾಷಣೆಯನ್ನು ಹೇಗೆ ಹೆಣೆಯಬೇಕೆಂಬುದನ್ನು ನ್ಯೂಯಾರ್ಕ್ ಟೈಮ್ಸ್‌ನ ನನ್ನ ಗೆಳೆಯ ಮ್ಯಾಥ್ಯೂ ಹುಸ್ಸೇಯಿಂದ ಬರುತ್ತದೆ. ಆತ ಕಳೆದ 17ವರ್ಷಗಳಿಂದ ಜನರಿಗೆ ಸಹಾಯವನ್ನು ಮಾಡುತ್ತ ಬಂದಿದ್ದಾನೆ. ಅಧಿಕ ಆತ್ಮವಿಶ್ವಾಸದಿಂದ, ಮತ್ತು ಸಂಬಂಧದ ಮೇಲೆ ನಿಯಂತ್ರಣ ಸಾಧಿಸಿ ಇದನ್ನು ಸಾಕಾರಗೊಳಿಸಬಹುದು. ಪ್ರೀತಿಯ ಕುರಿತಾದ ಸಲಹೆಗಳನ್ನು ನೀಡುವ ಆತನ ಯೂ-ಟ್ಯೂಬ್ ಜಗತ್ತಿನಲ್ಲೇ ಚಾನಲ್ #1 ಎಂದು ಪರಿಗಣಿಸಲಾಗುತ್ತದೆ ಮತ್ತು ಅದಕ್ಕೆ ಅರ್ಧ ಬಿಲಿಯನ್‌ನಷ್ಟು ವೀಕ್ಷಕರಿದ್ದಾರೆ. ಈ ಪುಸ್ತಕಕ್ಕೆ ಸಂಶೋಧನೆ ಮಾಡುವ ಸಮಯ, ನಾನು ಮಾಥ್ಯೂನಲ್ಲಿ ಮಾತಾಡಿದೆ. ಸಂಬಂಧಗಳನ್ನು ಕುದುರಿಸುವಲ್ಲಿ ಜನರು ಮಾಡುವ ತಪ್ಪುಗಳ ಕುರಿತು ಆತನಲ್ಲಿ ಚರ್ಚಿಸಿದೆ.

ಆತ ಅದೊಂದು ತೀರಾ ಹೃದಯಸ್ಪರ್ಶಿ ವೈಯಕ್ತಿಕ ಕಥೆಯನ್ನು ಹೇಳಿದ. ಆತ ಹೇಳಿದ್ದೇನೆಂದರೆ, ತಾನು ತನ್ನ ಪತ್ನಿ ಆವುದ್ರೇಯನ್ನು ಸಂದಿಸುವ ಸಮಯ ಒಂದಿಷ್ಟು ಮಂದಿಯೊಂದಿಗೆ ಡೇಟಿಂಗ್ ಮಾಡುತ್ತಿದ್ದನಂತೆ; ಅವರೆಲ್ಲ ಬೇರೆ ಬೇರೆ ನಗರಗಳ ನಿವಾಸಿಗಳಾಗಿದ್ದರು. ಅವೆಲ್ಲ ತೀರಾ ಪ್ರಾಸಂಗಿಕವಾಗಿ ನಡೆಯುತ್ತಿತ್ತಂತೆ. ಆತ ನನ್ನಲ್ಲಿ ಸಮರ್ಥಿಸಿಕೊಳ್ಳುತ್ತ (ಆವುದ್ರೇ ಪಕ್ಕದಲ್ಲಿ ಕುಳಿತಿದ್ದಾಗಲೇ) ಈಕೆಯನ್ನೂ ಆತ ಸಂಬಂಧ ಕುದುರಿಸಲು ಯತ್ನಿಸುತ್ತಿದ್ದನಂತೆ. ಅದೇ... ಈಕೆ ಆತನನ್ನು ಕುಳ್ಳಿರಿಸಿ ಸಂಭಾಷಣೆಗೆ ಒಂದು ವಿಶೇಷ ರೀತಿಯಲ್ಲಿ ಸಂಘಟಿಸಿ ಮಾಡಿದಳಂತೆ. ಅದರಿಂದ ಆತ ತೀರಾ ಸುಸ್ತಾಗಿಬಿಟ್ಟನಂತೆ.

ಆತನನ್ನು ಕೆಟ್ಟದಾಗಿ ಈಕೆ ನಡೆಸಿಕೊಳ್ಳಲಿಲ್ಲವಂತೆ. ಮತ್ತೆ ಮತ್ತೆ ಈಕೆ ತಾನು ಅವನನ್ನು ಇಷ್ಟಪಡುತ್ತೇನೆ ಎಂದು ಹೇಳಲಿಲ್ಲವಂತೆ. ಅಥವಾ ತಾನು ಅವನಿಗಾಗಿ ಹಾತೊರೆಯುತ್ತೇನೆ ಎಂದೂ ಹೇಳಲಿಲ್ಲವಂತೆ. ನಿಜವೆಂದರೆ, ಈಕೆ ಅವನ ಮೇಲೆ ಗಮನವನ್ನೇ ಕೇಂದ್ರೀಕರಿಸಲಿಲ್ಲವಂತೆ. ಈಕೆ ತನ್ನ ಸಮಯದ ಬೆಲೆಯತ್ತ ಗಮನಿಸುತ್ತ, ಅದಕ್ಕೇ ಹೆಚ್ಚು ಮಹತ್ವಕೊಟ್ಟಳಂತೆ. ಮಾಥ್ಯೂ ನನಗೆ ಹೇಳಿದಂತೆ, ಮುಂದಿನ ಹಂತಕ್ಕೆ ತಮ್ಮ ಪ್ರೀತಿಯನ್ನು ಒಯ್ಯುವ ಸಮಯ ಜನರು ಮಾಡುವ #1ನೇ ಪ್ರಮಾದವೆಂದರೆ, ಆ ಇನ್ನೊಬ್ಬ ವ್ಯಕ್ತಿಯ ಮೇಲೆ ಗಮನ ಕೇಂದ್ರೀಕರಿಸದೆ ಇರುವುದು. ತನ್ನದೇ ಸಮಯ ಮತ್ತು ವೈಯಕ್ತಿಕ ಬಯಕೆಗಳ ಮೇಲೆ ಗಮನ ಕೇಂದ್ರೀಕರಿಸಿದರೆ ಏನೂ ಪ್ರಯೋಜನವಿಲ್ಲ. ಆ ಪ್ರಕಾರ ಅದು ಕೆಲಸ ಮಾಡಿತು– ಆತ ಎಲ್ಲರ ಜೊತೆಗಿನ ಡೇಟಿಂಗ್‌ಗೆ ಮಂಗಳ ಹಾಡಿದ ಮತ್ತು ಔಡ್ರೇಯನ್ನು ಮದುವೆಯಾದ. ಇದೀಗ ಅವರು ಬಿಸಿನೆಸ್ ಪಾರ್ಟ್ನರ್ ಆಗಿ ಸುಖವಾಗಿದ್ದಾರೆ. ಈ ಅನುಭವದಿಂದ ತಾನೇನು ಕಲಿತೆ ಎಂಬುದನ್ನು ಅವರು ನನಗೆ ವಿಶದಪಡಿಸಿದರು ಮತ್ತು ಈ ತಂತ್ರವನ್ನು ಹೇಗೆ ಬಳಸಬಹುದೆಂದೂ ಕಲಿಸಿದರು. ಅಷ್ಟೇ ಅಲ್ಲ ಸೂಕ್ತವಾದ ಸಂಭಾಷಣೆಗಳನ್ನು ಹೇಗೆ ಹೆಣೆಯಬಹುದೆಂದು ಹೇಳಿದರು. ನೀವು ಹೇಗೆ ಮುಂದುವರಿಯಬಹುದೆನ್ನುವ ಕ್ರಮ ಇಲ್ಲಿದೆ ನೋಡಿ:

ಎಬಿಸಿ ಲೂಪ್‌ನಂತೆ ಇಲ್ಲಿ ಕೂಡಾ ಸಂಭಾಷಣೆಯನ್ನು ಬಾರ್‌ನಲ್ಲಾಗಲೀ, ಫೋನ್‌ನ ಮುಖಾಂತರವಾಗಲೀ ಅಥವಾ ನಿಮಗೆ ಸಮಯವಿಲ್ಲದಿರುವಾಗಲೀ ಮಾಡದಿರಿ. ನಿಮ್ಮ ಬಯಕೆಗೆ ಅನುಗುಣವಾಗಿ ಆ ವ್ಯಕ್ತಿ ಬಯಸುತ್ತಾನೆ ಎನ್ನುವ ನಿರೀಕ್ಷೆ ನಿಮ್ಮಲ್ಲಿ ಇರಬಾರದು ಎಂಬುದು ಅತ್ಯಂತ ಮುಖ್ಯವಾದ ವಿಷಯ. ನೀವು ವಿವರಣೆಯನ್ನು ಯಾಕಾಗಿ ಬಯಸುತ್ತೀರಿ ಎಂದರೆ, ಇದು ನಿಮ್ಮನ್ನು ಎಲ್ಲಿಗೂ ಕೊಂಡೊಯ್ಯದೆ ಹೋದರೆ, ನಿಮ್ಮ ಸಮಯ ಸುಮ್ಮನೆ ವ್ಯರ್ಥವಾಗುತ್ತದೆ ಎಂಬ ಕಾರಣಕ್ಕಾಗಿ.

ನಿಮಗೆ ಬೇಕಿರುವ ಉತ್ತರಗಳು ಸಿಗುತ್ತವೆ ಎಂಬುದಕ್ಕಾಗಿ ಈ ಸಂಭಾಷಣೆ ಅಲ್ಲ. ನೀವು ಅವರಲ್ಲಿ ಯಾವ ಸ್ಥಾನವನ್ನು ಪಡೆದಿದ್ದೀರಿ ಎಂಬುದನ್ನು ದೃಢಪಡಿಸುವುದಕ್ಕಾಗಿ. ಇದೊಂದು ಭಾವನಾತ್ಮಕ ಸಂಭಾಷಣೆಯಾಗಿರಬಾರದು. ಇದು ನಿಮ್ಮ ಸಮಯಕ್ಕೆ ಒಗ್ಗುವಂತಹುದೇ, ಇಲ್ಲವೇ ಎನ್ನುವುದನ್ನು ಖಾತ್ರಿಪಡಿಸುವುದಕ್ಕಾಗಿ. ಇದನ್ನು ಮಾಥ್ಯೂರವರು ಶಿಫಾರಸ್ಸು ಮಾಡಿದ ವಿಧಾನ ನೀವು ನಿಮ್ಮದೇ ರೀತಿಯಲ್ಲಿ ಹೀಗೆ ಅಳವಡಿಸಿಕೊಳ್ಳಬಹುದು:

> ನಿನ್ನ ಜೊತೆಗೆ ನಾನು ಒಳ್ಳೆಯ ಸಮಯವನ್ನು ಕಳೆದೆ. ಮತ್ತು ನನಗೆ ನಿಖರವಾಗಿ ಗೊತ್ತು, ನಾನೊಂದು ಬದ್ಧತೆಯನ್ನು ಎದುರು ನೋಡುತ್ತಿದ್ದೇನೆ ಅಂತ. ನಾನ್ಯಾಕೆ ನಿಮ್ಮ ಜೊತೆಗೆ ಮಾತಾಡಬಯಸುತ್ತೇನೆ ಎಂದರೆ ನಮ್ಮಿಬ್ಬರಿಗೂ ಒಂದೇ ಬಗೆಯ ಬದುಕಿನ ಕುರಿತಾದ ಮುನ್ನೋಟ ಇದೆಯೇ ಎಂಬುದನ್ನು ತಿಳಿಯುವುದಕ್ಕಾಗಿ. ನಾನು ನನ್ನ ಸಮಯವನ್ನೂ ಶಕ್ತಿಯನ್ನೂ ಮೌಲ್ಯಯುತವಾಗಿ ಪರಿಗಣಿಸುತ್ತೇನೆ. ಅಂತೆಯೇ ನನ್ನ ಸಮಯ ಮತ್ತು ಶಕ್ತಿಯನ್ನು ಸುಮ್ಮನೆ ಯಾರ ಜೊತೆಯಲ್ಲೋ ವ್ಯರ್ಥವಾಗಿ ಕಳೆಯಲು ಬಯಸುವುದಿಲ್ಲ, ಅದೂ ಮುಂದಿನ ಹಂತಕ್ಕೆ ಸಾಗದಿರುವವರ ಜೊತೆಗೆ.

ನನಗೆ ಗೊತ್ತು ನಾನು ನಿಮ್ಮ ಜೊತೆಗೆ ಆ ಹಂತವನ್ನು ತಲುಪಿದ್ದೇನೆ ಅಂತ. ಇದೊಂದು ನಿಜಕ್ಕೂ ಆಹ್ಲಾದಕರ ವಿಷಯ. ನಾನು ನನ್ನ ಸಮಯವನ್ನು ನಿಮ್ಮ ಜೊತೆಗೆ ಕಳೆಯಲು ಇಷ್ಟಪಡುತ್ತೇನೆ. ಮುಂದಿನ ಹಂತಕ್ಕೆ ಸಾಗಿದರಂತೂ ನಾನು ಇನ್ನಷ್ಟು ನನ್ನ ಸಮಯ ಮತ್ತು ಶಕ್ತಿಯನ್ನು ನಿಮಗೋಸ್ಕರ ಮುಡಿಪಾಗಿಡುತ್ತೇನೆ. ನಾನೇನು ಬಯಸುತ್ತೇನೋ ಅದನ್ನೇ ಇನ್ನೊಬ್ಬರಲ್ಲೂ ನಿರೀಕ್ಷಿಸುತ್ತೇನೆ.

ವಾವ್! ನಾನು ಡೇಟಿಂಗ್ ಮಾಡುವ ಸಮಯದಲ್ಲೇ ನನಗಿದು ಗೊತ್ತಿತ್ತು. ಮಾಥ್ಯೂ ಮತ್ತು ಔಡ್ರೇಯ ಸೂತ್ರದ ಕ್ರಮ ಇಲ್ಲಿ ಅಭಿವ್ಯಕ್ತವಾಗಿರುವುದನ್ನು ಕಾಣಬಹುದು. ನೀವು ಇದನ್ನು ಓದುತ್ತಿರುವಾಗ, ಹೀಗೆನ್ನುವ ವ್ಯಕ್ತಿಯ ಬಗೆಗೆ ನಿಮಗೆ ಗೌರವ ಮೂಡುವುದಿಲ್ಲವೇ? ಅವರು ತಮ್ಮ ಸಮಯ ಮತ್ತು ಶಕ್ತಿಯನ್ನು "ಮೌಲ್ಯಯುತ"ವಾಗಿ ವ್ಯಯಿಸಬೇಕೆಂದಿರುವ ಇರಾದೆ ಸಮಂಜಸವಲ್ಲವೇ? ಅಷ್ಟೇ ಅಲ್ಲ ಅವರು ಪರಸ್ಪರ ಹೊಂದಾಣಿಕೆಯಲ್ಲಿರುವವರು ಎನ್ನುವುದು ಇಲ್ಲಿ ವ್ಯಕ್ತವಾಗಿರುವುದನ್ನು ನೀವು ಗಮನಿಸಿಲ್ಲವೇ?

ಯಾವುದೇ ಅಪರಾಧೀ ಭಾವನೆಗಳಿಲ್ಲ. ಯಾವುದೇ ದೋಷಾರೋಪಣೆಯಿಲ್ಲ. ಬಿಕ್ಕಳಿಕೆಯ ಕಥೆಗಳಿಲ್ಲ. ಇಬ್ಬರು ಪ್ರೌಢರು ಮೋಜಿನಿಂದ ಕಳೆಯುವ ಸಮಯ. ಇವರಲ್ಲಿ ಒಬ್ಬರಂತೂ ಬದುಕಿನಲ್ಲಿ ತನಗೇನು ಬೇಕೆನ್ನುವುದರಲ್ಲಿ ಸ್ಪಷ್ಟ ನಿಲುವನ್ನು ಹೊಂದಿರುವವರು ಎಂಬುದು ವ್ಯಕ್ತವಾಗಿದೆ. ಇದನ್ನು ನೀವು ಗೌರವಿಸುವುದಿಲ್ಲವೇ? ನಾನಂತೂ ಖಂಡಿತ ಗೌರವಿಸುತ್ತೇನೆ. ನಿಮ್ಮ ಸಮಯಕ್ಕೆ ನೀವು ಬೆಲೆ ಕಟ್ಟುವುದಿಲ್ಲವೇ? ನಾನು ಬೆಲೆಕಟ್ಟುತ್ತೇನೆ! ನೀವು ಸಮಯಕ್ಕೆ ಬೆಲೆ ಕಟ್ಟುವ ವ್ಯಕ್ತಿಯ ಜೊತೆಗೆ ಬಾಳಲು ಬಯಸುವುದಿಲ್ಲವೇ?

ಮತ್ತು ನಿರೀಕ್ಷೆಗಳು ಶೂನ್ಯವಾಗಿರಬೇಕು ಎನ್ನುವುದೂ ಮುಖ್ಯವಲ್ಲವೇ? ಆ ಇನ್ನೊಬ್ಬ ವ್ಯಕ್ತಿ ಇಲ್ಲ ಎನ್ನುವುದಕ್ಕೂ ಬಾಗಿಲು ಅಗಲವಾಗಿ ತೆರೆದೆಯಲ್ಲ?

ಇಲ್ಲೊಂದು ಕಷ್ಟಕರ ಭಾಗವಿದೆ: ಕೆಲವೊಮ್ಮೆ ನೀವು ಆಯ್ಕೆ ಮಾಡಿರುವ ವ್ಯಕ್ತಿ ನಿಮ್ಮನ್ನು ಆಯ್ಕೆ ಮಾಡದೇ ಇದ್ದಿರಬಹುದು. ಆಗ ಎಲ್ಲವೂ ಕೆಡುತ್ತದೆ. ನೀವು ನಿರುತ್ಸಾಹಗೊಳ್ಳುತ್ತೀರಿ. ಆದರೆ ಸಾವರಿಸಿಕೊಳ್ಳುವಿರಿ.

ಅವರು ಇಲ್ಲ ಎಂದಾಗ ನೀವು ಮುಂದಿನ ಆಯ್ಕೆಯ ಕುರಿತು ಯೋಚಿಸುವುದು ವಿಹಿತ. ಅದಕ್ಕೇನೂ ಅಡ್ಡಿಯಿಲ್ಲವಲ್ಲ. ಅವರು ಹೀಗೆ ಹೇಳಿದರೆ–ನಿಮ್ಮ ಜೊತೆಗೆ ನಾನು ಸಾಗಲು ಆಗುವುದಿಲ್ಲ ಎಂದಾಗ; ನಾನು ನಿಮ್ಮ ಬಾಯ್ ಫ್ರೆಂಡ್ ಅಥವಾ ಗರ್ಲ್ ಫ್ರೆಂಡ್ ಆಗಲು ಬಯಸುವುದಿಲ್ಲ ಎಂದಾಗ; ಇದು ದೂರಕ್ಕೆ ಸಾಗುವುದು ಬೇಡ ಎಂದಾಗ; ನಾನು ಮದುವೆಯಾಗಲು ಬಯಸುವುದಿಲ್ಲ ಎಂದಾಗ; ನನಗೆ ಮಕ್ಕಳು ಬೇಕಿಲ್ಲ ಎಂದಾಗ; ನಿಮ್ಮ ತವರುಮನೆಯ ಪಟ್ಟಣಕ್ಕೆ ನಾನು ಬರಲಾಗದು ಎಂದಾಗ–ಅವರು ನಿಮಗೆ ಬೇಕಿರುವುದನ್ನೆಲ್ಲ ಕೊಟ್ಟಂತೆ ಆಗುತ್ತದೆ. ಅದು ಹಾಗಿರಬೇಕು.

ಲೆಟ್ ದೆಮ್.

ನನ್ನ ಸ್ನೆಹಿತ ಮತ್ತು ಬೆಸ್ಟ್ ಸೆಲ್ಲಿಂಗ್ ಲೇಖಕನಾದ ಜಾಕ್ಸ್ ರಾಬರ್ಟ್ಸ್ ಹೇಳುವಂತೆ, "ನೀವು ಈ ಕಚಡಾ ತಿಂಡಿಗಳನ್ನು ತಿನ್ನುತ್ತೀರಾ ಅಥವಾ ಫೈವ್ ಸ್ಟಾರ್ ಊಟವನ್ನು ಮಾಡುತ್ತೀರಾ?" ನಿಮಗೆ ಹಿಡಿಸಿದ ಸಂಗತಿಗಳು ಅವರಿಗೆ ಹಿಡಿಸಿಲ್ಲ ಎಂದಾಗ, ನೀವು ಇನ್ನೂ ಅದೇ ಆಯ್ಕೆಗೆ ಜೋತುಬೀಳುತ್ತೀರಾ ಹೇಗೆ? ನಿಮಗೆ ಬದ್ಧರಾಗಿಲ್ಲ ಎಂಬ ಸೂಚನೆ ನೀಡಿದ ಮೇಲೂ ನೀವು ಅದೇ ವ್ಯಕ್ತಿಯ ಜೊತೆಗೆ ಇರಲು ಬಯಸಿದರೆ, ಮುಂದಿನ ಫೋನ್ ಕಾಲ್ ನಿಮ್ಮ ಥೆರಾಪಿಸ್ಟ್‌ಗೆ ಹೋಗಬೇಕು.

ನಿಮ್ಮ ಸ್ನೇಹಿತೆಯ ತರಹವೇ ನಾನು ಕೇಳುತ್ತೇನೆ: ನಿಮಗೆ ಬದ್ಧರಾಗಿಲ್ಲದವರ ಜೊತೆಗೆ ನೀವೇಕೆ ಇರಲು ಬಯಸುತ್ತೀರಿ? ಅವರಿಗೆ ನಿಮ್ಮ ಹಾಗೆಯೇ ಇರುವ ಸಂಗತಿಗಳು ಇಷ್ಟವಾಗದಿದ್ದರೆ ಅಂಥವರ ಜೊತೆಗೆ ನೀವೇಕೆ ಇರಲು ಬಯಸುತ್ತೀರಿ?

ಹೌದು, ಏಕಾಂಗಿಯಾಗಿರುವುದು ಭಯಾನಕ ಸ್ಥಿತಿ. ಹೌದು, ಇನ್ನೊಂದು ಆರು ತಿಂಗಳು ಹಾಗೆಯೇ ಸರಿದು ಹೋಯಿತು ಎನ್ನುವುದು ನಿರುತ್ಸಾಹದಾಯಕ. ಹೌದು, ಮೇಜಿನ ಮೇಲಿನ ಅಳಿದುಳಿದವುಗಳ ಜೊತೆಗಿರುವುದಕ್ಕಿಂತ ಡೇಟಿಂಗ್ ಮಾರ್ಕೆಟ್‌ನತ್ತ ಹೊರಳುವುದು ಎಷ್ಟೋ ವಾಸಿ.

ನಿಮ್ಮನ್ನು ಪ್ರೀತಿಸುವವರನ್ನು ಎಂದಿಗೂ ಕಾಣಲು ಸಾಧ್ಯವಿಲ್ಲವೆಂದು ನಿಮಗನಿಸಬಹುದು. ತುಂಬಾ ಹುಷಾರಿನ, ಮೋಜಿನ, ಆಕರ್ಷಕ, ಸಮರ್ಥಿಸುವ, ಅಥವಾ ಬೆಡ್‌ನಲ್ಲಿ ಅಷ್ಟೇ ಲವಲವಿಕೆಯಿಂದಿರುವ ವ್ಯಕ್ತಿಯನ್ನು ನೀವೆಂದಿಗೂ ಕಾಣಲು ಸಾಧ್ಯವಿಲ್ಲವೆಂದು ನಿಮಗನಿಸಬಹುದು.

ಮೇಜಿನ ಮೇಲಿನ ಅಳಿದುಳಿದ ಕಚಡಾಗಳನ್ನು ಸ್ವೀಕರಿಸದಿರಿ.

ಧೈರ್ಯವಾಗಿರಿ. ಹೇಗೆ ಸಲ್ಲದ ಸನ್ನಿವೇಶಗಳಿಗೆ ಬೇಡ ಎನ್ನುತ್ತೀರಾ, ಹಾಗೆಯೇ ಸರಿಯಾದ ವ್ಯಕ್ತಿಯನ್ನೂ ನೀವು ಪಡೆಯುತ್ತೀರಿ. ಅವರು ಯಾರು ಎಂದು ಶ್ರುತಪಡಿಸಲಿ, *ಲೆಟ್ ದೆಮ್* ಮತ್ತು ನಿಮ್ಮ ನಿಲುವನ್ನು ಶ್ರುತಪಡಿಸಿ. ಆಗ ನೀವು ಲೆಟ್ ದೆಮ್ ಸಿದ್ಧಾಂತದ ಎರಡನೇ ಭಾಗದತ್ತ ಸಾಗುವಿರಿ, *ಲೆಟ್ ಮಿ.*

ಯಾರು ಬದ್ಧರಾಗಲು ಹಿಂದೇಟು ಹಾಕುತ್ತಾರೋ ಅವರೊಂದಿಗಿನ ಸಂಬಂಧವನ್ನು *ಲೆಟ್ ಮಿ.* ಕೊನೆಗಾಣಿಸುತ್ತದೆ. ಯಾರು ಬದ್ಧರಾಗುವುದಿಲ್ಲವೋ ಆ ಸಂಬಂಧ ಕೊನೆಗಾಣಲಿ, *ಲೆಟ್ ಮಿ.*

ನಾನು ಅರ್ಹಳಾಗಿರುವ ಪ್ರೀತಿಯ ಕಡೆಗೆ ಹೆಜ್ಜೆಯಿಡದವರನ್ನು ನಂಬಬೇಡಿ, *ಲೆಟ್ ಮಿ.*

ಬೆನ್ನಟ್ಟುವುದನ್ನು ನಿಲ್ಲಿಸಿ ಎಲ್ಲಿ ಸತ್ವವಿದೆಯೋ ಆ ನಿಜವನ್ನು ಅರಿಯಬೇಕು, *ಲೆಟ್ ಮಿ.*

ನಾನು ಸರಿಯಾದ ವ್ಯಕ್ತಿಯ ಕಡೆಗೆ ಒಂದು ಹೆಜ್ಜೆಯನ್ನು ಇರಿಸಿ ಸಮೀಪಿಸಿದೆ ಎಂದು ನಂಬಲೆ, *ಲೆಟ್ ಮಿ.*

ನನ್ನ ಪ್ರೀತಿಯ ಬಲವನ್ನು ಹಿಂದಕ್ಕೆ ಸರಿಸುತ್ತೇನೆ, ಯಾಕೆಂದರೆ ನನ್ನ ಬದುಕಿನ ಪ್ರೀತಿ ಇಲ್ಲೇ ಸಮೀಪದಲ್ಲಿದೆ.

ಅಧ್ಯಾಯ 20

ಹೇಗೆ ಪ್ರತಿಯೊಂದು ಕೊನೆ ಒಂದು ಉತ್ತಮ ಶುರುವಾಗಿರುತ್ತದೆ

ಈ ಪುಸ್ತಕದ ಸಂಶೋಧನೆಯನ್ನು ನಾನು ಮಾಡುತ್ತಿರುವ ಸಮಯ ಒಂದು ವಿಷಯ ಬೆಳಕಿಗೆ ಬರುತ್ತಲೇ ಇತ್ತು, ಅದೆಂದರೆ ಸಂಬಂಧದಲ್ಲಿನ ಸಮಸ್ಯೆಯನ್ನು ಪರಿಹರಿಸಬಹುದೇ ವರ್ಸಸ್ ನೀವು ಅದನ್ನು ಹಾಗೆಯೇ ಸ್ವೀಕರಿಸಬೇಕೇ?

ಅತಿಯಾಗಿ ಚಿಂತಿಸುವುದು, ಹತಾಶೆ, ಮತ್ತು ಸಹಜವಾಗಿ ನಡೆಯಬೇಕಾದ ವಿಷಯಗಳು ಚೆಲ್ಲಾಪಿಲ್ಲಿಯಾಗುವುದು ಮತ್ತು ಅವೆಲ್ಲ ಮುರಿದುಹೋದ ಹಾಗೆ ಕಾಣುವುದು, ಯಾವುದರ ಚಿಹ್ನೆ? ನಾನು *ಲೆಟ್ ದೆಮ್*‌ನ್ನು ಯಾವಾಗ ಅಳವಡಿಸಬೇಕು ಅಥವಾ ಈ ಸಂಬಂಧ ಇನ್ನು ಮುಂದೆ ನಡೆಯಲಾರದು ಎಂಬ ನೋವಿನ ವಾಸ್ತವವನ್ನು ಅಂಗೀಕರಿಸಬೇಕೇ?

30 ವರ್ಷಗಳಿಂದ ದಾಂಪತ್ಯವನ್ನು ನಡೆಸಿರುವ ಅನುಭವದಿಂದ ಹೇಳುತ್ತೇನೆ, ಪರಸ್ಪರ ಕೊಡುಕೊಳ್ಳುವಿಕೆ ಮತ್ತು ಸಮಜಾಯಿಷಿಗಳು ಯಶಸ್ವೀ ಸಂಬಂಧಕ್ಕೆ ಕಾರಣವಾಗುತ್ತದೆ. ಯಾರೂ ಪರಿಪೂರ್ಣರಲ್ಲ, ಯಾವುದೇ ಸಂಬಂಧವೂ ಪರಿಪೂರ್ಣವಲ್ಲ, ಮತ್ತು ಪ್ರತಿಯೊಂದು ಸಂಬಂಧವೂ ಸಮಯದೊಂದಿಗೆ ಬದಲಾಗುತ್ತದೆ.

ಒಂದು ದೀರ್ಘಕಾಲೀನ ದಾಂಪತ್ಯದಲ್ಲಿ, ಕೆಲವು ಅವಧಿಗಳು ಅದ್ಭುತವಾದ ರೀತಿಯಲ್ಲಿ ಮೋಜಿನದಾಗಿದ್ದರೆ, ಇನ್ನು ಕೆಲವು ಸಮಯ ತುಂಬಾ ಕಷ್ಟದಾಯಕವಾಗಿ ಪರಿಣಮಿಸಿಯೂ ಇದ್ದಿರುತ್ತದೆ. ಆದರೆ ಪ್ರತಿಯೋರ್ವ ದಂಪತಿಯೂ ಎರಡು ಮುಖ್ಯವಾದ ವಿಷಯಗಳನ್ನು ನಮೂದಿಸಲು ಬಯಸುತ್ತಾರೆ:

ಮೊದಲನೆಯದಾಗಿ, ಉಭಯತರೂ ಸಂಬಂಧ ಚೆನ್ನಾಗಿ ನಡೆಯಬೇಕೆನ್ನುವುದು. ಮತ್ತು ಈರ್ವರೂ ತಮ್ಮ ಪ್ರಗತಿಗಾಗಿ ಜೋಡಿಯಾಗಿಯೇ ದುಡಿಯಬೇಕೆನ್ನುವುದು.

ಎರಡನೆಯದಾಗಿ, ಸಮಸ್ಯೆಗಳನ್ನು ಎಬ್ಬಿಸುವ ವಿಷಯಗಳಿಂದ ಉಭಯತರೂ ತಮ್ಮ ಕನಸುಗಳನ್ನು ಕಳೆದುಕೊಳ್ಳುವುದಾಗಲೀ, ತಮ್ಮ ಮೌಲ್ಯಗಳನ್ನು ಬಿಟ್ಟುಕೊಡುವುದಾಗಲೀ ಬೇಕಿಲ್ಲ. ಆದ್ದರಿಂದ ನೀವಿಲ್ಲಿ ಇಂದು ಕುಳಿತಿರುವಾಗ, ನಿಮಗನಿಸಬಹುದು, ನೀವೊಂದು ಉತ್ತಮ ಸಂಬಂಧದಲ್ಲಿ ಇದ್ದೀರಾ, ಯಾಕೆಂದರೆ ನಿಮ್ಮ ಜೊತೆಗಾರ ನಿಮ್ಮಲ್ಲಿನ ಅತ್ಯುತ್ತಮವಾದುದನ್ನು ದುಡಿಸಿಕೊಳ್ಳುವ ಮತ್ತು ನೀವು ಜೊತೆಯಾಗಿ ಉತ್ತಮ ಜೀವನವನ್ನು ಕಟ್ಟಿಕೊಳ್ಳಲು ತೊಡಗುವಿರಿ ಎಂದೆನಿಸಬಹುದು.

ಇನ್ನೊಂದು ಬಹಳ ಕಷ್ಟದಾಯಕ ವಿಷಯವನ್ನು ನಾನು ಕಂಡುಕೊಂಡಿದ್ದೇನೆಂದರೆ, ಆತ ತುಂಬಾ ಒಳ್ಳೆಯ ಮನುಷ್ಯನಾಗಿರುತ್ತಾನೆ ಆದರೆ ಗಹನವಾಗಿ ನಿರುಕಿಸಿದಾಗ ನನಗೆ ಆತ ಸರಿಯಾದ ವ್ಯಕ್ತಿಯಾಗಿ ಪರಿಣಮಿಸದೇ ಇರುವುದು.

ಅಥವಾ, ಒಂದೆರಡು ನಿದರ್ಶನಗಳಲ್ಲಿ, ತುಂಬಾ ಒಳ್ಳೆಯ ಮನುಷ್ಯನ ಜೊತೆಗೆ ಇದ್ದಾಗ್ಯೂ ಮತ್ತು ನಾನೊಂದು ಮಾನಸಿಕವಾಗಿ ತಕ್ಕುದಾದ ಜಾಗದಲ್ಲಿ ಇಲ್ಲವೆಂಬ ಭಾವನೆಯಲ್ಲಿದ್ದಾಗ, ಅಂತಹ ಸಂಬಂಧ ಸರಿಯಾಗಿ ಯೋಜಿಸಿಕೊಂಡು ಹೋಗುವುದಿಲ್ಲ–ನಿಜವೆಂದರೆ, ಅಂತಹ ಸಂಬಂಧದಲ್ಲಿ ಉಳಿಯುವುದೇ ಅನುಚಿತ. (ನಾನು ಕಾಲೇಜಿನಲ್ಲಿ ಮತ್ತು ಕಾನೂನು ಪದವಿಯ ಕ್ಲಾಸುಗಳಲ್ಲಿ ಓದುತ್ತಿದ್ದಾಗ, ಕ್ಷಮೆಯಾಚಿಸಿದ ಪ್ರಸಂಗಗಳ ಕುರಿತು ಯೋಚಿಸುತ್ತಿದ್ದೇನೆ. ನಾನು ಆಗಿನ ನನ್ನ 20ನೇ ವರ್ಷದ ದಿನಗಳಲ್ಲಿ ಮಾನಸಿಕವಾಗಿ ತೀರಾ ಭೀಕರ ಸ್ಥಿತಿಯನ್ನು ಅನುಭವಿಸುತ್ತಿದ್ದೆ. ಅವನೊಬ್ಬ ಹುಡುಗನ ಜೊತೆಗೆ ನಾನು ವರ್ತಿಸಿದ ರೀತಿಯ ಬಗ್ಗೆ ತುಂಬಾ ಗಾಢವಾಗಿ ಪರಿತಪಿಸುತ್ತಿದ್ದೇನೆ, ಈಗಲೂ). ಒಂದು ಸಂಬಂಧ ಸರಿಯಾಗಿ ನಡೆಯದು ಎಂಬ ಭಾವನೆ ನಿಜಕ್ಕೂ ಜಗತ್ತಿನಲ್ಲೇ ಅತ್ಯಂತ ಕಷ್ಟದಾಯಕ ಸನ್ನಿವೇಶವೆನ್ನುತ್ತೇನೆ, ಅದರಲ್ಲೂ ನೀವು ಆ ವ್ಯಕ್ತಿಯ ಅನುರಾಗದಲ್ಲಿರುವಾಗ. ಸಮಸ್ಯೆ ಏನು ಎಂಬುದು ವ್ಯಕ್ತವಾಗಿರುವುದಿಲ್ಲ. ಗಹನವಾಗಿ ನೋಡಿದಾಗಷ್ಟೇ ದೈನಂದಿನ ಕಲಾಪಗಳಲ್ಲಿ ಅದೇನೋ ಹಾದಿ ತಪ್ಪಿದ ಮನವರಿಕೆಯಾಗದಿರದು.

ವ್ಯಕ್ತಿಯನ್ನು ಪ್ರೀತಿಸಿ, ಆತನ ಶಕ್ತಿ–ಸಾಮರ್ಥ್ಯವನ್ನಲ್ಲ

ಇದು ತನಗೆ ಸರಿಯಾದ ಸಂಬಂಧವೇ ಎಂದು ನೀವು ಪ್ರಶ್ನಿಸುವ ಸಮಯದಲ್ಲೆಲ್ಲ, ನಿಮ್ಮಷ್ಟಕ್ಕೇ ಕೇಳಿಕೊಳ್ಳಿ: ನೀವು ಆ ವ್ಯಕ್ತಿ ಹೇಗಿದ್ದಾನೋ ಹಾಗೆಯೇ ಸ್ವೀಕರಿಸಲು ಬದ್ಧರೇ? ಮತ್ತು ಅವರು ಎಲ್ಲಿದ್ದಾರೋ ಅದೇ ಸ್ಥಿತಿಯಲ್ಲಿ ಮತ್ತು ಅದೇ ಪ್ರೀತಿಯನ್ನು ಉಳಿಸಿಕೊಳ್ಳಬಲ್ಲಿರೇ? ಹಾಗೆಂದಾಗ, ನೀವು ನಿಮ್ಮ ಬಾಯ್‌ಫ್ರೆಂಡ್, ಗರ್ಲ್ ಫ್ರೆಂಡ್, ಹೆಂಡತಿ, ಗಂಡ, ಅಥವಾ ಸಂಗಾತಿಯನ್ನು ಈಗಿರುವ ಸ್ಥಿತಿಯಲ್ಲೇ ನಿಜಕ್ಕೂ ಪ್ರೀತಿಸುತ್ತಿದ್ದೀರೇನು? ಅಥವಾ ಅವರು ಅದೊಂದು ಕಾಲದಲ್ಲಿ ಹೇಗಿದ್ದರೋ ಆ ಅವರನ್ನು ಪ್ರೀತಿಸುತ್ತಿರುವಿರೋ, ಅಥವಾ ನೀವು ಅವರು ಹೇಗಾಗಬಹುದು ಎಂಬ ನಿರೀಕ್ಷೆಯಲ್ಲಿ ಪ್ರೀತಿಸುತ್ತಿರುವಿರೋ ಎಂಬುದನ್ನು ಪ್ರಶ್ನಿಸಿಕೊಳ್ಳಿ. ಕೆಲವೊಂದು ನಿರ್ದಿಷ್ಟ ವಿಷಯಗಳಲ್ಲಿ ನಿಮಗೆ ಅಸಮಾಧಾನ ಇದ್ದಾಗ್ಯೂ ಕೊನೆಯಲ್ಲಿ ಅವೆಲ್ಲ

ಮಹತ್ವದ್ದಾಗಿ ಪರಿಗಣನೆಗೆ ಬರುವುದಿಲ್ಲ. ಕೆಲವು ವಿಷಯಗಳನ್ನು ನೀವು ಸ್ವೀಕರಿಸಲು ಕಲಿಯಬೇಕು, ಅದರಿಂದಲೇ ನಿಮ್ಮ ಸಂಬಂಧ ಹಸನಾಗಿ ಬೆಸೆದು ಬೆಳೆಯುತ್ತದೆ.

ಲೆಟ್ ದೆಮ್.

ಉದಾಹರಣೆಗೆ, ಅವರು ತಮ್ಮದೇ ಕಾಳಜಿಯನ್ನು ತೆಗೆದುಕೊಳ್ಳದಿರುವಾಗ, ಡ್ರೈವಿಂಗ್‌ನಲ್ಲಿ ಬಹಳ ಅಜಾಗ್ರತೆಯಿಂದ ವರ್ತಿಸಿದಾಗ, ಅವರು ಯಾವುದೇ ನಿಯಮಿತ ಯೋಜನಾಬದ್ಧರಾಗಿ ಇರದಿದ್ದಾಗ, ಮೈಥುನ ತೀರಾ ಕಳಪೆಯಾಗಿ ನಿರ್ವಹಿಸಲ್ಪಡುವಾಗ, ಅವರು ನಿಷ್ಕ್ರಿಯರಾಗಿ ಇದ್ದುಬಿಡುವ ಸಂದರ್ಭಗಳಲ್ಲಿ, ಅಥವಾ ಅದು ಯಾವುದೇ ಹೊಸ ನಗರಕ್ಕೆ ವಾಸ್ತವ್ಯ ಬದಲಿಸಲು ಒಪ್ಪದೆ ಇರುವಾಗ ಅಥವಾ ರಜಾಕಾಲದಲ್ಲಿ ಹೊಸದೊಂದು ದೇಶವನ್ನು ಪರ್ಯಟನಕ್ಕೆ ಸಿದ್ಧರಾಗದೆ ಇರುವಾಗ ಅವನ್ನು ನೀವು ಸಹಿಸದೆ ಇರಬಹುದು. ಇಷ್ಟೆಲ್ಲ ತೊಂದರೆಗಳು ಇದ್ದಾಗ್ಯೂ ನೀವು ಅವರನ್ನು ಪ್ರೀತಿಸುವಿರಾ? ಯಾಕೆಂದರೆ ಈ ವಿಷಯಗಳಲ್ಲಿ ಅವರೆಂದೂ ಬದಲಾಗದೆ ಇರುವ ಸಾಧ್ಯತೆಯೂ ಇರಬಹುದು...

ನೆನಪಿಡಿ, ಈ ಪುಸ್ತಕದಿಂದ ನೀವು ಕಲಿಯಬೇಕಾದ ಒಂದು ಮುಖ್ಯವಾದ ಮೂಲಭೂತ ಸಂಗತಿಯೊಂದಿದೆ: ಜನರು ತಮಗಿಷ್ಟವಾದುದನ್ನೇ ಮಾಡುವರು. ಹೌದು, ನೀವು ಅವರನ್ನು ವಶೀಲಿಯಿಂದ ಒಪ್ಪಿಸಬಹುದೇನೋ ಸರಿ. ಆದರೆ ಅವರು ಬದಲಾಗುವಂತೆ ನೀವು ಆಗ್ರಹಿಸಿದರೆ, ಅವರು ಬದಲಾಗುವುದಿಲ್ಲ, ತತ್ಪರಿಣಾಮವಾಗಿ ಪ್ರೀತಿ ಕ್ಷೀಣವಾಗುವ ಸಾಧ್ಯತೆ ಇರುತ್ತದೆ. ಅದರಿಂದ ಪ್ರತೀಕಾರದ ಭಾವನೆ ಉತ್ಪನ್ನವಾಗುತ್ತದೆ. ನಾನೊಂದು ವಿಷಯವನ್ನು ಗಮನಿಸಿದ್ದೇನೆ. ನೀವೆಷ್ಟು ದೀರ್ಘ ಕಾಲ ನಿಮ್ಮ ಸಂಗಾತಿಯ ಜೊತೆಗೆ ಇರುವಿರೋ ಆಗೆಲ್ಲ ಅವರು ನಿಮ್ಮಂತಯೇ ಬದಲಾಗುವಂತೆ ಆಗ್ರಹಿಸುತ್ತೀರಿ. ಅದು ನ್ಯಾಯಯುತವಲ್ಲ. ನೀವು ನಿಮ್ಮಷ್ಟಕ್ಕೇ ಪ್ರಾಮಾಣಿಕರಾಗಿರಬೇಕು. ನೀವು ನಿಜಕ್ಕೂ ಅವರು ನಿಮ್ಮಂತೆಯೇ ಇರಬೇಕೆಂದು ಬಯಸುವಿರೋ ಅಥವಾ ಅದು ನಿಮ್ಮ ಮೂಲಭೂತ ಆಗ್ರಹವೋ ಎಂಬುದು ವಿಶದವಾಗಬೇಕು? ಇದು ಮುಖ್ಯವೆನಿಸುವುದು ಯಾಕೆಂದರೆ, ಅದೇ ಮಾನವ ಸ್ವಭಾವವನ್ನು ಅವಲಂಬಿಸಿ ಆತ ಎಂದಿಗೂ ಬದಲಾಗುವುದಿಲ್ಲ ಎಂಬುದನ್ನು ನಿರ್ಧರಿಸಬಹುದಾಗಿದೆ.

ಲೆಟ್ ದೆಮ್, ಅವರು ಹಾಗೆಯೇ ಇರಲಿ. ಪ್ರತಿರೋಧವನ್ನು ಮೌನವಾಗಿ ಪ್ರಕಟಿಸುತ್ತ ಅಲ್ಲಿಯೇ ಕುಳಿತುಕೊಳ್ಳುವುದಾಗಲೀ, ಅವರ ಹಿಂದುಗಡೆ ಅವರನ್ನು ಟೀಕಿಸುವ ಪ್ರವೃತ್ತಿಯನ್ನಾಗಲೀ ಮಾಡದಿರಿ, ಓರ್ವ ಪಕ್ವತೆಯನ್ನು ಹೊಂದಿದ ವ್ಯಕ್ತಿಯಂತೆ ವರ್ತಿಸಿ. ಒಂದೋ ಅವರು ನಿಮ್ಮಂತೆ ಆಗಬೇಕೆನ್ನುವ ಆಗ್ರಹವನ್ನು ನಿಲ್ಲಿಸಿ ಅಥವಾ ಪ್ರೀತಿಯಿಂದ ಅವರು ಹೇಗೆ ಬದಲಾಗಬೇಕೆಂಬುದನ್ನು ಅವರಿಗೆ ತಿಳಿಹೇಳಿ, ಅಂತಹ ಮಾತುಗಳು ಪ್ರೀತಿಯಿಂದ ಫಲದಾಯಕವಾಗಿರಲಿ. ಅಂತೆಯೇ ಅದು ನಿಮಗೆ ಹೇಗೆ ಚಿಂತಿತರನ್ನಾಗಿಸುತ್ತದೆ ಎಂಬುದನ್ನು ಸ್ಪಷ್ಟಪಡಿಸಿ.

ನಿಮ್ಮ ಚಿಂತೆಗೆ ಅದೊಂದು ಕಾರಣವಾಗಿದೆ ಎಂದು ಅವರಿಗೆ ತಿಳಿಯದೇ ಇರುವ ಸಾಧ್ಯತೆಯೂ ಇದ್ದಿರಬಹುದು, ಅಥವಾ ಆ ಸಮಸ್ಯೆಯ ಬಗ್ಗೆ ನಿಮ್ಮ ಭಾವನೆ ಅದೇನು ಎಂಬುದೂ ತಿಳಿಯದಿರಬಹುದು. ಆದ್ದರಿಂದ ಇನ್ನೊಂದು ವರ್ಷವನ್ನು ಅತಿಯಾಗಿ ಚಿಂತಿಸುತ್ತ

ಮತ್ತು ಅವನೇ ನನ್ನ ವ್ಯಕ್ತಿ ಎಂದು ಹೇಳಿಕೊಂಡು ತಿರುಗುತ್ತ ವೃಥಾ ಕಳೆಯುವುದಕ್ಕಿಂತ, ಸಂಭಾಷಣೆ ನಡೆಯಲಿ, ವಿಜ್ಞಾನವನ್ನು ಅಳವಡಿಸಿ, ಮತ್ತೆ ವಿರಮಿಸುತ್ತ ಕಾಯಬೇಕು. ಇದನ್ನು ಎಬಿಸಿ ಲೂಪ್‌ನ್ನು ಪ್ರಯೋಗಿಸಿ ಹೇಗೆ ಮಾಡಬೇಕೆಂಬುದು ನಿಮಗೆ ಗೊತ್ತು. ಹಾಗೆಯೇ ನಿಮ್ಮ ವಶೀಲಿಯ ಶಕ್ತಿಯೂ ಗೊತ್ತು:

ಎ: ಕ್ಷಮೆ ಯಾಚನೆ, ನಂತರ ಮುಕ್ತ ಪ್ರಶ್ನೆಗಳನ್ನು ಕೇಳುವುದು.

ಬಿ: ಹಿಂದಕ್ಕೆ ಸರಿದು ಅವರ ಸ್ವಭಾವವನ್ನು ನಿರುಕಿಸುವುದು.

ಸಿ: ನೀವು ಮಾದರಿಯ ಬದಲಾವಣೆಯಲ್ಲಿ ಪ್ರಗತಿಯನ್ನು ಕಂಡಾಗ ಅದನ್ನು ಸಂಭ್ರಮಿಸಿವುದು.

ನೀವು *ಲೆಟ್ ಮಿ*ಯನ್ನು ಯಾರ ಮೇಲಾದರೂ ಪ್ರಭಾವ ಬೀರುವಲ್ಲಿ ಉಪಯೋಗಿಸುತ್ತಿದ್ದೀರಿ ಎಂದಾಗ, ಅವರು ಬದಲಾಗುತ್ತಾರೆ ಎಂಬ ಭರವಸೆಯೊಂದಿಗೆ ಮಾಡಿ. ಯಾಕೆಂದರೆ, ನೀವು ಅವರನ್ನು ಪ್ರೀತಿಸುತ್ತಿದ್ದೀರಾ ಮತ್ತು ಅವರಿಗೆ ಒಳಿತನ್ನು ಬಗೆಯುತ್ತಿದ್ದೀರಾ, ಮತ್ತು ನಿಮ್ಮ ಸಂಬಂಧ ಕುದುರುವಂತಾಗಬೇಕು ಹಾಗೂ ಅದು ನಿಮಗೆ ಮುಖ್ಯವೆನಿಸುತ್ತದೆ. ಆದರೆ ಅದರಿಂದ ಅವರು ಬದಲಾಗಲೇಬೇಕು ಎಂಬ ಅಪೇಕ್ಷೆ ನಿಮ್ಮಲ್ಲಿ ಬೇಡ. ಯಾಕೆಂದರೆ ನೀವು ಪ್ರಭಾವದ ವಿಜ್ಞಾನವನ್ನು ಅವರ ಮೇಲೆ ಬಳಸಿದಾಗ, ಅವರು ಅವರದೇ ವ್ಯಕ್ತಿತ್ವದಲ್ಲಿ ಮುಂದುವರಿದಿರುತ್ತಾರೆ ಮತ್ತು ತಾವೇನು ಆಯ್ಕೆ ಮಾಡಬೇಕು ಎಂಬುದರ ಮೇಲೆ ಅವರಿಗೆ ನೇರ ನಿಯಂತ್ರಣವಿರುತ್ತದೆ. ಅದಕ್ಕೆ ಕನಿಷ್ಠ ಮೂರು ತಿಂಗಳ ಅವಧಿಯನ್ನಾದರೂ ನೀಡಬೇಕು. ನೀವು ಧನಾತ್ಮಕ ಬದಲಾವಣೆಗೆ ಮಾದರಿಯಾಗಿ ಪ್ರಯತ್ನಿಸುವಾಗ ಯಾವುದೇ ಋಣಾತ್ಮಕ ಭಾವನೆ ಇರಬಾರದು. ಮಾತ್ರವಲ್ಲ ನೀವೇನು ಪ್ರಗತಿಯನ್ನು ಕಾಣುವಿರೋ ಅದನ್ನು ಸಂಭ್ರಮಿಸಲು ಮರೆಯದಿರಿ.

ಮೂರು ತಿಂಗಳು ಯಾಕೆ? ನಿಮ್ಮ ಶಕ್ತಿ ಸಂವರ್ಧನೆಗೆ ಅದು ಸಾಕಷ್ಟು ಸಮಯವಾಯಿತು ಮತ್ತು ಆ ವ್ಯಕ್ತಿ ಇದ್ದಕ್ಕಿದ್ದ ಹಾಗೆ ಬದಲಾವಣೆಗೆ ಪ್ರೇರಿತರಾಗಲು ಮತ್ತು ಅದು ತಮ್ಮದೇ ಕಲ್ಪನೆಯೆಂದು ಭಾವಿಸಲೂ ಅದರಿಂದ ಸಾಧ್ಯವಾಗುತ್ತದೆ.

ನನ್ನ ಫ್ರೆಂಡ್ ಮತ್ತು ಆಕೆಯ ಗಂಡನ ಬಗ್ಗೆ ನೆನಪಿದೆಯಲ್ಲ. ಅವಳ ಗಂಡನ ಆರೋಗ್ಯದ ಸಮಸ್ಯೆ ಅವಳನ್ನು ಕಾಡುತ್ತಿತ್ತು. ಅಷ್ಟೇ ಅಲ್ಲ ತಾನು ಆತನನ್ನು ಪ್ರೀತಿಸುತ್ತಿದ್ದರೂ, ಅವನೇ ತನಗೆ ಸೂಕ್ತ ವ್ಯಕ್ತಿಯೇ? ಎನ್ನುವ ತಾಕಲಾಟವೂ ಅವಳಲ್ಲಿತ್ತು. ತನ್ನ ಆರೋಗ್ಯದ ಬಗ್ಗೆ ಕಾಳಜಿ ವಹಿಸದಿರುವ ಯಾರನ್ನಾದರೂ ಆಕೆ ವಿವಾಹ ಮಾಡಿಕೊಳ್ಳುವುದು ತರವೇ ಎಂಬ ಜಿಜ್ಞಾಸೆಯೂ ಇದ್ದಿತು.

ಈ ಪ್ರಶ್ನೆಗಳನ್ನು ಉತ್ತರಿಸಲು ಆಕೆ *ಲೆಟ್ ದೆಮ್* ಸಿದ್ಧಾಂತವನ್ನು ಬಳಸುತ್ತಿದ್ದಳು. ಅವನಷ್ಟಕ್ಕೇ ಅವನನ್ನು ಅವಳು ಬಿಟ್ಟು ಅವಳು ಪ್ರತಿ ಬೆಳಿಗ್ಗೆ ವಾಕಿಂಗ್ ಹೋಗುತ್ತಿದ್ದಳು. ಅವಳು ಧನಾತ್ಮಕವಾಗಿದ್ದು ಸಂತೋಷವಾಗಿದ್ದಳು. ಅವಳು ಅವನಿಗೆ ಶುಭಾಶಯ ಹೇಳುತ್ತ ಅಪ್ಪಿಕೊಳ್ಳುತ್ತಿದ್ದಳು.

ಹಾಗೆಯೇ ಯಾವತ್ತಾದರೂ ಅವನು ವ್ಯಾಯಾಮ ಮಾಡುತ್ತಿದ್ದಾಗ ಆಕೆ ತನ್ನ ಮಮತೆಯನ್ನು ಅವನತ್ತ ತೋರುತಿದ್ದಳು.

ಮತ್ತು ಈಗ ಆಕೆಗೆ ಕಾಯುವ ಸಮಯ. ಕಾಯುವ ಸಮಯದಲ್ಲಿನ ಒಂದು ಅತ್ಯಂತ ದುರ್ಭರ ಸಂಗತಿಯೆಂದರೆ ನಿಮ್ಮ ಪ್ರೀತಿಗೆ ಪಾತ್ರರಾದವರು ನಿಮ್ಮ ವರ್ತನೆಯಿಂದಾಗುವ ಸ್ವಾಭಾವಿಕ ಪರಿಣಾಮಗಳ ಕುರಿತು ದೂರುವುದು. ವ್ಯಾಪಿಂಗ್ ಮೇಲೆ ಅವರು ಎಷ್ಟು ಹಣ ಖರ್ಚು ಮಾಡಿದರು (ಆದರೆ ಅವರು ಇನ್ನೂ ವ್ಯಾಪಿಂಗ್ ಮಾಡುತ್ತಲೇ ಇದ್ದಾರೆ).

ಅಥವಾ ಅವರು ತಮ್ಮ ಉದ್ಯೋಗವನ್ನು ಎಷ್ಟು ದ್ವೇಷಿಸುತ್ತಾರೆ? (ಅವರು ಹೊಸ ಉದ್ಯೋಗವನ್ನು ಕಂಡುಕೊಂಡಿಲ್ಲ). ಅಥವಾ ಅವರೆಷ್ಟು ಖಿನ್ನತೆಯನ್ನು ಅನುಭವಿಸುತ್ತಿದ್ದಾರೆ? (ಆದರೆ ಅವರು ಥೆರಾಪಿಸ್ಟ್ ಬಳಿಗೆ ಹೋಗಲು ಬಯಸುವುದಿಲ್ಲ). ನನ್ನ ಸ್ನೇಹಿತೆ ಮೊನ್ನೆ ಹೀಗೊಂದು ವಿಚಾರವನ್ನು ತಿಳಿಸಿದಳು, ಅವಳ ಗಂಡ ತನ್ನ ಗೆಳೆಯರೊಂದಿಗೆ ಪಿಕಲ್ ಬಾಲ್ ಆಟದಿಂದ ಹೊರಬಂದನಂತೆ, ಯಾಕೆಂದರೆ ಅಲ್ಲಿ ಸಾಕಷ್ಟು ಆತ ಕಷ್ಟವನ್ನು ಅನುಭವಿಸಿದನೆಂದು ದೂರಿದನಂತೆ. ಅಂತಹ ಪರಿಸ್ಥಿತಿಯಲ್ಲಿ ನೀವು ಇನ್ನೊಬ್ಬರಲ್ಲಿ ಅದನ್ನು ಖಾತ್ರಿ ಪಡಿಸುವುದು ಅವಶ್ಯವೆನಿಸುತ್ತದೆ. ಅದನ್ನು ಮಾಡದಿರಿ. ಅವರ ದೂರು ಹಾಗೆಯೇ ಗಾಳಿಯಲ್ಲಿ ತೇಲಾಡುತ್ತಿರಲಿ. ಪ್ರತಿಕ್ರಿಯೆ ಬೇಡ.

ಅದರೊಂದಿಗೆ ಅವರು ಕುಳಿತುಕೊಳ್ಳಲಿ, *ಲೆಟ್ ದೆಮ್*. ಏನೂ ಹೇಳುವುದು ಬೇಡ. ಅವರ ಭಾವನೆಗಳನ್ನು ಅನುಭವಿಸಲಿ, *ಲೆಟ್ ದೆಮ್*. ಆ ಮೌನವೇ ನಿಮಗೆ ಬೇಕಾದ ಕೆಲಸವನ್ನು ಮಾಡುತ್ತದೆ. ಅವರ ಕ್ರಿಯೆಗಳ ಪರಿಣಾಮಗಳನ್ನು ಅನುಭವಿಸಲಿ, *ಲೆಟ್ ದೆಮ್*.

ಮತ್ತೆ, *ಲೆಟ್ ಮಿ* ವಿಜ್ಞಾನವನ್ನು ಬಳಸುತ್ತೇನೆ. ಅವರಿಗೆ ಒಂದು ಮುಕ್ತವಾದ ಪ್ರಶ್ನೆಯನ್ನು ಕೇಳಿ. "ಇದು ನಿಮಗೆ ಕಿರಿಕಿರಿ ಮಾಡುವಂತಿದೆ, ಹೌದೆ?" "ಈ ಬಗ್ಗೆ ನೀನೇನಾದರೂ ಮಾಡ ಬಯಸುತ್ತೀಯಾ?" ಈಗಾಗಲೇ ಡಾ. ಕೆಯಿಂದ ಕಲಿತ ಮುಕ್ತ ಪ್ರಶ್ನೆಗಳನ್ನು ಸಂಶೋಧಕರು ಪ್ರೇರಣಾತ್ಮಕ ಸಂದರ್ಶನವೆಂದು ಕರೆದರು. ಅದರಿಂದ ನಿಮ್ಮ ಸಂಗಾತಿ ನಿಜಕ್ಕೂ ಆತ ಹೇಗೆ ಬದಲಾಗಬೇಕೆಂದು ಬಯಸುತ್ತಾನೆ ಮತ್ತು ಆತನ ಈಗಿನ ವರ್ತನೆ ಏನಿದೆ ಎಂಬುದರ ನಡುವಿನ ಜಂಝಾಟವನ್ನು ಪ್ರತಿಫಲಿಸುತ್ತದೆ. ಹಾಗೂ ಅವರು ಹೇಗೆ ಬದಲಾಗಬಾರದು ಎಂಬುದನ್ನೂ.

ಡೀಲ್ ಬ್ರೇಕರ್ (ಒಪ್ಪಂದ ಮುರಿಯುವ) ನಿರ್ಧಾರ

ಆದರೆ... ನೀವು ಎಬಿಸಿ ಲೂಪನ್ನು ಅನುಸರಿಸಿದರೆ ಏನಾಗಬಹುದು, ಮತ್ತು ನೀವು ತಾಳ್ಮೆಯಿಂದ ಮೂರು ತಿಂಗಳು ಕಾದರೆ, ಮತ್ತೆ ಏನೂ ಬದಲಾಗಿರದಿದ್ದರೆ?

ಅಂದರೆ ನಿಮ್ಮ ಸಂಗಾತಿ ಬದಲಾಗುವುದಕ್ಕೆ ಇಷ್ಟಪಡುವುದಿಲ್ಲ ಎಂದಾಯಿತು. ಅವರ ವರ್ತನೆ ಅದನ್ನು ನಿಮಗೆ ತಿಳಿಸುತ್ತದೆ. ಆದ್ದರಿಂದ ನಿಮಗೊಂದು ಆಯ್ಕೆ ಇರುತ್ತದೆ. ಯಾಕೆಂದರೆ ನಿಮ್ಮ ಸ್ಪಂದನದ ಮೇಲೆ ನೀವು ಕೇಂದ್ರಿತರಾಗಿದ್ದರೆ ನಿಮ್ಮಲ್ಲಿ ಬಲವಿರುತ್ತದೆ. ನೀವು ಎಬಿಸಿಯನ್ನು ಅನುಸರಿಸಿದ್ದೀರಿ. ಈಗ ನೀವು ಮುಂದಿನ ಎರಡು ಭಾಗಗಳಿಗೆ ಸಾಗಬೇಕು: ಡಿ ಮತ್ತು ಇ

ಎಬಿಸಿ (ಡಿಇ) ಲೂಪ್

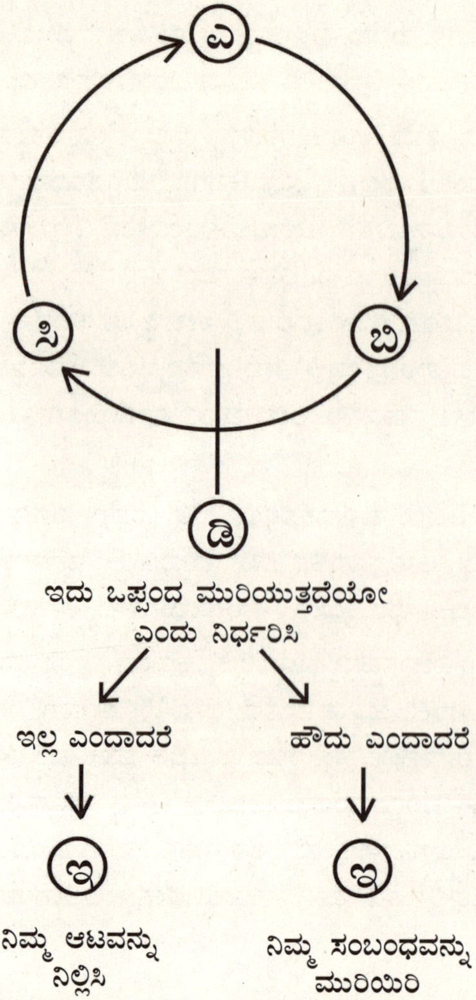

ಹೆಜ್ಜೆ ಡಿ: ಇದು ಒಪ್ಪಂದ ಮುರಿಯುವುದೋ ಇಲ್ಲವೋ ಎಂಬುದನ್ನು ನಿರ್ಧರಿಸಿ.

ಮೂರು ತಿಂಗಳಾದ ಬಳಿಕವೂ ವ್ಯಕ್ತಿ ಬದಲಾಗದಿದ್ದರೆ ಅಥವಾ ಬದಲಾಗಲು ಯತ್ನಿಸಿರದಿದ್ದರೆ, ಅವರು ಬದಲಾಗುವುದಿಲ್ಲವೆಂದು ಊಹಿಸಬೇಕು. ಮತ್ತು, ಕ್ಷಮಿಸಿ, ನಾನಿದನ್ನು ನಿಮಗೆ ಹೇಳಲೇಬೇಕು, ಅವರು ಬದಲಾಗಲು ಸಿದ್ಧರಿಲ್ಲ. ಅವರದನ್ನು ಮಾಡಲು ತಯಾರಿಲ್ಲ. ಅದು ಅವರ ಆದ್ಯತೆ ಏನೂ ಅಲ್ಲ. ಅಥವಾ ಬಹುಶಃ ಅದಕ್ಕೂ ಆಳವಾಗಿ ಅದೇನೋ ಅವರಲ್ಲಿ ನಡೆಯುತ್ತಿದೆ ಎಂದು ತಿಳಿಯಬೇಕು. ಹಾಗಿದ್ದಾಗ ಅವರು ಬದಲಾಗಲು ಶಕ್ತರಲ್ಲ ಎನ್ನಬಹುದು.

ಅಥವಾ ಅವರು ಆ ಹಾದಿಯಲ್ಲೇ ಕ್ರಮಿಸುತ್ತಿರಬಹುದು, ಎಂದಾಗ ಅದು ಸರಿಯೇ. ಅವರ ವರ್ತನೆಯೇ ಅವರ ಉತ್ತರ. ಅದನ್ನವರು ಸ್ಪಷ್ಟಪಡಿಸಿದ್ದಾರೆ.

ಲೆಟ್ ದೆಮ್. ಪ್ರತಿಯೊಬ್ಬರೂ ಬದಲಾಗುವುದಕ್ಕೆ ಬಯಸುವುದಿಲ್ಲ. ಬದುಕಿನಲ್ಲಿ ಕೆಲವೊಂದು ಸಾರಿ ನಿರ್ಧರಿಸುವುದನ್ನು ನಿಲ್ಲಿಸಲು ನೀವು ಬಯಸುತ್ತಿರಬಹುದು, ಸ್ವೀಕರಿಸಲು ಶುರು ಮಾಡುತ್ತಿರಬಹುದು, ಹೆಚ್ಚು ಪ್ರೀತಿಯನ್ನು ತೋರಬಹುದು, ಮತ್ತು ನೀವೇನು ನಿಯಂತ್ರಿಸಲು ಸಾಧ್ಯವೋ ಅದರ ಮೇಲೆ ಗಮನ ಕೇಂದ್ರೀಕರಿಸಬಹುದು.

ಅವರು ಹೇಗಿದ್ದಾರೋ ಹಾಗೆಯೇ ಪ್ರೀತಿಸುವುದನ್ನು ನೀವು ನಿಯಂತ್ರಿಸಬಹುದಾಗಿದೆ.

ಇದು ಸರಿಯಲ್ಲವೆಂದು ನನ್ನ ಭಾವನೆ. ಇದು ನಿರಾಶಾಜನಕ. ಹತಾಶಾ ಸ್ಥಿತಿ ಮತ್ತು ನಿಮಗಾಗಿ ಯಾರಾದರೂ ಬದಲಾಗುವುದಿಲ್ಲವೆಂದರೆ ವಿನಾಶಕಾರಿ. *ಲೆಟ್ ದೆಮ್.*

ಈಗ ಸಿದ್ಧಾಂತದ ಎರಡನೆ ಭಾಗದ ಸಮಯ. *ಲೆಟ್ ಮಿ.* ಇದೊಂದು ಒಪ್ಪಂದ ಮುರಿಯುವ ಸಮಯವೇ ಎಂಬುದನ್ನು ನೀವು ನಿರ್ಧರಿಸಬೇಕು. ಯಾಕೆಂದರೆ ನೆನಪಿಡಿ, ನೀವು ಆಯ್ಕೆ ಮಾಡುವುದರಲ್ಲೂ ಪ್ರೀತಿಸುವುದರಲ್ಲೂ ನಿಮ್ಮದೇ ಕೊನೆಯ ತೀರ್ಮಾನ.

ಇದೊಂದು ಒಪ್ಪಂದ ಮುರಿತವೋ ಅಲ್ಲವೋ ಎಂಬುದನ್ನು ನೀವೇ ತೀರ್ಮಾನಿಸಿ. ಯಾವನೇ ಒಪ್ಪಂದ ಮುರಿದಿದ್ದರೆ ನಿಮ್ಮ ಮಿಕ್ಕುಳಿದ ಬದುಕನ್ನು ಆತನ ಜೊತೆಗೆ ಕಳೆಯಲು ಅಸಾಧ್ಯ. ಅದನ್ನು ನೀವು ಹೇಗೆ ಗುರುತಿಸುತ್ತೀರಿ ಎಂಬುದು ಇಲ್ಲಿದೆ. ನಿಮ್ಮನ್ನೇ ಕೇಳಿಕೊಳ್ಳಿ: ನೀವು ಈತನ ಜೊತೆಗೆ ಬದಲಾಗದ ಸ್ಥಿತಿಯಲ್ಲೂ ನಿಮ್ಮ ಮಿಕ್ಕ ಬದುಕನ್ನು ಕಳೆಯಲು ಸಾಧ್ಯವೇ?

ಉತ್ತರ ಸರಿ ಅಥವಾ ಇಲ್ಲ ಎಂದಿದ್ದರೂ ಮುಂದಿನ ಹೆಜ್ಜೆಗೆ ನಡೆಯಿರಿ. ಯಾಕೆಂದರೆ, ಈ ಸಂಬಂಧ ಉತ್ತಮವಾಗಿ ಸುಧಾರಿಸಲು ಅದೇನೋ ಅಗತ್ಯವಿದೆ ಎಂದು ತೋರುತ್ತದೆ.

ಹೆಜ್ಜೆ ಇ: ನಿಮ್ಮ ಆಟವನ್ನು ಕೊನೆಗೊಳಿಸಿ ಅಥವಾ ಸಂಬಂಧವನ್ನು ಮುರಿದುಕೊಳ್ಳಿ.

ಅವರು ಬದಲಾಗದಿರುವ ಒಂದು ಸ್ಥಿತಿಯಲ್ಲಿರುವ ಹಂತದಲ್ಲಿ ನೀವಿದ್ದೀರಿ. ನೀವು ಈ ಸಮಸ್ಯೆಯಿಂದ ದೂರ ಉಳಿಯುವಿರಿ ಮತ್ತು ನೀವು ಅವರೊಂದಿಗೆ ಜೀವಿಸಬಹುದು ಇಲ್ಲವೇ ಜೀವಿಸಲು ಅಸಾಧ್ಯವೆನ್ನಿಸಬಹುದು. ನೀವು ಈ ಆಟವನ್ನು ಕೊನೆಗೊಳಿಸಬೇಕು ಅಥವಾ ಸಂಬಂಧವನ್ನು ಕೊನೆಗಾಣಿಸಬೇಕು.

ಈ ಸಮಸ್ಯೆಯ ಬಗ್ಗೆ ದೂರುವುದನ್ನು ನೀವು ನಿಲ್ಲಿಸಬಹುದೇ? ನೀವು ಇದನ್ನೇ ಒಂದು ಸಮಸ್ಯೆಯಾಗಿ ತೆಗೆದುಕೊಂಡು, ನಿಮ್ಮ ತಲೆಯಲ್ಲಿ ಸುತ್ತುವಂತೆ ಬಿಟ್ಟು, ಸುಮ್ಮನೆ ಆಕ್ರಮಣಕಾರಿಯಂತೆ ನಟಿಸುತ್ತ, ನಿಮ್ಮ ಸ್ನೇಹಿತೆಯರಲ್ಲಿ ದೂರುತ್ತ ಕೂರುವಿರೇನು?

ನೀವು ಅವರನ್ನು ಆಯ್ಕೆ ಮಾಡುವುದಿದ್ದರೆ ಅವರಿಗೆ ಋಣಿಯಾಗಿರುತ್ತೀರಿ ಮತ್ತು ಅವರು ಹೇಗಿರುವರೋ ಹಾಗೆಯೇ ಆಯ್ಕೆ ಮಾಡಬೇಕಾಗುತ್ತದೆ. ನನ್ನ ಮದುವೆಯನ್ನೇ ತೆಗೆದುಕೊಳ್ಳಿ. ನನ್ನ ಗಂಡ ಹುಚ್ಚುಹುಚ್ಚಾಗಿ ಡ್ರೈವ್ ಮಾಡುತ್ತಾನೆ. ಯಾಕೆಂದು ನನಗೆ ಗೊತ್ತು. ನಾನೊಬ್ಬ ಅಪಾಯಕಾರೀ ಹೆಂಗಸು. ನಾನು ಆಹಾರ ಪದಾರ್ಥಗಳನ್ನು ಸಿಂಕ್‌ನಲ್ಲಿ ಹಾಕಿರುತ್ತೇನೆ ಅಥವಾ ಟೇಬಲ್ ಮೇಲಿಟ್ಟಿರುತ್ತೇನೆ. ನಾನು ಯಾವಾಗಲೂ ಬೀಗದ ಕೈಗಳನ್ನು ಕಳಕೊಂಡಿರುತ್ತೇನೆ, ನನ್ನೆಲ್ಲ ವಸ್ತುಗಳು ಬಾಥ್‌ರೂಮ್‌ನ ಸಿಂಕ್‌ನ ಬದಿಯಲ್ಲಿ ತುಂಬಿರುತ್ತವೆ. ಎಂದಾದರೂ ನಾವು ಎಲ್ಲಿಗಾದರೂ ಹೊರಡುವುದಿದ್ದರೆ ನಾನು ಲೇಟ್ ಆಗಿಯೇ ಹೊರಡುತ್ತೇನೆ.

ಕ್ರಿಸ್ ತಾಳ್ಮೆಯಿಂದ ಕಾರಿನಲ್ಲೇ ಕುಳಿತಿರುವಾಗ ನಾನೊಬ್ಬ ಹುಚ್ಚಿಯಂತೆ ನನಗೆಂದೂ ಸಿಗದಿರುವ ಅದೇನನ್ನೋ ವಸ್ತುವನ್ನು ಹುಡುಕಾಡುತ್ತಲೇ ಇರುತ್ತೇನೆ... ಇದು ಮೆಲ್ ರಾಬಿನ್ಸ್‌ನ ಅಸ್ತವ್ಯಸ್ತ ಬದುಕಿನ ಐಸ್‌ಬರ್ಗ್‌ನ ಒಂದು ಮೊನೆಯಷ್ಟೇ.

ವರ್ಷ ಕಳೆದಂತೆ ಕ್ರಿಸ್ ನನ್ನ ಜೊತೆಗೆ ಹೊಂದಿಕೊಳ್ಳಲು ತೊಡಗಿದ. ಈ ಬಗ್ಗೆ ನಮ್ಮಲ್ಲಿ ಅಸಂಖ್ಯ ಚರ್ಚೆಗಳು ನಡೆದಿವೆ. ನಾನು ಕೊಳಕಾದ ಟಿಶ್ಯೂಗಳನ್ನು ಕೌಂಟರ್ ಮೇಲಿಟ್ಟು ಅದನ್ನು ಟ್ರ್ಯಾಶ್‌ಗೆ ಎಸೆಯಲು ಮರೆತಿರುತ್ತೇನೆ. ("ಇದು ತುಂಬಾ ಅಸಹ್ಯಕರ ಮೆಲ್"). ಅಥವಾ ನಾನು ಇನ್‌ಸ್ಟಾಗ್ರಾಂನಲ್ಲಿ ಸ್ಕ್ರೋಲ್ ಮಾಡುತ್ತ ಸಮಯ ಕಳೆಯುವಾಗ ಅವನೆಷ್ಟು ಹತಾಶನಾಗುತ್ತಾನೆ. ("ನೀವು ನಿಜಕ್ಕೂ ನಾನು ಹೇಳುವುದನ್ನು ಕೇಳುತ್ತಿದ್ದಿರಾ?")

ನನ್ನ ವರ್ತನೆ ಆತನಿಗೆ ಎಷ್ಟೊಂದು ಆತಂಕ ಹುಟ್ಟಿಸುತ್ತದೆ ಎಂದರೆ ನಾನು ಅವನ ಸಮಯಕ್ಕೆ ಬೆಲೆಕೊಡುವುದೇ ಇಲ್ಲ ಎಂದು ಆತ ಭಾವಿಸುವಂತಾಗುತ್ತದೆ. ನಾನು ಬದಲಾಗಲು ಪ್ರಯತ್ನಿಸಿದ್ದೆ. ನಾನು ಬದಲಾಗಲು ಬಯಸುತ್ತೇನೆ ಕೂಡಾ. ನಾನು ಆ ಕುರಿತು ಕೆಲಸ ಮಾಡುತ್ತೇನೆ. ಆದರೆ ಅದೆಂದೂ ನಡೆಯಲೇ ಇಲ್ಲ. ನಾನೇ ವಿಳಂಬವಾಗಿದ್ದೇನೆ. ನಾನು ಎಲ್ಲವನ್ನೂ ಕಳಕೊಳ್ಳುತ್ತೇನೆ. ನಾನು ಮನೆಯ ತುಂಬಾ ಕಸಕಡ್ಡಿಯನ್ನು ಎಸೆದು ಅದನ್ನು ಸ್ವಚ್ಛಗೊಳಿಸುವುದಿಲ್ಲ. ಈ ಬಗ್ಗೆ ನನ್ನನ್ನು ನಾನೇ ಹೇಸುತ್ತೇನೆ. ನಾನು ನನ್ನ ಬೆರಳುಗಳನ್ನು ಜಜ್ಜಿ ಹೇಗೆ ಬದಲಾಗಬೇಕೆಂದು ಕೇಳಬೇಕೆನಿಸುತ್ತದೆ. ಕ್ರಿಸ್ ಸಮಯ ಪಾಲಕ. ಶಿಸ್ತುಬದ್ಧ. ಶಾಂತ. ಊಹೆಗೆ ಅರ್ಹ. ಎಂದಿಗೂ ಎಂದೆಂದಿಗೂ. ಕ್ರಿಸ್ ನಾನು ಕೂಡಾ ಅವನಂತೆಯೇ ಆಗಬೇಕೆಂದು ಇಚ್ಛಿಸುತ್ತಾನೆ. ಅವನ ಬದುಕು ಅದರಿಂದ ಸುಲಭವಾಗುತ್ತಿತ್ತು. ಅವನಿಗೆ ನನ್ನಿಂದ ಹೆಚ್ಚು ಬೆಂಬಲ ಮತ್ತು ಗೌರವ ಸಿಗುತ್ತಿತ್ತು.

ಆದರೆ ಸಂಬಂಧಗಳು ಹೇಗೆ ಬೆಸೆಯುತ್ತವೆ ಎಂದರೆ ಅವರು ಹೇಗಿರಬೇಕು ಎನ್ನುವುದರಿಂದಲ್ಲ, ಅವರು ಹೇಗಿದ್ದಾರೆ ಎಂಬುದರಿಂದ. ನೀವು ಲೆಟ್ ದೆಮ್ ಸಿದ್ಧಾಂತವನ್ನು ಬಳಸುವಾಗ, ಅನ್ಯರು ಹೇಗಿದ್ದಾರೆ ಎಂಬುದನ್ನು ನೀವು ವೀಕ್ಷಿಸುತ್ತೀರಿ, ಮತ್ತು ಅವರಿಂದ ನೀವು ಏನನ್ನು ಕಲಿಯಬಹುದೆಂದು ಗುರುತಿಸಿಕೊಳ್ಳಲು ಯತ್ನಿಸುತ್ತೀರಿ. ಆ ಮೂಲಕವೇ ನೀವು ನಿಮ್ಮ ಶಕ್ತಿಗೆ ಅವಲಂಬಿತರಾಗಬಹುದು. ಅದು ಎಂದಿಗೂ ನಿಮ್ಮ ಸ್ಪಂದನದಲ್ಲೇ ಅಡಗಿರುತ್ತದೆ. ಅದೇ ವೇಳೆ, ಮೇಲ್ಪದರಿನ ವಿಷಯಗಳು ಬದಲಾಗಲು ತೊಡಗಿದಾಗ, ನಿಮಗೆ ಆಂತರಿಕ ಬದಲಾವಣೆಗಳೂ ಬದಲಾಗುತ್ತಿರುವುದು ಗೋಚರಿಸುತ್ತದೆ.

ಉದಾಹರಣೆಗೆ, ಕ್ರಿಸ್‌ನಲ್ಲಿ ನನ್ನನ್ನು ರೊಚ್ಚಿಗೆಬ್ಬಿಸುವ ಅನೇಕ ವಿಷಯಗಳಿದ್ದರೂ, ಆತ ಅದೆಷ್ಟು ಕರುಣಾಮಯಿ, ಹೃದಯವಂತ, ನಂಬಲರ್ಹ, ಶಾಂತ ಎಂಬುದನ್ನು ಪರಿಗಣಿಸುತ್ತೇನೆ. ನನಗೆ ಸಂಬಂಧಗಳಲ್ಲಿ ಅವು "ಬೇಕಿದ್ದವು" ಎಂದು ಅನ್ನಿಸಿರಲಿಲ್ಲ. ಅದೇ ವೇಳೆ ಅವನು ನನ್ನ ಹುಚ್ಚಾಟದ ಪರಿಕ್ರಮಗಳನ್ನು ಕಡೆಗಣಿಸುತ್ತಾನೆ. ಅವನು ನನ್ನ ಅತ್ಯುತ್ಸಾಹವನ್ನು, ನಿಷ್ಠೆಯನ್ನು, ಹಾಸ್ಯವನ್ನು ಮೆಚ್ಚಿಕೊಳ್ಳುತ್ತಾನೆ. ಹಾಗಾಗಿಯೇ ಅವನೆಷ್ಟೇ ನನ್ನ ಹುಚ್ಚಾಟವನ್ನು ಗಮನಿಸಿದರೂ, ಅದು ನಮ್ಮ ಒಪ್ಪಂದವನ್ನು ಮುರಿಯುತ್ತಿಲ್ಲ. ಕ್ರಿಸ್‌ನ ಸಂಗಾತಿಯಾಗಿ ನಾನು ಏನನ್ನೆಲ್ಲ ಅವನಿಗೆ ಒದಗಿಸುತ್ತೇನೋ, ನನ್ನ ಇನ್ನಿತರ ಕಲಾಪಗಳನ್ನೆಲ್ಲ ಅವನು ಗೌಣವಾಗಿ ಪರಿಗಣಿಸುತ್ತಾನೆ.

ನಾನು ನನ್ನ ಮಿಕ್ಕುಳಿದ ಬದುಕನ್ನು ಹೀಗೆಯೇ ಜೀವಿಸುತ್ತೇನೆ ಎಂದು ಕ್ರಿಸ್ ನಿರ್ಧರಿಸಿದಂತಿದೆ. ಯಾವುದಕ್ಕೂ ನಕ್ಕು ಅವನು ಹೊಂದಾಣಿಕೆ ಮಾಡಿಕೊಳ್ಳುತ್ತಾನೆ. *ಲೆಟ್ ಮೆಲ್*, ಹಾಗೆಯೇ ಇರಲಿ... ಮೆಲ್. ಆದ್ದರಿಂದಲೇ ನನ್ನ ಮದುವೆಯನ್ನು ಲೆಟ್ ದೆಮ್ ಸಿದ್ಧಾಂತ ಇನ್ನಷ್ಟು ಗಟ್ಟಿಗೊಳಿಸಿದೆ. ಕ್ರಿಸ್‌ನ್ನು ಅವನು ಹೇಗಿದ್ದಾನೋ ಹಾಗೆಯೇ ಸ್ವೀಕರಿಸಲು ಮತ್ತು ಅವನ ಬಗ್ಗೆ ದೂರದಿರಲು ಈ ಸಿದ್ಧಾಂತ ನನಗೆ ಕಲಿಸಿದೆ. ಹಾಗೆಯೇ ಇದು ನನಗೂ ಅನ್ವಯಿಸುತ್ತದೆ.

ನಿಮ್ಮ ಸಂಬಂಧದಲ್ಲೂ ಇದೇ ಸ್ಪಷ್ಟತೆಯನ್ನು ನೀವು ಕಾಣಬಹುದು. ನನ್ನ ಗೆಳತಿ ಮುಂಜಾನೆ ಎದ್ದು ಬೇಸ್‌ಮೆಂಟ್‌ನಲ್ಲಿ ಅವಳ ಪೆಲೋಟ್‌ನ್ ಹೊಡೆಯಲು ತೊಡಗಿದಾಗ, ಅವಳು ಗಂಡನನ್ನು ಇನ್ನೂ ಮಲಗಿರಲು ಬಿಡುತ್ತಾಳೆ. ಹಾಗೆಂದಾಗ ಅವಳು ಈಗ ಡ್ರೆಸ್ ಮಾಡಿಕೊಳ್ಳುವ ಸಮಯ ಬೆಡ್ ರೂಮ್‌ನ ಬಾಗಿಲನ್ನು ಹಿಂದಿನ ಹಾಗೆ ಜೋರಾಗಿ ಬಡಿಯುವಂತೆ ಹಾಕುವುದಿಲ್ಲ.

ನಾನು ಈ ಉದಾಹರಣೆಯನ್ನು ಯಾಕಾಗಿ ನೀಡುತ್ತಿದ್ದೇನೆ ಎಂದರೆ ಯಾರನ್ನಾದರೂ ನೀವು ಪ್ರೀತಿಸುತ್ತೀರಿ ಅಂತಿದ್ದರೆ, ನಿಮ್ಮ ಯಾವುದೇ ಅಸಮಾಧಾನ ಅದಕ್ಕೆ ಅಡ್ಡಿಬರುವುದಿಲ್ಲ. ನಿಮ್ಮ ವರ್ತನೆಯಿಂದಲೇ ನೀವು ಇನ್ನೂ ಮೊದಲಿನ ಹಾಗೆಯೇ ಅವರನ್ನು ಪ್ರೀತಿಸುತ್ತಿದ್ದೀರಿ ಎನ್ನುವುದು ಅದರಿಂದ ವ್ಯಕ್ತವಾಗುತ್ತದೆ. ನೀವು ಕರುಣೆ ಮತ್ತು ಪರಿಗಣನೆಗೆ ತೆಗೆದುಕೊಳ್ಳುವಿರಿ.

ನೀವು ನಿಜಕ್ಕೂ ನಿಮ್ಮ ಸಂಗಾತಿಯ ಜೊತೆಗೆ ಹೊಂದಾಣಿಕೆಯಲ್ಲಿದ್ದೀರಾ?

ಮೊದಲೊಮ್ಮೆ ನಾನು ನಿಮಗೊಂದು ಪ್ರಶ್ನೆ ಕೇಳಿದ್ದೆ: ನಿಮ್ಮ ಸಂಗಾತಿ ಎಂದಿಗೂ ಬದಲಾಗುವುದಿಲ್ಲ ಎಂದಾದರೆ ನೀವು ಅವರ ಜೊತೆಗೆ ಮಿಕ್ಕಿದ ಜೀವನ ಪೂರ್ತಿ ಬಾಳಲು ಸಿದ್ಧವಿದ್ದೀರಾ?

ನಿಮ್ಮ ಉತ್ತರವೇನಿತ್ತು: "ನನಗೆ ತಿಳಿಯದು" ಅಥವಾ "ಇಲ್ಲ?"

ನೀವು ನಿಮ್ಮ ತಾಕಲಾಟವನ್ನು ನಿಲ್ಲಿಸದಿದ್ದರೆ, ನೀವು ಇನ್ನೊಬ್ಬರನ್ನು ಸ್ವೀಕರಿಸಲೂ ಆಗುವುದಿಲ್ಲ ಮತ್ತು ಅವರು ಹೇಗಿರುವರೋ ಹಾಗೆಯೇ ಪ್ರೀತಿಸಲೂ ಆಗುವುದಿಲ್ಲ.

ಅದು ಕರುಣೆಯ ಮತ್ತು ಪ್ರೀತಿಯ ವರ್ತನೆಯಲ್ಲ. ಅದೇ ರೀತಿ ಮುಂಜಾನೆ ಬಾಗಿಲನ್ನು ದಢಾರನೆ ಬಡಿದು ಮುಚ್ಚುವುದು, ಅಥವಾ ಆಕ್ರಮಣಕಾರಿ ಭಾಷೆಯನ್ನು ಉಪಯೋಗಿಸುವುದು ಕೂಡಾ ಕರುಣೆಯ ದ್ಯೋತಕವಲ್ಲ. ಸಂಬಂಧವನ್ನು ಮುಂದುವರಿಸುವುದು ಅಥವಾ ಕಡಿದುಕೊಳ್ಳುವುದು ತೀರಾ ವೈಯಕ್ತಿಕ ನಿರ್ಧಾರವಾಗಿದ್ದು ಅದನ್ನು ನೀವಷ್ಟೇ ತೆಗೆದುಕೊಳ್ಳಬಹುದು. ನನ್ನ ಗೆಳತಿಯ ಮತ್ತು ಆಕೆಯ ಗಂಡನ ವಿಷಯದಲ್ಲಿ, ಅದೊಂದು ಕಠಿಣ ನಿರ್ಣಯವಾಗಿರಲಿಲ್ಲ. ಆತನ ಅನಾರೋಗ್ಯಕರ ಅಭ್ಯಾಸಗಳು ಒಪ್ಪಂದವನ್ನು ಮುರಿಯುವ ಹಾಗಿರಲಿಲ್ಲ. ಅದಕ್ಕೂ ಹತ್ತಿರ ಸಲ್ಲದು. ಯಾಕೆಂದರೆ ಅವಳು ಅವನನ್ನು ಪ್ರೀತಿಸುತ್ತಿದ್ದಳು.

ಸಂಬಂಧ ನೆಲೆಯಲ್ಲಿ ಉಳಿದು ಸ್ವೀಕರಿಸಲು ಅವಳು ತುಂಬಾ ಕಷ್ಟಪಡಬೇಕಾಗಿತ್ತು. ಮತ್ತು ಬದಲಾವಣೆಯೂ ಅಷ್ಟು ಸಲೀಸಾಗಿರಲಿಲ್ಲ. ಅವರೊಳಗಿನ ಸಂಚಲನಕ್ಕೆ ಅವಳು ತುಂಬಾ ಕರುಣೆ ಮತ್ತು ದಯೆಯನ್ನು ತೋರಬೇಕಾಗಿತ್ತು. ಆ ಸಂಬಂಧವನ್ನು ಉಳಿಸಿಕೊಳ್ಳಲು, ಸ್ವೀಕರಿಸಲು ಮತ್ತು ಬದಲಾವಣೆಯನ್ನು ತರಲು ಅವಳು ತುಂಬಾ ಕಠಿಣವಾಗಿ ದುಡಿಯಬೇಕಾಗಿತ್ತು. ಅವಳು ಆತನ ಮೇಲೆ ಬಹಳಷ್ಟು ಪ್ರಭಾವವನ್ನು ಬೀರಲು ಯತ್ನಿಸಬಹುದು, ಆದರೆ ನಿರೀಕ್ಷೆಗಳನ್ನು ಬಿಟ್ಟುಬಿಟ್ಟು, ಯಾವುದೇ ದೂರನ್ನು ಕೂಡಾ ಆರೋಪಿಸುವ ಹಾಗಿರಲಿಲ್ಲ. ಇದು ಆಕೆಯ ಕುರಿತು ಹೊರತು ಆತನ ಕುರಿತಲ್ಲ.

ಸಂಬಂಧ ಚೆನ್ನಾಗಿರಲು, ಅವನು ಹೇಗಿದ್ದಾನೋ ಅವನನ್ನು ಹಾಗೆಯೇ ಬಿಟ್ಟು ಅವಳು ಬದಲಾಗಲು ಯತ್ನಿಸುತ್ತಿದ್ದಳು. ಲೆಟ್ ದೆಮ್ ಸಿದ್ಧಾಂತವನ್ನು ಉಪಯೋಗಿಸುವಾಗ ಬಹುತೇಕ ಮಂದಿ ಕೇಳುವ ಪ್ರಶ್ನೆ ಏನೆಂದರೆ, ಹೊಂದಾಣಿಕೆ ಮಾಡಿಕೊಳ್ಳುವ ಸಮಯ ಆ ವ್ಯಕ್ತಿ ನಿಜಕ್ಕೂ ಸೂಕ್ತವಾದವನೇ ಎಂದು ಹೇಗೆ ತಿಳಿಯುವುದು ಅಂತ: ಒಬ್ಬರೊಂದಿಗೆ ಬದ್ಧತೆಯನ್ನು ಒಪ್ಪಿಕೊಳ್ಳುವುದಕ್ಕೂ, ಹೊಂದಾಣಿಕೆಯನ್ನು ಮಾಡಿಕೊಳ್ಳುವುದಕ್ಕೂ ವ್ಯತ್ಯಾಸವಿದೆ.

ಒಬ್ಬರ ಪ್ರೇಮಪಾಶದಲ್ಲಿ ಬೀಳುವುದು ತುಂಬಾ ಸುಲಭ ಮತ್ತು ಅದೊಂದು ನಿಮ್ಮ ಜೀವಮಾನದ ಅದ್ಭುತವಾದ ಸಂಬಂಧವೆಂದು ತಿಳಿಯುವುದೂ ಅಷ್ಟೇ ಸುಲಭ. ಆದರೆ ಕಾಲಕ್ರಮದಲ್ಲಿ ನೀವಿಬ್ಬರೂ ವಿರುದ್ಧ ದಿಕ್ಕಿನಲ್ಲಿ ಕ್ರಮಿಸಲು ತೊಡಗುವಿರಿ, ನಿಮಗೆ ಬೇರೆಯೇ ವಿಷಯಗಳಲ್ಲಿ ಆಸಕ್ತಿ, ಅಥವಾ ನೀವು ವ್ಯತ್ಯಾಸದಲ್ಲಿ ಜೀವಿಸುವ ಜೋಡಿಗಳು ಎಂಬ ಮನವರಿಕೆಯಾಗುತ್ತದೆ.

ಇಂತಹ ಸಂಭವಗಳು ನಡೆಯುವಾಗ ತುಂಬಾ ದುಸ್ತರ ಸನ್ನಿವೇಶಗಳು ಎದುರಾಗುತ್ತವೆ, ಯಾಕೆಂದರೆ ನೀವು ಪ್ರೇಮಪಾಶದಿಂದ ಹೊರಗೆ ಬಿದ್ದಿಲ್ಲವಲ್ಲ. ನೀವು ಪರಸ್ಪರ ಹೊಂದಿಕೊಳ್ಳುತ್ತಿಲ್ಲವಷ್ಟೇ. ಸಂಬಂಧ ಮುಂದುವರಿಯಲು ಎರಡು ವಿಷಯಗಳು ಮುಖ್ಯವೆಂದು ನನಗನ್ನಿಸುತ್ತಿದೆ: ಇಬ್ಬರೂ ಸಂಬಂಧವನ್ನು ಚೆನ್ನಾಗಿರಲು ಬಯಸುವುದರಿಂದ ಅದನ್ನು ಚೆನ್ನಾಗಿಸಲು ಇಬ್ಬರೂ ಸಹಕರಿಸುವುದು ಅವಶ್ಯ.

ಈ ಸಮಸ್ಯೆಯನ್ನು ಪರಿಹರಿಸಲು ಈರ್ವರೂ ತಮ್ಮ ಕನಸುಗಳನ್ನಾಗಲೀ ಅಥವಾ ಜೀವನ ಮೌಲ್ಯಗಳನ್ನಾಗಲೀ ತ್ಯಜಿಸುವ ಪ್ರಮೇಯ ಒದಗುವುದಿಲ್ಲ.

ನಿಮ್ಮಿಬ್ಬರಿಗೂ ಸಂಬಂಧ ಕುದುರಬೇಕೆಂಬ ಇಚ್ಛೆ ಇರುವಂತಹ ಸನ್ನಿವೇಶವೂ ಉಂಟಾಗಬಹುದು, ಮತ್ತು ಅದಕ್ಕೋಸ್ಕರ ನೀವಿಬ್ಬರೂ ಶ್ರಮಿಸುತ್ತಲೂ ಇರಬಹುದು. ಹೊಂದಾಣಿಕೆಯಲ್ಲಿ ಏನಾದರೂ ಸಮಸ್ಯೆ ತಲೆದೋರಿದರೆ, ನೀವೆಷ್ಟೇ ಯತ್ನಿಸಿದರೂ ಸಂಬಂಧ ಕುದುರುವ ಸಾಧ್ಯತೆಯೇ ಇರುವುದಿಲ್ಲ. ಹಾಗಿದ್ದಾಗ ಅದೊಂದು ಅತ್ಯಂತ ವೇದನೆಯ ಮತ್ತು ಕಷ್ಟದಾಯಕ ಪರಿಸ್ಥಿತಿಯಾಗಿರುತ್ತದೆ. ಅಂತಹ ಸಂದರ್ಭದಲ್ಲಿ ವೈಯಕ್ತಿಕ ಆಯ್ಕೆಯೇ ಸಾಧುವಾಗಿರುತ್ತದೆ.

ಉದಾಹರಣೆಗೆ, ನೀವು ಬ್ರಿಟಿಷ್ ಪ್ರಜೆಯೊಬ್ಬರನ್ನು ಪ್ರೀತಿಸುತ್ತಿದ್ದು ಅವರೊಂದಿಗೆ ಬದ್ಧರಾಗಿದ್ದೀರಿ ಎನ್ನುವ. ಅವರು ತನ್ನ ತವರೂರು ಲಂಡನ್‌ನಲ್ಲಿ ವಾಸ್ತವ್ಯ ಹೂಡಬೇಕೆಂದಿರುವಾಗ, ನೀವು ಅಟ್ಲಾಂಟಾದಲ್ಲಿರುವ ನಿಮ್ಮ ಕುಟುಂಬದ ಸಮೀಪ ವಾಸ್ತವ್ಯ ಹೂಡಲು ಬಯಸುತ್ತೀರಿ. ಅಥವಾ ಇನ್ನೊಂದು ಉದಾಹರಣೆ ಎಂದರೆ: ನಿಮ್ಮಲ್ಲಿ ಒಬ್ಬರಿಗೆ ಮಕ್ಕಳು ಬೇಕು, ಇನ್ನೊಬ್ಬರಿಗೆ ಬೇಡ.

ಈ ಬಗ್ಗೆ ನೀವು ಚರ್ಚಿಸಬಹುದು. ನೀವು ಹೊಡೆದಾಡಿಕೊಳ್ಳುವಿರಿ. ನಿಮ್ಮ ಸಂಗಾತಿ ಯಾಕಾಗಿ ಯುರೋಪಿಗೆ ಹಿಂದಿರುಗಿ ವಾಸಿಸಬೇಕು ಎಂಬುದು ನಿಮಗೆ ಗೊತ್ತು ಮತ್ತು ಅವರಿಗೂ ನೀವು ಯಾಕೆ ಬೇಡವೆನ್ನುತ್ತೀರಿ ಎನ್ನುವುದು ಗೊತ್ತು. ಮಕ್ಕಳನ್ನು ಪಡೆಯುವುದರಿಂದಾಗುವ ಒಳಿತು-ಕೆಡುಕುಗಳ ಬಗ್ಗೆ ನೀವು ಚರ್ಚಿಸಿದ್ದೀರಿ ಆದರೆ ಯಾವತ್ತೂ ನಿಮ್ಮ ಭವಿಷ್ಯದ ನಿರ್ಧಾರದ ಕುರಿತು ಒಂದು ಸಮಜಾಯಿಷಿಗೆ ಬಂದಂತಿಲ್ಲ.

ನೀವು ಈ ವಿಷಯದಲ್ಲಿ ಪದೇ ಪದೇ ಚರ್ಚಿಸುತ್ತ ಬಂದಿದ್ದೀರಿ. ಹಿಂದೆ ನೀವು ಹೇಳಿದ್ದಿದೆ, "ಈ ಬಗ್ಗೆ ನಾವು ಈಗಲೇ ತೀರ್ಮಾನ ಕೈಗೊಳ್ಳುವುದು ಬೇಡ."

ಆದರೆ ಈಗ ಸಮಯ ಬಂದಿದೆ ಮತ್ತು ನೀವೀಗ ಬಿಕ್ಕಟ್ಟಿನಲ್ಲಿದ್ದೀರಿ.

ಅವರು ಮುಂದುವರಿಯಲು ಬಯಸುತ್ತಾರೆ. ಆದರೆ ನಿಮಗೆ ಬೇಡ.

ಅವರಿಗೆ ಮಕ್ಕಳು ಬೇಕು. ನಿಮಗೆ ಬೇಡ.

ನೀವಿಬ್ಬರೂ ಪರಸ್ಪರ ಬದ್ಧರಾಗಿದ್ದೀರಿ, ಸಂಪೂರ್ಣವಾಗಿ... ಆದರೆ ನೀವೀಗ ಹೊಂದಣಿಕೆಯಲ್ಲಿ ಇಲ್ಲ.

ಇದೊಂದು ನಿಜಕ್ಕೂ ಒಪ್ಪಂದ ಮುರಿಯುವ ಪರಿಸ್ಥಿತಿ ಎಂದು ನಿಮಗೆ ಹೇಗೆ ತಿಳಿಯಬೇಕು? ಅದನ್ನು ತಿಳಿಯುವ ಬಗೆ ಇಲ್ಲಿದೆ. ಲಂಡನ್‌ಗೆ ಹೋಗಿ ನೆಲೆಸಬೇಕೆಂದು ಪಟ್ಟು ಹಿಡಿದಿರುವ ವ್ಯಕ್ತಿಯನ್ನು ನೀವು ಪ್ರೀತಿಸುತ್ತಿರುವ ಸನ್ನಿವೇಶವನ್ನು ತೆಗೆದುಕೊಳ್ಳೋಣ. ಅದೇ ವೇಳೆ ನೀವು ಅಮೆರಿಕಾದಲ್ಲಿರುವ ನಿಮ್ಮ ಕುಟುಂಬದ ಸಮೀಪ ವಾಸ್ತವ್ಯ ಹೂಡಬೇಕೆಂದಿರುವಿರಿ.

ನೀವು ನಿಮ್ಮಷ್ಟಕ್ಕೇ ಕೇಳಿಕೊಳ್ಳಿ: *ನೀವು ಲಂಡನ್‌ಗೆ ಹೋಗಿ ನೆಲೆಸುವ ಬದಲು ಅವರೊಂದಿಗಿನ ಸಂಬಂಧವನ್ನು ಮುರಿಯಲು ಸಿದ್ಧರಿರುವಿರಾ? ನೀವು ಸಮ್ಮತಿಸಿದರೆ, ನೀವು ನಿಮ್ಮ ಸಂಗಾತಿಯ ಜೊತೆಗೆ ಪ್ರತಿರೋಧವನ್ನು ತೋರಿಸುತ್ತ, ತಾನು ತನ್ನ ಕುಟುಂಬವನ್ನು ಹಿಂದೆ ಬಿಟ್ಟು ಬರುತ್ತಿದ್ದೇನೆ ಎಂದು ಗೋಗರೆಯುವಿರಾ?*

ಇವೆರಡೂ ಆಯ್ಕೆಗಳು ಹೃದಯ ಒಡೆಯುವಂಥವೇ. ಒಬ್ಬರು ನಿಮ್ಮ ಕುಟುಂಬದ ಸಮೀಪವಿರುವ ನಿಮ್ಮ ಕನಸನ್ನು ಛಿದ್ರಗೊಳಿಸುವ ಸನ್ನಿವೇಶ. ಇನ್ನೊಬ್ಬರು ತಾನು ಈವರೆಗೆ ತನ್ನ ಬದುಕಿನ ಭಾಗವಾಗಿ ಬೆಸೆದುಕೊಂಡಿದ್ದ ತನ್ನ ಪ್ರೇಮಿಯನ್ನು ಬಿಟ್ಟುಬಿಡುವ ತಗಾದೆ.

ಅಂದ ಹಾಗೆ ನಿಮ್ಮ ಸಂಗಾತಿಯೂ ನಿಮ್ಮ ಹಾಗೆಯೇ ಹೃದಯ ಒಡೆಯುವ ಪರಿಸ್ಥಿತಿಯನ್ನು ಎದುರಿಸಬೇಕಾಗುತ್ತದೆ. ಹೊಂದಾಣಿಕೆಗೆ ಬರುವುದಿಲ್ಲ. ನಿಮ್ಮ ಸಂಗಾತಿ ಬದಲಾಗುವುದಿಲ್ಲ. ಆತ ಲಂಡನ್‌ನಲ್ಲಿ ನೆಲೆಸುವುದು ಖಚಿತ. ನಿಮ್ಮೊಂದಿಗೆ ಅಥವಾ ನೀವಿಲ್ಲದೆಯೂ. ಲೆಟ್ ದೆಮ್. ಮತ್ತೀಗ *ಲೆಟ್* ಮಿ ಒಂದು ಆಯ್ಕೆಯನ್ನು ಮಾಡಿಕೊಳ್ಳುವುದು. ನಾನು ಈ ಸಂಬಂಧದಲ್ಲಿ ರಾಜಿ ಮಾಡಿಕೊಳ್ಳುವುದೇ?

ನಿಜವೆಂದರೆ, 69 ಪ್ರತಿಶತ ನಿಮ್ಮ ಸಂಬಂಧದಲ್ಲಿರುವ ಸಮಸ್ಯೆಗೆ ಪರಿಹಾರವಿಲ್ಲ. ಈ ಅಂಕಿ ಅಂಶ 40 ವರ್ಷಗಳಷ್ಟು ದೀರ್ಘಕಾಲ ವೈಜ್ಞಾನಿಕವಾಗಿ ಸಂಬಂಧಗಳ ಕುರಿತು ಸಂಶೋಧನೆಗಳನ್ನು ನಡೆಸಿರುವ ಡಾ. ಜಾನ್ ಮತ್ತು ಡಾ. ಜೂಲಿ ಗೋಟ್‌ಮ್ಯಾನ್ ಅವರಿಂದ ಬಂದಿರುವಂಥದ್ದು. (ಅಂದಹಾಗೆ ಅವರಿಬ್ಬರೂ ವಿವಾಹವಾಗಿದ್ದಾರೆ). ಅವರ ಪ್ರಕಾರ ದಂಪತಿಗಳು ಕಾದಾಡುವ ವಿಷಯದಲ್ಲಿ ಎಂದಿಗೂ ರಾಜಿಗೆ ಬಾರದಿರುವ ಅಂಶವಿದ್ದಿರುತ್ತದೆ: ಯಾವಾಗಲೂ ವಿಳಂಬವಾಗಿ ಹೊರಡುವುದು, ಅಥವಾ ನಿಮ್ಮ ಹಾಗೆ ಆಕಾಂಕ್ಷೆ ಇಲ್ಲದಿರುವುದು, ಅಥವಾ ಪ್ರತಿ ವಾರಾಂತ್ಯವನ್ನು ಟಿವಿಯ ಮುಂದೆಯೇ ಸಮಯ ಕಳೆಯುವುದು, ಅಥವಾ ಅವರ ಹವ್ಯಾಸಗಳು ನಿಮಗಿಂತ ಭಿನ್ನವಾಗಿರುವುದು, ಅಥವಾ ಅವರು ಗಲೀಜು, ಅಥವಾ ಅವರು ಮನೆಯಲ್ಲೇ ಇರಲು ಇಚ್ಛಿಸುವವರು, ಅಥವಾ ಅವರಿಗೆ ಬೇರೆಯೇ ಆದ ರಾಜಕೀಯ ಅಭಿಪ್ರಾಯವಿರುವುದು.

ಇವೆಲ್ಲ 69 ಪ್ರತಿಶತದ ಉದಾಹರಣೆಗಳು, ನಿಮಗೆ ಪರಿಹರಿಸಲು ಆಗದೇ ಇರುವಂಥವು. ಇವನ್ನು ನೀವು ಗಹನವಾದ ಮಟ್ಟದಲ್ಲಿ ಪರಿಹರಿಸಿಕೊಳ್ಳಬೇಕಾದ ಅಗತ್ಯವಿದೆ. ಇಲ್ಲಿ ನೀವು ರಾಜಿ ಮಾಡಿಕೊಳ್ಳುವಿರಿ ಆದರೆ ನಿಮ್ಮ ಸಂಗಾತಿ ರಾಜಿ ಮಾಡಿಕೊಳ್ಳುವುದಿಲ್ಲ ಎಂಬುದೇ?

ಕೆಲವರಿಗೆ ವಸತಿ ಬದಲಾಯಿಸುವುದು ದೊಡ್ಡ ವಿಷಯವೇ ಅಲ್ಲ. ಅವರು ವಿದೇಶಕ್ಕೆ ಹೋಗಿ ನೆಲೆಸುವ ವಿಷಯದಲ್ಲಿ ತಕ್ಷಣ ಸ್ಪಂದಿಸಿ ತಮ್ಮ ಬದುಕಿನ ಪ್ರೀತಿಯ ಜೊತೆಗೆ ಇರಲು ಸಮ್ಮತಿಸುವರು.

ಡಾ. ಗೋಟ್‌ಮ್ಯಾನ್ ಅವರ ಸಂಶೋಧನೆಯ ಪ್ರಕಾರ, ನೀವು ಒಂದೇ ವಿಷಯವನ್ನು ಹಿಡಿದುಕೊಂಡು ಚರ್ವಿತ-ಚರ್ವಣ ಎನ್ನುವಂತೆ ಕಾದಾಡುತ್ತಲೇ ಇರುತ್ತೀರಿ, ಯಾಕೆಂದರೆ ನಿಮ್ಮೊಳಗೆ ವ್ಯಕ್ತಿತ್ವದ ಮತ್ತು ನಿಮ್ಮ ಆಳವಾದ ಭರವಸೆಗಳು ಹಾಗೂ ಕನಸುಗಳು ಅಡ್ಡಿಪಡಿಸುತ್ತಿರುತ್ತವೆ. ಇನ್ನೊಂದು ರೀತಿಯಲ್ಲಿ ಹೇಳುವುದಾದರೆ, ನೀವಿಬ್ಬರೂ ಬೇರೆ ಬೇರೆ ವಿಷಯಗಳಿಗೆ ಮಹತ್ವವನ್ನು ಕೊಡುತ್ತಿದ್ದೀರಿ, ಮತ್ತು ನೀವು ದೈನಂದಿನ ಬದುಕನ್ನು ಹೇಗೆ ಸಾಗಿಸಬೇಕು ಮತ್ತು ನಿಮ್ಮ ಬದುಕಿನಲ್ಲಿ ನೀವು ಏನನ್ನು ಅನುಭವಿಸಬೇಕು ಎನ್ನುವುದರ ಕುರಿತು ವಿಭಿನ್ನ ದೂರದೃಷ್ಟಿಗಳು ಇದ್ದಿರುತ್ತವೆ

ಡಾ. ಗೋಟ್‌ಮ್ಯಾನರ ಪ್ರಕಾರ ಎಲ್ಲಾ ಸಂಬಂಧಗಳು "ನೆರವೇರದ ಕನಸುಗಳ" ಸುತ್ತ ಹೆಣೆದಿರುತ್ತವೆ. ಲಂಡನ್‌ನಲ್ಲಿ ವಾಸ್ತವ್ಯ ಹೂಡಬೇಕೆಂದಿರುವ ದಂಪತಿಗಳ ನಿದರ್ಶನವನ್ನೇ ತೆಗೆದುಕೊಳ್ಳಿ ಅಥವಾ ಮಕ್ಕಳನ್ನು ಪಡೆಯಬೇಕೆಂಬ ದಂಪತಿಗಳ ನಡುವಿನ ಭಿನ್ನಾಭಿಪ್ರಾಯವಿರಲಿ. ಇವೆಲ್ಲ ದೊಡ್ಡ ಸಮಸ್ಯೆಗಳೇ. ಆದ್ದರಿಂದ ನೀವು ಇವನ್ನು ಹೊರಟುಹೋಗಲಿ ಎನ್ನುವ ಹಾಗಿಲ್ಲ. ಇದು ನಿಮ್ಮ ಬದುಕಿನೊಂದಿಗೆ ಬೆಸೆದುಕೊಂಡಿರುವ ಗಹನವಾದ ದೂರದೃಷ್ಟಿಗಳು. ಮಾತ್ರವಲ್ಲ ತೀರಾ ವೈಯಕ್ತಿಕವಾಗಿ ಪರಿಹರಿಸಬೇಕಾದ ಸಮಸ್ಯೆಗಳೇ.

ಲಂಡನ್‌ಗೆ ವಾಸ್ತವ್ಯವನ್ನು ಬದಲಾಯಿಸುವುದು ಹೊಂದಾಣಿಕೆಗೆ ಅರ್ಹವಾದ ಸಂಗತಿಯೇ. ಆದರೆ ನಿಮಗೆ ಮಕ್ಕಳು ಬೇಕು ಬೇಡ ಎಂಬ ಜಿಜ್ಞಾಸೆ, ಹಾಗಲ್ಲ. ನೀವು ಸಮಯವನ್ನು ಕಳೆಯುವ ಹಾಗಿಲ್ಲ. 40ರ ವಯಸ್ಸಿನಲ್ಲಿ ನೀವು ಆ ಕುರಿತು ನಿರ್ಧಾರ ತೆಗೆದುಕೊಂಡರೆ ಅದು ತೀರಾ ವಿಳಂಬವಾಗುವ ಸಾಧ್ಯತೆ ಇಲ್ಲದಿಲ್ಲ. ಅಂತಹ ಅವಧಿಯಲ್ಲಿ ಯಾವುದೇ ನಿರ್ಧಾರಕ್ಕೆ ಬೆಲೆಯಿರುವುದಿಲ್ಲ.

ಅಂತಹ ಸಂದರ್ಭದಲ್ಲಿ ಸ್ವತಃ ಕೇಳಿಕೊಳ್ಳಿ, ನಾನು ನನ್ನ ಕನಸನ್ನು ಬಿಟ್ಟುಕೊಡುವುದು ಸಾಧುವೇ? ಯಾಕೆಂದರೆ ಗೋಟ್‌ಮ್ಯಾನ್‌ರ ಪ್ರಕಾರ ಹಾಗೆ ಮಾಡಿದರೆ ಅದೊಂದು ಸಮಸ್ಯೆಯಾಗಿ ಪರಿಣಮಿಸುತ್ತದೆ.

ಬೇರೆ ಯಾರಾದರೂ ಸ್ವಲ್ಪ ಉತ್ತಮರಾದವರು ಸಿಗಬಹುದೇ?

ನನ್ನ ಸಂಶೋಧನೆಯ ಸಮಯದಲ್ಲೂ ನಾನು ದೀರ್ಘಾವಧಿಯ ಸಂಬಂಧದ ಬದ್ಧತೆಯಲ್ಲೂ ಹೀಗೆ ಕೇಳಿಕೊಳ್ಳುವುದಿದೆ: ಯಾರಾದರೂ ಇನ್ನೂ ಉತ್ತಮರಾದವರು ಸಿಗಬಹುದೇ?

ಇದಕ್ಕೆ ಉತ್ತರ ನಿಮಗೆಂದೂ ಸಿಗುವುದೇ ಇಲ್ಲ.

ನನ್ನ ವೈಯಕ್ತಿಕ ಅಭಿಪ್ರಾಯದ ಪ್ರಕಾರ ಇವೆಲ್ಲ ದುರಿತಗಳು ಮುನ್ನೆಲೆಗೆ ಯಾಕಾಗಿ ಬರುತ್ತವೆ ಎಂದರೆ ಡೇಟಿಂಗ್ ಸಂಸ್ಕೃತಿಯಿಂದ, ಸಾಮಾಜಿಕ ಜಾಲತಾಣಗಳಿಂದ, ಮತ್ತು ಪ್ರಣಯದ ಮೋಜಿನ ಕ್ಷಣಗಳಿಂದ. ನಿಮಗೆಲ್ಲೂ ಒಬ್ಬ ಪರಿಪೂರ್ಣ ವ್ಯಕ್ತಿ ಸಿಗುವುದೇ ಇಲ್ಲ. ಪ್ರತಿಯೊಬ್ಬರಲ್ಲೂ ಗತಕಾಲದ ಸಮಸ್ಯೆಗಳಿರುತ್ತವೆ. ಪ್ರತಿಯೊಬ್ಬರೂ ಕಟ್ಟುಮೂಟೆ ಹೊತ್ತುಕೊಂಡವರೇ. ನಿಮಗೆ ವಯಸ್ಸಾದಂತೆ ಈ ಮೂಟೆ ಇನ್ನಷ್ಟು ಭಾರವಾಗುತ್ತ ಹೋಗುತ್ತದೆ. ಬಹುತೇಕ ಮಂದಿ ಈ ಕುರಿತು ಯೋಚಿಸಿರುವುದಿಲ್ಲ. ನೀವೇಕೆ ನಿಮ್ಮೆದುರು ಇರುವುದನ್ನೇ ಪ್ರಶಂಸಿಸುವುದಿಲ್ಲ ಎಂಬುದು ನಿಮ್ಮೊಬ್ಬರಿಗೇ ಗೊತ್ತು. ಅಥವಾ ನೀವು ತನ್ನೆದುರು ಇರುವುದನ್ನೆಲ್ಲ ಅರ್ಧ ತುಂಬಿರುವುದು ಎಂದು ಎಣಿಸುತ್ತೀರಿ. ನಿಮ್ಮ ಪ್ರಕಾರ ಹುಲ್ಲು ಇನ್ನೆಲ್ಲೋ ಇನ್ನೂ ಹಸುರಾಗಿರಬಹುದು ಎಂದುಕೊಳ್ಳುತ್ತೀರಿ.

ನಿಜವೆಂದರೆ, ನೀವು ನೀರೆರೆದ ಕಡೆಯಲ್ಲಿ ಮಾತ್ರ ಹುಲ್ಲು ಹಸಿರಾಗಿರುತ್ತದೆ.

ಒಂದು ದೀರ್ಘಕಾಲೀನ ಸಂಬಂಧ ಉಳಿಯಬೇಕಿದ್ದರೆ ಎರಡು ವಿಷಯಗಳ ಅವಶ್ಯವಿದೆ

ನನಗೆ ನೆನಪಾಗುತ್ತದೆ:

1. ಸಂಬಂಧ ಉಳಿಯಬೇಕೆಂದು ಈರ್ವರೂ ಬಯಸುತ್ತೀರಿ. ಹಾಗೆಯೇ ಸಂಬಂಧವನ್ನು ಉತ್ತಮಗೊಳಿಸಲು ಈರ್ವರೂ ಪ್ರಯತ್ನಿಸುತ್ತಾರೆ.
2. ಸಮಸ್ಯೆ ಸೃಷ್ಟಿಯಾಗುವುದಕ್ಕೆ ಕಾರಣವಾಗುವ ಅಂಶಗಳಿಗೆ ಈರ್ವರೂ ತಮ್ಮ ತಮ್ಮ ಕನಸುಗಳನ್ನು ಧಿಕ್ಕರಿಸಬೇಕಿಲ್ಲ ಅಥವಾ ತಮ್ಮ ಮೌಲ್ಯಗಳನ್ನು ಹೊಂದಾಣಿಕೆ ಮಾಡಿಕೊಳ್ಳುವ ಅಗತ್ಯವಿರುವುದಿಲ್ಲ.

ಅದೊಂದು ಹಂತದಲ್ಲಿ ನೀವು ಆಯ್ಕೆ ಮಾಡಿಕೊಳ್ಳುವುದು ಅವಶ್ಯ. ಆಯ್ಕೆ ಮಾಡುವುದೆಂದರೆ ನಿಮ್ಮ ಎದುರಿಗೆ ಏನಿದೆಯೋ ಅದರಿಂದ ಆಯ್ಕೆ ಮಾಡಬೇಕು. ಮದುವೆಯಾಗಿ 30ವರ್ಷಗಳು ಕಳೆದ ದಂಪತಿಗಳು ತಮ್ಮ ಸಂಬಂಧದಲ್ಲಿ ಒಂದಲ್ಲ ಒಂದು ಸಂದರ್ಭದಲ್ಲಿ ನಿಜವಾದ ದುಸ್ತರ ಹಾಗೂ ಭಯಭೀತ ಸಮಯಗಳನ್ನು ಕಳೆದಿರುತ್ತಾರೆ. ಅಂತಹ ದಂಪತಿಗಳು ತಮ್ಮ ದುರಿತಗಳಿಂದ, ಪಂಥಾಹ್ವಾನಗಳಿಂದ ಮತ್ತು ಜಂಝಾಟಗಳಿಂದ ಕಲಿತು ಸಮಸ್ಯೆಗಳನ್ನು ಪರಿಹರಿಸಲು ಜೊತೆಯಾಗಿ ಕೆಲಸ ಮಾಡುವರು, ಸಂತಾಪ ಪಡೆಯದೇನೇ.

ಬಹುತೇಕ ಜನರು ವಿಚ್ಛೇದನ ಪಡೆದ ಬಳಿಕ, ತಾವು ಇನ್ನೂ ಸ್ವಲ್ಪ ಪ್ರಯತ್ನಿಸಿದ್ದರೆ ತಮ್ಮ ದಾಂಪತ್ಯ ಸರಿಹೋಗಬಹುದಿತ್ತು ಮತ್ತು ಸಮಸ್ಯೆಗಳನ್ನು ಪರಿಹರಿಸಿಕೊಳ್ಳಬಹುದಿತ್ತು ಎಂದು ಪರಿತಪಿಸುವುದನ್ನು ನಾನು ಕಂಡಿದ್ದೇನೆ. ಒಂದು ವೇಳೆ ಅವರು ಬಿಗುವಾದ ವಾತಾವರಣದಲ್ಲೂ ಮಾತುಕತೆಗೆ ಇಳಿದು ಥೆರಪಿಯನ್ನು ಮಾಡಿಸಿಕೊಂಡಿದ್ದರೆ ವಿಷಯಗಳು ಬೇರೆಯೇ ಸ್ವರೂಪ ಪಡೆಯುತ್ತಿತ್ತೇನೋ. ಯಾಕೆಂದರೆ, ಅವರು ಜೊತೆಯಾಗಿಯೇ ಇರುವ ಹಾಗಿರದಿದ್ದರೂ, ವಿಚ್ಛೇದನದ ಪರಿಕ್ರಮ ಬೇರೆಯೇ ಮಜಲನ್ನು ಪ್ರವೇಶಿಸುತ್ತೇನೇನೋ– ಆಮೇಲೆ ಮಕ್ಕಳನ್ನು ಪ್ರತ್ಯೇಕಿಸುವ ಸನ್ನಿವೇಶ ಬರುತ್ತದೆ–ಅದು ಒಳ್ಳೆಯದರಲ್ಲೇ ಪರ್ಯಾವಸಾನವಾಗುತ್ತಿತ್ತೇನೋ.

ಒಂದು ಸಂಬಂಧವನ್ನು ಮುರಿಯುವುದೆಂದರೆ ವೈಯಕ್ತಿಕ ಮತ್ತು ಕಷ್ಟದ ಸಂಗತಿಯೇ, ಯಾಕೆಂದರೆ ಅದು ಸರಿಹೋಗಬಹುದು ಎಂಬ ಆಸೆ ಇದ್ದಿರುತ್ತದೆ. ಅಂತಹ ಆಯ್ಕೆ ಈ ಸನ್ನಿವೇಶದಲ್ಲಿ ಸಹಜವಾಗಿ ಹೊಂದಿಕೊಳ್ಳುವುದಿಲ್ಲ ಎಂಬ ಭಾವನೆಯೂ ಇದ್ದಿರುತ್ತದೆ. ನೀವು ಈಗಷ್ಟೇ ಅಂತಹ ಪರಿಸ್ಥಿತಿಗೆ ಪ್ರವೇಶಿಸಿದ್ದರೆ ಅದರ ಭೀಕರತೆಯ ಅನುಭವವಾಗಿರುತ್ತದೆ. ಕೆಲವು ವಿಷಯಗಳನ್ನು ಅವರು ಮುಗಿಸುವ ಮೊದಲೇ ನೀವು ಮುಗಿಸಬೇಕಾಗುತ್ತದೆ. ನಿಮ್ಮ ಬದುಕಿನಲ್ಲಿನ ನಿಮ್ಮ ಕನಸುಗಳೇನು ಎಂಬುದು ನಿಮಗೆ ತಿಳಿದಿದ್ದರೆ, ನಿಮಗೆ ಬೆಂಬಲಿಸುವ ಮತ್ತು ಆ ಕನಸುಗಳನ್ನು ಸಾಕಾರಗೊಳಿಸುವ ಸಂಬಂಧ ನಿಮಗೆ ಬೇಕಾಗುತ್ತದೆ.

ನಿಮ್ಮದೇ ಕನಸುಗಳನ್ನು ಮತ್ತು ಭರವಸೆಗಳನ್ನು ಹೊಂದಿರದವರ ಜೊತೆಗೆ ನೀವು ದಾಂಪತ್ಯ ಹೂಡಿದ್ದರೆ, ಏನಾಗಬಹುದು. ಅದು ನಿಮ್ಮಿಬ್ಬರನ್ನೂ ಸಂಕಟಕ್ಕೆ ತಳ್ಳಬಹುದು.

ನೋಡಿ, ಇವನ್ನೆಲ್ಲ ಪುಸ್ತಕದಲ್ಲಿ ಬರೆಯುವುದಕ್ಕೆ ನನಗೆ ಸುಲಭವೆನಿಸುತ್ತದೆ, *ಲೆಟ್ ದೆಮ್* ಹೋಗಲಿ ಎಂಬಂತೆ. ಆದರೆ ನೀವಿನ್ನೂ ಪ್ರೀತಿಸುವವರನ್ನು ಬಿಟ್ಟುಹೋಗುವುದಕ್ಕೆ ಅಷ್ಟು ಸುಲಭವಾಗುವುದಿಲ್ಲ.

ಅಂತಹ ಪರಿಸ್ಥಿತಿಯಲ್ಲೇ ಲೆಟ್ ದೆಮ್ ಸಿದ್ಧಾಂತ ನಿಮ್ಮ ಸಹಾಯಕ್ಕೆ ಒದಗುತ್ತದೆ.

ಎದೆಯೊಡೆಯುವುದರಿಂದ ಬದುಕುಳಿಯುವುದು

ಎದೆಯೊಡೆಯುವ ಮಂದಿಯ ಜೊತೆಗೆ ನಾನು ನೇರವಾಗಿ ಮಾತಾಡಲು ಬಯಸುತ್ತೇನೆ.

ನೀವು ಅನುಭವಿಸಿದ ಸಮಸ್ತ ಅನುಭವಗಳಲ್ಲಿಯೂ ಇದು ಅತ್ಯಂತ ಭಯಾನಕ ಸನ್ನಿವೇಶವಾಗಿರುತ್ತದೆ.

"ನೀವು ನಿಮ್ಮನ್ನೇ ಪ್ರೀತಿಸಿ," ಎನ್ನುವ ಮಾತನ್ನು ವಿಚ್ಛೇದನ ಪಡೆಯುತ್ತಿರುವ ಸಂದರ್ಭದಲ್ಲಿ ಸಂಗಾತಿ ಹೇಳಬಹುದಾದ ಅತ್ಯಂತ ಹೃದಯ ಕಲುಕುವ ಮಾತಾಗಿರುತ್ತದೆ. ಇದು ಪ್ರಪಂಚದಲ್ಲೇ ಅತ್ಯಂತ ಘೋರ ಸಲಹೆಯಾಗಿರುತ್ತದೆ ಯಾಕೆಂದರೆ ಅಂತಹ ಪರಿಸ್ಥಿತಿಯಲ್ಲಿ ನೀವು ಸ್ವತಃ ನಿಮ್ಮನ್ನೇ ದ್ವೇಷಿಸುತ್ತಿರುತ್ತೀರಿ.

ನೀವು ಎಲ್ಲವನ್ನೂ ಪ್ರಶ್ನಿಸುತ್ತೀರಿ. ನಿಮಗೆ ಮತ್ತೆ ಪ್ರೀತಿಸುವವರು ಸಿಗುವರೇ ಎಂದು ತೊಯ್ದಾಟದಲ್ಲಿರುತ್ತೀರಿ. ನಿಮಗೆ ಹಿಂದಿನ ಬದುಕೇ ಸಾಕಿತ್ತು ಹೇಗಾದರೂ ನಿಭಾಯಿಸಿಕೊಂಡು ಹೋಗಬಹುದಿತ್ತು ಎಂದೆನಿಸುತ್ತದೆ. ನಿಮಗೆ ಮಾಮೂಲಾಗಿರುವ ವಿಷಯಗಳೇ ಬೇಕೆನಿಸುತ್ತದೆ. ನಿಮ್ಮ ಹೃದಯ ಛಿದ್ರವಾಗುತ್ತಿದೆ ಎಂದೆನಿಸುತ್ತದೆ, ನಿಜಕ್ಕೂ ಆಗುತ್ತದೆ ಕೂಡಾ. ವ್ಯಥೆಯನ್ನು ನೀವು ಅನುಭವಿಸುತ್ತೀರಿ. ನೀವೇನು ಬಗೆದಿರುವ ಬದುಕು ಇದೀಗ ಕೊನೆಗೊಳ್ಳುತ್ತಿದೆ. ನೀವು ನಿಮ್ಮ ಪ್ರೇಮಿಯನ್ನು ಕಳೆದುಕೊಳ್ಳುವ ಹಾಗೆ ಇದೀಗ ನಿಮಗೆ ಅನ್ನಿಸತೊಡಗುತ್ತದೆ. ಅದು ನಿಮ್ಮನ್ನು ತಿಂದು ಹಾಕುತ್ತದೆ. ದಿನಗಳ, ತಿಂಗಳುಗಳ, ವರ್ಷಗಳ ಕಾಲ ನೀವು ಅದೇ ವ್ಯಕ್ತಿಯ ಕುರಿತು ಚಿಂತಿಸುತ್ತ ಇರುತ್ತೀರಿ.

ದಿನವಿಡೀ, ಪ್ರತಿದಿನವೂ, ನೀವು ಅವರಿಗೆ ಸಂದೇಶ ಕಳುಹಿಸಲು, ಅಥವಾ ಕರೆ ಮಾಡಲು, ಅವರ ಧ್ವನಿಯನ್ನು ಕೇಳಲು ಹಾತೊರೆಯುತ್ತಿರುತ್ತೀರಿ. ಅವರು ತಂಗಿರುವ ಸ್ಥಳ, ಅವರ ಕಥೆಗಳನ್ನು ಆನ್‌ಲೈನ್‌ನಲ್ಲಿ ಕೇಳಲು ಆತುರಪಡುತ್ತೀರಿ.

ನಾನು ನನ್ನ ಥೆರಾಪಿಸ್ಟ್ ಆನ್ನೆಗೆ ಈ ಕುರಿತಂತೆ ಮಾತಾಡಿದ್ದೆ. ಅವಳ ವಿವರಣೆ ಹೀಗಿತ್ತು:

> ಅದು ಅಷ್ಟೊಂದು ವೇದನೆಯನ್ನು ಉಂಟುಮಾಡುವುದಕ್ಕೆ ಕಾರಣವೆಂದರೆ, ಅವೆಲ್ಲ ನಿಮ್ಮ ನರವ್ಯೂಹದ ವ್ಯವಸ್ಥೆಯಲ್ಲಿ ಸುತ್ತಿಕೊಂಡಿರುತ್ತವೆ. ಬಹಳಷ್ಟು

ಸಮಯದಿಂದ ಅವೆಲ್ಲ ನಿಮ್ಮ ಭಾಗವಾಗಿವೆ ಮತ್ತು ನೀವು ಅವುಗಳ ಭಾಗವಾಗಿದ್ದೀರಿ. ಆದ್ದರಿಂದಲೇ ನೀವು ಇನ್ನೂ ಅವುಗಳ ಪ್ರಸ್ತುತಿಯನ್ನು ಅನುಭವಿಸಬಹುದು ಮತ್ತು ಅವುಗಳ ಧ್ವನಿಯನ್ನು ಕೇಳಬಹುದು. ಪ್ರತಿದಿನ ನೀವು ಅವರೊಂದಿಗೆ ಮಾತಾಡುತ್ತಿದ್ದಿರಿ ಮತ್ತು ಆ ಮೂಲಕ ನೀವು ಅವರನ್ನು ಸ್ವಾಭಾವಿಕವಾಗಿ ತಲುಪುತ್ತಿದ್ದಿರಿ. ಹೌದು ನಿಜ, ನೀವು ಅವರನ್ನು ಕಳಕೊಂಡಿದ್ದೀರಿ, ನಿಮ್ಮ ನರವ್ಯೂಹಗಳೂ ಕಳಕೊಂಡಿವೆ. ಅವರು ನಿಮ್ಮ ಬದುಕಿನ ಅನುಭವಗಳೊಂದಿಗೆ ಬೆಸೆದುಕೊಂಡಿರುತ್ತಾರೆ. ಇದು ಸ್ವಭಾವಿಕವೇ.

ಆಕೆ ಅದನ್ನು ನ್ಯೂರೊಲೋಜಿಕಲ್, ಫಿಸಿಯೊಲೋಜಿಕಲ್, ಮತ್ತು ನ್ಯೂರೋ-ಕೆಮಿಕಲ್ ನೆಲೆಯಲ್ಲಿ ವಿವರಿಸಿದ್ದಳು, ಅದರಿಂದಲೇ ಹೃದಯ ಒಡೆಯುವ ಅನುಭವವಾಗುತ್ತದೆ ಎಂದರು. ನೀವು ರಸ್ತೆಯ ಕೆಳಗಡೆ ನಡೆದು ಹೋಗುತ್ತಿರುವಾಗ, ಅಥವಾ ಕಾರಿನಲ್ಲಿ ಡ್ರೈವ್ ಮಾಡುತ್ತ ಸಾಗುವಾಗ, ಅವರು ನಿಮ್ಮ ಪಕ್ಕದಲ್ಲಿಯೇ ಕುಳಿತಿರುವಂತೆ ಭಾಸವಾಗುತ್ತದೆ. ನಿಮ್ಮಲ್ಲಿ ಒಂದು ಯೋಚನೆ ಬಂದಾಗ, ಅವರೇನು ಪ್ರತ್ಯುತ್ತರ ಕೊಡಬಹುದೆಂದು ನಿಮಗನಿಸುತ್ತದೆ. ಏನಾದರೂ ಒಳ್ಳೆಯ ಸಂಗತಿ ನಡೆದಾಗ ನೀವು ಅದನ್ನು ಅವರ ಜೊತೆಗೆ ಹಂಚಿಕೊಳ್ಳಲು ಬಯಸಬಹುದು. ನಿಮ್ಮ ಕುಟುಂಬದಲ್ಲಿ ಏನಾದರೂ ಬದಲಾವಣೆಯಾದಾಗ ನೀವು ಅವರಿಗೆ ಹೇಳಬಹುದೆಂದುಕೊಂಡಿರುತ್ತೀರಿ. ನಿಮ್ಮ ಹೃದಯ ಮಾತ್ರವೇ ಒಡೆದಂತಾಗುವುದಲ್ಲ, ನಿಮ್ಮ ಬದುಕಿನ ಎಲ್ಲಾ ವ್ಯವಹಾರಗಳು ಹದಗೆಟ್ಟಂತೆ ತೋರುವುದು. ಅದು ನಿಮ್ಮ ಶರೀರದಲ್ಲಿ ಸಂಚಲನ ಸೃಷ್ಟಿಸಬಹುದು. ಅದು ನಿಮ್ಮ ನರವ್ಯೂಹದ ವ್ಯವಸ್ಥೆಯೇ. ಅವೆಲ್ಲ ನಿಮ್ಮ ಮನಸ್ಸಿನ ವೈಕಲ್ಯಗಳೇ. ಅವೆಲ್ಲ ನಿಮ್ಮ ಹೃದಯದಲ್ಲಿನ ಚಿತ್ರಗಳೇ. ಅವೆಲ್ಲ ನೀವು ಕೇಳುತ್ತಿರುವ ಹಾಡುಗಳೇ. ನೀವು ಕೆಲಸಕ್ಕೆ ಹೊರಟು ನಿಂತಾಗ, ದಿನದ ಮುಕ್ತಾಯದಲ್ಲಿ ಹಾಸಿಗೆಯಲ್ಲಿ ಉರುಳಿಕೊಂಡಾಗ ನೀವು ಏಕಾಂತವನ್ನು ಅನುಭವಿಸುತ್ತೀರಿ. ಯಾಕೆಂದರೆ ಅವರು ನಿಮ್ಮ ಮನಸ್ಸಿನಲ್ಲೇ ಹುದುಗಿರುತ್ತಾರೆ.

ನೀವು ಭಯಭೀತರಾಗಿರುತ್ತೀರಿ. ಅವರ ಬದುಕಿನಲ್ಲಾಗುವ ಆಗುಹೋಗುಗಳನ್ನು ನೀವು ದೂರದಿಂದಲೇ ಚಿತ್ರಿಸಿಕೊಳ್ಳುವಿರಿ. ಅವರು ಇನ್ಯಾರನ್ನೋ ಸಂದಿಸಿದ್ದಾರೆಂದು ತಿಳಿದಾಗ ನಿಮ್ಮೆಲ್ಲ ತ್ರಾಣವೂ ಧೃತಿಗೆಡುತ್ತವೆ. ವಿಚ್ಛೇದನದ ದುಸ್ತರವಾದ ಭಾಗವೆಂದರೆ ನೀವು ಅದನ್ನು ಕ್ರಮಿಸುವ ಸಮಯದ್ದು.

ಅದನ್ನು ನೀವು ತಡೆಯಲಾಗುವುದಿಲ್ಲ. ನೀವು ಅದನ್ನು ನಿಮ್ಮ ಪ್ರತಿಯೊಂದು ಕಣದಲ್ಲೂ ಅನುಭವಿಸುತ್ತೀರಿ. ಯಾಕೆಂದರೆ ನೀವು ಅವನ್ನೆಲ್ಲ ಮತ್ತೆ ಬಿಡಿಸಿಕೊಂಡು ಅವುಗಳಿಂದ ಬಿಡುಗಡೆ ಪಡೆದು ಅವರಿಲ್ಲದ ಸ್ಥಿತಿಯಲ್ಲಿ ಜೀವಿಸುವುದನ್ನು ಕಲಿಯಬೇಕಾಗುತ್ತದೆ.

ಹಾಗಿರುವುದರಿಂದಲೇ ಬಹುತೇಕ ಮಂದಿ ವಿಚ್ಛೇದನವನ್ನು ಬಹಳ ಕಾಲ ಹಿಡಿದಿಟ್ಟುಕೊಂಡಿರುತ್ತಾರೆ. *ಲೆಟ್ ದೆಮ್* ಅದನ್ನು ಸುಲಭವಾಗಿಸುವುದಿಲ್ಲ. *ಲೆಟ್ ದೆಮ್* ವೇದನೆಯನ್ನು ಶಮನಗೊಳಿಸುವುದಿಲ್ಲ.

ಹೃದಯ ಒಡೆಯುವಂತಹ ಪರಿಸ್ಥಿತಿಯಲ್ಲಿ ನನ್ನ ಥೆರಾಪಿಸ್ಟ್ ಆನ್ನೆ ಹೆಬ್ಬೆಟ್ಟಿನ ನಿಯಮವನ್ನು ಹೇಳುತ್ತಾಳೆ. 30ದಿನಗಳ ಸಮಯ ಸಂಪರ್ಕವೇ ಇರಬಾರದು–ಫೋಟೋ ನೋಡುವುದರಿಂದ, ಧ್ವನಿಯನ್ನು ಕೇಳುವುದರಿಂದ– ನರವ್ಯೂಹದಲ್ಲಿ ಹಳೆಯ ನಮೂನೆ ಸಕ್ರಿಯವಾಗುತ್ತದೆ, ಮತ್ತು ಒಂದು ಹೆಜ್ಜೆ ಹಿಂದಕ್ಕೆ ಸರಿದು ಆತನೊಂದಿಗೆ ಜೀವಿಸುವ ತಹತಹಿಕೆ ಪ್ರಬಲವಾಗುವಂತೆ ಮಾಡುತ್ತದೆ.

ಇದು ಕಠಿಣವಾದ ಅವಧಿಯೇ. ಅದರಿಂದ ಬಿಡಿಸಿಕೊಳ್ಳಲು ನಿಮಗೆ ಕನಿಷ್ಠ ಮೂರು ತಿಂಗಳಾದರೂ ಬೇಕಾಗುತ್ತದೆ. ಸಂಶೋಧನೆಯ ಪ್ರಕಾರ ನೀವು ಹೊಸದಾಗಿ ಅನುಭವಿಸುವುದಕ್ಕೆ ದೀರ್ಘಕಾಲ ಬೇಕಾಗುತ್ತದೆ ಎನ್ನಲಾಗಿದೆ.

11 ವಾರಗಳ ಅವಧಿಯಲ್ಲಿ 71 ಪ್ರತಿಶತ ಜನರು ತುಸು ನೆಮ್ಮದಿಯನ್ನು ಪಡೆಯುವ ಸಾಧ್ಯತೆ ಇದೆ ಎಂದು ಹೇಳುತ್ತಾರೆ. ಅದೊಂದು ಬೆಂಚ್‌ಮಾರ್ಕ್ ಎಂದು ನಾನು ಕರೆಯುತ್ತೇನೆ. ಇನ್ನೂ 11ವಾರಗಳಲ್ಲಿ ಹೆಚ್ಚಿನ ಬದಲಾವಣೆ ಸಾಧ್ಯ. ಅದಕ್ಕೂ ಹೆಚ್ಚಿನ ಸಮಯ ತೆಗೆದುಕೊಳ್ಳಬಹುದು. ಆದರೆ ಅದು ಉತ್ತಮವಾಗುತ್ತ ಹೋಗುತ್ತದೆ.

ಲೆಟ್ ದೆಮ್ ಸಿದ್ಧಾಂತ ಈ ವ್ಯವಸ್ಥೆಯಲ್ಲಿ ಮುಂದಕ್ಕೆ ಸಾಗಲು ಸಹಾಯ ಮಾಡುತ್ತದೆ, ಅದರಿಂದ ಕಲಿಯಲು, ಇನ್ನಷ್ಟು ಸಶಕ್ತವಾಗಲು, ನಿಮ್ಮಲ್ಲೇ ಸ್ವತಃ ಬೆಸೆದುಕೊಳ್ಳಲು, ನಿಮ್ಮ ಬದುಕಿನಲ್ಲಿ ನೀವು ಯಾವುದಕ್ಕೆ ಅರ್ಹರೋ ಅತ್ತ ಹೆಜ್ಜೆಯಿಡಲು ಸಹಕರಿಸುತ್ತದೆ. ಆದರೆ, ಈ ಮೊದಲ ಭಾಗದಲ್ಲಿ ನೀವು ಅನುಭವಿಸಬೇಕಾದ್ದು ಇದ್ದೇ ಇರುತ್ತದೆ. *ಲೆಟ್ ಮಿ.*

ಲೆಟ್ ಮಿ, ವೇದನೆ ಅನುಭವಿಸುವೆ. ದಿನಗಟ್ಟಲೆ ನನ್ನ ಹಾಸಿಗೆಯಲ್ಲಿ ಅಳುತ್ತಿರುತ್ತೇನೆ, *ಲೆಟ್ ಮಿ.* ಅದು ಹೇಗೆ ಕೊನೆಗೊಂಡಿತು ಎಂಬ ಕಥೆಯನ್ನು ಮೇಲಿಂದ ಮೇಲೆ ಹೇಳುತ್ತಿರುತ್ತೇನೆ, *ಲೆಟ್ ಮಿ.* ಪ್ರತಿರೋಧವನ್ನು ಸೂಚಿಸುತ್ತೇನೆ, *ಲೆಟ್ ಮಿ.* ಖಿನ್ನತೆಯ ಸ್ಥಿತಿಯಲ್ಲಿರುತ್ತೇನೆ, *ಲೆಟ್ ಮಿ.*

ಇವೆಲ್ಲ ಬೇಸರದ ವಿಷಯಗಳು ಮಾನಸಿಕವಾಗಿ ನಡೆದೇ ಇದ್ದಿರುತ್ತವೆ. ಎಲ್ಲವೂ ಮುಕ್ತಾಯಗೊಂಡಾಗ ನೀವು ಕಟ್ಟಕಡೆಗೆ ಬೇರ್ಪಡುವುದಕ್ಕೆ ಸಿದ್ಧರಾಗುವಿರಿ ಎಂಬುದು ಖಾತ್ರಿಯಾಗಿಸಿಕೊಳ್ಳಬಹುದು. ನಿಮ್ಮ ಬದುಕನ್ನು ಕಟ್ಟಿಕೊಂಡು ಮುಂದಕ್ಕೆ ಸಾಗಬಹದು.

ನಿಮ್ಮ ವಿಚ್ಛೇದನದಿಂದ ಆರೋಗ್ಯಕರವಾಗಿ ನೀವು ಹೇಗೆ ಸುಧಾರಿಸಿಕೊಳ್ಳಬಹುದೆಂಬುದಕ್ಕೆ ಇಲ್ಲಿ ಕೆಲವು ಟಿಪ್ಪಣಿಗಳನ್ನು ನೀಡಲಾಗುತ್ತಿದೆ– ಅದು ಗುಣಮುಖರಾಗುವ ಸಮಯವಲ್ಲವಲ್ಲ. ಆ ಸಮಯದಲ್ಲಿ ನೀವು ಏನನ್ನು ಅನುಭವಿಸುತ್ತೀರೋ ಅದರ ಮೂಲಕ ಪರಿಕ್ರಮಿಸುವ ಸಮಯವಾಗಿರುತ್ತದೆ ಅದು:

1. ಪರಿಸರದ ಎಲ್ಲಾ ಪ್ರಚೋದಕಗಳನ್ನು ನೀಗಿಸಿ

ಟ್ರಿಂಕೆಟ್ಸ್‌ಗಳನ್ನು, ಷರ್ಟುಗಳನ್ನು, ಚಿತ್ರಗಳನ್ನು- ನಿಮ್ಮ ಕಣ್ಣಿಗೆ ಬೀಳದಂತೆ ಮಾಡಿ. ಈ ವ್ಯಕ್ತಿಯ ವಿಷಯಗಳು ನಿಮ್ಮ ಶರೀರ ಮತ್ತು ಮನಸ್ಸಿನಲ್ಲಿ ಎಷ್ಟೊಂದು ಅಚ್ಚೊತ್ತಿರುತ್ತದೆ ಎಂದರೆ, ಅವುಗಳು ನಿಮ್ಮನ್ನು ಮುಂದಕ್ಕೆ ಸಾಗಲು ತಡೆಯಾಗುತ್ತವೆ. ನೀವು ಅವನ್ನು ಸುಟ್ಟುಹಾಕುವ ಪ್ರಮೇಯವಿಲ್ಲ. ನೀವು ಅವನ್ನೆಲ್ಲ ಒಂದು ಬಾಕ್ಸ್‌ನಲ್ಲಿ ಹಾಕಿ ಒತ್ತಟ್ಟಿಗೆ ಇರಿಸಿ, ನಂತರ ಭಾವನಾತ್ಮಕ ಸಂಬಂಧಗಳು ಇಳಿಮುಖವಾದಾಗ ಸಮಯವಿದ್ದಾಗ ಅವನ್ನು ಮತ್ತೆ ನೋಡಬಹುದು.

2. ನಿಮ್ಮ ಬೆಡ್‌ರೂಮ್‌ನ್ನು ಹೊಸದಾಗಿ ಸಿದ್ಧಪಡಿಸಿ.

ಬೆಡ್‌ರೂಮ್‌ನಲ್ಲಿ ನೀವು ಸಾಕಷ್ಟು ಸಮಯವನ್ನು ಕಳೆದಿರುತ್ತೀರಿ. ಬೆಡ್‌ರೂಮಿಗೆ ನವೀನ ಆಯಾಮ ನೀಡುವ ಮೂಲಕ ನೀವು ನಿಜಕ್ಕೂ ಹೊಸ ಪ್ರಾರಂಭದಲ್ಲಿದ್ದೀರಿ ಎಂದು ರುಜುವಾಗುತ್ತದೆ. ಗೋಡೆಗಳ ಬಣ್ಣ ಬದಲಾಯಿಸಿ ಅಥವಾ ವಾಲ್‌ಪೇಪರ್‌ನ್ನು ಬದಲಿಸಿ. ನಿಮ್ಮ ಪೀಠೋಪಕರಣಗಳನ್ನು ಹೊರಗಿಡಿ. ಅದು ನಿಜಕ್ಕೂ ಒಳ್ಳೆಯ ನಡೆಯಾಗುತ್ತದೆ.

3. ನಿಮ್ಮ ಫ್ರೆಂಡ್ಸ್, ಸಂಬಂಧಿಗಳು, ಆಪ್ತವಲಯುದವರನ್ನು ಹಾಗೂ ಸಹೋದ್ಯೋಗಿಗಳನ್ನು ಸಂಪರ್ಕದಲ್ಲಿ ಇರಿಸಿಕೊಳ್ಳಿ.

ಆ ವ್ಯಕ್ತಿಯ ಕಾರಣದಿಂದ ಅಲ್ಲೊಂದು ನಿರ್ವಾತ ಪ್ರದೇಶ ಉತ್ಪನ್ನವಾಗಿರುತ್ತದೆ, ಅದನ್ನು ನೀವು ತುಂಬಬೇಕಿರುತ್ತದೆ. ನಿಮಗೆ ಬೆಂಬಲ ಬೇಕಿರುತ್ತದೆ, ಆದ್ದರಿಂದ ಅದನ್ನು ಕೇಳಿಕೊಳ್ಳಿ. ಆ ಬಗ್ಗೆ ಯಾವುದೇ ಮುಜುಗರ ಬೇಡ. ಪ್ರತಿಯೊಬ್ಬರೂ ಅಂತಹ ಬ್ರೇಕ್-ಅಪ್‌ನ್ನು ಒಂದಲ್ಲ ಒಂದು ಹಂತದಲ್ಲಿ ಅನುಭವಿಸಿರುತ್ತಾರೆ. ಮುಂದಿನ ಕೆಲವು ತಿಂಗಳ ಕಾಲ ಮಿತ್ರವರ್ಗದವರನ್ನು ನಿಮ್ಮ ಮನೆಗೆ ಆಹ್ವಾನಿಸಿ, ಡಿನ್ನರ್ ಆಯೋಜಿಸಿ, ಒಂದು ವಾಕ್ ಹೋಗೋಣವೆನ್ನಿ, ಮನೆಯಿಂದ ಹೊರಗೆ ಹೋಗಲು ಕಾರಣ ಹುಡುಕಿ.

4. ನಿಮ್ಮ ಕ್ಯಾಲೆಂಡರ್‌ನ್ನು ಕಾರ್ಯಕ್ರಮಗಳಿಂದ ತುಂಬಿಸಿ.

ನಿಮ್ಮ ಪ್ರದೇಶದಲ್ಲಿನ ಕಾರ್ಯಕ್ರಮಗಳಿಗೆ ತಪ್ಪದೇ ಹೋಗಿ, ನಗರದಿಂದ ಹೊರಗಡೆಗೆ ತೆರಳಿ ಗೆಳೆಯರನ್ನು ಭೇಟಿ ಮಾಡಿ. ಗೆಳೆಯರ ಸಂಪರ್ಕದಲ್ಲಿದ್ದು, ಯಾವತ್ತೂ ಕ್ಯಾಲೆಂಡರ್ ಖಾಲಿಯಾಗಿರದಿರಲಿ. ಅಂದರೆ ನೀವು ವ್ಯಸ್ತರಾಗಿರುವಂತೆ ನೋಡಿಕೊಳ್ಳಿ. ವಿಚಲಿತರಾಗುವುದರಿಂದ ಮನಸ್ಸಿಗೆ ನೆಮ್ಮದಿ ಇರುತ್ತದೆ.

ವಿಚ್ಛೇದನಕ್ಕೆ ನಿಷ್ಕ್ರಿಯ ಮನಸ್ಸಿಗಿಂತ ಬೇರೇನೂ ಬೇಕಿಲ್ಲ. ನಿಮ್ಮ ಮನಸ್ಸು ವ್ಯಸ್ತವಾಗಿರದಿದ್ದರೆ ನೀವು ಅದರ ಕುರಿತೇ ಯೋಚಿಸುತ್ತಿರುವಿರಿ.

5. ಏನಾದರೂ ಪಂಥಾಹ್ವಾನವನ್ನು ಆಯ್ದುಕೊಳ್ಳಿ.

ಒಂದು ಪರ್ವತವನ್ನಾದರೂ ಹತ್ತಿ, ಅಥವಾ ಒಂದು ಟ್ರೈಯಥ್ಲಾನ್‌ನಲ್ಲಿ ಪಾಲ್ಗೊಳ್ಳಿ, ಯಾವುದೇ ಕ್ಲಾಸನ್ನು ಸೇರಿಕೊಳ್ಳಿ, ನಿಮಗೆ ಹಿಂದೆ ಸೇರಲು ಆಗದಿದ್ದಂತಹದ್ದು, ಅಥವಾ ಗಿಟಾರ್‌ನ್ನು ಅಭ್ಯಾಸ ಮಾಡಿ. ಇದು ಸರಿಯಾದ ಸಮಯ. ಈ ಪಂಥಾಹ್ವಾನಗಳನ್ನು ನೀವೇ ಆಯ್ದುಕೊಳ್ಳಿ ಯಾಕೆಂದರೆ ಮುಂದೆ ಇವುಗಳ ಬಗ್ಗೆ ನಿಮಗೇ ಹೆಮ್ಮೆ ಅನ್ನಿಸಬಹುದು. ಇದಕ್ಕೂ ಉತ್ತಮ ಭಾವನೆ ಬೇರೆ ಇರುವುದಿಲ್ಲ.

6. ಈ ಪ್ರಶ್ನೆಯನ್ನು ನಿಮ್ಮಷ್ಟಕ್ಕೆ ಕೇಳಿಕೊಂಡಿರಿ.

ನಿಮ್ಮ ಪ್ರೇಮದ ಬದುಕು ಇಷ್ಟರಲ್ಲೇ ಶುರುವಾಗುವುದಿದ್ದರೆ, ನಿಮ್ಮ ರಾತ್ರಿಗಳನ್ನು ಹೇಗೆ ಕಳೆಯುವಿರಿ ಮತ್ತು ನೀವು ಒಬ್ಬಂಟಿಯಾಗಿರುವುದರಿಂದ ನಿಮ್ಮ ವಾರಾಂತ್ಯಗಳನ್ನು ಹೇಗೆ ಕಳೆಯುವಿರಿ? ವಿಚ್ಛೇದನವನ್ನು ಅನುಭವಿಸುವ ಸಮಯದಲ್ಲಿ ಅತ್ಯಂತ ದೊಡ್ಡ ವ್ಯಾಕುಲವನ್ನು ನೀಡುವ ವಿಷಯವೆಂದರೆ ತಾವು ಇನ್ನು ಮುಂದೆ ಒಬ್ಬಂಟಿಗರಾಗಿಯೇ ಇರಬೇಕಾಗುತ್ತದೆ ಎಂದೂ, ಈವರೆಗೆ ಇದ್ದ ವ್ಯಕ್ತಿಗೂ ಉತ್ತಮ ವ್ಯಕ್ತಿ ಸಿಗಲಾರದೇನೋ ಎಂಬ ಭಾವನೆ ಬಂದಿರುತ್ತದೆ. ಅದು ಸತ್ಯವಲ್ಲ. ತಾನು ಒಬ್ಬಂಟಿಯಾಗಿರುವ ಸಮಯ ಹೇಗೆ ಕಳೆಯಲಿ ಎನ್ನುವ ಭಾವನೆಯೇ ನೀವು ಮುಂದೆ ನಿಮ್ಮ ಸಂಗಾತಿಯನ್ನು ಹುಡುಕುವ ಪ್ರಯತ್ನ ಮಾಡುತ್ತೀರಿ ಎಂಬ ಸಂಕೇತವದು.

ಇನ್ನೊಂದು ವಿಚಾರ: ಪ್ರತೀಕಾರದ ಆಹಾರ ಬೇಡ.

ಹೃದಯ ಬಿರಿದ ಸಮಯದಲ್ಲಿ ಆಹಾರ ಸೇವನೆಯಿಂದ ಬೊಜ್ಜು ಕರಗಿಸಿಕೊಳ್ಳುವ ಹುನ್ನಾರ ಎಂದರೆ ಅದೊಂದು ದೊಡ್ಡ ತಪ್ಪಾಗಿರುತ್ತದೆ. ಅಥವಾ ಜಿಮ್‌ಗೆ ಸೇರುವುದು, ತನ್ನನ್ನು ಆಕರ್ಷಕ ಮಾಡಿಕೊಳ್ಳಲು ಯತ್ನಿಸಿ ಆ ಹಿಂದಿನ ವ್ಯಕ್ತಿಯನ್ನೇ ಪಡೆಯಲು ಯತ್ನಿಸುವುದು ಇವನ್ನೆಲ್ಲ ಮಾಡಲು ಹೋಗಬೇಡಿ. ಹಾಗಿದ್ದಾಗ ನೀವು ಆ ಹಿಂದಿನವನನ್ನೇ ಮತ್ತೆ ಬೆನ್ನಟ್ಟಲು ಪ್ರಯತ್ನಿಸಿದ ಹಾಗಾಗುತ್ತದೆ. ಅದು ನಿಮ್ಮ ದೈನಂದಿನ ಪ್ರೇರಣೆಯ ವಸ್ತುವಾಗುವ ಸಾಧ್ಯತೆ ಇರುತ್ತದೆ.

ನೀವು ಜಿಮ್‌ಗೆ ಹೋಗಿ ನಿಮ್ಮ ಹಿಂದಿನ ಶರೀರವನ್ನು ಹೊಂದಲು ಪ್ರಯತ್ನಿಸುವಿರೋ ಅದು ಒಳ್ಳೆಯದೇ. ನೀವು ನಿಮ್ಮ ಆರೋಗ್ಯಕ್ಕೆ ಮೊದಲ ಪ್ರಾಶಸ್ತ್ಯವನ್ನು ನೀಡಲು ಬಯಸುವಿರೋ ಅದೂ ಅದ್ಭುತವೇ. ಅದನ್ನು ಅವರಿಗಾಗಿ ಮಾಡದಿರಿ. ನಿಮಗಾಗಿ ಮಾಡಿಕೊಳ್ಳಿ.

ಎಲ್ಲಕ್ಕೂ ಮಿಗಿಲಾಗಿ... ಅದಕ್ಕೆಲ್ಲಾ ಸಮಯ ಕೊಡಿ. ಸಮಯ ಎಲ್ಲಾ ವ್ರಣಗಳನ್ನು ಗುಣಪಡಿಸುವುದಿಲ್ಲ. ನೀವೇನು ಮಾಡುವಿರೋ ಅದನ್ನು ಸಮಯ ಮಾಡುತ್ತದೆ. ನೀವೆಷ್ಟೇ ವ್ಯಸ್ತರಾಗಿರಿ, ನೀವೆಷ್ಟೇ ಉತ್ತಮವಾಗಿ ಅನುಭವಿಸುತ್ತಿರಿ, ಸಮಯದ ಪ್ರಕ್ರಿಯೆ ಅದರಂತೆಯೇ ಸಾಗುತ್ತದೆ. ಅದಕ್ಕೆ ಬೇಕಾದ ಸಮಯ ತೆಗೆದುಕೊಳ್ಳಲಿ... ಯಾಕೆಂದರೆ ಅದಕ್ಕೆ ಸಮಯ ಬೇಕಾಗುತ್ತದೆ. ಸಾಮಾನ್ಯವಾಗಿ ಅದಕ್ಕೆ ಸಾಕಷ್ಟು ಸಮಯ ಬೇಕಾಗುತ್ತದೆ. ನೀವು ಪ್ರತಿ ದಿನ ಎದ್ದಾಗ, ತುಸು ಸುಧಾರಿಸಿದ್ದೀರಿ ಅಂತಂದುಕೊಂಡರೆ ನಿಜಕ್ಕೂ ನೀವು ಸುಧಾರಿಸಿಯೇ ಇರುತ್ತೀರಿ.

ನೀವೇ ನಿಮ್ಮ ಬದುಕಿನ ಪ್ರೀತಿ

ನೀವು ಅದಾಗಲೇ ಪ್ರೇಮದ ಸವಾಲುಗಳನ್ನು ಎದುರಿಸಿದ್ದೀರಿ, ನಿಮಗೆ ಹೃದಯದಲ್ಲಿ ವೇದನೆಯಾಗಿದೆ, ಎಲ್ಲವೂ ಸಂಭವಿಸಿದ ಬಳಿಕ ಒಂದು ಮೂಲಭೂತವಾದ ಸತ್ಯವನ್ನು ಗುರುತಿಸಿ: ಒಂದು ಸಂಬಂಧ ನಿಮ್ಮನ್ನು ಪ್ರೀತಿಗೆ ಪಾತ್ರರಾಗುವಂತೆ ಮಾಡುವುದಿಲ್ಲ. ನಿಮ್ಮ ಅಸ್ತಿತ್ವ ಅದನ್ನು ಮಾಡುತ್ತದೆ. ನಿಮ್ಮ ಬದುಕಿನ ಪೂರ್ತಿ ಸಮಯವನ್ನು ಹುಟ್ಟಿದಾರಭ್ಯದಿಂದ ನೀವು ಕಳೆಯುತ್ತೀರೆಂದರೆ ಅದು ಒಬ್ಬರೊಂದಿಗೆ ಮಾತ್ರ, ಅದುವೇ: ನೀವು. ನೀವೊಬ್ಬರೇ ನಿಮ್ಮ ಬದುಕಿನ ಏಕೈಕ ಪ್ರೀತಿ.

ಈ ಪುಸ್ತಕದಾದ್ಯಂತ ನಾವು ಜನರ ಜೊತೆಗಿನ ಸಂಬಂಧಗಳ ಬಗ್ಗೆಯೇ ಮಾತಾಡಿದ್ದೇವೆ. ಹಾಗೆಯೇ ಇನ್ನೊಬ್ಬರಿಗೆ ಸಮಸ್ಯೆಯಾಗದಿರುವಂತೆ ನೋಡಿಕೊಳ್ಳುವುದು ಹೇಗೆ, ನಿಮ್ಮ ಸಂಬಂಧ ಅತ್ಯಂತ ಅರ್ಥಪೂರ್ಣವಾಗಿ, ಹರ್ಷದಾಯಕವನ್ನಾಗಿ ಮಾಡಿಕೊಳ್ಳುವುದು ಹೇಗೆ ಎಂಬುದನ್ನೆಲ್ಲ ಚರ್ಚಿಸಿದ್ದೇವೆ. ಇದರಲ್ಲಿ ಒಂದು ಸಂಬಂಧ ನಿಮ್ಮನ್ನು ಚುಚ್ಚುತ್ತಲೇ ಇರುತ್ತದೆ ಅದೆಂದರೆ ನಿಮ್ಮದೇ.

ನೀವು ಒಂಟಿಯಾಗಿರಿ, ಮದುವೆಯಾಗಿರಲಿ, ಡೇಟಿಂಗ್‌ನಲ್ಲಿರಿ, ಅಥವಾ ಹೃದಯ ಬಿರಿತದಿಂದ ಗುಣಮುಖರಾಗುವ ಹಂತದಲ್ಲಿರಿ, ಅದ್ಭುತವಾದ ಸಂಬಂಧವನ್ನು ಸೃಷ್ಟಿಸುವ ಶಕ್ತಿ ನಿಮ್ಮಲ್ಲಿರುತ್ತದೆ. ಮಾನವ ಪ್ರತಿಕ್ರಿಯೆಗಳನ್ನು ಹೇಗೆ ಸರಾಗವಾಗಿ ಸಾಗುವಂತೆ ಅನುವುಮಾಡಿ ಕೊಡಬಹುದೆಂಬುದನ್ನು ಲೆಟ್ ದೆಮ್ ಸಿದ್ಧಾಂತ ನಿಮಗೆ ಕಲಿಸಿದೆ. ನೀವು ಹೇಗೆ ನಿಮ್ಮ ಶಕ್ತಿಯನ್ನು ಮರಳಿ ಪಡೆಯಬಹುದೆಂಬುದನ್ನೂ ಅದು ನಿಮಗೆ ಕಲಿಸಿದೆ. ಆದರೆ ಈಗ, ನೀವು ಕಲಿತದ್ದನ್ನೆಲ್ಲ ಒಂದೇ ಒಂದು ವಿಷಯಕ್ಕೆ ಅನ್ವಯವಾಗುವಂತೆ ಹೊಂದಿಸಬೇಕಿದೆ: ಅದು ನಿಮ್ಮ ಜೊತೆಗೇ ಇರುವಂತಹ ಸಂಬಂಧ.

ಲೆಟ್ ದೆಮ್ ಅವರಷ್ಟಕ್ಕೇ ಇರಲಿ, ಆದ್ದರಿಂದ ನೀವು ಅಂತಿಮವಾಗಿ *ಲೆಟ್ ಮಿ* ಎನ್ನುತ್ತ ನಿಮ್ಮಷ್ಟಕ್ಕೇ ಇರುವುದು ಹೇಗೆನ್ನುತ್ತೀರಿ?

ಅನ್ಯ ವ್ಯಕ್ತಿಗಳು ನಿಮ್ಮ ಹರ್ಷಕ್ಕೆ ಅತ್ಯಂತ ಪ್ರಬಲವಾದ ಸಂಪನ್ಮೂಲವಾಗಿರಬಹುದು, ನಿಮ್ಮ ಉತ್ತಮ ಆರೋಗ್ಯಕ್ಕೆ ಕಾರಣವಾಗಿರಬಹುದು, ನಿಮಗೆ ಆಸರೆಯಾಗಿರಬಹುದು, ನಿಮ್ಮ ಪ್ರೀತಿಯಾಗಿರಬಹುದು, ಮತ್ತು ನಿಮ್ಮ ಸಂಪರ್ಕ ಸಾಧನವಾಗಿರಬಹುದು. ನೀವು ಅದಕ್ಕೆಲ್ಲ ಮತ್ತು ಅದಕ್ಕೂ ಹೆಚ್ಚಿನದಕ್ಕೆ ಅರ್ಹರಾಗಿರುತ್ತೀರಿ. ನಿಮ್ಮನ್ನು ಉತ್ತುಂಗಕ್ಕೆ ಒಯ್ಯುವ ಸಂಬಂಧಗಳಿಗೂ ನೀವು ಅರ್ಹರಾಗಿರುತ್ತೀರಿ. ಅದರಿಂದ ನಿಮ್ಮ ಬಗ್ಗೆ ನಿಮಗಿರುವ ಗೌರವವೂ ಹೆಚ್ಚುತ್ತದೆ. ಆದರೆ ಇಲ್ಲೊಂದು ಮುಖ್ಯ ಅಂಶವನ್ನು ಗಮನಿಸಬೇಕು: ಇಲ್ಲಿನ ಯಾವುದೇ ಸಂಬಂಧಗಳು ನೀವು ಹೇಗೆ ನಿಮ್ಮನ್ನು ನೀವೇ ಪರಿಗಣಿಸುತ್ತೀರಿ ಎಂಬುದನ್ನು ಅವಲಂಬಿಸಿರುತ್ತದೆ. ನೀವು ನಿಮ್ಮದೇ ಪರಿಧಿಗಳನ್ನು ಗೌರವಿಸುತ್ತೀರಾ? ನೀವು ನಿಮಗೆ ತೋರಿಸುತ್ತಿರುವ ಕರುಣೆ ಮತ್ತು ಕನಿಕರವನ್ನು ನೀವು ಪ್ರೀತಿಸುವವರಿಗೂ ತೋರಿಸುತ್ತಿರುವಿರಾ? ನೀವು ನಿಮ್ಮ ಕನಸುಗಳನ್ನು ಸಾಕಾರಗೊಳಿಸಲು ಇನ್ನೊಬ್ಬರ ಅಂಗೀಕಾರಕ್ಕಾಗಿ ಕಾಯುವಿರಾ?

ನಿಮ್ಮ ಜೊತೆಗೆ ಸದಾ ಇದ್ದು ನಿಮ್ಮ ಮಿಕ್ಕುಳಿದ ಬದುಕನ್ನು ಕಳೆಯಲು ಬದ್ಧರಾಗಿರುವವರೆಂದರೆ ನೀವೊಬ್ಬರೇ. ಇದೊಂದು ಕ್ಲೀಷೆಯಲ್ಲ. ಇದು ವಾಸ್ತವವೇ. ಹಾಗಿದ್ದರೆ ನೀವು ನಿಮ್ಮ ಜೊತೆಗೆ ಯಾವ ಬಗೆಯ ಸಂಬಂಧವನ್ನು ಬಯಸುತ್ತೀರಿ? ನೀವು ನಿಮ್ಮನ್ನು ಅತಿಮಾನುಷ ರೀತಿಯಲ್ಲಿ ಪ್ರೀತಿಸಲು ನಾನೇನೂ ಬಯಸುವುದಿಲ್ಲ. ಆದರೆ ನಿಮಗೊಂದು ಆಯ್ಕೆ ಇದೆಯೆಂದು ನಾನು ಹೇಳುತ್ತಿದ್ದೇನೆ– ನಿಮ್ಮ ಅಗತ್ಯಗಳಿಗೆ, ನಿಮ್ಮ ಆಸೆಗಳಿಗೆ ಮತ್ತು ನಿಮ್ಮ ಹರ್ಷಕ್ಕೆ ನೀವೇ ಆದ್ಯತೆ ನೀಡುವ ಆಯ್ಕೆ ನಿಮಗೆ ಸೇರಿರುತ್ತದೆ.

ಇದೇನು ನೀವು ನಿಮ್ಮಷ್ಟಕ್ಕೇ ಸ್ವಯಂ–ಕೇಂದ್ರಿತವಾಗಿ ಮಿಕ್ಕವರನ್ನು ಹೊರಗಟ್ಟಬೇಕೆಂದು ನಾನು ಹೇಳುವುದಲ್ಲ. ನಿಮಗೆ ನೀವು ಕೊಡಬೇಕಾದ ಪ್ರೀತಿ, ಗೌರವ, ಮತ್ತು ನಿಗಾ ಎಷ್ಟಿರಬೇಕೆಂದೂ ಅದು ಇನ್ನೊಬ್ಬರಿಗೆ ಮಾದರಿಯಾಗಿರಲಿ ಎನ್ನುವುದೇ ನನ್ನ ಉದ್ಧೇಶ. ನೀವು ನಿಮ್ಮಷ್ಟಕ್ಕೇ ಗೌರವ ನೀಡುವ ಪರಿಯನ್ನು ಜಗತ್ತಿಗೆ ಜಗಜ್ಜಾಹೀರು ಮಾಡಿದಾಗ, ನೀವು ಹೇಗೆ ಗೌರವಿಸಲ್ಪಡಬೇಕೆಂಬ ಸಂದೇಶವನ್ನು ಜಗತ್ತಿಗೆ ನೀಡಿ, ನೀವು ಯಾವ ಬಗೆಯ ಸಂಬಂಧವನ್ನು ಆಗ್ರಹಿಸುತ್ತೀರಿ ಎಂಬುದನ್ನು ತಿಳಿಸಿದಂತಾಗುತ್ತದೆ.

ನೀವು ಸಂತೋಷವಾಗಿರಲು, ನಿಮ್ಮ ಹವ್ಯಾಸಗಳಲ್ಲಿ ತೊಡಗಿಸಿಕೊಳ್ಳಲು, ನೀವು ಕಂಡಿರುವ ಕನಸಿನ ಪ್ರಕಾರ ನಿಮ್ಮ ಬದುಕನ್ನು ಜೀವಿಸಲು ಇನ್ನೊಬ್ಬರ ಪರವಾನಗಿ ನಿಮಗೆ ಬೇಕಿರುವುದಿಲ್ಲ. ಒಂದೇ ಪರವಾನಗಿ ನಿಮಗೆ ಬೇಕಿರುವುದೆಂದರೆ ಅದು ನಿಮ್ಮದೇ. ನಿಮಗೇನು ಬೇಕೋ ಅದಕ್ಕಾಗಿ ಯಾಚಿಸುತ್ತ ನೀವು ಬಹಳಷ್ಟು ಸಮಯವನ್ನು ಕಳೆದಿದ್ದೀರಿ–ಅದು ಪ್ರೀತಿಯಾಗಿರಲಿ, ಸ್ವೀಕೃತಿಯಾಗಿರಲಿ ಅಥವಾ ಅಂಗೀಕಾರವಿರಲಿ. ಆದರೆ ನಿಜವೆಂದರೆ, ಪ್ರತಿಯೊಂದೂ ಅದೇನನ್ನು ನೀವು ನಿರೀಕ್ಷಿಸುವಿರೋ ಅದು ನಿಮ್ಮಿಂದಲೇ ಶುರುವಾಗುತ್ತದೆ. ಲೆಟ್ ದೆಮ್ ಸಿದ್ಧಾಂತ ಕೇವಲ ನಿಮ್ಮ ಸಂಬಂಧಗಳನ್ನು ಕುದುರಿಸಲು ಬೇಕಿರುವ ಒಂದು ಚುಕ್ಕಾಣಿ ಮಾತ್ರವೇ; ಅದು ನಿಮ್ಮನ್ನು ಹೇಗೆ ಪ್ರೀತಿಯಿಂದ, ಗೌರವದಿಂದ, ಮತ್ತು ಕರುಣೆಯಿಂದ ನಿಮಗರ್ಹವಾದ ರೀತಿಯಲ್ಲಿ ನಡೆಸಿಕೊಳ್ಳಬೇಕೆಂಬುದಕ್ಕೆ ಒಂದು ಮಾರ್ಗದರ್ಶಿಯಷ್ಟೇ.

ಅವರು ಹೇಗಿದ್ದಾರೋ ಹಾಗೆಯೇ ಇರಲಿ, *ಲೆಟ್ ದೇಮ್*. ಆದರೆ ಹೆಚ್ಚು ಮುಖ್ಯವಾಗಿ ನೀವು ನಿಜವಾಗಿ ಹೇಗಿದ್ದೀರಿ ಹಾಗೆಯೇ ಇರಬೇಕು.

ನನ್ನ ಸಂತೋಷದ ಆದ್ಯತೆಗಳು ನನ್ನವೇ ಇರಲಿ, *ಲೆಟ್* ಮಿ.

ನನ್ನ ಕನಸುಗಳನ್ನು ನನ್ನದೇ ಭಾವತೀವ್ರತೆಯೊಂದಿಗೆ ಸಾಕಾರಗೊಳಿಸಲಿ, *ಲೆಟ್* ಮಿ.

ನನ್ನ ಶಾಂತಿಯನ್ನು ಕಾಪಾಡುವ ಪರಿಧಿಗಳನ್ನು ಹಾಕಿಕೊಳ್ಳುವೆ, *ಲೆಟ್* ಮಿ.

ನನ್ನನ್ನು ಪ್ರೇರಿಸುವ, ಬೆಳೆಸುವ ಸಂಬಂಧಗಳನ್ನು ಆಯ್ದುಕೊಳ್ಳಯುವೆ, *ಲೆಟ್* ಮಿ.

ಇನ್ನು ಮುಂದೆ ನಿರ್ವಹಿಸಲು ಅಸಾಧ್ಯವೆನಿಸಿದಾಗ, ಅಲ್ಲಿಂದ ಕಾಲ್ತೆಗೆಯುವೆ, *ಲೆಟ್* ಮಿ.

ಇದೇನು ಸರಿಯಾದ ಗೆಳೆಯ, ಸರಿಯಾದ ಸಂಗಾತಿ ಅಥವಾ ಸರಿಯಾದ ಅವಕಾಶಕ್ಕಾಗಿ ಕಾದುಕೂರುವ ಪ್ರವೃತ್ತಿಯಲ್ಲ. ಇದು ನಿಮ್ಮಲ್ಲಿರುವ ಹರ್ಷವನ್ನು, ನಿಮ್ಮ ಪರಿಪೂರ್ಣತೆಯನ್ನು ಮತ್ತು ನಿಮ್ಮ ಸಂತೋಷದ ಮೂಲವನ್ನು ಗುರುತಿಸುವ ಪ್ರಕ್ರಿಯೆ. ನೀವಿದನ್ನು ಆತುಕೊಂಡಾಗ, ಮಿಕ್ಕಿದ್ದೆಲ್ಲ ತನ್ನಿಂದ ತಾನೇ ಸರಿಹೊಂದಲು ತೊಡಗುತ್ತವೆ. ಆದ್ದರಿಂದ, ನೀವು ಪುಟವನ್ನು ತಿರುಗಿಸುತ್ತ ಮುಂದುವರಿದ ಹಾಗೆ, ಇದನ್ನು ನೆನಪಿಡಿ: ನೀವೇ ನಿಮ್ಮ ಬದುಕಿನ ಏಕೈಕ ಪ್ರೀತಿ. ಮತ್ತೆ ನೀವೇನು ಬದುಕನ್ನು ಆಯ್ದುಕೊಳ್ಳಲು ಬಯಸುವಿರೋ–ಅರ್ಥಪೂರ್ಣ ಸಂಬಂಧಗಳೊಂದಿಗೆ, ಸಂತೋಷದೊಂದಿಗೆ ಮತ್ತು ಪರಿಪೂರ್ಣತೆಯೊಂದಿಗೆ–ನೀವು ನಿಮ್ಮ ಬದುಕನ್ನು ಆಯ್ಕೆ ಮಾಡಿಕೊಳ್ಳುವುದರೊಂದಿಗೆ ಶುರುವಾಗುತ್ತದೆ. *ಲೆಟ್* ಮಿ.

ಈಗ, ಇಲ್ಲಿಗೆ ಇದನ್ನು ಮುಗಿಸಿ ಮತ್ತು ನಾವೀವರೆಗೆ ಸಾಗಿದ ಅದ್ಭುತ ಪಯಣದ ಒಂದು ವಿಹಂಗಮ ನೋಟವನ್ನು ನೋಡೋಣ. ನೀವು ದೊಡ್ಡವರಾಗಿದ್ದೀರಿ, ಬದುಕನ್ನು ಸೃಷ್ಟಿಸುವ ಶಕ್ತಿ ನಿಮ್ಮಲ್ಲೇ ಇದೆ ಎಂಬುದನ್ನು ಕಲಿತಿದ್ದೀರಿ, ಅಂತೆಯೇ ನಿಮಗೆ ಅರ್ಹವಾದ ಪ್ರೀತಿ ನಿಮ್ಮಲ್ಲೇ ಹುದುಗಿದೆ ಎಂಬುದನ್ನೆಲ್ಲ ನೀವು ಕಲಿತ್ತಿದ್ದೀರಿ. ಹೇಗೆ ನೀವು ಅತ್ಯುತ್ತಮವಾಗಿ ಪ್ರದರ್ಶಿಸಿಕೊಳ್ಳಬೇಕು ಮತ್ತು ನಿಮಗೆ ಅರ್ಹವಾದ ಪ್ರೀತಿಯನ್ನು ಹೇಗೆ ಆಯ್ದುಕೊಳ್ಳಬೇಕೆಂದೂ ಕಲಿತಿದ್ದೀರಿ.

ಈ ದಿನದವರೆಗೆ ನೀವು ಅರ್ಹರಾಗಿರುವುದಕ್ಕಿಂತ ಕಡಿಮೆ ಮಟ್ಟದ ಪ್ರೀತಿಯನ್ನು ಸ್ವೀಕರಿಸುತ್ತಿದ್ದಿರಿ. ನಿಮ್ಮ ಮೌಲ್ಯವನ್ನು ಕಂಡುಕೊಳ್ಳಲು ಲೆಟ್ ದೇಮ್ ಸಿದ್ಧಾಂತ ನಿಮಗೆ ಶಕ್ತಿಯನ್ನು ನೀಡಿದೆ, ನಿಮ್ಮನ್ನು ಚೆನ್ನಾಗಿ ನಡೆಸಿಕೊಳ್ಳದವರನ್ನು ಬಿಟ್ಟುಬಿಡಿ, ಮತ್ತು ಯಾರು ನಿಮ್ಮಲ್ಲಿನ ನಿಜವಾದ ಅರ್ಹತೆಯನ್ನು ಗುರುತಿಸಿದ್ದಾರೋ ಅವರ ಮೇಲೆ ಗಮನ ಕೇಂದ್ರೀಕರಿಸಿ.

1. **ಸಮಸ್ಯೆ:** ನೀವೆಷ್ಟು ಅರ್ಹರಿದ್ದೀರೋ, ಅದಕ್ಕೂ ಕಡಿಮೆ ಪ್ರೀತಿಯನ್ನು ನೀವು ಸ್ವೀಕರಿಸುತ್ತಿದ್ದಿರಿ. ಯಾರು ಬದ್ಧರಾಗಲು ಹಿಂದೇಟು ಹಾಕುವರೋ, ಯಾರು ನಿಮ್ಮ ಪ್ರೀತಿಗೆ ಉತ್ತರವಾಗಿ ಹಿಂದಿರುಗಿ ಪ್ರೀತಿಸುವುದಿಲ್ಲವೋ, ಅಥವಾ ಯಾರು

ನಿಮ್ಮನ್ನು ನಿರಾಕರಿಸುತ್ತ ಬಂದಿರುವವರೋ, ಅಂಥವರನ್ನು ನೀವು ಬೆನ್ನಟ್ಟುವ ಪ್ರಕ್ರಿಯೆಯಲ್ಲಿ ತೊಡಗಿದ್ದಿರಿ. ನಿಮ್ಮ ಸಂಬಂಧದಲ್ಲಿನ ಹಕ್ಕನ್ನು ಅನ್ಯರು ಹಿಡಿದಿಟ್ಟುಕೊಳ್ಳಲು ಆಗುವುದಿಲ್ಲ, ಅದು ನಿಮಗೆ ಮಾತ್ರ ಸಾಧ್ಯ. ನೀವು ವಿಭಿನ್ನವಾಗಿ ತೋರಿಸಿಕೊಳ್ಳುವ ಸಮಯ ಇದೀಗ ಸನ್ನಿಹಿತವಾಗಿದೆ.

2. **ಸತ್ಯಾಂಶ:** ಸಂಬಂಧಗಳನ್ನು ಕುದುರಿಸುವುದೆಂದರೆ ಯಾರು ಹೇಗಿದ್ದರೋ ಹಾಗೆಯೇ ಅವರನ್ನು ಪ್ರೀತಿಸುವುದೇ ಹೊರತು, ನಿಮಗೆ ಅವರು ಹೇಗೆ ಇರಬೇಕೋ ಹಾಗೆ ಪ್ರೀತಿಸುವುದಲ್ಲ. ಡೇಟಿಂಗ್‌ನಲ್ಲಿ ಅವರು ಹೇಗಿದ್ದಾರೆ ಎನ್ನುವುದನ್ನು ತಮ್ಮ ಸ್ವಭಾವದ ಮೂಲಕ ವ್ಯಕ್ತಪಡಿಸುವ ಸಾಧ್ಯತೆಯಿರುತ್ತದೆ. ಸಂಬಂಧಗಳಲ್ಲಿ ಅವರು ಹೇಗಿದ್ದಾರೋ ಹಾಗೆಯೇ ಸ್ವೀಕರಿಸುವುದು ಅವರು ಹೇಗಿರಬೇಕು ಎಂದು ಅವರಿಗೆ ಹಿಂಸೆಕೊಟ್ಟು ಮಾರ್ಪಡಿಸಿಕೊಳ್ಳುವುದಲ್ಲ. ಅಂತಹ ಸಂದರ್ಭಗಳಲ್ಲಿ ನಿಮ್ಮಲ್ಲಿ ಒರಟಾದ ಸಂಭಾಷಣೆಗಳು, ಕಠಿಣವಾದ ನಿರ್ಧಾರಗಳು, ಸಂಭವಿಸುವ ಸಂದರ್ಭಗಳಿರುತ್ತವೆ.

3. **ಪರಿಹಾರ:** ಲೆಟ್ ದೆಮ್ ಸಿದ್ಧಾಂತವನ್ನು ಉಪಯೋಗಿಸಿ ಪ್ರೀತಿಸುವ ಸಂಬಂಧವನ್ನು ಸೃಷ್ಟಿಸುವುದು ನಿಮ್ಮ ಜವಾಬ್ದಾರಿಯಾಗಿರುತ್ತದೆ, ಮತ್ತು ಜನರನ್ನು ಸ್ವೀಕರಿಸುವುದು ಅವರು ಹೇಗಿದ್ದಾರೋ ಹಾಗೆಯೇ ಸ್ವೀಕರಿಸುವುದು ಮತ್ತು ನಿಮಗೆ ಹೇಗೆ ಬೇಕೋ ಹಾಗೆಯೇ ನೀವು ಪ್ರದರ್ಶಿಸಿಕೊಳ್ಳುವುದು ಇರುತ್ತವೆ. ಆಮೇಲೆ ನೀವು ನಿಮ್ಮನ್ನು ನಿಮ್ಮ ಅರ್ಹತೆಗೆ ತಕ್ಕಂತೆ ಆಕರ್ಷಕವಾಗಿ ತೆರೆದುಕೊಳ್ಳುವುದನ್ನು ಮಾಡುವಿರಿ. ನಿಮ್ಮ ಪ್ರಸ್ತುತ ಸಂಬಂಧದಲ್ಲಿ ನೀವು ವಿಭಿನ್ನವಾಗಿ ತೋರ್ಪಡಿಸಿಕೊಂಡರೆ ಪ್ರೀತಿ ಇನ್ನಷ್ಟು ಗಾಢವಾಗುವುದಕ್ಕೆ ಸಾಧ್ಯ. ನಿಮ್ಮ ರೂಪಾಂತರಕ್ಕೆ ಹಾರ್ದಿಕ ಸ್ವಾಗತ.

ನೀವು *ಲೆಟ್ ದೆಮ್* ಎನ್ನುವಾಗ, ನೀವು ಅವರನ್ನು ಇದ್ದ ಹಾಗೆಯೇ ಸ್ವೀಕರಿಸುತ್ತೀರಿ ಎಂದರ್ಥ, ಮತ್ತು ನೀವು ಅವರ ಸ್ವಭಾವವನ್ನು ನಿಜವೆಂದೇ ಭಾವಿಸುತ್ತೀರಿ. ನೀವು *ಲೆಟ್ ಮಿ* ಎನ್ನುವಾಗ, ಪ್ರೀತಿ ಹೇಗೆ ನಿಮ್ಮ ಬದುಕಿನಲ್ಲಿ ಅರಳಿಕೊಳ್ಳುತ್ತದೆ ಎಂಬುದನ್ನು ಆಯ್ದುಕೊಳ್ಳುವಿರಿ.

ಪ್ರೀತಿಯ ಹಿಂದೆ ಓಡದಿರಿ ಮತ್ತು ಅದನ್ನು ಆಯ್ದುಕೊಳ್ಳಲು ಶುರು ಮಾಡಿ.

ಮುಕ್ತಾಯ

ನಿಮ್ಮ ಲೆಟ್ ಮಿ ಯುಗ ಇಲ್ಲಿದೆ

ಈ ಪುಸ್ತಕದಲ್ಲಿ ನಾನು ಮತ್ತು ನೀವು ಬಹಳಷ್ಟು ಅನ್ಯರ ಕುರಿತಂತೆ ಮಾತಾಡುತ್ತ ಕಳೆದಿದ್ದೇವೆ. ಅವರ ಅಭಿಪ್ರಾಯಗಳು, ಅವರ ಭಾವನೆಗಳು, ಮತ್ತು ಅವರ ಕಾರ್ಯಗಳು, ಕೋಪ, ಹತಾಶೆ, ಸಿಡುಕು, ಅಥವಾ ನಿಮ್ಮನ್ನು ನಿರಾಶೆಗೆ ತಳ್ಳಿದ ಸಂಭವಗಳನ್ನು. ನಿಜವೆಂದರೆ ಈ ಪುಸ್ತಕ ಅನ್ಯರ ಕುರಿತಾದುದಲ್ಲ, ನಿಮ್ಮದೇ ಕುರಿತು ಇರುವಂಥದ್ದು.

ಇದು ಅವರ ಕುರಿತಾದದ್ದು ಎಂದು ನೀವು ತಿಳಿದರೆ, ನೀವು ನಿಜವಾದ ಅಂಶವನ್ನು ಕಳಕೊಂಡಿದ್ದೀರಿ ಎಂದೇ ಭಾವಿಸಬೇಕು. ಅನ್ಯರು ಎಲ್ಲ ಸಮಸ್ಯೆಗೆ ಕಾರಣವೆಂದು ನೀವು ತಿಳಿದರೆ, ನೀವು ಮತ್ತೊಮ್ಮೆ ಈ ಪೂರ್ತಿ ಪುಸ್ತಕವನ್ನು ಆಮೂಲಾಗ್ರವಾಗಿ ಓದಬೇಕು. ಸತ್ಯ ಸರಳವಾಗಿದೆ: ನಿಮ್ಮಲ್ಲಿ ಶಕ್ತಿ ಇದೆ. ಆ ಶಕ್ತಿಯನ್ನು ನೀವೇ ಇತರರಿಗೆ ವರ್ಗಾಯಿಸುತ್ತಿದ್ದೀರಾ.

ಅಡಿಗಡಿಗೆ ಬದಲಾಗುತ್ತಿರುವ ಆಕಾಶದ ಅಡಿಗೆ ನೀವು ನಿಂತಿದ್ದೀರಿ ಎಂದು ಕಲ್ಪಿಸಿ– ಕೆಲವೊಮ್ಮೆ ಅದು ನೀಲಿ ಬಣ್ಣದಿಂದ ಸ್ಪಷ್ಟವಾಗಿ ಗೋಚರಿಸಿದರೆ, ಇನ್ನು ಕೆಲವು ಸಲ ಮೋಡಗಳಿಂದ ಕವಿದಿರುತ್ತೆ, ಅಥವಾ ಗುಡುಗು ಮಿಂಚಿನಿಂದ ಗುಡುಗುಡು ಸದ್ದು ಮಾಡುತ್ತಿರುತ್ತದೆ. ನೀವು ಆ ಆಕಾಶವನ್ನು ಸ್ವಚ್ಛವಾಗಿರಿಸಲು ಬಹಳಷ್ಟು ಸಮಯದಿಂದ ಶ್ರಮವಹಿಸಿದ್ದೀರಿ, ಮೋಡಗಳು ದೂರ ಸರಿಯುವಂತೆ, ಸೂರ್ಯಕಿರಣಗಳು ಬೆಳಗುವಂತೆ ಪ್ರಯತ್ನಿಸಿದ್ದೀರಿ. ಆದರೆ ಆಕಾಶ ನೀವೇನು ಬಯಸುತ್ತೀರಿ ಆ ಕಡೆಗೆ ನಿಗಾ ವಹಿಸುತ್ತಿಲ್ಲ. ಅದಕ್ಕೇನು ಬೇಕೋ ಅದನ್ನು ಅದು ಮಾಡುತ್ತಿರುತ್ತದೆ, ಯಾರೇ ಹೇಳಲಿ ಬಿಡಲಿ.

ಇದನ್ನು ಮನಗಂಡಾಗಷ್ಟೇ ನಿಮಗೆ ವಾಸ್ತವದ ಅರ್ಥವಾಗುತ್ತದೆ: ಆಕಾಶದ ಸೌಂದರ್ಯ ಮೋಡಗಳಿಂದಾಗಲೀ ಬಿರುಗಾಳಿಯಿಂದಾಗಲೀ ಮಸುಕಾಗುವುದಿಲ್ಲ. ನಿಜವೆಂದರೆ ಅದರ ವೈವಿಧ್ಯತೆ, ಅದರ ಅನಿಶ್ಚಿತತೆಯೇ ಅದರ ಅದ್ಭುತವಾದ ಸೌಂದರ್ಯವನ್ನು ಪ್ರಕಟಿಸುತ್ತದೆ.

ಚಂಡಮಾರುತ ಶಾಂತತೆಯನ್ನು ತೋರಿಸುತ್ತದೆ; ಮೋಡಗಳು ಸೂರ್ಯನನ್ನು ಇನ್ನಷ್ಟು ಅನರ್ಘ್ಯವೆಂದು ಬಿಂಬಿಸುತ್ತದೆ. ಈ ಸತ್ಯವೇ ನಿಮ್ಮ ಬದುಕಿಗೂ ಅನ್ವಯಿಸುತ್ತದೆ.

ನೀವು ನಿಯಂತ್ರಿಸಲು ಆಗದವುಗಳನ್ನು ನಿಯಂತ್ರಿಸಲು ಯತ್ನಿಸಿದ್ದೀರಿ, ನಿಮ್ಮ ನಿರೀಕ್ಷೆಗಳಿಗೆ ಅನುಗುಣವಾಗಿ ಜಗತ್ತು ಬದಲಾಗಬೇಕೆಂದು ನೀವು ಬಲವಂತಪಡಿಸಿದ್ದೀರಿ. ಆದರೆ ನೀವು ಜಗತ್ತು ತೋರಿದ ಮಾರ್ಗದತ್ತ ಸಾಗುವಂತೆ ಸ್ಪಂದಿಸಿದ್ದರೆ ಏನಾಗುತ್ತಿತ್ತು? ನೀವು ವಾತಾವರಣವನ್ನು ಬದಲಿಸಲಾಗುವುದಿಲ್ಲ. ಆದರೆ ಅದು ನಿಮ್ಮ ಮೇಲೆ ಹೇಗೆ ಪ್ರಭಾವ ಬೀರುತ್ತದೆ ಎಂಬುದನ್ನು ನೀವು ಬದಲಿಸಬಹುದು. ನಿಮ್ಮ ಸುತ್ತಮುತ್ತ ಏನು ನಡೆಯುತ್ತದೆ ಎಂಬುದು ನಗಣ್ಯ. ಅದು ಹೇಗೆ ನಿಮ್ಮ ಮೇಲೆ ಪರಿಣಾಮ ಬೀರುತ್ತದೆ ಎಂಬುದನ್ನು ನೀವು ನಿರ್ಧರಿಸಬೇಕು.

ನೀವು ಪ್ರೀತಿಸುವ ವ್ಯಕ್ತಿಯ ಟೀಕೆಯೊಂದು ನಿಮ್ಮ ಸ್ವಾಭಿಮಾನವನ್ನು ನುಚ್ಚುನೂರಾಗಿಸುತ್ತದೆ ನೀವೇನು ನಿರ್ಧರಿಸುತ್ತೀರಿ? ಇನ್ನೊಬ್ಬರ ಯಶಸ್ಸು ನಿಮ್ಮನ್ನು ಆ ಕೆಲಸವನ್ನು ಬಿಟ್ಟುಬಿಡುವಂತೆ ಮಾಡುತ್ತದೆಯೇ ಅಥವಾ ನೀವು ಅದನ್ನು ಸ್ಫೂರ್ತಿಯಾಗಿ ತೆಗೆದುಕೊಂಡು ಅದನ್ನು ಕಷ್ಟಪಟ್ಟು ಪೂರ್ತಿ ಮಾಡುವಿರೋ, ನಿರ್ಧರಿಸಿ.

ಇದು ಕೂಡಾ ಅಷ್ಟೇ ಸರಳ. ನಿಮ್ಮಲ್ಲಿ ಅಂತಹ ಶಕ್ತಿ ಇದ್ದಿರುತ್ತದೆ.

ಈ ಸಾಕ್ಷಾತ್ಕಾರವೆಂದರೆ ಕಟ್ಟಕಡೆಗೆ ಆಕಾಶದ ನಿಜವಾದ ಸ್ವಭಾವವನ್ನು ತಿಳಿಯುವುದು. ಒಂದೊಮ್ಮೆ ನಿಮಗೆ ಹತಾಶೆಯಾಗಿ ಕಂಡ ಮೋಡಗಳು ಇದೀಗ ವಿಶಾಲವಾದ ವ್ಯಾಪಕತೆಯನ್ನು ಸೂಚಿಸುತ್ತ, ಅದೊಂದು ಮಾಸ್ಟರ್ ಪೀಸ್‌ನಂತೆ ಕಂಗೊಳಿಸುತ್ತದೆ. ಚಂಡಮಾರುತ ಆಗ ನಿಮ್ಮಲ್ಲಿ ಭಯಭೀತಿಯನ್ನು ಉತ್ಪತ್ತಿ ಮಾಡಿದ್ದರೆ ಇಂದು ಅದು ಶಕ್ತಿ ಮತ್ತು ಸೌಂದರ್ಯದ ಪ್ರತೀಕವಾಗಿ ತೋರುತ್ತದೆ. ಅದು ನಿಮಗೆ ಬಲಸಂವರ್ಧನೆಯ ಕುರುಹಾಗಿರುತ್ತದೆ. ಆದ್ದರಿಂದಲೇ ಆಕಾಶದ ಅನಿಶ್ಚಿತತೆ ಅದನ್ನು ನಿಸರ್ಗದ ಅಷ್ಟೊಂದು ಅದ್ಭುತ ಚೋದ್ಯವನ್ನಾಗಿಸುವುದು, ಕೊನೆಯಿಲ್ಲದ ಆಕರ್ಷಣೆಯನ್ನು ನೀಡುವಂಥದ್ದು.

ಅದನ್ನು ಒಂದು ಕ್ಷಣ ಯೋಚಿಸಿ. ಆಕಾಶ ತನಗೆ ಬೇಕಾದಂತೆ ಇರುತ್ತದೆ– ಮೋಡಗಳು ಸೇರುತ್ತವೆ, ಚಂಡಮಾರುತ ಬೀಸುತ್ತದೆ, ಮತ್ತು ಸೂರ್ಯ ತನಗೆ ಬೇಕಾದಂತೆ ಹೊಳೆಯುತ್ತಾನೆ. ಅದನ್ನು ನಿಮಗೆ ನಿಯಂತ್ರಿಸಲು ಆಗುವುದಿಲ್ಲ. ಆದರೆ ಅದರ ಕೆಳಗಡೆ ನೀವು ಹೇಗೆ ಸಂಚರಿಸುತ್ತೀರಿ ಎಂಬುದು ನಿಮ್ಮ ನಿಯಂತ್ರಣದಲ್ಲಿದೆ. ನೀವೊಂದು ಕೊಡೆಯನ್ನು ಹಿಡಿದಿರಬಹುದು; ಮಳೆಯಲ್ಲಿ ನೀವು ನೃತ್ಯ ಮಾಡಬಹುದು; ನೀವು ಸೂರ್ಯನನ್ನು ಹಿಂಬಾಲಿಸಿ ಓಡಬಹುದು ನಿಮಗನಿಸಿದರೆ.

ವಾತಾವರಣದಂತೆಯೇ ನಿಮ್ಮ ಸುತ್ತಲಿನ ಜನರು ಮತ್ತು ಸನ್ನಿವೇಶಗಳು. ನೀವು ಅನ್ಯರನ್ನು ಯಾವತ್ತೂ ನಿಯಂತ್ರಿಸಲು ಆಗುವುದಿಲ್ಲ–ಅವರು ಯೋಚಿಸುವುದು ಹೇಗೆ, ಕಾರ್ಯ ನಿರ್ವಹಿಸುವುದು ಹೇಗೆ, ನಿಮ್ಮನ್ನು ಅವರು ಪ್ರೀತಿಸುತ್ತಾರೆಯೇ ಇಲ್ಲವೋ? ಅಥವಾ ಅದೆಷ್ಟು ಬೇಗನೇ ಅವರು ನಿಮ್ಮನ್ನು ದಿನಸಿ ಅಂಗಡಿಯಿಂದ ಹೊರಹಾಕುತ್ತಾರೆ ಎಂಬ ಯಾವುದೇ ಸೂಚನೆ ನಿಮಗೆ ಸಿಗುವುದಿಲ್ಲ.

ಹಾಗಿದ್ದಾಗ ನೀವು ಯಾಕಾಗಿ ನಿಮ್ಮ ಮೇಲಿನ ನಿಯಂತ್ರಣವನ್ನು ಅವರಿಗೆ ನೀಡಬೇಕು?

ನಿಮ್ಮ ಅಮೂಲ್ಯವಾದ ಆತ್ಮ-ವಿಶ್ವಾಸವನ್ನು, ನಿಮ್ಮ ಸಂತೋಷವನ್ನು, ಮತ್ತು ನಿಮ್ಮ ಕನಸುಗಳನ್ನು ನಿಮ್ಮ ಸುತ್ತಲಿನ ಜನರ ಅಂಕಿತಕ್ಕೆ, ಅವರ ಇಚ್ಛಾನುಸಾರ ನಿಯಂತ್ರಿಸುವುದಕ್ಕೆ ಯಾಕಾಗಿ ನೀಡಬೇಕು?

ನೀವು *ಲೆಟ್ ದೆಮ್* ಸಿದ್ಧಾಂತವನ್ನು ಉಪಯೋಗಿಸದಿದ್ದರೆ, ನೀವು ಚಿಂತೆಗೆ, ಇನ್ನೊಬ್ಬರ ಕಾರ್ಯಾಚರಣೆಗೆ, ಅಸುರಕ್ಷತೆಗೆ ಮತ್ತು ಅವರ ಅಭಿಪ್ರಾಯಗಳಿಗೆ ಎರವಾಗಬೇಕಾಗುತ್ತದೆ. ನೀವು *ಲೆಟ್* ಮಿಯನ್ನು ಉಪಯೋಗಿಸದಿದ್ದರೆ, ನೀವು ನಿಮ್ಮ ಬದುಕಿನ ವಿಷಯಗಳನ್ನು ಸಂಭಾವ್ಯತೆಗೆ ಬಿಟ್ಟುಬಿಡುವಿರಿ.

ನಿಮ್ಮಷ್ಟಕ್ಕೇ ಕೇಳಿಕೊಳ್ಳಿ, ಎಂದರೆ, ನಿಜಕ್ಕೂ ಕೇಳಿ: ನೀವು ವಾಸ್ತವವನ್ನು ನಿರೋಧಿಸಿ ನಿಮ್ಮ ಸಮಯ ಮತ್ತು ಶಕ್ತಿಯನ್ನು ಈವರೆಗೆ ಬೇರೆ ಬೇರೆ ವಿಷಯಗಳಲ್ಲಿ ತೊಡಗಿಸಿದ್ದೀರಿ-ವೇಗವಾಗಿ ಸಾಗಿ ಮುಟ್ಟುವುದಕ್ಕೆ, ಜನರು ನಿಮ್ಮ ಸಂದೇಶಕ್ಕೆ ಉತ್ತರ ನೀಡುವಂತೆ, ನಿಮ್ಮ ಯೋಗ್ಯತೆಯನ್ನು ನಿಮ್ಮ ಬಾಸ್ ಗುರುತಿಸುವುದಕ್ಕೆ, ಹೆಚ್ಚೆಚ್ಚು ಗೆಳೆಯರನ್ನು ಸಂಪಾದಿಸುವುದಕ್ಕೆ, ಜನರು ನಿಮ್ಮನ್ನು ಇಷ್ಟಪಡುವುದಕ್ಕೆ, ನಿಮ್ಮ ಉದ್ಯೋಗದ ಬದಲಾವಣೆಯನ್ನು ನಿಮ್ಮ ಕುಟುಂಬವು ಬೆಂಬಲಿಸುವಂತೆ-ಇವೆಲ್ಲ ಯೋಚನೆಗಳು, ಭಾವನೆಗಳು, ಮತ್ತು ಅಮೂಲ್ಯ ಕ್ಷಣಗಳು ನಿಮ್ಮ ದಿನಗಳಲ್ಲಿ ನಿಜಕ್ಕೂ ಕಾರ್ಯರೂಪಕ್ಕೆ ಬಂದಿದ್ದರೆ, ನೀವೀಗ ಎಲ್ಲಿರುತ್ತಿದ್ದಿರಿ? ನೀವು ಏನಾಗಿರುತ್ತಿದ್ದಿರಿ? ನೀವು ಏನನ್ನು ಸಾಧಿಸುತ್ತಿದ್ದಿರಿ?

ಲೆಟ್ ದೆಮ್‌ನ್ನು ಉಪಯೋಗಿಸದಿದ್ದರೆ ನೀವು ತೆರಬೇಕಾದ ಬೆಲೆ ಅದು.

ಈಗ ನೀವು ಕಳಕೊಂಡ ಅವಕಾಶಗಳ ಬಗ್ಗೆ ಯೋಚಿಸಿ-ಯಾರನ್ನೆಲ್ಲ ನೀವು ಪರಿಚಯಿಸಿಕೊಳ್ಳಲಿಲ್ಲ, ನೀವು ಹೊಂದಬೇಕಿದ್ದ ಹುದ್ದೆ, ನೀವು ಯಾವತ್ತೂ ಬರೆಯದಿರುವ ಪುಸ್ತಕ, ನೀವು ಯಾವತ್ತೂ ಪೋಸ್ಟ್ ಮಾಡದ ಫೋಟೋ, ನೀವು ಕಾದಿರಿಸದ ಟ್ರಿಪ್, ನೀವು ಭಯದಿಂದ ಹೇಳದಿರುವ ವಿಷಯ, ನೀವು ಪ್ರೀತಿಸಲು ಹೆದರಿಕೊಂಡ ವ್ಯಕ್ತಿ-ಹೀಗೆ.

ಇವೆಲ್ಲ ನೀವು *ಲೆಟ್* ಮಿಯನ್ನು ಬಳಸದಿರುವುದರಿಂದ ತೆರಬೇಕಾದ ಬೆಲೆ.

ಆ ಬೆಲೆಯನ್ನು ನೀವು ನೀಡಲು ಶಕ್ತರೇ? ನನಗನ್ನಿಸುತ್ತಿದೆ, ನನಗದು ಸಾಧ್ಯವಾಗದು.

ನಾವೆಲ್ಲ ನೆಪಗಳನ್ನು ಹುಡುಕಿಕೊಂಡು ನುಸುಳಲು ಯತ್ನಿಸುತ್ತೇವೆ, ಅವರೆಲ್ಲ ನಮಗಿಂತ ಹೇಗೆ ಭಿನ್ನರು ಎನ್ನುವ ವಿಷಯದಲ್ಲಿ: ಅವರು ಹಣದ ರಾಶಿಯ ಮೇಲೆಯೇ ಹುಟ್ಟಿದರು, ಅವರೆಲ್ಲ ತುಂಬಾ ಆಕರ್ಷಕವಾಗಿ ಕಾಣುತ್ತಿದ್ದಾರೆ, ಅವರ ಬದುಕು ಬಹಳ ಸುಲಭವಾಗಿ ಸಾಗುತ್ತಿದೆ, ಅವರೆಲ್ಲ ಅದೃಷ್ಟವಂತರು ಇತ್ಯಾದಿಯಾಗಿ.

ನಿಜ ಹೇಳಬೇಕೆಂದರೆ, ಒಂದು ವಿಷಯವನ್ನು ಮನದಟ್ಟು ಮಾಡಿಕೊಳ್ಳಿ, ಅಸಾಮಾನ್ಯ ವಿಷಯಗಳನ್ನು ಸಾಧಿಸಿದವರಿಗೂ ನಿಮಗೂ ಯಾವುದೇ ವ್ಯತ್ಯಾಸವಿಲ್ಲ. ಅವರೇನೂ ವಿಶೇಷ ವ್ಯಕ್ತಿಗಳೂ ಅಲ್ಲ.

ಅವರು ಗುರುತಿಸಿದ ಒಂದು ವಿಷಯವಂತೂ ನಿಶ್ಚಿತ: ಅವರ ಸುತ್ತಲಿನ ಜಗತ್ತು ತಮ್ಮ ಕನಸುಗಳನ್ನು ಹಳಿತಪ್ಪಿಸದಂತೆ ಅವರು ನೋಡಿಕೊಳ್ಳುತ್ತಾರೆ. ಅವರು ಆಕಾಶದಲ್ಲಿ ವಿಹರಿಸುವುದಾಗಲೀ, ವಾತಾವರಣ ಹೇಗಿದೆಯೋ ಹಾಗೆ ಸ್ವೀಕರಿಸುವುದಾಗಲೀ, ಮತ್ತು ತಮ್ಮ ಗುರಿಯತ್ತ ಸಾಗುವುದಾಗಲೀ ಈಗಾಗಲೇ ಕಲಿತಿದ್ದಾರೆ.

ಅವರು ಪ್ರತಿದಿನ ಎದ್ದಾಗಲೂ ಲೇಸರ್‌ನಿಂದ ಫೋಕಸ್‌ಗೆ ಈಡಾದಂತೆ, ತಮ್ಮ ಕಾರ್ಯದಿಂದ ಮತ್ತೆ ಮತ್ತೆ ದೃಢೀಕರಿಸುವಂತಾಗಿ, ಅವರಿಗೆ ಬೇಕಾದ, ಅವರು ಅರ್ಹತೆಯನ್ನು ಪಡೆದ ಬದುಕಿನ ದೂರದೃಷ್ಟಿಯನ್ನು ಹೊಂದಿದ್ದಾರೆ.

ಪ್ರತಿದಿನ ನೀವು ಇನ್ನೊಬ್ಬರ ಅಭಿಪ್ರಾಯಕ್ಕೆ ಹೆದರಿ ತಲೆಬಾಗುತ್ತಿದ್ದಿರಿ, ನಿಮ್ಮ ಗೆಳೆತನದಲ್ಲಿ ಒತ್ತಡ ಏರ್ಪಡುತ್ತಿತ್ತು, ಅಥವಾ ಫೋನ್ ಕಾಲ್ ಮಾಡುವಾಗ ಯಾರಾದರೂ ನಿಮ್ಮನ್ನು ತಡೆಯಬಹುದೆಂಬ ಅಂಜಿಕೆ ನಿಮ್ಮಲ್ಲಿ ಇತ್ತು, ಅರ್ಜಿಯನ್ನು ಗುಜರಾಯಿಸುವಾಗ, ಬಿಸಿನೆಸ್ ಯೋಜನೆಗಳನ್ನು ಹಮ್ಮಿಕೊಳ್ಳುವಾಗ, ಆಹಾರ ಸೇವನೆಯನ್ನು ನಿಯಂತ್ರಿಸುವಾಗ, ಅಥವಾ ನಿಮ್ಮ ಕಾರ್ಯಕ್ಷಮತೆಯನ್ನು ಸಾಕಾರಗೊಳಿಸುವಾಗ ನೀವು ಹಿಂದಿಕ್ಕುತ್ತಿದ್ದಿರಿ. ನಿಮ್ಮ ಶಕ್ತಿಯನ್ನೇ ನೀವು ಕಸಿಯುತ್ತಿದ್ದಿರೋ ಏನೋ. ನಿಮ್ಮ ಬದುಕು ನಿಮ್ಮ ಸುತ್ತಲೂ ತಿರುಗುತ್ತಿದ್ದರೂ ನೀವು ಮಾತ್ರ ನಿಶ್ಚಲವಾಗಿರುತ್ತಿದ್ದಿರಿ.

ನಿಲ್ಲಿಸಿ–ಯಾವ ಕೆಲಸಕ್ಕೂ ಬಾರದ ಮಿಲಿಯಗಟ್ಟಲೆ ಸೂಕ್ಷ್ಮ ವಿಷಯಗಳ ಬಗ್ಗೆ ಚಿಂತಿಸುತ್ತ ನಿಮ್ಮ ಮಿದುಳಿನ ಸ್ಥಳಾವಕಾಶವನ್ನೇಕೆ ಹಾಳುಮಾಡುವಿರಿ? ನಿಮ್ಮ ಸಾಮರ್ಥ್ಯಕ್ಕೆ ಒಗ್ಗುವ ಅದ್ಭುತವಾದ ವಿಷಯಗಳಲ್ಲಿ ತೊಡಗಿಸಿಕೊಳ್ಳಲು ನಿಮ್ಮ ದಿನದ ಒಂದು ಕ್ಷಣವನ್ನೂ ಕಳೆಯದಿರಿ.

ನಿಲ್ಲಿಸಿ–ನಿಮ್ಮ ಬಗ್ಗೆ ಜನರು ಏನು ತಿಳಿಯುತ್ತಾರೋ ಎಂದು ನಿಮ್ಮನ್ನು ಧೃತಿಗೆಡಿಸುವ ವಿಚಾರಗಳನ್ನು ಬದಿಗೆ ಸರಿಸಿ. ನಿಮ್ಮ ಕನಸುಗಳನ್ನು ಧೈರ್ಯವಾಗಿ ಅನುಸರಿಸಲು, ಪಟ್ಟುಬಿಡದೆ, ಮತ್ತು ಕ್ಷಮಾರಹಿತವಾಗಿ ಸಾಕಾರಗೊಳಿಸಲು ಇದೀಗ ಸಮಯ ಸನ್ನಿಹಿತವಾಗಿದೆ.

ನಿಲ್ಲಿಸಿ– ಅನ್ಯರ ಭಾವನೆಗಳಿಗೆ ತುದಿಗಾಲ ಮೇಲೆ ನಿಂತು ಕಾಯುವುದನ್ನು. ನಿಮ್ಮ ಶಾಂತಿಯನ್ನು ಕಾಪಾಡುವ ಸಮಯ ಇದೀಗ ಬಂದಿದೆ.

ನಿಲ್ಲಿಸಿ– ಅನ್ಯರ ಯಶಸ್ಸು ನಿಮ್ಮನ್ನು ವಿಚಲಿತರನ್ನಾಗಿಸುವುದನ್ನು. ಇದೀಗ ನೀವು ಕಣಕ್ಕಿಳಿಯುವ ಸಮಯ.

ನಿಲ್ಲಿಸಿ– ನಿಮ್ಮ ಸಾಮಾಜಿಕ ಜೀವನ ಪ್ರತಿಯೊಬ್ಬ ವ್ಯಕ್ತಿಯ ಹೊಣೆಗಾರಿಕೆ ಎಂಬುದನ್ನು. ಇದೀಗ ನೀವು ಅಮೋಘವಾದ ಗೆಳೆತನವನ್ನು ಸಂಪಾದಿಸಿ ಕಟ್ಟಿಕೊಳ್ಳುವ ಸಮಯ.

ನಿಲ್ಲಿಸಿ– ಬದಲಾಗಲು ಬಯಸದಿರುವವರನ್ನು ಬದಲಿಸುವ ಪ್ರಯತ್ನ ಮಾಡದಿರಿ. ವಯಸ್ಕರು ವಯಸ್ಕರಾಗಿಯೇ ಉಳಿಯುವಂತೆ ಮಾಡುವ ಸಮಯವಿದು.

ನಿಲ್ಲಿಸಿ– ಒದ್ದಾಡುವ ಮಂದಿಯನ್ನು ರಕ್ಷಿಸುವುದನ್ನು. ಅನ್ಯರು ತಮ್ಮನ್ನು ಹೇಗೆ ಗುಣಪಡಿಸಿಕೊಳ್ಳಬೇಕೋ ಹಾಗೆ ಅವರೇ ಮಾಡಿಕೊಳ್ಳುವರು.

ನಿಲ್ಲಿಸಿ– ಜನರು ನಿಮ್ಮನ್ನು ಪ್ರೀತಿಸುವಂತೆ ಮಾಡಲು ನೀವು ವ್ಯರ್ಥ ವ್ಯಯಿಸುವ ಸಮಯವನ್ನು, ಅದನ್ನು ಪೋಲು ಮಾಡದಿರಿ. ನಿಮಗೆ ಸಲ್ಲಬೇಕಾದ ಪ್ರೀತಿ ನಿಮಗೆ ಸಂದಾಯವಾಗುತ್ತದೆ. ಕೊನೆಗೆ ನಿಮ್ಮ ಶಕ್ತಿಯನ್ನೂ ಬದುಕನ್ನೂ ಪುನರ್ಸ್ಥಾಪಿಸುವ ಸಮಯ ಇದೀಗ ಸನ್ನಿಹಿತವಾಗಿದೆ.

ಲೆಟ್ ದೆಮ್ ಸಿದ್ಧಾಂತ ನಿಮ್ಮ ಶಕ್ತಿಯನ್ನು ಮರಳಿ ಪಡೆಯುವುದಕ್ಕಿರುವ ಕೀಲಿಕೈ.

ನಿಮಗೆ ಬೇಕಾದ ಬದುಕನ್ನು ನೀವು ಜೀವಿಸಬಹುದು. ನೀವೊಬ್ಬ ಕೋಟ್ಯಾಧೀಶರಾಗುತ್ತೀರಿ.

ನೀವು ಕಂಡ ಕನಸಿನ ಸುಂದರ ಪ್ರೇಮಕಥೆ ನಿಮ್ಮದಾಗುತ್ತದೆ. ನಿಮಗೆ ಪಂಥಾಹ್ವಾನ ನೀಡಿದ ಉದ್ಯೋಗ ನಿಮ್ಮದಾಗಿ ನಿಮ್ಮ ಆಸೆ ಪೂರೈಸುವುದು.

ಪ್ರಶ್ನೆ ಏನೆಂದರೆ, ನೀವದನ್ನು ಮಾಡುವಿರಾ?

ಯಾಕೆಂದರೆ ಅದನ್ನು ಯಾರೂ ನಿಲ್ಲಿಸಲಾರರು. ಅವೆಲ್ಲ ನಿಮ್ಮದೇ ಆಗಿರುತ್ತವೆ.

ಲೆಟ್ ದೆಮ್ ಸಿದ್ಧಾಂತದ ಅತ್ಯಂತ ಪ್ರಮುಖವಾದ ಅಂಶವೆಂದರೆ, ನಿಮ್ಮ ಸಂತೋಷಕ್ಕೆ ನೀವೇ ಜವಾಬ್ದಾರರು. ನಿಮ್ಮ ಶಕ್ತಿಯ ಸಂಚಯನಕ್ಕೆ ನೀವೇ ಜವಾಬ್ದಾರರು. ಪ್ರತಿದಿನ ಬೆಳಿಗ್ಗೆ ಎದ್ದು ನೀವು ಮಾಡಬೇಕಾದ ಪ್ರಗತಿಯ ಕೆಲಸಗಳನ್ನು ಕೈಗೆತ್ತಿಕೊಳ್ಳುವುದು ನಿಮ್ಮ ಜವಾಬ್ದಾರಿ. ನಿಮಗೆ ಬೇಕಿರುವುದನ್ನು ನಿರ್ವಚಿಸುವುದು ನಿಮ್ಮ ಜವಾಬ್ದಾರಿ. ನಿಮಗೆ ಕಷ್ಟವೆನಿಸುವ ಸತ್ಯಗಳನ್ನು ಹೇಳುವುದು ನಿಮ್ಮ ಜವಾಬ್ದಾರಿ. ನಿಮ್ಮ ಬದುಕಿಗೆ ಪಾವತಿಸುವುದು ನಿಮ್ಮ ಜವಾಬ್ದಾರಿ. ಯಾರೂ ನಿಮಗೆ ಸಾಲಗಾರರಲ್ಲ, ಬದಲಾಗಿ ನೀವೇ ನಿಮಗೆ ಸಾಲಗಾರರು.

ನೀವು ಬಯಸುವ ಸ್ಥಳದಲ್ಲಿ ನೀವಿರದಿದ್ದರೆ ದೊಡ್ಡದೊಂದು ವಾರ್ತೆ ಏನೆಂದರೆ ಅದು ನಿಮ್ಮದೇ ತಪ್ಪು. ಇನ್ನೂ ಮಿಗಿಲಾದ ವಾರ್ತೆ ಏನೆಂದರೆ ಈ ಕ್ಷಣವೇ ನೀವು ನಿರ್ಧರಿಸಿದರೆ ನೀವದನ್ನು ಬದಲಿಸಬಹುದು.

ಅನ್ಯ ಜನರ ಜೊತೆಗೆ, ಅವರ ಭಾವನೆಗಳ ಜೊತೆಗೆ, ಅವರ ಯೋಚನೆಗಳ ಜೊತೆಗೆ, ಮತ್ತು ಅವರೇನು ಮಾಡುತ್ತಿದ್ದಾರೆ ಎಂದು ತಿಳಿಯುವ ಸಲುವಾಗಿ ನೀವು ಇಲ್ಲಿಯವರೆಗೆ ಸಾಕಷ್ಟು ವರ್ಷಗಳನ್ನು ಪೋಲು ಮಾಡಿದ್ದೀರಿ. ಈ ಪುಸ್ತಕ ನಿಮಗೆ ಎಚ್ಚರದ ಕರೆಯನ್ನು ನೀಡಲಿ: ನೀವೇ ಬಾಧ್ಯರಿದ್ದೀರಿ ಅಂತ.

ಈ ಸಾಕ್ಷಾತ್ಕಾರ ನಿಮ್ಮನ್ನು ಹೀಗಳೆಯುವುದಕ್ಕಲ್ಲ, ನಿಮ್ಮನ್ನು ಮುಕ್ತವಾಗಿಸುವುದಕ್ಕೆ.

ನಿಮ್ಮನ್ನು ಯಾರೂ ತಡೆಯಲಾರರು ಎಂದು ತಿಳಿಯುವುದಕ್ಕೆ ನಿಮಗೆ ಹರ್ಷವಾಗುವುದಿಲ್ಲವೇ? ಅವರಿಗೆ ಬೇಕಾದಂತೆ ಅವರು ಮುಕ್ತವಾಗಿ ಹೇಳಲಿ ಅಥವಾ ಮುಕ್ತವಾಗಿ ಮಾಡಿಕೊಳ್ಳಲಿ– ಅದು ಮೋಜಿನ ವಿಷಯವೋ, ಸಂಶಯವೋ, ಈ ಭೂಮಿಯ ಮೇಲಣ ಅತ್ಯಂತ ಯಶಸ್ವೀ ವ್ಯಕ್ತಿಯೋ ಯಾಕಿರಬಾರದು, ನಿಮಗೆ ಆ ಬಗ್ಗೆ ಚಿಂತೆಯೇ ಇರುವುದಿಲ್ಲವಲ್ಲ?

ನೀವು ಯೋಚಿಸುವುದರೊಂದಿಗೆ, ನಿಮ್ಮ ಮಾತಿನೊಂದಿಗೆ, ನೀವು ಮಾಡುವುದರೊಂದಿಗೆ ತಾದ್ಯಾತ್ಮ ಹೊಂದುವುದೆಂದರೆ ಎಷ್ಟೊಂದು ಅದ್ಭುತ ವಿಷಯವಲ್ಲವೇ?

ನೀವು ನಿಮ್ಮ ಸಮಯವನ್ನು ಮತ್ತು ಶಕ್ತಿಯನ್ನು ಧಾರೆಯೆರೆಯುವುದನ್ನು, ನೀವು ಸರಿ ಎನ್ನುವುದನ್ನು ಮತ್ತು ನೀವು ಇಲ್ಲ ಎನ್ನುವುದನ್ನು ನೀವೇ ಆಯ್ದುಕೊಳ್ಳುವುದೆಂದರೆ ನಂಬಲೂ ಅಸಾಧ್ಯ ಅಲ್ಲವೇ?

ನಿಮ್ಮ ಶಕ್ತಿಯನ್ನು ಹಿಂದೆ ಪಡೆಯುವುದೆಂದರೆ ಬದುಕಿನ ಜವಾಬ್ದಾರಿಯನ್ನು ಪುನಸ್ಥಾಪಿಸಿದಂತೆ. ಅದರಿಂದ ನಿಮ್ಮಿಂದ ಇನ್ನಷ್ಟು ಪಡೆಯಬೇಕಾಗುತ್ತದೆ ಯಾಕೆಂದರೆ ನೀವು ಈಗಾಗಲೇ ಸಾಕಷ್ಟು ಸಮಯವನ್ನು ವ್ಯರ್ಥವಾಗಿ ಪೋಲು ಮಾಡಿದ್ದಾಗಿದೆ. ಅಂದರೆ ನಿಮ್ಮ ನಿಯಂತ್ರಣದಲ್ಲಿರುವ ವಿಷಯಗಳ ಮೇಲೆ ಲೇಸರ್ ಕೇಂದ್ರಿತವಾಗಬೇಕು. ಒಂದೇ ಒಂದು ಕ್ಷಣವನ್ನೂ ನಿಮಗಾಗದ ವಿಷಯಗಳಿಗೆ ವಿನಿಯೋಗಿಸಬಾರದು.

ಆಕಾಶದ ಬಗ್ಗೆ ಮತ್ತೊಮ್ಮೆ ಯೋಚಿಸಿ. ಅದೇನು ತರುತ್ತದೆಯೋ ಮುಖ್ಯವಲ್ಲ, ಅದು ಹೇಗೆ ಬದಲಾಗುತ್ತದೆಯೋ ಮುಖ್ಯವಲ್ಲ, ನೀವು ನಿರಾತಂಕವಾಗಿ ಅದರ ಕೆಳಗೆ ಸಂಚರಿಸಲು ನಿರ್ಧರಿಸುವುದೇ ಮುಖ್ಯವೆನಿಸುತ್ತದೆ. ಹೇಗೆ ಸ್ಪಂದಿಸಬೇಕು, ಹೇಗೆ ಕಾರ್ಯಪ್ರವೃತ್ತರಾಗಬೇಕು, ಹೇಗೆ ಬದುಕಬೇಕು ಎಂಬುದನ್ನು ನಿರ್ಧರಿಸುವವರು ನೀವೇ. ಮೋಡಗಳಾಗಲೀ, ಚಂಡಮಾರುತ ಆಗಲೀ, ಸೂರ್ಯನ ಬೆಳಕಾಗಲೀ ನಿಮ್ಮನ್ನು ನಿರ್ವಚಿಸುವುದಿಲ್ಲ– ಅವುಗಳಿಗೆ ಅವುಗಳದೇ ಆದ ಸ್ಥಾನಗಳಿರುತ್ತವೆ. ನೀವು ನಿಮ್ಮನ್ನೇ ನಿರ್ವಚಿಸಿಕೊಳ್ಳಬೇಕು.

ನಾನು ನಿಮಗೆ ಸುಳ್ಳು ಹೇಳಲಾರೆ: ಅದು ಸುಲಭಸಾಧ್ಯವಲ್ಲ. *ಲೆಟ್ ದೆಮ್* ಹೇಳಿದ ಕ್ಷಣದಿಂದ ಹೇಗೆ ನಿಮಗೆ ಬಯಸುವುದೆಲ್ಲ ಲಭ್ಯವೋ ಇದು ಹಾಗಲ್ಲ. ನಿಮಗೆ ಯಾರಾದರೂ ಭಾಷೆ ನೀಡಿದ್ದರೆ ಅದು ಸುಳ್ಳು.

ನೀವು ನಿಮ್ಮ ಶಕ್ತಿಯನ್ನು ಹಿಂಪಡೆದಾಗ, ಇದು ಕೇವಲ ಕಾಲವಕಾಶದ ವಿಷಯವೆಂದು ನೀವು ನೆಮ್ಮದಿ ಪಡೆಯಬಹುದು. ನಿಮ್ಮ ಉದ್ಯೋಗ, ನಿಮ್ಮ ಸಂಗಾತಿ, ನಿಮ್ಮ ಗೆಳೆಯರು, ನಿಮ್ಮ ದೇಹ, ನಿಮ್ಮ ಗುರಿಗಳು ಎಲ್ಲವೂ ಈಗ ನಿಮ್ಮ ನಿಯಂತ್ರಣದಲ್ಲಿರುತ್ತವೆ.

ಇದೀಗ ನಾವು ಇಲ್ಲಿ ನೆರೆದಿರುವಾಗ, *ಲೆಟ್ ಮಿ* ಯುಗ ಶುರುವಾಗುವುದರಿಂದ ನಾನು ನಿಜಕ್ಕೂ ಬಹಳಷ್ಟು ಉತ್ಸಾಹಿತಳಾಗಿದ್ದೇನೆ. ಶುರು ಮಾಡುವೆ ನಾನು *ಲೆಟ್ ಮಿ.*

ಅಪಾಯವನ್ನು ಎದುರಿಸುವೆ, *ಲೆಟ್ ಮಿ.*

ಪುಸ್ತಕವನ್ನು ಬರೆಯುವೆ *ಲೆಟ್ ಮಿ.*

ನಾನು ಬಯಸುವುದರ ಬಗ್ಗೆ ಪ್ರಾಮಾಣಿಕತೆ ಇದೆ *ಲೆಟ್ ಮಿ.*

ನನ್ನ ಬದುಕಿನ ಅತ್ಯುತ್ತಮ ಬನಾವಣೆಯಲ್ಲಿ ನಾನಿದ್ದೇನೆ *ಲೆಟ್ ಮಿ.*

ನನ್ನ ಕನಸಿನ ಉದ್ಯೋಗ ಸಿಗುತ್ತಿದೆ *ಲೆಟ್ ಮಿ.*

ನನ್ನನ್ನು ಹಿಂದಕ್ಕೆ ಪಡೆಯಲು ಇಚ್ಛಿಸದ ಜನರಿಗೆ ನಾನು ನನ್ನ ಪ್ರೀತಿಯನ್ನು ಕೊಡುವುದನ್ನು ನಿಲ್ಲಿಸುತ್ತೇನೆ *ಲೆಟ್ ಮಿ.*

ನಾನೊಂದು ಉತ್ತಮ ಜೀವನವನ್ನು ಸೃಷ್ಟಿಸಿಕೊಳ್ಳುವೆ *ಲೆಟ್ ಮಿ*. ನನಗೆ ಹೆಮ್ಮೆ ತರುವ ಜೀವನ. ನನಗೆ ಸಂತೋಷ ನೀಡುವ ಜೀವನ. ನನ್ನ ಅಮೂಲ್ಯ ಶಕ್ತಿಯನ್ನು ಪ್ರತಿಯೊಂದು ಕ್ಷಣದಲ್ಲೂ ವಿನಿಯೋಗಿಸಿ ಬದುಕನ್ನು ಹರ್ಷದಾಯಕವಾಗಿ ಕಳೆಯುತ್ತೇನೆ.

ನಿಮಗೆ ನಿಮ್ಮಲ್ಲೇ ನಿಯಂತ್ರಣವಿದೆ ಎಂದು ಈ ಪುಸ್ತಕ ತೋರಿಸಿಕೊಟ್ಟಿದೆ. ಅದರ ಹೊಣೆಯೂ ನಿಮ್ಮಲ್ಲೇ ಹುದುಗಿದೆ. ನಿಮ್ಮಲ್ಲಿ ಸದಾ ಶಕ್ತಿ ಇದ್ದೇ ಇತ್ತು. ಈಗ ಅವನ್ನು ಮರಳಿ ಪಡೆಯುವ ಸಮಯ ಸನ್ನಿಹಿತವಾಗಿದೆ. ನೀವದೇನು ಬೃಹತ್ ಕನಸನ್ನು ಕಾಣುತ್ತಿದ್ದಿರೋ, ಅದೆಷ್ಟೇ ಹುಚ್ಚುಹುಚ್ಚಾಗಿರಲಿ, ಅಪ್ರಿಯವಾಗಿರಲಿ, ಅಥವಾ ಕ್ಷುಲ್ಲಕವಾಗಿರಲಿ, ಅವನ್ನು ನಾನು ನಿಮಗಾಗಿ ನೋಡುತ್ತಿದ್ದೇನೆ. ನಿಮ್ಮನ್ನು ನೀವೇ ನಂಬದೇ ಇದ್ದಲ್ಲಿ, ನಾನು ನಿಮ್ಮನ್ನು ನಂಬುತ್ತೇನೆ, *ಲೆಟ್ ಮಿ*. ಅದನ್ನು ಮಾಡಲು ನೀವು ಶಕ್ತರೋ ಎಂಬುದು ನಿಮಗೆ ತಿಳಿಯದಿದ್ದಲ್ಲಿ, ನಿಮಗಾಗಿ ನಾನು ತಿಳಿಯುತ್ತೇನೆ, *ಲೆಟ್ ಮಿ*.

ನಿಮಗೆ ಎಲ್ಲಿಂದ ಶುರು ಮಾಡಬೇಕೆಂದು ತಿಳಿಯದಿದ್ದರೆ, ನಿಮಗೆ ಪ್ರಥಮ ಹೆಜ್ಜೆಯನ್ನಿಡಲು ನಾನು ಸಹಾಯ ಮಾಡುತ್ತೇನೆ, *ಲೆಟ್ ಮಿ*. ನಿಮಗೆ ಯಾರೂ ಅದನ್ನು ಹೇಳದೇ ಹೋದರೆ, ನಾನು ಖಂಡಿತವಾಗಿಯೂ ನಿಮಗೆ ಹೇಳುತ್ತೇನೆ: ನಾನು ನಿಮ್ಮನ್ನು ಪ್ರೀತಿಸುತ್ತೇನೆ. ನನಗೆ ನಿಮ್ಮಲ್ಲಿ ನಂಬಿಕೆ ಇದೆ, ಮತ್ತು ನಿಮ್ಮ ಸಾಮರ್ಥ್ಯದಲ್ಲಿ ನನಗೆ ಭರವಸೆ ಇದೆ. ನಿಮ್ಮಲ್ಲಿರುವ ಪವಾಡ ಸದೃಶ ಕ್ಷಮತೆಯನ್ನು ಅನಾವರಣಗೊಳಿಸಿ ಮತ್ತು ನಿಮ್ಮ ಬದುಕು ಒದಗಿಸುವ ಅದ್ಭುತವಾದ ಸಂತೋಷವನ್ನು ತೆರೆದಿಡಿ.

ಅವೆಲ್ಲ ಕೇವಲ ಎರಡು ಶಬ್ದಗಳಿಂದ ಸಾಧ್ಯ.

ಲೆಟ್ ಮಿ.

ಅನುಬಂಧ

ಪಾಲಕರು ಲೆಟ್ ದೆಮ್‌ನ್ನು ಹೇಗೆ ಕಾರ್ಯಗತಗೊಳಿಸುವುದು

ಅಂದಹಾಗೆ ಹೆತ್ತವರು ಹೇಗೆ ಲೆಟ್ ದೆಮ್ ಸಿದ್ಧಾಂತವನ್ನು ಉಪಯೋಗಿಸಬಹುದು ಎಂಬ ಪ್ರಶ್ನೆ ಸಾಧಾರಣವಾಗಿ ನನಗೆ ಕೇಳುತ್ತಿರುತ್ತಾರೆ. ಪ್ರಾಮಾಣಿಕವಾಗಿ ಹೇಳುತ್ತೇನೆ– ನಿಮ್ಮ ಮಕ್ಕಳಿಗೆ ಲೆಟ್ ದೆಮ್ ಹೇಳಿ ಅವರಿಗೆ ಬೇಕಾದಂತೆ ಮಾಡಲಿ ಎಂದು ಬಿಟ್ಟರೆ, ಪ್ರಾಯಶಃ ಅವರು ಪ್ರತಿಯೊಂದು ಊಟಕ್ಕೂ ಐಸ್‌ಕ್ರೀಂ ತಿನ್ನುತ್ತಾರೆ, ಹೋಮ್‌ವರ್ಕ್ ಮಾಡುವುದಿಲ್ಲ, ದಿನನಿತ್ಯದ ಕೆಲಸಗಳನ್ನು ಮಾಡುವುದಿಲ್ಲ. ಮೂರು ಮಕ್ಕಳ ತಾಯಿಯಾಗಿ ಹೇಳುತ್ತಿದ್ದೇನೆ, ಮಕ್ಕಳನ್ನು ಅವರಷ್ಟಕ್ಕೇ ಬಿಟ್ಟುಬಿಟ್ಟರೆ, ಅವರೊಂದಿಗಿನ ನಿಮ್ಮ ಸಂಬಂಧ ನೀವೆಂದೂ ಎಣಿಸದಂತೆ ಬೆಳೆಯುತ್ತದೆ, ಇನ್ನೂ ಆಳಕ್ಕೆ ಸಾಗುತ್ತದೆ.

ಈ ಪುಸ್ತಕ ಮುಖ್ಯವಾಗಿ ವಯಸ್ಕರಿಗೇ ಮೀಸಲಾಗಿದ್ದರೂ, ಲೆಟ್ ದೆಮ್ ಸಿದ್ಧಾಂತ ಎಲ್ಲಾ ವಯಸ್ಸಿನ ಮಕ್ಕಳ ಹೆತ್ತವರಿಗೂ ಅಷ್ಟೇ ಸಶಕ್ತವಾಗಿ ಅನ್ವಯಿಸುತ್ತದೆ. ಇದು ಸಂಪರ್ಕದಲ್ಲಿ, ಬೆಂಬಲಿಸುವಲ್ಲಿ, ಮತ್ತು ಮಾರ್ಗದರ್ಶನದಲ್ಲಿ ಉಪಯೋಗಕ್ಕೆ ಬರುತ್ತದೆ–ನಿಯಂತ್ರಿಸುವುದಕ್ಕಲ್ಲ. ಏನಿದ್ದರೂ ಅಂತಿಮವಾಗಿ ಹೆತ್ತವರಾಗಿ ಮಕ್ಕಳಿಗೆ ಮಾರ್ಗದರ್ಶನ ಮಾಡುವುದು ನಿಮ್ಮ ಕರ್ತವ್ಯ ತಾನೇ. ಅವರೇನು ಆಗಬೇಕು ಎನ್ನುವುದೂ ಸೇರಿ–ಬೇರೆ ಶಬ್ದಗಳಲ್ಲಿ ಹೇಳುವುದಿದ್ದರೆ– *ಲೆಟ್ ದೆಮ್.*

ನಿಮ್ಮ ಮಕ್ಕಳ ಜೊತೆಗಿನ ನಿಮ್ಮ ಬೆಸುಗೆಯನ್ನು ಬಲಪಡಿಸಲು (ನಿಮ್ಮ ಚಿತ್ತಸ್ವಾಸ್ಥ್ಯವನ್ನು ಉಳಿಸಿಕೊಂಡು), ನಾನೊಂದು ವಿಶೇಷ ಬೋನಸ್ ಗೈಡ್‌ನ್ನು ನೀಡುತ್ತೇನೆ, ಅದರಲ್ಲಿ ಲೆಟ್ ದೆಮ್‌ನ್ನು ಪಾಲಕರು ಬಳಸುವ ವಿಧಾನದ ಮಾಹಿತಿ ಇದೆ. ತಮ್ಮ ಮಕ್ಕಳ ಜೊತೆಗೆ ಉತ್ತಮ ಸಂಬಂಧವನ್ನು ಯಾರು ಬಯಸುವುದಿಲ್ಲ ಹೇಳಿ?

ಶುರು ಮಾಡಲು **melrobbins.com/parenting** ನ್ನು ಡೌನ್‌ಲೋಡ್ ಮಾಡಬಹುದು.

ಲೆಟ್ ದೆಮ್‌ನ್ನು ತಂಡಗಳಿಗೆ ಹೇಗೆ ಬಳಸುವುದು

ಬಹಳ ವರ್ಷಗಳಿಂದ ಲೆಟ್ ದೆಮ್‌ನ್ನು ಹೇಗೆ ತಂಡಗಳಿಗೆ ಬಳಸಬಹುದೆಂದು ನೋಡುತ್ತ ಬಂದಿದ್ದೇನೆ. ಜಗತ್ತಿನ ಅತ್ಯಂತ ದೊಡ್ಡ ಕಂಪೆನಿಗಳಾದ ಸ್ಟಾರ್‌ಬಕ್ಸ್, ಜೆಪಿ ಮಾರ್ಗನ್-ಚೇಸ್, ಹೆಡ್‌ಸ್ಪೇಸ್, ಆಡಿಬಲ್, ಅಲ್ಟಾ ಬ್ಯೂಟಿ ಮತ್ತು ಇನ್ನೂ ಅನೇಕ.

ನನಗೆ ಸಾಮಾನ್ಯವಾಗಿ ಕೇಳಲಾಗುವ ಪ್ರಶ್ನೆಯೆಂದರೆ, ನನ್ನ ತಂಡವನ್ನು ನಾನು ಹೇಗೆ ಪ್ರೇರಿಸಬಹುದು? ಸಂಶೋಧನೆಯಲ್ಲಿ ಸ್ಪಷ್ಟವಿದೆ-ಒಳ್ಳೆಯ ಒಬ್ಬ ಬಾಸ್ ಇದ್ದಾಗ ತಂಡವೂ ಚೆನ್ನಾಗಿರುತ್ತದೆ. ಹಾಗಿದ್ದರೆ ಒಳ್ಳೆಯ ಬಾಸ್ ಆಗುವುದು ಹೇಗೆ? ಅಲ್ಲಿಯೇ ಲೆಟ್ ದೆಮ್ ಸಿದ್ಧಾಂತ ಕೆಲಸಕ್ಕೆ ಬರುತ್ತದೆ. ನೀವು ಯೋಚಿಸುತ್ತಿರಬಹುದು, ನಿಮ್ಮ ಟೀಮ್ ತಮಗೆ ಬೇಕಾದಂತೆ ಮಾಡಿಕೊಳ್ಳಲಿ ಅಂತ. ಅವರನ್ನು ನಿರ್ವಹಿಸುವುದು ಅವಶ್ಯ. ನಿಜ, ಆದರೆ ನೀವು ಮೈಕ್ರೋ-ಮ್ಯಾನೇಜ್ ಮಾಡಿದಿರೆಂದರೆ, ಸೃಜನಶೀಲತೆಯನ್ನು ಮೊಟಕುಗೊಳಿಸುತ್ತೀರಿ, ಸಂಬಂಧಗಳನ್ನು ಹದಗೆಡಿಸುತ್ತೀರಿ, ಮತ್ತು ಕೆಲಸದ ಒಂದು ಮಾಲಿನ್ಯ ಪೂರಿತ ಪರಿಸರವನ್ನು ಸೃಷ್ಟಿಸಿದಂತಾಗುತ್ತದೆ. ಇನ್ನೊಂದು ರೀತಿಯಲ್ಲಿ ಹೇಳುವುದಾದರೆ, ಒಬ್ಬ ನಿಯಂತ್ರಿಸುವ ಬಾಸ್ ಯಾವತ್ತೂ ಕೆಟ್ಟ ಬಾಸ್ ಆಗಿರುತ್ತಾನೆ.

ಲೆಟ್ ದೆಮ್ ಸಿದ್ಧಾಂತ ನಿಮಗೆ ಸಮತೋಲನವನ್ನು ಕಾಯ್ದುಕೊಳ್ಳುವುದಕ್ಕೆ, ನಿಮ್ಮ ಟೀಮ್‌ನ ಬಲವರ್ಧನೆಗೆ, ಅದರಿಂದ ಅವರು ಸಾಕಷ್ಟು ಸಾಧಿಸಲು ಆಗುತ್ತದೆ. ಏನಿದ್ದರೂ ಕೆಟ್ಟ ಬಾಸ್ ಒಳ್ಳೆಯ ಟೀಮ್‌ನ್ನು ನಾಶಪಡಿಸುತ್ತಾನೆ, ಮತ್ತು ಉತ್ತಮ ಬಾಸ್ ಮಹತ್ವದ ಟೀಮ್‌ಗಳನ್ನು ಸೃಷ್ಟಿಸುತ್ತಾನೆ. ಈ ನಿಮ್ಮ ವಿಶೇಷ ಬೋನಸ್ ಗೈಡ್‌ನಲ್ಲಿ ಲೆಟ್ ದೆಮ್ ಸಿದ್ಧಾಂತವನ್ನು ಉತ್ತಮ ಬಾಸ್ ಆಗಿ ರೂಪುಗೊಳ್ಳಲು ಹೇಗೆ ಬಳಸಬಹುದೆಂದು ತಿಳಿಸಲಾಗಿದೆ.

ಅದನ್ನು **melrobbins.com/work** ರಲ್ಲಿ ಡೌನ್ ಲೋಡ್ ಮಾಡಿ ಮತ್ತು ಶುರು ಮಾಡಿ.

ನಿಮಗೆಲ್ಲ ಆಭಾರಿ

ಮೆಲ್ ರಾಬಿನ್ಸ್ ಪೋಡ್‌ಕಾಸ್ಟ್‌**ನ ಮಿಲಿಯಗಟ್ಟಲೆ ಆರಾಧಕರಿಗೆ ಮತ್ತು ಸಾಮಾಜಿಕ ಜಾಲತಾಣದ ನೀವು ಪ್ರತಿಯೊಬ್ಬರಿಗೂ, ನಿಮ್ಮಲ್ಲಿ ಅನೇಕರು ನನ್ನನ್ನು ಫೋಲೋ ಮಾಡುವವರು ಇದ್ದಿರಬಹುದು ಅಥವಾ "ಲೇಡಿ ವಿದ್ ಗ್ಲಾಸಸ್" ಎಂದು ಕಂಟೆಂಟ್ ಹಂಚಿಕೊಳ್ಳುತ್ತಿರಬಹುದು**–ಧನ್ಯವಾಗಳು! ನನಗೆ ಅತ್ಯಂತ ಪ್ರಿಯವಾದ ಕೆಲಸಗಳನ್ನು ನಿಮ್ಮ ಹೊರತು ನನಗೆಂದಿಗೂ ಮಾಡಲು ಸಾಧ್ಯವಿರುತ್ತಿರಲಿಲ್ಲ. ಈ ಪುಸ್ತಕ ಅಸ್ತಿತ್ವಕ್ಕೆ ಬರುವುದಕ್ಕೆ ನೀವೇ ಕಾರಣ. ನಿಮ್ಮ ಬೆಂಬಲ, ನಿಮ್ಮ ಉತ್ಸಾಹ, ನಿಮ್ಮ ಪ್ರೀತಿ, ಮತ್ತು (ಖಂಡಿತವಾಗಿಯೂ) ನಿಮ್ಮ ಟ್ಯಾಟೂಗಳು ನನಗೆ ಪ್ರೇರಣೆ ನೀಡಿದವು. ದೇವರಾಣೆಗೂ ಅವೆಲ್ಲ ಇಲ್ಲದೆ ಹೋಗಿದ್ದರೆ ನಾನೆಂದಿಗೂ ಇದನ್ನು ಬರೆಯುತ್ತಿರಲಿಲ್ಲ: ಇನ್ನೊಂದು ಪುಸ್ತಕವನ್ನೂ ಬರೆಯುವುದಿಲ್ಲ. ನನ್ನ ಈ ಅದ್ಭುತ ಪಯಣದಲ್ಲಿ ನೀವು ಸೇರಿರುವುದರಿಂದ ನಿಮಗಿದೋ ಅನಂತಾನಂತ ಕೃತಜ್ಞತೆಗಳು. ಒಂದು ಮಾತಂತೂ ಸತ್ಯ, ನಾನು ಈ ಪುಸ್ತಕವನ್ನು ನಿಮಗೋಸ್ಕರವೇ ಬರೆದಿದ್ದೇನೆ, ಸ್ವತಃ ನನಗಾಗಿ ಬರೆದಿದ್ದರೂ ಕೂಡಾ. ನಿಮ್ಮ ಬದುಕಿಗೆ ಇದು ಹೇಗೆ ಆಸರೆಯಾಗಬಹುದು, ಹೇಗೆ ನಿಮ್ಮ ಸಂಬಂಧಗಳು ಸುಧಾರಿಸಬಹುದೆಂದು ತಿಳಿಯಲು ಕಾಯುವಷ್ಟು ತಾಳ್ಮೆ ನನ್ನಲ್ಲಿ ಇಲ್ಲ. ನಿಮ್ಮ ಬದುಕಿನಲ್ಲಿ ನೀವು ಹೆಚ್ಚು ಪ್ರೀತಿಯನ್ನು, ಮತ್ತು ಹೆಚ್ಚು ಶಾಂತಿಯನ್ನು ಪಡೆಯುತ್ತೀರಿ ಮತ್ತು ಅದನ್ನು ಸಾಧಿಸಲು ಲೆಟ್ ದೆಮ್ ಸಿದ್ಧಾಂತ ನಿಮಗೆ ಸಹಾಯಕ್ಕೆ ಬರುತ್ತದೆ.

ಮೆಲ್ ರಾಬಿನ್ಸ್ ಪೋಡ್‌ಕಾಸ್ಟ್‌**ನಲ್ಲಿ ಮತ್ತು ಈ ಪುಸ್ತಕದ ಪುಟಗಳಲ್ಲಿ ಭಾಗವಹಿಸಿದ ಎಲ್ಲಾ ಪರಿಣತರಿಗೆ**–ಬೋಸ್ಟನ್‌ಗೆ ಹಾರಿ ಬಂದು ನನ್ನ ಜೊತೆಗೆ ಸಮಯ ಕಳೆದುದಕ್ಕಾಗಿ ಧನ್ಯವಾದಗಳು. ನೀವು ಪ್ರತಿಯೊಬ್ಬರಿಂದಲೂ ನಾನು ಬಹಳಷ್ಟನ್ನು ಕಲಿತ್ತಿದ್ದೇನೆ. ನಿಮ್ ಸಂಶೋಧನೆಯ ಕುರಿತು ನಾನು ನೇರವಾಗಿ ಈ ಪುಸ್ತಕದಲ್ಲಿ ಮತ್ತು ಬಿಬ್ಲಿಯೋಗ್ರಫಿಯಲ್ಲಿ ಉಲ್ಲೇಖಿಸಿರಬಹುದು, ಇಲ್ಲವೋ, ಇಷ್ಟೊಂದು ತಿಳಿಯಿರಿ: ಭೇಟಿ, ಮಾತುಕತೆ, ಮತ್ತು ನಿಮ್ಮ ಜೊತೆಗಿನ ಕಲಿಕೆ ಈ ಪುಸ್ತಕವನ್ನು ರೂಪಿಸಿದೆ ಹಾಗೆಯೇ ನನ್ನ ಬದುಕನ್ನು ಕಟ್ಟಲು ಸಹಾಯವನ್ನು ಒದಗಿಸಿದೆ. ಈ ಪುಸ್ತಕವನ್ನು ಓದುವ ಪ್ರತಿಯೊಬ್ಬರಿಗೂ, ಮತ್ತು 194 ದೇಶಗಳಲ್ಲಿ ಮೆಲ್ ರಾಬಿನ್ಸ್ ಪೋಡ್‌ಕಾಸ್ಟ್‌ನ ಪ್ರತಿಯೋರ್ವ ಕೇಳುಗನಿಗೂ ನನ್ನ ಕೃತಜ್ಞತೆಗಳು. ನಿಮ್ಮ ಕೆಲಸಕ್ಕೆ; ನೀವು ಹಂಚಿಕೊಂಡಿರುವ ನಿಮ್ಮ ಜ್ಞಾನಕ್ಕೆ ಕೃತಜ್ಞತೆಗಳು.

ಸೇವಿಯರ್–ನನ್ನ ಪ್ರತಿಭಾವಂತ ಮಗಳಿಗೆ, ನನ್ನ ಸಹ-ಪಿತೂರಿಗಾರ್ತಿ, ಸಹ-ಸಂಶೋಧಕಿ, ಸಹ-ಲೇಖಕಿ, ಮತ್ತು ಸಹ-ಪೈಲೆಟ್-ನೀನೆಂದೂ ನಿನ್ನ ತಾಯಿಗಾಗಿ ಕೆಲಸ ಮಾಡುವುದಿಲ್ಲವೆಂದು ಪ್ರತಿಜ್ಞೆ ಮಾಡಿದ್ದೆ, ಆದರೆ ಇದೋ ನಾವಿಲ್ಲಿ ಇದ್ದೇವೆ. ನಾನು ಪ್ರತಿದಿನ ಬೆಳಿಗ್ಗೆ ನಿನಗೆ ಆಭಾರಿಯೆನ್ನುತ್ತ ಎದ್ದೇಳುತ್ತಿದ್ದೆ. ಯಾಕೆಂದರೆ, " 'ನನ್ನೊಂದು ಚಿಕ್ಕ ಪ್ರಾಜೆಕ್ಟ್‌ಗೆ ನೀನು ಸಹಾಯ ಮಾಡುವಿಯಾ?' ಎಂದು, 'ಅದನ್ನು ಲೆಟ್ ದೆಮ್ ಸಿದ್ಧಾಂತವೆಂದು ಕರೆದಿದ್ದೇನೆ' " ಎಂದು ನಾನು ನಿನ್ನನ್ನು ಕೇಳಿದಾಗ ನೀನು ಒಪ್ಪಿಕೊಂಡೆ, ಅದಕ್ಕೋಸ್ಕರ... ಕೃತಜ್ಞತೆಗಳು. ನೀನು ಈ ಕೆಲಸದಲ್ಲೇ ಮುಳುಗಿಹೋದೆ ಮತ್ತೆಂದೂ ಹೊರಗಡೆ ಗಾಳಿಗೆ ತೆರೆದುಕೊಳ್ಳಲಿಲ್ಲ. ನನ್ನ ಬದುಕಿನ ಅತ್ಯಂತ ಹೃದಯಸ್ಪರ್ಶಿ ಕ್ಷಣ ಅದಾಗಿತ್ತು, ನಿನ್ನ ಮೋಮ್ ಆದಷ್ಟೇ ಆಗಿರಲಿಲ್ಲ, ನೀನು ನನ್ನ ಸಹೋದ್ಯೋಗಿಯೂ ಆಗಿದ್ದಕ್ಕಾಗಿ. ನಾನು ನಿನ್ನನ್ನು ಗಾಢವಾಗಿ ಪ್ರೀತಿಸುತ್ತೇನೆ, ನೀನು ಬರವಣಿಗೆಯುದ್ದಕ್ಕೂ, *ಲೆಟ್ ದೆಮ್*, *ಲೆಟ್ ದೆಮ್*, *ಲೆಟ್ ದೆಮ್* ಎಂದು (ನನ್ನ ಕುರಿತು) ಹಾಸ್ಯ ಮಾಡುತ್ತಿದ್ದರೂ.

ಟ್ರೇಸಿ–ನನ್ನ ಬಲಗೈ, ನನ್ನ ಮಿದುಳು, ವಾಕ್ಯವನ್ನು ಪೂರ್ತಿಗೊಳಿಸುವವಳು, ಮತ್ತು ಅನನ್ಯ ತಾಕತ್ತಿನ ಎಕ್ಸಿಕ್ಯೂಟೀವ್ ಪ್ರೊಡ್ಯೂಸರ್. ನೀನಿಲ್ಲದೇ ಹೋಗಿದ್ದರೆ ನಾನೆಲ್ಲಿ ಇರುತ್ತಿದ್ದೆನೋ? ಸಮುದ್ರದಲ್ಲಿ ಮುಳುಗಿ ಮರೆಯಾಗುತ್ತಿದ್ದೆ. ನೀನು ಈ ಹಡಗನ್ನು ತೇಲುವಂತೆ ಮಾಡಿದೆ. ನಿನ್ನ ಒಂದು ಅತ್ಯಂತ ಉತ್ತಮ ಗುಣವೆಂದರೆ ನಿನ್ನ ಮುಖದ ಮೇಲೆ ನಾನೆಂದೂ ಗಂಟಿಕ್ಕಿದ್ದನ್ನು ಕಂಡಿಲ್ಲ ಅಥವಾ ಎಂದಿಗೂ ನಕಾರಾತ್ಮಕ ವರ್ತನೆಯನ್ನು ನೋಡಿಲ್ಲ. ಆ ಸೂರ್ಯನ ಬೆಳಕನ್ನು ನನಗೆ ತಂದಿತ್ತ ನಿನಗಿದೋ ವಂದನೆಗಳು. ಈ ಹುಚ್ಚು ಸಾಹಸದ ಎಂಟು ವರ್ಷಗಳ ಅವಧಿಯಲ್ಲಿ, ನೀನು ಶಾಂತವಾಗಿ, ಸ್ಥಿರತೆಯಿಂದ ನನ್ನ ಕೈಹಿಡಿದು ಮನ್ನಗ್ಗಿದ್ದೀಯಾ, ನಿನಗಿದೋ ಅನಂತ ಧನ್ಯವಾದಗಳು.

ಸುಶೀ–ಈ ಬರವಣಿಗೆಯ ಸಮಯದಲ್ಲಿ ನನ್ನಲ್ಲಿ ಖುಷಿಯನ್ನು ತರುತ್ತ ಕಥೆ ಹೇಳುವ ವರಸೆಯನ್ನು ಉದ್ದೀಪಿಸಿದಕ್ಕಾಗಿ ಧನ್ಯವಾದಗಳು. ನನೊಬ್ಬಳು ಉತ್ತಮ ಬರಹಗಾರ್ತಿ ಆಗುವುದಕ್ಕೆ ನೀನು ಕಾರಣ. ನೀನು ಈ ಪುಸ್ತಕದ ಗಹನವಾದ ನಿರ್ವಹಣೆಗೆ ಇದರ ಯೋಜನೆಗೆ ಹೃತ್ಪೂರ್ವಕ ಕೊಡುಗೆ ನೀಡಿದ್ದೀಯ, ನಿನಗಿದೋ ವಂದನೆಗಳು. ನೀನೊಬ್ಬಳು ಓಜಿ (OG), ನೀನಿಲ್ಲದೆ ಇರುತ್ತಿದ್ದರೆ ಈ ಪುಸ್ತಕ ಇದೀಗ ಎಲ್ಲಿದೆಯೋ ಅಲ್ಲಿ ಇರುತ್ತಿರಲಿಲ್ಲ. ನಮ್ಮಿಬ್ಬರನ್ನು ಈ ಪುಸ್ತಕ ಒಂದುಗೂಡಿಸಿದ್ದಕ್ಕೆ ನನಗೆ ಅತೀವ ಸಂತಸವಾಗಿದೆ. ಈ ಸಾಂಗತ್ಯ ನಮ್ಮ ಪಯಣದಲ್ಲಿ ಒಂದು ಶುರುವಷ್ಟೇ.

ಜುನಾ–ನೀನೊಂದು ಬಿರುಗಾಳಿಯಂತೆ ಬಂದೆ, ನಿನ್ನ ಅದ್ಭುತ ಬರವಣಿಗೆಯ ಶೈಲಿಯಿಂದ ದಿನವೂ ನನ್ನ ಮೆಚ್ಚುಗೆಗೆ ಪಾತ್ರವಾದೆ. ಈ ಪುಸ್ತಕದ ಭಾಷೆ, ಶಕ್ತಿ, ಮತ್ತು ಸ್ಪಂದನಕ್ಕೆ ನಿನ್ನ ಕೊಡುಗೆ ಅಪಾರ. ಇಲ್ಲಿನ ಕಥೆಗಳನ್ನು ಇಷ್ಟು ಶಕ್ತಿಯುತವಾಗಿಸಲು ನಿನ್ನ ದೇಣಿಗೆಯೂ ಸೇರಿದೆ. ನಿನ್ನ ಯೋಚನಾ ಲಹರಿಯ ವಿಧಾನವನ್ನು ನಾನು ಅನನ್ಯವಾಗಿ ಪ್ರೀತಿಸುತ್ತೇನೆ.

ಲಿನ್ನ್– ಯಾರದೇ ಬದುಕಿನಲ್ಲಿ ಭಾವನಾತ್ಮಕವಾಗಿ ಇದ್ದಕ್ಕಿದ್ದಹಾಗೆ ಕಾಣಿಸಿಕೊಂಡು ನಂತರ ಎಲ್ಲೋ ಮರೆಯಾದರೆ ಹೇಗೆ... ಅದು ನೀನು ಲಿನ್ನ್. ನೀನು ನನ್ನ ಬದುಕನ್ನೇ ತುಂಬಿದೆ, ಮತ್ತು ನಿಜವಾದ ಬೆಂಬಲ ಮತ್ತು ಶ್ರೇಷ್ಠತೆ ಏನಿದೆ ಎಂಬುದು ನಿನ್ನ ಜೊತೆಗೆ ಕೆಲಸ ಮಾಡಿದ್ದರಿಂದ ನನಗೆ ಅರಿವಾಯಿತು. ನೀನು ಉನ್ನತ ಮಟ್ಟದಲ್ಲಿ ನನ್ನನ್ನು ಕರೆದೊಯ್ದೆ. ನಿನ್ನ ಹೊರತಾಗಿ ನಾನು ಕೆಲಸವನ್ನು ಪೂರೈಸುತ್ತಿದ್ದೆನೋ ಎಂಬುದರ ಬಗೆಗೆ ನನಗೆ ಸಂದೇಹವಿದೆ. ಈಗ ನಿನ್ನ ಫೋನ್‌ನನ್ನು ಕೆಳಕ್ಕಿಡು ಮತ್ತು ಲ್ಯಾಪ್‌ಟಾಪ್‌ನ್ನು ಬಂದ್ ಮಾಡು... ಮತ್ತೆ ನಿನ್ನ ವಾರಾಂತ್ಯವನ್ನು ಖುಷಿಯಲ್ಲಿ ಕಳೆ! ನಾನೆಲ್ಲಿಗೂ ಹೋಗುವುದಿಲ್ಲ, ನೀನು ಕೂಡಾ. ಆದ್ದರಿಂದ ತುಸು ಆರಾಮದಿಂದ ಸಮಯ ಕಳೆಯಬಹುದು.

ಸಿಂಡಿ–ನಿಮ್ಮ ಗುಲಾಬಿ ಬಣ್ಣದ ರಾಕ್‌ಸ್ಟಾರ್ ಕ್ರಾಕ್ಸ್ ಮತ್ತು ಅದಕ್ಕೆ ತಕ್ಕ ಲಿಪ್‌ಸ್ಟಿಕ್‌ನಿಂದ ನೀವು ನನ್ನ ಎದೆಯಾಳದ ಪ್ರೀತಿಯಲ್ಲಿ ಮಡುಗಟ್ಟಿದ್ದೀರಿ. ನೀವು ನನ್ನ ಬದುಕಿನಲ್ಲಿ ಪ್ರವೇಶಿಸಿದ ಕ್ಷಣದಿಂದ ಬಹಳಷ್ಟು ಖುಷಿ ಮತ್ತು ಆಹ್ಲಾದವನ್ನು ತಂದಿದ್ದೀರಿ. ನನ್ನ ಈ 56ರ ವಯಸ್ಸಿನಲ್ಲಿ ನನಗೊಬ್ಬಳು "ಹೌಸ್ ಮೋಮ್" ನನ್ನ ನೈಜ ಬದುಕಿನಲ್ಲಿ ಸಿಗುತ್ತಾಳೆ ಎಂದು ನನಗನಿಸಿರಲಿಲ್ಲ– ನಮ್ಮದೊಂದು ಸೋದರಿ ಸಮೂಹವನ್ನು ನೋಡಿಕೊಳ್ಳುವ ಓರ್ವ ಅದ್ಭುತ ಮನುಷ್ಯ ಜೀವಿ ನೀವು! ನಿಮ್ಮನ್ನು ಸಿಂಡಿ ರಾಬಿನ್ಸ್ ಎಂದು ಕರೆಯಲೇ? ಈ ಸಮಯದಲ್ಲಿ ನೀವು ಮನೆಯೊಳಗೆ ಪ್ರವೇಶಿಸಿದಾಗ ಯೋಲೋ ಮತ್ತು ಹೋಮಿ ಅತ್ಯಂತ ಖುಷಿ ಮತ್ತು ಉತ್ಸಾಹವನ್ನು ಪಡೆಯುತ್ತಾರೆ. ಅದಕ್ಕೂ ಮಿಗಿಲಾಗಿ ನಾನು.

ಆ್ಯಮಿ & ಜೆಸ್ಸಿ– ನಾವು ಈ ಚಿಕ್ಕ ಗ್ರಾಮೀಣ ಪಟ್ಟಣದಲ್ಲಿ ಬಂದು ನೆಲೆಸುವ ಸಮಯದಲ್ಲಿ ಇಲ್ಲಿ ಹೇಗೆ ವಾಸ್ತವ್ಯ ಹೂಡುವುದೆಂದು ಬಹಳಷ್ಟು ವ್ಯಥೆಪಟ್ಟಿದ್ದೆವು. ಇಲ್ಲಿಗೆ ಬಂದಿರುವುದು ಅದೇನು ಕಾಕತಾಳೀಯವೇನೂ ಆಗಿರಲಿಲ್ಲ; ಏಕಕಾಲಕ್ಕೆ ನಡೆದದ್ದಾಗಿತ್ತು. ಕಳೆದ ನಾಲ್ಕು ವರ್ಷಗಳ ಪರ್ಯಂತ ನಾವು ಬಹಳಷ್ಟು ನಕ್ಕಿದ್ದೇವೆ, ಕುಶಾಲು ತಮಾಷೆ ಆಡಿದ್ದೇವೆ ಮತ್ತು ಅಷ್ಟೇ ಸಮಯ ಅತ್ತಿದ್ದೇವೆ. ಯಾವುದೇ ಅಡೆತಡೆ ಬಂದಾಗಲೂ ಅದನ್ನು ಬದಿಗೊತ್ತಿ ಮುನ್ನಡೆದಿದ್ದೇವೆ. ಅದರ ಜೊತೆಗೇ ನಮ್ಮ ಗ್ಯಾರೇಜ್‌ನ ಮೇಲ್ಭಾಗದಲ್ಲಿ ಜಗತ್ತಿನಲ್ಲೇ ಪ್ರಥಮ ಬಾರಿಗೆ ಎನ್ನುವಂತೆ "ಫಾಟೆಸ್ಟ್ ಗ್ರೋಯಿಂಗ್ ಪೋಡ್‌ಕಾಸ್ಟ್"ನ್ನು ಶುರು ಮಾಡಿದ್ದೇವೆ. ಪವಾಡ ಸದೃಶ ಎನ್ನುವಂತೆ ಮುಂದಿನ ದಿನಗಳಲ್ಲಿ ನಮ್ಮ ಮಹತ್ವದ ಮತ್ತು ಆತ್ಮೀಯರಾದ ಕೆಲವು ಮಂದಿಯನ್ನು ಭೇಟಿ ಮಾಡುವ ಅವಕಾಶವೂ ನನ್ನದಾಯಿತು. ನೀವಿಬ್ಬರು ಸೇರಿದ್ದೀರಿ. ನನ್ನ ಬದುಕಿನ ಮುಂದಿನ ಅಧ್ಯಾಯದಲ್ಲಿ ಅತ್ಯಂತ ದೈವಿಕ ಸಮಯ ಬರುತ್ತಿದೆ ಎಂದೆನಿಸುತ್ತದೆ. ಅಚ್ಚರಿಯೆಂದರೆ ನಾವಿಲ್ಲಿ ಈ ಸಮಯದಲ್ಲಿ ಅತ್ಯಂತ ಪ್ರೀತಿಯಿಂದ ಜೀವಿಸುತ್ತಿರುವುದು.

ಮೆಲೊಡಿ–ನನ್ನ ಸಂಪಾದಕಿ, ಕಾಪಿ ಎಡಿಟರ್, ಮತ್ತು ಐಗ್ಲಾಸ್‌ನ ಸಹೋದ್ಯೋಗಿ– ನನ್ನ ತಡರಾತ್ರಿಯ ಅನೇಕ ಸೇರ್ಪಡೆಗಳು, ಕೊನೆ ನಿಮಿಷದ ತಿದ್ದುವಿಕೆಗಳಿಗೆ ಸ್ಪಂದಿಸಿದ ನಿನಗೆ ತುಂಬಾ ಥ್ಯಾಂಕ್ಸ್. ನೀನು ಯಾವತ್ತೂ ಒಂದು ನಗುವಿನಿಂದಲೇ ನಮ್ಮನ್ನು ಸ್ವಾಗತಿಸುತ್ತಿದ್ದೆ.

ಮತ್ತು ಈ ಪುಸ್ತಕ ಅಂದವಾಗಿ ಬೆಳಕು ಕಾಣುವುದಕ್ಕೆ ಕಾರಣವಾಗಿದ್ದೀರಾ. ನಿಮಗೆ ನಾನು ಬೆಟ್ಟದಷ್ಟು ಕಾಫಿಗೆ ಋಣಿಯಾಗಿದ್ದೇನೆ.

ಮಾರ್ಕ್‌– ನಾನೆಷ್ಟು ನಿಮ್ಮನ್ನು ಆರಾಧಿಸುತ್ತೇನೆ ಎಂದು ನಿಮಗೆ ಈಗಾಗಲೇ ಗೊತ್ತು. ಈ ಪುಸ್ತಕ ಪ್ರಕಟವಾಗುವುದಕ್ಕೆ ಕಾರಣವಾಗಿದ್ದಷ್ಟೇ ಅಲ್ಲ, ಅಮೆರಿಕಾದಿಂದ ಇದರ ಅನುವಾದಗಳು ಅನ್ಯ ದೇಶಗಳಿಗೆ ತಲುಪುವಂತೆ ಮಾಡಿವರು ನೀವು. ವ್ಯಾಪಾರ ವ್ಯವಹಾರದಲ್ಲಿ ನೀವು ಅಪ್ರತಿಮರು, ಮತ್ತು ಲೇಖಕಿಯಾಗಿ ಹೊಸದಾಗಿರುವುದರಿಂದ ನಾನೇನು "ಮಾಡಬೇಕು" ಎನ್ನುವುದನ್ನು ಹೇಳಿಕೊಟ್ಟವರು ನೀವು. (ಇವೆಲ್ಲ ಅತ್ಯಂತ ರಹಸ್ಯದ ಮಾತುಕತೆಗಳು). ನಾನು ಎಂದೆಂದಿಗೂ ಕೃತಜ್ಞಳಾಗಿದ್ದೇನೆ.

ಕ್ರಿಸ್ಟೀನ್– ನನ್ನ ಅತ್ತಿಗೆ, ಬಿಸಿನೆಸ್ ಪಾಟ್ನರ್, ಮತ್ತು ನನ್ನ ಅತ್ಯಂತ ಆತ್ಮೀಯ ಗೆಳತಿ. ಈ ಪುಸ್ತಕ ಬರೆಯುವ ಸಮಯ ನಾನೆಷ್ಟೋ ವ್ಯಥೆಯನ್ನು ಅನುಭವಿಸಿದ್ದೆ. ಕೆಲವು ಭಾವನಾತ್ಮಕ ಬರಹಗಳಂತೂ ತುಂಬಾ ಮುಜುಗರ ಪಡುವಂತೆ ಮಾಡಿದ್ದವು. ಅವುಗಳನ್ನು ನೀವು ತಡರಾತ್ರಿಯಲ್ಲಿ ಕುಳಿತು ತಿದ್ದುಪಡಿ ಮಾಡಿದ್ದಿದೆ. ಅಷ್ಟೊಂದು ಅನುಗ್ರಹಕ್ಕಾಗಿ ತುಂಬಾ ಕೃತಜ್ಞಳು ನಾನು. ಈ ಪುಸ್ತಕದಲ್ಲಿನ ಭಾವನಾತ್ಮಕ ವಿಷಯಗಳಿಗೆ ಸ್ಪಂದಿಸುವಂತಹ ಸಂದರ್ಭ ಪ್ರಾಯಶಃ ಜಗತ್ತಿನಲ್ಲೇ ಬೇರೆಲ್ಲೂ ಒದಗಿರುವ ಸಾಧ್ಯತೆಗಳಿಲ್ಲ. ವೈಯಕ್ತಿಕ ಬೆಳವಣಿಗೆಗೆ ಮೀಸಲಿಟ್ಟ ನಮ್ಮ ಕಂಪೆನಿಯನ್ನು ಜಾಗತಿಕ ಮಟ್ಟದಲ್ಲಿ ಕೊಂಡೊಯ್ದು ಉಪಕರಿಸಿದ್ದಕ್ಕಾಗಿ ಅನಂತ ಧನ್ಯವಾದಗಳು. ನಿಮ್ಮ ಬಗ್ಗೆ ತುಂಬ ಗೌರವವಿದೆ. ನಿಮ್ಮ ಸಹ–ಯೋಜಕಿಯಗಿಯೂ ನಾನು ಹೆಮ್ಮೆ ಪಡುತ್ತೇನೆ. ನಾವಿಬ್ಬರು ಜೊತೆಯಗಿ ಕಟ್ಟಿದ ಈ ಸಂಸ್ಥೆಯ ಕುರಿತೂ ಹೆಮ್ಮೆಯಿದೆ. ನಮ್ಮಲ್ಲಿರುವ ಸಮಾನ ಆಸಕ್ತಿಗಳಿಂದ ಇದನ್ನು ಪೂರೈಸಲು ಸಾಧ್ಯವಾಯಿತು ಅನ್ಯಥಾ ನನ್ನೊಬ್ಬಳಿಂದ ಇದು ಸಾಧ್ಯವಾಗುತ್ತಿರಲಿಲ್ಲ. ನಾನು ಬೆಳಿಗ್ಗೆ ಎದ್ದೊಡನೆ ನನ್ನಷ್ಟಕ್ಕೇ ಹೇಳಿಕೊಳ್ಳುತ್ತೇನೆ: ಇದನ್ನೊಂದು ಜೀವನ ನಿರ್ವಹಣೆಗೆ ಮಾಡಿದ್ದೆಂದು ನೀವು ನಂಬುತ್ತೀರಾ? ನಮ್ಮ ಹಿಂದಿನಿಂದ ಅನೇಕರು ಹೇಳುವುದನ್ನು ನಾನು ಕೇಳಿಸಿಕೊಂಡಿದ್ದಿದೆ, ನಾವೆಲ್ಲ ಮ್ಯಾಜಿಕಲ್ ಸೂ...*ಯರೆಂದು.

ಕ್ರಿಸ್– ಲೆಟ್ ದೆಮ್ ಪುಸ್ತಕವನ್ನು ವಾರಗಟ್ಟಲೆ ಬರೆಯುವ ಸಮಯ ಮ್ಯಾರಥಾನ್ ಓಟದಂತೆ ಓಡಿದ ಸಮಯ ನನ್ನ ಬೆಂಬಲಕ್ಕೆ ನಿಂತಿದ್ದಕ್ಕಾಗಿ ಕೃತಜ್ಞಳಾಗಿದ್ದೇನೆ. ಪುಸ್ತವೊಂದನ್ನು ಬೈಂಡ್ ಮಾಡುವಾಗ ಅದಕ್ಕೊಂದು ಬೆನ್ನು (ಸ್ಪೈನ್) ಬೇಕಾಗುತ್ತದೆ, ಅದಿಲ್ಲದೆ ಪುಸ್ತಕವೊಂದು ಹೊರಬರುವುದಿಲ್ಲ, ಹಾಗೆಯೇ ನೀನೊಬ್ಬ ನನ್ನ ಬೆನ್ನೆಲುಬು. ನೀನು ನಮ್ಮ ಕುಟುಂಬವನ್ನು ಚೆನ್ನಾಗಿ ನೋಡಿಕೊಂಡೆ. ನನ್ನ ಬದುಕಿನ ಅತ್ಯಂತ ಸಂಭ್ರಮದ ಸಮಯವನ್ನು ನಿನ್ನ ಜೊತೆಗೆ ಕಳೆದಿದ್ದೇನೆ. ಅದಕ್ಕೆ ನಾನು ಅನಂತವಾಗಿ ನಿನಗೆ ಆಭಾರಿಯಾಗಿದ್ದೇನೆ.

ಕೆಂಡಲ್ ಮತ್ತು ಓಕ್ಲೆ: ಈ ಪುಸ್ತಕವನ್ನು ಬರೆಯುತ್ತಿದ್ದ ಸಮಯ ನೀವೆಲ್ಲ ಲಾಸ್ ಏಂಜಲೀಸ್‌ನಲ್ಲಿ ಕಲಿಯುತ್ತಿದ್ದಿರಿ ಹಾಗಾಗಿ ಈ ಬರವಣಿಗೆಯ ಪ್ರಕ್ರಿಯೆ ನಿಮಗೆ ಅಷ್ಟೊಂದು ದುಸ್ತರವೆಂದು ತಿಳಿಯುವುದಿಲ್ಲ. ಸೇವಿಯರ್ ನನ್ನ ಜೊತೆಗೆ ನನ್ನ ಸಹ–ಲೇಖಕಿಯಾಗಿ ದುಡಿಯುತ್ತಿದ್ದಳು. ನೀವಿಬ್ಬರು ನನ್ನ ಈ ಕನಸು ಸಾಕಾರಗೊಳ್ಳಲು ಪ್ರೇರೇಪಿಸಿದ್ದೀರಿ ಮತ್ತು ಇದನ್ನು ತಿಳಿದುಕೊಳ್ಳಿ:

ನೀವಿಬ್ಬರು ನಿಮ್ಮ ಬದುಕಿನಲ್ಲಿ ಏನನ್ನು ಸಾಧಿಸಲು ಹೊರಟಿದ್ದೀರೋ, ಅದಕ್ಕೆಲ್ಲ ನನ್ನ ಸಂಪೂರ್ಣ ಬೆಂಬಲ ಇದ್ದೇ ಇರುತ್ತದೆ. ನಿಮ್ಮ ಪ್ರತಿ ಹೆಜ್ಜೆಯ ಜೊತೆಗೂ ನಾನಿರುತ್ತೇನೆ.

ಮೋಮ್ ಮತ್ತು ಡ್ಯಾಡ್– ಮೋಮ್: ನಾನು ಚಿಕ್ಕವಳಿದ್ದಾಗಲೇ ನನ್ನಲ್ಲಿ *ಲೆಟ್* ಮಿ ಉತ್ಸಾಹವನ್ನು ತುಂಬುತ್ತ ಬಂದವಳು ನೀನು. ಈ ಪುಸ್ತಕವನ್ನು ಬರೆಯುತ್ತಿದ್ದ ಹಾಗೆ ನಾನು ಅವನ್ನೆಲ್ಲ ಅಡಿಗಡಿಗೂ ಜ್ಞಾಪಿಸಿಕೊಳ್ಳುತ್ತಿದ್ದೆ. ನಾನು ಈ ಪುಸ್ತಕವನ್ನು ಬರೆಯುತ್ತಿದ್ದ ಸಮಯ ನನ್ನ ತಲೆದಿಂಬಿನ ಮೇಲೆ ನೀನು ಹೊಲಿದಿದ್ದ ಒಕ್ಕಣೆ, *Pull Up Your Big Girl Panties And Deal With It* ನನಗೆ ನೆನಪಿಗೆ ಬರುತ್ತಿತ್ತು. ನನ್ನ ಬಹುದೊಡ್ಡ ಆಶ್ರಯದಾತೆಯಾಗಿದ್ದ ನಿನಗಿದೋ ನನ್ನ ಅನಂತ ನಮನಗಳು. ನಾನೆಂದರೆ ನಿನಗೆ ಹೆಮ್ಮೆಯಿದೆ ಎಂದು ನನಗೆ ಗೊತ್ತು. ನನಗೂ ನೀನೆಂದರೆ ಅಷ್ಟೇ ಹೆಮ್ಮೆ ಇದೆ. ನಿಮ್ಮ ಮದುವೆ, ನೀವು ಕಟ್ಟಿಕೊಂಡ ಬದುಕು ಎಲ್ಲವೂ ಮಾರ್ಗದರ್ಶಕ.

ಆನ್ನೆ– ಓರ್ವ ಪರಿಪೂರ್ಣ ಮಹಿಳೆ ಹೇಗೆ ಆಗುವುದೆಂದು ನೀನು ನನಗೆ ಕಲಿಸಿಕೊಟ್ಟಿದ್ದೀಯಾ. ನನ್ನ ಬದುಕಿನ ಮೇಲಿನ ನಿನ್ನ ಪ್ರಭಾವವನ್ನು ವಿವರಿಸಲಸಾಧ್ಯ. ನನ್ನ ಮದುವೆ, ನನ್ನ ಶಕ್ತಿ ಅನಾವರಣಗೊಳ್ಳಲು ನೀಡಿದ ಸಹಾಯ, ಎಲ್ಲವೂ ಅವಿಸ್ಮರಣೀಯ. ನಿನಗೆ ನನ್ನ ಪ್ರೀತಿಗಳು.

ಡೇವಿಡ್– ನನಗೆ ಎಂದಾದರೂ ಸಲಹೆ, ಪರಿಪೇಕ್ಷೆ, ತರಬೇತಿ, ಒಂದು ನಗು, ಅಥವಾ ಅದೇನೋ ಉತ್ಸಾಹಕ್ಕೆ ಟಾನಿಕ್ ಬೇಕಿದ್ದರೆ– ನಾನೊಂದು ಸ್ಪೀಡ್ ಡಯಲ್ ನಿನಗೆ ಮಾಡಿದ್ದೇನೆ. ಒಬ್ಬ ಉತ್ತಮ ಬಾಸ್ ಮತ್ತು ಒಳ್ಳೆಯ ಗೆಳೆಯ ಹೇಗಿರಬೇಕೆಂದು ನನಗೆ ಕಲಿಸಿದ್ದಕ್ಕಾಗಿ, ಕೃತಜ್ಞಳು. ಕ್ರಿಸ್ಟೀನ್ ಮತ್ತು ನಾನು ನಿನ್ನ ಹೊರತಾಗಿ ಅದನ್ನು ನಿರ್ವಹಿಸಲು ಆಗುತ್ತಿರಲಿಲ್ಲ. ನಮ್ಮಿಬ್ಬರಿಗೂ ನೀನು ಬೇಕು! ಪ್ರೀತಿಗಳು.

ಪೀಟ್–ಪುಸ್ತಕದ ಕವರ್‌ನಿಂದ ನೀವು ಅಪ್ರತಿಮರಾದಿರಿ. ನಾನು ಕನಸು ಕಂಡಿದ್ದಕ್ಕೂ ಮಿಗಿಲಾಗಿ ಅದು ಮೂಡಿ ಬಂದಿದೆ. ಎಲ್ಲಾ ಕೊನೆ ನಿಮಿಷದ ಏರುಪೇರುಗಳ ಹೊರತಾಗಿಯೂ ಹೊರಕವಚ ಸುಂದರವಾಗಿ ಮೂಡಿ ಬಂದಿದೆ. ಅದು ಅದ್ಭುತವಾಗಿದೆ. ನಿಮ್ಮ ಸೃಜನಶೀಲತೆಗೆ ತಲೆಬಾಗುವೆ ಮತ್ತು ಅದಕ್ಕೋಸ್ಕರ ನಿಮ್ಮ ಬಗೆಗೆ ನಾನು ಹೆಮ್ಮೆ ಪಡುತ್ತಿದ್ದೇನೆ.

ಜೂಲಿ–ನಾನೇನೆಂದು ಹೇಳಲಿ? ಪುಸ್ತಕದ ಒಳ ಪುಟಗಳು ಸ್ವಚ್ಛವಾಗಿ, ತಿಳಿಯಾಗಿ ಮತ್ತು ಸೂಕ್ತತೆಯಿಂದ ವ್ಯಕ್ತವಾಗಿವೆ. ಈ ಫಲಿತಾಂಶದಿಂದ ನನಗೆ ತುಂಬಾ ಖುಷಿಯುಂಟಾಗಿದೆ. ನಿನ್ನ ಕಠಿಣ ದುಡಿಮೆ ಮತ್ತು ಸಮರ್ಪಣೆಗಾಗಿ ನನ್ನ ಅನಂತ ನಮನಗಳು.

ಲಿಂಡ್ಸೆ– ನಾನೊಂದು ಹೊಸ ಪುಸ್ತಕವನ್ನು ಪ್ರಕಟಿಸುವುದಿಲ್ಲ ಎಂದಾಗ, ಪ್ರಕಟಿಸಲೇಬೇಕೆಂಬ ನಿಮ್ಮ ಬೆಂಬಲವನ್ನು ಕಂಡು ನಾನೆಷ್ಟು ಮುದಗೊಂಡೆನೆಂದರೆ ಅದನ್ನು ಶಬ್ದಗಳಲ್ಲಿ ವರ್ಣಿಸಲು ಅಸಾಧ್ಯ. ನಿಮ್ಮ ಉತ್ಸಾಹ, ಸಮರ್ಪಣಾಭಾವ ಕಂಡು ನಾನು ಪ್ರಭಾವಿತಳಾದೆ ಮಾತ್ರವಲ್ಲ ರೋಡಿಯೋ ಜತೆಗೆ ನಿಮ್ಮೊಂದಿಗೆ ದುಡಿಯಲು ಉತ್ಸುಕಳಾದೆ.

ನನ್ನ ಸಮಸ್ತ ಕಾರ್ಯಕಾರೀ ತಂಡಕ್ಕೆ–ಈ ಪುಸ್ತಕವನ್ನು ಬರೆಯಲು ನನಗೂ ಸೇವಿಯರ್‌ಗೂ ಅವಕಾಶ ಕಲ್ಪಿಸಿಕೊಟ್ಟಿದ್ದಕ್ಕಾಗಿ ಕೃತಜ್ಞಳಾಗಿದ್ದೇನೆ. ವಾರಕ್ಕೆ ಎರಡು ಪೋಡ್‌ಕಾಸ್ಟ್‌ಗಳನ್ನು ತಯಾರಿಸುತ್ತ, ಆರು ತಿಂಗಳಿಗೊಮ್ಮೆಯ ಒಂದು ತರಬೇತಿ ಕಾರ್ಯಕ್ರಮವನ್ನು ಆಯೋಜಿಸುತ್ತ, ಭಾಷಣಗಳು, ಆಡಿಬಲ್ ಮತ್ತು ಅಲ್ಟಾ ಬ್ಯೂಟಿ ಕಾರ್ಯಕ್ರಮಗಳ ನಿರ್ಮಾಣ –ಹೀಗೆ ಹತ್ತು ಹಲವು ವಿಷಯಗಳಲ್ಲಿ ಸಹಕರಿಸಿದ್ದಕ್ಕಾಗಿ ಕೃತಜ್ಞತೆಗಳು. ಇಡೀ ಜಗತ್ತಿನಲ್ಲೇ ನಿಮ್ಮದು ಅತ್ಯಂತ ಉತ್ತಮ ಟೀಮ್ ಎಂದರೆ ತಪ್ಪಾಗದು. ನಿಮ್ಮ ಸಮರ್ಪಣಾ ಭಾವ ಮತ್ತು ಟೀಮ್ ವರ್ಕ್‌ನ ಹೊರತಾಗಿ ನಾನು ಇದನ್ನು ಮಾಡಿರಲಾರೆ.

ಟ್ಯಾಟೂ ಕಲಾವಿದರು ಮತ್ತು ಕಲೆಯ ಮೂಲಕ ನಿಮ್ಮ ಕಥೆಗಳನ್ನು ನನಗೆ ನೀಡಿದವರಿಗೆ– ಧನ್ಯವಾದಗಳು. ಈ ಪುಸ್ತಕದ ಹಿಂದಿನ ನಿಜವಾದ ಪ್ರೇರಣೆ ನೀವೇ. *ಲೆಟ್ ದೇಮ್* ಪರಿಕಲ್ಪನೆಯ ಈ ಲೋಕಾರ್ಪಣೆ ನಿಜಕ್ಕೂ ನನ್ನನ್ನು ವಿನೀತಳನ್ನಾಗಿ ಮಾಡುತ್ತಿದೆ. ಇವೆಲ್ಲ ನಿಮ್ಮಿಂದಲೇ ಪ್ರಾರಂಭವಾಯಿತು. ಅರ್ಥಪೂರ್ಣವಾದ, ಸುಂದರವಾದ ಆಕೃತಿಗಳು ನಿಜಕ್ಕೂ ಚೇತೋಹಾರಿಯಾಗಿವೆ.

ಪ್ಯಾಟ್ಟಿ, ರೀಡ್, ಡಯಾನೆ, ಲಿಜ್ಜಿ, ಆರ್ಯ-ಮೆಹರ್, ಮರ್ಲಿನ್, ಬೆಟ್ಸಿ, ಕೆಥ್ಲೀನ್, ಮತ್ತು ಹೇ ಹೌಸ್‌ನ ಸಮಸ್ತ ಟೀಮ್– ಸಂಪ್ರೀತಿಯಿಂದ ನಿಮ್ಮ ಪಾರ್ಟ್ನರ್ ಆಗಿದ್ದೇನೆ. ನನಗೆಂದಿಗೂ ತಿಳಿಯದೆ ಇರುವ ಅನೇಕ ವಿಷಯಗಳನ್ನು ನೀವು ಕಾಳಜಿ ವಹಿಸಿ ಮಾಡಿದ್ದೀರಿ. ಹಾಗಾಗಿ ಈ ಪುಸ್ತಕವನ್ನು ಯಾರೆಲ್ಲ ಸೇರಿ ಬೆಂಬಲಿಸಿದ್ದೀರಿ, ಮಾರಾಟ ಮಾಡಿದ್ದೀರಿ, ಮಾರುಕಟ್ಟೆಗೆ ಒಯ್ದಿದ್ದೀರಿ, ಮತ್ತು ಓದಿದ್ದೀರಿ, ಅದೊಂದು ಗ್ರಾಮವೇ ಮೈವೆತ್ತಂತೆ ಆಗಿ ಅದರ ಭಾಗವಾಗಲು ನಿಜಕ್ಕೂ ಹೆಮ್ಮೆ ಎನಿಸುತ್ತಿದೆ.

ಆಡಿಬಲ್‌ನಲ್ಲಿನ ಪಾರ್ಟ್ನರ್‌ಗಳು– ವಾವ್! ಕಳೆದ ಏಳು ವರ್ಷಗಳಿಂದ ನಾವು ಜೊತೆಯಾಗಿ ಕೆಲಸ ಮಾಡಿದ್ದೇವೆ. ನಾವೆಷ್ಟು ಜತೆಗೂಡಿ ದುಡಿದ್ದೇವೆ ಎಂಬುದಕ್ಕೆ ಲೆಕ್ಕವಿಲ್ಲ. ನಾನು ಈ ಪುಸ್ತಕ ಲೆಟ್ ದೇಮ್ ಥಿಯರಿಗೆ ಸಹಕರಿಸಿದವರಿಗೆ ಕೃತಜ್ಞತೆಯನ್ನು ಸಲ್ಲಿಸುವ ಸಮಯದಲ್ಲಿ ನಮ್ಮ ಆಡಿಬಲ್ ನಿರ್ಮಾಣದ ಏಳನೇ ಸಂಪುಟವನ್ನು ಜೊತೆಯಾಗಿ ನಿರ್ವಹಿಸಿ ನಿರ್ಮಿಸಿದ್ದೇವೆ. ನಿಮ್ಮ ಜಾಗತಿಕ ಬದುಕನ್ನು ಬದಲಿಸುವ ಅಭಿಯಾನವೇನಿದೆ ಅದರ ಭಾಗವಾಗಿದ್ದಕ್ಕೆ ನನಗೆ ಅಭಿಮಾನವಿದೆ. ಮುಂದಿನ ಏಳು ಆಡಿಬಲ್ ಒರಿಜಿನಲ್ಸ್ ಇಲ್ಲಿದೆ ನೋಡಿ. ನಿಮ್ಮನ್ನೆಲ್ಲ ನಾನು ಪ್ರೀತಿಸುತ್ತೇನೆ!

ಅಲೈನ್ ಪಿಆರ್–ಇದೇ ನಾನು ಪ್ರಥಮವಾಗಿ ನಿಮ್ಮ ಸಾರ್ವಜನಿಕ ಸಂಪರ್ಕ ಏಜನ್ಸಿಯ ನೆರವನ್ನು ಎರವಲು ಪಡೆದಿರುವುದು. ಅದು ಸಾರ್ಥಕವೆನಿಸಿದೆ. ನೀವು ಯೋಚಿಸುವ, ನಿರ್ವಹಿಸುವ ಮತ್ತು ನಿಮ್ಮ ಕಲೆಗಾರಿಕೆ ಅಸಾಧಾರಣ. ನಾನೆಂದಿಗೂ ಅತ್ಯಂತ ಉತ್ತಮ ದರ್ಜೆಯವರೊಂದಿಗೆ ದುಡಿಯಲು ಹೆಮ್ಮೆ ಪಡುತ್ತೇನೆ ಮತ್ತು ಅದು ನೀವೇ ಆಗಿದ್ದೀರಿ.

ಮೆಲ್ ಅವರ ಕುರಿತಂತೆ

ಮೆಲ್ ರಾಬಿನ್ಸ್ ಓರ್ವ ನ್ಯೂಯಾರ್ಕ್ ಟೈಮ್ಸ್‌ನ ಬೆಸ್ಟ್ ಸೆಲ್ಲಿಂಗ್ ಲೇಖಕಿಯಾಗಿದ್ದು ಅವರು ಮಾನಸಿಕ ಸಂತುಲನ, ಪ್ರೇರಣೆ, ಮತ್ತು ಸ್ವಭಾವದಲ್ಲಿನ ಬದಲಾವಣೆಗಳ ಕುರಿತಂತೆ ಪರಿಣತಿ ಹೊಂದಿರುವ ಹೆಸರಾಂತ ಲೇಖಕಿಯಾಗಿದ್ದಾರೆ. ಅವರ ಕೃತಿಗಳು 41 ಭಾಷೆಗಳಿಗೆ ಅನುವಾದಗೊಂಡಿವೆ.

ಲಕ್ಷಗಟ್ಟಲೆ ಪ್ರತಿಗಳು ಮಾರಾಟವಾಗಿದ್ದು, ಏಳು #1 ಧ್ವನಿ ಸುರುಳಿಯ ಶೀರ್ಷಿಕೆಗಳು, ಬಿಲಿಯಗಟ್ಟಲೆ ವೀಡಿಯೋ ನೋಡುಗರ ಸಂಖ್ಯೆಯನ್ನು ಹೊಂದಿದ್ದು, ಮೆಲ್ ಅವರದ್ದು ಜಾಗತಿಕ ಮಟ್ಟದ ಪ್ರಭಾವವೆನ್ನಬಹುದು. *ದಿ ಮೆಲ್ ರಾಬಿನ್ಸ್ ಪೋಡ್‌ಕಾಸ್ಟ್‌*ನ ಅತಿಥಿಯಾಗಿರುವ ಅವರು ಅದು ಜಗತ್ತಿನಲ್ಲೇ ಅತ್ಯುನ್ನತ ಶ್ರೇಣಿಯವುಗಳಲ್ಲಿ ಒಂದಾಗಿದ್ದು, 194 ದೇಶಗಳಲ್ಲಿ ಅವರ ಕೇಳುಗರು ಇದ್ದಾರೆ.

ಅವರು ತಮ್ಮ ಮೀಡಿಯಾ ಕಂಪೆನಿ 143 ಸ್ಟುಡಿಯೋ ಇನ್ಕ್., ಮೂಲಕ ಪ್ರಚೋದನಾತ್ಮಕ, ಪ್ರಶಸ್ತಿ ಪುರಸ್ಕೃತ ವಸ್ತುವಿಷಯಗಳನ್ನು ಹಾಗೂ ಪರಿವರ್ತನಾತ್ಮಕ ಸಂಭವಗಳನ್ನು ನೀಡುತ್ತ ಬಂದಿದ್ದಾರೆ. ಹಾಗೆಯೇ ಅವರು ಸ್ಟಾರ್‌ಬಕ್ಸ್, ಜೆಪಿ ಮಾರ್ಗನ್‌ಚೇಸ್, ಲಿಂಕೆಡಿನ್, ಹೆಡ್‌ಸ್ಪೇಸ್ ಮತ್ತು ಅಲ್ಟಾ ಬ್ಯೂಟಿ ಮುಂತಾದ ಕಂಪೆನಿಯ ಸಿಬ್ಬಂದಿಗಳಿಗೆ ತರಬೇತಿಯನ್ನು ಒದಗಿಸಿದ್ದಾರೆ.

ದೈನಂದಿನ ಜೀವನದಲ್ಲಿ ಸಂಕೀರ್ಣವಾದ ವಿಷಯಗಳನ್ನು ಸರಳವಾಗಿ ಹೇಳುವ ಅವರ ಕ್ಷಮತೆ ನಿಜಕ್ಕೂ ಉಲ್ಲೇಖನೀಯ. ಮೆಲ್ ರಾಬಿನ್ಸ್ ತಮ್ಮ ಅತ್ಯಂತ ಪ್ರಬಲ, ಅಂತೆಯೇ ಶಕ್ತಿಯುತವಾದ ಕೃತಿಯನ್ನು *ಲೆಟ್ ದೆಮ್ ಸಿದ್ಧಾಂತ*ದ ಮೂಲಕ ನೀಡಿದ್ದಾರೆ.

ಹೆಚ್ಚಿನ ವಿವರಗಳಿಗಾಗಿ ಸಂಪರ್ಕಿಸಿ : melrobbins.com.

ನನ್ನ ಜೊತೆಗೆ ಸಂಪರ್ಕದಲ್ಲಿರುವುದು ಹೇಗೆ

ನೀವು ಈ ಪುಸ್ತಕವನ್ನು ಇಷ್ಟಪಟ್ಟಿದ್ದರೆ–ನೀವು ಇವನ್ನು ಕೂಡಾ ಇಷ್ಟಪಡುತ್ತೀರಿ:

1. **ನನ್ನ ನ್ಯೂಸ್ ಲೆಟರ್**

   ಜಗತ್ತಿನಲ್ಲೇ ಅತ್ಯಂತ ಜನಪ್ರಿಯವಾದ ನ್ಯೂಸ್ ಲೆಟರ್‌ಗಳಲ್ಲಿ ಒಂದು. ಪ್ರತಿ ವಾರ, ಇತ್ತೀಚಿನ ಸಂಚಿಕೆಯನ್ನು 2,000,000 ಜನರಿಗೆ ಕಳುಹಿಸಲಾಗುತ್ತದೆ. ಇದು ವೈಯಕ್ತಿಕ, ಪ್ರೇರಣಾತ್ಮಕ, ಮತ್ತು ಅತ್ಯುತ್ತಮ ಕಲ್ಪನೆ ಹಾಗೂ ಸಲಹೆಗಳಿಂದ ತುಂಬಿರುತ್ತದೆ. ಉಚಿತವಾಗಿ ಪಡೆಯಲು ಸೈನ್–ಅಪ್ ಮಾಡಿ– melrobbins.com/newsletter

2. **ದಿ ಮೆಲ್ ರಾಬಿನ್ಸ್ ಪೋಡ್‌ಕಾಸ್ಟ್**

   ಟೈಮ್ ಮ್ಯಾಗಜಿನ್ ಹೇಳುತ್ತದೆ, "ತಮ್ಮಲ್ಲೇ ನಂಬಿಕೆ ಹುಟ್ಟುವಂತೆ ಇದು ಪ್ರೇರೇಪಿಸುತ್ತದೆ." ಮೆಲ್ ರಾಬಿನ್ಸ್ ಪೋಡ್‌ಕಾಸ್ಟ್ ಜಗತ್ತಿನಲ್ಲೇ ಶ್ರೇಷ್ಠ ಶ್ರೇಣಿಯ ಪೋಡ್‌ಕಾಸ್ಟ್ ಎಂದು ಜನಜನಿತವಾಗಿದೆ. ಹೊಸ ಸಂಚಿಕೆಗಳು ವಾರಕ್ಕೊಮ್ಮೆ ಬಿಡುಗಡೆಯಾಗುತ್ತದೆ ಮತ್ತು ಎಲ್ಲೆಂದರಲ್ಲಿ ಅಥವಾ youtube.com/melrobbins.comನಲ್ಲಿ ಕೇಳಬಹುದು.

3. **ಸಾಮಾಜಿಕವಾಗಿ ಸಂಪರ್ಕ ಕಲ್ಪಿಸುತ್ತದೆ**

   ದಿನನಿತ್ಯವೂ ನಿಮ್ಮ ಇಷ್ಟವಾದ ಸಾಮಾಜಿಕ ಜಾಲತಾಣದ ಮೂಲಕ ನನ್ನ ಜೊತೆಗೆ @melrobbinsನಲ್ಲಿ ಸಂಪರ್ಕ ಕಲ್ಪಿಸಬಹುದು.

ಹೆಚ್ಚಿನ ಮಾಹಿತಿಗಾಗಿ ಸಂಪರ್ಕಿಸಿ: melrobbins.com